ചാവേർ

chaver
novel
•
p valsala
•
first chintha edition
june 2009
•
second edition
july 2011
•
third edition
march 2020
•
typesetting
vega graphics
•
published
chintha publishers thiruvananthapuram
•

cover
ambeesh kumar
•

Distribution
DESHABHIMANI BOOK HOUSE
H O Thiruvananthapuram 695035
phone: 0471-2303026, 6063026
Email: chinthapublishers@gmail.com
Website: www.chinthapublishers.com

Branch
Head Office Kunnukuzhi • Statue Thiruvananthapuram • KSRTC Bus Station Alappuzha • KSRTC Bus Station Ernakulam • Machingal Lane Thrissur • IG Road Kozhikode • Mavoor Road Kozhikode • NGO Union Building Kannur • Central Bus Terminal Complex Thavakkara Kannur

CR - 2207 / 5273
ISBN - 978-81-26207-07-7

ചാവേർ

നോവൽ

പി വത്സല

ചിന്ത പബ്ലിഷേഴ്സ്
തിരുവനന്തപുരം-695 035

പി വത്സല

1938 ആഗസ്ത് 23ന് കോഴിക്കോട്ട് ജനിച്ചു.

പിതാവ്: കാനങ്ങോട്ട് ചന്തു. മാതാവ്: എലിപ്പറമ്പത്ത് പത്മാവതി.

ഭർത്താവ്: എം അപ്പുക്കുട്ടി.

കോഴിക്കോട് ഗവൺമെന്റ് ട്രെയിനിങ് സ്കൂളിൽ പ്രധാന അധ്യാപികയായിരുന്നു. കേരള സാഹിത്യ അക്കാദമിയുടെ ഉപാധ്യക്ഷ, അധ്യക്ഷ എന്നീ പദവികൾ വഹിച്ചു.

നെല്ല് എന്ന ആദ്യനോവലിന് *കുങ്കുമം* അവാർഡും *നിഴലുറങ്ങുന്ന വഴികൾ*ക്ക് കേരളസാഹിത്യഅക്കാദമി അവാർഡും ലഭിച്ചു.

ആഗ്നേയം, *ഗൗതമൻ*, *പാളയം*, *അരക്കില്ലം*, *തകർച്ച*, *കൂമൻകൊല്ലി*, *നമ്പരുകൾ*, *വിലാപം* (നോവലുകൾ), *തിരക്കിൽ അൽപ്പം സ്ഥലം*, *പഴയ പുതിയ നഗരം*, *ആനവേട്ടക്കാരൻ*, *അനുപമയുടെ കാവൽക്കാരൻ*, *ഉണിക്കോരൻ ചതോപാധ്യായ*, *ഉച്ചയുടെ നിഴൽ*, *കറുത്തമഴ പെയ്യുന്ന താഴ്വര* (കഥാസമാഹാരങ്ങൾ) തുടങ്ങിയവയാണ് ഇതര കൃതികൾ.

വിലാസം : 'അരുൺ', എ ആർ പി ക്യാമ്പ് റോഡ്
പി ഒ മേരിക്കുന്ന്
കോഴിക്കോട്-673 012

കൂടുതൽ വിവരങ്ങൾക്ക്,
www.vatsalap.com
Ph : 0495-2371464
04935-210255
9447424954 (Mob)

ഒന്ന്

കയറളംകുന്നിന്റെ മടിയിൽ യക്ഷിപ്രസാദംപോലെ ഒരു കടിഞ്ഞൂൽക്കനി.

വിജനമായ തെങ്ങിൻതോപ്പുകൾക്കിടയിൽ രൂപംകൊണ്ട കെട്ടിടം നാൾക്കുനാൾ വളർന്ന് ഒരു ഭീമനായി. അവനെ ഊട്ടിവളർത്താൻ നാടിന്റെ നാനാഭാഗങ്ങളിൽനിന്നും പുരാതനമായ കലാവിരുതുകളുമായി ശിൽപ്പികൾ എത്തി - കല്ലാശാരിമാർ, മരാശാരിമാർ, ഇരുമ്പുപണിക്കാർ, മൂശാരിമാർ, കൈയാളന്മാർ.

കയറളംകുന്നിന്റെ ഹൃദയമിടിപ്പു നാടാകെ കേട്ടു. അടിയാളരായ ഗ്രാമീണർ ഭക്ത്യാദരങ്ങളോടെ പൊരുളറിയാൻ പാടില്ലാത്ത പേടിയോടെ നോക്കിനിന്നു.

മലനിരകൾ അർദ്ധനിമീലിത മിഴികളോടെ മഞ്ഞണിഞ്ഞ തലപ്പാവുകളണിഞ്ഞ് ഇരവറിയാതെ, പകലറിയാതെ വണങ്ങിനിന്നു.

കൈലാസം ഭൂമിയിലിറങ്ങി വന്നിരിക്കുന്നു!

തന്റെ പ്രിയതമ ഗൗരിയുടെ ആവശ്യാർഥം പണികഴിപ്പിച്ച മണിമാളികയ്ക്ക് ശങ്കരൻനായനാർ ഗൗരീശങ്കരം എന്നു നാമകരണം ചെയ്തു.

പരദേശത്തുനിന്നു വന്നുചേർന്നിരുന്ന ശിൽപ്പികൾ ദക്ഷിണവാങ്ങി, താണുവണങ്ങി, കൂന്നുകൂന്നു മലകയറി മകരക്കുളിരിൽനിന്നു രക്ഷപ്പെട്ടു. നീറിവിണ്ട കൈകാലുകളിൽ പുരട്ടാൻ ഊട്ടുകാര്യസ്ഥൻ നൽകിയ കറുത്തെണ്ണ മേടിച്ച് അവർ കൃതാർഥരായി.

കേളോർമനാശാരി മാത്രം പൂമുറ്റത്തു തീണ്ടാപ്പാടകലെ കൈകൂപ്പി നിന്നു.

സന്ധ്യ അയാളുടെ മിഴികളിൽ ചുവന്ന ഇരുട്ടു ചാലിച്ചു. നിശ്ശബ്ദം അടർന്നുവീണ കണ്ണീർമണികൾക്കു ചുവപ്പുരാശി കലർന്നിരുന്നു.

ഓലകൊണ്ടു കെട്ടിമേഞ്ഞ നെടുങ്കൻ കോമ്പുരകളിൽ അപ്പോഴും കനലടങ്ങിയിരുന്നില്ല. കുറ്റിപൂജയും നാടടക്കം സദ്യയും കഴിഞ്ഞു.

കക്ഷത്തിൽ കയറ്റി ഉടുത്ത കസവുപുടവയുടെ കോന്തല വിരൽത്തുമ്പിൽ ചുറ്റി രോമാവൃതമായ തന്റെ തുടകൾ പ്രദർശിപ്പിച്ചുകൊണ്ട് ശങ്കരൻനായനാർ അടിമക്കോലങ്ങളുടെ നെഞ്ചത്തൂടെ നടന്നു.

ശങ്കരൻനായനാർ പറയാതെ പറഞ്ഞു: "ഞാനാണ് ഈ ഭൂമിയിലെ ദൈവം!"

"അതേയോ?" എന്നു ചോദിക്കാനാരുമില്ല. മേലൂർ, കീഴൂർ, നിറയൂർ ഗ്രാമങ്ങളിൽനിന്നു കാഴ്ചയ്ക്കായെത്തിയ *നട്ടിസ്സാമാനങ്ങളുടെ കുന്നുകൾ സദ്യകഴിഞ്ഞും ശേഷിച്ചിരുന്നു. നായനാരുടെ പദവിയുടെയും പ്രതാപത്തിന്റെയും ചിഹ്നങ്ങളായി അവ ശോഭിച്ചു.

എന്റെ ഈ മാളികയുടെ എടുപ്പുകണ്ട് രുധിരമനക്കാരും പൂമഠത്തിൽക്കാരും അസൂയപ്പെടട്ടെ!

ദാരുശിൽപ്പങ്ങളാൽ അലംകൃതമായ മട്ടുപ്പാവിലേക്ക് അയാൾ കയറിപ്പോയി. കൂടെ വാല്യക്കാരൻ അമ്പുഞ്ഞി. അമ്പുഞ്ഞിയുടെ പക്കൽ വെള്ളിത്താമ്പാളത്തിൽ വാസനപ്പുകയിലയും മംഗലാപുരം ചുരുട്ടും കഞ്ചാവുപൈപ്പും ഉണ്ടായിരുന്നു.

പൗർണമി—വെണ്മേഘപാളികളുടെ നേരിയ പർദ്ദയ്ക്കുള്ളിൽനിന്ന് എത്തിനോക്കുന്ന ചന്ദ്രമുഖം.

നിലാവിൽ കുളിച്ചുനിൽക്കുന്ന വിശാലമായ മുറ്റത്ത് ഒരു കട്ടുറുമ്പ് പോലെ കാണപ്പെട്ടു കേളോർമന്റെ ചടച്ചരൂപം.

ഇവിടെയിരുന്നാൽ അക്കരക്കുന്നിൽ പൂമഠത്തുകാരുടെ പഴയ മാളികകളും അനുബന്ധങ്ങളും കാണാം. വിളക്കിന്റെ കണ്ണുകളിൽ അസൂയ കാണും—നായനാർ വിചാരിച്ചു.

ആട്ടുകട്ടിലിലിരുന്ന് നായനാർ മെല്ലെമെല്ലെ ആടി. ശീതക്കാറ്റ് മുട്ടിയുരുമ്മി കടന്നുപോയി.

"ഗൗരീ!" നായനാർ വിളിച്ചു.

തളത്തിൽ നേരിയ കാലൊച്ച. ഗൗരിയുടെ ദാസി മാതു. ശരറാന്തലിന്റെ പ്രകാശത്തിൽ അവളുടെ മുലകൾ കമഴ്ത്തിവച്ച എണ്ണച്ചിരട്ടകൾപോലെ തിളങ്ങി.

നായനാർ മുഖം തിരിച്ചു.

മലനിരകളുടെ നേരെനോക്കി നായനാർ ആജ്ഞാപിച്ചു.

"എടീ, ഗൗരിയോട് വരാൻ പറ."

ഈ പര്യങ്കത്തിൽ ഗൗരിയുടെ അസാന്നിധ്യത്തിൽ നിലാവിനു ക്ലാവു പിടിക്കുന്നു.

ഗൗരി എത്തിച്ചേരാൻ വേണ്ടതിലധികം സമയമെടുത്തു. എരഞ്ഞിപ്പൂവിന്റെ മണമുള്ള ഉടുപുടവ ശബ്ദിച്ചുകൊണ്ട് ഗൗരി കട്ടിലിന്റെ അങ്ങേതലയ്ക്കൽ വന്നിരുന്നു. അതിന്റെ ആട്ടം പെരുവിരൽ നിലത്തൂന്നി നിർത്തിയിട്ട് ഗൗരി ചോദിച്ചു:

* കായ്കറികൾ

"കേളോർമൻ കാത്തുനിൽക്കുന്നതു കാണുന്നില്ലേ?"

"നിനക്കു മറ്റൊന്നും പറയാനില്ലേ ഗൗരീ?"

"ഒരാൾ മാത്രം പിരിഞ്ഞുപോകാതെ കാത്തുനിൽക്കുമ്പോൾ ഈ കൊട്ടാരം നമ്മുടേതു മാത്രമാവുന്നില്ല!"

നായനാർ അവിശ്വാസ്യതയോടെ പ്രിയതമയുടെ മുഖത്തു നോക്കി.

"കേളോർമനെ പിരിച്ചയച്ചതാണ്! കുറെനേരം കൂടി കാത്തുനിന്നിട്ട് അവൻ പൊയ്ക്കോളും!"

പ്രിയതമയുടെ ചൂഴ്ന്ന നോട്ടത്തിൽനിന്നു രക്ഷപ്പെടാൻവേണ്ടി നായനാർ പറഞ്ഞു:

"നോക്കൂ, ഇന്നാട്ടിൽ ഇത്ര കേമമായ ഒരു കൊട്ടാരം ഏതു സംബന്ധക്കാരൻ പണിതിട്ടുണ്ട്? പൂമഠത്തിലെ പെണ്ണുങ്ങൾ തറവാടുവിട്ടിറങ്ങി മറ്റൊരു വീട്ടിൽ പാർക്കുകയില്ലെന്നു നിന്റെ കാരണവർ പറഞ്ഞില്ലേ?"

ഗൗരി ഭർത്താവിന്റെ പൊങ്ങച്ചത്തിനു മറുപടി പറഞ്ഞില്ല. പതിവുപോലെ അവൾ മറ്റെന്തോ ഓർക്കുകയാണെന്ന് നായനാർക്കു മനസിലായി. കൊട്ടാരതുല്യമായ ഈ മണിമന്ദിരത്തെ അലങ്കരിക്കുന്ന ചിത്രത്തൂണുകളോ പിത്തളകെട്ടിയ വാതായനങ്ങളോ കൊത്തുവേലകൾ നിറഞ്ഞ മച്ചോ കോണിപ്പടികളോ ഒന്നും അവൾ കാണുന്നില്ല. പൂമഠത്തിലെ പെണ്ണുങ്ങളുടെ ഈ ലാളിത്യം നായനാർക്കു പിടിക്കുന്നില്ല. ആഭരണങ്ങൾ പെട്ടിയിൽ അടച്ചു സൂക്ഷിക്കണോ? അതിനു തറവാട്ടുമുതലുണ്ടല്ലോ?

ഗൗരി അസ്വസ്ഥതയോടെ ആട്ടുകട്ടിലിൽനിന്ന് എണീറ്റു, അവൾ എന്തോ പറയാനാഞ്ഞു.

ശങ്കരൻനായർ ചോദിച്ചു: "ഗൗരീ, നിനക്കു വിശ്രമിക്കേണ്ടേ? രാത്രി എന്റെ കൂട്ടുകാർ വരും. കോമൻനായരുടെ കവിതാപാരായണമുണ്ടാകും. നമ്മുടെ നാടകശാലയിലെ ശരറാന്തലുകളെല്ലാം ഇന്നു കത്തിക്കണം."

ഗൗരി പെട്ടെന്നു വീണുകിട്ടിയ സന്ദർഭം ഉപയോഗപ്പെടുത്തി:

"ഞാൻ മാതുവിനെ കണ്ടു വിളക്കുകൊളുത്താൻ പറയട്ടെ!"

ഭർത്താവിനു സംസാരിക്കാനിടകൊടുക്കാതെ ഗൗരി കോണിപ്പടികൾ ഇറങ്ങി. പുതിയ തടിമരങ്ങളുടെ തീക്ഷ്ണഗന്ധത്തെ മായ്ച്ചു കളയാൻ ചാരുപടികളുടെ കീഴെ കള്ളറകളിൽ തിരുകിവച്ച രാമച്ചക്കറ്റകളിൽനിന്നു നനുത്തഗന്ധം ഉയർന്നു. രാമച്ചത്തിന്റെ ഹൃദ്യമായ പരിമളം ഈട്ടിത്തടിയുടെ രൂക്ഷഗന്ധത്തിൽ അലിഞ്ഞില്ലാതെയാകുന്നത് ഗൗരിയെ അസ്വസ്ഥയാക്കി.

നാലുകെട്ടിനു പുറത്തേക്കുള്ള വഴിമുഖത്ത് അപ്പോഴും കേളോർമൻ കാത്തുനിൽപ്പുണ്ട്.

ഗൗരി അന്തഃപുരത്തിലേക്ക് കടന്നുപോയി.

മട്ടുപ്പാവിലിരുന്ന് നായനാർ വയലിനക്കരെ തലയുയർത്തി നിൽക്കുന്ന കുന്നുകളെ കാരുണ്യപൂർവം തലോടി-തന്റെ ഭൂമികൾ...

ഇരുപത്തൊന്നാനകളും പാപ്പാന്മാരും പണിയന്മാരും പടികടന്നു. ആനപ്പടി പുറകെ അടഞ്ഞു.

ആനകളാണു തടിവലിച്ചത്. ആനകളാണ് ഭാരിച്ച ചതുരൻകല്ലുകൾ തുമ്പികൊണ്ടു പൊക്കിയെടുത്തു ഭിത്തികൾ പടുത്തത്. ആനകൾ ചവിട്ടിയാണ് തറ ഉറപ്പിച്ചത്. പുഴമണ്ണുനിറച്ചും ചില്ലുവിരിച്ചും ആനകൾ ചവിട്ടി അമർത്തിയ അസ്തിവാരത്തിനുമീതെ ഉയർന്ന മണിമാളികകണ്ട് ഗ്രാമീണർ മുത്താറിച്ചാക്കുകളുമായി മലകയറിയെത്തിയ കുടകന്മാരോടു ചോദിച്ചു:

"നിങ്ങടെ നാട്ടിൽ ഇക്കൂട്ട് ഒരു മാളിക ഉണ്ടോ?"

ആനച്ചോറുണ്ടാക്കുന്ന കുടകർ നിഷേധാർഥത്തിൽ തലയാട്ടി.

രാവും പകലും ഒന്നാക്കി കേളോർമനാചാരി ശിൽപ്പികളെ നിയന്ത്രിച്ചു. കുറ്റിപൂജ കഴിഞ്ഞു. പുറംപന്തലിലിരുന്നുണ്ടു പണിയാളരെല്ലാം പൊയ്ക്കളഞ്ഞു. കേളോർമൻ മാത്രം ശേഷിക്കുന്നു.

രാവു ചിറകുവിരുത്തി പറന്നടുക്കുന്നു. നിലാവു പരന്നുകഴിഞ്ഞത് കേളോർമൻ അറിഞ്ഞിരുന്നില്ല.

കേളോർമൻ വട്ടക്കഴുത്തുള്ള ഒരു 'മൽമൽ' കുപ്പായവും മുട്ടെത്തുന്ന ഒരു ചാലിയമുണ്ടും ധരിച്ചിരുന്നു. രാവിന്റെ ചിറകുകളിൽ മഞ്ഞുണ്ടായിരുന്നു. എല്ലും തൊലിയുമായ കൈകൂപ്പി, കാൽകൾ പിണച്ച്, നടുവൊടിഞ്ഞ ഒരു നോക്കുകുത്തിപോലെ അയാൾ പൂമുഖത്തിനു മുമ്പിൽ നടുമുറ്റത്തു നിന്നു.

സദ്യകഴിഞ്ഞു മറികടന്നുപോകുന്ന പണിയാളരാരും കേളോർമനെ തിരിഞ്ഞുനോക്കിയില്ല. അവർക്കു ധൈര്യമില്ല. വിറയ്ക്കുന്ന മനസോടെ തിരിഞ്ഞുനോക്കാതെ അവർ നടന്നകന്നു. അയാൾക്കുവേണ്ടി നനഞ്ഞ മിഴികളെ അവർ ഇമതല്ലി ശാസിച്ചടക്കി. ഇടറിയ പാദങ്ങളെ ഒളിക്കാൻ അവർ നടത്തത്തിനു വേഗതകൂട്ടി.

മൂന്നുവർഷമായി കേളോർമൻ ഉറങ്ങിയിട്ട്. ഇന്നയാൾ ഉറങ്ങാൻ ഇരുന്നതാണ്. മനവും തനുവും മറന്നു പായിൽ മലർന്നുകിടന്നു. താഴ്വരയിൽ കൊട്ടുവടികളുടെയും ചുറ്റികകളുടെയും താളം നിലച്ചിരുന്നു. ഒരു ഭൂകമ്പം ഉറഞ്ഞുതുള്ളി ശമിച്ചതുപോലെ.

സ്വന്തം കൂരയ്ക്കുകീഴെ മനസ്സമാധാനത്തോടെ ഉറങ്ങുക. മതിമറന്ന് ഉറങ്ങുക. പണിതീരാത്ത മണിമാളിക എഴുന്നുനിന്ന് വെല്ലുവിളിക്കുന്ന ദുഃസ്വപ്നം ഇനി ഉണ്ടാവില്ല.

പക്ഷേ, എന്താണു മകൻ ഉണിച്ചെന്ത്രോൻ മടങ്ങിവരാത്തത്? ഉണിച്ചെന്ത്രോനെ കുറ്റിപൂജയുടെ മുഹൂർത്തത്തിനു തൊട്ടുമുമ്പു നായനാർ മാളികയിലേക്ക് വിളിപ്പിച്ചതാണ്.

ഉണിച്ചെന്ത്രോനേ....

ശബ്ദം പുറത്തുവന്നില്ല.

ഉച്ചവെയിലിന്റെ ചില്ലുവാതിലുകളിൽത്തട്ടി നെടുവീർപ്പ് ഘനീഭവിച്ചുപോയി.

ഉണിച്ചെന്ത്രോനെ വിളിപ്പിച്ചത് ഒരു പ്രത്യേക പാരിതോഷികം സമ്മാനിക്കാനാകുമെന്ന് അവന്റെ തള്ള പറഞ്ഞു.

മകന്റേയും അവന്റെ അച്ഛന്റേയും കൈപ്പുണ്യത്തിൽ ഉണ്ണിച്ചിയമ്മയ്ക്ക് അതീവ ചാരിതാർത്ഥ്യം ഉണ്ടായിരുന്നു.

എത്രയെത്ര മുറികൾ, ശാലകൾ, വരാന്തകൾ, മണിയറകൾ, വിശ്രമമുറികൾ, ഇരിപ്പുമുറികൾ, കഥകളിമണ്ഡപം, കൂത്തുതറ, അന്തഃപുരം, അതിഥിമുറികൾ, സൽക്കാരമുറികൾ, പൂജാമുറി, കൊട്ടിൽ, നിലവറ, കലവറ... എണ്ണിയാലൊടുങ്ങുമോ?

ആനക്കൊട്ടിലും കുതിരപ്പന്തിയും മഞ്ചൽപ്പുരയും വേറെ. പല്ലക്കുകൊട്ടിൽ അന്തഃപുരത്തിൽനിന്നു പുറത്തേക്കുള്ള ഇടനാഴിയുടെ മുഖത്ത്.

"പൂമഠത്തിലെ ഗൗരിത്തമ്പുരാട്ടി ഭാഗ്യവതിതന്നെ!" ഉണ്ണിച്ചിയമ്മ പറഞ്ഞു.

പക്ഷേ, എന്താണു നേരം പാതിരകഴിഞ്ഞിട്ടും കേളോർമന്റെ പ്രിയപുത്രൻ ഉണിച്ചെന്ത്രോൻ തിരിച്ചുവരാത്തത്...?

ആശങ്കയുടെ വിത്തുകൾ വീർത്തുമുളയുന്നാൻ തുടങ്ങിയപ്പോൾ കേളോർമൻ നട്ടപ്പാതിരാനേരത്ത് കിടക്കപ്പായിൽ എണീറ്റിരുന്നു.

ഗൗരീശങ്കരം മാളികയുടെ നാലുകെട്ടിന്റെ നടുമുറ്റത്തു നിപതിക്കുന്ന വർഷജലം വാർന്നുപോകാൻ നാലാം നിലയിൽനിന്നു തുടങ്ങി ചെമ്പു കുഴലുകൾ ഇറക്കിയിരുന്നു. ചെമ്പു കുഴലിലൂടെ വാർന്നു വീഴുന്ന മഴവെള്ളം ഒഴിഞ്ഞുപോകാൻ കെട്ടിനു പുറത്തേക്കൊരു വെള്ളക്കുഴൽ വേറെ വേണം. എന്തേ അതു കാലത്തെ തോന്നാതിരുന്നത്? കേളോർമന്റെ പിഴവല്ല. നാലുമൂലകളിലും എഴുന്നുനിന്ന ചെമ്പുകുഴലുകളിലൊന്ന് മറയ്ക്കും വിധമേ പാത്തികെട്ടാവൂ എന്ന് നായനാർ പറഞ്ഞുവത്രെ. പണികഴിഞ്ഞപ്പോൾ മുഖമടഞ്ഞുപോയി. ഇനിയെന്തു ചെയ്യും?

"വടക്കോട്ടു മറ്റൊരു പാത്തി തിരിക്കട്ടെ!" ശങ്കരൻനായനാർ ഗർജിച്ചു.

പൂജാമുറിയുടെ തറക്കല്ലിളക്കി, ഇടനാഴിയുടെ അസ്തിവാരം തുളച്ചു വെള്ളക്കുഴൽ മറ്റൊന്നു തീർത്തു.

പക്ഷേ, ഇളകിയ കല്ല് പഴയപടി ഉറയ്ക്കുന്നില്ല. അതു പറ്റില്ല. ഉറപ്പിക്കണം!

എങ്ങനെ?

നായനാർ അലറി:

"ഉണിച്ചെന്ത്രോനെ വിളിച്ചുകൊണ്ടുവാ—"

വേച്ചുവേച്ച് പുരപൂകിയ കേളോർമനറിഞ്ഞു, ഉണിച്ചെന്ത്രോൻ ഭാര്യയുടെ കടിഞ്ഞൂൽക്കനിയുടെ പുളികുടിയടിയന്തിരത്തിനു ഭാര്യവീട്ടിൽ പോയിരിക്കുകയാണ്. ഇണമുണ്ടും മുറുക്കാൻ വട്ടിയുമായി വിരുന്നുപോയ പുത്രനെ രായ്ക്കുരാമാനം വിളിച്ചുവരുത്തുന്നതെങ്ങനെ?

കേളോർമൻ ഭഗവതിയെ നിനച്ചു:

"ഉണിച്ചെന്ത്രോൻ പാങ്ങില്ലാതെയെങ്കിലും നാലുനാൾ ഭാര്യവീട്ടിൽ കിടന്നുപോകണേ!"

ഈ പ്രാർഥന മറ്റാരും കേട്ടില്ല.

ഉണ്ണിച്ചിയമ്മ ഇടയിടാതെ പുലമ്പിക്കൊണ്ടിരുന്നു:

"ഓനെന്താ ഒന്നു വേഗം പോന്നാല്?"

വന്നാലുണ്ടാകുന്ന വിപത്തിനെക്കുറിച്ച് കേളോർമനു മാത്രമേ അറിവുണ്ടായിരുന്നുള്ളു. ആ അറിവിന്റെ അഗ്നിയിൽ പിതാവ് വെന്തുരുകി. കടഞ്ഞെടുത്ത തേക്കിൻതൂണുപോലെ ദൃഢഗാത്രനായ തന്റെ ഓമന പുത്രൻ.

മൂന്നാം പക്കം—

മലകൾ കയറിമറിഞ്ഞു, വേനൽമഴയുടെ നീരാവി നീന്തിക്കടന്ന്, കടത്തുകടന്ന്, ഒരന്തിനേരത്ത് ഉണിച്ചെന്ത്രോൻ കയറിവന്നു.

മാളികയിലെ വാരം കാര്യസ്ഥൻ അപ്പോൾ കേളോർമന്റെ മുറ്റത്തു നിൽപ്പുണ്ടായിരുന്നു. "കുറ്റിപൂജയുടെ മുഹൂർത്തമടുത്തു. ഉണിച്ചെന്ത്രോനെ വേഗം നടക്കൂ."

ഉണിച്ചെന്ത്രോൻ രണ്ടാംമുണ്ടും കുപ്പായവും ഉമ്മറത്തേക്ക് വലിച്ചെറിഞ്ഞ് കാര്യസ്ഥന്റെ പിന്നാലെ ചെന്നു.

"നായേ, നീയേടപോയിനു?" ശങ്കരൻനായനാർ ചീറ്റിച്ചാടി.

ഉണിച്ചെന്ത്രോന്റെ മിഴികൾ നായനാരുടെ നെഞ്ചു തുളച്ചപ്പുറം നോക്കി. മൗനം വിട്ടില്ല.

പൂജാമുറിയുടെ അസ്തിവാരത്തിനടുത്തേക്ക് നാലുകെട്ടിന്റെ നടുമുറ്റത്തേക്ക് നായനാരുടെ ഒന്നാം കാര്യസ്ഥൻ ഉണിച്ചെന്ത്രോനെ നയിച്ചു.

മൂവന്തിക്കു നത്തുകൾ മൂളി. രാക്കിളികൾ അസ്വസ്ഥതയോടെ ഇലച്ചാർത്തുകളിൽ ചിറകടിച്ചു.

ഇളക്കിയുറപ്പിച്ച അസ്തിവാരക്കല്ല് നിലവിളക്കിന്റെ പ്രഭയിൽ ഒരു ബലിക്കല്ലുപോലെ ക്രൂരമായി തിളങ്ങി.

ഉണിച്ചെന്ത്രോൻ കണ്ണടച്ച് ധ്യാനിച്ചു... പരദേവതേ! അതൊരു നിലവിളിയിലവസാനിച്ചതും നാലകത്തെ മൗനത്തിന് ആഴവും ഇരുട്ടും കൂടിയതും ഹോമകുണ്ഡത്തിൽ പ്ലാവിൻവിറക് എരിയാൻ തുടങ്ങിയതും ഒരേ മുഹൂർത്തത്തിലായിരുന്നു.

കുറ്റിപൂജയും സദ്യയും കഴിഞ്ഞു.

കേളോർമൻ പുറത്തു കാത്തുനിന്നു. നിന്നുനിന്നു നേരം പകർന്നു.

മേലൂർമലനിരകളുടെ തഴപ്പിനിടയിൽനിന്നു വിശക്കുന്ന ഒരു ചെന്നായുടെ അലർച്ച രാവിന്റെ അന്തരാളത്തിലേക്ക് ആഴ്ന്നിറങ്ങി...

വീട്ടുകാരൊഴികെ സദ്യകഴിഞ്ഞെല്ലാരും പോയ്മറഞ്ഞു. അന്തിക്കു തുക്കിടിസായ്പിന് സൽക്കാരമാണ്. നാലുകെട്ടിനു പുറത്തെ അതിഥിമന്ദിരത്തിൽ ഇറച്ചി വറുക്കുന്ന മണം ഉയർന്നു. കേളോർമൻ ഞെട്ടിവിറച്ചു.

എല്ലാ വിളക്കുകളും അതിഥിമന്ദിരത്തിലേക്കൊഴുകി. അകത്തു പകൽ നിറഞ്ഞു.

സായ്പ്പും പരിവാരവും വരാനുള്ള നേരമായി. പുറം അടുക്കളയിൽ പലതരം മത്സ്യമാംസാദികളുടെ ഗന്ധം നിറഞ്ഞുവിങ്ങി. കുളിച്ചുവന്ന്

അലക്കിയ ഒറ്റമുണ്ടുമാത്രം ധരിച്ച ചെറുപ്പക്കാരികളായ ദാസിമാർ കഴുകിത്തുടച്ച പിഞ്ഞാണപ്പാത്രങ്ങളും വിരികളും പനിനീർ കുപ്പികളും വെങ്കലപ്പൂപാത്രങ്ങളും ഏന്തി കേളോർമനെ കടന്നുപോയി. ബട്ളർ കൊപ്പുവിന്റെ ശബ്ദം. പിഞ്ഞാണങ്ങളുടെ ഉരസലുകളെ കീഴ്പ്പെടുത്തുംവിധം ഉയർന്നു.

"വായുവിൽപ്പോലും ഒരു പൊടി ഉണ്ടാവരുത്!" കൊപ്പു നിർദേശിച്ചു. പനിനീരിന്റെ പൂമഴപെയ്തു. കുതിരവണ്ടിയോടിച്ചു സായ്പെത്തി. ശരറാന്തലുകൾ വഴികാണിച്ചു. വഴിയോരത്തു വളഞ്ഞുനിന്ന ദുശ്ശകുനത്തെ കൊപ്പു ആട്ടിയകറ്റി.

"കേളോർമാ നിന്നോടാ പറയുന്നത് പൊയ്ക്കോ, ഇബ്ട്ന്ന്! നായനാറ് കണ്ടാല്—"

എഴുന്നള്ളത്ത് അതിഥിമന്ദിരത്തിന്റെ ചവിട്ടുപടികൾ കയറിയപ്പോൾ കേളോർമൻ വീണ്ടും ഇരുട്ടിലായി.

രണ്ട്

മഹേശ്വരൻ മലഞ്ചെരിവിന്റെ മടിത്തടത്തിൽനിന്ന് എത്തിനോക്കി. ആര്യങ്കോടുകുന്നിന്റെ കൊടും കഷണ്ടിയിൽ സൂര്യൻ ഭ്രമിച്ചുനിൽക്കുന്നു. പുൽപ്പാറയുടെ നെറുകയിൽ മീനവെയിൽ കത്തുന്നു. മേലേരി കത്തിപ്പടരുന്നു. ഉറഞ്ഞുതുള്ളുന്ന ഉച്ചച്ചുഴലികൾ മഹേശ്വരനെ വട്ടമിട്ട് താഴ്വാരയിലേക്കു പാഞ്ഞുപോകുന്നു. മുമ്പോട്ടു നോക്കാൻ വയ്യ. പിറകോട്ട് ഇറങ്ങാനും വയ്യ.

മഹേശ്വരൻ ധരിച്ചിരുന്ന പഴയ മുസ്ലീം കുപ്പായം വിയർപ്പിൽ കുതിർന്നു. അയാളുടെ മെലിഞ്ഞ ശരീരത്തിൽ ഒരു ചർമംപോലെ അത് പറ്റിച്ചേർന്നു കടന്നു.

ഈറയോടെ മുറ്റത്തിറങ്ങിയപ്പോൾ കാര്യസ്ഥൻ കണ്ണൻ നായർ പറഞ്ഞു:

"ഈ ഉച്ചനേരത്ത് പാറ പഴുത്തുകിടക്ക്വാണ്. അവ്വഴിക്ക് പോകാൻ പറ്റൂല."

ഇതാണ് നേർവഴി. പാറയുടെ നെഞ്ചിൽ കുഞ്ഞുകാലടിപ്പാതകൾ തെളിഞ്ഞുകിടപ്പുണ്ട്. തണൽ തേടിയാൽ നേർവഴിയും നേരും നഷ്ടമാകും. ഇന്ന് തിലകമൈതാനത്ത് പോകാതെ പറ്റില്ല.

താൻ തെയ്യം കാണാനല്ല, മൈതാനത്തു പ്രസംഗം കേൾക്കാനാണു പോകുന്നതെന്നു കണ്ണനോടു പറഞ്ഞില്ല. കണ്ണൻ വല്യേട്ടന്റെ വലംകൈയാണ്.

മൈതാനത്തു പൊതുയോഗം മാത്രമല്ല ഉള്ളത്. പുസ്തകവിൽപ്പനയുമുണ്ട്. അതുമൊരു പുതുമ. താൻ മംഗലാപുരത്തു പഠിച്ചുകൊണ്ടി

രിക്കുമ്പോൾ നാട്ടിൽ പല പരിഷ്കാരങ്ങളും വന്നു. അതിലൊന്നാണു പുസ്തകം. നെല്ലും മുതിരയും മുത്താറിയും കൂവരകും കായ്കറികളും പഴങ്ങളും അടയ്ക്കയും ഇഞ്ചിയും കുരുമുളകും വിൽപ്പനയ്ക്കു വച്ച ചന്തയിൽ പുസ്തകവിൽപ്പനയും. കഞ്ചാവു കച്ചവടംപോലെ അതീവരഹസ്യമായിരുന്നു ആദ്യമാദ്യം പുസ്തകവിൽപ്പന. വേണ്ടവർ, ചെറുപ്പക്കാർ, തേടിച്ചെല്ലും. ഇന്നലെ തുടങ്ങി ആലിഞ്ചോട്ടിൽ കെട്ടിയുണ്ടാക്കിയ പന്തലിൽ പുസ്തകങ്ങൾ അടുക്കിവച്ചു ഖദറിട്ട ഒരു ഗോസായി വിൽപ്പനനടത്തുന്നുപോലും! കാളീശ്വരം ചന്തയിൽ എത്രപേർ പുസ്തകം വിലകൊടുത്തു മേടിക്കും? എഴുത്തു പഠിച്ചവർ ആര്യങ്കോട്ടു ഗ്രാമത്തിൽ എത്ര പേരുണ്ട്? അക്കരെ കാളീശ്വരം ഗ്രാമത്തിൽ പുറത്തുപോയി പഠിച്ചുവന്നവർ ഓരോ തറവാട്ടിലും ഒന്നോരണ്ടോ പേരുണ്ടാവും.

പൂമണൽമഠത്തിലെ മഹേശ്വരൻ ചന്തകാണാൻ, പ്രസംഗം കേൾക്കാൻ, പുസ്തകംമേടിക്കാൻ തന്റെ തറവാട്ടിൽനിന്ന് ഇറങ്ങിയോടി. മഠം ഒരു കാരാഗൃഹമായിരിക്കുന്നെന്ന് അയാൾക്കു തോന്നി. കണ്ണനെന്ന കാര്യസ്ഥനും വല്യേട്ടനും കാത്തുസൂക്ഷിച്ചിരിക്കുന്ന ഒരു ജയിൽക്കോട്ട. കോട്ടയുടെ ഉള്ളിൽ അന്തഃപുരത്തിൽ കുഞ്ഞിമാതുവിന്റെ അലർച്ചയും വാൾക്കിലുക്കവും. കനത്ത ഭിത്തികൾക്കകം കാലം കൂർക്കം വലിച്ചുറങ്ങുന്നു.

ഉച്ചയൂണ് വിളമ്പിത്തരാൻ ആളുണ്ടായിരുന്നില്ല.

വാതിലിനപ്പുറത്തുനിന്ന് ഒരു അദൃശ്യരൂപത്തിന്റെ കൈകൾ ചോറു നിറച്ച ഉരുളിയും മോരുഭരണിയും ഉപ്പിലിട്ടതും തളത്തിലേക്കു നീക്കിവച്ചു. അശരീരി പറഞ്ഞു:

"തുവരക്കറിയാണ്. ഉണ്ണിക്കു പ്രിയമല്ലല്ലോ?"

"അല്ല!"

ഊണു പാതിയായപ്പോൾ പരമേശ്വരേട്ടൻ പറഞ്ഞു:

"എല്ലാ മാസവും മുറയ്ക്ക് പണമയച്ചുതരാൻ എനിക്കെങ്ങനെ കഴിയും? നെല്ലിനും തേങ്ങയ്ക്കും വിലയില്ല. പഠിക്ക്യാണെങ്കിൽ നാലു കൊല്ലം പൂർത്തിയാക്കണ്ടേ? അത്രയും കാലം ഇവിടെനിന്നു വാരത്തിന്റെയും പാട്ടത്തിന്റെയും കണക്കു നോക്കാ നല്ലത്!"

മഹേശ്വരൻ കൈകുടഞ്ഞെണീറ്റു. കണക്കുകൂട്ടാൻ പഠിച്ചതെന്തിന്? വാരം പാട്ടം കണക്കു സൂക്ഷിക്കാൻ! മുമ്പ് അതും വേണ്ടാർന്നു. കാര്യവും കണക്കും കാര്യസ്ഥന്റെ പക്കൽതന്നെ.

വല്യേട്ടൻ കാര്യസ്ഥന്മാരെ വിശ്വസിക്കാതായോ? കാലത്തിനു മുമ്പിൽ കണ്ണടച്ചു നിൽപ്പാണോ?

മഹേശ്വരൻ അരിശത്തോടെ മാളികയിൽ കയറി. വീട്ടിത്തടിയിൽ തീർത്ത കോണിപ്പടികളിൽ കുഞ്ഞിമാതു തലതല്ലി കരയുന്നു. ഭഗവതിക്കൊട്ടിലിന്റെ ചിത്രകവാടം വിറയ്ക്കുന്നു.

കുഞ്ഞിമാതുവിന്റെ ഗർഭജലത്തിന്റെ മുശിടുമണം മുറ്റിനിൽക്കുന്ന രഹസ്യഅറകൾക്കു മുന്നിലൂടെ ശ്വാസം കഴിക്കാൻ വിഷമിച്ചുകൊണ്ട്

മഹേശ്വരൻ നടന്നു. അവൾ പിന്തുടരുന്നുണ്ട്. കുഞ്ഞിമാതുവിന്റെ അനാഥപ്രേതം. കുഞ്ഞിമാതു അമ്മയുടെ ദാസിയുടെ മകളായിരുന്നു. ഒരു ദാസിപ്പെണ്ണായിട്ടല്ല അവൾ ഉരക്കോട്ടിൽ പെരുമാറിയിരുന്നത്. അമ്മയുടെ എണ്ണയോടവും താളിക്കിണ്ണവും കുളക്കടവിലേക്കു ചുമന്നിരുന്നത് കുഞ്ഞിമാതുവായിരുന്നു. അമ്മയ്ക്കു മുല്ലമൊട്ടുകൾ ഇറുത്തുകൊടുത്തതും പാലവിളക്കുതേച്ചു മിഴക്കി കൊടുത്തതും കുഞ്ഞിമാതുവായിരുന്നു. കുഞ്ഞിമാതുവിന് ചെമ്പകപ്പൂവിന്റെ നിറവും മട്ടിയുടെ മണവും ഉണ്ടായിരുന്നു. മഹേശ്വരൻ മംഗലാപുരത്തു പഠിക്കാൻ പോകുമ്പോൾ കുഞ്ഞിമാതുവിന് മുലമുളച്ചിരുന്നതേയുള്ളൂ. അവൾക്കു മാറു മറയ്ക്കാൻ അവകാശമുണ്ടായിരുന്നില്ല. എന്നാലും അമ്മ ഒരു തിരുവോണത്തിൻനാൾ കുഞ്ഞിമാതുവിന് ഒരു ചുട്ടിക്കരയൻ മുണ്ടു സമ്മാനിച്ചു. ഒരു കുറുമുണ്ടും.

പേടിച്ചരണ്ട ദാസി പറഞ്ഞു:

"എന്റെ മോളെ കൊലയ്ക്കു കൊടുക്കല്ലേ തമ്പുരാട്ടീ. ഓളെ ആര്യങ്കോട്ടുപോതി രക്ഷിച്ചോട്ടെ!"

അപകടങ്ങൾ കൂമ്പിനിന്ന കുഞ്ഞിമാതുവിനും പിന്നെ എന്തു സംഭവിച്ചു? മഹേശ്വരൻ ഹൈസ്കൂൾ പഠനം കഴിഞ്ഞു കോളേജിൽ ചേർന്നു കഴിഞ്ഞിരുന്നു.

കുഞ്ഞിമാതു മരിച്ചുവെന്നും അമ്മയുടെ മാനസികനില തകരാറിലായെന്നും ഒരു കേസിന്റെ വിചാരണയ്ക്കു മംഗലാപുരത്തെത്തിയ വ്യവഹാരകാര്യസ്ഥൻ കുഞ്ഞമ്പു പറഞ്ഞു. പിന്നീട് അമ്മയുടെ നിലതെറ്റിയ ആത്മാവ് കുളപ്പടവിൽ അടിഞ്ഞുവീണ് ദേഹത്തോട് വിടപറഞ്ഞു...

മഹേശ്വരൻ അമ്മയുടേതായിരുന്ന അറയ്ക്കു മുമ്പിൽ തെല്ലിട നിന്നു. പിന്നെ ഇടനാഴിയിലൂടെ തെക്കേ അറ്റത്തേക്കു നടന്നു. മംഗലാപുരത്തുനിന്നു കൊണ്ടുവന്ന ട്രങ്കു തുറന്നു. പെട്ടി കുളത്തിൽ മുക്കിയിരുന്നു. എങ്കിലും കരിവണ്ടിയുടെ ഗന്ധം വിട്ടുമാറിയിട്ടില്ല.

പെട്ടിയുടെ അടിയിൽ തുണികൾക്കും അടിയിൽ വിരിച്ച കടലാസിനും അടിയിൽ, തുരുമ്പു കയറിയ ഒരു രണ്ടുറുപ്പിക നോട്ടും ചില്ലറ നാണ്യങ്ങളും ഉണ്ടായിരുന്നു.

ആര്യങ്കോടു കുന്നിന്റെ ചെവിയരികിൽനിന്ന് മഹേശ്വരൻ മസ്ലീൻകുപ്പായത്തിന്റെ കീശയിൽ കൈയിട്ടു. തുരുമ്പു കയറിയ നോട്ടും നാണ്യങ്ങളും ഉള്ളം കൈയിലെടുത്തു. മധുരക്കാരൻ ദ്വരസ്വാമിയുടെ വക. ഇതു ചെലവഴിക്കാൻ എന്തു ന്യായം? താൻ ദ്വരസ്വാമിയോട് ആജീവനാന്തം കടപ്പെട്ടിരിക്കുന്നു.

തൈപ്പൊങ്കലാഘോഷിക്കാൻ മധുരയ്ക്കു പോയ ദ്വരസ്വാമിയെന്ന ക്ലാസ്മേറ്റും റൂംമേറ്റും പിന്നീടൊരിക്കലും തിരിച്ചുവന്നില്ല. റോളിൽനിന്ന് അവൻ മാഞ്ഞുപോയി.

രണ്ടുറുപ്പിക ആറണ തന്നെ ഏൽപ്പിച്ചിട്ട് ദ്വരസ്വാമിയും പൊയ്മറഞ്ഞു.

മഹേശ്വരന്റെ ഉള്ളിൽ ക്രോധത്തിന്റെ തീ അണഞ്ഞു. ഒരു കുളിർക്കാറ്റുപോലെ ദ്വരസ്വാമി കടന്നുവന്നു. ഇല്ല. ദ്വരസ്വാമി മരിച്ചിട്ടില്ല. അവനു മരിക്കാൻ പറ്റുകയില്ല. നിറയെ എണ്ണയൊഴിച്ച ഒരു വിളക്കിലെ നേർത്ത തിരിപോലെ അവൻ കത്തുകതന്നെ ചെയ്യും. മധുരയിലെ ഇരുളടഞ്ഞ കുഗ്രാമത്തിന്റെ തെരുവിലൂടെ ഒരു കൈത്തിരിയുമായി നടന്നു പോകുന്ന ദ്വരസ്വാമിയെ മഹേശ്വരൻ ഉറ്റുനോക്കി.

പുൽപ്പാറപ്പരപ്പിൽ ഒരു മനുഷ്യജീവിയില്ല. കന്നുകാലികളോ കാലിയാൻ ചെക്കന്മാരോ ഇല്ല. ആകാശത്തിന്റെ ചെരിവിൽ പരുന്തുകൾ കറങ്ങിത്താഴുന്നു.

നിറയൂർ ഗ്രാമത്തിൽനിന്ന് ആര്യങ്കോടു കുന്നിലേക്ക് എത്തിനോക്കുന്ന മരച്ചില്ലകൾ പറഞ്ഞു:

"വരൂ. വരൂ. ഇതിലേ വരൂ"

പാറയുടെ ഒരു കോൺ മുറിച്ചുകടന്ന് നിറയൂരിലിറങ്ങാം. നേർമധ്യത്തിലൂടെ പുൽപ്പാറ താണ്ടിയാൽ കാളീശ്വരത്തുതന്നെ ചെന്നിറങ്ങാവുന്നതാണ്. അതിനു വെയിലെത്ര കൊള്ളണം. ഹോസ്പിറ്റലിന്റെ ഉൾമുറികളിൽ കൂടുകൂട്ടിയിരുന്ന മഹേശ്വരന് കുന്നിൻമുകളിലെ മീനവെയിൽ ഒരു വെല്ലുവിളിയായി.

ഏതോ ഒരു ബാല്യകൗതുകത്താൽ പ്രേരിതനായി മഹേശ്വരൻ നിറയൂരിലിറങ്ങി, കുന്നിനെ വലംവെച്ച് കാളീശ്വരത്തെത്താൻ തീരുമാനിച്ചു.

നിറയൂർ വയലുകളിലെ വെള്ളരി നാടകങ്ങൾ കണ്ടു പാതിരാനേരത്തു മഠത്തിൽ തിരിച്ചെത്തിയപ്പോൾ കുളത്തിലെ ഹിമജലത്തിൽ വല്യേട്ടൻ പിടിച്ചു മുക്കിയിരുന്നതോർത്തു.

—ചെറവ ചെക്കമ്മാര്ടെ നാടകം കണ്ടിരിക്ക്യ?

—നിറയൂരിൽ തിയ്യമ്മാരാണ്!

—എന്നാൽ കുറച്ചു കള്ളും കുടിച്ചൂടായിനോ?

നിറയൂരിലെ തീയനാണ് മഠത്തിന്റെ പുറത്തെ പത്തായപ്പുരമാളികയിലെ കള്ളുപാന നിറയ്ക്കാനെത്തുന്നതെന്ന് മഹേശ്വരന് അറിയുമായിരുന്നു. വല്യേട്ടന്റെ കൈക്കരുത്തോർത്തു മിണ്ടിയില്ല.

നിറയൂർഗ്രാമം മഹേശ്വരനെ നോക്കി നെടുവീർപ്പിട്ടു. നിറയൂർ പുഴയിലെ ഓളങ്ങൾ പതംപറഞ്ഞു കരയുന്നു.

താഴ്‌വരയുടെ പച്ചപ്പിനെ മുഴുവനും മീനവെയിൽ വാട്ടിയിരുന്നു. നദീതടത്തിന്റെ ഹൃദയത്തിൽ അപ്പോഴും ബാല്യകാലസ്മരണകൾപോലെ ഞാറുകൾ തെളിഞ്ഞു വളർന്നുനിന്നു. പുഞ്ചവയലിന്റെ ഹൃദയത്തിൽ സ്വപ്നങ്ങളുടെ വെള്ളക്കൊക്കുകൾ പറന്നുകളിച്ചു.

അടയ്ക്കാക്കളിയുടെയും പച്ചനെല്ലിന്റെയും ഗന്ധംമുറ്റിയ കാറ്റ് മഹേശ്വരനെ വാരിപ്പുണർന്നു.

ഈ ഗ്രാമത്തിലൂടെ നടന്നിട്ട് നാലോ അഞ്ചോ വർഷങ്ങളായി. പുഴക്കരയിൽ രുധിരമന. അച്ഛൻനമ്പൂതിരിയുടെ ജന്മഗൃഹം. കല്ലുകൊണ്ടു പടുത്തുയർത്തിയ കയ്യാല. പടിപ്പുരയോടുചേർന്ന് കൂറ്റൻ പത്തായപ്പുര. പത്തായപ്പുര കടന്നുചെന്നാൽ എട്ടുകെട്ട്.

കുളത്തിന്റെ തെക്കേ അതിരിലെ മരുതുമരം ഒരു നാരകചിത്രം പോലെ മഹേശ്വരനിൽ പിടിച്ചുണർന്നു.

മരുതുമരത്തിന്റെ വിലങ്ങനെയുള്ള കൊമ്പിൽ തലകീഴായി ആടിയിരുന്നു, ഒരു ഉണങ്ങിയ മനുഷ്യശരീരം. ഉടൽ മുഴുവനും തെറ്റിപ്പൂക്കൾ പതിച്ചുവച്ചതുപോലെ മുറിപ്പാടുകൾ. ബാല്യത്തിന്റെ ദുഃസ്വപ്നങ്ങളിലെല്ലാം മനസിന്റെ ഒരു ചെരിവിൽനിന്നു മറ്റേ ചെരിവിലേക്ക് ആ മൃതദേഹം ആടിക്കൊണ്ടിരുന്നത് മഹേശ്വരൻ ഒരു ഞെട്ടലോടെ ഓർക്കുന്നു. കാറ്റിനു തുളകൾ വീഴ്ത്തുന്ന ഈച്ചയുടെ ഇരമ്പൽ. നിദ്രയുടെ താഴ്വരയിൽ ഉലഞ്ഞാടിയിരുന്നത് ഒരു സ്വപ്നമോ യാഥാർഥ്യമോ? കരിഞ്ഞ മുനുഷ്യന്റെ ചെക്കിപ്പൂവുപോലുള്ള കണ്ണുകൾ എപ്പോഴാണടഞ്ഞുപോയത്?

രുധിരമന അപ്പോഴും ഒരു പേടിസ്വപ്നംപോലെ അവിടെ നിൽപ്പുണ്ട്. മുമ്പിൽ ചേരിക്കല്ലുവയലുകളിൽ കതിരുകൾ വിരിഞ്ഞു നിൽപ്പുണ്ട്.

വറ്റിയ കുളത്തിന്റെ തെളിഞ്ഞ മൂലയിൽനിന്ന് ഒരു ദാസിപ്പെണ്ണു കയറിപ്പോകുന്നു. അവൾ വടക്കുവശത്തെ കയ്യാലയിലെ പടികടന്ന് അപ്രത്യക്ഷമാകുന്നു. അവൾ കുഞ്ഞിമാതുവിനെക്കാൾ ജാതിയിൽ ഉയർന്നവളായിരിക്കണം. ഏഴയായ ഒരു ബ്രാഹ്മണസ്ത്രീക്കേ ഇല്ലത്തെ അടുക്കളയിൽ പ്രവേശനമുള്ളൂ.

ഗ്രാമത്തിൽ ആ ദാസിപ്പെണ്ണൊഴികെ മറ്റാരും ഇല്ലെന്നുതോന്നി. കുന്നിന്റെ താഴ്വരയിൽ പുഴയുടെ ഇരുസമതലങ്ങളിലും പുല്ലുപുതച്ച വീടുകൾ മയങ്ങിക്കിടന്നു.

മഹേശ്വരൻ നടത്തത്തിനു വേഗതകൂട്ടി. മനസിൽ ഒരു ദേവീസ്തോത്രം ചെല്ലാൻ തുടങ്ങി:

"വിരിഞ്ചിഃ പഞ്ചത്വം വ്രജതി ഹരിരാപ്നോതി വിരതീം
വിനാശം കി നാശോ..."

സ്തുതിയുടെ ചരടറ്റുപോകുകയും ഭീകരമായ ആ പഴയ ചിത്രം കൂടുതൽ തെളിയുകയും ചെയ്തു. കിഴക്കോട്ടു നടന്നാൽ അച്ഛന്റെ തറവാട്ടിൽ എത്തും. മഹേശ്വരൻ പടിഞ്ഞാട്ടു നടന്നു. നദിയുടെ ഒഴുക്കിനൊപ്പം. നദി വിജനതയിലൊരു കൂട്ടുകാരിയായി. സ്നേഹത്തിന്റെ സ്നിഗ്ധതയും വിരഹത്തിന്റെ ഉപ്പും കലർന്ന പുഴക്കാറ്റ് മഹേശ്വരനെ തഴുകി.

കരഭാഗത്തെ നിഴൽക്കൂട്ടങ്ങൾ പഥികനെ വ്യാമോഹിപ്പിച്ചു.

വേണ്ട.നേർവഴി തന്നെ നല്ലത്. ഒറ്റയടിപ്പാതയുടെ ഓരങ്ങളിൽ തെങ്ങും കമുങ്ങും കൈകോർത്തുപിടിച്ചു നിൽക്കുന്നു. കരഭാഗത്തെ കാടിന്റെ അത്ര കുളിർമയില്ലെങ്കിലും പട്ടകൾ മഹേശ്വരന് ആശ്വാസമേകി. ചിലപ്പോൾ തണലറ്റുപോയി. വയലുകൾ വഴിയോരം ചേർന്നുകിടന്നു. വെള്ളം വറ്റിയ കണ്ടങ്ങളിൽ കള പെരുകുന്നത് മഹേശ്വരൻ കണ്ടു. വാരം കാര്യസ്ഥന്മാർ ഗ്രാമത്തിലേക്കു കടന്നുവരാത്തതു ഭാഗ്യം.

കാലേ തേവിയ മൺകുടങ്ങൾ കായ്കറിക്കണ്ടങ്ങളുടെ മൂലകളിൽ കമിഴ്ന്നു കിടക്കുന്നു.

നേർവഴി കുറേദൂരം തെളിഞ്ഞുകാണാം. തൈത്തെങ്ങുകളിൽ ചീന്തിയിട്ട വെയിലലകൾ മിന്നുന്നു. വെയിൽപ്പരപ്പിൽനിന്നു പറന്നുവന്ന തെങ്ങോലകൾക്കു കീഴെ അഭയംതേടിയ പറവകൾ മഹേശ്വരനോടു കുശലം ചോദിച്ചു.

പുഴയിൽ ഓലപ്പാളികൾ ഇളകി. വേലിയേറ്റം തുടങ്ങിയിരുന്നു. നിറയൂർ നിവാസികളുടെ കണ്ണീരിന്റെ ഉപ്പുകലർന്ന നദീജലം ഒരു ദുഃഖരാഗം ആലപിച്ചു.

അനുഭവിച്ചു തീരാത്ത ദുഃഖത്തിന്റെ ഓളങ്ങളിൽ മഹേശ്വരൻ തെന്നിത്തെന്നി മുമ്പോട്ടുപോയി. നിറയൂർഗ്രാമം ഒരു കളിത്തൊട്ടിൽ പോലെ പ്രായപൂർത്തിചെന്ന മഹേശ്വരനിൽ ഗൃഹാതുരത്വം വളർത്തി.

ഇതാ ഞാൻ പഠിപ്പു മതിയാക്കി തിരിച്ചെത്തിയിരിക്കുന്നു. എന്റെ മഠത്തിൽ എന്നെ സ്നേഹിക്കാൻ ആരുമില്ലെങ്കിലും ഈ ഗ്രാമത്തെ ഈ വെയിലലകളെ, കാറ്റിൻ ചിറകുകളെ, പാറപ്പുറങ്ങളിൽ കത്തിപ്പടരുന്ന മീനവെയിലിന്റെ മേലേരിയെ, കാവുകളിൽ തപം ചെയ്യുന്ന എന്റെ പരദൈവങ്ങളെ, നിഴലുകളിൽ മയങ്ങിക്കിടക്കുന്ന ഈ കൂരകളെയെല്ലാം ഞാൻ സ്നേഹിക്കുന്നു. അതിനകത്ത് അന്തിയുറങ്ങുകയും പകലുകളിൽ കർമത്തിന്റെ നുകങ്ങൾ ചുമക്കുകയും ചെയ്യുന്ന മനുഷ്യമുഖങ്ങളെ ഞാനോർക്കാൻ ശ്രമിക്കുന്നു.

ഒരു മനുഷ്യശബ്ദത്തിനുവേണ്ടി മഹേശ്വരൻ കാതോർത്തു. ഒരു കിളിയുടെ ചിറകൊച്ചപോലും കേൾക്കുന്നില്ല. വീർപ്പുമുട്ടി നിൽക്കുന്ന താഴ്വരയുടെ ഹൃദയത്തിൽനിന്നു വേനൽമലരികളുയരുന്നു. അടക്കിയ ഒരു തേങ്ങലിൽ ചുറഞ്ഞുപോയ പാദങ്ങൾ ഊരിയെടുത്ത് മഹേശ്വരൻ കാലത്തിന്റെ ഒഴുക്കിന്റെ തീരത്തൂടെ നടന്നു. പ്രയാണത്തിനിടയിൽ തന്റെ വസ്ത്രങ്ങൾ നനഞ്ഞു കുതിർന്നത് അയാൾ അറിഞ്ഞില്ല. മുണ്ടുപെട്ടിയുടെ എരഞ്ഞിപ്പൂമണം നഷ്ടമായി.

ഗ്രാമീണരെല്ലാം പൂരത്തിനുപോയി. കാളീശ്വരത്തമ്മയുടെ തിരുമുറ്റത്തെ പൂരം അവരുടെ ഗതകാലത്തിന്റെ വേരുകളിൽ നനവുപകരും. കുടുംബബന്ധങ്ങൾ തെഴുക്കും. കല്യാണങ്ങൾ ഉറപ്പിക്കപ്പെടും. നിത്യദുഃഖങ്ങൾക്ക് അയവുവരും. ചിരപുരാതനമായ തങ്ങളുടെ പുൽക്കൂരകളിൽ ഈയൊരു ദിവസമെങ്കിലും സ്വയം തളച്ചിടാൻ അവർ ആഗ്രഹിക്കുകയില്ല. പുഴയോരത്തെ കള്ളുഷാപ്പുകൾപോലും കാലിയായിരുന്നു. കള്ളുഷാപ്പുകളുടെ മുറ്റത്ത് ഗ്രാമീണരുടെ നായ്ക്കൾ മയങ്ങിക്കിടന്നു.

ഇടയ്ക്കു പുൽപ്പുരകളുടെ തണുത്ത നിഴലുകളിൽനിന്നു നവജാതശിശുക്കളുടെ കരച്ചിലും അവരെ സമാശ്വസിപ്പിക്കുന്ന അമ്മമാരുടെ പതംപറച്ചിലും കേൾക്കാറായി. ആ മനുഷ്യസ്വരദലങ്ങൾ മഹേശ്വരന്റെ മനസിൽ സുഗന്ധം പകർന്നു.

പടിഞ്ഞാറോട്ടു പോകുന്തോറും കുടിലുകളുടെ എണ്ണം കുറഞ്ഞു. തൈത്തെങ്ങുകൾ പീലിവിടർത്തി നിൽക്കുന്ന തോപ്പുകളുടെ പച്ചപ്പരപ്പ് തുടർന്നു.

പുഴക്കരയോടു ചേർന്ന ഒരു മൊട്ടക്കുന്നിന്റെ ഉച്ചിയിൽ മലയക്കുടിലുകൾ എല്ലു പൊന്തി ജീർണിച്ചുനിന്നു.

വീടുകളുടെ കൂരകൾ തീർത്തും ഇല്ലാതായി. പുഴക്കരയിൽനിന്നു ചെളിയുടെ ഗന്ധം വീശിപ്പടർന്നു.

പൊടുന്നനെ പാദത്തിൽ മുള്ളു തറച്ചുകേറിയമട്ടിൽ മഹേശ്വരൻ നിന്നു.

ഒരു കരച്ചിൽ.

തുമ്പറ്റുപോകുന്ന ഒരു തേങ്ങൽ.

ഒരു മനുഷ്യന്റെ—

ഒരു സ്ത്രീയുടെ—

ഒരു യുവതിയുടെ ദീനരോദനം.

മഹേശ്വരൻ പകച്ചുനിന്നു.

കാറ്റിൽ വിറയ്ക്കുന്ന തെങ്ങോലകൾ.

ആളുയരംവച്ച തൈത്തെങ്ങുകളുടെ തട്ടുപന്തൽ -- ഏതു കോണിൽ നിന്നാണ് ആ കരച്ചിൽ?

മനസിന്റെ ഉള്ളറകളിൽ മാറ്റൊലിക്കൊള്ളാറുള്ള കുഞ്ഞിമാതുവിന്റെ കരച്ചിലല്ല ഇത്.

വേനൽ വാട്ടിയ തെങ്ങോലകളെ ഊർന്നു മുറിച്ചെത്തുന്ന ഒരു നഗ്ന സ്വരം. ഉറയൂരിയ ഒരു കത്തിയുടെ വാൾത്തലപോലെ മൂർച്ചയേറിയ കരച്ചിൽ.

മറ്റൊരിക്കൽക്കൂടി അതാവർത്തിക്കുന്നതു കേൾക്കാൻ, കരച്ചിലിന്റെ ഉറവിടം തേടാൻ മഹേശ്വരൻ കാതു കൂർപ്പിച്ചു.

നെഞ്ചത്തലച്ചു പതംപറയുന്ന തെങ്ങോലകളല്ലാതെ, മറ്റൊന്നും കണ്ണിൽപ്പെടുന്നില്ല.

മഹേശ്വരൻ നാലടികൂടി നടന്നു.

വെറുങ്ങലിച്ചു നിൽക്കുന്ന ഒരടയ്ക്കാപ്പീടിക.

പഴുക്കടയ്ക്കയുടെ കൂനകൾ.

മുറ്റത്തു ചിതറിക്കിടക്കുന്ന അടയ്ക്കാത്തുണ്ടുകൾ.

അടയ്ക്കാക്കളിയുടെ ഗന്ധം മുറ്റിയ കടയുടെ മുമ്പിൽ മഹേശ്വരൻ നിന്നു. പൊതുവഴിയിൽനിന്നു തെന്നിമാറുന്ന ഒറ്റയടിപ്പാതയുടെ അവസാനത്തിൽ കരുവാളിച്ചു നിൽക്കുന്ന കൂരയുടെ ഉള്ളിൽനിന്നും ഹൃദയം പറിച്ചുകീറുന്ന ഒരാർത്തനാദത്തിന്റെ തളർന്ന ചിറകടി ഉയർന്നു.

അടയ്ക്കാക്കൂനകളുടെ ഇടയ്ക്ക് ഒരു വെള്ള പട്ടുതൂവാല വീണുകിടക്കുന്ന കാഴ്ച മഹേശ്വരനെ സ്തബ്ധനാക്കി. വെള്ളക്കാരുപയോഗിക്കുന്ന ഇനം കൈലേസ്.

മഹേശ്വരന്റെ ഉള്ളിൽ ഒരിടിത്തീ വീണു.

അടയ്ക്കാവല്ലങ്ങൾക്കിടയിലൂടെ ഇഴഞ്ഞെത്തുന്ന രോദനത്തിന്റെ അഗോചരായ ഉറവിടം.

മഹേശ്വരൻ വിറപൂണ്ടു.

വല്ലങ്ങൾക്കിടയിൽ കാണപ്പെടുന്നത് ഒരു യുവതിയുടെ നഗ്നമായ ചുമലുകളാണെന്ന് അയാൾക്ക് വിശ്വസിക്കാൻ കഴിഞ്ഞില്ല.

"ആരാണിവിടെ കരയുന്നത്?" വിറയടക്കാനുള്ള ബദ്ധപ്പാടിൽ വേണ്ടതിലധികം ഒച്ചയെടുത്ത് മഹേശ്വരൻ ചോദിച്ചു.

ഒരു പൊട്ടിക്കരച്ചിലായിരുന്നു മറുപടി.

ഉടുപുടവ പിഞ്ഞിപ്പോയ ഒരു സ്ത്രീശരീരം. ഒരസാധാരണ ദൃശ്യം. മാറു മറയ്ക്കാത്ത ദാസിമാർ നൽകുന്ന ദൃശ്യമല്ല.

മഹേശ്വരന്റെ ഉള്ളിൽ എന്തോ ഒന്നു തകിടംമറിഞ്ഞു നിലംപതിച്ചു. അയാൾ വിളറി. ഇതികർത്തവ്യതാമൂഢനായി മഹേശ്വരൻ ചുറ്റും നോക്കി.

മഹേശ്വരന്റെ മനസിലൂടെ പലതരം യക്ഷികൾ ഊളിയിട്ടു പറന്നു. അവരുടെ ഊർന്നുപോകുന്ന ഉടുപുടവയുടെ തുമ്പ് അയാളുടെ മനോഭിത്തിയിൽ ഇഴഞ്ഞു. നിഴലുകളുടെ നൃത്തം എന്താണ് കാണുന്നത്? ജന്മാന്തരങ്ങളിലൂടെ ഇഴഞ്ഞുനീന്തിയെത്തുന്ന ഒരു സ്ത്രീയുടെ ദുഃഖം, നിരാശത, ദൗർബല്യം എന്നിവ ചാലിച്ചെടുത്ത ഒരു സ്വരത്തിൽ അവൾ തേങ്ങിക്കൊണ്ടിരുന്നു. അവൾ നിറഞ്ഞ വല്ലങ്ങൾക്കിടയിൽ തറയിൽ കുമ്പിട്ടിരുന്ന് നഗ്നമായ മുട്ടിൽ മുഖമമർത്തി തേങ്ങുകയാണ്. അവൾ അർദ്ധബോധാവസ്ഥയിലാണെന്ന് മഹേശ്വരന് ബോധ്യമായി. ഒരു പുരുഷന്റെ സാന്നിധ്യം അവളുടെ നഗ്നമായ ഉടൽ അറിയുന്നില്ല. മനസിന്റെ നഗ്നതയെക്കാൾ എത്രയോ അപ്രധാനമായിരുന്നു അപ്പോൾ അവൾക്ക് അവളുടെ അബോധപിണ്ഡം.

ഉത്സവത്തിനു പോകാൻ, വാർന്നുമെടഞ്ഞു പിന്നിക്കെട്ടിയ അവളുടെ മുടിയിൽനിന്ന് ഒരു മഞ്ഞറിബ്ബൺ സർപ്പത്തെപ്പോലെ നാക്കുനീട്ടി.

താനെന്താണു ചെയ്യേണ്ടതെന്ന് മഹേശ്വരന് അപ്പോഴും തിട്ടപ്പെടുത്താനായില്ല.

അയാളുടെ വഴികളിൽ സന്തതസഹചാരികളായി ഒരമ്മയോ ഒരു പെങ്ങളോ സദാ ഉണ്ടായിരുന്നു. അശരീരിയായ കുഞ്ഞിമാതുവിന്റെ നിലയ്ക്കാത്ത രോദനം രൂപംധരിച്ച് ഇതാ മുമ്പിൽ അവതരിച്ചിരിക്കുന്നു. കുഞ്ഞിമാതുവിന്റെ ദുഃഖം മൂർത്തീകരിച്ച ഒരു യുവതി. നിറയൂരിൽ പിറന്നു വളർന്ന് ഒരശരണ—തന്റെ ആത്മാവിൽനിന്ന് നാടുവാഴിത്തം കനിഞ്ഞരുളിയ രക്ഷാകർത്തൃത്വത്തിന്റെ ജീർണിച്ച ഉറവകൾ പൊഴിഞ്ഞുപോകുന്നത് മഹേശ്വരൻ അറിഞ്ഞു. അടിയാളരുടെ സംരക്ഷകനാകാൻ തന്റെ വർഗത്തിന് അവകാശമില്ലാതായിരിക്കുന്നു. സ്വന്തം അധികാരത്തിന്റെ കുടക്കീഴിലുള്ള ഒരു കർഷക പെൺകുട്ടിയെ ഒരു വെള്ളക്കാരൻ മാനഭംഗപ്പെടുത്തിയിരിക്കുന്നു.

തറയിൽവീണുകിടന്ന കൈലേസ് ഒരു കമ്പുകൊണ്ട് അയാൾ പുറത്തേക്ക് തോണ്ടിയെറിഞ്ഞു. ഒരു പാമ്പിന്റെ ഉറയെന്നപോലെ.

വല്ലത്തിന്മേൽ വീണുകിടന്ന ഒരു പുടവക്കീറ് അയാളുടെ കണ്ണിൽപ്പെട്ടു. അതു പെൺകുട്ടിയുടെ നഗ്നതയ്ക്കുമേൽ എറിഞ്ഞ് മഹേശ്വരൻ

തിരിഞ്ഞുനോക്കാതെ ഇറങ്ങിയോടി. അയാളുടെ മനസിന്റെ തീരങ്ങളിൽ ആധാരജലം നഷ്ടപ്പെട്ട ഒരു മത്സ്യകന്യക ശ്വാസംമുട്ടി പിടയുന്നു.

പൊതുവഴിയിലെത്തിയപ്പോൾ മഹേശ്വരൻ ഓട്ടം നിർത്തി. പെരുവഴി അപ്പോഴും വിജനമായിരുന്നു.

നിറയൂരാറ്റിൽ വേലിയേറ്റം തുടങ്ങിയിരുന്നു. അരയാക്കടവിലെ കടത്തുകാരൻ ഓളംതല്ലുന്ന പുഴയിലൂടെ ആടിയുലയുന്ന വഞ്ചി തന്റെ നേർക്കടുപ്പിക്കാൻ പാടുപെടുന്നു. അതു താഴോട്ടു താഴോട്ടു പോകുന്നു. പങ്കായത്തിന്റെ നിരാശതാപൂർണമായ താഡനത്തെ തള്ളിമാറ്റി ഓളങ്ങൾ നൃത്തം ചെയ്യുന്നു.

മഹേശ്വരൻ കടത്തുപുരയിൽ അക്ഷമയോടെ കാത്തുനിന്നു.

പുഴയോരത്തൂടെ നടന്നുവന്ന വൃദ്ധൻ നെറ്റിയിലെ വിയർപ്പുനീർ വടിച്ചുകളഞ്ഞിട്ട് അരയാക്കടവിന്റെ ആകാശത്തിൽ കലപിലകൂട്ടുന്ന ആലിലകളെ നോക്കി ആരോടെന്നില്ലാതെ പറഞ്ഞു:

"—പെണ്ണിനെ കണ്ട്ല്യ തേങ്ങാ ഒണക്കാമ്പോയ പെണ്ണിനെ കണ്ട്ല്യ—

മഹേശ്വരനെ എന്നല്ല ഒന്നുമയാൾ കാണുന്നുണ്ടായിരുന്നില്ല. ശൂന്യമായ മിഴികൾ ചക്രവാളസീമയിൽ പായിച്ച് അയാൾ പറഞ്ഞു:

"എന്റെ മോളെ കണ്ട്ല്യ."

ഗ്രാമീണരെ മുഴുവനും കളീശ്വരത്തേക്ക് കടവുകടത്തി തളർന്നവശനായ കുഞ്ഞിപ്പുവിന്റെ ചുണ്ടിൽ മാനമായ ഒരു പുഞ്ചിരി തങ്ങിനിന്നു.

—തിരാലപ്പെണ്ണ് പൂരം കാണാൻ പോയിരിക്കും—

—തേങ്ങ പെറുക്കാൻ പോയ പെണ്ണ്—

—തേങ്ങ നാളേയും പെറുക്കാലോ

കുഞ്ഞിപ്പു പങ്കായം മാറ്റി കഴുക്കോൽ കൈയിലെടുത്തു. വഞ്ചി കരയ്ക്കടുപ്പിച്ചു.

മഹേശ്വരൻ വഞ്ചിയിൽ കയറി. പുരികം ചുളിച്ച് കൈത്തലംകൊണ്ട് വെയിൽവെട്ടം മറച്ച് സൂക്ഷിച്ച് നോക്കിയ കിഴവൻ ഉയർത്തിയ കാൽ പിന്നോക്കം വച്ച് മാറിനിന്നു.

"കുഞ്ഞമ്പുഅച്ഛൻ ഇവിടെ നിക്ക്, ഞാനിപ്പോ തിരിച്ചുവരാം!"

മഹേശ്വരനെ അയിത്തമാക്കാതെ അക്കരെ എത്തിക്കേണ്ടത് തന്റെ കടമയാണെന്നു കടത്തുകാരനറിയാം. വഞ്ചിയുടെ കൊമ്പത്ത് പറന്നുവന്നിരുന്ന ഒരു മഞ്ഞക്കിളി വനത്തിന്റെ പച്ചപ്പിലേക്ക് ഊളിയിട്ടു.

തിരമാലയുടെ മുഖം മഹേശ്വരന്റെ ഉള്ളിലുളവാക്കിയ നടുക്കം അപ്പോഴും വിട്ടകന്നിരുന്നില്ല. കർമ്മരഥ്യയുടെ ഏതോ ഒരു തിരിവിൽവച്ച് അവളുമായി ഏറ്റുമുട്ടിയത് അത്ര ലഘുവായി തള്ളാൻ പറ്റുകയില്ലെന്ന് മഹേശ്വരന് തോന്നി. അവളെ രക്ഷിക്കാൻ താനൊരു ചെറുവിരലും അനക്കിയില്ല. തന്റെ അടിയാളരിൽ ഒരാളുടെ പെൺകുട്ടിക്ക് ഇത്തരമൊരു മാനഹാനിവരാൻ പാടില്ലായിരുന്നു. പക്ഷേ, തനിക്കെന്തു ചെയ്യാൻ പറ്റും? അമ്മയുടെ കൺമുമ്പിൽ വച്ച് കുഞ്ഞിമാതു ജീവനൊടുക്കിയില്ലേ?

മനോബലമുള്ള അമ്മയ്ക്കതു തടുക്കാൻ കഴിഞ്ഞോ?

പക്ഷേ, ഇതൊരു വിധിയായി തള്ളാൻ പറ്റുകയില്ല. മഹേശ്വരൻ വിധിക്കു കീഴടങ്ങുന്നതിൽ വിശ്വസിക്കുന്നില്ല. ഗ്രാമവീഥികളിലൂടെ, വയലേലകളിലൂടെ, കുന്നുമ്പുറങ്ങളിലൂടെ യുവതികൾ പലപ്പോഴും തനിച്ചുതന്നെ നടക്കേണ്ടിവരും...

തണുത്തകാറ്റേറ്റ് ആശ്വസിച്ച കുഞ്ഞിപ്പു തന്റെ നേർത്ത സ്വരത്തിൽ പാടാൻ തുടങ്ങി:

"വേങ്ങേലെ കുഞ്ഞിരാമന്നായിനാറെ നായിനാറെ
നിന്റാട ഞാനങ്ങു വന്നൂട്ടാല്...വന്നൂട്ടാല്
വാക്കൈപൊത്ത്യങ്ങു നിന്നിടേണ്ടെ? നിന്നിടേണ്ടെ?
എന്റാടാ നീയങ്ങു പോന്നൂട്ടാല്...."

എന്താണ് സംഭവിക്കുക? വേങ്ങയിൽ നായനാരെപ്പോലൊരു ജന്മി, ഒരു കുടിയാന്റെ വീട്ടിൽ കയറിവന്നാൽ... അവന്റെ വീട്ടിൽ പെൺകിടാങ്ങളുണ്ടെങ്കിൽ, നല്ല പൂവൻകോഴിയോ കറവപ്പശുവോ ഉണ്ടെങ്കിൽ, നല്ല എരുതോ പൈക്കിടാവോ ഉണ്ടെങ്കിൽ—

പക്ഷേ, കുഞ്ഞിപ്പുവിന് എവിടന്നു കിട്ടി ഈ ഗാനം?

മഹേശ്വരൻ കുഞ്ഞിപ്പുവിനെ തുറിച്ചുനോക്കി. അവൻ അവന്റെ പാട്ടു തുടരുകയും അവന്റെ കൈയിലെ ഏക ആയുധമായ പങ്കായംകൊണ്ട് വേലിയേറ്റത്തിന്റെ അഹങ്കരിച്ച പത്തികളെ തല്ലിവീഴ്ത്തുകയും ചെയ്തു. തിലകമൈതാനത്തിൽ കച്ചവടക്കാരുടെ ആരവം കേൾക്കാറായി.

മൂന്ന്

നിറയൂരിന്റെ സായന്തനങ്ങളിൽ ചക്കരപ്പാവിന്റെ മദഗന്ധം മുറ്റിനിന്നു. അടുപ്പുകളിൽ കുറുകുന്ന ചക്കരക്കലങ്ങൾ വെച്ചു മരപ്പലകകളിൽ കണ്ണില്ലാത്ത ചിരട്ടകളും ഓലവളയങ്ങളും ഒരുക്കിവച്ചു പെണ്ണുങ്ങൾ പുഴയിൽ കുളിക്കാനിറങ്ങി.

നേരത്തെ കുളികഴിഞ്ഞെത്തിയ ചിരുകണ്ടൻ തന്റെ പതിവുമുണ്ട് തോരാനിട്ട് അലക്കിയ മൽമൽമുണ്ടുടുത്തു. ഇന്നു മകളുടെ മംഗലം. താലയുടെ പുടമുറി അർധരാത്രികഴിഞ്ഞ് ഒന്നരനാഴിക ചെന്നിട്ടാണ്.

അകത്തേക്കുനോക്കി ചിരുകണ്ടൻ പറഞ്ഞു:

"പെണ്ണുങ്ങളേ കുളിക്കാനിറങ്ങിക്കോളൂ. പുഴയിൽ ഓര് വന്ന്വാടങ്ങി. ഇന്നുകൂടി കുളിക്കാം. നാളെ കിണറ്റിൻകര ശരണം!"

അത്താഴച്ചോറ് വാർത്തുവച്ച് വെള്ളച്ചിയമ്മ മുറ്റത്തിറങ്ങിനിന്നു. വടക്കേമുറ്റത്ത് താൽക്കാലികമായി കെട്ടിയുണ്ടാക്കിയ കൊച്ചുപന്തലിൽ ആണുങ്ങൾ കല്യാണസദ്യയൊരുക്കാനുള്ള വലിയ അടുപ്പുകൾ കൂട്ടു

ന്നുണ്ടായിരുന്നു. ഗ്രാമത്തിലെ തറവാടുകളിൽനിന്നു കൊണ്ടുവന്ന വട്ടങ്ങളും ഓട്ടുരുളികളും കിണറ്റുകരയിൽ വെടിപ്പാക്കാൻ കാത്തുകിടന്നു.

"താലേ വരൂ. ഇന്നു ഞാനാണ് നിന്നെ കുളിപ്പിക്കുന്നത്!" വെള്ളച്ചിയമ്മ വലത്തുകൈയിൽ താളിക്കിണ്ണവും ഇടം കൈയിൽ എണ്ണച്ചിരട്ടയുമായി കാത്തുനിന്നു.

മണവാട്ടിയായ താലയും അവളുടെ അമ്മാവന്റെ മകളും കുളിക്കാനിറങ്ങി. തെങ്ങോലകൾക്കുമീതെ കാക്കകൾ ചേക്കേറാൻ തുടങ്ങിയിരുന്നു.

ഇളം ചൂടാർന്ന മണൽപ്പരപ്പിൽ താളിക്കിണ്ണം വച്ച് വെള്ളച്ചിയമ്മ താലയുടെ തലമുടിയുടെ കുരുക്കഴിക്കാൻ തുടങ്ങി.

നാലുപാടും വാർന്നൊഴുകുന്ന തലമുടിയുടെ തിരമാലകൾ മാടിയൊതുക്കി താല കൂട്ടുകാരി മാണിക്യത്തോടു പറഞ്ഞു:

"മാണിക്യം മുടി കുരുക്കു തീർത്തു തന്നോട്ടെ. വെള്ളച്ചിയമ്മയ്ക്കു തുണിയലക്കേണ്ടേ?"

വെള്ളച്ചിയമ്മയുടെ വിരലുകളുടെ ആക്രമണം കാരണം താലയുടെ തല വേദനിക്കാൻ തുടങ്ങി.

പെൺകുട്ടിയുടെ മൊഴികൾക്കു ചെവികൊടുക്കാതെ വെള്ളച്ചിയമ്മ പറഞ്ഞു:

"എന്റെ പെണ്ണേ, നീയുംകൂടി പോയാ നെന്റെ അച്ഛന് കഞ്ഞിവെച്ചുകൊടുക്കാൻ പൊരേല് ആരാ ഉള്ളത്! നിന്റാങ്ങള കുഞ്ഞിക്കണ്ണന്ന് ഒരു പെണ്ണിന്ന് പുടവ കൊടുക്കാമ്പാടില്ലായ്ർന്നോ?"

"ഏട്ടന്നിപ്പോ കല്യാണം വേണ്ടെന്ന്! മംഗലം കഴിക്കണില്ലാത്രേ! അതിനേക്കാൾ വലിയ കാര്യങ്ങളുണ്ടത്രേ."

"അങ്ങനെ തണ്ടും തടീം ഉള്ള കാലത്ത് പെണ്ണ് കെട്ടേണ്ടെന്നു പറഞ്ഞോരൊക്കെ അന്തീംമോന്തിക്ക് പെണ്ണന്വേഷിച്ചു നടക്കണ്ല്യേ? പെറ്റ തള്ള ഇല്ലാത്തതിന്റെ കൊറവാ!"

താലയ്ക്കു പെറ്റമ്മയെപ്പോലെയായിരുന്നു വെള്ളച്ചിയമ്മ, പെറ്റമ്മയേക്കാളും മീതെ ആണെന്നും പറയാം! അയൽപക്കത്തുകാരിയായ വെള്ളച്ചിയമ്മയ്ക്ക് കുട്ടികളുണ്ടായിരുന്നില്ല. താലയുടെ അമ്മ രക്തം വാർച്ചവന്നു മരിച്ചതിനുശേഷം വെള്ളച്ചിയമ്മക്ക് രണ്ടുവീടു ഭരിക്കേണ്ടിവന്നു. രണ്ടടുക്കളകളിലെ തീയും പുകയും ചൂരും ഏറ്റ് അവർക്ക് ഒരു കർക്കശഭാവം കൈവന്നിരുന്നു. കാർക്കശ്യത്തിന്റെ മറുപുറം സ്നിഗ്ധവും മൃദുലവുമായിരുന്നു. താലയുടെ ഇടതൂർന്ന തലമുടിയിൽനിന്നു തീരാക്കുരുക്കുകൾ പറിച്ചെറിഞ്ഞിട്ട് അവർ പറഞ്ഞു:

"—നിണക്കെന്തിനാ ദൈവം തമ്പുരാൻ തലോടി തന്നേക്ക്ണ്. ചീകാതെ കെട്ടാണ്ടെ നടക്ക്ണോർക്ക് തലോടി വേണ്ട. അതും ഒരു ഭാരം."

"വെള്ളച്ചിയമ്മേ ഒന്നു പതുക്കെ. എന്റെ തലയോട്ടി പറിഞ്ഞു പോരുംന്നാ തോന്ന്ണ്."

"പോരട്ടെ, നെന്റെ വിരലുകൊണ്ട് ഈ കുരുക്കു തീർക്കാമ്പാടില്ലായിമ്പോ? ഇവിടെ നിനക്കു തള്ളയില്ല. കേറിച്ചെല്ലുന്ന വീട്ടില് അപ്പുവിന് അമ്മയുണ്ട്. പെങ്ങളുണ്ട്—അറിഞ്ഞും കേട്ടും നിക്കാമ്പടിക്കണം"—വെള്ളച്ചിയമ്മയുടെ, ഉപദേശങ്ങൾ താലയുടെ ഇളംമനസിനെ നോവിച്ചു.

"ഞാനേടേം പോണില്യ"

"മംഗലം കയിച്ച് അച്ഛന്റോടെ പാർക്കാ?"

"തന്നെ!"

പെൺകുട്ടി കുനിഞ്ഞ് ഓരുകലർന്ന വെള്ളത്തിൽ വീണ്ടും മുഖം കഴുകുന്നതുകണ്ട് വളർത്തമ്മ വർത്തമാനം നിർത്തി.

മാണിക്യം കൂട്ടുകാരിയുടെ കൈപിടിച്ച് വെള്ളത്തിലേക്കു നയിച്ചു.

"വാ...വെള്ളച്ചിയമ്മേടെ കയ്യിൽപ്പെട്ടാ ഇന്ന് പാതിരാവായാലും നിന്റെ മുടിയിലെ കുടുക്ക് തീരില്യ. ഞ്ഞി കുളിച്ചിറ്റാവാം."

"നിക്കവ്ടെ!"

താളിക്കിണ്ണം തലയിൽ കമഴ്ത്തി പതപ്പിച്ച് വെള്ളച്ചിയമ്മ പറഞ്ഞു:

"എത്ര നാളായി ഞ്ഞി താളിതേച്ചു കുളിച്ചിറ്റ്?"

താല ഒഴുക്കിനു നേരെ തിരിഞ്ഞുനിന്നു മുങ്ങി.

ഓളക്കൈയുകൾ പുതുക്കെപ്പതുക്കെ ശേഷിച്ച ജടകളഴിച്ചു; നോവാതെ; അലോസരപ്പെടുത്താതെ. നിറയൂർ പുഴയുടെ കാരുണ്യത്തിൽ താല ആണ്ടുമുങ്ങി. മുടിച്ചാർത്ത് കരിനാഗങ്ങളെപ്പോലെ ഒഴുക്കിനൊപ്പം നീന്തി.

മുങ്ങിനിവർന്ന് മുടി കെട്ടിപ്പിഴിഞ്ഞ് അവൾ വീണ്ടും വെള്ളച്ചിയമ്മയുടെ മുമ്പിൽ വന്നുനിന്നു. അവർ തോർത്തു പിഴിഞ്ഞ് തല തോർത്തിക്കൊടുത്തു. ഇളം കാറ്റ് മുടിയുണക്കാനെത്തി. തലമുടിയിൽ ഓളങ്ങൾ വിരിഞ്ഞു. കാച്ചിയ എണ്ണയുടെ പരിമളത്തിൽ അവ രോമാഞ്ചംകൊണ്ടു.

"നല്ലോണം തേച്ചുംകുളിച്ചും നടന്നാ നെന്റെ തലേന്നാരും കണ്ണ് എടുക്കൂല." വെള്ളച്ചിയമ്മ പറഞ്ഞു.

"ങ്ങടെ കണ്ണു തട്ടേണ്ട ഓൾക്ക്!" മാണിക്യം ചിരിച്ചു.

മൂവരുടെയും പൊട്ടിച്ചിരി നിറയൂർപുഴയുടെ ഓരങ്ങളിലെ പൊന്തകളിൽ മാറ്റൊലിക്കൊണ്ടു.

"ങ് ഹാ! വെള്ളച്ചിയമ്മയ്ക്ക് ചിരിക്കാനറിയാ—"

"ഒന്ന് മുങ്ങീട്ട് ഞാനും വരാ—ങ്ങള് നടന്നോളീ."

പെൺകുട്ടികൾ പുരയിലേക്കു നടന്നു. ഉമ്മറത്തു നിലവിളക്കു കൊളുത്തിയിട്ടുണ്ട്.

"ഇന്ന് നിന്റച്ഛൻ വിളക്കുകൊളുത്തി, ഇനി എന്നും ചിരുവണ്ടനച്ചന്തന്നെ വേണ്ടിവരും!"

കുളിച്ചുവന്ന അനന്തിരവളേയും മകളേയും നോക്കി ചിരുകണ്ടൻ പറഞ്ഞു:

"പോയിറ്റ് മേപ്പടീമ്മ്ന്ന് വെറ്റലച്ചെല്ലം എടുത്തോണ്ടുവാ."

താല നടുവകത്തെ മേപ്പടിമേൽനിന്ന് വെറ്റിലച്ചെല്ലം എടുത്തുകൊണ്ടുവന്നു.

നിലവിളക്കിന്റെ വെട്ടത്തിലിരുന്നു ചിരുകണ്ടൻ ചെല്ലം തുറന്നു. മകൾ അച്ഛനെ നോക്കിനിന്നു. ചെല്ലത്തിൽ ഒരു ചെപ്പ്. ഇതുവരെ അവളുടെ കണ്ണിൽപ്പെട്ടിട്ടില്ലാത്ത കുങ്കുമവർണം കലർന്ന ഒരു പിത്തള ഡപ്പി.

ഡപ്പി തുറന്ന് ചിരുകണ്ടൻ ഒരു പത്താക്കും ചരടും വിരലിൽ തൂക്കിയെടുത്തു.

"ഇത് നിന്റെ അമ്മേരെ കഴുത്തിൽ കെട്ടിയിരുന്നതാ. ഇത് കെട്ടിക്കോ." പിന്നെ ചുവന്ന കല്ലുവച്ച ഒരു വള്ളിക്കമ്മലും. വള്ളിക്കമ്മലുകൾ നേർത്ത ഇരുട്ടിൽ രണ്ടു കണ്ണുകൾപോലെ തിളങ്ങി.

താല അമ്മയുടെ മുഖം കണ്ടിരുന്നില്ല. അമ്മയെക്കുറിച്ച് നേരിയ ഓർമകളേ ഉള്ളൂ. ഓർമകളുടെ കതകുകൾ പാതിതുറന്ന് ഇതാ രണ്ടു കണ്ണുകൾ എത്തിനോക്കുന്നു. വെള്ളച്ചിയമ്മയുടെയും അച്ഛന്റെതുമല്ലാത്ത സ്നിഗ്ധതയാർന്ന രണ്ടുമിഴികൾ. വാർധക്യമേശാത്ത മിഴികൾ.

താലയുടെ തണുത്ത കൈയുകൾ ആഭരണങ്ങൾ ഏറ്റുവാങ്ങി.

"മോന്തി കറുത്തു കുളിച്ചിറ്റാ കൈയ് തണുത്തിരിക്കണ്!" ചിരുകണ്ടൻ പറഞ്ഞു.

വെള്ളച്ചിയമ്മ കുളികഴിഞ്ഞെത്തി. അവരും അയൽപക്കത്തെ പെണ്ണുങ്ങളും കൂടി ചെമ്പുകലങ്ങളിലും കുട്ടകങ്ങളിലും കിണറ്റുവെള്ളം കോരിനിറച്ചു. എരിയുന്ന അടപ്പുകളിൽ വട്ടളങ്ങൾ തിളയ്ക്കാൻ തുടങ്ങിയപ്പോൾ ആണുങ്ങൾ മുറ്റത്തു സഭചേർന്നു. അവർക്കു പറയാനുണ്ടായിരുന്നത് ഗൗരീശങ്കരം മാളികയുടെ വിശേഷങ്ങളായിരുന്നു.

'കൊപ്പുബട്ളോർ നിറയൂർക്കാരനാണ്. ആഴ്ചയിലൊരിക്കൽ അരയാക്കടവു കടന്നെത്തുന്ന കൊപ്പുബട്ളർ ഗൗരീശങ്കരത്തിന്റെ നിർമാണത്തിൽ വന്നിരുന്ന ഓരോ ഘട്ടത്തെയും നിറയൂർക്കാർക്ക് ഇതിനു മുമ്പേ വിവരിച്ചു കൊടുത്തിട്ടുണ്ട്.

ജനലുകൾക്ക് പിത്തളയഴികൾ ഘടിപ്പിച്ചത്; വാതിലുകൾക്കും ജനലുകൾക്കും ഉപയോഗിച്ച ഓരോ പിത്തളയാണിക്കും അലങ്കാരമായി അണനാണ്യങ്ങളും കാലുറുപ്യനാണ്യങ്ങളും കൊണ്ടു പറ്റുപിടിപ്പിച്ചത്. നായനാർക്ക് ഇരിക്കാനുള്ള ആട്ടുകട്ടിലിന്റെ കയറിന് വെള്ളിനൂൽ ചേർത്തു മെടഞ്ഞത്; സൂര്യപടമെത്തകളിൽ വിരിക്കാൻ കാഷ്മീര് കമ്പളങ്ങൾ വരുത്തിയത്.

സായ്പ്പന്മാരായ അതിഥികൾക്കുവേണ്ടി ഒരുക്കിയ അടുക്കളയിലെ രാജാവായിരുന്നു കൊപ്പുബട്ളർ. കൊപ്പു നിറയൂരിൽ ഇറങ്ങിവന്നിരുന്നത് ലക്ഷണമൊത്ത കോഴിപ്പൂവനെ തേടിയായിരുന്നു. മുട്ടയിടാറായ പിടക്കോഴികളോടായിരുന്നു ശങ്കരൻനായനാർക്ക് ഏറെ പ്രിയം.

ഇന്ന് നിറയൂർക്കരയിൽ കൊപ്പു വന്നുചേർന്ന ദിവസമാണ്.

ആണുങ്ങളുടെ സഭയിൽ കയറിവന്ന കൊപ്പുബട്ളറെ അവർ ആദരപൂർവം സ്വീകരിച്ചിരുത്തി. തങ്ങളുടെ കുപ്പമാടത്തിൽ മംഗലത്തിനൊരുക്കിയ ഇറച്ചിക്കറിയുടെ സ്വാദ് നോക്കാൻ വിനയപൂർവം ക്ഷണിച്ചു.

ചിരുകണ്ടൻ പരേതരായ കാരണവൻമാർക്ക് വെച്ചുകൊടുക്കാനുള്ള

പിഞ്ഞാണങ്ങളിൽ കറികളുമായി നടുവകത്തേക്കു പൊയ്ക്കഴിഞ്ഞപ്പോൾ കേളുഅച്ചൻ ബട്ളറെ കോലായിലേക്കു ക്ഷണിച്ചു.

നാക്കിലയിൽ വിളമ്പിയ കോഴിക്കുറുക്കും കൈക്കുത്തരിച്ചോറും രുചിച്ചുനോക്കിയിട്ട് ബട്ളർ പറഞ്ഞു: "ഒന്നാന്തരം."

പിന്നീടയാളുടെ അന്വേഷണം ഏതു കുടിലിലാണ് കോഴിപ്പൂവൻ ശേഷിച്ചിട്ടുള്ളത് എന്നായി.

എല്ലാ കുടിലുകളിലും പിടക്കോഴികളും പൂവൻകോഴികളും ഉണ്ട്. കൂട്ടത്തിൽ കൊഴുത്തത് ഏത് എന്നതേയുള്ളു പ്രശ്നം.

ചിരുകണ്ടൻ പറഞ്ഞു:

"മോളെ, മംഗലത്തിനു കറിവയ്ക്കാൻ മോളു പോറ്റണ പൂവനെ തന്നില്ല. അവളറിയാതെ അതിനെ പിടിച്ചുതരാം. മംഗലം കഴിഞ്ഞ് ഓളങ്ങ് അക്കരെ കീഴൂരക്ക് പോവല്ലേ!"

താല പുതിയ ആഭരണങ്ങളണിഞ്ഞ് അയൽക്കാരികൾക്ക് അതിന്റെ പൊലിമ കാണിച്ചുകൊടുക്കുകയായിരുന്നു.

ബഹളത്തിനിടയിൽ പൂവന്റെ കരച്ചിൽ അവളുടെ ചെവിയിൽ എത്തിയില്ല.

കാലുകൾ കെട്ടിയ പൂവനെ തൂക്കിയെടുത്ത് കൊപ്പുബട്ളർ മറ്റൊരു കുടിലിലേക്കു നടന്നു. അയാൾക്ക് നാലു പൂവനെയെങ്കിലും വേണം. നാളെ ഗൗരീശങ്കരം ബംഗ്ലാവിൽ പാലക്കാട്ടുനിന്ന് ആരോ വരുന്നുണ്ട്. ഏതോ ഒരു പ്രസിദ്ധ വക്കീൽ, വേറെയും വിരുന്നുകാർ കാണും. പുത്തൻ ബംഗ്ലാവു കാണാൻ എന്നും വിരുന്നുകാർ. മേലൂരേയും കീഴൂരേയും കോഴികളെല്ലാം തീർന്ന മട്ടാണ്. അവസാന കൈയായിട്ടാണ് കൊപ്പു ബട്ളർ ജന്മദേശമായ നിറയൂർ ഗ്രാമത്തിലെത്തുക. ദേശക്കാരുടെ കോഴികൾ കുറെനാൾക്കൂടി ജീവിച്ചോട്ടെ എന്നൊരു പരിഗണന കൊപ്പുബട്ളർ മനസിൽ സൂക്ഷിച്ചിരുന്നു.

കൊപ്പു പടികടന്നു പോയപ്പോൾ കാരണവന്മാർ തിരുമാലയുടെ കാര്യം കുശുകുശുക്കാൻ തുടങ്ങി.

തിരുമാല അവരെ സംബന്ധിച്ചിടത്തോളം അന്യയായി കഴിഞ്ഞിരുന്നു. നിറയൂർ കുന്നിന്റെ ഉച്ചിയിലുള്ള കുടിലിൽനിന്ന് അവൾ ഒരിക്കലും പുറത്തിറങ്ങിയില്ല. കല്യാണത്തിനു ക്ഷണിക്കപ്പെട്ട അവളുടെ അച്ഛൻ വെള്ളുങ്ങയും എത്തിയിരുന്നില്ല. അഭിമാനത്തിനു തീരാശാപമേറ്റ വെള്ളുങ്ങയുടെ അഭാവം കാരണവന്മാരെ വേദനിപ്പിച്ചു.

ചിരുകണ്ടൻ പറഞ്ഞു:

"ആരെങ്കിലും പോയി വെള്ളുങ്ങയെ വിളിച്ചുകൊണ്ടു വരിക! ഞാൻ പറഞ്ഞെന്നു പറ!"

വെള്ളുങ്ങ ചിരുകണ്ടന്റെ കളിച്ചങ്ങാതിയായിരുന്നു. ഇപ്പോഴും അടുപ്പം തന്നെ. വെള്ളുങ്ങയില്ലാതെ താലയുടെ മംഗലം മംഗളമാവില്ല.

ആരോ ഓലച്ചൂട്ടുകെട്ടി നിറയൂർമലയുടെ ഉച്ചിയിലേക്കു പുറപ്പെട്ടു.

വിഭവങ്ങൾ ഒരുങ്ങിക്കഴിഞ്ഞപ്പോൾ ചിരുകണ്ടൻ പറഞ്ഞു:

“ഇപ്പ്യാക്കെ ഒണന്ന്ര്ന്ന്റെന്താ? ഒരൊറക്കത്തിന് നേരംണ്ട്. അരി വാർക്കാനുള്ളോര് കുത്തിര്ന്നാമതി.”

അതു നേരെന്ന് എല്ലാവരും സമ്മതിച്ചു. പാതിരാവിന് മുമ്പ് ഒന്നു കണ്ണുചിമ്മി തുറക്കാം. നിലാവ് നിറയൂർമനയുടെ അപ്പുറത്താണിപ്പോഴും. മേലൂരെ കല്യാണപ്പാർട്ടി മല കയറിയിറങ്ങി നടന്ന്, കടത്തുകടന്നിക്കരെയെത്താൻ ഒന്നാം കോഴി കൂകണം.

തങ്ങൾ തന്നെ കെട്ടി ഈന്തോല വിതാനിച്ച പന്തലിൽ ആണുങ്ങൾ ഉറങ്ങി. താല വെള്ളച്ചിയമ്മയുടെ കൂടെ കിടക്കാൻപോയി.

നിറയൂരാറിന്റെ മധുവിധു തുടങ്ങുകയാണ്. ആയിരം കൈകളുമായി ഓടിയെത്തിയ കടൽ നദിയെ പുണരുന്നു. സംഗമത്തിന്റെ വേലിയേറ്റത്തിൽ പൗർണമി നിറവുതേടുന്നു. നദി പാവപ്പെട്ട ഗ്രാമീണരെ തൽക്കാലത്തേക്കു മറന്നു. അവൾ മതിമറന്ന് മധുവിധു ആഘോഷിച്ചു. കടൽജലത്തിന്റെ കാലുഷ്യംതന്നെ നീണ്ടുനിന്നത് അവളറിഞ്ഞില്ല.

അരയാക്കടവിൽ പടർന്നു പന്തലിച്ചുനിൽക്കുന്ന ആലിന്റെ നിഴൽ പറ്റി ഒരു ചെറിയ ചീന നിറയൂർമുണ്ട്യയുടെ വിജനതീരങ്ങളിലും അണഞ്ഞു. മുണ്ട്യയിലെ ഭഗവതിപോലും അറിയാതെ ചീനയിൽനിന്ന് നാലു പേർ കരയ്ക്കിറങ്ങി... തീരക്കാടുകളിൽ തേങ്ങിനടന്ന മകരക്കാറ്റിൽ മനുഷ്യർ ബോധം വിട്ടുറങ്ങി.

രാവിന്റെ അന്ത്യയാമത്തിന് ഏഴരനാഴിക മുമ്പേ ഉള്ളുറക്കം വെടിഞ്ഞ ചിരുകണ്ടൻ നീട്ടിവിളിച്ചു:

“മോളേ... താലേ...”

വെള്ളച്ചിയമ്മ ഓടിവന്നു.

“തിരുമാല ഉറങ്ങാൻ പോയി. ഞാനീടത്തന്നെ കെടന്നു. എല്ലാരും ഒറങ്ങ്യാ പട്ടികള് അടുക്കളയില് കേറും.”

താല ഉറക്കച്ചടവോടെ എണീറ്റുവന്നു.

“ഇങ്ങു കോലായിലേക്കു വാ. അച്ഛനു വായുഗുളിക കുടിക്കാൻ ഇന്നു ജീരകവെള്ളം കിട്ടീറ്റ്ല്യ.”

അവൾ മൺകോപ്പയിൽ ജീരകക്കഷായം കൊണ്ടുവന്നു.

“റാന്തലിന്റെ തിരിനീട്ടി!”

റാന്തൽ വെളിച്ചത്തിൽ പത്തോക്കും കമ്മലും അണിഞ്ഞു നിൽക്കുന്ന മകളെ നോക്കിയിരിക്കെ അച്ഛന്റെ ഉള്ളിൽ നേർത്ത വിഷാദം പടർന്നു കയറി. ചിമ്മിനി മങ്ങി.

“മുടി ഒണങ്ങീനെ? മാടിക്കെട്ടിവയ്ക്ക്!”

അവൾ മുറ്റത്തിറങ്ങി വെള്ളച്ചിയമ്മയുടെ സഹായത്തോടെ തലമുടി കോതി ഭംഗിയായി കെട്ടിവച്ച വെള്ളച്ചിയമ്മ മടിക്കുത്തിൽനിന്നു സ്വർണത്തിൽ പണിത ഒരു മുടിപ്പൂവ് പുറത്തെടുത്തു.

“ഇതെന്റെ അമ്മേരെ കല്യാണത്തിന് എന്റെ മുത്തപ്പൻ കൊടുത്തതാ.” വെള്ളച്ചിയമ്മ പറഞ്ഞു.

“താലക്കുഞ്ഞീരെ മംഗലത്തിനുവേണ്ടി ഞാനിതു വിൽക്കാതെ, പണയം വയ്ക്കാതെ തങ്കേരിച്ചു വച്ചതാ...”

അവരുടെ മുഖത്തു കൃതാർഥത ഓളം തല്ലി.

"ഞാനൊന്നു മുഖം കഴുകീറ്റു വരാം."

താല വടക്കുപുറത്തെ കുളത്തിനു നേർക്കു നടന്നു. കുളത്തിൽനിന്നൊരു നീരൊഴുക്കു പുറത്തേക്കു നീണ്ടിരുന്നു, അതു വറ്റിപ്പോയ്.

"മോളെ വിളക്കെടുത്തോ!"

"വേണ്ടച്ഛാ, നല്ല നിലാവ്!"

"കമ്മലിന്റെ ചങ്കീരി നല്ലോണം മുറിക്കിട്ട്ല്ല്യേ?"

"ഉണ്ടച്ഛാ."

"പത്താക്കിന്റെ ചരടമ്മല് എണ്ണപുരട്ടിക്കള. പൂപ്പലും പിടിച്ചു നെറം കെട്ടിരിക്ക്ണ്."

"ഓ!" അവളുടെ ശബ്ദം കാറ്റെടുത്തുപോയി.

"ഞ്ഞിന്റെ മോൾക്ക് എല്ലാം യോഗംപോലെ!"

ചിരുകണ്ടൻ തിരിഞ്ഞിരുന്നു. കുഞ്ഞാണത്തിൽ വായുഗുളിക അരയ്ക്കാൻ തുടങ്ങി. തളിർവെറ്റിലയിൽ തെറുത്തുവെച്ചിട്ടും കാരിരുമ്പുപോലെ കടുത്തുപോയ ഗുളികകൾ അയാൾ കുറേനേരം നോക്കിയിരുന്നു.

വെള്ളച്ചിയമ്മ ഗുളികമേടിച്ചു കുഞ്ഞുരലിലിട്ടു ചതച്ചുകൊടുത്തു. അവർ പിന്നിരുട്ടു നിറഞ്ഞ രാവിന്റെ മുഖത്തുനോക്കി ദീർഘനിശ്വാസം പൊഴിച്ചു...

കുളക്കടവിലേക്ക് അടർന്നുവീഴുന്ന നിഴലുകളിലേക്കു നോക്കി താല നിലവിളിക്കാൻ വാ തുറന്നു.

പിളർന്ന വായിൽ മെഴുകു നാറുന്നൊരു തുണിപ്പന്തിറങ്ങി. പുരുഷന്റെ വിയർപ്പുഗന്ധം ഒരു ധൂമപടലംപോലെ അവളെ വളഞ്ഞു. അബോധത്തിന്റെ നീർക്കയത്തിലേക്ക് അവൾ കൂപ്പുകുത്തി...

നിറയൂർപുഴയുടെ ഓളങ്ങൾ മെല്ലെമെല്ലെ കതകിൽ തട്ടിവിളിക്കുന്നതുകേട്ടു താല കൺമിഴിച്ചു.

അസ്തമിക്കാൻ പോകുന്ന ചന്ദ്രന്റെ മ്ലാനമുഖം. പതിയിരിക്കുന്ന പിന്നിരുട്ട്. ഓളങ്ങളുടെ അടങ്ങിയ തേങ്ങൽ.

ഒരു ദുഃസ്വപ്നംപോലെ അവൾ ബോധത്തിന്റെ മറുകരയിലേക്ക് ഒഴുകി. ചിറകൊടിഞ്ഞ സ്വപ്നങ്ങൾ ഒഴുക്കിനെ നിയന്ത്രിക്കുന്നില്ല.

ചീനയെ പിടിച്ചുനിർത്താൻ വെമ്പുന്ന ഓളക്കൈയുകളെ അറുത്തുമാറ്റുന്ന പങ്കായത്തിന്റെ കിതപ്പ് അവൾ കേട്ടു.

ഉപ്പുകണങ്ങൾ അവളുടെ മുഖത്തു പാറിവീണു. ഒരു ഭീമൻ തെഴുപ്പുപിടിച്ച ഒരു മരക്കുറ്റിപ്പോലെ തോണിത്തുമ്പിൽ ഇരിപ്പുണ്ട്.

താല എണീറ്റിരിക്കാൻ ഒരു ശ്രമം നടത്തി.

തോണിത്തലയ്ക്കൽ ഇരുന്ന ഒരു രണ്ടാമന്റെ കൈ അവളെ പിടിച്ചുതാഴ്ത്തി.

—അനങ്ങ്യാ പൊഴേലെറിയും!

അവൾക്ക് ഒന്നും തിരിച്ചറിയാൻ കഴിഞ്ഞില്ല. ഏതോ ഒരിരുണ്ട തുരങ്കത്തിലൂടെ പ്രയാണം തുടരുന്നു...

നടുവുവേദന സഹിക്കാതെ ചിരുകണ്ടൻ ഞെട്ടിയുണർന്നു. ഗ്രാമത്തിലെ കോഴികൾ ഒന്നാംതവണ കൂവാൻ തുടങ്ങിയിരിക്കുന്നു. ഒന്നിനെത്തുടർന്നു മറ്റൊന്ന്. ഒരു കൂട്ടക്കരച്ചിൽപോലെ തോന്നി ചിരുകണ്ടന്.

"മോളേ താലേ, നിയ്യ് വാതിലടയ്ക്കാതെ പിന്നേം കെടന്നോ?"

തുറന്നു കിടന്ന പടിഞ്ഞാറ്റ വാതിലിനപ്പുറത്തു മറുശബ്ദം ഉണർന്നില്ല.

ചിരുകണ്ടൻ ഉറക്കത്തിൽ കോളാമ്പി തപ്പിനോക്കി.

"കുഞ്ഞീ ഏടാ എന്റെ തുപ്പൽകോളാമ്പി?"

അതിനും മറുപടിയുണ്ടായില്ല.

വെള്ളച്ചിയമ്മ അലക്കിമടക്കിയ ഇണമുണ്ടുകളും രണ്ടാംമുണ്ടുകളുമായി തെക്കേപ്പുരയിൽനിന്നും ധൃതിയിൽ നടന്നെത്തി.

—ഒന്നു കണ്ണുചിമ്മിപ്പോയ് ഓറെല്ലാം ഇപ്പം എത്തും. എണീക്കിൻ വാല്യക്കാരെ— അവർ മുറ്റത്തേക്കു നോക്കിപ്പറഞ്ഞു.

അകവും പുറവും പന്തലും ഉണർന്നു കണ്ണു തിരുമ്മി കോട്ടുവായിട്ട് അവർ ജാഗരൂകരായി. ഉറക്കമിളച്ച പുഴക്കാറ്റ് അവരെ ശകാരിച്ചു കൊണ്ടേയിരുന്നു. എന്തൊരുറക്കം!

ചിമ്മിനി തുടച്ച റാന്തലുകൾ ഒന്നിനു പുറകെ ഒന്നായി കണ്ണുമിഴിച്ചു.

വെള്ളിച്ചിയമ്മ ഏഴു തിരിയിട്ട ചങ്ങലവട്ടയിൽ എണ്ണ പകർന്ന് അകത്തേക്ക് നോക്കി വിളിച്ചു:

"മോളേ, താലേ, ഇതൊന്നു കൊളുത്തി വച്ചാട്ടെ!"

താലയെ ഉടുപ്പിക്കാനെത്തിയ മാണിക്യം വലിയ വായിലെ നിലവിളിച്ചു കൊണ്ടു പടിഞ്ഞാറ്റയുടെ പുറത്തുവന്നു.

"താലേ കാണുന്നില്ല."

"ഓള് പൊറത്ത് പോയിറ്റുണ്ടാവും!"

മാണിക്യത്തിന്റെ മിഴികളിലെ അസാധാരണമായ ഭീതി വെള്ളച്ചിയമ്മയെ തളർത്തി.

"താലേ-ഃ...ഃ...ല!"

ചിരുകണ്ടൻ നടുവകത്തു കടന്നു. വടക്കെ അറയിൽ കടന്നു. പടിഞ്ഞാറ്റയുടെ എല്ലാ അറകളിലൂടെയും ഓടിയിറങ്ങി. ഉയരം കുറഞ്ഞ കട്ടിളകളിൽ ഇടിച്ചു ചതഞ്ഞ നെറ്റിയിൽ രുധിരം പൊടിഞ്ഞു.

അയാൾ ഒരു വെളിച്ചപ്പാടിനെപ്പോലെ അലറി:

"....ന്റെ കുഞ്ഞീ...താ...ലേ...ലേ...—" ഉടുമുണ്ടു വാരിപ്പൊത്തി ഗ്രാമീണർ കണ്ട വഴിക്കു പാഞ്ഞു. തേങ്ങിക്കരയുന്ന നിറയൂർപ്പുഴയെ നോക്കി അവർ അസ്തപ്രജ്ഞരായി നിന്നു. അവരുടെ ഉള്ളിൽ ക്രോധത്തിന്റെ തീനാമ്പുകൾ ജ്വലിച്ചു. കാളിമയാർന്ന നദീജലത്തിലേക്കു യുവാക്കൾ എടുത്തുചാടി.

—ദൂരെ ദൂരെ കാളീശ്വരം കടവിൽ ഒരു ചീനയടുക്കുന്നത് അവരറിഞ്ഞില്ല.

ഓളങ്ങളെ വെട്ടിമാറ്റി. അവർ അക്കരയ്ക്കു നീന്തി. കളരിദേവതമാർ അവരെ നോക്കി സ്തംഭിച്ചുനിന്നു.

രാപ്പുള്ളുകൾ ചിറകടിച്ച് അങ്ങുമിങ്ങും പറന്നു. പുഴക്കരയിലെ കൊള്ളുകളിൽ കാട്ടുകോഴികൾ ഉണർന്നു കരഞ്ഞു. അത്യന്തം ദാരുണമായ അനേകം സംഭവങ്ങൾക്കു സാക്ഷിയാവാൻ വിധിക്കപ്പെട്ട നിറയൂർപ്പുഴ കിതപ്പൊതുക്കി ഓളങ്ങളടക്കി യുവാക്കൾക്കു വഴിയൊരുക്കി.

വേലിയിറക്കം തീരത്തുപേക്ഷിച്ച കക്കകൾ നോക്കി ഗ്രാമീണർ വെറുങ്ങലിച്ചുനിന്നു. ആകാശച്ചെരുവിൽ താലയുടെ ചുവന്ന കമ്മൽക്കല്ലുകൾ വീണുകിടന്നു.

പുഴക്കരയിൽ പാഞ്ഞെത്തിയ ചിരുകണ്ടന്റെ മുതുകെല്ലിലൂടെ വേദനയുടെ സർപ്പങ്ങൾ പുളഞ്ഞുകയറി.

ഭൂമിയുടെ മാറിൽ പടിഞ്ഞുവീണ് അയാൾ വിലപിച്ചു: “ന്റെ കുഞ്ഞീ...താലേ...”

നാല്

മഹേശ്വരൻ വരുമ്പോൾ കരുവഞ്ചേരി മുറ്റത്ത് പാപ്പാൻ മൂപ്പൻ കൊമ്പനാനയെ കൊണ്ടുവന്നു നിർത്തിയിരുന്നു.

ആനക്കഴുത്തിലെ മണിമുഴക്കം കേട്ടു. തെക്കേക്കെട്ടിന്റെ പൂമുഖത്തു ബെഞ്ചിലിരുന്നു രോഗികളെ പരിശോധിക്കുകയായിരുന്ന വലിയ കോമൻ വൈദ്യർ എന്നു പറയപ്പെടുന്ന കരുവഞ്ചേരി കാരണവർ കോമൻനായർ തല ഉയർത്തിനോക്കി.

“കൂലോത്തെ ഉത്സവം ആയോ?” കോമൻനായർ ആരോടെന്നില്ലാതെ ചോദിച്ചു.

ആരും മറുപടി പറഞ്ഞില്ല. കോമൻവൈദ്യർ കാരണവരായിരുന്നെങ്കിലും വൈദ്യർ മാത്രമായിരുന്നു. നാട്ടുകാർക്കു മുഴുവനും ചികിത്സ നിശ്ചയിക്കുന്ന മഹാവൈദ്യൻ. സവർണനെയും അവർണനെയും അദ്ദേഹം ഒരേ ശുഷ്കാന്തിയോടെ ചികിത്സിച്ചു. ഒരു വ്യത്യാസം മാത്രം. മേൽജാതിക്കാർ ഉമ്മറത്തു വൈദ്യരുടെ മുമ്പിൽ വന്നിരുന്ന് രോഗവിവരങ്ങൾ പറയും. കീഴ്ജാതിക്കാർ തീണ്ടാപ്പാടകലെ നിന്നു രോഗവിവരങ്ങൾ വിളിച്ചു പറയണം. ചികിത്സ വൈദ്യർ നിശ്ചയിക്കും. കുറെ കടുത്ത രോഗമാണെങ്കിൽ വൈദ്യർ മുറ്റത്തിന്റെ ഓരത്തു പണിതിട്ടുള്ള നെടുമ്പുരയുടെ സമീപം വന്നു രോഗിയുടെ ഹൃദയമിടിപ്പു പരിശോധിക്കും. കണ്ണു മിഴിപ്പിക്കും വാ തുറപ്പിക്കും. അതേ വഴി കുളത്തിലിറങ്ങി മുങ്ങി വന്നിട്ടു വേണം ഉമ്മറത്തു കയറാൻ. ഈയിടെ ഇടയ്ക്കിടെയുള്ള അയിത്തോച്ചാടനക്കുളി വൈദ്യർക്ക് അസാധ്യമായിരിക്കുന്നു. വാതത്തിന്റെ അസ്കൃത. അതുകൊണ്ട് നിറയൂരെ കേളുവൈദ്യരെ അവർണരുടെ ചികി

ത്സയ്ക്കായി വലിയവൈദ്യർ നിശ്ചയിച്ചിരിക്കുകയാണ്. തീണ്ടൽജാതിക്കാരനായ കേളുവൈദ്യൻ നെടുമ്പുരയിലിരുന്നു കീഴ്ജാതിക്കാരായ കർഷകരെ പരിശോധിക്കും. സങ്കീർണരോഗങ്ങൾക്കു സംശയനിവാരണം വരുത്താൻ വലിയ വൈദ്യരുടെ ദിനചര്യയിൽപ്പെട്ട വൈകുന്നേരത്തെ കുളിവരെ കാത്തിരിക്കും. തെക്കെക്കെട്ടിനും കുളത്തിനുമിടയ്ക്കുള്ള നടവഴിയിലൂടെ അവർ രോഗകാര്യങ്ങളും നിവാരണമാർഗങ്ങളും ചർച്ച ചെയ്യും.

ഇന്ന് കേളുവൈദ്യർ നെടുമ്പുരയിൽ എത്തിയിട്ടില്ല. സമയം പതിനൊന്നു കഴിഞ്ഞു. മഹേശ്വരനെ കണ്ടു വലിയവൈദ്യർ ചോദിച്ചു:

"പഠിപ്പു നിർത്തി. കൃഷികാര്യങ്ങൾ നോക്കാൻ തുടങ്ങിയില്ലേ?"

"പഠിപ്പു നിർത്തി. പക്ഷേ, കൃഷികാര്യങ്ങൾ നോക്കുന്നില്ല."

"ഏട്ടനൊരു തുണവേണ്ടേ?"

"വാരം പാട്ടത്തിന് കാര്യസ്ഥനും കീഴ്കാര്യസ്ഥന്മാരും ഉണ്ടല്ലോ!" വലിയവൈദ്യർ ചിരിച്ചു.

"ഇന്ന് അനന്തൻ ബംഗ്ലാവിലേക്ക് പോയിരിക്കയാണ്. പക്ഷേ, ഇപ്പോൾ വരുമായിരിക്കും. രാഘവൻ വന്നു കാത്തുനിൽപ്പുണ്ട്."

മഹേശ്വരന് ആശ്ചര്യം തോന്നി. ചികിത്സയിൽ മാത്രം മുഴുകിയിരിക്കുന്ന വലിയകോമൻവൈദ്യർ കുടുംബാംഗങ്ങളുടെ ചലനങ്ങളെ ശ്രദ്ധിക്കുന്നുണ്ട് എന്ന് മഹേശ്വരൻ വിചാരിച്ചിരുന്നില്ല. മഹേശ്വരനു ജാള്യം തോന്നി. പടിപ്പുരമാളികയിലിരുന്ന് അനന്തനും രാഘവനുമായി ചിലതു കൂടിയാലോചിക്കാനാണ് മഹേശ്വരൻ എത്തിയത്.

മരുന്നുപറിക്കാരൻ ചാത്തുനായർ മഹേശ്വരന്റെ പുറകെ പടിപ്പുര വാതിലോളം വന്നു. ഒരു സ്വകാര്യം പറയുന്ന മട്ടിൽ ചാത്തുനായർ പറഞ്ഞു:

"കണ്ണൂര്ന്നു ഫോട്ടം എടുക്ക്ണ ആൾ എത്തീറ്റ്ണ്ട്."

ആരുടെ ഫോട്ടോ?"

"ഇബ്ടത്തെ കുഞ്ഞിങ്ങൾടെ. പിന്നെ അന്തൻ നായര്ടേം രാഘവൻ നായര്ടേം. അപ്പഴെയ്ക്കും അനന്തൻ ബംഗ്ലാവിലേക്കു പോയി. ബംഗ്ലാവിലെ നായനാരോടു വിവരം പറയാനാണ്. ആദ്യം ശങ്കരൻനായനാരുടെ ഫോട്ടം എടുത്തില്ലെങ്കിൽ പിന്നെയൊരു പിണക്കത്തിനു കാരണമാകും."

മഹേശ്വരൻ നിരാശകലർന്ന സ്വരത്തിൽ പറഞ്ഞു:

"ഞാൻ വന്നിരുന്നു എന്ന് പറയണം. നാളെ വരാം വീണ്ടും."

ചാത്തുനായർ ഭവ്യതയോടെ വലിയവൈദ്യരുടെ മുമ്പിൽ ഓച്ഛാനിച്ചു നിന്നു.

"ഇബടത്തേം ഫോട്ടം പിടിക്കണം!"

"എന്നാരു പറഞ്ഞു?"

"അത് ആരാനും പറഞ്ഞിറ്റ് വേണോ? വല്യ കാർന്നോരെ ഫോട്ടം പിടിക്കാതെ പിന്നെ ആര്ടെയാ പിടിക്കണത്?"

വലിയവൈദ്യർ കുമ്പകുലുക്കി ചിരിച്ചു. അടുത്ത രോഗിയുടെ നേർക്ക് തിരിഞ്ഞു.

അപ്പോൾ കേളുവൈദ്യർ നടുമുറ്റത്തു വന്നു. ഉച്ചയ്ക്കു മുമ്പേ തീജ്ജ്വാലയായിത്തീർന്ന കുംഭവെയിൽ കേളുവൈദ്യരെ ആകർഷിച്ചു. വെയിലത്തു നടന്നുവന്ന വൈദ്യർ ക്ഷീണിതനായിരുന്നു. ഒരു രോഗിയുടേതു പോലെ അയാളുടെ മിഴികൾ പതറി.

"എന്താ കേളു? ദണ്ണം വല്ലതും?"

"നിറയൂരെ വെള്ളുങ്ങയ്ക്ക് കുറെ കലശലാ!"

"എന്താ?"

"വീണു!"

"വീണോ?"

"സന്നിപാതത്തിന്റെയാണ്. വലതുവശം കുഴഞ്ഞു പോകോന്നു സംശയം."

"എന്തേ കാരണം! മനസിനു വല്ല അസ്കൃതേം-"

"ഉണ്ടായിനു. ആ തിരുമാലപ്പെണ്ണിന്റെ തന്തയാ."

"ഏതു തിരുമാല!"

തിരുമാലയെക്കുറിച്ചു കേട്ടപ്പോൾ മഹേശ്വരൻ നടത്തം നിർത്തി. നടുമുറ്റത്തുനിന്ന് അവർ സംസാരിക്കുന്നതു പടിപ്പുരമാളിക ഇറങ്ങി വരികയായിരുന്ന മഹേശ്വരൻ കേട്ടു. ഒരു നടുക്കത്തോടെ അയാൾ ചെവിയോർത്തു.

"അപ്പെണ്ണിന്റെ കാര്യം കഷ്ടമായി. ആരാ തിരിഞ്ഞു നോക്കാനുള്ളത്? ആരുമൊട്ടു സംബന്ധം ചെയ്യുകയുമില്ല!"

"തിരുമാലയ്ക്കെന്താണ് പറ്റിയത്?"

കേളുവൈദ്യർ തലകുനിച്ചു നിന്നു. വലിയവൈദ്യർ തിരുമാലയുടെ മാനഭംഗത്തെക്കുറിച്ച് അറിഞ്ഞിട്ടുണ്ടാവില്ല. നാട്ടുകാർക്കെല്ലാം തിരുമാലയുടെ ദുഃഖം അറിയാം. അവരിൽ പലരും അവളെ കണ്ടിട്ടുതന്നെ ഉണ്ടായിരുന്നില്ല. നിറയൂർ കുന്നിന്റെ ഉച്ചിയിൽ പുരകെട്ടി പാർത്തിരുന്ന വെള്ളുങ്ങയുടെ സുന്ദരിയായ മകൾ തിരുമാല ഗ്രാമീണർക്കു മുഴുവനും സുപരിചതയായിക്കഴിഞ്ഞു. ഗ്രാമത്തിൽ വല്ലപ്പോഴുമൊക്കെ ഇത്തരം 'അപകടങ്ങൾ' സംഭവിക്കാറുണ്ട്. അതു വിധിയാണെന്നു കരുതി അവർ സാമാധാനിക്കും. പക്ഷേ, നിറയൂരെ ഒരു പെണ്ണിനെ മാനഭംഗപ്പെടുത്തുക എന്നത് നിസ്സാരമല്ല. നിറയൂരെ തീയന്മാർ അഭിമാനം കുറച്ചേറെ ഉള്ളവരാണ്. അവർ വേണമെങ്കിൽ നിങ്ങൾക്കുവേണ്ടി മരിക്കും. പെണ്ണുങ്ങളേയും കുടുംബത്തേയും തൊട്ടുകളിച്ചാൽ കലിതുള്ളും. വെട്ടൊന്ന് കണ്ടം രണ്ട്. തെങ്ങു ചെത്തുന്ന അവരുടെ കത്തിക്ക് അവരുടെ അഭിമാനം കാത്തുസൂക്ഷിക്കാനും കഴിയും. പക്ഷേ, വെള്ളക്കാരനോടു കളിക്കാനൊക്കുമോ? തിരുമാലയെ മാനഭംഗപ്പെടുത്തിയവൻ കുതിരപ്പുറമേറി നിറയൂർ മലകളിലൂടെ ഒരു മിന്നാലാട്ടം പോലെ മാഞ്ഞുപോയി. വിപത്തിന്റെ മുഖത്തുനോക്കി ക്ഷതമേറ്റ അഭിമാനവുമായി നിറയൂരെ ഗ്രാമീണർ തലതാഴ്ത്തി. കേളുവൈദ്യരുടെ തല ഇപ്പോഴും ഉയർന്നിട്ടില്ല.

ആദ്യത്തെ രണ്ടുദിവസം കേളുവൈദ്യർ വന്നതേ ഇല്ല. മൂന്നാം ദിവസം നെടുമ്പുരയ്ക്കകത്തിരുന്നു രോഗികളെ പരിശോധിച്ചു. വലിയകോമൻ വൈദ്യരാകട്ടെ ഒന്നുമറിയാതെ തന്റെ ചികിത്സ തുടർന്നു. മകളെച്ചൊല്ലി പിതാവിനു മനഃക്ഷോഭമുണ്ടായി. സന്നിപാതം ക്ഷോഭിച്ചു വീണു. തന്റെ സ്വകാര്യശേഖരത്തിന്റെ അമൂല്യമായ ചില മരുന്നെടുത്ത് കോമൻ വൈദ്യർ സ്വയം കേളുവിനു നൽകി.

"ചിട്ടയാണ് പ്രധാനം. നോക്കാനാള് സമീപം തന്നെ ഉണ്ടാവണം!"

കേളുവൈദ്യർ, നിരാലംബനായി തീർന്ന വെള്ളുങ്ങയെക്കുറിച്ചു ചിന്താമഗ്നനായി തല കുമ്പിട്ടു നടന്നുപോയി...

മുറ്റത്തു നിന്ന ആന കുടമണി മുഴക്കി തന്റെ സാന്നിധ്യം വീണ്ടും അറിയിച്ചു. കാത്തുനിൽക്കുന്ന കുപ്പന് അക്ഷമകാണിക്കാൻ അവകാശമില്ല.

കരുവഞ്ചേരിയിലെ ആൺകുട്ടികൾ കലവറയിൽനിന്ന് പഴക്കുലയുമായി എത്തി. പഴം തീറ്റ കഴിഞ്ഞു കൊമ്പൻ തുമ്പിക്കൈ ഉയർത്തി, മുറ്റത്തു പടർന്നു പന്തലിച്ചു നിൽക്കുന്ന അശോകമരത്തിലേക്ക്.

കോലായമേൽ ഒരു ആസ്മാരോഗി അത്യന്തം അവശനായി കിടക്കുന്നു. കീഴൂരിൽനിന്നു രോഗിയെ ചുമന്നെത്തിയ മഞ്ചൽക്കാർ രോഗിക്കൊപ്പം ശ്വാസം കഴിക്കാൻ വിഷമിച്ചു നിന്നു. രോഗിയുടെ ഉടൽ ഒരു ഉലപോലെ ഉയർന്നുതാണു. പിന്നെ വില്ലുപോലെ വളഞ്ഞു. വലിയ വൈദ്യർ രോഗിയുടെ ശിരസ്സിൽ ചൂർണം തിരുമ്മിപ്പിടിപ്പിച്ചു. നാസാരന്ധ്രങ്ങളിൽ മരുന്നു മണപ്പിച്ചു. അഞ്ചുമിനിറ്റ് അദ്ദേഹം രോഗിയുടെ അവസ്ഥ നിരീക്ഷിച്ചു. പിന്നെ നിർദേശിച്ചു:

"മൂർച്ഛിച്ചിരിക്ക്ണു വീട്ടിലേക്ക് എടുത്തോള്വാ-"

കൂടെവന്ന മെലിഞ്ഞ ചെറുപ്പക്കാരന്റെ മുഖം വിളറി. അവൻ ദീനനായി മഞ്ചൽക്കാരുടെ മുഖത്തുനോക്കി. അവരുടെ ശ്വാസം നേരെയാവുന്നതേയുള്ളു. കീഴൂരിൽനിന്നു വലിയ കയറ്റം കയറി പ്രത്യാശയുടെ ഉച്ചിയിൽ എത്തിച്ചേർന്ന ചെറുപ്പക്കാരൻ, കോമൻവൈദ്യരെക്കുറിച്ച് ഇതിനുമുമ്പു കേട്ടിട്ടേയുണ്ടായിരുന്നുള്ളു. ഏതു രോഗവും ചികിത്സിച്ചു മാറ്റുന്ന സിദ്ധവൈദ്യൻ. തന്റെ പിതാവിനാണെങ്കിൽ പ്രായം ഏറിയില്ല. കഷ്ടിച്ച് അമ്പതോടടുത്ത്.

ചെറുപ്പക്കാരൻ പ്രതീക്ഷാനിർഭരമായ മിഴികൾ മഹാവൈദ്യന്റെ നേർക്കുയർത്തി. ശാന്തമായ ഒരു മന്ദസ്മേരത്തോടെ വൈദ്യർ ചെറുപ്പക്കാരനെ ആശ്വസിപ്പിച്ചു. പിന്നെ ചെറുപ്പക്കാരൻ ധൈര്യം സംഭരിച്ചു. മഞ്ചൽക്കാർ പടികടന്നു കയ്യാലകടന്നു വയലിലിറങ്ങിയപ്പോൾ, കോമൻ വൈദ്യർ തിരിഞ്ഞുവന്നു. ഇനി രോഗികളില്ല. നാട്ടിൽ നിലവിലുള്ളത് വസൂരിദീനമാണ്. അതിന് രോഗികളുമായി ഇങ്ങോട്ടു വരേണ്ടതില്ല. വേണ്ട നിർദേശം നൽകാൻ ചാത്തുനായർ മതി.

കോമൻവൈദ്യർ കുളത്തിലേക്കു നടന്നു. കുളപ്പടവുകൾക്കുമീതെ കൂടി രാഘവനും അനന്തനും കൂടി നടന്നുവരുന്നു.

അവർ കുളപ്പുരയിൽ കാത്തുനിന്നു. കുളിച്ചുകയറി കുറിവരയ്ക്കുന്ന വല്യമ്മാവനോട് അനന്തൻ പറഞ്ഞു:

"ഇന്ന് ഫോട്ടോയെടുക്കാൻ ആള് വന്നിറ്റ്ണ്ട്!"

"എന്ത്ന്നാ അത്?"

"ഫോട്ടോ!"

"ഗാന്ധീരെ ഫോട്ടോപോലെത്തേതാ?"

"അദ്ന്നെ! കേമറയുണ്ടായാൽ ആരുടെ ഫോട്ടോ വേണമെങ്കിലും എടുക്കാം-"

"ഗാന്ധീരെ ഫോട്ടോ അച്ചടിപ്പിച്ച് വിതരണം ചെയ്താ കോൺഗ്രസിന്റെ പ്രചാരത്തിന് കൊള്ളാം. ഈ എന്റെ ഫോട്ടോകൊണ്ടെന്തു പ്രയോജനമാ? അതു കണ്ടാൽ വല്ലവരുടേം രോഗം മാറ്വോ?"

അനന്തൻ പരുങ്ങി:

"ചില്ലിട്ട് ഉമ്മറക്കോലായമ്മല് തൂക്കിവച്ചാ വര്ന്നോർക്കും പോകുന്നോർക്കും കാണാമല്ലോ വല്യച്ഛാ!"

"അതു വേണ്ട രാഘവാ! അങ്ങനെ മറ്റുള്ളവരുടെ മുമ്പിൽ കേമനായി തീരണ്ട!" കോമൻനായർ പറഞ്ഞു.

"കുഞ്ഞിങ്ങൾടെ പടം എടുപ്പിച്ചോളൂ അതു മതി."

"വല്യമ്മാവനെ ഇനീള്ള കാലത്തും കാണാമല്ലോ!"

"അത് തെറ്റ്. വല്യമ്മാവന്റെ മുഖം ഓർമയുള്ളവരെ ഓർത്താൽ മതി. അതും വേണമെന്നുള്ളവര്. വല്യമ്മാവനെ കാണാത്ത ഇനി ജനിക്കാൻ പോകുന്ന കുഞ്ഞുങ്ങൾക്ക് ഈ മുഖം കണ്ടതുകൊണ്ടെന്ത്?"

വലിയ കാരണവരുടെ പുറകെ, അനിയന്റെ മകൻ രാഘവനും അനന്തരവൻ അനന്തനും ഇച്ഛാഭംഗത്തോടെ നടന്നു.

അളിയൻ ശങ്കരൻനായനാർ മദിരാശിയിൽനിന്നു വരുത്തിയ ചിത്രകാരനെക്കൊണ്ട് തന്റെ ഏടത്തിയുടെ എണ്ണച്ഛായചിത്രം വരപ്പിക്കുന്നുണ്ട്. കഴിയുമെങ്കിൽ വലിയ കാരണവരുടെ ഒരു പടം വരപ്പിക്കാൻ അനന്തന് ആഗ്രഹമുണ്ട്. കാരണവർ കരുവഞ്ചേരിയിലെ അഭിമാനമാണ്. നാട്ടുകാരുടെ നിധിയാണ്. വൈദ്യത്തിൽ ഇത്ര കേമനായ ഒരാൾ ഈ നാട്ടിലില്ല. അന്യദേശത്തുനിന്നു പോലും പല്ലക്കിൽ ആളുവന്ന് വല്യമ്മാവനെ കൊണ്ടുപോകുന്നു. ചികിത്സയ്ക്കുവേണ്ടി ജീവിതം ഉഴിഞ്ഞു വച്ച മഹാനായ തന്റെ കാരണവർ ഇങ്ങനെ നിഷേധിക്കുമെന്ന് അനന്തൻ പ്രതീക്ഷിച്ചിരുന്നില്ല.

തെങ്ങിൻതോപ്പിലൂടെ കാരണവർക്കു പുറകെ ചെറുപ്പക്കാർ നിശ്ശബ്ദം നടന്നു. തെക്കെക്കെട്ടിലേക്കു തിരിയുന്ന പടിവാതിലിനടുത്തെത്തിയപ്പോൾ വൈദ്യർ തിരിഞ്ഞുനിന്നു.

"അനന്തന് നിർബന്ധം ഉണ്ടോ?"

അനന്തൻ അമ്മാവന്റെ മുഖത്തുനോക്കി.

ഇല്ല, ഈ തേജസ്സാർന്ന മുഖം പകർത്താൻ അന്തോണിയുടെ യന്ത്രത്തിന് തീർച്ചയായും സാധ്യമാവുകയില്ല! അനന്തൻ അമ്മാവന്റെ മുഖത്തുനോക്കി പുഞ്ചിരിച്ചു. അമ്മാവനും മന്ദഹസിച്ചു.

"ശരി!" പടി തുറന്നടഞ്ഞു.

"അനന്തേട്ടനൊരു പമ്പരവിഡ്ഢിതന്നെ! അപ്പഴ് പറയണ്ടേ, വേണം ന്ന്!"

വരാന്തയിൽ ഉടുത്തൊരുങ്ങിയ പെൺകുട്ടികൾ വന്നുനിറഞ്ഞു. അഴിക്കൂടകൾക്കും പിന്നിൽ അന്തഃപുരാംഗനമാർ. ദാസിക്കൂട്ടം വടക്കേ മുറ്റത്തിന്റെ അതിർത്തിയിൽ. മുറ്റത്ത് ഒരു തെയ്യക്കോലം കാണാനെത്തി യാലുള്ളത്ര ജനക്കൂട്ടം.

ആനയ്ക്കു പത്തുപലം ശർക്കരയും പാപ്പാൻ കപ്പന് കുളത്തു* കൊടുത്ത് വീട്ടുകാര്യസ്ഥൻ കുഞ്ഞുകേളുനായർ ഉമ്മറത്തുവന്ന് പ്രസ്താവിച്ചു: "ഏജ്മാനൻ എഴുന്നള്ളുണ്ട്!"

'കംസൻ പട്ടേലർ' എന്ന സ്വകാര്യ നാമത്തിലറിയപ്പെടുന്ന കരുവഞ്ചേരി കുഞ്ഞിരാമൻനായനാർ, വൈദ്യരുടെ അനിയനാണെങ്കിലും, ഇപ്പോൾ തറവാടിന്റെ ചെങ്കോലു പിടിക്കുന്നവനാണ്. അതുകൊണ്ടു തന്നെ ഒഴിഞ്ഞുനിൽക്കുന്ന വൈദ്യർക്കു ലഭിക്കാത്ത ആചാരബഹുമാനങ്ങൾ കുഞ്ഞിരാമൻനായർക്കു ലഭിക്കുന്നു.

കുഞ്ഞിരാമൻനായരെന്ന ആജാനുബാഹു, വലിയവായിൽ മുറുക്കാൻ തേക്കിയരച്ച്, പരിസേവകന്റെ അകമ്പടിയോടെ നാലുകെട്ടു മാളികയിൽ നിന്നിറങ്ങിവന്നു, പൂമുഖത്തവതരിച്ചു. പെരുവയറിനു മീതെ വീതിയുള്ള കസവുകര ഇണമുണ്ട് ചുറ്റിയിരിക്കുന്നു. കഴുത്തിൽ നെല്ലിക്കാവലുപ്പമുള്ള സ്വർണം കെട്ടിച്ച ഒരു വലിയ രുദ്രാക്ഷം കോർത്തനൂൽ, സ്വർണനൂലിൽ ചേർത്തുചുറ്റിയ മുണ്ട് ഒരു തിരശ്ശീലപോലെ ഉദരത്തെ മറച്ചു. വിരലുകളെട്ടിലും രത്നമോതിരങ്ങൾ.

"എന്താ ഈടെ?" കാരണവർ ഗർജിച്ചു.

അനന്തൻ രാഘവന്റെ മുഖത്തു നോക്കി. രാഘവൻ മറിച്ചും. അനന്തരവനും പുത്രനും തെല്ലിട പകച്ചുനിന്നു.

"ഫോട്ടോ എട്ക്കാൻ ആൾ എത്തീറ്റ്ണ്ട്!" അനന്തൻ വിനീതനായി മൊഴിഞ്ഞു.

"ആര്ടെ?"

"അമ്മാവന്റെ"

"പിന്നെ?"

"കുഞ്ഞിങ്ങൾടെ!"

ഒരുറുമ്പുകടിയേറ്റപോലെ കുഞ്ഞിരാമൻനായനാരുടെ മുഖത്തെ പേശികൾ മെല്ലെയൊന്നു ചലിച്ചു. അനന്തൻ ഓടിപ്പോയി ചൂരൽ മെടഞ്ഞ കസേര മുറ്റത്തു കൊണ്ടുവന്നിട്ടു. അതിന്റെ ചിത്രവേല പടത്തിൽ വരണം. അമ്മാവനെക്കാൾ അടിയനായ ഒരാൾക്ക് ഇരിക്കാൻ പാകത്തിൽ പണിതകസേര.

ശങ്കരനാനയെ പുറകിൽ കൊണ്ടുവന്നു നിർത്താൻ കുപ്പന് നിർദേശം നൽകി.

---

* പഴങ്കഞ്ഞി

അന്തോണി തന്റെ യന്ത്രവുമായി പടിപ്പുരമാളിക ഇറങ്ങിവന്ന് ചാരു പടിയുടെ മറവിൽ നേരത്തെതന്നെ നിൽപ്പുണ്ടായിരുന്നു. കാരണവർ എവിടെയാണിരിക്കുക എന്നറിയാത്തതുകൊണ്ട് യന്ത്രം ഉറപ്പിച്ചിരുന്നില്ല.

നീല കാൽസറായിയും വെളുത്ത കുപ്പായവും ധരിച്ച അന്തോണി തന്റെ കറുത്ത ചട്ടയണിയിച്ച കൂട് മുറ്റത്ത് ഒരു പീഠത്തിൽ സ്ഥാപിച്ചു.

സ്ഥാനം ശരിപ്പെടുത്തുന്നതിനിടയിൽ കറുത്ത ചട്ടയ്ക്കകത്ത് അന്തോണി വിയർത്തു കുളിച്ചു.

നെറ്റി ചുളിച്ച് അയാളുടെ കാൽസറായിൽ നിരീക്ഷിച്ച് കാരണവർ ചോദിച്ചു:

"നെന്റെ പേരെന്താ?"

"അന്തോണീന്ന്! ചക്കാലയ്ക്കൽ ഔസേപ്പ് മകൻ അന്തോണി!"

"ഏതാലേലെ അന്തോണി? കടക്കെടാ പുറത്ത്!" കാരണവർ ചാടി യെണീറ്റ് ഗർജ്ജിച്ചു.

"ഒക്കെ തീണ്ടിത്തൊട്ട് അനർഥാക്കീലേ? നശൂലം!"

അന്തോണി ഞെട്ടിത്തെറിച്ചു. അനന്തൻ വിളറി വിറച്ചു. രാഘവൻ കരയുന്ന സ്വരത്തിൽ വിളിച്ചു.

"അച്ഛാ!"

"പോടാ മുമ്പ്ന്ന്!"

ചക്കാലയ്ക്കൽ അന്തോണി വിറച്ചു വിറച്ച് പിന്നോക്കം നടന്ന്, പടി പ്പുരമാളികയുടെ പിറകിൽ മറഞ്ഞു.

നടുമുറ്റത്തെ പീഠത്തിലിരുന്ന തോൽപ്പെട്ടി ചൂണ്ടി കാരണവർ ആജ്ഞാപിച്ചു: "വേണെങ്കി ബംഗ്ലാവിലേക്ക് കെട്ടിയെട്ത്തോ! ഓനേം വിളിച്ചോ. ന്റ്റ് എല്ലാരും ചെല്ല്. ഫോട്ടോ എടുത്തിറ്റ് നേരെ കുളത്തില് മുങ്ങീറ്റ് വന്നാമതി."

അനന്തൻ വിഷണ്ണനായി നിന്നു. അമ്മാവന്റെ പടം എടുക്കുന്ന കാര്യവും കുളത്തിലായി.

അനന്തൻ പറഞ്ഞു:

"അച്ഛൻ നിറയൂരെ ചേരിക്കല്ല് വയലിലേക്ക് പോവ്വാണ്. പത്തായ പുരയിലേക്ക് പോകുമ്പം കുളി പ്രശ്നമാകുന്നില്ല!"

അനന്തന്റെ മുഖം തെളിഞ്ഞു

"കാർന്നോര് പോയിറ്റ് പെൺകുട്ടികളുടെ പടം എടുക്കാം. അല്ലെ ങ്കിൽ അമ്മാവൻ സമ്മതിക്കില്ല."

ആനപ്പടി കടന്ന് പാപ്പാൻ കുപ്പനും ശങ്കരനാനയും ഇറങ്ങിപ്പോയി.

"അമ്മാവൻ ബംഗ്ലാവിലേക്ക് വര്ല്യേ?"

"വരാമെടാ!"

കാരണവർ പല്ലക്കിലിരുന്നു. അമാലന്മാർ പടിയിറങ്ങി. പുറകെ അരി വെയ്പ്പുകാരൻ, വെടിക്കാരൻ, അലക്കുകാരൻ, ക്ഷൗരക്കാരൻ, കാര്യ സ്ഥൻ, ഭൃത്യക്കൂട്ടം.

"ബംഗ്ലാവിലേക്കു നടന്നോ!" പല്ലക്കിലിരുന്നുകൊണ്ട് കാരണവർ ആജ്ഞാപിച്ചു.

പല്ലക്കുചേർന്നു നടന്ന കാര്യസ്ഥൻ പതുക്കെ മന്ത്രിച്ചു:

"ഇബ്ട്ന്ന് കേട്ടില്ലേ?"

"എന്തോന്ന്?"

"നിറയൂരെ താലപ്പെണ്ണിനെ ആരോ കൊണ്ടുപോയെന്ന്! മംഗലത്തിന്റന്ന്."

"മംഗലം നിശ്ചയിച്ചിട്ട് ഈടെ പറഞ്ഞില്ലേ?"

"രുധിരമനക്കാർടേ കുടിയാൻ ചിരുകണ്ടന്റെ മോളാ"

"നിറയൂര് രുധിരമനക്കാർക്ക് എത്രണ്ട് നിലമുണ്ട്?"

"അധികമൊന്നുംല്യ. ആ പുല്പാറേം അതിനോടു ചേർന്ന് ഒരു നൂറേക്രേം!"

"ആർന്റെ മോളാ?"

"ചിരുകണ്ടന്റെ!"

"വെളുത്ത ചിരുകണ്ടന്റെ?"

"അതേത്രെ!"

"സുന്ദരിയാവും!"

"പരമ സുന്ദരി!"

"പ്ഫാ! എരപ്പേ! ന്ന്റ്റ് ഇപ്പഴാ പറേന്നത്? പെണ്ണിനെ പരുന്തു കൊത്തിക്കൊണ്ടു പോയിറ്റ്!"

"അടേ്യനറിഞ്ഞത് ഇന്നിപ്പോ കുപ്പൻ പറഞ്ഞിറ്റാ!"

"വെളുത്ത ചിരുകണ്ടന്റെ അളിയൻ, അപ്പെണ്ണിന്റെ കാർന്നോര് നമ്മുടെ കുടിയാനല്ലേ?"

"അതേത്രെ!"

"ന്ന്ട്ടെന്താ മംഗലം പറയാതിര്ന്നത്?"

"പെണ്ണ് കുറെക്കാലമായിട്ട് അച്ഛന്റോടയാ!"

"അദ്ദോണ്ട് പൊന്മിളി ചാത്തുവും മരുമകളും നമ്മുടെയല്ലാണ്ടാവോ?"

കാര്യസ്ഥൻ മൗനംപാലിച്ചു.

"ആര ഇതിന്റെ പൊറകിൽ?"

"കാവുതീയൻ കരിഞ്ചാത്തൻ! ഓൻ കളിച്ചുകളിച്ച് കളി കുരിക്കൾടെ നെഞ്ചത്താക്കീത്രേ!"

"ഓനത്രയ്ക്കായോ?"

"ഇതുവരേം അടുക്കളക്കള്ളനായവൻ ഇപ്പോ പെണ്ണിനെ തൊട്ടുകളിക്കാൻ തുടങ്ങീത്രേ!"

ങ്ഹേ!" പട്ടേലർ അഗാധ ചിന്തയിലാണ്ടു. മഞ്ചൽ ബംഗ്ലാവിന്റെ പടിക്കലെത്തി. പഴയ കാലത്തു പണിതിട്ട അതിഥിമന്ദിരം തീണ്ടിത്തിന്നാനുള്ള അടുക്കളയും കിടപ്പറകളും നൃത്തശാലയുമുള്ള ബംഗ്ലാവ്, ഈയിടെ, ഗൗരീശങ്കരം ബംഗ്ലാവ് രംഗത്തു വന്നതോടെ, കരുവഞ്ചേരി ബംഗ്ലാവിൽ അതിഥികൾ കുറവായിരുന്നു.

ഫോട്ടോ എടുക്കാൻ ഇരിക്കുമ്പോഴും കാരണവർ ചിന്തയിലായിരുന്നു.

അഞ്ച്

മേച്ചേരിപ്പാറയിൽ മൂളിപ്പുല്ലരിയാൻ പോയ പെണ്ണുങ്ങൾ ഇരചു മന്നു നീങ്ങുന്ന ഉറുമ്പുകൾപോലെ മലയിറങ്ങിവരുന്നു.

വെള്ളച്ചി കാലേ ഉണ്ടാക്കിവച്ച കഞ്ഞി വളിച്ചുപോയി. കുറുക്കാനിരുന്ന ചക്കരക്കള്ള് നുരച്ചു പുളിക്കുന്നു. തൂത്തുവാരാത്ത അകവും പുറവും ആൾപ്പാർപ്പില്ലാത്തതുപോലെ.

ചിരുകണ്ടൻ കാറ്റടിച്ചുകൂട്ടിയ കരിയിലകൾ ഞരങ്ങുന്നതുനോക്കി ഉമ്മറത്തിണ്ണയിൽ കുത്തിയിരുന്നു.

കരഭാഗത്തെ മേടിറങ്ങിവന്ന കേളോർമൻ മുറ്റത്തുനിന്ന് വിളിച്ചു:

"ചിരുകണ്ടനച്ചാ!"

"ഓ!"

"അപ്പ്യാക്കെ[1] വന്ന്വോ?"

"ഇല്ല, കേളോർമാ!" അയാളുടെ സ്വരം ഒരാർത്തനാദത്തിന്റേതായിരുന്നു.

കേളോർമൻ കോലായത്തിണ്ടിൽ വന്നിരുന്നു. ദിക്കുകളുടെ ശൂന്യതയിലേക്കു നോക്കി.

ചെല്ലത്തിലെ വെറ്റില തീരുംവരെ, ചുരുണ്ടി നുറുക്കിയ അടയ്ക്ക കഴിയും വരെ, മുറിച്ച പുകയില ചവച്ചു തീരുംവരെ, അവർ അന്യോന്യം മിണ്ടാതെ സ്വന്തമായ ദുഃഖങ്ങളെ ചവച്ചുതുപ്പി.

മുറ്റത്ത് ഉതിരം തെറിച്ചുവീണു.

കോലായയിൽ കോളാമ്പിയില്ല. നിത്യേന തുപ്പൽക്കോളാമ്പി കഴുകി വൃത്തിയാക്കാൻ വീട്ടിലാളില്ലല്ലോ.

ശൂന്യമായ ചെല്ലത്തിൽ പരതി ചിരുകണ്ടൻ പറഞ്ഞു:

"മുഴ്വോനും കൊറിച്ചു തീർത്തു! ഇനീം എന്താണാവോ ദൈവങ്ങള് കാത്തു വെച്ചിരിക്കണ്!"

"അടയ്ക്കേം ഒണക്കൂ[2]ല്യേ?"

ചിരുകണ്ടൻ ഇരുട്ടടഞ്ഞ അകത്തുപോയി. പത്തായത്തിന്റെ ചോട്ടിൽനിന്നു പരന്ന വട്ടി പുറത്തെടുത്തു. ശേഷിച്ച പുകയിലത്തണ്ട് കൊണ്ടുവന്നു. നീറ്റടയ്ക്കയുടെ ഭരണി തുറന്നു. ആഴത്തിൽ അവശേഷിച്ച ഒരടയ്ക്കാ, ഗതകാല സ്മരണയെ എന്നപോലെ പുറത്തെടുത്തു. ഭരണി അടച്ചു പുറത്തുവന്നു. അടയ്ക്കയുടെ അഴുക്കുതൊണ്ടിൽനിന്ന് നീരിറ്റുവീണു.

കേളോർമന്റെ മടിയിലെ പാളപ്പൊതിയിൽ നാലായി മടക്കിയ രണ്ടു വെറ്റിലയുണ്ടായിരുന്നു. വാടി വിളറിയ വെറ്റില പുറത്തെടുത്ത് കേളോർമൻ പറഞ്ഞു:

---

1 അവരൊക്കെ

2 പുകയില

"ഒരു കലാശം ചവിട്ടിക്കളയാം!"

"ഓ!" അതും കഴിഞ്ഞപ്പോൾ കേളോർമൻ ചോദിച്ചു:

"ചിരുവണ്ടനച്ചാ?"

"ഓ!"

"ഒന്നു പുറത്തിറങ്ങ്വാ?"

"എറങ്ങണോ?"

"എന്തിനാബ്ടെ അടച്ചിരിക്കണ്? ഈ നിറയൂർദേശം നമ്മുടേതല്ലേ? നമ്മെ അറിയാത്തവരുണ്ടോ ഇവിടെ?"

"ഇല്ല."

"തല കുമ്പിട്ടിരുന്ന മുഖത്തെ ചെളി ഊർന്നു പോവ്വൊ?"

"ഇല്ല."

അവർ പടിയിറങ്ങി. പൂരവാതിലും പടവാതിലും അടയ്ക്കാൻ ആരും മെനക്കെട്ടില്ല.

മലയിറങ്ങി വരുന്ന കാട്ടുജന്തുക്കളെ ഭയന്നാണ് ചിരുകണ്ടൻ തന്റെ പറമ്പിനു ചുറ്റും വേലിയുയർത്തി പടി കെട്ടിയത്.

കാട്ടിലെക്കാൾ ക്രൂരതകൂടിയ ജന്തുക്കൾ നാട്ടിലാണെങ്കിൽ ഇപ്പടി ഇനി അടച്ചിട്ടു ഫലമില്ല.

താരുവിന്റെ ഷാപ്പിൽ പുളിച്ച കള്ളുണ്ടായിരുന്നു. ചെറുപ്പക്കാരാരും തിരിച്ചെത്തിയിട്ടില്ല. ഇതു മൂന്നാം പക്കം...

ഗ്രാമസീമയിലെ ഏതോ അജ്ഞാതമായ കോണിൽ, മലയിടുക്കിലെ കൊല്ലിയിൽനിന്ന് ഒരു പെൺകുട്ടിയുടെ രോദനം ഉയർന്നെന്ന് അവർക്കു തോന്നി.

കുറെനേരം ഇരുന്നപ്പോൾ ചിരുകണ്ടന് ബോധ്യമായി-

കരയുന്നതു താല മാത്രമല്ല.

തിരുമാലയുടെ ആക്രന്ദനം കേൾക്കുന്നുണ്ട്.

കേളോർമന്റെ രോദനം മുറിഞ്ഞു മുറിഞ്ഞ് കാറ്റിലലിയുന്നു. ദുർഭകളായ നിരവധി പെൺകുട്ടികളുടെയും ഹതഭാഗ്യരായ ചെറുപ്പക്കാരുടെയും ചുടുനിശ്വാസങ്ങളുളവാക്കിയ ചുഴലിയിൽ ഗ്രാമത്തിന്റെ ദുഃഖസ്മരണകൾ ചിറകുവച്ചുയരുന്നു. അപാരതയിലലഞ്ഞ് തകർന്നടിയുന്നു. മീനക്കാറ്റിന്റെ മുൾക്കാട്ടിലും പുൽപ്പാറകളിലും നിറയൂരാറിന്റെ നീർക്കയങ്ങളിലും അവരുടെ ദുഃഖപൂർണമായ കരച്ചിൽ തിങ്ങിവിങ്ങുന്നു, അനേകം തലമുറകളുടെ ഈ ആർജിത ദുഃഖത്തിനു മുമ്പിൽ ചിരുകണ്ടാ നീ നിന്റെ ദുഃഖത്തെ കടിച്ചമർത്തുക. ഒരിളകിയ പല്ലിന്റെ വേദനയായിട്ടുമാത്രം കണക്കാക്കുക...

"പറഞ്ഞിട്ടെന്താ സഹിക്കണില്ലല്ലോ—"

ഷാപ്പിൽ അഭിമുഖം ഇരിക്കുന്ന കേളോർമൻ ആരാഞ്ഞു:

"എന്തേ?"

"ഓ! ഒന്നൂല്യ."

"ചിരുണ്ടനച്ചാ, മരുക്കള് രണ്ടാളും പോയീനോ?"

"പോയത്രെ!"

"എന്താത്രെ ഓറ് ബറാത്തത്?"

ചിരുകണ്ടൻ മൗനംപൂണ്ടു. വരും. ഇന്നുച്ചതിരിഞ്ഞ്. ഇന്നു രാത്രി... ഏറെ കവിഞ്ഞാൽ... നാളെ പുലരുംമുമ്പ്. പ്രതീക്ഷയുടെ ചുരുളഴിയുന്തോറും അവധിസമയം നീണ്ട് അകലെപ്പോയി. ഇതാ ഈ ഷാപ്പിന്റെ മുറ്റത്തുനിന്നാണ് അവൻ നിറയൂർമുണ്ട്യയുടെ നേർക്കു നോക്കി ശപഥം ചെയ്തത്.

"ആ കരിഞ്ചാത്തനെ ഓള് വെറ്തെ വിടൂല! നിറയൂർ ഭഗവതിയാണെ സത്യം!" കുഞ്ഞിക്കോരൻ പറഞ്ഞു.

"താലെയുടെ ഉടലിൽ ഉയിരുണ്ടെങ്കിൽ ഞങ്ങൾ അവളെ തിരിച്ചു കൊണ്ടുവരും!"കുഞ്ഞമ്പാടി പറഞ്ഞു.

കളരി പയറ്റി ഉറച്ച മരുമക്കളുടെ ഉടലുകൾ നോക്കി ചിരുകണ്ടൻ പ്രാർഥിച്ചു: "രുധിരമനക്കാരുടെ കിങ്കരന്മാരെ വെല്ലാൻ അനന്തരവന്മാർക്കു കരുത്തുണ്ടാകണേ!"

പെയ്യാതെ കടന്നുപോയ കാറുകൾപോലെ ഈ ശപഥങ്ങളും പാഴായിപ്പോകുമെന്ന് ചിരുകണ്ടന് തോന്നി.

നിറയൂരിലെ കർഷകർക്ക് രുധിരമന, ദാരികന്റെ കോട്ടയാണ്. അനേകം അഗമ്യദുർഗങ്ങൾ-പണത്തിന്റെ, പ്രൗഢിയുടെ, അധികാരത്തിന്റെ, അധീശത്വത്തിന്റെ ചങ്കുറപ്പിന്റെ, ധൃഷ്ടതയുടെ, കുടിലതയുടെ, കൈയൂക്കിന്റെ-കോട്ടകൾ തകർക്കാൻ കുഞ്ഞിക്കോരനും കുഞ്ഞമ്പാടിയും നിനച്ചാലാകുമോ? കളരി ഗുരുക്കളുടെ അനുഗ്രഹത്തിനും നിറയൂർമുണ്ട്യയുടെ ശക്തിക്കും ഒരതിരില്ലേ?

"കേളോർമാ!"

"ഓ!"

"നമ്മൾ അൽപ്പ പ്രാണികളാണ് ഇല്ലേ?"

"എന്തോ!"

"മലവെള്ളത്തെ ഇറവെള്ളം ചെറുക്കുമോ?"

മേച്ചേരിമലയുടെ മുകളിൽ ദാരികന്റെ കരാളദംഷ്ട്രകൾ തിളങ്ങുമ്പോൾ നിറയൂരിലെ കർഷകർ നടുങ്ങി. പുൽപ്പാറകളിൽ മീനവെയിലിൽ മയങ്ങിവീണു; കാട്ടുതീയിലെരിഞ്ഞു. ചാമ്പലായ വിത്തുകൾപോലെ അവരുടെ മോഹങ്ങൾ കരിഞ്ഞുപോയി. അവയ്ക്ക് ഒരിക്കലും മുളപൊട്ടിയിരുന്നില്ല. യുവാക്കളുടെ സാഹസികത എവിടെയെങ്കിലും എത്തുമോ? നിറയൂർ പുഴയിൽ എന്നും തെളിനീരുണ്ടാവുമോ? എത്രയെത്ര തലമുറകളുടെ വളവും ഉപ്പും അടിഞ്ഞുകിടക്കുന്നതാണ് ഈ നദീതടം!

അവർ ദുഃഖത്തോടെ പുഴയുടെ മുഖത്തുനോക്കി. അവൾ രഹസ്യമായി വച്ചിരിക്കുന്ന സത്യങ്ങളറിയാൻ കൊതിച്ചു. അവളുടെ മാറിടത്തിൽ സത്യത്തിന്റെ വെയിൽ ഉരുണ്ടുകളിക്കുന്നു. ഉപ്പുവെള്ളം കപടഭാവം കൈക്കൊണ്ട് ഒഴുക്കിനെതിരെ കയറി ഓളം തള്ളുന്നു. ഉപ്പിന്റെ കടന്നാക്രമണത്തിൽ തടങ്ങളിൽ അവശേഷിച്ചിരുന്ന കായ്കറികൾ വാടിപ്പോയി.

ഇനിയൊരു വേനൽ കഴിയണം!

ഒരു ജന്മം കഴിയണം!

കുഞ്ഞമ്പാടി ഏട്ടനോട് വിടപറഞ്ഞു.

—ഞായറാഴ്ച കിഴക്കോട്ടു പോകുന്നു.

കഞ്ഞിക്കോരൻ അമ്പാടിയെ സംശയത്തോടെ നോക്കി. കിഴക്കെ ന്തിരിക്കുന്നു ഇപ്പോൾ? പുനംകൃഷി കഴിഞ്ഞില്ലേ? അടുത്ത മഴവരെ കാത്തിരിക്കേണ്ടേ?

അമ്പാടി ഏട്ടന് വിശദീകരണം നൽകാൻ നിന്നില്ല. അവൻ തെക്കോട്ടുള്ള ഒറ്റയടിപ്പാതയിലൂടെ മലകയറാൻ തുടങ്ങി. കയറ്റം അവന് എന്നും ഇഷ്ടമായിരുന്നു. തന്റെ ദേഹബലത്തെക്കുറിച്ച് അവന് ഊറ്റംകൊള്ളാൻ കഴിയുന്നത് അപ്പോൾ മാത്രമാണ്.

ഒരുവട്ടമന്വേഷിച്ച് തിരിച്ചുപോന്നതാണ് എല്ലാവരും. താലയെ അങ്ങനെയങ്ങ് ഉപേക്ഷിക്കാൻ പറ്റുമോ? ഏട്ടന്റെ പ്രതിശ്രുത വധുവാകാനിരുന്ന താല, അമ്പാടിയുടെ കളിക്കൂട്ടുകാരിയായിരുന്നു. അമ്മയില്ലാത്ത പെൺകുട്ടി ആൺകുട്ടികളുടെയൊപ്പം വളർന്നു. പ്രായപൂർത്തിയായപ്പോൾ പിതാവിന്റെ സംരക്ഷണത്തിലായ താലയെ അമ്പാടി കഴിഞ്ഞ കൊല്ലം നിറയൂർതെയ്യം കാണാൻ വന്നപ്പോൾ ഒരുനോക്കു കണ്ടതാണ്.

കയറ്റം കയറി വിയർത്തുകുളിച്ച് നിറയൂർപ്പാറയുടെ നിറുകപ്പരപ്പിലൊരു മരച്ചോട്ടിൽ അമ്പാടി മലർന്നുകിടന്നു. ഒരു നവസന്യാസിയെപ്പോലെ താഴ്വരയിലേക്കു നടന്നുപോകുന്ന സൂര്യനെ മരച്ചില്ലകളിലൂടെ ദർശിച്ചു.

നിഴൽനോക്കി, നാലുമണിയായെന്നു കണ്ട് അമ്പാടി പിണഞ്ഞെണീറ്റു. അരിഞ്ഞുകഴിഞ്ഞ മൂളിപ്പുല്ലിന്റെ കുറ്റിക്ക് ആരോ തീ കൊടുത്തിരുന്നു. പാറപ്പുറം, ക്ഷൗരം വൈകിയ ഒട്ടിയകവിൾത്തടംപോലിരുന്നു, ഒറ്റയടിപ്പാതകൾ മാഞ്ഞുപോയി. കരിപ്പരലുകൾ കാൽകൊണ്ട് തട്ടിത്തെറുപ്പിച്ച്, അമ്പാടി വള്ളിത്തോപ്പ് സ്കൂൾ ലക്ഷ്യമാക്കി കിഴക്കേ താഴ്വരയിലേക്കിറങ്ങി.

ഒരു തോക്കുവേണം!

പട്ടാളത്തിൽനിന്നു പിരിഞ്ഞുവന്ന കണ്ണന്റെ അടുത്തുനിന്ന് വെടിവയ്ക്കാൻ പരിശീലനം നേടിയിട്ടുണ്ട്. മുപ്പതുറുപ്പികയ്ക്ക് ഒരു തോക്കുണ്ടാക്കി തരാമെന്ന് കൊല്ലൻ കോമ്പി പറഞ്ഞിട്ടുണ്ട്. കള്ളത്തോക്കിന് നാൽപ്പതുറുപ്പികവരെ കൊടുക്കേണ്ടിവരും.

വള്ളിത്തോപ്പ് സ്കൂളിൽ പണം പലിശയ്ക്കു കൊടുക്കുന്ന ചെറിയോമൻ മാസ്റ്ററുണ്ട്. ചെറിയോമൻ മാസ്റ്റർ ഒരു സർക്കസുകാരനെപ്പോലെ ഭൂമി തൊടാതെ ഒറ്റവടിയിൽ നിൽക്കുന്നു. വള്ളത്തോപ്പു സ്കൂളിൽ വടി നാട്ടി, കരുവഞ്ചേരിയിലെ പെൺകുട്ടികൾക്ക് ട്യൂഷനെടുത്ത് പ്രാതൽ കഴിച്ച്, ഉച്ചയൂണിന്ന് ഗൗരീശങ്കരം ബംഗ്ലാവിൽപോയി കവിതചൊല്ലി മൂന്നുമണിവരെ ശങ്കരൻനായനാരെ രസിപ്പിച്ച് നാലുമണിക്കു മുമ്പ് ചെറിയോമൻ മാസ്റ്റർ സ്കൂളിൽ തിരിച്ചെത്തും. അപ്പോൾ അങ്ങെത്തണം. അത്താഴം കരുവഞ്ചേരിവാരം കാര്യസ്ഥന്റെ വീട്ടിലാണ്. അവിടെ വക്കീൽ

ഗുമസ്തൻ ഉണിക്കോരൻനായരുടെ മകന് ഇംഗ്ലീഷ് പഠിപ്പിക്കാനുണ്ട്. ഇതിനെല്ലാമിടയ്ക്ക് ഇന്നു വൈകുന്നേരം ചെറിയോമൻ മാസ്റ്ററെ കണ്ടെത്തുകതന്നെ.

ക്ലാസ് സമയത്തു ചെന്നാലും കാണാനും ഇടപാടു നടത്താനും പാകത്തിനാണ് ചെറിയോമൻ മാസ്റ്ററുടെ വടക്കേ അറ്റത്തെ ക്ലാസ് മുറി. തട്ടാന്റെ ആഭരണപ്പെട്ടിപോലെ ഉയരംകുറഞ്ഞ ഒരു ഡസ്കാണ് ചെറിയോമൻ മാസ്റ്ററുടെ മേശ. അതിനു പുറകിലെ ഉയരംകുറഞ്ഞ സ്റ്റൂളിൽ മാസ്റ്റർ ഇരിപ്പുണ്ട്.

കീഴൂരെ തെയ്യം കാരണം ഇന്നു സ്കൂൾ നേരത്തെ വിട്ടിരിക്കുന്നു.

അമ്പാടി മുരടനക്കി.

"ആരാ?"

"നിറയൂരൂന്നാ!"

മാസ്റ്ററുടെ മുഖം വികസിച്ചു.

അമ്പാടി പുഞ്ചിരിച്ചു.

"ഇടപാടിന്നാ?"

"തന്നെ! നാൽപ്പതു റുപ്യ കടംവായ്പ വേണം!"

"പണ്ടം കൊണ്ടുന്നിറ്റ്ണ്ടോ?"

അമ്പാടി സ്തംഭിച്ചു നിന്നു. നിറയൂരെ ആണുങ്ങളെ വിശ്വാസമില്ലെന്നോ? നാളെയും സൂര്യൻ നിറയൂർമലയിലുദിക്കുമെങ്കിൽ ഈ കുഞ്ഞമ്പാടി ഇവിടുന്ന് ഇരുപതാം പക്കം കൊയ്ത്തുകഴിഞ്ഞു പലിശയടക്കം മടക്കിത്തരും! പക്ഷേ, വാക്കുകളെല്ലാം ഉള്ളിൽ കുടുങ്ങിക്കിടപ്പാണ്. ചീപ്പിൽ കുരുങ്ങിപ്പോയ ഒരു നീരൊഴുക്കുപോലെ അമ്പാടി നിന്നു പുളഞ്ഞു.

നിറയൂർക്കാരന് ഈടു വേണ്ട.

നിറയൂർമണ്ണിന്റെ നെറിതന്നെ ഈട്!

ഇക്കരെ കീഴൂരിൽ കാര്യം വേറെയായിരിക്കാം.

"ഞാൻ പിന്നെ വരാം." അമ്പാടി തിരിച്ചു നടന്നു.

"അങ്ങനങ്ങു പിണങ്ങിപ്പോണ്ട! വൈകുന്നേരം പണ്ടം കൊണ്ടന്നോളോ."

"കൊണ്ടുവരാം!" അമ്പാടി അടിയറവു പറഞ്ഞു. പലിശയ്ക്കു മറ്റെവിടുന്നു കിട്ടാനാണ് നാൽപ്പതുറുപ്പിക. തേങ്ങയും അടയ്ക്കയും പുരമുറ്റങ്ങളിൽ കുന്നുകൂടി കിടപ്പാണ്. നിറയൂരാറ്റിൽക്കൂടി തേങ്ങാപ്പാണ്ടികൾ പോകുന്ന കാഴ്ചയില്ല ഇപ്പോൾ. ഒന്നിനും വിലയില്ലാതായി. മനുഷ്യനെപ്പോലെ തന്നെ.

അമ്പാടിക്കു നിരാശയും തമാശയും തോന്നി.

ആരുണ്ട് തനിക്ക് പൊൻപണ്ടം പണയം വയ്ക്കാൻ തരുന്നു? വീട്ടിൽ അമ്മയുണ്ട് ഏട്ടിയുണ്ട്. അവരുടെ കഴുത്തിലോ കാതിലോ സ്വർണാഭരണങ്ങളുണ്ടോ? ഓർക്കുന്നില്ല. ഒരിക്കലും ശ്രദ്ധിച്ചിട്ടില്ല. ഇന്നലെവരെ അഗണ്യകോടിയിൽ കിടന്ന ഒരു വസ്തു.

വലിയ തറവാട്ടിലെ സന്താനമായ അമ്മയുടെ മുണ്ടുപെട്ടിയുടെ

കള്ളറയിൽ പൊൻപണ്ടങ്ങൾ കാണാതിരിക്കില്ല.

കുഞ്ഞമ്പാടി വയൽ മുറിച്ചു കടന്നു. വീടിനു താഴെയെത്തിയപ്പോൾ കായ്കറിക്കണ്ടങ്ങളിൽ നന കഴിഞ്ഞിരിക്കുന്നു. തോട്ടുവക്കിലിരുന്ന് അമ്മ പശുവിന് പുല്ലരിയുകയാണ്. അക്കരെക്കണ്ടിയിൽനിന്നു പൈക്കിടാവ് നീട്ടിക്കരയുന്നു.

"വരാമെടി ഇപ്പോൾ. നാലു കന്ന് കൂടി അരിയട്ടെ-" അമ്മ ആത്മ ഗതം പറയുന്നു.

കുഞ്ഞമ്പാടി അമ്മയുടെ തൊട്ടുപിറകിലെത്തി. തിരിഞ്ഞുനോ ക്കാതെ അവർ ചോദിച്ചു:

"വല്ല വിവരോം ഉണ്ടോ?"

"ഇല്ല."

"നിറയൂരെ ആണുങ്ങളുടെ ഉശിരു പോയി, നാടിന്റെ നെറീം പോയി!"

അമ്മയുടെ ദീർഘനിശ്വാസം കാറ്റിൽ അലിഞ്ഞുപോയി. ഒരു തീ ക്കാറ്റുപോലെ അത് കുഞ്ഞമ്പാടിയെ വിയർപ്പിച്ചു...

"നിങ്ങള് അഞ്ചെട്ട് ചെറു വാല്യക്കാറ് പോയിറ്റ് കൈയും വീതു പോന്നോ!"

കുഞ്ഞമ്പാടി മൗനം ഭജിച്ചു.

"യ്യി കഞ്ഞികുടിച്ചോ?"

"ഇല്ല!"

അരിഞ്ഞ പുല്ല് കുട്ടയിൽ നിറച്ച് അമ്മ പുറകെ നടന്നു. അപമാനി തനായി മകൻ പുളഞ്ഞു.

കിണറ്റിലെ കുളിർജലംകൊണ്ടു മുഖം കഴുകിയപ്പോൾ തൽക്കാല ആശ്വാസമായി. പക്ഷേ കുഞ്ഞമ്പാടിയുടെ ഉള്ളിൽ തീയെരിഞ്ഞു കൊണ്ടിരുന്നു. നീര് തട്ടിയ ചൂടുകക്കപോലെ, പതുക്കെപ്പതുക്കെ...കഞ്ഞി യിലും ചക്കപ്പുഴുക്കിലും മീൻകറിയിലും അവൻ വിശപ്പു കണ്ടെത്തിയില്ല.

ഇതിനെന്താണവസാനം?

എങ്ങനെ?

ഉറച്ചു കല്ലായ പുഴുക്ക് മാറ്റിവച്ച് അവൻ എണീറ്റു.

കൈ കഴുകി തണ്ണീർക്കിണ്ടി താഴെവയ്ക്കും മുമ്പ് അമ്മയോടു ചോദിച്ചു:

"അമ്മോടട്ത്ത് പണ്ടം ഒന്നൂംല്യെ?"

"എന്തിനാപ്പൊ?"

"പൊനത്തില് കാട്ടുജന്തുക്കൾടെ ശല്യം. ഒരു തോക്കു മേടിക്കണം."

"തോക്കോ? നായിനാറ് അറിഞ്ഞാ എടുത്തോണ്ടു പോവൂലെ?"

"അമ്മ പതുക്കെപ്പറ! നായിനാറ് അറിയില്യ. കുഞ്ഞിക്കോരേട്ടനും അറിയില്ല!"

അമ്മയുടെ പുരികം ചുളിഞ്ഞു. അമ്മയുടെ ദൃഷ്ടികൾ മകനെ ചൂഴ്ന്നുനോക്കി.

സമാശ്വാസത്തിന്റെ ഒരു പുഞ്ചിരി സമ്മാനിച്ചു മകൻ പറഞ്ഞു:

"തോക്കുണ്ടായാ പുഞ്ചക്കാവലിന്നു ധൈര്യത്തോടെ കിടക്കാം!"

"പുഞ്ചയിലെന്തിനാ പുലി വര്ണ്?"

"വെള്ളം കുടിക്കാൻ! കാട്ടിലെങ്ങും കുടിനീരില്യ." വാക്കുകൾ പൊങ്ങുതടികളായി.

"എന്റയ്യില്ണ്ടൊ പണ്ടം ബച്ച്റ്റ്?"

"അമ്മ മുണ്ടുപെട്ടി ഒന്നു തുറന്നു നോക്കീറ്റ് പറ!"

"നീയെപ്പളാ കാവലിന്ന് പൊനത്തിലേക്കു പോണ്?"

"രണ്ടു ദിവസം കഴിഞ്ഞിറ്റ്!"

"ഏട്ടൻ നേരെ പോയിറ്റ്ണ്ടാവും! കുളുത്തും കയിച്ചീറ്റ്ല്യ. കഞ്ഞീം കുടിച്ചിറ്റ്ല്യ." അമ്മ നെടുവീർപ്പിട്ടു.

"എന്തൊക്കെയാണൊ ബെച്ചിറ്റ്ള്ളത്!"

താലയുടെ തിരോധാനത്തെക്കുറിച്ചുള്ള ചിന്തകളിൽ അവർ മുഴുകിപ്പോയി.

അമ്മ മുണ്ടുപെട്ടി തുറന്നു. വർഷങ്ങളുടെ അടരുകൾ മാറ്റി. പഴകിയ കൈതപ്പൂവിന്റെയും എരഞ്ഞിപ്പൂവിന്റെയും മണം പൊങ്ങി.

അറയ്ക്കകത്തെ നേർത്ത ഇരുട്ടിൽ വെളുത്ത ഉടയാടകൾ ദുഃഖത്തോടെ മന്ദഹസിച്ചു. ഏറ്റവും അടിയിലെ ഒരു ഡപ്പിയിൽനിന്ന് അമ്മ പത്താക്ക് എടുത്തു. മുതുമുത്തശ്ശിയുടെ കാലംമുതൽക്കു തലമുറകൾ കൈമാറി കൈത്തഴക്കംകൊണ്ട് അരികുകൾക്കു തേമാനം സംഭവിച്ച ഒരു പത്താക്ക്. പത്താക്കിനുമീതെ കൊത്തുപണികൾക്കിടയിൽ കാലത്തിന്റെ പൂപ്പൽ പറ്റിച്ചേർന്നു കിടന്നു. കോന്തലപൊക്കി അതു തുടച്ചുമിനുക്കി ഉള്ളംകൈയിൽവച്ച് അമ്മ പറഞ്ഞു:

"അഞ്ചു കുതിരപ്പവന്റെ തൂക്കംണ്ട്ന്നാന്റെ പൊടമുറിക്കുമ്പ് തട്ടാൻ പറഞ്ഞത്!"

"അമ്മ ധനികയാണല്ലോ!"

"പൊത്തിപ്പിടിച്ചു കർതി തങ്കേരിച്ചാ ധനം!" കൈവിട്ടാ പോയില്ലെ. ഇതു കൈയില് തര്മ്പം എന്റെ കാർന്നോരു പറഞ്ഞു: "ഉണ്ണിച്ചെറിയേ, കഞ്ഞി കുടിക്കാനില്ലാഞ്ഞാ മുണ്ടു മുറുക്കി ഉടുത്തോ, അടച്ചു കിടക്കാൻ കൂരയില്ലാഞ്ഞാ ഇത് പണയംവച്ചോ. എന്നാലും വിൽക്കരുത്. വിറ്റാ പെരുംപിലാവിൽതറവാട്ടിലെ പെണ്ണുങ്ങളുടെ വെല പോയി!"

"അമ്മ പേടിക്കണ്ട! പുഞ്ചകൊയ്താ ഞാനിതു തിരിച്ചുതരാ— ഒരു വീശത്തൂക്കം പൊന്നു വേറേം മേടിച്ചുതരാ—"

"അതു വേണ്ടടാ."

പത്താക്ക് കോർത്തിരുന്ന കറുത്ത ചരട് ഒരു പൊക്കിൾക്കൊടിപോലെ വരണ്ടുകിടന്നു. പെട്ടിയിലെ പൊന്ന് പെണ്ണിന്റെ ബലമാണ് എന്നു കരുതിയ കാർന്നോരെ കുഞ്ഞമ്പാടി മനസാ അഭിനന്ദിച്ചു.

"കുഞ്ഞാ, നിയ്യിന്നുതന്നെ പോവ്വാ?" ഏട്ടി.

"ഇന്നോ നാളെയോ മറ്റന്നാളോ."

"നീയേതുവഴിക്ക്യാ?"

"കിഴക്കുംമുറി വഴിക്ക്."

പിന്നെ അവർ ഒന്നും പറയുകയില്ല. കിഴക്കുംമുറിവഴി നടന്നുപോവുകയാണെങ്കിൽ കുഞ്ഞാങ്ങള; തന്നെ പിരിഞ്ഞു കഴിയുന്ന സംബന്ധക്കാരനെ കാണുമെന്നും സുഖവിവരങ്ങൾ അറിഞ്ഞുവരുമെന്നും ചെറിയേട്ടിക്കറിയാം. എഴുതപ്പെടാത്ത, പറയപ്പെടാത്ത ഒരു കരാറാണത്.

കുഞ്ഞമ്പാടി ചെറിയോമൻ മാസ്റ്ററെ തേടി നടന്നു. അയാളുടെ ഡെസ്കിനകത്തു സൂക്ഷിച്ചിരിക്കുന്ന പൊന്നു തൂക്കുന്ന ത്രാസിൽ തന്റെ ഭാവിപരിപാടി തൂങ്ങിക്കിടക്കുന്നു.

ആറ്

താമരപ്പൂമാലയണിഞ്ഞ മഹേശ്വരന്റെ ഇരുപുറത്തും വടക്കുനിന്നും തെക്കുനിന്നും എത്തിയ സത്യഗ്രഹികൾ. പിന്നിൽ ഖദറുടുത്ത അനുയായികളുടെ ഒരു നിര.

മുമ്പിൽ ബാലികാസമാജത്തിലെ പെൺകുട്ടികളുടെ താലപ്പൊലി, പുറകിൽ കോൽക്കളി, നരിക്കളി, ചെണ്ടവാദ്യം...

രാത്രിവണ്ടിക്കാണ് സത്യഗ്രഹികളെ യാത്രയാക്കാൻ ഉദ്ദേശിച്ചിരുന്നത്.

ഒരു പുതുമണവാളനെപ്പോലെ ലജ്ജാശീലനായിരുന്നു മഹേശ്വരൻ. പിന്നീട് മുദ്രാവാക്യങ്ങൾ ഉയർന്നപ്പോൾ അയാളുടെ തല നിവരുകയും ബ്രാഹ്മണ്യത്തിന്റെ പിരിമുറുക്കം അഴിയുകയും ചെയ്തു.

പാലയ്ക്കൽ വീട്ടുമുറ്റത്തു വിശാലമായി കെട്ടിയൊരുക്കിയ പന്തലിൽ പന്തിഭോജനം കഴിഞ്ഞതോടെ മഹേശ്വരന്റെ പാരമ്പര്യത്തിന്റെ ജീർണിച്ച വേരുകൾ അറ്റുപോയി.

വലതുഭാഗത്ത് നിറയൂരെ കേളോർമന്റെ മരുമകൻ ഉദയോർമനായിരുന്നു. ഇടത്ത് മേച്ചേരിമലയിലെ ചെമ്മരൻ. കീഴ്ജാതിക്കാരെ ഉദ്ദേശിച്ചുള്ള പ്രവർത്തനപരിപാടിയുടെ തുടക്കമായിരുന്നെങ്കിലും പന്തിഭോജനത്തിന് അക്കൂട്ടർ വിരളമായിരുന്നു. ഭയം അവരെ അകറ്റി. നിറയൂരെയും കീഴൂരെയും കടപ്പുറത്തെയും ഗ്രാമീണർ വേലിക്കെട്ടുകൾക്കപ്പുറം മറഞ്ഞുനിന്നു. കാഴ്ച കണ്ടു കുശുകുശുത്തു.

ഇങ്ങനെയൊരു വേഷം മഹേശ്വരൻ ഉദ്ദേശിച്ചിരുന്നില്ല. ഗ്രാമീണർ മേൽജാതി-കീഴ്ജാതിവ്യത്യാസം മറന്ന്, ചരിത്രം കുറിക്കുന്ന ഈ മുഹൂർത്തത്തെ സമ്മോഹനമാക്കും എന്നു പുളകംകൊണ്ടിരുന്നു.

കഠിനമായി വെയിലേറ്റ് താമരപ്പൂക്കൾ വാടി. മഹേശ്വരന്റെ ഹൃദയം കൂമ്പി.

പഴമക്കാർ സദ്യ ബഹിഷ്കരിച്ചു. അവർ ദൂരെനിന്നു ഗർജിച്ചു. ഉരു

ട്ടിയ ഉരുള ചെമ്മാരന്റെ കൈയിൽനിന്നു വിറച്ചുവിറച്ചു വീഴുന്നത് മഹേശ്വരൻ കണ്ടതാണ്. വിടർന്നുനിന്ന മനസിന്റെ നടുവിലൊരു കല്ലുവീണു. പിന്നെ മഹേശ്വരൻ ഉണ്ടില്ല. പാലയ്ക്കലെ തറവാട്ടുകാര്യസ്ഥൻ രേർമൻനായർ അത്യാവേശത്തോടെ പന്തികളെ ഉത്തേജിപ്പിച്ചു.

ജാതിവ്യവസ്ഥയ്ക്കെതിരെയുള്ള ഒരു പന്തിഭോജനമല്ല. പാലയ്ക്കൽ തറവാട്ടിലെ ഏതോ ഒരു പെൺകുട്ടിയുടെ തിരണ്ടുകല്യാണമോ കെട്ടുകല്യാണമോ പുടമുറിയോ നടക്കുകയാണെന്നു തോന്നി.

താലപ്പൊലി ഏന്തിയ പെൺകുട്ടികളുടെ നിരയിൽ മുമ്പിൽ നിൽക്കുന്ന ഉണ്ണിമായയെ മഹേശ്വരൻ ഇടംകണ്ണിട്ടു നോക്കി. പെൺകുട്ടികളെല്ലാം ധനികരുടെ മക്കളാണെന്ന് മഹേശ്വരൻ ഒറ്റനോട്ടത്തിലറിഞ്ഞു. അവർ സ്വർണമാലകളും വളകളും ധരിച്ചിരുന്നു. കസവുകരയുള്ള പുടവയും മനോഹരമായ വെൽവെറ്റ് ജാക്കറ്റും ധരിച്ചിരുന്നു.

താമരപ്പൂമാലയണിഞ്ഞു ലജ്ജാവിവശനായി മുമ്പിൽ നടക്കുന്ന തന്റെ അനിയനെ നോക്കി രുധിരമന പരമേശ്വരൻ നമ്പൂതിരി പല്ലുകടിച്ചു.

ഗണപതിഷേണായിയുടെ ഭാര്യയും ഗൗരിയും താലത്തിൽ കുങ്കുമവും കളഭവും പഴവും അരിത്തിരിയുമായി നേരെ മുമ്പിൽ നിന്നപ്പോൾ മഹേശ്വരൻ പരിഭ്രമിച്ചുപോയി. കദളിപ്പഴവും കുറിക്കൂട്ടും ചന്ദനത്തിരിയും ഒരു ഉത്സവത്തിന്റെ പ്രതീതിയുളവാക്കി. ജാതിനിർമാർജനത്തിന്റെ പേരിലൊരു ഉത്സവം. ഇത് ഇങ്ങനെ ആയിരുന്നോ വേണ്ടിയിരുന്നത്?

മഹേശ്വരൻ ചുറ്റും നോക്കി. മറുപടി പറയാൻ കഴിവുള്ള കരുവഞ്ചേരിയിലെ അനന്തൻ കൂട്ടത്തിലില്ല. മഹേശ്വരന് ജാള്യം തോന്നി.

വഴിയോരത്തെ ഓരോ വീടും മഹേശ്വരനെ എതിരേൽക്കാൻ തിടുക്കം കാണിച്ചു. തൊട്ടുപുറകിൽ നടന്നിരുന്ന രാഘവൻ പറഞ്ഞു:

"ഇന്നു വണ്ടി തെറ്റിയതുതന്നെ!"

"എന്താണ് രാഘവാ പരിഹാരം?"

"ഇനി ഒരു പടിപ്പുരയ്ക്കലും നിൽക്കേണ്ട, നേരേ നടന്നോളുക!"

ഇതു കേട്ട് ജനം താലത്തിൽ നാണ്യം പൊലിക്കാൻ തുടങ്ങി. നാണയത്തുട്ടുകളുടെ ഒരു കൂമ്പാരം. നിറയൂരെ തെയ്യത്തിനു കംസൻ പട്ടേലരുടെ കാര്യസ്ഥൻ ദേവിയുടെ മുമ്പിൽ നിർത്തി വിരിക്കുന്ന മഞ്ഞമുണ്ടിൽ പൊലിക്കുംമാതിരി.

"എന്തിനാണ് ഈ പണമെല്ലാം?"

മഹേശ്വരൻ അസഹ്യതയോടെ ചോദിച്ചു.

"സത്യഗ്രഹഫണ്ടിലേക്ക്!" രാഘവൻ വ്യാഖ്യാനിച്ചു.

മുക്കാലുകളും അണകളും കാലുറുപ്പികകളും. കാലുറുപ്പികകൾ വല്ലപ്പോഴും ഒന്ന്. അവസാനം ഒരു വെള്ളിയുറുപ്പിക. നാണയക്കൂനയിൽ വന്നു വീണപ്പോൾ മഹേശ്വരൻ മുഖമുയർത്തിനോക്കി. അത് ഉണ്ണിമായയുടെ വകയായിരുന്നു. പൊൻവളയണിഞ്ഞ ഒരു മെലിഞ്ഞ കൈ. മുഖം കണ്ടില്ല. തിരക്കു വർധിച്ചു.

ഗൗരീശങ്കരം ബംഗ്ലാവിലേക്കുള്ള ആനപ്പടിയുടെ അടുത്ത് ആളുകൾ പിരിയാൻതുടങ്ങി. ഇനി പോകേണ്ടതു മൊയ്‌ലികളുടെ ഗ്രാമം കടന്നാണ്. അവിടുന്ന് ഒന്നുരണ്ട് വീട്ടുപടിക്കൽ എതിരേൽപ്പ് സ്വീകരിക്കേണ്ടതുണ്ട്. രാഘവൻ നിർദേശിച്ചു.

"രണ്ടു പടികൾ നമ്മെ പിടികൂടും. നിൽക്കാതെ പോകരുത്!"

"ശരി."

"ചെമ്മരത്തി!" രാഘവൻ പറഞ്ഞു. ഒരുപറ്റം പെണ്ണുങ്ങൾക്കു മുന്നിൽ അലക്കിയ പുടവയുടുത്തു കണ്ണെഴുതി, പൊട്ടുതൊട്ടു പഞ്ചമിരാവുപോലെ മനോഹാരിയായ ഒരു പെൺകുട്ടി. അവളുടെ താലത്തിലെ കദളിപ്പഴങ്ങളുടെ ചുവപ്പുരാശി കലർന്ന മുഖമുയർത്തി അവൾ വശ്യമായി പുഞ്ചിരിതൂകി. താലത്തിലെ കളഭക്കിണ്ണത്തിൽ വിരൽമുക്കി മഹേശ്വരന്റെ നെറ്റിയിൽ കുറിവരച്ചു ചിരിച്ചു— ഒരു റോസാദലംകൊണ്ട് തലോടുംപോലെ.

പെൺകുട്ടിയുടെ എണ്ണ മിനുങ്ങുന്ന കവിളിൽ നെയ്ത്തിരി തെളിഞ്ഞു. അരിപ്പല്ലുകൾ വെളിക്കു കാണിച്ച് അവൾ ചിരിച്ചു. ജാതിയുടെ കളങ്കം വീശാത്ത ചിരി.

മഹേശ്വരന് ഉണർവുണ്ടായി. മൊയ്‌ലികളുടെ ഗ്രാമത്തിൽ പിറന്ന ഈ മത്സ്യഗന്ധിക്കു ധൈര്യം പകർന്നത് ഈ സത്യഗ്രഹമല്ലേ? രുധിരമന മഹേശ്വരന്റെ നെറ്റിയിൽ കുറിവരയ്ക്കാൻ ഇവിടെ മറ്റേതു സംരംഭം ധൈര്യം പകരും ഈ പെണ്ണിന്? കാലത്തിന്റെ നീർക്കുത്തിൽ ഇതാ ഒരസുലഭ മുഹൂർത്തം. ആദർശശുദ്ധിയുടെ പ്രകാശരശ്മികൾ വഴിയുന്ന നയനങ്ങളോടെ മഹേശ്വരൻ പ്രയാണമാരംഭിച്ചു. വെളിച്ചം വീശുന്ന വഴിയിലൂടെ.

ഒരു മഹാസംരംഭത്തിന്റെ നാന്ദി കുറിക്കുന്ന ക്യാമ്പിൽ വമ്പിച്ച സദ്യവട്ടമായിരുന്നു. നാടാകെ അവിടെ ഒഴുകിയെത്തിയിരുന്നു. ആവേശത്തോടെ വന്നടിഞ്ഞ യുവാക്കളുടെ എണ്ണം വാളണ്ടിയർ ക്യാപ്റ്റന്മാരെ ആനന്ദിപ്പിച്ചു.

ക്യാമ്പിൽ പരിശീലനത്തിനു വന്നവർക്കെല്ലാം പിടിപ്പതുജോലികൾ വീതിച്ചുകൊടുക്കേണ്ടതുണ്ടായിരുന്നു.

എവിടെക്കിട്ടും കുറേക്കൂടി ചർക്കകൾ? തക്ലികൾ? രേർമൻനായർ പറഞ്ഞു:

"ആരേയും മടക്കേണ്ട!"

"ഇവർ വിരുന്നുണ്ണാൻ വന്നവരല്ലല്ലോ! ഇവർക്കെന്തു ജോലി കൊടുക്കും?"

ചെറുപ്പക്കാരെ തിരിച്ചയച്ചുകൂടാ. അവരെ പിടിച്ചുനിർത്തുന്നതെങ്ങനെ എന്നായി—പൂരപ്പറമ്പിലെന്നപോലെ അവർ കൂട്ടംകൂട്ടമായി അലഞ്ഞു തിരിയുന്നതും ചിതമല്ല.

രേർമൻനായർ പറഞ്ഞു:

"നമ്മൾ തുടങ്ങിവച്ച ദേശീയ വായനശാലയ്ക്ക് ഒരു ഷെഡ്ഡ് കെട്ടണം!"

വായനശാല തുടങ്ങിവച്ചത് അനന്തനും രാഘവനും വള്ളിത്തോപ്പ് സ്കൂളിലെ കോമൻനായരും കൂടിയാണ്. സ്കൂളിലെ ഒരു ക്ലാസ് മുറിയാണ് തൽക്കാലം ആസ്ഥാനം.

ചെറുപ്പക്കാർ ഷെഡ്ഡ് കെട്ടാൻ കല്ലും മുളയും ഓലയും സംഭരിച്ചു. രണ്ടു ദിവസംകൊണ്ടു പണിതീർന്നു. പിന്നെ ഒരു ചെത്തുവഴി...

അവരുടെ ഉത്സാഹത്തിനു കുതിച്ചൊഴുകാൻ പുതിയ ചാലുകളുണ്ടായി...

രേർമൻനായരുടെ ക്യാമ്പിൽനിന്ന് നിത്യേന നാലും അഞ്ചും ചെറുപ്പക്കാർ അറസ്റ്റ്വരിക്കാൻ പോയി.

കൈയിൽ വിലങ്ങണിഞ്ഞു ചുണ്ടിൽ ചിരിചൂടി, സർക്കാറിന്റെ വിരുന്നുണ്ണാൻപോകുന്ന സഹഗാമികളെ പുറകിൽ അവശേഷിച്ച യുവാക്കൾ അസൂയയോടെ നോക്കി.

എന്നാണെന്റെ ഊഴം? എന്റെ ഭാഗ്യം പൊട്ടിവിടരുന്നതെന്ന്? ദേശീയപതാകയുമായി ലാത്തിയടിയേറ്റു നിലംപതിക്കുന്നതും കരളിന്റെ കരളായി പതാകയെ സംരക്ഷിക്കുന്നതും അവർ സ്വപ്നം കണ്ടു.

അവരുടെ പ്രഭാതങ്ങളിൽ പതാകയുടെ കുങ്കുമച്ഛവി കുളിർ വീശി. മീനക്കൊടുംവെയിലാളുന്ന വൈരസ്യത്തിന്റെ ഉച്ചച്ചൂടിനെ ഹരിതാഭ ആട്ടിയകറ്റി. അവരുടെ ശുഭ്രാകാശങ്ങളിൽ സ്വാതന്ത്ര്യത്തിലേക്കുള്ള രഥ്യകൾ തുറന്നു. പുരോഗതിയിലേക്കുരുളുന്ന ചക്രം തെളിഞ്ഞു.

ക്യാമ്പിനു വെളിയിൽനിന്നു നിറയൂർഗ്രാമം ഈ കോലാഹലമെല്ലാം കൗതുകത്തോടെ നിരീക്ഷിച്ചു. അവർ അക്കരെ ആയിരുന്നു. കുഞ്ഞിപ്പൂവിന്റെ കടത്തുചീനയിൽ അവർ കാളീശ്വരംചന്തയിൽ ചക്കര, എണ്ണ, അടയ്ക്ക, തേങ്ങ എന്നിവ വിൽക്കാൻ വന്നതായിരുന്നു. അവരുടെ കുഞ്ഞിക്കോരനും കുഞ്ഞമ്പാടിയും ക്യാമ്പിലുണ്ടെന്നും പറഞ്ഞുകേട്ടു. പുനംകാക്കാൻ പോയ അവർ തിരിച്ചുവന്നെന്നോ? എന്തിനെച്ചൊല്ലിയാണ് ഈ ആറാട്ട്? ഗ്രാമീണരുടെ നിഷ്കളങ്കതയിൽ പുതുമഴയ്ക്കു വിത്തുകളെന്ന പോലെ അനേകം ചോദ്യങ്ങൾ അങ്കുരിച്ചു.

എന്താണ് സ്വാതന്ത്ര്യം? അവർ അത്ഭുതപ്പെട്ടു. ഈ ചെറുപ്പക്കാരെല്ലാം സ്വാതന്ത്ര്യത്തിലേക്കുള്ള പെരുവഴി വെട്ടുന്നവരാണ്. അടച്ചിട്ട ആനവാതിലുകൾ ഇവർ തല്ലിപ്പൊളിക്കും. അക്കാര്യത്തിൽ ഗ്രാമീണർക്കു സംശയമൊന്നും ഉണ്ടായിരുന്നില്ല. മേച്ചേരിപ്പാറയിലും നിറയൂർപ്പാറയിലും കളരിപ്പയറ്റു നടത്തുന്ന തങ്ങളുടെ പ്രിയപ്പെട്ട ചെറുവാല്യക്കാരുടെ ഉശിര് അവർ കാണുന്നതാണ്.

പക്ഷേ, സ്വാതന്ത്ര്യം എന്താണ്?

'ഭാരതഭൂമിയുടെ സ്വാതന്ത്ര്യം' എന്ന മുദ്രാവാക്യം മില്ലിൽ നെയ്ത ഒരു വെള്ളമൽമൽ മുണ്ടുപോലെ അവർക്കു പുതുമയേകി.

നിറയൂരിലെ സ്കൂൾകുട്ടികൾ വിശേഷദിവസങ്ങളിൽ എഴുന്നള്ളിക്കാറുള്ള ചക്രവർത്തിതിരുമേനിയുടെ പടത്തെക്കുറിച്ച് അവരോർത്തു. ഏഴുകടലുകൾക്കപ്പുറം സ്വർണക്കൊട്ടാരത്തിൽ വിലസുന്ന തിരുമേനി.

ചക്രവർത്തിയുടെ അരോചകമായ പാണ്ഡുവർണവും പൂച്ചക്കണ്ണും ചെമ്പൻതലമുടിയും അവരെ ഓർമിപ്പിച്ചു.

—ഇയാൾ മറുനാട്ടുകാരനാണ്. മൊച്ചയുടെ പിൻഗാമിയാണ്. വാലുള്ള സായ്പാണ്. പ്ഫൂ—അവർ നിറയൂർപ്പുഴയിലേക്കു നീട്ടിത്തുപ്പി. ഈ അഴുക്ക് അങ്ങു കടലിൽ എത്തി. ഏഴു കടലിന്റെയും തിരമാലകൾ താണ്ടി അങ്ങെത്തട്ടെ! കുളിക്കാത്തവനും ശൗചംചെയ്യാത്തവനും മ്ലേച്ഛനുമായ ഈ രാജാവ് പോയി തുലയട്ടെ—

പിന്നെ അവർ ഏഴാംകൂലിയായ സ്വന്തം രാജാവിനെ ഓർത്തു. കൊട്ടാരക്കെട്ടിന്റെ വാരവും പാട്ടവും കാത്തുകിടന്നു പട്ടേലർമാരുടെയും വാരംകാര്യസ്ഥന്മാരുടെയും കനിവിൽ ഉണ്ടുറങ്ങി ജീവിതം നിലനിർത്തുന്ന രാജാവിനെ! വെള്ളക്കാരനേക്കാൾ ഭേദം കുലീനൻ. കാളീശ്വരത്തെ രാജാവിനോടു പാരമ്പര്യമായി അവർ പുലർത്തിപ്പോരുന്ന ഭക്തിബഹുമാനങ്ങൾക്കു പെട്ടെന്ന് തിടംവെച്ചു. കാളീശ്വരംരാജാവിന്റെ കുടിയാന്മാരായിട്ടുള്ളവർ നിറയൂരുണ്ടായിരുന്നു, കുഞ്ഞമ്പാടിയും ഏട്ടനും കാളീശ്വരംരാജാവിന്റെ പുനത്തിലാണു കൃഷിചെയ്യുന്നത്.

കാളീശ്വരം രാജാവിനെയും സ്ഥാനഭ്രഷ്ടനാക്കാനാണോ ഈ ചെറുവാല്യക്കാരുടെ പുറപ്പാട്? കാരണവന്മാർ അതിശയിച്ചു. പിന്ന്യാര് രാജ്യം ഭരിക്കും? പൊലീസും പട്ടാളവും അവരുടെ വകയായിരിക്കും? കൈക്കോട്ടും ഞേങ്ങോലും പെരുമാറിയ കൈകൾക്കു ഭരിക്കാനാവുമോ?

സ്വാതന്ത്ര്യം കിട്ടിയാൽ കുഞ്ഞിക്കോരനും കുഞ്ഞമ്പാടിയും രാജ്യം ഭരിക്കുമോ? കഷ്ടിച്ച് മഹേശ്വരനെ അവർ ഭരിക്കാനനുവദിക്കുമായിരിക്കും. മഹേശ്വരൻ തിരുമേനി രുധിരമനയ്ക്കലെ പ്രതാപികളുടെ അനന്തിരവനാണല്ലോ...

ഇരിക്കുന്ന വീടോ കിളയ്ക്കുന്ന മണ്ണോ സ്വന്തമല്ലാത്തവനു ഭരണം വിധിച്ചിട്ടില്ല! അവർ ദുഃഖത്തോടെ ചിരിച്ചു.

പുനം കൊത്തി വിത്തിടുന്ന സാഹസത്തിനു തുല്യമാണിത്.

മഞ്ഞും മഴയും കൊണ്ട്, വേനലും തീയും സഹിച്ച്, കാടിനോടു പടവെട്ടി മണ്ണിളക്കി വിത്തിട്ടാൽ, മുളച്ചു വളർന്നാൽ, വിളകൊയ്താൽ ജന്മിയുടെ വീട്ടുപത്തായം നിറച്ചുകൊടുക്കേണ്ട വിധിയോർത്ത് അവർ വ്യാകുലരായി. ഈ കുഞ്ഞുങ്ങൾ ഒരു പൂരക്കളി കളിക്കുകയാണ്. ഒരു വിഷുപ്പടക്കം പൊട്ടിക്കുകയാണ്. തൽക്കാലത്തെ ഉല്ലാസത്തിനല്ലൊ! ചെയ്യട്ടെ!

കൃഷിഭൂമി ഉപേക്ഷിച്ച് ഇവർ ആർക്കുവേണ്ടിയാണു ജയിലിൽ പോകുന്നത്?

ഏതാനും ആഴ്ചകൾക്കകം കാടു വീണ്ടും തഴയ്ക്കും. മുള്ളും മുരടും പച്ചപിടിക്കും. കറുത്ത മണ്ണിന്റെ മുഖം മായും. സ്വാതന്ത്ര്യത്തിന്റെ വെയിൽ കാഞ്ഞ് കളകൾ പെരുകും. ഇല്ല, ഭൂമിയുടെ മുഖം കാക്കാൻ ഈ കുഞ്ഞുങ്ങൾക്കു കഴിയുകയില്ല... കിഴവന്മാർ നെടുവീർപ്പിട്ട്, ചന്തയിൽ സാധനങ്ങൾ വിറ്റുകിട്ടിയ തുച്ഛമായ കാശുകൊണ്ട് ഉപ്പും കാസർട്ടും മേടിച്ച് ഇടവഴിയുടെ ആഴങ്ങളിലേക്കു കൂപ്പുകുത്തി.

പുഷ്ടിയേറിയ താഴ്വരകളിൽ ഉയർന്ന സ്ഥാനങ്ങളിൽ പണിതുയർത്തിയ കൊട്ടാരക്കെട്ടുകളിലിരുന്ന് കംസൻ പട്ടേലറും ശങ്കരൻനായനാരും രുധിരമന നമ്പൂതിരിയും അലറുന്നു. "പോ...പോ... ഇതെല്ലാം എന്റേതാണ്. കൊയ്തുകൂട്ടിയ നെല്ലും പറിച്ചുകൂട്ടിയ അടയ്ക്കയും കുന്നോളം കിടക്കുന്ന തേങ്ങയും മദിച്ചുവളരുന്ന പെൺകിടാങ്ങളും മെയ്ക്കരുത്തുള്ള ചെറുവാല്യക്കാരും ഞങ്ങൾ ഓരോരുത്തരുടേതും ആകുന്നു."

ഒന്നുമാത്രം അവർക്കു മനസിലായില്ല. രേർമൻനായർ എന്തുകൊണ്ടാണ് ഈ ചെറുവാല്യക്കാരെ വെള്ളക്കാരനെതിരെ തിരിച്ചുവിടുന്നത്? രേർമൻനായരെപ്പോലുള്ള പണക്കാരനായ കാര്യസ്ഥന്മാർ തന്നല്ലോ വെള്ളക്കാരെ ബംഗ്ലാവിൽ സ്വീകരിച്ചു സൽക്കരിക്കുന്നത്!

ഗ്രാമീണരുടെ വ്യഥിത ചിന്തകൾക്ക് ഇടം നൽകാത്ത മനസുമായി ചെറുപ്പക്കാർ ദേശഭക്തിഗാനങ്ങൾ ആലപിച്ചു. പതാകഗാനം പാടി. ക്യാമ്പുകളിൽ ചരിത്രം പഠിച്ചു. സാമൂഹ്യശാസ്ത്രം പഠിച്ചു— ശുചീകരണതത്വങ്ങൾ വീക്ഷിച്ചു. നൂൽ നൂറ്റു. തുണി നെയ്തു. തക്ലിയുടെ തിരിച്ചലിൽ ദിനങ്ങൾ കറങ്ങി. പിരിമുറുക്കമുള്ള ഒരു ദിനസരി. തൊട്ടാൽ പ്രകമ്പനം കൊള്ളുന്ന ചിന്തകൾ.

കച്ചവടപീടികകളിൽ ചരക്കുകൾക്കിടയിൽ പഞ്ഞിത്തിരിയും തക്ലിയും പ്രത്യക്ഷപ്പെട്ടു.

ക്യാമ്പുകളിൽ നാടകങ്ങളും കുറത്തിപ്പാട്ടുകളും അരങ്ങേറി...

പിന്നെപ്പിന്നെ വലിയ വീടുകളിലെ യുവാക്കളെല്ലാം ജയിലിലേക്കു വിരുന്നുപോയി തീരുകയും ക്യാമ്പിലെ ആഹാരസാധനങ്ങൾ കുറയുകയും ചെയ്തു.

സദ്യകളിൽ പങ്കുകൊണ്ടിരുന്ന സർക്കാരിന്റെ പൊലീസുകാരുടെ നെറ്റി ചുളിഞ്ഞു. മേടമഴ കൊട്ടിഘോഷിച്ചു. കാറ്റിൽ പന്തലുകൾ പറന്നുപോയി. വിഷു കഴിഞ്ഞു. രേർമൻനായർ പറഞ്ഞു:

"ക്യാമ്പു കഴിഞ്ഞു!"

കൃഷിഭൂമികളിലേക്കു ഗ്രാമീണയുവാക്കൾ തിരിച്ചുപോയില്ലെങ്കിൽ പിന്നെ ക്യാമ്പുകളിൽ ജീവരക്തം ഓടുന്നതെങ്ങനെ?

കുഞ്ഞമ്പാടിയുടെയും കുഞ്ഞിക്കോരന്റെയും ഉത്സാഹം ശമിച്ചു. തിരിച്ചു വരാത്തക്കവണ്ണം നിഷ്ക്രമിച്ചു, താലയെക്കുറിച്ചുള്ള ചിന്തകൾ അളയിൽനിന്നു തലപൊക്കി.

അവരുടെ ഉത്സാഹം തൽക്കാലം മ്ലാനമായി.

ഒരു സ്വപ്നത്തിനു മുളപൊട്ടി തളിരില വീശാൻ തുടങ്ങിയിരുന്നു. മനസിന്റെ കാച്ചിലും നനവും തട്ടി അതു വളരും. മനോമോഹനമായ ഒരു ചെടിയായി അതു പുഷ്പിക്കും കായ്ക്കും— യുവാക്കൾ ഗ്രാമസീമകളിലേക്കു പിൻവാങ്ങി.

പണിയായുധങ്ങൾ മാറ്റിവാങ്ങാനും അറ്റകുറ്റപ്പണികൾ തീർക്കാനും കാളീശ്വരം ചന്തയിലേക്കു വന്നതായിരുന്നു കുഞ്ഞമ്പാടി.

ക്യാമ്പവസാനിച്ചു എന്ന പ്രഖ്യാപനം ഉണ്ടായതോടെ ദൈനംദിന ജീവിതത്തിന്റെ മ്ലാനതയും വൈരാഗ്യവും കുഞ്ഞമ്പാടിയിലേക്ക് തിരിച്ചുവന്നു. ക്യാമ്പിൽ കഴിഞ്ഞ ഒരാഴ്ച ഒരു സ്വപ്നംപോലെ അവന്റെ മനസിന്റെ അടിയറകളിലേക്കു പിൻവാങ്ങി.

നാട്ടിൽ, വേനൽമഴയ്ക്കു പുരകൾ ചോർന്നൊലിക്കാൻ തുടങ്ങിയിരുന്നു. പെണ്ണുങ്ങൾ ക്ണാരിയും മുളയും അരിഞ്ഞ് കറ്റകെട്ടി കൂട്ടിയിട്ടുണ്ട്.

ചന്തയിലൂടെ നടക്കുമ്പോൾ കുഞ്ഞമ്പാടിയുടെ മിഴികളിൽ വർണങ്ങൾ മാറിമാറി ചലിച്ചു.

ഗണപതിയുടെ പിതാവ് ഉമേഷ്പൈയുടെ അങ്ങാടിയിൽ വിൽപ്പനയ്ക്കു വച്ചിരിക്കുന്ന കൗതുകവസ്തുക്കളിലൂടെ കുഞ്ഞമ്പാടി കണ്ണോടിച്ചു. ശിശുവിന്റേതുപോലെ നിഷ്കളങ്കമായ ചിരിതൂകുന്ന ഒരു മുഖം —ഗാന്ധിജി! ആ മിഴികളിൽ തീർഥജലത്തിന്റെ ഉറവ പൊട്ടുന്നതുപോലെ അമ്പാടിക്ക് തോന്നി. തനിക്കും ഗാന്ധിജിക്കുമിടയിൽ സുതാര്യമായ ഒരു കണ്ണാടിച്ചില്ലിന്റെ അകൽച്ച മാത്രമേയുള്ളൂ.

ഗണപതിയുടെ പിതാവ് ഉമേഷ്പൈ ചോദിച്ചു:

"ഒരു പടം വേണോ?"

ഏഴ്

നിറയൂർ ഭഗവതിയുടെ തെയ്യം. ഒറ്റക്കോലം കാണാൻ ദേശം മുഴുവനും പുഴക്കരയിൽ അടിഞ്ഞുകൂടിയ ജനം സന്ധ്യയുടെ തരളതയിൽ വിശ്രമംകൊണ്ടു. ചുട്ടുപഴുത്തിരുന്ന പകൽ തണുക്കുകയും ഉപ്പ് കാറ്റ് ഓർത്തോർത്തു നിശ്വസിക്കുകയും ചെയ്തു.

ഒറ്റയടിപ്പാതകൾ, പലവർണങ്ങൾ കോർത്ത മണിമാലകൾപോലെ ആലിൻചോട്ടിലേക്കു നീണ്ടു. കാലചക്രത്തിന്റെ ഒരു കറക്കംകൂടി. ഭഗവതി വിരൽ ചൂണ്ടുന്നു; നിൽക്കൂ.

ഒരു നാഴികനേരം നിന്നു. വ്യഥകൾ പറഞ്ഞുതീർത്തു. സമാധാനം തേടി. അഭിലാഷങ്ങൾക്ക് പരിപൂർത്തി യാചിച്ചു. ക്ലേശഭാരം തെല്ലിട ഇറക്കിവച്ചു. പരാധീനതകൾക്കും ദുഃഖങ്ങൾക്കും പരസ്പരം പരിഹാരമാരാഞ്ഞു. കണ്ണീരിലൂടെ, വിയർപ്പിലൂടെ മഞ്ഞുപൊടിയും മേലേരിയിൽനിന്നു വെളിച്ചപ്പാടന്മാർ തട്ടിത്തെറിപ്പിച്ച തീത്തരികളും കലർന്ന പ്രഭാതവായുവിനൊരു പ്രണാമം നൽകി ഗ്രാമീണർ വിടപറയും.

മക്കളെ, നിങ്ങൾ തിരിച്ചുപോകുക—നിങ്ങളുടെ കർമ്മരഥ്യയിലേക്കു നിങ്ങൾ പ്രയാണം ആരംഭിക്കാതെ ഈ കാലചക്രം തിരിയുകയില്ല! നിങ്ങളുടെ ഇരുണ്ട ഇടവഴികൾ അരഞ്ഞുതീരാതെ നിങ്ങളുടെ കർമ്മം പൂർത്തിയാകില്ല. ഞാൻ നിങ്ങളെ മഞ്ഞക്കുറി തൊടുവിക്കുന്നു...ജീവിതത്തിന്റെ

തിരുമാംഗല്യത്തെ കുറിച്ച് ഒരിക്കൽക്കൂടി ഓർമിപ്പിക്കുന്നു... എന്റെ ചക്രവാളത്തിൽ നിങ്ങളുടെ കദനത്തീയിൽനിന്നുയർന്ന നെടുവീർപ്പിന്റെ പുകമയം ഞാൻ ദർശിക്കുന്നു.

നേരം പുലരാറായില്ല. മുറുകിയ ചെണ്ടമേളത്തിൽ അവരുടെ ഉൾത്തടങ്ങൾ താളംതുള്ളി. മേലേരി കത്തിയമർന്നു. കനൽക്കൂമ്പാരം ചാരച്ചെതുമ്പലുകൾകൊണ്ടു മൂടി—

പുലർകാലത്തിന്റെ ശക്തിയാർന്ന നെടുവീർപ്പിൽ ചാരം പാറിപ്പോവുകയും തീക്കൂമ്പാരത്തിന്റെ ചെങ്കണ്ണുകൾ അവരെ തുറിച്ചു നോക്കുകയും ചെയ്തു. ഉറക്കം തൂങ്ങുന്ന മിഴികളിൽ ചടപ്പോടെ ഗ്രാമീണർ ഉറ്റുനോക്കി—മലയത്തികൾ നാലുപേർ. കനൽക്കൂമ്പാരം അടിച്ചുകൂട്ടി, തിരുമുറ്റം വെടിപ്പാക്കി.

കണ്ണൻപുലയന്റെ വിഷ്ണുമൂർത്തി ജനക്കൂട്ടത്തെ വകഞ്ഞുമാറ്റി തിരുമുറ്റത്തവതരിച്ചു. ചെണ്ടമേളം മുറുകി. പുലരിത്തുടുപ്പിൽ, വിഷ്ണുമൂർത്തിയുടെ മുഖത്തെ കോഴിപുഷ്പം* വിടർന്നു ജ്വലിച്ചു.

കസവുടുത്ത് കറുത്ത കച്ച അരയിൽക്കെട്ടിയ അച്ചന്മാർ ആചാരം ചെയ്തുനിന്നു.

വിഷ്ണുമൂർത്തിയുടെ അരയാടയിൽ രോമാഞ്ചം ഉണർന്നു.

നേരം പുലരുകയായിരുന്നു—

താളങ്ങൾ മേലേരിയിലേക്ക് പാഞ്ഞുകയറി. ഉറഞ്ഞ തെയ്യത്തിന്റെ പാദതാഡനമേറ്റ് മേലേരി ആകാശത്തിലേക്കു ചിതറിത്തെറിച്ചു. മേലേരിയുടെ രോഷം നിദ്രാണമായിരുന്നു, ഇതുവരെ.

ഉതിരം കുടിച്ച മൂർത്തിയുടെ അധരങ്ങൾ വിറകൊണ്ടു.

—താലയുടെ തിരോധാനം നാട്ടിനു കളങ്കമായി. എനിക്കു ദാഹിക്കുന്നു!

മൂർത്തി മേലേരിക്കു ചുറ്റും ആടിത്തിമിർത്തു. അരമണിക്കൂർ കൂട്ടക്കരച്ചിലു തീർത്തു. പുകയുന്ന അരയാടയുടെ പരിരംഭണത്തിൽ മൂർത്തി കുതിച്ചുചാടി.

കനലടിച്ചുകൂട്ടി തളർന്ന കൈയുകൾ ഇടുപ്പിൽ ചേർത്ത് മലയത്തികൾ പിറുപിറുത്തു.

"അച്ചമ്മാറെ തിറുപ്തി ആയെന്നു പറ."

നഗ്നമായ മാറിലണിഞ്ഞ കല്ലുമാലകൾ കരഞ്ഞു.

"മതീന്നു പറ!"

അച്ചന്മാരേതും മിണ്ടിയില്ല. അവർക്കു തൃപ്തിയായിരുന്നില്ല. മതിയായ പരിഹാരമാർഗങ്ങൾ ആയില്ല. നാട്ടിൽ അരുതാത്തത് പലതും സംഭവിക്കുന്നു. മുറയും നെറിയും തെറ്റി. പോതിയുടെ തോറ്റമല്ല, ചെറുബാല്യക്കാരുടെ ചുണ്ടിൽ, ഏതോ ഒരു ഗോസായിത്തന്തയുടെ വാക്കുകളിൽ വീണുപോയവർ— തൊട്ടുതീണ്ടി അമ്പലം മുടിച്ചവർ—

പൊൻനിറമാർന്ന അരയാട കരിഞ്ഞുകൂമ്പി. ശരീരം പുകയുന്നു.

---

* തെയ്യത്തിന്റെ മുഖത്തെ ചുട്ടികുത്തലിന്റെ ഒരു സവിശേഷ ശൈലി

കുരുത്തോലയിൽനിന്ന് ഉണർന്നെണീറ്റ് പുകനാഗങ്ങൾ പത്തിവിടർത്തിയാടുന്നു.

മലയത്തികൾ വീർപ്പടക്കി നിന്നു.

അവരുടെ അച്ഛൻ, അമ്മാമൻ, ഭർത്താവ്, ആങ്ങള—പെണ്ണുങ്ങൾ നാൽവരും ആട്ടക്കളം ശുദ്ധമാക്കിക്കൊണ്ടേയിരുന്നു.

"തിറുപ്തി ആയീന്നു പറ അച്ചമ്മാറെ!"

മുടി വെന്ത മണം ഉയർന്നപ്പോൾ അച്ചന്മാർ അലറി.

"മതി! മതി! തൃപ്തിയായി! പറയ്, എന്തീറ്റേ താലക്കുഞ്ഞിക്ക് ആപത്ത് പിണഞ്ഞത്?"

കണ്ണൻമലയന്റെ തൊണ്ട വരണ്ടിരുന്നു. തണ്ണീർക്കിണ്ടി കാലിയായി. മൂർത്തി അന്തിമമായൊരു അട്ടഹാസത്തോടെ ഉറഞ്ഞുതുള്ളിപ്പാഞ്ഞു. കൈക്കാരന്മാർക്ക് പുറകെ എത്താനായില്ല. മലയത്തികൾ നെഞ്ചറഞ്ഞ് അലറി. മേലേരി ചിതറിയമർന്നു. ഒരലർച്ചയോടെ മൂർത്തി കനൽപ്പൂക്കൾ ചിതറിയ മെത്തയിൽ നിലംപതിച്ചു.

ജനം ഉൾഭയത്തോടെ നിലവിളിച്ചു.

കണ്ണൻമലയൻ വേവുന്നു—

കുരുത്തോല മാത്രമല്ല കരിയുന്നത്—

ആരോ ഉപ്പുജലം കോരിക്കൊണ്ടുവന്നു. അഭിഷേകം ചെയ്തു. കനലുറങ്ങി. കരിക്കട്ടകൾക്കിടയിൽനിന്ന് കണ്ണൻമലയനെ ചെറുപ്പക്കാർ മഞ്ഞുവീണു തണുത്ത വയലോരത്തേക്ക് മാറ്റി.

പച്ചപ്പുല്ലിന്റെ നനവേറ്റ് കണ്ണൻമലയൻ കണ്ണുതുറന്നു. അരയാടയും മുടിയും മാറ്റപ്പെട്ട കണ്ണൻ ഒരു പിടികിട്ടാ ചോദ്യംപോലെ അവരുടെ മുമ്പിൽ വളഞ്ഞുകിടന്നു.

ചിരുകണ്ടൻ പകർന്നുകൊടുത്ത കുളുത്ത് കഴിച്ച് കണ്ണൻ പൊട്ടിക്കരഞ്ഞു.

ദക്ഷിണ മേടിക്കാൻ നേരത്താണു തളർന്നു വീണത്.

കുറി തൊടാൻ കൊടുത്താൽ കുറെ മുക്കാലും കാലുറുപ്പികയും കിട്ടുമായിരുന്നു.

മഞ്ഞക്കിണ്ണം തട്ടിത്തൂവി നിലത്തു കമിഴ്ന്നു കിടന്നു.

തന്റെ ഭർത്താവിന്റെ സമീപം വരണ്ട ചുണ്ടുകളോടെ ഇരുന്ന മലയത്തി മാളു ചോദിച്ചു:

"നിങ്ങളെന്തായിരുന്നു? ഇങ്ങനെണ്ടോ ഒരു തെയ്യം കെട്ടിയാടൽ? അച്ചമ്മാറക്ക് എത്ര ആടിയാലാ മതി വരാ! തടി മറന്ന് ആടിയിട്ടെന്താ?"

ശൂന്യമായ ഓട്ടുതാലം നോക്കി മാളു നെടുവീർപ്പിട്ടു.

ആൾക്കൂട്ടത്തിൽ കുശുകുശുപ്പ് ആരംഭിച്ചു.

"നായനാറ് എഴുന്നള്ള്ന്ന്!"

"ഇതുകൂടി കഴിഞ്ഞാൽപോകാം." ജനം ഭഗവതിയുടെ തിരുമുറ്റത്തേക്കു നീങ്ങി.

കണ്ണന്റെ കണ്ണുകൾ പതുക്കെ അടഞ്ഞു. ചാരം മൂടിയ കനൽപോലെ അപ്പോഴും അയാളുടെ അകം വെന്തുകൊണ്ടിരുന്നു.

മണ്ഡപത്തിനു മുമ്പിൽ കാര്യസ്ഥൻ അമ്പുഞ്ഞി മഞ്ഞപുരട്ടിയ തോർത്തു വിരിച്ചു. ഗ്രാമീണർ തലയെണ്ണി പണം പൊലിച്ചു. പൊലിപ്പണത്തിന്റെ കിലുക്കം കേട്ട് കംസൻ പട്ടേലറുടെ ഉള്ളം കുളിർത്തു.

ഉദയത്തിനു പുറംതിരിഞ്ഞു നിന്നിരുന്ന പട്ടേലരുടെ മുഖം സാധാരണയിൽ കവിഞ്ഞ് ഇരുണ്ടിരുന്നു. ചുവന്ന വെളിച്ചത്തിന്റെ പരിവേഷവുമായി നിന്ന ഇരുണ്ട മുഖത്ത് ഒരു മന്ദസ്മേരം തെളിഞ്ഞോ?

"ഗ്രാമത്തിലെ വീട്ടുകാരെല്ലാം എത്തിയിട്ടില്ലേ?" പട്ടേലർ അമ്പുഞ്ഞിയുടെ മുഖത്തുനോക്കി.

"എല്ലാരും എത്തീറ്റ്ണ്ട്!"

"പൊലികഴിഞ്ഞോ?"

"അമ്പുഞ്ഞി മിണ്ടാതെ നിന്നു. പെരുമ്പിലാവിലെ കുഞ്ഞിക്കോരനും കുഞ്ഞമ്പാടിയും പൊലിച്ചിറ്റില്യ. ഓറിവിടെ ഉണ്ടായിരുന്നു. ഇപ്പോ ഏടപ്പോയി?"

കണ്ണൻമലയന്റെ മരുമകൻ കമഴ്ന്ന് കിടന്ന മഞ്ഞത്താലം പൊക്കിയെടുത്തു. ആരോ അതിൽ കുറെ മഞ്ഞപ്പൊടി പാറ്റി. കർപ്പൂരക്കട്ട കത്തിച്ചു.

കുഞ്ഞിക്കണ്ണൻ എന്ന മലയയുവാവ് ഉയർത്തിപ്പിടിച്ച താലവുമായി ഗ്രാമീണരുടെ മുഖത്തുനോക്കി. ഉളുപ്പില്ലാതെ അവൻ പെണ്ണുങ്ങളുടെ നേർക്കുനോക്കി. യാചനനിറഞ്ഞ നോട്ടം. തരൂ ഒരു മുക്കാലെങ്കിലും! നിറയൂർ തെയ്യം എന്നും ഉണ്ടാവില്ല. കൊല്ലത്തിലൊരിക്കൽമാത്രം. കുഞ്ഞിക്കണ്ണന്റെ മംഗലം കുറിച്ചിരിക്കുന്നത് പെണ്ണുങ്ങക്കറിയാമായിരുന്നു. മഞ്ഞപ്പൊടി വാങ്ങിച്ച് അവർ കുറിപ്പണം താലത്തിലിട്ടു. നാണ്യങ്ങൾ മെല്ലെമെല്ലെ കരഞ്ഞു. പിറുപിറുത്തു:

കംസൻ പട്ടേലർ ഗർജിച്ചു:

"പോകാറായില്ലേടാ?"

അമ്പുഞ്ഞിയുടെ മിഴികൾ കഴുകന്റേതുപോലെ അമ്പലപ്പറമ്പിൽ പറന്നുകറങ്ങി. അവസാനത്തെ ഇര അടുക്കുന്നില്ല.

ദേവിയുടെ തിരുമുഖത്ത് സൂര്യനുദിച്ചു. കംസൻ പട്ടേലറുടെ മുഖം ഇരുണ്ടു.

"പോകാം."

"വെടൊള്ളാൻ—നീം ആൾക്കാര് വരാന്ണ്ട്?"

ഉദയഗിരിയിലെ കരിമ്പാറപോലെ കംസൻപട്ടേലർ ഇരുണ്ടുതിളങ്ങി. കിഴക്കിന്റെ ചോരകുടിച്ച ഒരു രുദ്രരൂപം.

ആൾക്കാർ ഭയാകുലരായി. വാക്കൈ പൊത്തി. പാളത്തൊപ്പിയും രണ്ടാംമുണ്ടും കക്ഷത്തിലിറുക്കി നട്ടെല്ലു വളച്ചു പിൻവാങ്ങിനിന്നു. താണു തൊഴുതു. പട്ടേലർക്ക് മുമ്പേ അമ്പലപ്പറമ്പു വിടാൻ പാടില്ല. തിരിച്ചു പോകാൻ അവർക്ക് ധൃതിയുണ്ടായിരുന്നു. പഴഞ്ചോറും മീൻകറിയും ഊട്ടി അയൽഗ്രാമങ്ങളിൽനിന്ന് തെയ്യം കാണാനെത്തിയ വിരുന്നുകാരെ തിരിച്ചയക്കേണ്ടതുണ്ടായിരുന്നു. പോയവർഷത്തെ ദുഃഖങ്ങളോടു വിടപറയണം.

നിറയൂർഭഗവതി ആലിഞ്ചോട്ടിൽ വണങ്ങിനിന്നു. നിറയൂർപ്പുഴയുടെ കണ്ണീർക്കാറ്റ് താണുവീശി.

അപ്പോൾ വേനൽത്തീയിൽ വെന്ത ഭൂമിയുടെ നെഞ്ചിൽ വെള്ളിടി വെട്ടി. ജനം ഞെട്ടി.

"തൊടരുത്!" അത് കുഞ്ഞമ്പാടിയുടെ ഗർജനമായിരുന്നു. കുഞ്ഞമ്പാടിക്കു നിലം തെറ്റിയെന്നു ഗ്രാമീണർ ഭയന്നു. കമ്പിതഗാത്രരായി അവർ പെയ്ത്തുമഞ്ഞിൽ നിന്നു. കുഞ്ഞുങ്ങൾ അമ്മമാരുടെ മാറിൽ മുഖം പൂഴ്ത്തി.

തെങ്ങോലകളിൽ ഒരു വൈകിയ രാവിന്റെ വിശ്രമം തേടിയിരുന്ന കാക്കകൾ ഞെട്ടി നിലവിളിച്ചു.

"ചെക്കനു ഭ്രാന്തോ?" അമ്പുഞ്ഞി ചോദിച്ചു.

അയാൾ മഞ്ഞത്തോർത്ത് മാടിക്കെട്ടാൻ രണ്ടാംവട്ടവും കുനിഞ്ഞു.

പയറ്റിത്തെളിഞ്ഞ കുഞ്ഞമ്പാടി അമ്പുഞ്ഞിയുടെ മുമ്പിൽ പറന്നു വീണു. അമ്പുഞ്ഞിയുടെ കാളക്കഴുത്തിലൂടെ വിയർപ്പുചാലൊഴുകി. കഴുത്തിലണിഞ്ഞ രുദ്രാക്ഷമാല കൊലക്കയറായി.

കംസൻ പട്ടേലറുടെ കഴുത്തിൽ പൊൻവെയിൽ കത്തി തേച്ചുമിനുക്കി.

അനാദികാലം തുടങ്ങി തന്നേയും തന്റെ വർഗത്തെയും സംരക്ഷിച്ചുപോന്ന കോട്ടയ്ക്ക് ഒരു സുക്ഷിരം വീണിരിക്കുന്നത്, കരുവഞ്ചേരി തറവാട്ടിലെ ജന്മിയായ കുഞ്ഞിരാമൻനായനാർ ഒരു നടുക്കത്തോടെ കണ്ടു. കംസൻ പട്ടേലറുടെ കണ്ണുകൾ തുറിച്ചു. ഉൾക്കമ്പനം മാലോകരറിയരുത്. നാലടി പിന്നോക്കം നടന്നു. മഞ്ചലിൽ കയറിക്കിടന്നു. അമാലന്മാർ ആൾക്കൂട്ടം ചവിട്ടിത്തിമർത്ത് വയലുകൾ താണ്ടി. കടത്തു കടന്ന് കുന്നുകയറി. നിറയൂർ പാറയുടെ ഉച്ചിയിൽ ഉദയസൂര്യൻ എത്തിനോക്കുന്നത് ചിന്തകളുടെ ഇരുട്ടിലമർന്ന കംസൻപട്ടേലർ കണ്ടില്ല.

കാർ മൂടിക്കെട്ടിയ ഒരു പകലിന്റെ തുടക്കം. ആവിയിൽ വേവാൻ തുടങ്ങുന്ന താഴ്വര. പ്രായം ചെന്നവർ നെഞ്ചിലമർന്ന ഭാരത്തോടെ വേച്ചുവേച്ചു കൂടണഞ്ഞു.

കരിക്കുകുടിച്ച കണ്ണൻമലയൻ നിവർന്നിരുന്നു. പക്ഷേ, അയാൾക്ക് എഴുന്നേൽക്കാനായില്ല. പാദങ്ങളിൽ തീക്കുമിളകൾ ചീർത്തിരുന്നു.

മാളുവിന്റെ ചുമലിൽ കൈ ഊന്നി കണ്ണൻപുലയൻ പ്രാഞ്ചിപ്രാഞ്ചി നടന്നു. അയാളുടെ അരയാടയിൽ അപ്പോഴും കത്തിക്കരിഞ്ഞ അവശിഷ്ടങ്ങൾ ഞാന്നുകിടന്നു.

മേലേരിയുടെ അകക്കാമ്പിൽ കനലുകൾ വിങ്ങി.

സൗമ്യമായ സ്നേഹത്തിന്റെ ചുമടുകളിറക്കി ആശ്വസിച്ചു. അതിഥികൾ ഗ്രാമത്തോടു വിടപറഞ്ഞു. തിരിയണഞ്ഞ കാക്കവിളക്കുകൾപോലെ അവരുടെ കണ്ണുകൾ നിദ്രയാലും അന്നത്തെ അവിചാരിതമായ പൊട്ടിത്തെറിയാലും മങ്ങിയിരുന്നു.

മഞ്ഞത്തോർത്തു മാടിക്കെട്ടി കുഞ്ഞമ്പാടി പ്രഖ്യാപിച്ചു:

"ഈ പണം പോതിയുടെ പണമാണ്!"

അവശേഷിച്ചിരുന്ന യുവാക്കൾ തലകുലുക്കി സമ്മതിച്ചു:

"നമുക്ക് ആൽത്തറ പണിയണം!"

"പോതിക്ക് ഉടയാട മേടിക്കണം!"

"തെയ്യക്കാരന് ദക്ഷിണ കൊടുക്കണം!"

"സദ്യ കൊടുക്കണം"

ആർക്കും എതിരില്ല! അഗ്നിപർവതത്തിന്റെ മുഖത്തെ ശാന്തതയാണ് നിറയൂരിൽ കളിയാടുന്നതെന്ന് അവർക്കറിയാമായിരുന്നു.

കടത്തുചീനയിൽ കയറുമ്പോൾ അമ്പുഞ്ഞി പറഞ്ഞു:

"നിങ്ങളെ ഒരു പാഠം പഠിപ്പിച്ചില്ലെങ്കിൽ ഈ അമ്പുഞ്ഞി ആണല്ല; കരുവഞ്ചേരി കാര്യസ്ഥനല്ല!"

കുഞ്ഞമ്പാടി കൂട്ടുകാരോടു പറഞ്ഞു.

"നിറയൂരമ്മയ്ക്കു ചതിയില്ല!"

....

തെയ്യം കാണാൻ രാഘവനോടുകൂടി എത്തിയ അനന്തൻ വിഷണ്ണനായി. സത്യഗ്രഹപ്പന്തലിൽവെച്ചു കണ്ടുമുട്ടിയ കുഞ്ഞമ്പാടിയെ അനന്തൻ തിരിച്ചറിഞ്ഞിരുന്നു.

മേലേരിയിൽ കണ്ണൻമലയന്റെ ആദ്യ പാദസ്പർശനം ഉതിർത്ത തീത്തരികൾ നിറയൂരിന്റെ അന്തരീക്ഷത്തിലേക്കുയരുന്നതു കണ്ടുകൊണ്ടാണ് അനന്തൻ മലയിറങ്ങിവന്നത്–

തിരിച്ചുപോക്കിൽ തന്റെ ഉള്ളിൽ ചിതറിവീണു പുകയുന്ന ഒരു കനൽക്കട്ടയുടെ സാന്നിധ്യം അയാളറിഞ്ഞു.

കുഞ്ഞിരാമൻകാരണവർക്ക് കലികൊണ്ടിരിക്കുന്നു. ഇത്തരുണത്തിൽ തറവാട്ടിലേക്കു കയറിച്ചെല്ലാൻ അനന്തൻ ആഗ്രഹിച്ചില്ല.

പുറകെ നടന്ന രാഘവനോട് അനന്തൻ ചോദിച്ചു:

"ഇതെന്തിന്റെ തുടക്കമാണ്?"

യുവാക്കൾ ചിന്തിക്കാൻ തുടങ്ങിയതിന്റെ"

"കാർണവരെ അതെങ്ങനെ ബോധ്യപ്പെടുത്തേണ്ടു?"

"ബോധ്യപ്പെടുത്താൻ കാലം വരും."

കാട്ടരുവിയുടെ ഓരത്തിറങ്ങി പല്ലുതേക്കുന്ന ഒരു യുവതി കൂടെനിന്ന മധ്യവയസ്കയോടു പറഞ്ഞു:

"അമ്മായി കണ്ടില്ലേ? ആണുങ്ങളായാ അങ്ങനെ വേണം!"

യുവതിയുടെ ഉറക്കച്ചടവുള്ള മിഴികളിൽ പുലർവെയിൽ നൃത്തം ചെയ്തു.

"ചെമ്മരത്തീ മിണ്ടാണ്ടിര്ന്നൊ! എല്ലാം പോതിക്കു കൊടുത്താ ഊരാളനൊന്നും വേണ്ടേ?"

"ഊരാളനെന്തിനാ കുറിപ്പണം? ഊരാളനെന്തിനാ പൊലിപ്പണം? പാട്ടം കിട്ട്ണ്. വാരം കിട്ട്ണ്. കാഴ്ച കിട്ട്ണ്..."

"എടീ...ീ..." ചീരു ഭയചകിതയായി. അവർ അനന്തന്റെ നേർക്ക് നേരിയ ഭീതിയോടെ നോക്കി.

"ഒടേതെ. കുരുത്തല്യാത്തോളാ. കണ്ട വേതക്കാര്ടെ പള്ളിക്കൂടത്തില് പടിച്ചിറ്റ് എഴുത്തൂട്ട്ന്ന് കിട്ട്യ കുരുത്തൊക്കെ പോയി. തലതിരിഞ്ഞ വാക്ക് പറയ്ണ ഓളെ കുറ്റം പൊറുക്കണം!"

അനന്തൻ പെൺകുട്ടിയുടെ മുഖത്തു നോക്കി.

"ഭഗവതിയുടെ പണം ഭഗവതിക്കുതന്നെ."

അനന്തൻ വിരിഞ്ഞുവരുന്ന പൂവിലൂറിയ മധുവിന്റെ മണമറിഞ്ഞു. അയാളുടെ നോട്ടം പാറിപ്പറന്നു വീണ്ടും ചെമ്മരത്തിയുടെ മുഖത്തു വീണു.

"ഏട്ന്നാ?"

"കീഴൂര്ന്ന്."

"തെയ്യം കണ്ടോ?" അനന്തൻ ചെമ്മരത്തിയോടു ചോദിച്ചു.

"കണ്ടു. തെയ്യത്തേക്കാൾ കേമമായ പൊലീം കണ്ടു."

"എടീ!"

അനന്തൻ കടത്തുചീനയിൽ കടന്നിരുന്നു.

ദൂരെ കീഴൂരേക്കു നീളുന്ന പുഴയോരപ്പാതയിൽ ചെമ്മരത്തി നടന്നു നീങ്ങുന്നത് അനന്തൻ നോക്കിയിരുന്നു.

വേദക്കാർ സമ്മാനിച്ച വെള്ളപ്പാവാടയും ചുവന്ന പുള്ളികളുള്ള ബ്ലൗസും ധരിച്ച ചെമ്മരത്തിയുടെ രൂപം അനന്തന്റെ ഉള്ളിൽ ഉലഞ്ഞാടി.

"രാഘവാ—"

"ഉം?"

"നമ്മുടെ ബാലികാസമാജം ഉഷാറാകണം. ചെമ്മരത്ത്യപ്പോലെ മൊയ്‌ലികളുടെ കൂട്ടത്തിലുള്ള പെൺകുട്ടികളെ പങ്കെടുപ്പിക്കണം!"

"അതിനു പ്രയാസം കാണ്ല്യ. വല്യവീട്ടിലെ പെണ്ണുങ്ങളെ പങ്കെടുപ്പിക്കാനാ പ്രയാസം!"

എട്ട്

പൊൻതളികയിലെ അവലു കുഴച്ചതും പൂവൻപഴവും സ്പർശനമേൽക്കാതെ ഇരുന്നു.

ശൂന്യമായ കളരിത്തട്ടിലേക്കു നോക്കി ഉണിക്കാളി ചോദിച്ചു:

"ശിഷ്യന്മാറ് ഇന്ന് വന്ന്ല്യെ?"

"വരും! രണ്ടുനാൾ കഴിഞ്ഞ് അവർ വരും! ഇവിടം ചുവടുറപ്പിച്ച് പയറ്റിത്തെളിഞ്ഞോരല്ലാ കുഞ്ഞിക്കോരനും കുഞ്ഞമ്പാടിയും!

കംസൻ പട്ടേലറുടെ ഭാര്യ ഉണിക്കാളിയമ്മ ഈയിടെ നിറയൂരെ പത്തായപ്പുരയിലേക്കു താമസം മാറ്റിയിരുന്നു. പരിവാരസമേതം പാട്ടം പിരിവിനു പോന്ന പട്ടേലർ ചോദിച്ചു:

"ഉണിക്കാളിക്ക് അവിടത്തെ സൗകര്യങ്ങൾകൊണ്ടു ജീവിക്കാനൊക്ക്വൊ?"

"നിറയൂരല്ലേ ഞാൻ ജനിച്ചു വളർന്നത്?"

"കരുവഞ്ചേരി മാളികയല്ല, നിറയൂരെ പത്തായപ്പുര!

"അവിടെ കുളിക്കാൻ കുളമില്ലേ?"

"ഉണ്ട്."

"ഉറങ്ങാൻ അറയില്ലേ?"

"ഓ!"

"അരിവെക്കാനടുക്കളയില്ലേ?"

"ഉവ്വല്ലോ!"

"എന്നാ ഞാനും വര്ണു."

വെടിക്കാരും അലക്കുകാരനും അരിവയ്പുകാരനും മറ്റു സിൽബന്തികളുമായി പാട്ടം-പിരിവിനിറങ്ങിയ കുഞ്ഞിരാമൻനായനാർ അയ്യടാ എന്നായി. ഉണിക്കാളി ഇറങ്ങിപ്പുറപ്പെടും എന്നറിഞ്ഞില്ല.

നിറയൂരാറ്റിലെ കുളിരലകളുടെ കിന്നാരം തളത്തിലിരുന്നാൽ കേൾക്കാം. ഉപ്പുകാറ്റിലൂടെ മറന്ന ബാല്യകാലസ്മരണകളോർക്കാം. ധാരാളം കണ്ണീരു കുടിച്ച ബാല്യത്തിന്റെ—

കുഞ്ഞിരാമൻനായനാർ പത്തായപ്പുരയിലെത്തിയതിന്റെ മൂന്നാം പക്കം ഉണിക്കാളിയുടെ പല്ലക്കെത്തി. പുഴയിൽ ഇണകൂട്ടിയ ഇരട്ടത്തോണികളുടെ തണ്ടിൽ പല്ലക്കേറ്റി. കൈപിടിക്കാനോങ്ങിയ ദാസിയെ തള്ളിനീക്കി ഉണിക്കാളി തോണിപ്പലകമേൽ ഇരുന്നു.

പിറന്ന നാട്ടിലേക്കെഴുന്നള്ളുന്ന തമ്പുരാട്ടിയെക്കാണാൻ നിറയൂർ കരയിൽ ഗ്രാമീണർ താണുവണങ്ങിനിന്നു...

പത്തായപ്പുരയിൽനിന്നും തീപ്പുക ഉയർന്നു. മുറ്റത്തു കളിമെഴുകി വെടിപ്പാക്കി. മാളികയിൽ ഉണിക്കാളി കിടപ്പറയൊരുക്കി. അവിടെയിരുന്നാൽ ഒരു പച്ചപ്പൂന്തോപ്പുപോലെ അവർക്കു നിറയൂർത്താഴ്‌വര മുഴുവനും കാണാം. മരക്കൂട്ടങ്ങൾക്കുള്ളിലൂടെ ഒഴുകുന്ന പുഴയുടെ മർമ്മരം കേൾക്കാം. ചേരിക്കല്ലുവയലിൽ പണിയാളരുടെ നീട്ടിയ വിളികൾ കേൾക്കാം. എരുതുകളുടെ ശബ്ദം കേൾക്കാം കേട്ടുമറന്ന ഒട്ടനവധി ശബ്ദവൈചിത്ര്യങ്ങൾ. ഓരോന്നിനും ബാല്യത്തിന്റെ സ്നിഗ്ധതയും പരിമളവും ഉണ്ടായിരുന്നു. എന്നാണ് എങ്ങനെയാണ് താനിവിടെനിന്നും പറിച്ചെറിയപ്പെട്ടതെന്ന് ഉണിക്കാളി നെടുവീർപ്പിട്ടു.

"ഉണിക്കാളിയമ്മേ..." ഉക്കാരൻഗുരുക്കൾ വിളിച്ചു.

വടക്കെ ഉമ്മറത്തെ ചാരുപടിയിൽ ഇരിക്കുകയായിരുന്ന ഉണിക്കാളി ഞെട്ടിയുണർന്നു. അപ്പുറം പീഠത്തിലിരിക്കുന്ന ഗുരുക്കൾ പറഞ്ഞു:

"അങ്ങ് കരുവഞ്ചേരിയിലായിരുന്നെങ്കിൽ ഇങ്ങനെ മുഖത്തോടു മുഖം നോക്കി സംസാരിക്കാൻ പറ്റുമായിരുന്നോ?"

"ഇല്ല!" അവർ നിനവോടെ പുഞ്ചിരിച്ചു.

കരുവഞ്ചേരി തറവാട്ടിൽ ഉക്കാരൻഗുരുക്കൾ ഒരുകാലത്തു പെൺകു

ട്ടികളെ സംസ്കൃതകാവ്യം പഠിപ്പിച്ചിരുന്നു. നാലുകെട്ടിന്റെ തെക്കിനിക്കകത്തു കതകിന്റെ മറവിൽ ഒരു പുൽപ്പായിൽ പെൺകുട്ടികൾ. ഇപ്പുറം വരാന്തയിൽ ഗുരു. പരസ്പരം കാണാൻവയ്യ. എങ്കിലും കാവ്യത്തിനു ലിംഗഭേദം ഇല്ലായിരുന്നു. അന്തഃപുരത്തിലേക്കിറങ്ങിച്ചെല്ലാൻ ഒരു വാതിൽപ്പഴുതുപോലും വേണ്ടായിരുന്നു. വാതിലിന്റെ മറവിലിരിക്കുന്ന അവിവാഹിതകളായ പെൺകുട്ടികളുടെ ഇടയിൽ നവവധുവായ ഉണിക്കാളിയും സ്ഥാനം പിടിച്ചിരുന്നു.

പിന്നീട് ഉക്കാരൻഗുരുക്കൾ കരുവഞ്ചേരിപ്പടിയിറങ്ങി. കവിത ചൊല്ലുന്ന ഉണിക്കാളിയുടെ അശരീരി ഉക്കാരൻഗുരുക്കൾക്കു മറക്കാൻ കഴിഞ്ഞില്ല. അവൾ പദങ്ങളെ തൊട്ടിലാട്ടി ഉറക്കുകയാണെന്നു തോന്നും. ഈണത്തിൽ മന്ദസ്വരത്തിൽ പാടിപ്പാടി കവിതയുടെ കവാടങ്ങൾ തുറക്കാൻ ശ്രമിക്കവേ പദങ്ങൾ ചിറകടിച്ചു പറന്നകലുമെന്ന് അവൾ ഭയപ്പെട്ടിരുന്നപോലെ. ഉക്കാരൻ നായരെ നോക്കുമ്പോൾ അവളുടെ മിഴികൾ കൃതജ്ഞതാനിർഭരമായിരുന്നു. രക്ഷപ്പെടാനാഗ്രഹിക്കുന്ന ഒരു തടവുകാരിയുടെ പ്രതീക്ഷ മുറ്റിനിന്ന മിഴികൾ.

"ഗുരുക്കൾ പടിയിറങ്ങിപ്പോന്ന ദിവസം ഞാനൊരു ശപഥം ചെയ്തു."

"എന്താണത്?"

"ഒരുദിവസം ഒരു നന്ദിവാക്കു പറഞ്ഞു ഗുരുദക്ഷിണ നൽകണം!"

ഉക്കാരൻഗുരുക്കൾ പുഞ്ചിരിച്ചു. നന്ദി പ്രതീക്ഷിച്ച് ഒരിക്കലും അക്ഷരവിദ്യയോ കളരിപ്പയറ്റോ അഭ്യസിപ്പിച്ചിട്ടില്ല. ആത്മാവിലും ശരീരത്തിലും അയാൾക്ക് വിശ്വാസമുണ്ടായിരുന്നു.

കരുവഞ്ചേരി കിഴക്കേതിലെ വള്ളിത്തോപ്പിലെ ഓലകെട്ടിമേഞ്ഞ എഴുത്തുകൂട്ടിലിരുന്ന കുട്ടികൾക്ക് അക്ഷരമോതിക്കൊടുക്കുമ്പോൾ അവർ കൂടിനകത്തുനിന്നു പുറത്തുകടന്നു. മനസിന്റെ ഇരിപ്പിടംകൂടി ഉറപ്പിക്കണം എന്ന് ആഗ്രഹിച്ചിരുന്നു.

ഗുരുക്കളുടെ നെടുവീർപ്പുയർന്നു. തെങ്ങോലകൾ കാറ്റിലിളകി. ഉണിക്കാളിയുടെ കാർകൂന്തൽ ഓളംതല്ലി.

"ഈ കുഞ്ഞമ്പാടിയെ ചൊല്ലിയാണ് ഞാൻ കരുവഞ്ചേരി എഴുത്തുകൂട്ട് വിട്ടത്."

"എനിക്കറിയാം."

"ഇന്നവൻ ഗ്രാമത്തിൽ ഒരു ഭൂമികുലുക്കം ഉണ്ടാക്കി."

"ഒരാൾ മാത്രം വിചാരിച്ചാൽ ഭൂമി കുലുങ്ങ്വോ, ഗുരുക്കളെ? അടിയിലെന്തോ ഉരുകിത്തിളയ്ക്കുന്നുണ്ടാവ്ല്യെ?"

"ഉണ്ടാവും!"

—കുഞ്ഞമ്പാടിക്ക് നേർമനസേ ഉള്ളൂ. അതുകൊണ്ടു കാര്യകാരണങ്ങൾക്കിടയിലെ ദൂരം കുറവായിരിക്കും!

"അതെ!"

"അന്ന് എഴുത്തുകൂട്ടിന്റെ ഓലച്ചെറ്റയ്ക്കപ്പുറം ഒച്ചയുണ്ടാക്കി അവൻ എന്റെ ശ്രദ്ധയാകർഷിച്ചു. ഞാൻ ചോദിച്ചു:

"ആരാത്?"

"ഞാനാണ്. നിറയൂര് കുഞ്ഞമ്പാടി!"

"എന്തിനു വന്നു?"

"പഠിക്കാൻ!"

"ആരു പറഞ്ഞിവിടെവരാൻ?"

"ആരും പറഞ്ഞില്ല. എന്നും ഇക്കരെ പാല് കൊണ്ടഭർന്നത് ഞാനാ. അപ്പഴ് പഠിക്കാംന്ന് നിരീച്ചു."

"എന്താണാലോചിക്കുന്നത്?"

"അന്ന് അമ്പാടിയെച്ചൊല്ലി അവിടംവിട്ടിങ്ങു പോന്നത് നന്നായെന്ന് —അവിടെയിരുന്ന്, ഞാൻ വലിയവീട്ടിലെ അഞ്ചാൺകുട്ടികളെയാണു പഠിപ്പിച്ചിരുന്നത്! അവർക്കാണെങ്കിൽ മംഗലാപുരത്തോ മദിരാശിയിലോ പോയി പഠിക്കാൻ സൗകര്യം."

ഒരു സാഹസമാണ് ഉക്കാരൻഗുരുക്കൾ കാട്ടിയത്. കരുവഞ്ചേരി യിലെ യജമാനക്കുട്ടികൾക്കൊപ്പം തറയിലൊരു കോണിൽ കുഞ്ഞമ്പാ ടിക്കു വിരൽ ചൂണ്ടിക്കൊടുത്തു.

"അവിടെയിരിക്കൂ." അങ്ങനെ ഏകലവ്യൻ സ്കൂളിന്റെ അകത്തി രുന്നു പഠിച്ചു. ഒരാഴ്ച കഴിഞ്ഞില്ല കരുവഞ്ചേരി കാര്യസ്ഥൻ വള്ളിത്തോ പ്പിൽ അടയ്ക്കാ പറിക്കാനെത്തി. എഴുത്തൂട്ടിനകത്തേക്ക് അയാൾ സൂക്ഷിച്ചു നോക്കി. ഒന്നല്ല, രണ്ടുതവണ.

പിറ്റേന്നാൾ കരുവഞ്ചേരിയിലെ ചെല്ലക്കാരൻ വന്നു പറഞ്ഞു:

"ഗുരുക്കളെ വിളിക്ക്ണു."

"ആര്?"

"ഒടയോറ്."

"വരാം."

അന്നത്തെ പഠിപ്പുകഴിഞ്ഞ് ഉച്ചയ്ക്കു പന്ത്രണ്ടുമണിനേരത്ത് ഗുരു ക്കൾ നടുമുറ്റത്തുനിന്നു പുറത്തേക്കുള്ള വാതിലിനഭിമുഖം വന്നു നിന്നു,

ഇറയത്ത് അനുവാദമില്ലാതെ കയറിക്കൂടാ. കോപാകുലനായ സൂര്യന്റെ താഡനം സഹിക്കാൻ വയ്യ.

ഒരുമണിക്കൂർ! തീക്കുണ്ഡത്തിലെ ഒരു നീണ്ട മണിക്കൂർ! സൂര്യനെ തണുപ്പിച്ച് ഗുരുക്കൾ നിന്ന കാലിൽ നിന്നു.

"ഒടയോറ് ഉണ്ണ്ണു!" വാല്യക്കാരൻ ഉമ്മറത്തു വന്നറിയിച്ചു.

"അമൃതേത്തു കഴിഞ്ഞോട്ടെ!"

ഊണു കഴിഞ്ഞു രാമച്ചവിശറി വീശുന്ന പരിചാരകനാൽ അനുഗ തനായി കരുവഞ്ചേരി കുഞ്ഞിരാമൻനായനാർ ഉമ്മറവാതിൽക്കലെത്തി.

"ഉക്കാരൻ ആരെയാ പഠിപ്പിക്കുന്നത്?"

"കുഞ്ഞിങ്ങളെ!"

"ഏട്ത്തെ?"

"ഭൂമിയിലെ!"

"കരുവഞ്ചേരി കുഞ്ഞിങ്ങൾക്കൊപ്പം ഇരുന്നു പഠിക്കാൻ നിറയൂരെ തീയച്ചെറുക്കൻ ആയെയ്യാ?"

"മനസു വളർന്നാ തീയച്ചെക്കനെന്നല്ല, മലയനോ മണ്ണാനോ പഠിക്കാമെന്നാ അടിയന്റെ അറിവ്."

"അമ്മട്ടിലൊരറിവ്. ഈട വേണ്ടാ. താൻ ജാതി പെഴച്ചതിനു നൂറ്റൊന്നു പണം പെഴയ്ക്ക്യാ. കൂലോത്തെ കുളത്തിലു നൂറ്റൊന്നു മുങ്ങ്വാ! മനസിലായോ?"

ഉക്കാരൻഗുരുക്കൾ തല കുനിച്ചു.

പട്ടേലർ, കോണി കയറി ഉച്ചയുറക്കത്തിനൊരുങ്ങി.

നടുമുറ്റത്തു ജ്വലിച്ച വെയിൽ ഉക്കാരന്റെ മുഖത്തു സൂക്ഷിച്ചു നോക്കി. ഗുരുക്കൾ കുലുങ്ങിയില്ല. ഇമയിളകിയില്ല. പിഴയ്ക്കാൻ നൂറ്റൊന്നു പണമില്ല. മുങ്ങാൻ നേരമായില്ല. കൂലോത്തെ കടവിലേക്കു നടക്കുന്നതിനു പകരം ഉക്കാരൻഗുരുക്കൾ നിറയൂർതടത്തിന്റെ മേലെയുള്ള ചൂട്ടേനിക്കുന്നു കയറിമറിഞ്ഞു. ദൃഢനിശ്ചയത്തിന്റെ തണലിൽ വെയിലിനെ നിലാവാക്കി ഉക്കാരൻഗുരുക്കൾ അരയാക്കടവിൽ നിന്ന് അക്കരയ്ക്കു നോക്കി.

കുഞ്ഞിപ്പു ഇക്കരെ പനചാരിയിരുന്നു കുളുത്തു കഴിക്കുകയായിരുന്നു. അവനോടു വാക്കു പറഞ്ഞുകൊണ്ടിരുന്ന ചെത്തുകാരൻ കാഞ്ഞൻ തട്ടിപ്പിടഞ്ഞെണീറ്റു. പനയോളംപോന്ന ഗുരുക്കളെ അടിമുടി നിരീക്ഷിച്ച കാഞ്ഞന്റെ മിഴികൾ നനഞ്ഞ മണ്ണിനെ പുണർന്നു.

പാളപ്പൊതി ചാലിലെറിഞ്ഞ്, കൈ കഴുകി, വായ് കഴുകി, കുഞ്ഞിപ്പു തോണിത്തലക്കൽ വന്നു.

"അതാരാ?" കാഞ്ഞന്റെ ചോദ്യം ഉക്കാരൻഗുരുക്കൾ കേട്ടു.

"ഇതു ഞാൻ. അക്കരെ നിറയൂരിൽ പോകണം."

അവരിരുവരും ഭക്തിബഹുമാനങ്ങളോടെ ഗുരുക്കളെ ഗ്രാമത്തിലെത്തിച്ചു. അരയാക്കടവിലെ ആൽമരത്തറയിലിരുന്ന് ഗുരുക്കൾ വിശ്രമിച്ചു. പകലെ കുടിച്ച തീക്ഷ്ണമായ വെയിലിനെ പുറത്തുവിടാൻ ഗുരുക്കളുടെ ഉള്ളിൽ വിയർപ്പുനീരുറവയെടുത്തു.

വിയർപ്പുചാലുകൾ വാർന്നൊഴുകി. ആൽത്തറയെ തണുപ്പിച്ചു. തറയിൽ വിരിച്ച ചെങ്കല്ലുകൾ നിർവൃതിപൂണ്ടു.

ഒരു രാവും ഒരു പകലും ഉക്കാരൻ ഗുരുക്കൾ ആൽത്തറയെ അലങ്കരിച്ചു.

രണ്ടാമത്തെ സായങ്കാലത്തു താരുവിന്റെ കള്ളുകടയിലെത്തിയ കാരണവന്മാർ പറഞ്ഞു:

"താരൂ, നിക്കട്ടെ!"

നിറയൂരിലെ അച്ഛന്മാർ ആൽത്തറ ലക്ഷ്യമാക്കി നടന്നു. വഴുക്കുമുണ്ട് വീതുകളഞ്ഞ് അവർ അലക്കിയ മുണ്ടുടുത്തിരുന്നു. അരയിൽ കറുത്ത കച്ചയണിഞ്ഞിരുന്നു. ആചാരം പറഞ്ഞ് അവർ ആൽത്തറയ്ക്കു നേരെ മുമ്പിൽ നിന്നു.

"വെടോണ്ടത്?"

"ഇവിടെ ഈ ആൽത്തറയിൽ വന്നിരിക്കുക!

അച്ചന്മാർ പരിഭ്രമിച്ചു. ഒരു ദിവ്യപുരുഷന്റെ കൂടെ ഇരിക്കുകയോ!

അവർ അരയാൽച്ചില്ലയിലേക്കു നോക്കി.

മൗനം!

ഗുരുക്കൾ ചിരിച്ചു. കാറ്റിന്റെ കുളിരലകൾ ഇളകുമ്പോൾ അദ്ദേഹത്തിന്റെ മിഴികൾ പ്രസരിക്കുന്ന മന്ദസ്മിതമേറ്റ് അച്ചന്മാർക്കു രോമാഞ്ചമുണ്ടായി. അവർ ഓടി മുമ്പോട്ടു നീങ്ങിനിന്നു.

"വെടോണ്ടത്—"

"വന്നിരിക്കുക, ആദ്യം! എന്നീറ്റ് പറയാം!"

അച്ഛന്മാർ പരിഭ്രമത്തോടെ ആൽത്തറയിലേക്കു നീങ്ങി. അവരുടെ പാദങ്ങൾ പരസ്പരം തട്ടിത്തടഞ്ഞു.

ഉക്കാരൻ ഗുരുക്കൾ പിന്നോക്കം നീങ്ങി ആൽമരത്തിൽ ചാരിയിരുന്നു. ഇടിഞ്ഞുപൊളിഞ്ഞ തറയിൽ തിടമുണ്ടായി. അച്ചന്മാർ മുള്ളിലിരുന്നു.

"ആരാ കുഞ്ഞമ്പാടി?"

"എന്റെ അനന്തരവനാ." ചിരുകണ്ടൻ പറഞ്ഞു. ഉൾഭയത്തോടെ അയാൾ ആരാഞ്ഞു:

"അക്കരെ വന്നു കുരുത്തക്കേടു വല്ലോം?"

"അവൻ ഗുരുത്വമുള്ളവനാണ്! അവനെ പഠിപ്പിക്കാനാ ഞാൻ വന്നത്! അവനെ മാത്രമല്ല, നിറയൂരെ ആൺകുഞ്ഞുങ്ങളെയെല്ലാം!"

തെങ്ങുകയറിയും കള്ളുചെത്തിയും ശീലിക്കേണ്ട ചെറുവാല്യക്കാരെ പഠിപ്പിക്കാൻ അക്കരെനിന്ന് ഉക്കാരൻഗുരുക്കൾ എത്തിയിരിക്കുന്നു! എന്തതിശയം! ഒടിയന്മാരുടെ വേലയാണോ? ഈ ആജാനുബാഹു ആര്? അവർ ഉക്കാരൻഗുരുക്കളെക്കുറിച്ചു കേട്ടിരുന്നില്ല. എഴുത്തൂട്ടുകൾ അവർ കണ്ടിരുന്നു. പുഴയിലെഴുതി പഠിപ്പിച്ചിരുന്നു. നാട്ടിലെ പണിക്കന്മാരായിരുന്നു പഠിപ്പിച്ചിരുന്നത്. അങ്ങനെയിരിക്കെ പൂഴിത്തൊണ്ടു വലിച്ചെറിഞ്ഞ് അവർ ഏറ്റു കത്തിയെടുത്ത് അരയിൽ കെട്ടും. പൂരപ്പാട്ടുകൾ ചൊല്ലിത്തിമർക്കും.

ഉക്കാരൻഗുരുക്കൾ ഒരു മനുഷ്യൻ തന്നെയോ എന്ന് അവർക്കു സംശയമായി. ഒരു രാവും ഒരു പകലും മുഴുവനും ആലിഞ്ചോട്ടിൽ തപസിരുന്ന ഈ ദേഹം—

ചിരുകണ്ടൻ അടുത്ത തെങ്ങിൽ നിന്ന് ഒരു ചെന്തെങ്ങിളനീർ വെട്ടി മൂക്ക് ചെത്തി ഗുരുക്കളുടെ മുമ്പിൽ വച്ചു.

"തനിച്ചു കുടിക്കുന്നത് എന്റെ കുടിയിൽ വച്ച്! നാലിളനീരു കൂടി വെട്ടുക!"

ചിരുകണ്ടൻ നാലിളനീർകൂടി കൊണ്ടുവന്നു. തൊണ്ടു താഴെയിട്ട് ഗുരുക്കൾ പറഞ്ഞു:

"എനിക്കു നിങ്ങളുടെ സഹായം വേണം!"

അവർ അത്ഭുതപരതന്ത്രരായി, നിറയൂരെ നിസ്വരായ കൃഷിക്കാരുടെ സഹായംതേടി വന്നരിക്കുന്ന ഈ ദിവ്യപുരുഷനാര്? നിറയൂർക്ക്

അന്യന്മാരാരും കടന്നുവരാറില്ല. ചൂട്ടേനിക്കുന്നിന്റെയും നിറയൂർ മലയുടെയും ഇടയിൽ നിറയൂർ പുഴയുടെ തീരങ്ങളിൽ ഭൂമിയുടെ മാത്രം കാരുണ്യത്തിൽ കഴിഞ്ഞുകൂടിയ ഏഴകളുടെ സഹായംതേടി ആരും വന്ന ചരിത്രമില്ല. വന്നിരുന്നു. ഒരിക്കൽ നിറയൂർ ഭഗവതി! ദേവി അക്കരെ പുല്ലരിയാൻ പോയി തളർന്നു മയങ്ങിയ പെണ്ണുങ്ങൾക്കൊപ്പം കടത്തുചീനയിൽ വന്നിറങ്ങി. ആലിഞ്ചോട്ടിൽ നിലയുറപ്പിച്ചിരിക്കുന്നു. അതു നൂറ്റാണ്ടുകൾക്കപ്പുറമാണ്. അന്നു കീഴൂർഗ്രാമം ചതുപ്പിലാണ്ടു കിടപ്പായിരുന്നു. കീഴൂരിലെ പെണ്ണുങ്ങൾ വിറകുതേടി വന്നിരുന്നതു നിറയൂരാണ്. മടലുപെറുക്കി അവർ തിരിച്ചുപോകും. നിറയൂർക്കാർക്കും വിറകിനു ക്ഷാമമുണ്ടായിരുന്നില്ല. രണ്ടു മലകൾ നിറയെ വൃക്ഷങ്ങളും ചെടികളും സസ്യലതാദികളും ഉണ്ടായിരുന്നു. മലയിൽ നായാട്ടിനു വരുന്നവർ നിറയൂർ തടത്തിലിറങ്ങിവരാൻ ഭയപ്പെട്ടിരുന്നു. നിറയൂരെ ആൺകുഞ്ഞുങ്ങളെല്ലാം കളരി പയറ്റിത്തെളിഞ്ഞവരാണ്. അവർക്ക് അക്ഷരമോതിക്കൊടുക്കാനും അവരെ പുതിയ അടവുകൾ പഠിപ്പിക്കാനും ഇതാ ഒരു വലിയ മനുഷ്യൻ എത്തിയിരിക്കുന്നു. നേരോ മറിമായമോ? ഒടിയന്മാരെ എന്നും ഭയപ്പെടണം. ഒടിയന്റെ മിഴികളിലെ കന്മഷം തീണ്ടാത്ത ഈ മനുഷ്യന്റെ പുഞ്ചിരി വക്രമല്ലെന്ന് അവർക്കു വിശ്വാസമായി. വിശ്വാസങ്ങളിൽ പിടിച്ചുതൂങ്ങി നീണ്ട ജന്മങ്ങൾ താണ്ടാൻ അവർ ശീലിച്ചിരുന്നു.

"എനിക്ക് നിങ്ങളുടെ സഹായം വേണം."

"എന്താണെന്നു വെടോണ്ടാൽ!"

"ഒരു എഴുത്തുപള്ളിക്കൂടം ഉണ്ടാക്കിത്തരണം!"

"ഓ!" അവരുടെ മനസുകൾ വിടർന്നു.

"ഇതാ, ഇവിടെ ഈ കടവിനടുത്ത്! അക്കരെന്നു വല്ല കുഞ്ഞിങ്ങൾക്കും വരേണമെങ്കിൽ ആവാമല്ലോ!"

ചെറുവാല്യക്കാരെത്തി. മൂത്ത കമുകുകൾ മുറിച്ചു വീഴ്ത്തി. പനമ്പട്ടയരിഞ്ഞിട്ടു. നാലു നാഴികനേരംകൊണ്ടു തറ വെട്ടിക്കൂട്ടി. നാലു നാൾകൊണ്ട് ഒരൊന്നാന്തരം ഒരെഴുത്തുപള്ളിക്കൂടം ഉയർന്നുവന്നു. കുടപ്പനയോല മേഞ്ഞു. പനയോലകൊണ്ടു ഭിത്തി മെനഞ്ഞു. തറ തല്ലി മിനുസം വരുത്തി. ഓലത്തടുക്കുകൾ നിരന്നു. നിറയൂരെ ആൺകുട്ടികൾ മെല്ലെമെല്ലെ പൂഴിത്തൊണ്ടും മുനകൂർത്ത ബുദ്ധിയുമായി എഴുത്തൂട്ടിൽ പ്രവേശിച്ചു...

ഉക്കാരൻഗുരുക്കളുടെ കണ്ണിൽനിന്നു തീമുത്തുകൾ അടർന്നു വീണുകൊണ്ടിരുന്നു.

ഉണിക്കാളിയമ്മ പരിഭ്രമത്തോടെ ചാടിയെണീറ്റു.

അവർ നാലടിമുമ്പാക്കം നടന്നു. പീഠത്തിനു നേരെ മുമ്പിൽ വന്നു നിന്നു.

"എന്താദ്!"

ഉക്കാരൻഗുരുക്കൾ ഞെട്ടിയുണർന്നു.

"ഞാൻ താലയെക്കുറിച്ചു ചിന്തിക്കുകയായിരുന്നു."

"ഏതു താല?"

"ചിരുകണ്ടന്റെ മകൾ താല. അവൾ ആൺകുഞ്ഞുങ്ങൾക്കൊപ്പം പത്തുവയസുവരെ എഴുത്തുട്ടിൽ പഠിച്ചിരുന്നു. തിരണ്ടുകല്യാണം കഴിഞ്ഞപ്പോൾ അവർ അവളെ തടഞ്ഞു. അകത്തു പൊത്തിവച്ചു. എന്നിറ്റ്..."

അയാൾ ഇറങ്ങി നടന്നു. ഉണിക്കാളിയമ്മ നോക്കിനിന്നു. വാക്കു കൊണ്ട് ഒരു തടസമുണ്ടാക്കാൻ അവർ ആഗ്രഹിച്ചില്ല...

സന്ധ്യ കാടിറങ്ങി വരികയായിരുന്നു. അവളുടെ കറുത്ത പുടവത്തുമ്പിൽ പിടിച്ചു നാലു ചെറുപ്പക്കാർ...

ഗുരുക്കളെ കണ്ട് അവർ ഒരുനിമിഷം നിന്നു.

ഉയർന്ന കയ്യാലയുടെ ആഴങ്ങളിൽ ഗുരുവും ശിഷ്യന്മാരും മുഖത്തോടുമുഖം കണ്ടു. ചെറുപ്പക്കാരുടെ മുഖങ്ങളിൽ സംതൃപ്തി തുളുമ്പുന്നു. ഗുരു ദീർഘനിശ്വാസമയച്ചു.

"താല...?" വാക്കിനെ കടിഞ്ഞാണിടാൻ ഗുരുക്കൾ ശ്രമിച്ചില്ല.

"ഓള് പഴശ്ശായികുണ്ഡത്തിലുണ്ടെന്നു കരിഞ്ചാത്തൻ പറഞ്ഞു. ഇപ്പോൾ ഓനും!..." കുഞ്ഞമ്പാടി ഗുരുവിന്റെ പാദത്തിൽ വീണു കണ്ണീരൊഴുക്കി.

ധർമ്മത്തിനും അധർമ്മത്തിനും ഇടയ്ക്ക് ഒരു തലനാരിഴയുടെ വ്യത്യാസമേയുള്ളു എന്ന് ഉക്കാരൻ ഗുരുക്കൾ നെടുവീർപ്പിട്ടു.

ഒൻപത്

കരിഞ്ചാത്തന്റെ മരണവൃത്താന്തം കർണാകർണികയാ നാടുനീളെ വീശി. കുടപ്പനയോലകളിൽ പെരുഞ്ചെണ്ട മുഴക്കുന്ന കാലകാറ്റ് അവരുടെ ഉൾത്തടങ്ങളെ നടുക്കി.

ഇനി എന്ത് സംഭവിക്കും?

ഗ്രാമീണർ പതിവുപോലെ കാളകളുടെ കഴുത്തിൽ നുകം കെട്ടി. മദം ശമിച്ച ഉപ്പുജലം നദീതടത്തിൽ തളർന്നുകിടന്നു. കാലവർഷത്തിന്റെ മലവെള്ളപ്പാച്ചിലിൽ ആട്ടിയകറ്റപ്പെടാൻ. കൃഷിക്കാർ പുതുതായി പുല്ലു പുതച്ചു കുടിലുകളിൽനിന്നിറങ്ങി വയലിലേക്കും കാട്ടിലേക്കും ചെറു പ്രാണികളെപ്പോലെ ഇഴഞ്ഞു നീങ്ങി.

ഗൗരീശങ്കരത്തെ നായനാർ തിരിച്ചും മറിച്ചും ചിന്തിച്ചു. ചത്തതു കരിഞ്ചാത്തനാണെങ്കിൽ, കൊല്ലിച്ചതു രുധിരമന നമ്പൂതിരിയുടെ കാമവെറിയാണ്. ശങ്കരൻനായനാരുടെ കുടിയാന്റെ പുത്രിയെ തട്ടിയെടുക്കാൻ രുധിരമനയ്ക്ക് എന്തധികാരം! എന്തു ധിക്കാരം!

നിറയൂരെ മെയ് മിടുക്കുള്ള ചെറു വാല്യക്കാരെ നായനാർ മനസാ അഭിനന്ദിച്ചു. "കിങ്കരനോട് ഗ്രാമീണർ പകരം ചോദിച്ചാൽ മാത്രം പോരാ! ഗൗരീശങ്കരത്ത് ചോദിക്കാൻ ആളുണ്ടെന്നറിയണം!"

കുഞ്ഞമ്പാടിയെപ്പോലൊരു നൂറു യുവാക്കളെ കിട്ടിയാൽ—

ശങ്കരൻനായനാർ വാര്യംകാര്യസ്ഥൻ കേളുമണിയാണിയെ വിളിച്ചു.

"ഏയ് കേളൂ!"

കേളു ഉരപ്പുരയുടെ മുറ്റത്ത് പെണ്ണുങ്ങളുടെ പയക്കം പറച്ചിൽ കേൾക്കുകയായിരുന്നു. കീഴൂരെ ചെമ്മരത്തിയാണു വിഷയം. ചീരുവിന്റെ ആങ്ങളയുടെ മകൾ ചെമ്മരത്തി! പെണ്ണു വേദം കൂടിയെന്നും ഇല്ലെന്നും തർക്കമായി.

"ചെമ്മരത്തി വേദം കൂടിയാലെന്ത്, ഇല്ലെങ്കിലെന്ത്? അനന്തൻ ചെറിയോക്ക് ഓളെ നല്ലോണം പുടിച്ചിറ്റ്ണ്ട്!" നെല്ലിടിക്കുന്ന തിരുമ പറഞ്ഞു.

"അനന്തൻ ചെറിയോറെ പൊടമുറി നിച്ചയിച്ചിറ്റ്ണ്ട്!"

"നിച്ചയിച്ചോട്ടെ!" തിരുമ പറഞ്ഞു.

"കോങ്കറസ്സും സഭയും ഉണ്ടാക്കി നടക്കുന്നോക്ക് ഇതു ചേരോ? കേളുമണിയാണി ചോദിച്ചു.

"കോങ്കറസ്സ് വേറെ! സംബന്ധം വേറെ. രണ്ടും തമ്മിലെന്താ ബന്ധം?"

തിരുമ ചോദിച്ചു.

കേളുമണിയാണി ഉത്സാഹത്തോടെ ഒടയോറുടെ മുമ്പിൽ ഹാജരായി.

"നിറയൂരെ ചെറു വാല്യക്കാറെ ഒക്കേം ബര്ത്തണം! അഞ്ഞൂറാള് വേണം. നാളെ പത്തായപെരേല് എത്താമ്പറ!"

"ഏതു പത്തായപ്പെരേല്?"

"വള്ളി തോപ്പ്ലെ!"

കേളുമണിയാണിയുടെ അകം പെരുത്തു. വളരെ വിരസങ്ങളായിരുന്നു ദിനങ്ങൾ.

ഗൗരീശങ്കരത്തിന്റെ മട്ടുപ്പാവിലിരുന്ന് നായനാർ ചിരിച്ചു. തന്നത്താൻ ചിരിക്കുന്നതിലൊരു സുഖമില്ലെന്നു കണ്ടു വിളിച്ചു:

"ഗൗരീ..."

അവർ മട്ടുപ്പാവിലെത്തിയില്ല.

നായനാർ അകത്തേക്കു നടന്നു.

"ഗൗരീ..."

ഗൗരി മേൽ കഴുകി വന്ന് ഈറൻ മാറുകയായിരുന്നു.

"ഇപ്പോഴറിഞ്ഞില്ലേ കുളിമുറിയുടെ ഉപയോഗം."

വിനോളിയാസോപ്പിന്റെ സുഗന്ധം ഉൾക്കൊണ്ട് നായനാർ പറഞ്ഞു:

"ഈ സോപ്പുതേച്ചു കുളിക്കുന്ന പെണ്ണുണ്ടോ ഈ ദേശത്ത്?"

ഗൗരി മൗനം പാലിച്ചു.

"ഗൗരി മിണ്ടണ്ട. എന്നോട് മിണ്ടാനും പറയാനും ഗൗരിക്ക് നേരമില്ല. അനന്തൻ വന്നുകയറേണ്ട താമസം— നിയ്യ് കേട്ടോ ഓന്റെ കാര്യം?"

"അനന്തേട്ടന്റെ കാര്യങ്ങളൊന്നും എനിക്കാരും പറഞ്ഞുതരേണ്ട!"

അലമാറയുടെ മുഖപ്പിൽ പതിച്ച കണ്ണാടിയുടെ മുമ്പിൽനിന്ന് ഗൗരി തെന്നിമാറി. അങ്ങനെയിപ്പം കണ്ടു രസിക്കണ്ട എന്ന മട്ടിൽ.

കൊട്ടാരത്തിന്റെ നിർമാണം കഴിഞ്ഞ് ഗൗരിയെ അവിടെ കുടിയിരുത്തിക്കഴിഞ്ഞാൽ എല്ലാമായെന്ന് നായനാർ വിചാരിച്ചു. കരുവഞ്ചേരിയിലെ ഒരു പെണ്ണിനെ ഭർത്താവിന്റെ വീട്ടിലേക്കു കൊണ്ടുപോവുക പതിവുണ്ടായിരുന്നില്ല. പതിവുകൾ മാറ്റാൻ ശങ്കരൻനായനാർക്കറിയാം. കംസൻപട്ടേലർ തടുത്തോ? ഇല്ല. തടുക്കാൻ ധൈര്യമുണ്ടായോ? ഇല്ല. കമാന്നൊരക്ഷരം എതിർത്തുവോ? ഇല്ല. കുറ്റിപൂജ കഴിഞ്ഞു. സദ്യയുണ്ട് തിരിച്ചു പോയി. ഇക്കുറി തുക്കിടിസായ്പ് കരുവഞ്ചേരി ബംഗ്ലാവിൽ താമസിക്കുന്നതിനു പകരം ഇവിടെ വന്നു താമസിച്ചു. എങ്ങനെ സായ്പ് വരാതിരിക്കും? ഇവിടുള്ളതുപോലൊരു കക്കൂസുണ്ടോ കരുവഞ്ചേരി ബംഗ്ലാവിൽ? ഇപ്പോ കംസൻ പട്ടേലർക്ക് മിണ്ടാട്ടമില്ല.

"ഗൗരീ നിന്റെ കാർണോര് പെണങ്ങിയാ എനിക്കെന്താ? ഈ ശങ്കരൻനായനാറ് വിചാരിച്ചാ നടക്കാത്ത കാര്യംല്ല ഇപ്പോൾ!"

ഗൗരി വെൽവെറ്റ് ജാക്കറ്റ് ധരിക്കുന്നതു കണ്ടു ഭർത്താവ് ചോദിച്ചു:

"ഏടക്കാ ഇപ്പോ പൊറപ്പാട്?"

"കീഴൂര് സ്ത്രീസമാജം ഉണ്ട്. ഞാൻ ചെന്നേ പറ്റു എന്ന് അനന്തേട്ടൻ പറയ്ണു."

"പോകാൻ വരട്ടെ!" നായനാർ മേശവലിപ്പിൽനിന്ന് ഒരു നോട്ടുപുസ്തകം എടുത്തു.

"ഞാനൊരു കവിത എഴ്തീറ്റ്ണ്ട്! ഇതു കേട്ടിട്ട് നിന്റെ അഭിപ്രായം പറ! നിയ്യ് ഉക്കാരൻഗുരിക്കളുടെ അടുത്ത്ന്ന് കാവ്യം പഠിച്ചോളാണല്ലോ!"

ജാക്കറ്റ് വലിച്ചുമാറ്റി അയാൾ മുരണ്ടു.

"ഇതാണ് എന്റെ കവിത. ചെന്തെങ്ങിളന്നീർപോലെ കുചകുംഭങ്ങൾ ചേരും മല്ലാക്ഷീമണി നിന്നെ ഞാൻ..."

ഭർത്താവിന്റെ പരിരംഭണത്തിലമർന്ന ഗൗരിക്ക് വല്ലാതെ ക്ഷോഭം വന്നു.

"എന്നെയിങ്ങനെ സദാ ഉപദ്രവിക്ക്യാണെങ്കില്—"

"ഉപദ്രവമോ? ഞാൻ പിന്നെ വേറെ സംബന്ധം ചെയ്യണോ?"

ഗൗരി പറഞ്ഞു:

"പൂതിയുണ്ടെങ്കിലാവട്ടെ!"

"നിനക്കു സമ്മതം?"

ഗൗരി പിറുപിറുത്തു:

"നല്ലൊരു കാര്യത്തിന് ഇറങ്ങ്മ്പഴ്"

"ഏതാണ് നല്ലകാര്യം? സ്ത്രീസമാജമോ കവിത ആസ്വദിക്കലോ?"

"ഈ കവിതകൊണ്ടെന്തു പ്രയോജനം ഉണ്ടായി?"

നായനാർ സ്തംഭിച്ചു.

പ്രിയതമയുടെ ഉടവുതട്ടാത്ത ഉടലിലൂടെ അയാൾ മിഴിയോടിച്ചു. എവിടെയാണ് ന്യൂനത? ലക്ഷണമൊത്ത ഈ സുന്ദരിയിൽ എവിടെയാണ് ന്യൂനത കുടികൊള്ളുന്നത്? പൊടുന്നനെ അടഞ്ഞ അലമാറയുടെ മുഖപ്പിൽ തന്റെ വന്ധ്യരൂപം പ്രതിബിംബിച്ചതു കണ്ട് നായനാർ നടുങ്ങി. വെറുമൊരു വിളർത്ത പ്രതിമ. അയാളുടെ കവിളുകൾ കോപ്പപോലെ മിനുത്തും കണ്ണുകൾ ചത്തും കാണപ്പെട്ടു. ചെമ്പിച്ച തലമുടിയിൽ ഓരോന്ന് നരച്ചുതുടങ്ങി.

തനിക്കെത്ര പ്രായമായി? ശങ്കരൻനായനാർ സ്വയം ചോദിച്ചു. തന്റെ ജീവിതത്തിലെ പ്രധാനപ്പെട്ട സംഭവങ്ങളെ അയാൾ ഓർക്കാൻ ശ്രമിച്ചു. അനേകം അറകളുള്ള ഒരു കടന്നൽക്കൂടുപോലെ ആയിരുന്നു തറവാട്. പരസ്പരം പൊരുതിയും കൊന്നും ചത്തും ക്രമേണ സന്തതിയറ്റും പോയ ഒരു വലിയ തറവാട്. വിവാഹബന്ധങ്ങൾക്ക് അവർ ഒരിക്കലും പുറത്തുപോയിരുന്നില്ല. ചങ്ങലകൾപോലെ തലങ്ങും വിലങ്ങും താവഴികൾ സന്ധിച്ചു. കഷ്ടിച്ച് മൂന്നോ നാലോ പേർക്കുമാത്രമാണ് പുറംലോകത്തിന്റെ വെളിച്ചം കാണാൻ കഴിഞ്ഞിരുന്നത്. അതീവസുന്ദരിയായ തന്റെ അമ്മ ആത്മഹത്യ ചെയ്ത ദിവസം ശങ്കരൻനായനാർ മദിരാശിക്കു വണ്ടികയറി. അമ്മയെ സദാ തൊഴിച്ച് പരിക്കേൽപ്പിച്ചുകൊണ്ടിരുന്ന രൈരുനമ്പ്യാർ തറവാട്ടിന്റെ ജീർണിച്ച അവശിഷ്ടങ്ങളെ അടക്കി ഭരിച്ചു. മൂടറ്റുപോയ താവഴികളുടെ കഥകളോർത്ത് നാട്ടുകാർ പരിതപിച്ചു. രോഗം ബാധിച്ച കുട്ടികൾ ഉൾമുറികളിൽനിന്ന് സദാ കരഞ്ഞുകൊണ്ടിരുന്നു. അരിക്കലത്തേക്കാൾ വലിയ കഷായക്കലങ്ങൾ തിളയ്ക്കുന്ന അടുപ്പുകൾ കാലന്റെ ഹോമകുണ്ഡങ്ങളായിരുന്നു. മഹാമാരി വന്നപ്പോൾ ശേഷിച്ചവർ ചത്തൊടുങ്ങുകയും കണ്ടൻപുലയൻ പച്ചോലവെട്ടി വലിച്ചുകൂട്ടി എല്ലാ ശവങ്ങളും ഒറ്റക്കുഴിയിൽ അടക്കുകയും ചെയ്ത കഥ മദിരാശിയിലെ ഒരു സഹായിയുടെ ചായ്പിലിരുന്ന് ശങ്കരൻ വായിച്ചു. അന്യംനിന്ന തറവാട് മാപ്പിളമാർ തല്ലിപ്പൊളിച്ചു ലഹളയുടെ കാലത്ത്.

മദിരാശിയിൽനിന്നും ശങ്കരൻ ഉപരിപഠനത്തിന് കൽക്കത്തയ്ക്ക് പോയി. തീവ്രവാദികൾ ബ്രിട്ടീഷുകാരുടെ നികുതി ആപ്പീസിന് ബോംബെറിഞ്ഞ ഒരു സന്ധ്യക്ക് ശങ്കരൻ മംഗലാപുരത്തേക്കു വണ്ടികയറി. അന്നെല്ലാം ഇടിഞ്ഞുപൊളിഞ്ഞ ഗുഹാമുഖംപോലെ ഭീകരമായ തന്റെ തറവാടിനെക്കുറിച്ചുള്ള ചിന്തകൾ ശങ്കരനെ പിന്തുടർന്നിരുന്നു. വിദ്യ ശങ്കരൻനായനാരെ രക്ഷിച്ചില്ല. പക്ഷേ, യുദ്ധം സഹായിച്ചു. കച്ചവടം സഹായിച്ചു. കച്ചവടത്തിന്റെ കണ്ണു തുറന്നുകൊടുത്ത ഷേണായിയാണ് ശങ്കരൻനായനാർക്ക് ഒരു പുതിയ വഴി തെളിച്ചുകൊടുത്തത്. എന്നല്ല തുറമുഖങ്ങളിൽനിന്ന് തുറമുഖങ്ങളിലേക്കു സഞ്ചരിച്ചു. നായനാർ സിങ്കപ്പൂരെത്തി. പിന്നെ വന്നത് പണച്ചാക്കുകളുമായിട്ടാണ്. ഇടനാടുകളിൽ കാർഷികോൽപ്പന്നങ്ങൾ ചവറുകൂമ്പാരങ്ങൾപോലെ കൂടിക്കിടന്നപ്പോൾ, ശങ്കരൻ മേച്ചേരിയിലെത്തി. മേച്ചേരിക്കുന്നും താഴ്വരയും വിലയ്ക്കെടുത്തു. അടിയാളരെ സ്വന്തമാക്കി. കരുവഞ്ചേരിയിൽനിന്ന് സംബന്ധം ചെയ്തു. പണത്തിനു മുമ്പിൽ കംസൻ പട്ടേലറുടെ കണ്ണു

തുറന്നു. പ്രിയപ്പെട്ട മരുമകൾക്കൊരു പത്തരമാറ്റുള്ള മരുമകനെ ലഭിച്ചപ്പോൾ കരുവഞ്ചേരിയുടെ പ്രതാപം ഇരട്ടിച്ചു.

മരുമകൻ ബംഗ്ലാവ് പണിതതിൽ കരുവഞ്ചേരി കാരണവർക്കെതിർപ്പില്ല. ബംഗ്ലാവ് ഈ ദേശത്തെ ഏറ്റവും വലിയ കൊട്ടാരം. മേച്ചേരിക്കുന്നിലെ താഴികക്കുടം. പക്ഷേ മരുമകളെ പടിയിറക്കിക്കൊണ്ടുപോയപ്പോൾ കംസൻ പട്ടേലറുടെ അഭിമാനത്തിനു ക്ഷതമേറ്റു. മരുമകൾക്ക് അക്ഷരവിദ്യയുടെ കണ്ണു തുറപ്പിച്ചുകൊടുക്കുന്നതിലും അവളെയൊരു വിദൂഷിയാക്കുന്നതിലും കംസൻ പട്ടേലർ കാണിച്ച ഉദാരത വീട്ടുകാരെ അത്ഭുതപ്പെടുത്തിയിരുന്നു. ഉക്കാരൻഗുരുക്കൾക്കു നാലുകെട്ടിന്റെ പൂമുഖത്തു പീഠം നൽകിയത് ഗൗരിയെ പഠിപ്പിക്കാൻ മാത്രമായിട്ടെന്ന് അസൂയാലുക്കൾ പറഞ്ഞു. സംബന്ധം കഴിയുംവരെ ഗൗരി പഠിച്ചു.

കരുവഞ്ചേരിയിലെ ഒരു പെണ്ണിന്റെമേൽ ഉടമാവകാശം നേടിയെടുക്കുക, അവളെ തറവാട്ടിൽനിന്നിറക്കിക്കൊണ്ടുവന്ന് തന്റെ പ്രതാപം സ്ഥാപിക്കുക—മാളികയിലെ വിലപിടിച്ച മരസാമാനങ്ങൾക്കും നിലക്കണ്ണാടികൾക്കും ശരറാന്തലുകൾക്കുമിടയിൽ, എണ്ണമറ്റ ദാസികൾക്കും പരിസേവർക്കുമിടയിൽ ഗൗരി വിസ്മരിക്കപ്പെട്ടത് ശങ്കരൻനായനാർ അറിഞ്ഞില്ല.

കുറേശ്ശെ കവിതയുണ്ടെങ്കിൽ കരുവഞ്ചേരി ചെറിയോർ അനന്തനെയും രാഘവനെയും വള്ളിത്തോപ്പിലെ വിദ്വാൻ കോമൻനായരെയും വെല്ലുവിളിക്കാമെന്ന് നായനാർക്കു തോന്നിത്തുടങ്ങി. അയാളുടെ മെലിഞ്ഞുനീണ്ട വളഞ്ഞ ശരീരത്തിനകത്ത് ദുർവാശി സദാ പ്രകമ്പനം കൊണ്ടു. വേണ്ടതിലധികം വലിച്ചുകെട്ടിയ ഒരു സംഗീതോപകരണത്തിന്റെ കമ്പിപോലായിരുന്നു നായനാർ. സംഗീതത്തിനു പകരം അപസ്വരങ്ങൾ മാത്രം സദാ പുറപ്പെടുവിച്ചുകൊണ്ടിരിക്കുന്ന ഒരു പരുക്കൻകമ്പി.

അങ്ങനെ ശങ്കരൻനായനാർ കവിതയെഴുത്താരംഭിച്ചു. കവിത ഗൗരിയിൽനിന്നു തുടങ്ങണം. മാളികയിലെ മട്ടുപ്പാവിനോടു ചേർന്ന വിശാലമായ മുറി കവിതയെഴുത്തിനു നീക്കിവെക്കപ്പെട്ടു...

ഓളങ്ങളിൽ മുങ്ങിനീർന്ന താമരദളങ്ങൾപോലെ ഗൗരിയുടെ കൺപോളകൾക്ക് നനവുണ്ടായിരുന്നു. തലമുടിയിൽനിന്ന് നനവ് ഒപ്പിയെടുത്തു നിന്ന ദാസിയോട് നായനാർ പറഞ്ഞു:

“നാളെ ചിറ്റാരിക്കൽ പോകാനുള്ള ഒരുക്കങ്ങൾ ചെയ്യാൻ കേളുവിനോടു പറയ്.”

ദാസി കോണിയിറങ്ങിപ്പോയി. പ്രിയതമയുടെ ചുമലിൽ കൈവച്ച് നായനാർ ചോദിച്ചു:

“നിണക്ക് ഞാനെന്തിനാ വീണ മേടിച്ചുതന്നൂ?”

അൽപ്പം മാറിനിന്ന് ഗൗരി ചോദിച്ചു: “എന്താ ഇങ്ങനെയൊരു ചോദ്യം?”

“നീ വായിക്കുന്നത് കുറെനാളായി കേട്ടിട്ട്!”

''വീണ ഞാൻ പത്തായത്തില് വെച്ചു പൂട്ടി!"

"കുഞ്ഞിരാമൻഭാഗവതര് വരണ്ല്യേ?"

"ഭാഗവതർക്ക് വലിവിന്റെ ഉപദ്രവം. എനിക്കാണെങ്കില് പഠിക്കാൻ നേരം കിട്ടണ്ല്യ!"

അയാൾ അവളുടെ മുഖത്തു സൂക്ഷിച്ചുനോക്കി. കസവുനേര്യത് ചുമലിൽനിന്നൂർന്നുപോയത് അവൾ ശ്രദ്ധിക്കുന്നില്ല. അവൾ തനിക്കു മാത്രം ഒരു കൊട്ടാരം പണിതിരിക്കുന്നത് ശങ്കരൻനായനാർ കണ്ടു. ഒരു സ്ഫടികക്കൊട്ടാരം. ചില്ലുചുമരുകൾക്കപ്പുറത്താണ് അവൾ നിൽക്കുന്നത്. തന്റെ കരങ്ങൾ അവളെ ആശ്ലേഷിക്കുന്നുണ്ടെങ്കിലും ഒരു സ്പർശനംപോലും അവളെ തീണ്ടുന്നില്ല.

വിറയാർന്ന ചുണ്ടുകളോടെ അയാൾ അവളുടെ മാറിടത്തിൽ മുഖമമർത്തി.

പിടി വിടുവിച്ച് അവൾ കൽപ്രതിമപോലെ മാറിനിന്നു.

ശങ്കരൻനായനാർക്കു വാശിയായി. ഇതുവരെ ആശിച്ചതെല്ലാം നേടിയിട്ടുള്ള നായനാർ കുപിതനായി. ഇപ്പോൾ ഈ പീക്കിരിപെണ്ണ് പക്ഷേ, അവളുടെ മിഴികളുമായി ഏറ്റുമുട്ടാൻ അയാൾക്കു ധൈര്യമുണ്ടായിരുന്നില്ല. സ്വന്തം മെയ്ക്കരുത്തുപോലും സന്ദിഗ്ധാവസ്ഥയിലാണ്...പക്ഷേ, വാശി അയാൾക്ക് യാന്ത്രികമായ ബലം നൽകി. തന്റെ കായികബലം പ്രയോഗിച്ച് അയാൾ അവളെ കീഴടക്കി. സന്ധികളില്ലാത്ത ഒരു മരപ്പാവപോലെ വെൽവെറ്റ് വിരിച്ച മെത്തയിൽ ഗൗരി കിടന്നു, അയാളുടെ വാശിയേറിയ കിതപ്പുമാത്രം മുറിയിൽ മുഴങ്ങി. എല്ലിച്ച വിരലുകളുടെ പിടിയിൽ വഴങ്ങാത്ത മുലകൾ അയാളെ ചൊടിപ്പിച്ചു. അവ ദൃഢമായിരുന്നു. അപൂർവമായൊരു ആസുരഭാവം കൈക്കൊണ്ട് ഒരു മൃഗത്തെപ്പോലെ അയാൾ മുരണ്ടു. തൊട്ടാൽ പ്രകമ്പനം കൊള്ളുന്ന അവളുടെ ഉടലിൽ കുഴഞ്ഞുവീണ് ശങ്കരൻനായനാർ പിറുപിറുത്തു:

"ചേട്ട!"

ഒരു നൊടിനേരംകൊണ്ട് ചാടിയിറങ്ങി ഗൗരി ചോദിച്ചു: "ആരാണ് ചേട്ട?"

ശങ്കരൻനായനാർ ചൂളിപ്പോയി!

"നിങ്ങളൊര് ആണാണോ?"

അവളുടെ മിഴികൾ രോഷാകുലങ്ങളായി. കളങ്കിതമായ നഗ്നമേനിയാകെ വിറകൊണ്ടു. നായനാർ മെത്തയിൽ മുഖമമർത്തി.

കുളിമുറിയിൽ വെള്ളം വീഴുന്ന ഒച്ച കേട്ടുകൊണ്ട് അയാൾ അനങ്ങാതെ കിടന്നു. വെള്ളം ധാരധാരയായി കോരിച്ചെരിയുന്ന ശബ്ദം അയാളെ കൂടുതൽ കൂടുതൽ നമിതശിരസ്കനാക്കി.

തിരിച്ചുവന്നു വസ്ത്രങ്ങൾ ധരിച്ച് ഗൗരി കിടപ്പറയുടെ കതകു തുറന്നു കോണിയിറങ്ങിപ്പോയി. പടിവാതിൽക്കൽ ഒരു കുതിരവണ്ടിയുടെ മണി മുഴങ്ങി. അസ്വസ്ഥമായ കുതിരക്കുളമ്പുകളുടെ ശബ്ദം. അനന്തന്റെ വണ്ടി.

അവൾ സ്ത്രീസമാജത്തിനു പോകുന്നു.

അവളുടെ ഭർത്താവെന്നു പറയപ്പെടുന്നവനിതാ, ഇത്രകാലവും സംഭരിച്ചുവെച്ചിരുന്ന ശക്തിചോർന്ന് ഒരു ചത്ത പുഴുവിനെപ്പോലെ വളഞ്ഞുകിടക്കുന്നു.

ശങ്കരൻനായനാർ വില്ലീസുമെത്തയിലൂടെ ലക്ഷ്യമില്ലാതെ വിരലുകളോടിച്ചു. പതുപതുപ്പിൽ അയാൾക്ക് ഒന്നും കണ്ടെത്താനായില്ല.

ഗൗരിയുടെ ഉടലിന്റെ ഗന്ധംപോലും ഉൾക്കൊള്ളാൻ അയാൾക്കു കഴിഞ്ഞില്ല.

പണം മാത്രമാണ് തന്റെ ശക്തിയെന്ന് അയാളറിഞ്ഞു. അതു പ്രയോഗിക്കാൻ കഴിയാത്ത ദിക്കിൽ ശങ്കരൻനായനാർ ഒന്നുമല്ല. ഈ ഗൗരി ഒരിക്കലും തന്റെ പ്രാർഥന കൈക്കൊള്ളുകയില്ല. ഇത്തരമൊരു നാണക്കേടിനു തുനിഞ്ഞത് അബദ്ധമായി. ഇതുവരെ പ്രതാപത്തോടെയാണ് അവളുടെ മുമ്പിൽ നിൽക്കുന്നതെന്നു ധരിച്ചിരുന്നു.

പൊടുന്നനെ ഈ മാളികയും ഇതിനകത്തെ സജ്ജീകരണങ്ങളും ഗൗരിയെന്ന സുന്ദരിയായ ഭാര്യയുമെല്ലാം തനിക്കന്യമാണെന്ന് ശങ്കരൻനായനാർക്കു തോന്നി. അയാൾ വില്ലീസുപുതപ്പ് കടിച്ചുകീറി.

പത്ത്

കുറച്ചു പകലേ എത്തേണ്ടതായിരുന്നു. കഴിഞ്ഞില്ല.

കാളീശ്വരംചന്തയിൽ മുളക് വിൽക്കാനും പണിയായുധങ്ങൾ മേടിക്കാനും വന്നവർ കുറേ പേരുണ്ടായിരുന്നു. എളേരിമലയ്ക്കുള്ള ദീർഘദൂരം നടന്നു തന്നെ തീർക്കണം.

കാലം ചീത്തയായിവരികയാണെന്ന് അവരോരുത്തർക്കും തോന്നി. കരിഞ്ചാത്തന്റെ മരണംകൊണ്ടു ഗ്രാമീണന്റെ ഭയത്തിനറുതിവരികയില്ല. വിപത്തിന്റെ വിത്തുകൾ പൊട്ടിമുളയ്ക്കുന്നതു ജന്മിമാരുടെ അന്തഃകരണങ്ങളിലാണ്. നിറയൂര് തെയ്യംകൂടലിനു പോയ് തിരിച്ചുവന്ന കുഞ്ഞമ്പാടിക്ക് എന്തു വിപത്തും എപ്പോൾ വേണമെങ്കിലും സംഭവിക്കാം.

കുഞ്ഞമ്പാടിക്ക് ഇരുട്ടടികളെ ഭയമില്ലായിരുന്നു. അവൻ ചെറുപ്പമായിരുന്നു. പക്ഷേ, കൂടെ ചന്തയ്ക്കു വന്നവർ പറഞ്ഞു:

"എല്ലാർക്കും ഒന്നിച്ചു പോകാം. പോണ വഴീല് നരിശല്യം ഉണ്ട്. കരടിയുണ്ട്. കാട്ടിലൊന്നും വെള്ളമില്ലാത്തതുകൊണ്ട് ജന്തുക്കളെല്ലാം നാട്ടിലേക്കിറങ്ങിയിരിക്ക്ണു!"

കുഞ്ഞമ്പാടി ചിരിച്ചു. കാളീശ്വരംചന്തയിൽനിന്ന് അവർ ഓരോ ഓലച്ചൂട്ടുവാങ്ങി കൈവശം വെച്ചു, സന്ധ്യക്ക് ആഴവും പരപ്പും കൂടിവന്നു. അമാവാസി അടുത്തില്ലെങ്കിലും നാട്ടുവെളിച്ചത്തെ മേഘപടലങ്ങൾ മറച്ചിരുന്നു.

ചിത്താരിക്കയറ്റത്തിൽ രുധിരമന പത്തായപ്പുരയുടെ നേരെ മുകളിലെത്തിയപ്പോൾ താഴെ ഇരുണ്ട കൊല്ലിക്കപ്പുറം നിന്നു പെണ്ണാളുകൾ വിളിച്ചു പറഞ്ഞു:

"ഞാളും വരുന്നേയ്..."

കളത്തിൽ വേലയ്ക്കു വന്ന പെണ്ണുങ്ങൾ ഒട്ടേറെപ്പേരുണ്ടായിരുന്നു. അവർ മലയിറങ്ങി പത്തായപ്പുരക്കളത്തിൽ എത്തീട്ട് രണ്ടാഴ്ച കഴിഞ്ഞിരുന്നു. നെല്ലും വിത്തും അറയിലാക്കി കാര്യസ്ഥന്മാരെ പ്രീണിപ്പിച്ച് ആയാണ്ടത്തെ ജോലി കഴിഞ്ഞു മടങ്ങുന്ന പെണ്ണുങ്ങൾ സ്വാതന്ത്ര്യത്തിന്റെ നെടുവീർപ്പയച്ചു. പക്ഷേ, അവരുടെ സ്വരത്തിൽ വേണ്ടത്ര ഉത്സാഹമില്ലെന്നു കുഞ്ഞമ്പാടിക്കു തോന്നി. മുമ്പേ നടക്കുന്ന പെരുങ്കൊല്ലൻ രാമൻ വഴിയോരത്തെ ഒരു പാറക്കല്ലിൽ കയറി നിന്നിട്ടു ചോദിച്ചു:

"അന്തി കറുക്കുംവരെ നിങ്ങൾ എന്തു ചെയ്യുകയായിനു കൂട്ടരെ?"

"രാമൻകാർന്നോർക്കതു പറയാം. ശ്വാസം വിടാതെ പണ്യെടുത്ത് ഇന്ന്വൊന്നെ പോന്നപ്പം അതും കുറ്റം! നാളെ വന്നാ മത്യാർന്നു."

ആണുങ്ങളുടെ കൂട്ടത്തിൽനിന്ന് വയങ്കോടൻ താമി ചോദിച്ചു:

"ഏട കുഞ്ഞിമാണിക്യം?"

എല്ലാവരുടെ കൂട്ടത്തിൽനിന്നും ഒരേ ചോദ്യം ഉയർന്നു:

"എവിടെ കുഞ്ഞിമാണിക്യം?"

"കുഞ്ഞിമാണിക്യം ചേരിക്കല്ല്ലെ പണിക്ക് പോന്ന്റ്റ്ല്യാലൊ!" കുഞ്ഞമ്പാടി നീരസത്തോടെ ചോദിച്ചു.

"പോന്നീനു! ചെല്ലാമ്പറഞ്ഞു പട്ടേലറുടെ കാര്യസ്ഥൻ. പോകാനോൾക്ക് മടിയാർന്നു. എന്നിറ്റും പോന്നു. അമ്പാടിയേട്ടന്റെ പുര അടിച്ചുതളിക്കാനുണ്ടെന്നു പറഞ്ഞിനു."

കുഞ്ഞമ്പാടിയുടെ പുരികം ചുളിഞ്ഞു.

"കുഞ്ഞിമാണിക്യം ചേരിക്കലിലെ പണിക്കു വന്നേര്ന്നോ?"

"ഓ!"

"എന്ന്റ്റ് ഓളെവിടെ?"

"അവൾ കൂട്ടത്തിലുണ്ടായിരുന്നില്ല." കാവുതീയത്തി ഉണ്ണൂലി പറഞ്ഞു:

"ഓളെ നാലീസം കഴിഞ്ഞേ വിടുണ്ള്ളൂന്ന് ഓറ് പറഞ്ഞി. അടുക്കളയില് കഞ്ഞിവെക്കാനാളില്ലെന്ന്!"

കുഞ്ഞമ്പാടിയുടെ സപ്തനാഡികളും തളർന്നു. സർവരും നിശ്ശബ്ദരായി. അവർക്കു ചുറ്റും കാട്ടുമരങ്ങളിലെ പാഴിലകൾ പൊഴിഞ്ഞു വീണുകൊണ്ടിരുന്നു. നിലനിൽപ്പിന്റെ കൊടുംദുഃഖത്തിൽ അവരുടെ ഹൃദയങ്ങൾ ഈയക്കട്ടകളായി.

എല്ലാ വർഷങ്ങളിലും ചേരിക്കല്ലിലെ പണിക്കുപോവുക അവരുടെ ചുമതലയായിരുന്നു. പത്തായപ്പുരത്തിലെ അടുക്കളക്കാരിയാവാനും പെൺകുട്ടികൾ വിധിക്കപ്പെട്ടിരുന്നു. വഴിപാടിനു നേർന്നിടപ്പെട്ട ഒരു കോഴിയെ എന്നോണം പെൺകുട്ടിയെ കളത്തിലുപേക്ഷിച്ച് കൂട്ടുകാരികൾ വരാറുണ്ടായിരുന്നു.

പക്ഷേ, കുഞ്ഞിമാണിക്യം.

നിറയൂരെ അച്ചന്മാരിലൊരാളുടെ അനന്തിരവളായ കുഞ്ഞിമാ

ണിക്യം ചേരിക്കല്ലിലെ പണിക്കുപോകുന്ന അവസ്ഥ അവരിൽ ഞെട്ട ലുളവാക്കി. അവൾ കുഞ്ഞമ്പാടിയുടെ മുറപ്പെണ്ണായിരുന്നു.

"നെറയൂര്ന്ന് ഓളെന്തിനാ പൊനത്തിലേക്ക് എറങ്ങിപ്പൊറപ്പെട്ടത്?" ഉണ്ണൂലി ആത്മഗതം പറഞ്ഞു.

"എന്നെങ്കിലും ഒരിക്കൽ ഓള് പൊനത്തില് വരണ്ടേ? പെണ്ണും തീയ്യും ഇല്ലാണ്ട ആണുങ്ങൾക്ക് പൊനത്തില് കൃഷിയെടുക്കാൻ പറ്റ്വോ?"

കുഞ്ഞമ്പാടി അവരുടെ വാക്കുകൾ കേട്ടില്ല. കാട്ടിലകളുടെ ഗദ്ഗദ ത്തിൽ അവൻ മുഴുകിപ്പോയി. അവൻ വഴിത്തിരിവിലെത്തിയപ്പോൾ നിന്നു. ശിരസിലെ ഭാരം താങ്ങിക്കൊണ്ടു നിന്നനിൽപ്പിൽ നിന്നു.

"ഞാൻ നോക്കീറ്റ് ബരാ." അവൻ പറഞ്ഞു.

"നീയെന്തു നോക്കാമ്പോണു?" പെരുങ്കൊല്ലൻ രാമൻ ചോദിച്ചു.

"നീയ്യങ്ങനെ കൈയും വീതു ചെന്നിറ്റെന്താ?"

രാമൻകാർന്നോരുടെ ചോദ്യം അമ്പാടിയെ അരിശംകൊള്ളിച്ചു.

"നിങ്ങള് നടന്നോ! ഞാനൊന്നു പോയിറ്റ് വരാ—"

"നീയേടപ്പോണു?" ഉണ്ണൂലിത്തള്ള ചോദിച്ചു.

"ആടെ നരിയെപ്പോലെ രണ്ടു നായ്ക്കളുണ്ട്. നരീനക്കാൾ പോരുന്ന കണ്ണൻനായരുണ്ട്!"

നൊടിയിടകൊണ്ട് അമ്പാടിയുടെ മനസിലെ വിളക്കണഞ്ഞു.

അവൻ വിചാരിച്ചു—

'എല്ലാരും ഭീരുക്കളാണ്. പേടിത്തൂറികൾ! നിറയൂരെ പെണ്ണുങ്ങൾ വഴിക്കുവഴി അന്യന്റേതായിത്തീരുന്നു. എന്താണിതിനു കാരണം? താൻ വിത്തിട്ടു പരിപാലിച്ചു വിളയിച്ചെടുത്തത് ജന്മിയുടെ കളത്തിലെത്തുന്നു? ആരാണിത്തരം ഒരു കീഴ്‌വഴക്കം ഉണ്ടാക്കിയത്?'

കാളീശ്വരം അങ്ങാടിയിൽ ചീക്കുവിന്റെ ചായപ്പീടികയിലിരുന്ന് അവൻ പ്രഖ്യാപിച്ചിരുന്നു:

"ഇന്നുമുതൽ ഞാൻ കോൺഗ്രസാണ്. മത്സ്യമാംസങ്ങൾ വർജിക്കും. ബ്രഹ്മചര്യം അനുഷ്ഠിക്കും."

ഉമേഷ്‌പൈയുടെ കടയിൽനിന്നു മേടിച്ച ഗാന്ധിജിയുടെ പടം പർദ നീക്കിക്കാണിച്ചു. പീടികയിലിരുന്ന ഗ്രാമീണരോട് അമ്പാടി പറഞ്ഞു:

"ഈ കാർന്നോര് വിചാരിച്ചാ നമ്മടെയെല്ലാം കഷ്ടപ്പാടു തീരും!"

കീഴൂരിൽനിന്നു പുഴമത്സ്യം വിൽക്കാനെത്തിയിരുന്ന മാണ്ടൻ ചോദിച്ചു:

"അതിന് നാട്ടിലെ നെല്ലൊക്കെ കാർന്നോർടെ കൈയില് കിട്ട്വോ?"

"കിട്ടും! ഒരുകാലത്ത് കിട്ടും! അതിന്നാ കോങ്ക്റസ്. നെലത്ത് വിള യിറക്കുന്നവന്റെ പൊരേല് കഞ്ഞീം, കുഞ്ഞിങ്ങക്ക് പടിപ്പും പെണ്ണു ങ്ങൾക്ക് മാനോം ഉണ്ടാവാനാ ഞാൻ കോങ്ക്റസിൽ ചേർന്നിരിക്കുന്നത്!"

"അല്ലെങ്കിലും ഈ അമ്പാടീരെ നെനവൊന്നു വേറെയാ. എല്ലാരും നടക്ക്ണ വരമ്പത്തൂടെ ഓൻ നടക്ക്ണ്!" ഒരു കാരണവർ പറഞ്ഞു.

കണ്ടിയിലെ ഏറ്റവും മുഴുത്ത അടയ്ക്കാക്കുല കൂലോത്ത്‌വീട്ടിൽ

കാഴ്ചവെച്ചു ദക്ഷിണകിട്ടിയ ഒരണയുമായി കള്ളുകുടിക്കാൻ കാളീശ്വരത്തുവന്നതായിരുന്നു മലയൻ ചെമ്മരൻ. മിശ്രഭോജനത്തിന്റെ രുചി അവന്റെ നാക്കിലുണ്ടായിരുന്നു. പാലയ്ക്കൽ രേർമൻനായർ കൂലോത്തെ വലിയ കാര്യസ്ഥനായിരുന്നു. രേർമൻനായർ പ്രോത്സാഹിപ്പിച്ചിരുന്നില്ലെങ്കിൽ അന്ന് തിരുമേനിയെ തൊട്ട് ഉണ്ണാനിരിക്കുകയില്ലായിരുന്നു. പക്ഷേ, അതു വേറെ. ഈ ജീവിതം വേറെ! ഒരിക്കൽ തിരുമേനിയുടെ അടുത്തിരുന്ന് ഉണ്ടെന്നുവച്ച്, മഹേശ്വരൻതിരുമേനി നാളെ തന്റെ അടുത്തുകൂടി നടക്കുമോ? ഇല്ല. വലിയവർ ഗ്രാമത്തിലെ പെങ്കുട്ടികളെ പെഴപ്പിക്കുന്നതുപോലെ ഒരെടപാട്—പന്തിഭോജനത്തെക്കുറിച്ച് ചെമ്മരന്റെ ധാരണ അതായിരുന്നു.

ചില്ലുകൂട്ടിലിരിക്കുന്ന വലിയ കാർണോരുടെ നൊണ്ണുകാട്ടിയുള്ള ചിരി ചെമ്മരനു പിടിച്ചു.

ചിരിക്കാനറിഞ്ഞുകൂടാത്ത, ചിരി മറന്നുപോയ, തന്റെ ഗ്രാമത്തിലെ കാർന്നോന്മാരെക്കുറിച്ചും ചെറുപ്പക്കാരെക്കുറിച്ചും ചെമ്മരൻ ചിന്തിച്ചു.

ചുമലിലൊരു തുണിക്കെട്ടുമായി അനന്തൻചെറിയോർ പീടികയിലേക്കു കയറിവരുന്നതു കണ്ട് കൂടിയിരുന്നവർ അന്ധാളിച്ചു. ചെമ്മാരന്റെ മടിയിൽനിന്നു മുറുക്കാൻപൊതി താഴെവീണു.

ഭാണ്ഡം ബഞ്ചിന്മേലിറക്കി അനന്തൻ ചോദിച്ചു:

"എല്ലാർടെ മടീലും ഉള്ളതൊക്കെ തീർന്നുവോ? ഈ കെട്ടില് നല്ല വെളുത്ത മുണ്ടുണ്ട്. ഓരോന്നു വാങ്ങുക. പൈസയിപ്പോൾ ഇല്ലെങ്കിലും കടംതരാം.!

കരുവഞ്ചേരി ചെറിയോർ മുണ്ടുകച്ചവടത്തിനിറങ്ങയിരിക്കുന്ന മഹാത്ഭുതം കണ്ട് അവൻ വാപൊളിച്ചിരുന്നു. വയലറ്റും ചെമപ്പും കറുപ്പും കരയുള്ള പല വലിപ്പമുള്ള പുടവകൾ.

"ഓരോന്നിന് ഒരു റുപ്പികയാണു വില. ഞാൻ നഷ്ടത്തിനു തരികയാണ്. നഷ്ടം ഞാൻ സഹിച്ചോളാം.!"

വെയിലേറ്റ് അനന്തൻചെറിയോരുടെ മുഖം ചുവന്നിരുന്നു. നീലച്ചുരുൾമുടിത്തഴപ്പിന്റെ ആഴങ്ങളിൽനിന്ന് നെറ്റിയിലേക്കു വേർപ്പരുവികൾ ഒഴുകി.

കുഞ്ഞമ്പാടിക്ക് ഉത്സാഹമായി. അവന്റെ മടിയിൽ മുളകു വിറ്റ പണം ഉണ്ടായിരുന്നു. മൂന്ന് ഉടുമുണ്ടുകൾ മേടിച്ചു. ഒന്നമ്മയ്ക്ക്, ഒന്ന് ഏട്ടിക്ക്, മൂന്നാമത്തേത്—അവന്റെ നെഞ്ചകത്തൂടെ കഠിനവ്യഥയുടെ ഒരു മിന്നൽപ്പിണർ തുളച്ചുകയറി—

ശിരസിലെ ഭാരത്തിൻകീഴിലമർന്ന് അമ്പാടിയുടെ ഉൾക്കാമ്പ് വിങ്ങി...

കേട്ടത് നേരോ? അവൻ കണ്ണുതിരുമ്മി കാട്ടുപാതയിലൂടെ മുമ്പും പിമ്പുമായി കയറ്റം കയറുന്ന കൊച്ചുമനുഷ്യരെ നോക്കി. ഈ കീടങ്ങൾ!

താനും ഒരു കീടം! വെറുമൊരു കീടം. അമ്പാടിയുടെ മുഖം അപമാനത്താൽ ഇരുണ്ടു. എച്ചില് തിന്നുന്ന പട്ടികളുടേതിനേക്കാൾ കഷ്ടതരമായ ജീവിതം. ഇത് തുപ്പണോ വിഴുങ്ങണോ?

മനുഷ്യപ്രാണികൾക്കൊപ്പം ആത്മാവു നഷ്ടപ്പെട്ടവനായി അവൻ കീഴ്ക്കാംതൂക്കായ മലകയറ്റം തുടർന്നു.

പിതാവിന്റെ അറിവോടെ പത്തായപ്പുരയിൽ ദാസ്യവൃത്തിക്കു പോയ കുഞ്ഞിമാണിക്യത്തിന്റെ ചിത്രം തല്ലിപ്പൊട്ടിച്ചു. പകരം ഗാന്ധിജിയുടെ ഒരു പടം—പക്ഷേ, രണ്ടും രണ്ടാണ്. കുഞ്ഞിമാണിക്യം വേറെ. ഗാന്ധിജി വേറെ. കുഞ്ഞിമാണിക്യം ഒരു പരമ്പരയുടെ ഒരു കണ്ണിമാത്രമാണ്.

"എല്ലാം അറുത്തെറിഞ്ഞ് എനിക്കു പോകണം. എളേരിക്കാട്ടിലെ പുനംകൃഷിയും നിറയൂരെ കുടുമ്പവേരുകളും അറുത്ത് എനിക്ക് പുറത്ത് കടക്കണം. മലനിരകളുടെ ഈ അണി ഭേദിച്ചു തുറസ്സായ ലോകത്തേക്കു പറക്കണം!"

"അതെങ്ങനെ കഴിയും അമ്പാടി? ഈ ഭൂമിക്ക് അവകാശി നീ മാത്ര മല്ലല്ലോ? ഇവിടെ വേരുപിടിച്ച് നീ ഇവടത്തെ കെടുവളത്തെ കളഞ്ഞ് ഇവിടെ വളരുക! പൂർവികന്മാരുടെ വേരുകൾ പറിച്ചെറിഞ്ഞു നീ എങ്ങോട്ടു പോകും? ഇപ്പോൾ തന്നെ കുഞ്ഞിമാണിക്യത്തെയോർത്ത് നീ കോപാകുലനാകുന്നതെന്തുകൊണ്ട്? നെറികേട് ആർക്കു പറ്റിയാലും നെറികേടു തന്നെ!"

മുണ്ടു മേടിക്കുമ്പോൾ കണ്ണൻനായർ അവനെക്കൊണ്ട് ഒരു പ്രതിജ്ഞ ചെയ്യിച്ചു:

"ഞാൻ ഗാന്ധിജിയെ സേവിക്കും!"

"ഞാനെന്റെ നാടിന്റെ സ്വാതന്ത്ര്യത്തിനുവേണ്ടി ജീവിതം ഉഴിഞ്ഞു വയ്ക്കും."

"എന്റെ ദേശത്തിനുവേണ്ടി മരിക്കാനെനിക്കു മടിയില്ല..."

ആദ്യം തമാശതോന്നി. പിന്നെ വാക്കുകളുടെ പടവുകൾ പിടിച്ചു പടിയിറങ്ങിയപ്പോൾ ആഴങ്ങളിൽ ആത്മശാന്തിക്കുള്ള കുളിർജലം കണ്ടെത്തി--

ആ ഉത്സാഹത്തോടുകൂടിയാണ് അമ്പാടി എളേരിമലയിലേക്കു തിരി ച്ചത്.

മഞ്ഞുപെയ്യുന്ന മലഞ്ചെരുവിൽ പുഞ്ച കൊയ്തിടാൻ വേണ്ടി ഉണ്ടാ ക്കിയ പുത്തൻ കളവും കൂരയും തന്നെ കാത്തിരിക്കുന്നു. നിലാവു പതിഞ്ഞു നുരയുന്ന കളത്തിൽ പുന്നെല്ലിന്റെ മണം ശ്വസിച്ചു, പുത്തൻ ഖദർമുണ്ടുടുത്ത കുഞ്ഞിമാണിക്യത്തിന്റെ മടിയിൽ തലവെച്ച്...

സർപ്പദംശനം ഏറ്റമട്ടിൽ കുഞ്ഞമ്പാടി നിന്നു. തീക്കനൽപോലിരുന്ന നിലാത്തുണ്ടിനെ നോക്കി. അവന്റെ ഉള്ളിൽ ദുഃഖവും ക്രോധവും നുര കുത്തി.

പലവ്യഞ്ജനങ്ങളുടെ ചുമട് പാതിയും നിഴലിലാണ്ട മുറ്റത്തിട്ട് കുഞ്ഞമ്പാടി കുടിലിന്റെ തിണ്ണയിലിരുന്നു. ഈ ജീവിതത്തിൽ താൻ ഏകനാണെന്നും ഭൂമിയുടെ ഉമ്മറത്തിണ്ടിൽ നിലവിളിക്കാനാഞ്ഞു നിൽക്കുന്ന ഒരനാഥക്കുഞ്ഞാണെന്നും അവനു തോന്നി. പക്ഷേ, കര ഞ്ഞിട്ടെന്ത്? കേൾക്കാനാളില്ലാത്ത വികാരപ്രകടനം നടത്തീട്ടെന്ത്! കൂടെ

വന്നവർ താന്താങ്ങളുടെ കുടിലുകളിൽ ഇഴഞ്ഞെത്തി പാട്ടവിളക്കു കത്തിച്ച് ഇരുണ്ട രാവിന്റെ ഹൃദയത്തിൽ കാരുണ്യത്തിന്റെ നനവ് കണ്ടെത്താൻ ശ്രമിക്കുന്നത് അമ്പാടി കണ്ടു. കുടങ്ങളുമായി അവർ ഇരുട്ടിലൂടെ കാട്ടുചോല തേടി കുന്നിറങ്ങുന്നു.

കുഞ്ഞമ്പാടിയുടെ തൊണ്ട വരണ്ടു. ജന്മവാസനകൊണ്ട് അവൻ പുരയുടെ ഒറ്റമുറിക്കകത്ത് കടന്നുചെന്നു. കണ്ണുകൾ പലവട്ടം ചിമ്മിത്തുറന്നു. ഇരുട്ട് ചങ്ങാതിയായി. മുറിയുടെ മൂലയ്ക്കു ഞാത്തിയിട്ട ഉറിയിൽ കഞ്ഞിക്കലം ഉണ്ടായിരുന്നു. ചുമരുകൾകൊണ്ട് പുതുതായി മെഴുകിയ കളിയുടെ ഗന്ധമുണ്ടായിരുന്നു. കുഞ്ഞിക്കലത്തിന് മാണിക്യത്തിന്റെ ഉൾച്ചൂടുണ്ടായിരുന്നു. അവൻ ഉറിയുടെ കൈയുകൾ വിടർത്തി തൊണ്ടുകലം പുറത്തെടുത്ത് അതിലെ തെളിനീർ കുടുകുടെ കുടിച്ചു.

അപ്പോൾ മാണിക്യം പുറകിൽനിന്നു പൊട്ടിച്ചിരിച്ചു. അമ്പാടിയുടെ കൈയിൽനിന്നു കലം നിലത്തുവീണു തകർന്നു. ചിതറിയ വറ്റുകൾ അവനെ ദീനമായി നോക്കി, വിളറി വെളുത്ത ഒരു പുഞ്ചരിയോടെ. അതു പുഞ്ചിരി അല്ലെന്നും ചാകാൻ പോകുന്ന ഒരാത്മാവിന്റെ ചിരിയാണെന്നും അമ്പാടി കണ്ടു.

പരന്നൊഴുകിയ കഞ്ഞിയിൽ ചവിട്ടാതെ അമ്പാടി മുറ്റത്തേക്കു ചാടി. ഒരങ്കക്കലിയുടെ മുഴുവൻ ഊർജവും ആ ചാട്ടത്തിലുണ്ടായിരുന്നു.

പതിനൊന്ന്

വിദ്വാൻ കോമൻനായർ സംബന്ധവീടിന്റെ പടിപ്പുരകയറുമ്പോൾ മുറ്റത്ത് അണിഞ്ഞൊരുങ്ങിയ പെൺകൂട്ടം. സൂര്യപടറൗക്കയും കസവുപുടവയും മാലകളും നാഗപടത്താലിയും കാപ്പുകളും അണിഞ്ഞ് നാടകവേഷംപോലെ നിൽക്കുന്ന വലിയ കാരണവരുടെ വളർത്തുമൃഗങ്ങൾ.

കോമൻനായർ നുരച്ചുയരുന്ന വെറുപ്പോടെ പെൺനിരകളിൽ കണ്ണോടിച്ചു. അന്തപ്പുരത്തിലെ ഏതാണ്ടെല്ലാ സ്ത്രീജനങ്ങളും അവരുടെ ദാസിമാരായ മണിയാണിപ്പെണ്ണുങ്ങളുമുണ്ട്. കൂട്ടത്തിൽ രുക്മിണി ഇല്ലാതിരുന്നതു നന്നായി. അയാൾ രുക്മിണിയെ, തന്റെ ധർമ്മദാരത്തെ, മനസാ അഭിനന്ദിച്ചു.

കോമൻനായർ അകത്തു കയറിയപ്പോൾ രുക്മിണിയും ഉടുത്തൊരുങ്ങി വാതിലിന്റെ മറപറ്റി നിൽപ്പുണ്ട്.

കോമൻനായരുടെ മുഖം മങ്ങി. വലിയ മുടിക്കെട്ടിൽ രുക്മിണി ഒരു സ്വർണമുടിപ്പൂ ചൂടിയിരുന്നു. ഒരു നികൃഷ്ടജന്തുവെയെന്നോണം മുടിപ്പൂവിനെ നോക്കി നീരസത്തോടെ ഭർത്താവ് ചോദിച്ചു:

"എടയ്ക്കാ പൊറപ്പാട്?"

"അനന്തൻ ചെറിയോർ പുടമുറിക്ക്."

കോമൻനായരുടെ താപം താണു.

"അനന്തൻനായരുടെ പുടമുറിക്ക് എന്തായാലും ഈ വേഷത്തിലി റങ്ങണ്ട. അനന്തൻ ഖദറുടുത്താ സംബന്ധത്തിനു പോകുന്നത്. വലിയ കാർന്നോരുമായി എടഞ്ഞിരിക്ക്യാ"

"കൂട്ടത്തില് പോമ്പം നല്ല വേഷത്തില് പോകാതെ എന്റെ കാർണോരും വിടൂല."

"ഏട്ന്നാ ഈ അവല്മാല?"

"എന്റെത്."

"ഈ താലിക്കൂട്ടമോ?"

"ഏട്ടിയുടെ!"

"ങ്ഹാ! നീ എരവല് മേടിച്ച് മംഗലത്തിനു പോകും ഇല്ലേ?"

"എന്റെ തറവാട്ടിലെ പണ്ടങ്ങളെങ്ങനെ എരവലാവും?"

രുക്മിണിയുടെ സ്വരത്തിലെ ദാർഢ്യം കോമൻനായരെ വിഷണ്ണ നാക്കി. അയാളുടെ പടം താണു. പാമ്പാട്ടിയുടെ കൂടയിലെ പാമ്പുപോ ലെ വീര്യം കെട്ടവനായല്ലോ താനെന്ന് കോമൻനായർ ഖേദിച്ചു. അയാ ളുടെ വെളുത്തു തുടുത്ത മുഖം വിളറി വെളുത്തു. എടപ്പത്തിൽ തറവാ ട്ടിലെ ചാത്തുനായരുടെ ചെലവിൽ സംബന്ധക്കാരനായി ജീവിക്കുന്ന തനിക്ക് ശൗര്യം കാട്ടാനധികാരമില്ല. കുഴലൂതുമ്പോൾ ആടുക. ആട്ടം അന്തഃപുരത്തിനകത്ത്. രുക്മിണിപോലും തന്നെ വകവയ്ക്കാതായെന്ന് അയാൾക്കു തോന്നി. ഇവൾ തന്റെ പടം കൂട്ടിനകത്തിട്ട് തല്ലിച്ചതയ്ക്കും. ചാത്തുനായർ തന്റെ ശൗര്യമേ കെടുത്തിയുള്ളു. അയാൾ കൈത്തണ്ട പൊക്കി തന്റെ ഇരുകൈകളും തിരിച്ചും മറിച്ചും പരിശോധിച്ചു. ഈ കൈകളിൽ ഓടുന്നത് ആരാന്റെ അന്നത്തിൽനിന്നൂറിയ ചോരയാണ്.

"ഏട്ത്തൂ നീലകണ്ഠൻ?"

"ഓൻ ഒറങ്ങ്വാണ്. ഓനെ കൂട്ടുന്നില്ല."

"നന്നായി" കോമൻനായർ നീണ്ട തുരങ്കംപോലുള്ള ഇടനാഴിയി ലൂടെ മുമ്പോട്ടു നടന്നു. ചാരിയിട്ട വാതിലുകൾ കൊത്തുപണി കൾകൊണ്ട് കരുവഞ്ചേരി എട്ടുകെട്ടിനെ അനുകരിക്കാൻ ശ്രമിച്ച പണി ത്തരങ്ങൾ. ചാത്തുനായർ കംസൻപട്ടേലറുടെ വലിയ കാര്യസ്ഥനാണ്. കംസൻപട്ടേലറുടെ അന്തഃപുരസ്ത്രീകളെ വെല്ലുംവിധത്തിൽ തന്റെ സ്ത്രീപ്രജകൾ വിരുന്നുപോകണമെന്നും ചാത്തുനായർ ധരിച്ചുവച്ചിരി ക്കുന്നു. രുക്മിണി പ്രജകളിലൊരുവൾ. അവളിപ്പോഴും തന്റെ അധീന തയിലല്ല എന്ന വസ്തുത കോമൻനായരുടെ പുരുഷമനസിന്റെ പൊങ്ങ ച്ചത്തിന്മേൽ പരിക്കേൽപ്പിച്ചു. അടുത്തനിമിഷം അയാൾ ചിന്തിച്ചു. രുക്മിണി തന്റെ പ്രജയല്ല, സന്തതസഹചാരിണി. തന്റെ ദുഃഖങ്ങളെ സുഖങ്ങളെ പങ്കുവയ്ക്കേണ്ടവൾ. താൻ തന്റെ സിൽക്ക് ജൂബ്ബയും ധോത്തിയും ഉപേക്ഷിച്ചു. തന്റെ നാടകവേഷത്തിന്റെ ധാരാളിത്തം വേണ്ടെന്നു വച്ചു. പട്ടുടുക്കുന്നില്ല. പുകവലിക്കുന്നില്ല. മദ്യപിക്കുന്നില്ല. ഗാന്ധിമാർഗം സ്വീകരിച്ചു വരുന്ന അനന്തനും ആ മാർഗം പൂർണമായി ആചരിക്കുന്നില്ലല്ലോ എന്ന് കോമൻനായർ ആശ്വസിക്കാൻ ശ്രമിച്ചു. വാദ്യ മേളങ്ങളും വാണങ്ങളും പൂക്കുറ്റികളും അമിട്ടുകളുമെല്ലാം അകമ്പടി യോടെതന്നെ കല്യാണപ്പാർട്ടി സംബന്ധത്തിനു പോകണമെന്ന്

കംസൻപട്ടേലർ വാശിപിടിച്ചിരിക്കുന്നു. അനന്തൻ നായർക്ക് അനുസരിക്കാതിരിക്കാൻ പറ്റില്ല. താനും അനന്തൻനായരുമെല്ലാം കുരയ്ക്കുന്ന പട്ടികൾ മാത്രമാണെന്നു കോമൻനായർ ദുഃഖത്തോടെ ചിന്തിച്ചു. കടിക്കാൻ ധൈര്യമില്ല. ശത്രുവിനെ കീഴടക്കാൻ ധൈര്യമില്ല... അതുമതിയോ?

ചാത്തുനായരുടെ നാലുകെട്ടിനകത്ത് ഉറങ്ങുന്ന മകനു കാവലിരിക്കുന്ന സംബന്ധക്കാരന് അതിലപ്പുറം എന്തുചെയ്യാൻ കഴിയും?

പെണ്ണുങ്ങൾ മംഗലത്തിനു പോയി കഴിഞ്ഞപ്പോൾ നായർ വിചാരിച്ചു—ഞാനും പോകേണ്ടതാണ്. ഞാൻ അനന്തൻനായരുടെ സുഹൃത്താണ്. പക്ഷേ, മനസനുകൂലമല്ല. ചങ്ങാതിമാരുടെ കൂടെ വെടിപറഞ്ഞിരിക്കുന്നതിന് ഉത്സാഹം തോന്നുന്നില്ല. ചാത്തുനായരുടെ വീട്ടിലെ സംബന്ധക്കാരൻ എന്ന പേരിൽ അവിടെ അറിയപ്പെടാൻ അയാൾ ആഗ്രഹിച്ചില്ല. വിദ്വാൻ കോമൻനായർ വള്ളിത്തോപ്പു സ്കൂളിലെ രണ്ടാം സ്ഥാനം അലങ്കരിക്കുന്ന അധ്യാപകനാണല്ലോ. കവിത രചിക്കാനറിയുന്ന ഒരാൾ. പിന്നെ ശങ്കരൻനായനാറും. അദ്ദേഹം രചിക്കുന്നത് ഓരോരോ സ്തുതിഗീതങ്ങളാണ്. അതു കവിതയാവില്ല. ജോർജ് ചക്രവർത്തിക്ക്, പണ്ഡിത മോത്തിലാൽ നെഹ്റുവിന്, കാമിനിക്ക്, ഭഗവതിക്ക് അർച്ചിക്കപ്പെടുന്ന സ്തുതികൾ. പാവം! അതു ചൊല്ലിക്കേൾക്കാൻ അനന്തൻനായരും താനും കൂടി ഇരുട്ടേറിയ രാത്രികളിൽ ചൂട്ടുകത്തിച്ച് ഉയർത്തിപ്പിടിച്ചു മേച്ചേരിമല കയറുന്നു. നായനാർക്ക് പാടാനറിയില്ല. അതിനാണ് കോമൻനായരെ സൽക്കരിക്കുന്നത്. മറ്റുള്ളവരുടെ ഉപകരണങ്ങളാക്കി താൻ മാറ്റപ്പെടുകയാണെന്ന ചിന്ത കോമൻനായരെ ദുഃസഹമായി മഥിച്ചു. 'പരോപകാർഥമിദം ശരീരം' എന്നു പറഞ്ഞ് ആശ്വസിക്കാനൊക്കുമോ? വിഡ്ഢിയാക്കപ്പെടുന്നത്, ചവിട്ടിയരയ്ക്കപ്പെടുന്നത്, എങ്ങനെ സഹിക്കും?

കവിതയും നാടകവുമാണ് തന്റെ ആത്മാവെന്ന്, കോമൻനായർക്കറിയാമായിരുന്നു. മുണ്ടു മുറുക്കിയുടുത്തു കവിതയും നാടകവുമായി നാടു തെണ്ടിയ കാലമുണ്ടായിരുന്നു. വള്ളിത്തോപ്പു സ്കൂളിലെ ജോലിയാണ് തന്നെ എടപ്പത്തിലെ സംബന്ധക്കാരനാക്കിയത്. രുക്മിണി സ്നേഹത്തിന്റെ ഒരത്താണിയാണ്. തനിക്കുവേണ്ടി അവൾ കുറെ ത്യാഗങ്ങൾ സഹിക്കുന്നുണ്ട്. സഹോദരിമാരുടെ സംബന്ധക്കാരെല്ലാം ഉമ്മറത്തിരുന്നു വാക്കുപറയാൻ വിദഗ്ധർ, പണ്ഡിതർ, നിത്യേന കച്ചേരിപ്പടി കേറിയിറങ്ങുന്ന കാർന്നോരെ വ്യവഹാരസാഹിത്യം കൊണ്ട് രസിപ്പിക്കുന്നവർ. താനോ, ഒരു വെറും വിദ്വാൻ!

സംബന്ധവീട്ടിലെ അന്നത്തിലാണ് താൻ ജീവിക്കുന്നതെന്ന് ഉള്ളിലുയർന്ന ചിന്തയിൽ, കോമൻനായർ നിഷേധിച്ചു. തറവാട്ടിലെ മൂന്നു കുട്ടികളെ താൻ സംസ്കൃതം പഠിപ്പിക്കുന്നുണ്ട് കൂട്ടത്തിൽ ഏട്ടിയുടെ മകൻ സുബ്രഹ്മണ്യനെ അവന്റെ അച്ഛൻ ശിരസ്തദാർ ഇംഗ്ലീഷ്പള്ളിക്കൂടത്തിൽ ചേർത്തു. ഇനി രണ്ടുപേർ സമം. വിദ്വാൻ കോമൻനായർക്ക് സംബന്ധവീട്ടിൽ ലഭിക്കുന്ന തണുത്ത അത്താഴം.

വീട്ടിലെ അഞ്ചു സംബന്ധക്കാർ നിരന്നിരുന്ന് ഊണുകഴിച്ചെഴു

ന്നേറ്റു. പിന്നേയും അരനാഴിക കഴിഞ്ഞാലേ വിദ്വാൻ കോമൻനായർ തറവാട്ടിന്റെ പടി കയറുകയുള്ളൂ. അതുവരെ വള്ളിത്തോപ്പ് സ്കൂളിൽ നിശാക്ലാസ്. നിശാക്ലാസിൽ പഠിക്കാൻ നിറയൂരെ ചെറുപ്പക്കാർ ചൂട്ടുകത്തിച്ച് കടത്തു കടന്നും മുണ്ടഴിച്ച് തലയിൽക്കെട്ടി നീന്തിയും വരാറുണ്ട്. നിശാക്ലാസും അനന്തൻനായരുമായുള്ള വെടിപറച്ചിലും *യുവകാഹളം*മാസികയുടെ ലേഖനങ്ങൾ സ്വരൂപിക്കലും കഴിഞ്ഞ് ഏതാണ്ട് അർധരാത്രിയോടടുത്ത് ഒരു കള്ളനെപ്പോലെ പടികയറിവരുന്ന കോമൻനായരെ കണ്ടാൽ മാളികമുകളിലെ ജനലിലൂടെ ചാത്തുനായർ ഒച്ചയോടെ മുറുക്കാൻചണ്ടി തുപ്പുകയും കുലുക്കുഴിഞ്ഞ് ചിതറിത്തെറിപ്പിക്കുകയും ചെയ്യും.

ഇന്നു നേർത്തെയാണ്. വിളക്കു കൊളുത്തീട്ടേയുള്ളൂ. ദീപം കണ്ടു കഴിഞ്ഞു പെണ്ണുങ്ങൾ മംഗലത്തിനു പോയേ ഉള്ളു. ആളൊഴിഞ്ഞ നാലുകെട്ട് ഒരു കാരാഗൃഹമായി. ഏതോ തളത്തിൽനിന്ന് താഴെ വീണ ഒരു കിണ്ണത്തിന്റെ ഒച്ച ഇടിമുഴക്കമായി.

മകൻ നീലകണ്ഠൻ ഉറക്കപ്പിച്ചോടെ തിരിഞ്ഞുകിടന്നു. അവന്റെ കവിളത്ത് ഒരു തിണർപ്പു കണ്ട് കോമൻനായർ വിളക്കുതിരി കൈയിലെടുത്തു മെത്തയുടെ സമീപം വന്നു പരശോധിച്ചു. മൂന്നു വിരലുകളുടെ തടിച്ച പാട്. അവൻ തല്ലുമേടിച്ചിരിക്കും. കാരണവരോടാവും. ഇടയ്ക്കിടെ അവൻ അതു മേടിക്കുന്നുണ്ട്. നിസ്വനായ സംബന്ധക്കാരനു കിട്ടുന്ന ഒരു പിഴശിക്ഷപോലെ മകനേൽക്കുന്ന പീഢനങ്ങൾ അച്ഛൻ ഏറ്റുവാങ്ങുന്നു.

ഇന്നെന്തിനായിരുന്നു നീ അടി മേടിച്ചത്? രുക്മിണി വരട്ടെ!

ഇവൻ എടപ്പത്തിലെ സന്തതിയോ കോമൻനായരുടെ സന്തതിയോ എന്ന് ഇന്നറിയണം— അറിഞ്ഞിട്ടെന്താണ് കോമൻനായരെ, വല്ല പാങ്ങുമുണ്ടോ മകനെ പോറ്റാൻ?— ഉള്ളിലിരുന്ന് ആരോ ചോദിക്കുന്നു...

കളമുറ്റത്ത് ചേരിക്കല്ലിലെ കൊയ്ത്തുകഴിഞ്ഞു കറ്റചുമന്നെത്തിയ അടിയാളരുണ്ടായിരുന്നു. അവരിലൊരുത്തൻ നാട്ടുവെളിച്ചത്തിൽ വിതയുടെ സ്ഥാനം നിർദേശിച്ചുകൊണ്ടു നടക്കുന്നു.

മുറ്റത്ത് ഞെക്കുവിളക്കു നാലുപാടും വീശി ചാത്തുനായർ നിന്നു. നാട്ടുവെളിച്ചത്തിൽ ഒരു ആജാനുബാഹുവായ ഒടിയനെപ്പോലെ ചാത്തുനായർ മുരണ്ടു.

“മനുഷ്യനായാലുളുപ്പുവേണം—എടാ...ചമയാ, ഇന്നത്തെ അന്നത്തിന് നിയ്യ് പണിചെയ്തു. അതും ചെയ്യാത്തോരെ എന്താ ചെയ്യേണ്ടത്! ഏടപ്പോയി നിന്റെ മരുമോൻ?”

കോമൻനായർ വിഷം തീണ്ടിയതുപോലെ നിന്നു.

നെയ്ത്തിരി നിലവിളക്കിൽ തല്ലിക്കെടുത്തി മുറി ഇരുട്ടാക്കി അയാൾ കൂട്ടിലടച്ച വെരുകിനെപ്പോലെ നടന്നു. ശിരസിലേക്കു രക്തം ഇരച്ചുകയറുന്നു. പല്ലുകൾ ചേർത്തുകടിച്ചു കോമൻനായർ ഹൃദയവേദന അടക്കി.

“എടീ രുക്മിണീ!” അയാൾ ആ വിളിയിലുള്ള സുഖമോർത്തു വീണ്ടും പറഞ്ഞു:

“എടീ രുക്മിണീ!”

“എടീ രുക്മിണീ!”

പ്രത്യക്ഷത്തിൽ അവളെ അങ്ങനെ വിളിക്കാൻ കോമൻനായർക്കു ധൈര്യമുണ്ടായിരുന്നില്ല.

ആവേശം തണുത്തപ്പോൾ പിഞ്ഞിപ്പോയ ഒരു ഖദർകുപ്പായംപോലെ അയാളുടെ മനസുലഞ്ഞു.

രുക്മിണി എടപ്പത്തിൽ ചാത്തുനായരുടെ അനന്തരവൾ മാത്രമല്ല.

കോമൻനായർ പുടവകൊടുത്ത പെണ്ണാണ്!

തന്റെ പുത്രൻ നീലകണ്ഠന്റെ അമ്മയാണ്. കോമൻനായർ വാതിൽ തുറന്ന് അടുക്കളയോടു ചേർന്ന ഊൺതളത്തിലേക്കു ചെന്നു.

വർണ ഇഷ്ടികകൾ പതിച്ചു കൈകഴുകാനുണ്ടാക്കിയ കൊട്ടത്തളത്തിന്റെ വക്കിൽ തണ്ണീർക്കിണ്ടി ഉണ്ടായിരുന്നു.

"...ഏയ് കാരിച്ചീ..."

"...ഏയ് ലച്ച്മീ..."

വേലക്കാരികൾ ആരും വിളികേട്ടില്ല.

വടക്കിനിയിൽ മയക്കത്തിലാണ്ടിരുന്ന മുത്തശ്ശി പ്രാഞ്ചിപ്രാഞ്ചി നീങ്ങിവന്നു. ഉയർന്ന വാതിൽപ്പടിയുടെ അപ്പുറം അവർ നിന്നു.

തളത്തിലെ വിളക്കിന്റെ തിരി നീട്ടി കോമൻനായർ തിരിഞ്ഞു നോക്കി.

"ആരാ അത്?"

"ഞാന്തന്നെ!"

മറ്റൊരു ലോകത്തുനിന്ന് ഒഴുകിയെത്തുന്ന ശബ്ദം.

വീട്ടുകാരണവത്തി. ചാത്തുനായരുടെ പെങ്ങളല്ല. അവരുടെ ശബ്ദം മുളചീന്തുംപോലെ നേർത്ത അലകുള്ളതും മൂർച്ചയേറിയതുമാണ്.

ഉയർന്ന വാതിൽപ്പടിയുടെ അപ്പുറം ചലനം തടയപ്പെട്ടു നിൽക്കുന്ന രൂപത്തിന്റെ പാതി നിഴലിലാണ്ട അവസ്ഥ കോമൻനായരിൽ വിസ്മയം ഉളവാക്കി. അയാൾ അന്ധവിശ്വാസി ആയിരുന്നില്ല. എന്നിട്ടു ഗതികിട്ടാത്ത ഒരു പ്രേതത്തെക്കുറിച്ച് അയാളോർത്തു,

"രുക്മണീരെ നായരല്ലേ?" പൂപ്പൽ പറ്റിയ ഒരു ശബ്ദം. ദ്രവിച്ച തടിയിൽ ഊറിച്ചുവരുന്ന കുമിളകളെ ഓർമിപ്പിക്കുന്ന വാക്കുകൾ.

"ഇന്നിവിടത്തെ പെണ്ണുങ്ങളെല്ലാം ഏടപ്പോയി?" ആ രൂപം കോമൻനായരോടു ചോദിച്ചു.

മനുഷ്യഭാഷയിൽ ഇവരോടു സംസാരിക്കാമോ എന്ന് കോമൻനായർ ഒരുനിമിഷം ചിന്തിച്ചു.

ഉമ്മറവാതിൽക്കൽനിന്ന്, നിരങ്ങനെ അടഞ്ഞുകിടക്കുന്ന കിടപ്പറ വാതിലുകൾക്കു മുമ്പിലൂടെ രുക്മിണിയുടെ അറയിലേക്കും അവിടന്ന് ഊൺതളത്തിലേക്കും വഴി കണ്ടിട്ടുള്ള കോമൻനായർ അവിചാരിതമായ ഒരു വാതിൽപ്പഴുതിലൂടെ കടന്നുവന്നു. മുഖം നിഴലിൽ മറച്ചുനിൽക്കുന്ന രൂപത്തെ നേരിയ പതറിച്ചയോടെ നോക്കി.

"നിങ്ങളാരാ?" കോമൻനായർ ധൈര്യംപൂർവം ചോദിച്ചു.

"ഹ! ഹ! ഹ! ഹ!" ഒരു കാലങ്കോഴിയുടെ ചിരി കേൾക്കുകയാണ്!

"അതു നന്നായീത്രെ! ഞാനാരെന്ന്—" അവർ കുറെക്കൂടി തെളിഞ്ഞ, പൂപ്പൽ നീങ്ങിയ ഒരു സ്വരത്തിൽ തുടർന്നു:

"ഞാനീടെ അറയിലിരുന്നോണ്ട് ഈടെ നടക്ക്ണ കാര്യങ്ങളത്രേം അറിയണ്ണ്ടത്രെ! നെന്റെ പുത്രൻ ജനിച്ചപ്പം പതിച്ചിക്ക് ഒരു വെള്ളിപ്പണം കൊടുത്തത് ഞാനാത്രെ! ഓൻ വെളിച്ചാണ്! ഇരുട്ടിനെ വെളിച്ചാക്കുന്നവനാണ്! ശുക്രനുദിച്ചപ്പഴാ ഓന്റെ പിറവി, വെളുത്തപക്ഷത്തില്—"

അവരാരെന്ന് അറിയാൻ പാടില്ലാത്തത്, തന്റെ അജ്ഞാനംകൊണ്ടാണെന്ന് കോമൻനായർക്കു തോന്നി. ഇവർ എടപ്പത്തിലെ വലിയ കാരണവത്തിയുടെ കാരണവത്തി ആയിരിക്കാം. ചാത്തുനായരെ ഒരു കാലത്ത് അടക്കി ഭരിച്ചിരുന്ന ഗൃഹനായിക. ദീർഘകാലം ജീവിതയാത്ര ചെയ്ത അവരുടെ സ്വരത്തിനു വലിയ തളർച്ച കാണുന്നില്ല. അവർ ഈ ഭൂമിയുടേതല്ലെന്ന് കോമൻനായർക്ക് തോന്നി. വേരുകൾ നഷ്ടമായ ഒരു വിശ്വാസത്തിന്റെ രൂപം കാറ്റിൽ തെന്നിനടക്കുകയാണ്. ഈ അറകൾ അവരെ പുറത്തു പറന്നുപോയി അനന്തതയിൽ ലയിക്കാനനുവദിക്കുന്നില്ല.

തണ്ണീർക്കിണ്ടി തെല്ലൊന്നു ശബ്ദിച്ചപ്പോൾ കോമൻനായർ തിരിഞ്ഞു നോക്കി. നിറകിണ്ടി തുളുമ്പിനിന്നു. മങ്ങിയ വെളിച്ചത്തിൽ നീർക്കണങ്ങൾ നക്ഷത്രങ്ങൾപോലെ മിന്നി.

കോമൻനായർ ഒരിക്കൽക്കൂടി തിരിഞ്ഞുനോക്കി. ഉയർന്ന പടികളുള്ള വാതിൽ അടഞ്ഞുകിടക്കുന്നു. പടിമേൽ ഒരു ഓട്ടുവിളക്കു കരിന്തിരികത്തുന്നു. ക്ലാവുപിടിച്ച കൊത്തുപണികളുള്ള പിത്തളകെട്ടിയ കതക് കാലത്തിന്റെ മുഖപ്പിൽ ചേർന്നുകിടക്കുന്നു. ഇല്ല, അപ്പുറം ഒന്നുമില്ല. കോമൻനായർ നേരിയ അസ്വാസ്ഥതയോടെ മുഖം തിരിച്ചു. വിളക്കിന്റെ തിരി നീട്ടി അതിനു മുമ്പിൽ ഒരു പുൽപ്പായ വിരിച്ചു തളിക വെച്ച്, ദാസി ചോറു വിളമ്പാൻ കാത്തുനിൽക്കുന്നു. ലച്ച്മി എന്ന പെൺകുട്ടി പറഞ്ഞു:

"ഇടെ ആരുംല്യ ചോറു തരാൻ എന്നോടു പറഞ്ഞിറ്റു പോയി!"

"ആര്?"

"രുക്മിണിഅമ്രാള്!"

"വിളമ്പിക്കോ!" കോമൻനായർ ലച്ച്മിയുടെ മുഖത്ത് ഉറ്റുനോക്കി. മുക്കുപണ്ടമണിഞ്ഞ ആ പെൺകുട്ടി ഭവ്യതയോടെ ചോദിച്ചു:

"അത്താഴത്തിനു മോരു വേണോ?"

"വേണം! ഇത്തിരി എരീം പുളീം കൂട്ടി ഉണ്ണണം!"

പുതുതായി പുറത്തെടുത്ത കണ്ണിമാങ്ങാക്കറി വിളമ്പുമ്പോൾ അവൾ പറഞ്ഞു:

"ഇതിന്റെ സ്വാദ് ആരും അറിഞ്ഞ്റ്റ്ല്യ!" അവൾ തുടർന്നു:

"ഇവട്ന്ന് ഉണ്ണാൻ വരുംന്ന്ള്ളതോണ്ടാ ഞാനിന്നു പൊടമുറി സദ്യക്കു പോകാതിരുന്നത്!"

തനിക്കുവേണ്ടി അങ്ങനെയൊരു ത്യാഗം സഹിച്ച ലച്ച്മിയെ കോമൻനായർ കടാക്ഷിച്ചു.

"ലച്ച്മി എന്തിനാ മുക്കുപണ്ടം അണിയണ്! അതില്ലാഞ്ഞാ ലച്ച്മീരെ ചന്തം കൂടും!"

"ഇബ്ട്ത്തെ പാർവതിയേട്ടി കമ്മലൂരി ഗാന്ധീരെ ആൾക്കാർക്കു

ദാനം ചെയ്യാമ്പോണ്ത്രെ!" അവളുടെ സ്വരത്തിൽ ആവലാതിയും ദുഃഖവും കലർന്നിരുന്നു.

"ലച്ച്മി ഉണ്ടോ?"

അവൾക്ക് അതിശയം തോന്നി. ഇന്നുവരെ ഈ തറവാട്ടിൽ ഒരംഗം അവളോടു ചോദിച്ചിട്ടില്ലാത്ത ഒരു ചോദ്യം.

അവൾ നാണിച്ചു തലതാഴ്ത്തി.

ചുക്കുവെള്ളത്തിന് വല്ലാത്ത ചൂട്.

കോമൻനായർ കൈകഴുകി തളത്തിൽനിന്നു പുറത്തേക്കു കടന്നു. ഇടനാഴിയിലേക്കു തിരിയുമ്പോൾ അയാൾ പറഞ്ഞു:

"തണുപ്പിച്ച വെള്ളം എന്റെ അറയിലേക്കു കൊണ്ടുവരേണ്ടു!"

കല്ലിച്ച മിഴികളോടെ അവൾ കോമൻനായരെ ഉറ്റുനോക്കി. ക്രമേണ കടുപ്പമേറിയ ഐസ് കഷ്ണം അലിയുകയും അവളുടെ കണ്ണിൽ നനവൂറുകയും ചെയ്തു.

കാതിലെ മുക്കുപണ്ടം അഴിച്ചുവെച്ചു മുറിയിലെത്തിയ ലച്ച്മിയോട് കോമൻനായർ ചോദിച്ചു:

"നീയ്യ് എന്തോണ്ടാ നെന്റെ പണ്ടം അഴിച്ചുകളഞ്ഞത്?"

ഒരു മിന്നൽപോലെ അവൾ ചിരിച്ചു:

"ഇവ്ട്ന്ന് പറഞ്ഞിറ്റ്!"

പന്ത്രണ്ട്

സംബന്ധം കഴിഞ്ഞ അനന്തൻ തനിക്കു നഷ്ടമാവുമോ എന്ന് രാഘവൻ ഭയന്നിരുന്നു. കരുവഞ്ചേരി തറവാട്ടുകാരണവരുടെ മകനായതുകൊണ്ട് രാഘവനു പ്രയോജനമൊന്നുമില്ല. ഭൃത്യന്മാർ ഒന്നു വണങ്ങും. രണ്ടുകാശിന്റെ സ്വകാര്യവരുമാനമില്ല. ഒരു പത്രം വാങ്ങണമെങ്കിൽ കണ്ണൂരിൽപ്പോയി ഒരു സിനിമ കാണണമെങ്കിൽ, ക്ഷൗരം ചെയ്യിക്കണമെങ്കിൽ കാശിനു കെഞ്ചണം. കണ്ണൂരിൽപ്പോയി പരിഷ്കരിച്ച മട്ടിൽ ഒരു ക്രോപ്പ് ചെയ്യണം. അച്ഛനോടു ചോദിച്ചാൽ പറയും: "അമ്പുവിനോടു വരാമ്പറ!"

അമ്പു തറവാട്ടു ക്ഷുരകൻ. കുടുംബാംഗങ്ങളുടെയെല്ലാം മുടി മുറിക്കുന്നത് അവൻ പഠിച്ചുവച്ച ഒരു ശൈലിയിൽ, മട്ടു മാറ്റാൻ യുവാക്കൾ ആവശ്യപ്പെടാറുണ്ടെങ്കിലും അമ്പുവിന് ധൈര്യമില്ല. പിന്നെ കരുവഞ്ചേരി തറവാട്ടിലെ ക്ഷൗരം തനിക്കു കിട്ടുകയില്ല. തന്നെയുമല്ല കുടികിടപ്പ് അവരുടെ ജന്മഭൂമിയിൽനിന്ന് മാറ്റേണ്ടിയും വരും. തന്റെ ഭാഗ്യം പൊളിച്ചെഴുതാൻ അമ്പു ഏതായാലും തയ്യാറല്ല. അപ്പോൾ ഒരു പൊളിച്ചെഴുത്താവശ്യം തന്റെ ദിനസരിയിലും ചിന്താഗതിയിലും ജീവിതത്തിലുമാണ്—രാഘവൻ തീരുമാനിച്ചു.

അനന്തേട്ടന്റെ *യുവകാഹളം* മാസികയുടെ കൈകാര്യം സ്വയം ഏറ്റെടുക്കാൻ രാഘവൻ തീരുമാനിച്ചു. അനന്തേട്ടനു സന്തോഷമേ ഉണ്ടാവൂ.

സംബന്ധം കഴിഞ്ഞപ്പോൾ അനന്തേട്ടൻ പടിപ്പുരമാളികയിലെ കിടപ്പുപേക്ഷിച്ചു. ഉച്ചിരേട്ടിയെ അവരുടെ വീട്ടിൽനിന്ന് കരുവഞ്ചേരിക്കു കൊണ്ടുവന്നു. ഒരൊറ്റ ദിവസംകൊണ്ട് അനന്തേട്ടൻ തന്നിൽനിന്നകന്നുപോയി.

കരുവഞ്ചേരിയിലെ കൗമാരപ്രായത്തിലുള്ള ആൺകുട്ടികൾ കിടന്നുറങ്ങുന്ന മാളികവരാന്തയിൽ അഴിക്കൂടുകൾക്കുള്ളിൽ തടവിലവശേഷിച്ച ഒരു പുള്ളിയെപോലെ രാഘവൻ ആകാശംനോക്കിയിരുന്നു, ചുരുട്ടിവച്ച മെത്ത നീർത്താതെ. ആകാശത്തിൽ ഏകാകികളായ നക്ഷത്രങ്ങൾ ദൂരെദൂരെ കാണപ്പെട്ടു.

പ്രധാന കെട്ടിടത്തിന്റെ കനത്ത വാതിലടഞ്ഞു. ആധാരക്കെട്ടുകൾ നിറച്ച തോൽസഞ്ചിയുമായി വ്യവഹാരകാര്യസ്ഥൻ ചാത്തുനായർ പടികടന്നു.

രാഘവനെ നേരിയൊരു വിഷാദചിന്ത പിടികൂടി. അവന്റെ അമ്മ അങ്ങു നിറയൂരാണ്. അവർ കരുവഞ്ചേരിതറവാട്ടിൽ സ്ഥിരമായി താമസിക്കാൻ ആഗ്രഹിച്ചില്ല. നിറയൂരിനോടായിരുന്നു അവർക്കു പ്രിയം. നിറയൂര് താമസിക്കുമ്പോൾ പുതുമഴ പെയ്തു തളിർത്തുല്ലസിച്ചു നിൽക്കുന്ന ഒരു പൂമരത്തെയാണ്, അമ്മ ഓർമിപ്പിക്കുക. ഇവിടെ അന്തഃപുരത്തിലെത്തിയാൽ അമ്മ ചട്ടിയിൽവച്ച ഒരു ചെടിപോലെ തന്നിൽതന്നെ ഒതുങ്ങുന്നു. ഒരു നല്ല തോട്ടക്കാരന്റെ അഭാവത്തിൽ ഏതു നിമിഷവും തളർന്നു വീഴാൻ ഭാവിക്കുന്ന ഒരു ചെടി.

ഏക പുത്രനാണെങ്കിലും രാഘവനെ നിറയൂരിൽ താമസമാക്കാൻ അമ്മ ഒരിക്കലും നിർബന്ധിച്ചില്ല. അവന്റെ യൗവനത്തെ അമ്മ പരിഗണിച്ചു. അനന്തന്റെ ചങ്ങാത്തത്തിന് മകനെ വിട്ടുകൊടുത്തു. നിറയൂർക്ക് പോകാൻ ഒന്നോ രണ്ടോ മാസത്തെ കരുവഞ്ചേരിയിലെ വാസത്തിനു ശേഷം ഉണിക്കാളിയമ്മ തീരുമാനിക്കുന്നു. അതിനു തൊട്ടുമുമ്പേ രാത്രി അത്താഴത്തിനിരിക്കുന്ന മകനോട് അമ്മ പറയുന്നു:

"രാഘവാ, നാളെ പല്ലക്കുകാരെ വരാൻ പറയണം!"

മറ്റെങ്ങും അമ്മ പല്ലക്കിൽ സഞ്ചരിക്കുകയില്ല. തന്റെ ഭർത്താവിന്റെ പ്രതാപം സ്വന്തം ജന്മഗ്രാമത്തിൽ പ്രകടിപ്പിക്കേണ്ടത് തന്റെ കർത്തവ്യമാണെന്ന് അവർ ശാഠ്യം പിടിച്ചു. മനുഷ്യരാൽ ചുമക്കപ്പെട്ടുകൊണ്ടുള്ള ഈ പോക്കിനെ രാഘവൻ ശക്തിയായി എതിർത്തുപോന്നു. അപ്പോഴെല്ലാം അനന്തൻ പറഞ്ഞു:

"അമ്മായിയെ ചുമക്കുന്നത് തങ്ങളുടെ അവകാശമാണെന്ന് അമാലന്മാർ കരുതുന്നു. അവർ അനുഭവിക്കുന്ന അത്തരം ചെറിയ ചെറിയ സംതൃപ്തികളെ നാമെന്തിന് നിഷേധിക്കണം!"

മനുഷ്യൻ മനുഷ്യനെ ചുമക്കുന്നത് ഏറ്റവും ഹീനമായ ഒരേർപ്പാടാണെന്ന് രാഘവൻ വിശ്വസിച്ചു. ആരും ആരേയും ചുമക്കാത്ത ആരും ആരേയും അടിമകളാകാത്ത ഒരു കാലം വരണം.

"വരുമോ?" അനന്തൻ ചോദിച്ചു.

"വരാതിരിക്കുമോ? നമ്മെപ്പോലെ ഓരോ ഗ്രാമത്തിലുമുള്ള പത്തു പേർവീതം ഉത്സാഹിച്ചാൽ നടക്കാത്ത കാര്യമുണ്ടോ?"

അനന്തൻ ചിന്താമഗ്നനായി. രണ്ടടി മുമ്പോട്ടു നടന്നാൽ ഒരടി പുറകോട്ടു വയ്ക്കുന്ന അനന്തേട്ടന്റെ സ്വഭാവത്തിൽ എങ്ങനെയാണ് പരിവർത്തനം വരുത്തേണ്ടത് എന്ന് രാഘവൻ ചിന്തിക്കാൻ തുടങ്ങി. നാലുകെട്ടിനും അഞ്ചാം പുരയ്ക്കുമിടയിലുള്ള ഇടനാഴിയുടെ വാതിൽ അടഞ്ഞതോടുകൂടി ഒരു രാവുകൂടി അവസാനിക്കുന്നു.

അനന്തേട്ടനിപ്പോൾ അത്താഴം കഴിഞ്ഞ് ഉറക്കമായി കാണും. മാളികയുടെ കോണിപ്പടികളുടെ മീതെ അപ്പോഴും എരിഞ്ഞുകൊണ്ടിരിക്കുന്ന ശരറാന്തൽ കണ്ണുചിമ്മി തുറന്നു.

കരുവഞ്ചേരിയുടെ നിദ്രാണമായ അവസ്ഥയെ സൂക്ഷിച്ചുനോക്കി. പല ആകൃതിയിലുള്ള അനേകം സ്ഫടികത്തുണ്ടുകളുടെ ഇടയിലൂടെ പ്രസരിക്കുന്ന പ്രകാശം ഇരുണ്ട രാവിൽ വളരെ അടുത്താണെന്ന് രാഘവനു തോന്നി. പക്ഷേ, രണ്ടു മുറ്റങ്ങൾ താണ്ടി മൂന്നു കോണികൾ ഇറങ്ങിക്കയറിയാലെ അവിടെ എത്തൂ. ആരോ ഇടനാഴിയിലൂടെ മാളികമുകളിൽ കയറിച്ചെന്ന് ശരറാന്തൽ കെടുത്തുന്നു. രാഘവൻ തീർത്തും ഇരുട്ടിലായി. കരുവഞ്ചേരിയുടെ ആകാശങ്ങളിൽ ഒന്നോ രണ്ടോ നക്ഷത്രങ്ങൾ പ്രത്യക്ഷപ്പെടുന്നു. ഒറ്റപ്പെട്ട ആ താരങ്ങൾക്ക് ഇരുട്ടിനെ വിപാടനം ചെയ്യാൻ കഴിയുന്നില്ല. പതുക്കെപ്പതുക്കെ ഇരുട്ടിനെ നേർപ്പിക്കുന്ന ഒരു നാട്ടുവെളിച്ചം വരുന്നു...

പിറ്റേന്നു പ്രാതലിനിരിക്കുമ്പോൾ അനന്തൻ പറഞ്ഞു:

"ചെറിയമ്മാവന്റെ അളിയൻ ലണ്ടനിൽ പോകുന്നെന്ന്!"

"എനിക്കും മോഹല്യാഞ്ഞല്ല!"

"നിന്റമ്മ നെന്നെ പൊടവത്തുമ്പില് കെട്ടിയിരിക്ക്യല്ലെ?"

"അല്ല! അമ്മ നിറയൂർക്ക് പോയി. വരുന്നോ എന്ന് എന്നോടു ചോദിച്ചു പോലുമില്ല!"

"നന്നായി! ഇപ്പോഴെങ്കിലും നീയ്യ് മടിയില് വെക്കേണ്ട അടയ്ക്കയല്ലെന്ന് അമ്മായിക്കു ബോധ്യമായല്ലോ! ഇപ്പോൾ വേണമെങ്കിൽ നിനക്ക് കൽക്കത്തയിലോ ലണ്ടനിലോ പോയി പഠിപ്പ് തുടരാം! വലിയ ബാരിസ്റ്റർ ആയി തിരിച്ചുവരാം."

"എന്തിനാ അനന്തേട്ടാ എല്ലാവരും വക്കീലാകുന്നത്? ഒരു തറവാട്ടിലേക്ക് ഒരു വക്കീൽ മതി. ഇന്ത്യയിലെ പഠിപ്പുള്ള ചെറുപ്പക്കാരെല്ലാം വക്കീൽഭാഗം പഠിക്കാമ്പോയാ, നമ്മുടെ മാതൃഭൂമിയുടെ സ്വാതന്ത്ര്യത്തിനുവേണ്ടി പോരാടുന്നതാരാ? മഹാത്മജി വക്കീലുദ്യോഗം ഉപേക്ഷിച്ചില്ലേ!"

അനന്തൻ ചിരിച്ചു. തന്റെ പക്കൽ വേണ്ടത്ര പണമുണ്ടായിരുന്നെങ്കിൽ ഈ രാഘവനെ ബിലാത്തിക്കയച്ച് ബാരിസ്റ്ററാക്കാമായിരുന്നു. നിരാശയാണ് രാഘവന്റെ വാഗ്വാദത്തിന്റെ ഇരിപ്പിടം! കരുവഞ്ചേരി കാരണവരുടെ മകന്റെ പഠിപ്പിന്റെ കാര്യത്തിൽ ശ്രദ്ധിക്കാനാളില്ല!

രാഘവൻ പറഞ്ഞു:

"അടുത്ത സ്ത്രീസമാജത്തിന് അധ്യക്ഷ ഉച്ചിരേട്ടി ആയിരിക്കണം!"

"നന്നായി! അവൾ അന്തഃപുരത്തിൽ നിന്നിറങ്ങിയാലും കാർന്നോരു സമ്മതിക്കില്ല!"

"അന്യന്റെ വീട്ടിലെ പെണ്ണുങ്ങളെ മാത്രം സംഘടിപ്പിച്ച് സ്ത്രീസമാജം നടത്താൻ ഞാനില്ല!"

അനന്തൻ ഒരു നേരിയ ഞെട്ടലോടെ രാഘവനെ സൂക്ഷിച്ചു നോക്കി.

"ആദർശം പ്രസംഗിച്ചാൽ പോരാ. അതു പ്രവൃത്തിയിൽ കൊണ്ടുവരണം!"

"പൊടമുറിയുടെ ആർഭാടങ്ങൾ ഞാൻ ഏർപ്പാടുചെയ്തതാണെന്നു തോന്നുന്നല്ലോ നിന്റെ വാക്കുകേട്ടാൽ!"

അനന്തൻ കഞ്ഞികുടിച്ചെഴുന്നേറ്റു. വർത്തമാനത്തിനിടയിൽ കഞ്ഞികുടിക്കാൻ മറന്ന രാഘവൻ ധൃതിയിൽ കഴിച്ചെന്നു വരുത്തി.

പടിപ്പുരമാളികയിലെ അനന്തന്റെ ആഫീസ് മുറിയിൽ ഖിന്നനായ കോമൻനായർ അവരെ കാത്തിരിപ്പുണ്ടായിരുന്നു.

"കോമൻനായരെ പൊടമുറിക്ക് കണ്ടില്ല!" അനന്തൻ പരിഭവത്തോടെ പറഞ്ഞു.

"ഞാൻ തറവാട്ടിന്നു കാവലായിരുന്നു!"

"ഒരു സദ്യ നഷ്ടമായാലെന്താ, ഉറക്കം നഷ്ടമായില്ലല്ലോ!" അനന്തൻ ലഘുസ്വരത്തിൽ പറഞ്ഞു.

കോമൻനായർ വിഷണ്ണനായി. ലച്ച്മിയെന്ന ദാസിപ്പെണ്ണ് തന്റെ ഉറക്കം കെടുത്തിയ കഥ അനന്തനും അറിഞ്ഞുവോ? വളരെ ദയനീയമായിരുന്നു കോമൻനായരുടെ അവസ്ഥ. പുടമുറി കഴിഞ്ഞ് സദ്യക്ക് നിൽക്കാതെ അർധരാത്രിയോടടുത്ത് ഒരു സഖിയെ തുണകൂട്ടി ദേഹണ്ണം കഴിഞ്ഞു മടങ്ങുന്ന അപ്പുമാരാരോടൊപ്പം എത്തിയതായിരുന്നു രുക്മിണി. അപ്പുമാരാരും പെങ്ങളും രുക്മിണിയെ നാലുകെട്ടിന്റെ ഉമ്മറത്തെത്തിച്ച് അവരുടെ വീട്ടിലേക്കു പോയി. ഇടനാഴിയുടെ വളരിന്മേൽ ഒരു ചങ്ങലവട്ട കത്തുന്നുണ്ടായിരുന്നു. ഒരു നീണ്ട നിഴൽ ഇടനാഴിയിലൂടെ ഒഴുകിയെത്തുന്നതു കണ്ടു ലച്ച്മി നിലവിളിച്ചു. രുക്മിണിയുടെ കിടപ്പറയിൽ കതക് അടച്ചിരുന്നില്ല. തുറന്ന കതകിലൂടെ അകത്തു കയറിയ രുക്മിണിയിലൂടെ ഒരു മിന്നൽപ്പിണർ ഭൂമിയിലിറങ്ങി.

കത്തുന്ന മിഴികൾ ലച്ച്മിയുടെ മാറിടത്തിന്റെ നഗ്നതയിൽ പാളിപ്പടർന്നു.

"ഞാൻ ചുക്കെള്ളം കൊണ്ടുവന്നതാ!" അവൾ നേരിയ വിറയോടെ പറഞ്ഞു.

മെത്തയിലുറങ്ങുന്ന നീലകണ്ഠനെ റാഞ്ചിയെടുത്ത് രുക്മിണി മുറിയിൽനിന്നു പുറത്തുപോയി. പകൽവെളിച്ചം വീശുംമുമ്പ് കോമൻനായർ സംബന്ധംവീടുവിട്ടിറങ്ങി. നീണ്ട ഒരു രാത്രിയുടെ നിദ്രാരാഹിത്യത്തി

നുശേഷം പകൽവെളിച്ചത്തിൽ രുക്മിണിയുടെ മുഖത്തു നോക്കാൻ അയാൾക്കു ധൈര്യമുണ്ടായിരുന്നില്ല. കൈയാല കയറി കരുവഞ്ചേരി പടിപ്പുരയുടെ പുറംതിണ്ണയിൽ കോമൻനായർ വെളിച്ചമാവുംവരെ ഇരുന്നു. ഈ പടിപ്പുരമാളിക യുവാക്കളുടെ സങ്കേതമാണ്. അനന്തന് എത്രയോ കൂട്ടുകാരുണ്ട്. നിത്യസന്ദർശകരുടെ താവളം പടിപ്പുരയാണ്. *യുവകാഹളം* മാസികയുടെ ആപ്പീസും, വാക്കുതർക്കങ്ങളുടെ കേന്ദ്രവും നാടകചർച്ചയും കാവ്യപാരാണയവും ഇംഗ്ലീഷ് ട്യൂഷനുമെല്ലാം ഈ പടിപ്പുരമാളികയുടെ മൂന്നു മുറികളിൽവെച്ചു നടക്കും.

കോമൻനായരെ ഈ വേഷത്തിൽ കണ്ട് അനന്തന് അത്ഭുതം തോന്നി. ഒരിട കഴിഞ്ഞ് തന്റെ കൂട്ടുകാരനെ നോക്കി അനന്തൻ പൊട്ടിച്ചിരിച്ചു. പൊട്ടിച്ചിരിയിൽ മേഘാവൃതമായ ആകാശം തെളിഞ്ഞു.

കോമൻനായർ തന്റെ പഴയ സിൽക്കുജുബ്ബ പുറംതിരിച്ചായിരുന്നു ധരിച്ചിരുന്നത്. അതിന്റെ കുടുക്കുകളൊന്നും ഇട്ടിട്ടില്ല. അയാളുടെ ശോഷിച്ച നെഞ്ചിൽ ഒരു ചെറിയ കുഴി ഉണ്ടായിരുന്നു.

കൂട്ടുകാരന്റെ ഖിന്നത യഥാർഥമാണെന്നു കണ്ട് അനന്തൻ പൊടുന്നനെ ചിരി നിർത്തി. ചാത്തുനായർ തറവാട്ടിൽനിന്ന് സബന്ധക്കാരനെ പറഞ്ഞിറക്കിവിട്ടു എന്നതുതന്നെ അനന്തൻ വിചാരിച്ചു. ഏതു ദിവസവും അതു സംഭവിക്കാം. രുക്മിണിക്ക് ഒരു കൊള്ളാവുന്ന സംബന്ധക്കാരനെ അന്വേഷിക്കയാണ് കാരണവർ. അവളുടെ പിടിവാശിയൊന്നുകൊണ്ടു മാത്രമാണ്—അല്ലെങ്കിൽ കോമൻനായർ എന്ന 'ദരിദ്രവാസി' ഇതിനുമുമ്പെ പടിപ്പുറത്തായേനെ!

ഒന്നും സംഭവിക്കാത്തമട്ടിൽ അനന്തൻ രാഘവനോടു പറഞ്ഞു:

"രാഘവൻ കോമൻനായരെക്കൂട്ടി കുളിച്ച് കഞ്ഞി കുടിച്ചിട്ടു വരൂ!"

കോമൻനായർ സദാ സുന്ദരരൂപത്തിലാണ് സുഹൃത്തുക്കളുടെയും നാട്ടുകാരുടെയും മുമ്പിൽ പ്രത്യക്ഷപ്പെടുക. ചീകിമിനുക്കിയ തിളങ്ങുന്ന ചുരുണ്ട മുടിയും വൃത്തിയായി ചുളിവില്ലാത്ത അലക്കി മടക്കിയ ജൂബ്ബയും സ്വർണക്കുടുക്കുകളും പൗഡർ പൂശി സുഗന്ധം പരത്തുന്ന കവിളും മുറി മീശയും ചുണ്ടത്തെ മുല്ലപ്പുഞ്ചിരിയും ഗാനാത്മകമായ സ്വരവും സൗമ്യമായ പെരുമാറ്റവും അയാൾക്കു വേണ്ടതിലധികം ആരാധകരെ ഉണ്ടാക്കിക്കൊടുത്തിരുന്നു. അയാളുടെ കാരുണ്യശീലം കരുവഞ്ചേരിയിലെ വേലക്കാരെയും അടിയാളരെയും അടുപ്പിച്ചിരുന്നു.

പടിപ്പുരമാളികയിലെ മുറുക്കാൻചെല്ലം നിറയ്ക്കാനെത്തിയ വീട്ടുകാര്യസ്ഥൻ കോമൻനായരുടെ കോലംകെട്ട മട്ടു കണ്ട് അത്ഭുതപ്പെട്ടു,

"കോമൻനായര് കഞ്ഞി കുടിച്ച്റ്റ്ല്യാത്രെ?"

കോമൻനായർ തലയാട്ടി.

"വരൂ, നമുക്ക് കുളിച്ചുവരാം!" രാഘവൻ കോമൻനായരെ കൈപിടിച്ചെഴുന്നേൽപ്പിച്ചു. കാരണവർ കാണാതെ, പയറുപൊടിപ്പാത്രത്തിനു സമീപം ഒളിച്ചു സൂക്ഷിച്ചുവെച്ചിരിക്കുന്ന പരിമളസോപ്പ് പുറത്തെടുത്തു. അലമാരയിൽനിന്ന് അനന്തേട്ടന്റെ ഒരു പുതിയ ഖദർമുണ്ടും ജൂബ്ബയും എടുത്തുവച്ചു. കുളി കഴിഞ്ഞ് ഖദർ ധരിച്ച് കഞ്ഞി കുടിച്ച് മുമ്പിലെ

ത്തിയ കോമൻനായർക്ക്, അനന്തൻ താനെഴുതിക്കൊണ്ടിരുന്ന ലേഖനം നീട്ടിക്കാണിച്ചു:

"ഇതാ മുഖപ്രസംഗം!"

കോമൻനായർ മുഖപ്രസംഗത്തിലൂടെ കണ്ണോടിച്ചു.

"താലികെട്ടു നല്ലതോ ചീത്തയോ?"

മൂക്കു ചുളിച്ച് കോമൻനായർ പ്രസംഗം മേശമേലിട്ടു.

"എന്താ?"

"താങ്കൾ കാലത്തിനു പുറകിലാണ്!"

അനന്തന്റെ മുഖം ചിന്താക്ലാന്തമായി.

താനൊരു ഉൽപ്പതിഷ്ണുവാണെന്ന് അനന്തൻ സ്വയം അഭിമാനിച്ചിരുന്നു. താനാണ് ഈ നാട്ടിൽ ഖദർവസ്ത്രം വിൽക്കാൻ വീടുവിട്ടിറങ്ങുന്ന ആദ്യത്തെ 'ഉടയോർ'. കാളീശ്വരംചന്തയിൽ തുണിക്കെട്ടുമായി ചെന്ന തന്നെക്കണ്ട് ആദ്യം ഗ്രാമീണർ കിറുക്കനെന്നു തെറ്റിദ്ധരിച്ചു. ചായക്കടയിൽവെച്ച് കുഞ്ഞമ്പാടി മൂന്നു പുടവകൾ മേടിച്ചില്ലായിരുന്നെങ്കിൽ ഒരു കഷണം തുണി ആരും വാങ്ങുകയില്ല. സംബന്ധം ചെയ്ത പെണ്ണിനെ തറവാട്ടിൽ കൊണ്ടുവന്നു. അവളെ ഇംഗ്ലീഷു പഠിപ്പിക്കണം. നാലാളുടെ മുമ്പിൽ പെരുമാറാൻ പഠിപ്പിക്കണം. സ്ത്രീസമാജത്തിലും കോൺഗ്രസ് ജാഥയിലും പങ്കാളിയാകണം. ഈ നിനവുകളൊക്കെയും കോമൻനായരുടെ വാക്കു കേട്ട് മണ്ണടിയുന്നു.

"നമ്മുടെ *യുവകാഹളത്തിൽ* കേൾക്കേണ്ടത് ആധുനികതയുടെ ശബ്ദമാണ്! അതൊരു മുഖപ്രസംഗത്തിനു പറ്റിയ വിഷയമാണോ ഇനിയും?" കോമൻനായർ ചോദിച്ചു. അയാൾ തലേന്നു രാത്രിയിലെ തന്റെ വേദനകൾ തീർത്തും വിസ്മരിച്ചു കഴിഞ്ഞിരുന്നു. കൂട്ടുകാരന്റെ ഈ തുറന്ന മനഃസ്ഥിതി അനന്തനെ എന്നും ആകർഷിച്ചു.

തൽക്കാലം തോന്നിയ വിഷണ്ണത വെടിഞ്ഞ് അനന്തൻ ചോദിച്ചു:

"കോൺഗ്രസിന്റെ ഹരിജനോദ്ധാരണത്തെപ്പറ്റിയായാലോ?"

കോമൻനായരുടെ മുഖം വികസിച്ചു.

"ചിലപ്പോൾ അനന്തനൊരു തനി പഴഞ്ചൻ. ചിലപ്പോൾ പരിവർത്തനവാദിയും. ഇതെങ്ങനെ സംഭവിക്കുന്നു?"

"അതൊ, എന്റെ വേരുകൾ ഇപ്പോഴും കരുവഞ്ചേരി ജന്മിത്തറവാട്ടിന്റെ അടിക്കല്ലുകളുടെ അടിയിലാണ്! എന്റെ വേരുകൾ എന്നെ വല്ലാതെ വേദനിപ്പിക്കുന്നു!"

"അങ്ങനെത്തന്നെ വേണം!" കോമൻനായർ കാരുണ്യത്തോടെ പറഞ്ഞു.

വീട്ടുകാര്യസ്ഥൻ കേളുമണിയാണി കോണി കയറി വന്നു:

"ജ്യോതിഷക്കാരൻ വന്ന്റ്റ്ണ്ട്!"

അനന്തന്റെ മുഖം വിളറി.

"ഇന്നു പോകാമ്പറ! ഇനി വിളിക്കുമ്പൊ വന്നാ മതീത്രെ!"

"ഓനെ, വെറുങ്കൈയോടെ അയയ്ക്കണ്ട, അനന്താ." കോമൻനായർ പറഞ്ഞു.

"ഒരു വയറ്റ്പെഴപ്പല്ലെ ലക്ഷ്യം. എന്തെങ്കിലും കൊടുത്തളാ."

അനന്തൻ മേശ തുറന്ന് മനോഹരമായ തുകൽപേഴ്സ് പുറത്തെടുത്തു. അതിനകത്തുണ്ടായിരുന്നത് ചുക്കിച്ചുളിഞ്ഞ ഒരു ചെറിയ നോട്ടും ക്ലാവു പിടിച്ച രണ്ട് ഓട്ടമുക്കാലും ഒരു രണ്ടണനാണ്യവുമായിരുന്നു.

അഞ്ചുരൂപയുടെ നോട്ടു നിവർത്തി നേരെയാക്കി അനന്തൻ ചോദിച്ചു:

"*യുവകാഹളം* അടിപ്പിക്ക്യണ്ടെ?"

"വേണം."

"കണ്ണൂർക്കും തിരിച്ചും വണ്ടിക്കൂലി വേണ്ടെ?"

"വേണം."

"ഒരു ചായ കുടിക്ക്യണ്ടെ, വഴിക്ക്?"

"വേണ്ടിവരും."

അഞ്ചുറുപ്പികയുടെ നോട്ടു നീട്ടി അനന്തൻ കോമൻനായരോടു പറഞ്ഞു:

"ദാ ഇപ്പൊഴെ കൈയില് വെച്ചോളുക."

രണ്ടണയെടുത്ത് കേളുമണിയാണിയെ ഏൽപ്പിച്ച് അനന്തൻ പറഞ്ഞു:

"ഇത് ജ്യോത്സ്യർക്ക് കൊടുക്കു."

പതിമൂന്ന്

തീവണ്ടിയാപ്പീസിൽ ഇറങ്ങി, പ്ലാറ്റ്ഫോമിൽ നിന്നപ്പോൾ മഹേശ്വരനിൽ ആയിരം പൂക്കൾ വിടർന്നു. അഭിമാനത്തിന്റെ പരിമളം പരന്നു.

നിറയെ ജനം.

തന്റെ കുഗ്രാമത്തിൽ ഇത്രയധികം ജനമോ?

വയൽവരമ്പുകളിലൂടെ ഞേങ്ങോലും നുകവുമേന്തി പ്രാഞ്ചി പ്രാഞ്ചി നടക്കാറുള്ള കൃഷീവലന്മാരുടെ മുഖമല്ലിത്. വേനൽമഴയിൽ ആർത്തു ചിരിച്ചുല്ലസിക്കുന്ന പൂമരങ്ങൾ.

മൂന്നു മാസത്തെ ജയിൽവാസം മനസിലുളവാക്കിയ വടു, ഈ ഒരൊറ്റ ദൃശ്യംകൊണ്ട് കഴുകിത്തെളിഞ്ഞു. തീർഥസ്നാനം കഴിഞ്ഞ സംതൃപ്തി.

അവർ മഹേശ്വരനിൽനിന്നു മിഴിയെടുത്തില്ല. ജയിൽവാസം എന്തെന്നറിയാൻ അവർ അയാളുടെ അംഗപ്രത്യംഗം വീക്ഷിച്ചു.

ജയിലിൽ ഒന്നിനും കുറവുണ്ടായിരുന്നില്ല. രുധിരമനയ്ക്കൽ ഇല്ലാതിരുന്ന സ്വാതന്ത്ര്യംപോലും കിട്ടി.

ക്രിമിനൽ പുള്ളികൾക്കിടയിൽ സത്യഗ്രഹി രാജാവായിരുന്നു.

എവിടെയോ അദൃശ്യവും അജ്ഞാതവുമായ ഒരു കൈ വർത്തിക്കുന്നുണ്ടെന്ന് മഹേശ്വരനു തോന്നിയിരുന്നു. പണത്തിന്റേതോ പ്രതാ

പത്തിന്റേതോ ബ്രാഹ്മണ്യത്തിന്റേതോ ആയ ഒരു കൈ. അതനുഭവിച്ചത് ഒരപരാധമായിരുന്നു—

ആകാംക്ഷകൊണ്ടും ആവേശംകൊണ്ടും ഉത്തേജിതരായി, ആനന്ദാശ്രുക്കളും താമരപ്പൂമാലകളും ഖദർമാലകളും ചെത്തിപ്പൂക്കളും കൊണ്ട് തന്നെ അർച്ചിക്കുന്ന നാട്ടുകാർക്കിടയിൽ കിണ്ണം കട്ട ഒരു കള്ളനായി മാറുകയാണ് താനെന്ന് മഹേശ്വരനും തോന്നാൻ തുടങ്ങി.

സുഹൃത്തുക്കളേ,

ഞാൻ വിരുന്നു പാർക്കുകയായിരുന്നു.

അല്ലലറിയാതെ—

ഒന്നുമറിയാതെ—

എനിക്ക് നിങ്ങളുടെ മുഖത്തു നോക്കാനുള്ള ത്രാണിയില്ല—

ജനക്കൂട്ടത്തിനു നേതൃത്വം നൽകുന്നത് രേർമൻനായർ. കൈക്കുഞ്ഞുങ്ങളുമായി നിൽക്കുന്ന ഏതാനും ഗ്രാമസ്ത്രീകൾ തൊട്ടടുത്ത ചന്തയിൽനിന്നു കൗതുകം സഹിക്കാതെ കയറിവന്നവരായിരുന്നു.

ജനക്കൂട്ടത്തിനു പുറകിൽ കാത്തിരിപ്പുഹാളിന്റെ അങ്ങേയറ്റത്ത് ഉണ്ണിമായ ഇരിക്കുന്നു! കറുത്ത ചാന്തുപൊട്ടണിഞ്ഞ്, കണ്ണെഴുതി, കസവു പുടവയുടുത്ത്, കാട്ടിൽ പൂത്ത ഒരു കണിക്കൊന്നപോലെ. മഞ്ഞ വെൽവെറ്റിന്റെ ജാക്കറ്റിനുമീതെ സ്വർണമാലകൾ.

മഹേശ്വരൻ മിഴികൾ പിൻവലിച്ചു.

ഒരിക്കൽക്കൂടി നോക്കുമ്പോൾ ദാസി അവളുടെ ചെകിട്ടിൽ മന്ത്രിക്കുകയാണ്.

മഹേശ്വരൻ മറ്റൊരു ഭാഗത്തേക്കു നീങ്ങി.

പതുക്കെപ്പതുക്കെ ഒരു ഘോഷയാത്ര പുറത്തേക്കു നീണ്ടു. പുറത്തേക്കുള്ള കവാടത്തിനടുത്തെത്തിയപ്പോൾ നിറഞ്ഞ പുച്ഛത്തിന്റെ ഒരു നോട്ടം ഉണ്ണിമായ എറിഞ്ഞുകൊടുത്തു.

മഹേശ്വരൻ ചുരുങ്ങി. ആത്മാവിൽ തറഞ്ഞുകയറിയ അമ്പിനെ പല്ലു കടിച്ചു വലിച്ചൂരിയെറിഞ്ഞു. മെല്ലെമെല്ലെ രുധിരം തുളിക്കുന്ന ഒരു മുറിപ്പാട് മനസിനകത്തുപേറി മഹേശ്വരൻ ഘോഷയാത്രയുടെ കേന്ദ്രമായി.

രേർമൻനായർ കൊഴുത്തുരുണ്ട ഒരു ഖദർമാല മഹേശ്വരനെ അണിയിച്ചു.

"തിരുമേനീ, ഞാൻ വിടകൊള്ളട്ടെ! ഉണ്ണി അമ്മാത്തു പോകാനിറങ്ങിയതാണ്, ഈ വണ്ടിക്കു പോയില്ലെങ്കിൽ പോകാൻ പറ്റ്ല്യ!"

"ആവട്ടെ, പിന്നീടു കാണാം!"

മുഖം രക്ഷിച്ച കൃതാർഥതയോടെ രേർമൻനായർ സ്വന്തം പാടു നോക്കിപ്പോയി.

ഇപ്പോൾ താൻ ഗ്രാമീണരായ പാവപ്പെട്ട കൃഷിക്കാരുടെ മാത്രമാണ്. അനന്തനും രാഘവനും കോമൻനായരും കൂടെയുണ്ട്, എന്നല്ലാതെ ഒടയോരുടെ വർഗത്തിലൊരാളും ഈ ഘോഷയാത്രയിലില്ലെന്ന് മഹേശ്വരൻ മനസിലാക്കി. എതിർപ്പിന്റെ മുഖത്തു നിൽക്കുന്ന സാഹസികത മഹേശ്വരനെ ആനന്ദിപ്പിച്ചു.

സത്യാഗ്രഹികൾക്കു സദ്യയൊരുക്കി, അവരെ യാത്രയാക്കിയ രേർമൻനായർപോലും സ്വന്തം അളയിലേക്കു പിൻവലിഞ്ഞു. നന്നായി മിത്രത്തെയും ശത്രുവിനെയും തിരിച്ചറിയാതെ ഒരു യുദ്ധം തുടങ്ങുന്നതെങ്ങനെ?

കവലയിലും കാളീശ്വരം ചന്തയിലും വേറെ വേറെ സ്വീകരണങ്ങൾ. ഉമേഷ്പൈയുടെ പത്നി ലളിതാഭായിയും ഗണപതിയും താലത്തിൽ കമുകിൻ പൂക്കിലയും സിന്ദൂരവും കളഭവുമായി അവരുടെ പടിവാതിൽക്കൽ. തിരണ്ട പെണ്ണിന്റെ ലജ്ജയോടെ മഹേശ്വരൻ സ്വീകാരങ്ങളിലൂടെ മുമ്പോട്ടു നടന്നു.

ജയിലിൽ നാണംകെടുത്തുന്ന സദ്യയുണ്ട് കേമത്തം നടിച്ച് ഇവരുടെ മുമ്പിലൂടെ നടക്കുമ്പോൾ—

ദേഹം നിറയെ ചെളിപുരണ്ട അനുഭവം. അശുദ്ധനായി, ജനത്തെ അവരറിയാതെ അശുദ്ധമാക്കി, ഇങ്ങനെ നടന്നിട്ടെന്ത്? ഏതു നീറ്റിലിറങ്ങി മുങ്ങിക്കുളിച്ചാലാണ് ഈ അശുദ്ധി മാറുക!

കരുവഞ്ചേരി പത്തായപ്പുരയിൽ അനന്തന്റെ നേതൃത്വത്തിൽ ഗംഭീരമായൊരു സ്വീകരണവും മിശ്രഭോജനവും.

മിശ്രഭോജനത്തിന്റെ, രീതി മഹേശ്വരനെ തീർത്തും കുപിതനാക്കി. പുലയരൊഴികെ, മലയരൊഴികെ മറ്റു ജാതികളുമൊത്ത് ഒരു മിശ്രഭോജനം. തുടക്കത്തിൽ കൂടെയുണ്ടായിരുന്ന മലയൻ ചെമ്മാരനെക്കണ്ടില്ല. മണ്ണാനെയും കണ്ടില്ല. നിറയൂരിലെ തീയന്മാരിൽ കുഞ്ഞമ്പാടി മാത്രമുണ്ട്. വൈദ്യരും. അവർ തന്റെ നിരയിലിരുന്നു. ഇരുത്തിയതാണെന്നു മനസു പറഞ്ഞു. മുമ്പോട്ടോ പുറകോട്ടോ മഹേശ്വരൻ നോക്കിയില്ല.

എന്തിനവർ ഈ നാടകത്തിൽ, തന്നെ പൊറാട്ടുവേഷമാക്കുന്നു?

അനന്തനോടൊന്നു ചോദിക്കാതെ വയ്യ!

അനന്തനില്ല. കാളീശ്വരിയുടെ ക്ഷേത്രത്തിൽ ദർശനത്തിന് ഏർപ്പാടു ചെയ്യാൻ പോയിരിക്കുകയാണ്. മടിയൻകുലോത്താണ് പിന്നീടുള്ള ദർശനം.

രാഘവൻ സദ്യക്കു നേതൃത്വം ചുമന്ന് ഓടിത്തളർന്നു.

അപ്പോഴുണ്ട് കിട്ടേട്ടൻ വരുന്നു.

കിട്ടേട്ടന്റെ പുറകെ വണ്ണാത്തിപ്പുള്ളുകൾപോലെ ഒരുപറ്റം കുട്ടികൾ. എണ്ണതേച്ചു കുളിച്ച് തിളങ്ങുന്ന കുട്ടികൾ. ബലിക്കു കൊണ്ടുപോകുമ്പോലെ അവരുടെ മിഴികളിൽ ആശങ്ക ചീർത്തുനിന്നു. ക്ഷേത്രപ്രവേശനം പ്രമാണിച്ചുള്ള മിശ്രഭോജനത്തിനല്ല, വേണ്ടപ്പെട്ടവരുടെ നിര്യാണത്തോടനുബന്ധിച്ച് പുലകുളിഅടിയന്തരത്തിനു വരുന്ന ആശ്രയമറ്റ കുഞ്ഞുങ്ങൾ. അവർ പതിമ്മൂന്ന് ആൺകുട്ടികൾ.

പന്തലിലേക്കു കയറുന്ന കിട്ടേട്ടൻ രോഷംകൊണ്ടു വിറച്ചിരുന്നു. കിട്ടേട്ടന് എന്തിനോടെങ്കിലും പ്രകടമായി രോഷംകൊള്ളാൻ കഴിയുമെന്ന് മഹേശ്വരൻ ധരിച്ചിരുന്നില്ല.

പന്തിപ്പായയിൽനിന്ന് മഹേശ്വരൻ എണീറ്റു. വിളമ്പുന്നവർ ആരോടൊക്കെയോ ഇരിക്കാൻ ആജ്ഞാപിക്കുന്നുണ്ടായിരുന്നു.

"എന്താണ് കിട്ടേട്ടാ കാര്യം?"

കിട്ടേട്ടൻ ചുണ്ടുപിളർത്താതെ പറമ്പിന്റെ വടക്കേ അതിർത്തിയിലേക്കു വിരൽചൂണ്ടി. അവിടെ കീഴ്ജാതിക്കാരുടെ സദ്യ നടക്കുന്നു. അവരെ ആദ്യം ഇരുത്തി! കേമത്തംതന്നെ! ഇതിൽപ്പരം ഒരു പരിഗണന അവർക്കു നൽകാനുണ്ടോ!

"മഹേശ്വരാ..."

"......"

"ഇതാണോ നിങ്ങളുടെ മിശ്രഭോജനം!"

മഹേശ്വരന്റെ ഉറയൂരി.

"ഇതാ, ഇക്കുഞ്ഞിങ്ങളെ പുറത്തെ കണ്ടത്തിലിരുത്തി ഊട്ടാനാണോ ഇവർ ക്ഷണിച്ചുവരുത്തിയത്?"

മഹേശ്വരൻ മിണ്ടിയില്ല. ആരോ തന്റെ തൂവലുകൾ ക്രോധത്തോടെ പറിച്ചെടുക്കുന്നു. ഒന്നൊന്നായി. ചോര കിനിയുന്നു. നീറ്റൽ സഹിക്കാൻ വയ്യ.

വൃത്തികെട്ട ഒരു നാടകത്തിൽ തീർത്ത് അശ്ലീലമായ ഒരു റോൾ അഭിനയിക്കാൻ വിധിക്കപ്പെട്ടവൻ! മഹേശ്വരൻ പടിയിറങ്ങി.

ആരെല്ലാമോ കൂടെയിറങ്ങി. രാഘവൻ എന്തോ പറഞ്ഞു. വ്യക്തമായില്ല.

കരുവഞ്ചേരി പത്തായപ്പുരയിൽ മനുഷ്യരും നായ്ക്കളും കാകന്മാരും കടിപിടി തുടർന്നു.

ഓടി രക്ഷപ്പെടണം. ഭഗവതീ എന്നെ ഒന്നു മാറിൽ ചേർക്കൂ. തന്നെ അവർ, ഒരുകൂട്ടം ജാതിമുഷ്കന്മാർ, ഖദറിന്റെ നൂലിൽക്കെട്ടി പാവകളിപ്പിക്കുകയായിരുന്നു.

"ദൈവമേ, ഇതിനെന്താണൊരു പ്രായശ്ചിത്തം!"

കംസൻപട്ടേലരുടെ വാരം കാര്യസ്ഥൻ ചാത്തുനായർ മഹേശ്വരന്റെ കൈപിടിച്ചു. മുമ്പിൽ രുധിരമനയ്ക്കലെ ചെറിയ ജ്യേഷ്ഠൻ.

"ഇവരൊക്കെ, മഹേശ്വരാ ആഗ്രഹിക്കുന്നത്, നിന്റെ പ്രസംഗമാണ്!"

ജ്യേഷ്ഠന്റെ മുഖം നോക്കാതെ മഹേശ്വരൻ പടിയിറങ്ങി.

കിട്ടേട്ടൻ പിടിച്ചുനിർത്തി:

"മഹേശ്വരാ, നീയൊരു മനുഷ്യനാണോ? നിനക്കിവരോടൊന്നും പറയാനില്ലേ?"

"എനിക്കിത്തിരി വെള്ളം കുടിക്കണം."

റെയിൽവെസ്റ്റേഷനിൽ വന്നിറങ്ങിയപ്പോൾ ഒരിളനീര് കുടിച്ചതാണ്. ഗുരുവായൂർനടയിൽ നിരാഹാരമിരുന്നത് മൂന്നുമാസം മുമ്പായിരുന്നല്ലോ. ജയിലിൽ കഴിച്ചുകൂട്ടിയ വിരുന്നുകാലത്തെ് മറന്നേ പോയി.

കിട്ടേട്ടൻ തൊട്ടടുത്തു കണ്ട തൈത്തെങ്ങിൽനിന്ന് ഒരിളനീർ അടർത്തിയെടുത്തു. പിന്നെ ഒരു കുല മുഴുവനും അടർത്തി. വിശന്നുവലയുന്ന തന്റെ പോറ്റുമക്കൾക്ക് ഓരോന്നിന്റെ മുഖം ചെത്തിക്കൊടുത്തു.

ഇളംനീരിനാൽ തൊണ്ട ശുദ്ധമാക്കി മഹേശ്വരൻ മടിയൻകൂലോത്തെ ആൽത്തറയിലേക്കു നടന്നു.

എന്റെ പ്രിയപ്പെട്ട നാട്ടുകാരേ...ഗ്രാമം കേൾക്കുന്ന ആദ്യത്തെ പ്രസംഗം. ഇതിനു മുമ്പ് തിലകമൈതാനത്ത് പ്രസംഗമുണ്ടായിട്ടുണ്ട്. ഇത് വേറെ.

അയാൾ ക്ഷേത്രപ്രവേശനത്തെക്കുറിച്ചും അതിന്റെ പുറകിലുള്ള മാനുഷികനീതിയെക്കുറിച്ചും സംസാരിച്ചു. ഒരൊഴുക്ക്, ആദ്യ മഴയിലുണ്ടായ മലയിടിച്ചിൽ. രുധിരാഭമായൊരു കൂലംകുത്തിയൊഴുക്ക്. ഇലയനങ്ങിയില്ല, കിളികൾ ചിലച്ചില്ല. എള്ളേരിത്തട്ടിന്നപ്പുറം തിരനോട്ടം നടത്തുന്ന മഴക്കാറുകൾ പ്രകമ്പിച്ചു. ഇടവമഴയുടെ മുന്നോടിയായി വന്ന വർഷപാതത്തെ തെങ്ങിൻ തോപ്പുകൾ തലകുനിച്ചു സ്വീകരിച്ചു.

ഉണ്ണാനെത്തിയവർ പാതിയുണ്ടും ഉണ്ണാതെയും പ്രവാഹത്തെ നോക്കി നിന്നു. പ്രസംഗം കേട്ടുകഴിഞ്ഞപ്പോൾ, പറമ്പിലിരുന്ന് ഉണ്ട പുലയന്മാർ തീട്ടംതിന്നതുപോലെ ആയി. അവർ അടക്കിയ രോഷത്തോടെ മുറ്റത്തു കെട്ടിയ പന്തലിനുനേർക്കു നോക്കി. കുട്ടികളെ പിടിച്ചുവലിച്ച് പിതാക്കളും മുതിർന്ന സഹോദരന്മാരും വയലുകൾതാണ്ടി ചേരിക്കല്ലു വയലുകൾക്കക്കരെ അവരുടെ കുപ്പമാടങ്ങളിലേക്കു പിൻവാങ്ങി.

പോകാതെനിന്നവർ, ഭൂമിയിൽ പ്രത്യക്ഷമായ ഒരു ദൈവത്തെ എന്ന പോലെ, ആപച്ഛങ്കയോടെ, ആരാധനാഭാവത്തിൽ നോക്കിനിന്നു. അവർക്ക് ശ്വാസംമുട്ടി.

“...സഹോദരന്മാരേ, ഞാൻ ലജ്ജിക്കുന്നു. ഞാൻ ജയിലിൽ പോയത് അയിത്തം നിർമാർജനം ചെയ്യാനാണ്. എല്ലാ മനുഷ്യരെയും ദൈവം ഒരേ മണ്ണിൽ മെനഞ്ഞെടുക്കുന്നു. മദ്യപാനം, അടിമവേല ഇവയെല്ലാം മനുഷ്യന്റെ മാനം കെടുത്തുന്നു. എന്നിട്ടിപ്പോൾ ഞാനെന്താണു ചെയ്തിരിക്കുന്നത്! നിങ്ങൾക്ക് കുപ്പയിൽ ഇലയിട്ടു വിളമ്പി. ഞാൻ പന്തലിലിരുന്നു. ജയിലിലും അങ്ങനെ ആയിരുന്നു. എനിക്ക് പാൽ, തൈര്, വിഭവങ്ങളോടുകൂടിയ ഊണ്. കുളിക്കാൻ ചൂടുവെള്ളം...”

ഒരു ബലമുള്ള കൈ മഹേശ്വരന്റെ ചുമലിൽ വീണു.

“മഹേശ്വരാ, നിർത്തൂ! ഇതു കുമ്പസാരത്തിന്നുള്ള സമയമല്ല. മനുഷ്യരുടെ മുമ്പിൽ എല്ലാ ചായങ്ങളും കൂട്ടിക്കുഴച്ച് ഒരു ചിത്രം വരയ്ക്കാൻ പറ്റ്വോ?”

മഹേശ്വരനു കിതയ്ക്കുന്നു. വിയർപ്പിൽ കുതിർന്ന ഖദർകുപ്പായത്തിന്റെ ചുമട് അസഹ്യമായി. ഇത്ര ക്ലേശകരമായ അനുഭവങ്ങളെ ഇതിനു മുമ്പ് നേരിടേണ്ടിവന്നിട്ടില്ല. ജനങ്ങളുമായി ഇടപെടുന്നതിന്റെ തുടക്കം.

“എനിക്ക് കാളീശ്വരത്തു പോയി കുളിച്ചുതൊഴണം!”

കിട്ടേട്ടൻ പറഞ്ഞു.

“ഇവിടെയടുത്തുള്ള ചിറയിൽ കുളിച്ചാൽ പോരേ?”

“പോരാ!”

“എന്തുകൊണ്ട്? ചെറുമക്കുട്ടികൾ കുളിക്കുന്ന കടവായതുകൊണ്ടോ?”

കിട്ടേട്ടന്റെ സ്വരത്തിലെ പരിഹാസം മഹേശ്വരനെ ചൊടിപ്പിച്ചു.

"എന്നാൽ നടക്കുക!"

കരുവഞ്ചേരി പത്തായപ്പുരമാളികയിലേക്ക്. കംസൻ പട്ടേലർക്കുള്ള കള്ളുകുടവുമായി വരുന്ന നിറയൂരെ പൊക്കൻ ആഴമേറിയ കുണ്ടനിട വഴിയിൽനിന്ന് എതിരെ കയറിവന്നു. പൊക്കന്റെ തലയിലെ പാളത്തൊപ്പി അവന്റെ കൈയിലായി. ചുമലിലെ മുണ്ട് കക്ഷത്തിറുക്കി. കള്ളുകുടം ഒക്കിൽവച്ച് പൊക്കൻ പരുങ്ങി. പൊക്കന് മഹേശ്വരനേക്കാളും കിട്ടേട്ട നേക്കാളും ഉയരമുണ്ട്. ഏതാഴങ്ങളിലും ഒളിക്കാൻ പറ്റുകയില്ല. നിറ യൂർപ്പുഴ ഇറങ്ങിക്കടക്കേണ്ട ഒരു കാലം വരികയാണെങ്കിൽ അന്നും പൊക്കന്റെ കള്ളുകുടം രക്ഷപ്പെടും.

"നെന്റെ പേരെന്താ?"

"പൊക്കൻ."

"നീ കുടിക്കുമോ?"

"കൊറച്ച്!"

"കുടിക്കരുത്!"

"പിന്നെന്തു ശേലാ ജീവിതത്തിന് ഒടേതെ!"

"കുടിക്കാത്തവർ ജീവിക്കുന്നില്ലേ?"

"ഓറ്ക്ക് രസിക്കാൻ എന്തൊക്കെ കാര്യങ്ങള്ണ്ട്!"

പൊക്കൻ മറുപടി പറയാൻ ധൈര്യപ്പെട്ടതുകൊണ്ട് കിട്ടേട്ടൻ പറഞ്ഞു:

"നിറയൂരെ തീയന് ഉശിരു കൂടും!"

"അതെയോ?"

പൊക്കൻ വഴിയോരത്തേക്കു മാറി. തീണ്ടാപ്പാടകലെ നിന്നു.

മഹേശ്വരൻ കിട്ടേട്ടനു പുറകെ ഇടവഴിയിലിറങ്ങി. നിഴലിന്റെ കുളിർമ. കുടപിടിച്ച തെങ്ങുകൾ. അതിരിൽ തഴച്ചുവളരുന്ന അരിപ്പൂക്കാ ടുകൾ.

ഇടവഴിയിൽ അവരുടെ കാലൊച്ച മുഴങ്ങി. വഴി ഒരു വയലിൽ ലയിച്ചു.

തുടർന്ന് വെയിൽ. ഇടവപ്പാതിയുടെ മുമ്പത്തെ ആർദ്രതയേറിയ വെയിൽ. സമതലം ഒരു ആവിപൊങ്ങുന്ന വട്ടളംപോലെ ഇരുന്നു. അക ലങ്ങളിൽ ഇടി മുരളുന്നു. ചൂട്ടേനിയുടെയും മേച്ചേരിയുടെയും സന്ധി യിൽ മേഘങ്ങൾ പരസ്പരം കടിച്ചുചീന്തുന്നു. വെയിലിന്റെ മുഖം വിവർണമാകുന്നു.

"ഇന്ന് മഴ പെയ്യുന്നാ തോന്ന്ണ്!" കിട്ടേട്ടൻ പറഞ്ഞു.

"തോട്ടിൽ വെള്ളം കുറഞ്ഞു. എന്റെ കുഞ്ഞിങ്ങൾക്ക് കുളിക്കാൻ കൂലോത്തെ ചെറയിൽ പോകേണ്ടിവരും!"

വിശാലമായ വിരിപ്പുപാടത്തിന്റെ നടുക്ക് ഒരു തുരുത്ത്. തുരുത്തി ലൊരു പുല്ലുപുതച്ച കുടിൽ.

അവർ കുടിലിനെ ലാക്കാക്കി നടന്നു. സ്വന്തം നിഴലിൽ ഒതുങ്ങി. നിൽക്കുന്ന കുടിലിന്റെ ചെറിയ കോലായിൽ കുട്ടികൾ നൂൽ നൂൽക്കാൻ

തുടങ്ങിയിരുന്നു. കിട്ടേട്ടൻ മെരുക്കിയെടുക്കുന്ന വളർത്തുമക്കൾ. ഏതാണ്ടൊരേ പ്രായമുള്ള പന്ത്രണ്ടിൽ താഴെയുള്ള, കുട്ടികൾ. നേരത്തെ ധരിച്ചിരുന്ന ഖദർകുപ്പായവും കുറിയമുണ്ടും അയക്കോലിൽ നിരന്നു കിടക്കുന്നു. ഓരോ കൗപീനം മാത്രം ധരിച്ചു നൂൽനൂൽക്കുന്ന കുട്ടികളെ നോക്കി കിട്ടേട്ടൻ ഒരു പിതാവിന്റെ വാത്സല്യത്തോടെ ചിരിച്ചു. തക്ലി താഴെവെച്ചു കുട്ടികൾ ചാടിയെണീറ്റു. അവർ അപരിചിതനെ നോക്കി സല്യൂട്ട് ചെയ്തു.

"അങ്ങനെയല്ല, നമസ്തെ പറയൂ" കിട്ടേട്ടൻ.

കൈകൾ താണു.

ഒരു കോറസ്: "നമസ്തേതേ!"

കൂപ്പിയ കൈ താഴ്ത്താതെ അവർ മഹേശ്വരനെ നോക്കി നിന്നു. ചുമർ ചാരിവെച്ച ഒരു പുൽപ്പായ നീർത്തി കിട്ടേട്ടൻ പറഞ്ഞു:

"ഇരിക്കൂ."

"ഇതൊരാശ്രമം തന്നെ!"

"അതെ!"

"പച്ചവെള്ളം കിട്ടുമോ?"

"ധാരാളം." കിട്ടേട്ടൻ ഒരു കുട്ടിയെ വിളിച്ചു:

"ഉണ്ണിക്കൃഷ്ണാ!"

കുട്ടികളിൽ ഏറ്റവും മുതിർന്നവനെന്നു തോന്നിച്ചവൻ ഓടി അകത്തുപോയി മൺകൂജയും ചെത്തിമിനുക്കിയ ഒരു കറുത്ത ചിരട്ടയും കൊണ്ടുവന്നു.

"ഒരു കീറ് ഇല കൊണ്ടുവരൂ!"

കുട്ടി മുറ്റത്തേക്കിറങ്ങി.

തുരുത്തിൽ ഒരു കിണർ. ചുറ്റുമുള്ള വാഴക്കൂട്ടത്തിലൂടെ കാണാം.

ഇലക്കീറിൽ അവിലും തെങ്ങിൻചക്കരയും എത്തി.

മഹേശ്വരനു നന്നെ വിശക്കുന്നുണ്ടായിരുന്നു.

"എനിക്കൊന്നു കുളിക്കണം!"

"കുളിക്കാൻ വരട്ടെ. ശുദ്ധം മാറീട്ട്ല്യ എന്നു കരുതി അങ്ങു കഴിച്ചോളാ!"

"അതുകൊണ്ടല്ല."

"അതെ. കുളിക്കാതെ ഭക്ഷണം കഴിക്കില്ലല്ലോ. അതാണല്ലോ ശീലം! മഹേശ്വരൻ രണ്ടു തോണിയിൽ നിൽക്കാനാഗ്രഹിക്കുന്നു! അതു നടപ്പില്ല. സമുദായസേവനത്തിനിറങ്ങുന്നവർ പിന്തിരിഞ്ഞു നോക്കരുത്! അവനു സ്വന്തമായിട്ടൊരു നാളെയുമില്ല! സമൂഹത്തിലെ മനുഷ്യരെല്ലാം കുളിച്ചിട്ടേ ആഹാരം കഴിക്കൂ എന്നാണെങ്കിൽ മഹേശ്വരനും ആവാം. ഇവിടെ ഈ കാണുന്ന തോട്ടിൽ മണൽ പൊങ്ങിയിരിക്കുന്നു. ആകെയൊരു കുഴിയിൽ ഇത്തിരിപ്പോരം വെള്ളം. പിന്നെ നൂലുപോലെത്തെ ഒരൊഴുക്കും. അതിൽ ഇന്നാട്ടുകാരെല്ലാം കുളിച്ചാലത്തെ കഥയെന്ത്? വെയിലാറട്ടെ; നമുക്കു കൂലോത്തെ കുളത്തിൽ പോകാം. ഇപ്പോൾ ആഹാരം കഴിക്കുക!"

മറുപടിക്കു കാക്കാതെ കിട്ടേട്ടൻ അകത്തു പോയി രണ്ടു പഴം കൊണ്ടുവന്നു. പിന്നീടു താൻ ഉടുത്തിരുന്ന വലിയ ഖദർമുണ്ടഴിച്ച് അയക്കോലിലൊരു വശത്തു മടക്കിയിട്ടു. കുറിയമുണ്ടുടുത്തു കിട്ടേട്ടൻ വാഴ നനയ്ക്കാൻ കുടമെടുത്തു. കുട്ടികൾ കിളികളെപ്പോലെ അയാൾക്കു പുറകെ തോട്ടുവക്കത്തേക്കു പറന്നു.

അവിലിന്റെ കാഠിന്യവും ചക്കരയുടെ മധുരവും മഹേശ്വരന്റെ വായിൽ കലഹിച്ചു ലയിച്ചുചേർന്നു.

പതിന്നാല്

ചെമ്മരത്തി വീടിന്റെ ചായ്പിൽ തിളയ്ക്കുന്ന അടുപ്പിന് അഭിമുഖമായി നിൽക്കുകയായിരുന്നു.

അനന്തൻ കയറിവന്നത് അവൾ കണ്ടില്ല. അവളുടെ തുടുത്ത ചുണ്ടിൽ ഒരു മൂളിപ്പാട്ട് തങ്ങിനിന്നു. അടുപ്പിലെ ഉരുളിയിൽ ചക്കവരട്ടുകയായിരുന്നു അവൾ.

“ആർക്കാത്രെ പലഹാരം?” അനന്തൻ ചോദിച്ചു.

“ബേണ്ടുന്നോർക്കു കൊടുക്കാൻ!”

പുറകിലൂടെ ചെന്ന് അവളുടെ നഗ്നമായ വയറ്റത്തു കൈ ചുറ്റി അനന്തൻ മുടിക്കെട്ടിൽ ചുംബിച്ചു, മുടിക്കെട്ടിനു വിയർപ്പിന്റെയും പഴുത്ത ചക്കയുടെയും ഗന്ധമുണ്ടായിരുന്നു.

മുറിക്കകത്തെ ഉഷ്ണംകാരണം അവൾ ജാക്കറ്റൂരി വാതിലിൽ തൂക്കി, ഒരു രണ്ടാംമുണ്ട് അലസമായി ചുമലിലിട്ടിരുന്നു.

“ഇതിന്റെ ആവശ്യമെന്താ?” അനന്തൻ രണ്ടാംമുണ്ടു വലിച്ചൂരി സ്വന്തം ചുമലിലിട്ടു.

“ഇങ്ങനെ ആരാനും കേറി ബരൂന്നിച്ച്റ്റ്!”

“ഇങ്ങനെ എത്രപേർ ഇവിടെ വരാറ്ണ്ട്!”

അവൾ ചട്ടുകം താഴെ ഒരു കിണ്ണത്തിൽവെച്ച് അനന്തന് അഭിമുഖം തിരിഞ്ഞുനിന്നു.

ചൂടുള്ള കൈപ്പത്തി അനന്തന്റെ നെഞ്ചിലമർത്തി ചെമ്മരത്തി പറഞ്ഞു:

“കൊറെ ആളുകൾ! ചെമ്മരത്തിക്ക് ആഹാരം തരാൻ കെട്ടിയോനുണ്ടോ?”

അവളുടെ സ്വരത്തിൽ നേർത്ത ദുഃഖം കലർന്നിരുന്നു.

അനന്തൻ അവളെ പ്രേമപൂർവം ചുംബിച്ചു.

“ആഹാരം അത്ര വലുതാണോ പൊന്നേ?”

“ഈടെ ഒരാൾക്ക് എന്നെങ്കിലും വെശപ്പറിഞ്ഞിറ്റ്ണ്ടോ?”

നെഞ്ചിലൊരു കുത്തേറ്റതുപോലെ തോന്നി അനന്തന്.

അക്കാര്യം അയാൾ ഇതുവരെ ചിന്തിച്ചിരുന്നില്ല.

"ചെമ്മരത്തിക്കു വിശപ്പുണ്ടോ?"

അവൾ ആഹാരം തേടുന്നതെങ്ങനെ?

അവളുടെ അമ്മായി ചീരു കീഴൂരും നിറയൂരും മത്സ്യം വിൽക്കാൻ പോയി ആഴ്ചയിലൊരിക്കലോ രണ്ടുവട്ടമോ തിരിച്ചെത്തുമ്പോൾ മടിയിലൊരുപിടി ഓട്ടുമുക്കാലുകളും ഒറ്റയണകളും കാണും. അതുകൊണ്ടു രണ്ടു ജീവിതം പുലരുമോ?

"ഞാൻ കാളീശ്വരംചന്തേലു മീൻകച്ചോടത്തിനു പോകും!"

അനന്തൻ ഞെട്ടി.

"ചെറുബാല്യക്കാർക്കു മീൻകൊടുത്താ ഒരു മുക്കാലിനു പകരം രണ്ടു മുക്കാലും കിട്ടും എനക്ക്!"

"വേണ്ട പൊന്നേ! നിയ്യ് മീൻ വിൽക്കരുത്!"

"എനിക്കു വിശക്കുമ്പോ, ഞാൻ"

"നീയെന്തു ചെയ്യും?"

"ചത്തോളാം!"

അനന്തൻ അവളെ ആശ്ലേഷിച്ചു. കുപ്പായത്തിലെ സ്വർണബട്ടൺ ചെമ്മരത്തിയുടെ തോളെല്ലിലമർന്നു.

"ഇതെന്ത്ന്നാ?" വേദനിച്ച ഭാഗത്ത് അവൾ വിരലോടിച്ചു.

"പൊന്നിന്റെ കുടുക്കോ?"

ചെമ്മരത്തിയുടെ മിഴികൾ നനവാർന്നു. വഴിക്കുവഴി ഒരു ദൃശ്യപരമ്പര അവളുടെ മനക്കണ്ണാടിയിൽ മിന്നിമറയുന്നത് അനന്തൻ നിശ്ശബ്ദം നോക്കിനിന്നു.

"ചെമ്മരത്തീ!"

"ഓ!"

"നീയെന്നെ വെറുക്കുമോ?"

"എന്തിന്?"

"ഞാൻ സംബന്ധം ചെയ്തതിന്!"

"അതിനു ഞാനൊരു നായര്ച്ചി അല്ലല്ലോ! ഒടയോറ് എത്ര സമ്മന്തം ചെയ്താലും ചോദിക്കാന്"

"നീയെന്നെ ഉപേക്ഷിക്കുമോ?"

അവൾ പൊട്ടിച്ചിരിച്ചു. കട്ടപിടിച്ച കദനത്തിന്റെ ചിരി. ആ ചിരിയിൽ ദുഃഖമുണ്ട്. ആത്മനിന്ദയുണ്ട്. സഹതാപമുണ്ട്.

അനന്തൻ അവളുടെ നഗ്നമായ ചുമലിൽനിന്നു കൈയെടുത്തു. ചെത്തിത്തേയ്ക്കാത്ത പരുക്കൻ ചുമര് ചാരിനിന്നു.

"ഈട ബന്നിറ്റ് കുപ്പായത്തില് കരീം ചെളീം ആക്കണ്ട." ചെമ്മരത്തി പറഞ്ഞു. അവൾ അടുപ്പിലെ വലിയ വിറകുകൊള്ളി ഊക്കോടെ കുത്തിക്കെടുത്തി. കനലുകൾ ചിതറിവീണു. അടുപ്പു പുകയാൻ തുടങ്ങി. ഉരുളി ഇറക്കിവച്ച് അവൾ പറഞ്ഞു:

"ചക്കപ്പഴം ചീവിതംപോലെയാ! മതിർത്തിട്ടടുക്കുമ്പം മതിവരും.

തിന്നാലൊ മണം പോകൂലാ. വറട്ട്യാലൊ, മനുഷ്യനെ പിടിച്ചു കെട്ടിയിടും. നാലു നാഴിക ദൂരം അപവാദംപോലെ മണം പരക്കും; എടങ്ങറ് പിടിച്ച ഒരു പണി."

അവൾ അടുക്കളച്ചായ്പ്പടച്ചു കൊളുത്തിട്ടു.

കിടപ്പറയിലേക്കു നടന്നു.

മൺകട്ട മെനഞ്ഞ മുറിക്കകത്തു കൊതിപ്പിക്കുന്ന കുളിർമ. വില ങ്ങനെയുള്ള ഒരു അയക്കോലിൽ ചെമ്മരത്തിയുടെ പുടവകൾ വൃത്തിയായി തൂങ്ങിക്കിടന്നു. എതിർവശത്തെ കട്ടിൽ പൂർവികമായി അവൾക്കു ലഭിച്ചതാണ്. പണ്ടുപണ്ട് അവളുടെ മുതുമുത്തശ്ശന്മാർ ചൈനക്കാരുടെ കപ്പലുകളിൽ യാത്രചെയ്തിരുന്ന കാലത്ത് പണിയിച്ച ഒരു കട്ടിൽ. തലയ്ക്കലൊരു രഹസ്യഅറ. കട്ടിൽക്കാലുകളിൽ പിണഞ്ഞുകിടക്കുന്ന സർപ്പങ്ങൾ. മേലെ ഉയർന്ന പത്തിയിൽ മുട്ടവിളക്ക് കത്തിച്ചു വയ്ക്കാൻ പാകത്തിനൊരു ലോഹവൃത്തം.

വിളക്ക് മുറിയുടെ മൂലയ്ക്കു തിരി താഴ്ത്തിവച്ച് അവൾ അനന്ത നോടു പറഞ്ഞു:

"ഈടെ ഇര്ന്ന്റ്റ് എന്തെങ്കിലും നല്ലകാര്യങ്ങള് ആലോചിക്ക്യാ! ഞാനിപ്പ വരാം!"

കതകു ചാരി. അവൾ ഒരു മിന്നൽപോലെ നിഷ്ക്രമിച്ചു.

അനന്തൻ ഇരുട്ടിലാണ്ടു. വിളക്കിന്റെ പ്രകാശം പുറത്തേക്കെത്തിയിരുന്നില്ല. പുറത്ത് തെങ്ങോലകളുടെ മർമ്മരം പൊടുന്നനെ വർധിച്ചു. കാറ്റ് വീശാൻ തുടങ്ങി. മഴമേഘങ്ങൾ താണുവന്നു. ഭൂമിയെ വീർപ്പുമുട്ടിച്ചു. ആകെയുള്ളൊരു കിളിവാതിൽ തുറന്ന് അനന്തൻ പുറത്തേക്കു നോക്കി. താൻതന്നെ തേടിയെടുത്ത മധുരമായ ഈ തടവിലിരുന്ന് പുറത്തേക്കു നോക്കുമ്പോൾ, ഈ ലോകം എത്ര പരുക്കനും വിശാലവും ആണെന്നും സ്വാർഥിയെങ്കിലും താനൊരു ഭാഗ്യവാനാണെന്നും അനന്തനു തോന്നി.

കിളിവാതിലിനു പുറംതിരിഞ്ഞ്, അകത്തെ നേർത്ത ഇരുട്ടിൽ മിഴിയോടിച്ചു. കൊച്ചുമുറി. വേണ്ടതെല്ലാം ഉണ്ടുതാനും. മെത്ത വിരിച്ച കട്ടിൽ. ഒരു കാലത്ത് ഒരു മേലാപ്പുണ്ടായിരുന്നിരിക്കണം. മേലാപ്പില്ലാത്ത മേക്കട്ടിലിനു മീതെ പുര പുതച്ച വൈക്കോൽ കാണാം. മെത്തയെ സംരക്ഷിക്കാൻ ഒരു വെള്ളത്തുണി വാരികചേർത്തു മേലാപ്പായി കെട്ടിയിരിക്കുന്നു. മെത്തയിൽ വിരിച്ചിരിക്കുന്നത് താനവൾക്കു സമ്മാനിച്ചിരുന്ന ഒരു സിൽക്ക് പുടവയാണ്. കൽക്കത്തയിൽ കോൺഗ്രസ് സമ്മേളനത്തിനു പോയപ്പോൾ മേടിച്ച പുടവ.

പുടവ അവൾ ഒരിക്കലും ധരിച്ചു കണ്ടിട്ടില്ല. അത് ഒരു വിരിപ്പായി മാറ്റിയിരിക്കുകയാണ്.

അനന്തൻ കുപ്പായം ഊരി അയക്കോലിലിട്ടു. മെത്തയിൽ നീണ്ടു നിവർന്നു വിശ്രമിച്ചു.

മുറ്റത്തെ ഇരുട്ടിൽ ചെമ്മരത്തിയുടെ ഉടലിലൂടെ ഒഴുകിവരുന്ന

വെള്ളത്തിന്റെ ചിരി. അവൾ തേക്കുന്ന വിനോളിയാസോപ്പിന്റെ മണം ജനലിലൂടെ അനന്തനെ പുൽകി.

അലക്കിയ മുണ്ടുടുത്ത് ഈറൻ മാറിലിട്ട് അകത്തേക്കു വന്ന ചെമ്മരത്തി ഇരുട്ടിൽ ചിരിച്ചു. പൂജാമണിയുടെ മുഴക്കംപോലെ പതിഞ്ഞ ചിരി.

നനഞ്ഞ തോർത്തുകൊണ്ട് മുഖം അമർത്തിത്തുടച്ച് അവൾ അനന്തന്റെ സമീപം മെത്തയിലിരുന്നു.

"ചെമ്മരത്തീ!"

"ഓ!"

"നിനക്ക് എന്നോടു വെറുപ്പുണ്ടോ?"

"ഇല്ല!"

"അതെന്തുകൊണ്ടാ? നീയെന്നെ വെറുക്കേണ്ടതല്ലേ?"

"വിധിച്ചതേ കിട്ടൂ. അതിനപ്പുറം മോഹിക്കാൻ ഞാനാരാ?"

"നിനക്കു നിന്റെ വില അറിഞ്ഞൂടാ. നീ സ്വർഗത്തിൽ ജീവിക്കണ്ടവളാ."

"അവിടെ ഒടയോറ് ഉണ്ടാവ്വോ?"

"അവിടെ ദേവന്മാർ. സുന്ദരന്മാർ. എത്രയെത്ര യുവസുന്ദരന്മാർ!"

"വേണ്ട. എനിക്കൊടയോറ് മതി."

"നിയ്യ് നിന്റാൾക്കാരെ ആരേം മങ്ങലം കഴിക്കൂലെ?"

"എനിക്കെന്തിനാ ഇനീമൊരു മങ്ങലം?"

"എന്നും ഒറ്റയയ്ക്കിങ്ങനെ?"

"ഞാനൊറ്റയ്ക്കല്ലല്ലോ. ഈടെ ഈ അറേല് എന്നും ഒടയോറ്ടെ മണംണ്ടാവും. ചെലപ്പം ഞാൻ വന്നു നോക്കും. ന്നെക്കാണാതെ ഈടെയെങ്ങാനും കേറിക്കെടന്നവളുണ്ടോന്ന് നോക്കാൻ!"

അവളുടെ ചിന്തകളിൽ അനന്തൻ നിറഞ്ഞുനിന്നു. അവളുടെ സിരകളിൽ നിലയ്ക്കാത്ത അലകളായി അനന്തൻ പടർന്നുകയറി. ചിലപ്പോൾ അവൾ വിചാരിക്കും.

'എനക്ക് പ്രാന്ത് പിടിക്യാണോ? അനന്തനൊടയൊറ് മംഗലം കഴിച്ചില്ലേ?'

അതവൾക്കു പ്രശ്നമായിരുന്നില്ല. ചെമ്മരത്തിയുടെ സവിധം അണയുന്ന അനന്തൻ വിവാഹിതനല്ല. ഒരു യുവാവു മാത്രമാണ്. നേർത്ത കസ്തൂരിഗന്ധം പ്രസരിപ്പിക്കുന്ന, ഉടൽ നിറയെ രോമമുള്ള, ചുവന്നു തുടുത്ത, കറുത്ത അഞ്ജനംപോലെ മിന്നുന്ന കണ്ണുകളുള്ള സ്നേഹശീലനായ അനന്തൻ.

അനന്തനിൽ ഒടയോറുടെ അംശം എവിടെയാണു തങ്ങിനിൽപ്പുള്ളതെന്ന് അവൾ അത്ഭുതപ്പെടും.

ഒരു റോസാദലത്തിന്റെ ഇതൾ വിടർത്തുന്ന വിരുതോടെ, കരുതലോടെ, പ്രേമത്തോടെയാണ് അനന്തൻ തന്റെ ഉള്ളറിയുന്നത്. ക്രൂരതയില്ല, കന്മഷമില്ല. സ്നേഹം മാത്രം! ഭൂമിയിൽ മനുഷ്യർക്കിടയിൽ ഇത്തരം സ്നേഹമുണ്ടാകുമോ? പല ആണുങ്ങളും പെണ്ണുങ്ങളെ

സ്നേഹിക്കുന്നത് എമ്മട്ടിലെന്ന് അവൾക്കറിയാം— തനിക്കു പിറക്കുന്ന കുട്ടികളെ സംരക്ഷിച്ചുകൊടുക്കണം. താൻ കിടക്കുന്ന വീട് വൃത്തിയാക്കി വെക്കണം. സമയത്തിന് ആഹാരം ഉണ്ടാക്കണം. രോഗത്തിനു ചികിത്സിക്കണം. ശുശ്രൂഷിക്കണം. തുണി കഴുകുകയും എച്ചിലെടുക്കുകയും വേണം— പകരം അവൾക്കു കിട്ടുന്നതെന്താണ്—ഇടയ്ക്കിടെ ഓരോ ഗർഭം, പ്രസവവേദന ഇങ്ങനെ തിരിച്ചൊന്നും ആഗ്രഹിക്കാത്ത ഒരു പ്രണയം തനിക്കു ലഭിച്ചതിൽ ചെമ്മരത്തി ആനന്ദിച്ചു. താൻ ഭാഗ്യവതിയാണെന്നു നിത്യവും വിചാരിച്ചു. ഇവിടെ അനന്തനൊടയോർക്ക് മറ്റൊന്നും വേണ്ട. പ്രേമം മാത്രം. ഓരോ വരവും ഓരോ മുഴുവൻ ജീവിതമായി. അങ്ങനെ എത്രയെത്ര സമ്പൂർണ്ണ ജീവിതങ്ങൾ. അനേകം ജീവിതങ്ങൾക്കുടമയായ ചക്രവർത്തിനി—

അവളുടെ തണുത്ത ലോലമായ വിരലുകൾ അനന്തന്റെ പുറത്തു തടവിക്കൊണ്ടിരുന്നു.

"ചക്കരക്കാപ്പി വേണോ?"

"വേണം! ഇത്, ഇതു മതി." അയാൾ അവളുടെ മാറിടത്തിൽ മുഖമർത്തി. താൻ ഒരമ്മയുടെ ആനന്ദം അനുഭവിക്കയാണെന്ന് അവൾക്കു തോന്നി.

"ചെമ്മരത്തീ!"

"ഉം?"

"നിനക്കെന്നെ എന്നെങ്കിലും മടുക്കുമോ?"

"ശ്വാസം കഴിക്കണതില് മടുപ്പുണ്ടാവോ?"

"ഞാൻ ജയിലിൽ പോയാലോ?"

"ജയിലിലോ?" അവൾ ഒരു നടുക്കത്തോടെ എണീറ്റിരുന്നു.

അവളുടെ മടിയിൽ തലവെച്ച് കഴുത്തിൽ കൈ ചുറ്റി അനന്തൻ പറഞ്ഞു:

"ഞാൻ കോൺഗ്രസിൽ ചേർന്നു!"

"അതെന്ത്ന്നാ? ഖദറുടുക്കേം പ്രസംഗിച്ചുനടക്കേം അല്ലേ? ജയില്ല് പോണംന്ന്ണ്ടോ?"

"ചെലപ്പൊ. വെള്ളക്കാർ വെറുതെയങ്ങ് സ്വാതന്ത്ര്യം തരുമോ?"

സ്വാതന്ത്ര്യം എന്ന വാക്ക് അവളെ ഉത്തേജിപ്പിച്ചു. സ്വാതന്ത്ര്യമില്ലാതെന്തു ജീവിതം? വെള്ളക്കാരൻ പറയുന്നതു കേട്ട് എന്നും നടക്കാൻ പറ്റ്വോ? വെള്ളക്കാരൻ ഭരിക്കുമ്പഴ് ജന്മിമാരെല്ലാം കറുത്ത തൊലിയുള്ള സായ്പന്മാരാകുന്നു. അതെങ്ങനെ?

പടന്ന കടപ്പുറത്തു വഞ്ചി അണയുമ്പഴ് സ്വപ്നങ്ങൾ ജീവൻ ധരിച്ച മണൽപ്പരപ്പിൽ ചിതറിത്തെറിക്കുമ്പോൾ, കരുവഞ്ചേരിയിലെയും പുഞ്ചോലയിലെയും പാലയ്ക്കലെയും കാര്യസ്ഥന്മാർ തങ്ങൾക്കു ബോധിച്ചതെല്ലാം എടുത്തുകൊണ്ടുപോകുന്നത് അവൾ കണ്ടിട്ടുണ്ട്.

ഉസൈനാജി കുട്ട ഒന്നിച്ചാണ് എടുപ്പിച്ചിരുന്നത്. നൊയമ്പുകാലത്തു വിൽക്കാനായി നല്ലൊരു മീനും ശേഷിക്കാറില്ല. ചന്തയിൽ ചുമന്നെത്തിച്ചാലും സ്ഥിതി അതുതന്നെ!

"ചെമ്മരത്തീ."

"ഓ."

"നീയെന്താണാലോചിക്കുന്നത്?"

അവളുടെ ഉടലാകെ പനിനീർദലംപോലെ മൃദുലമാവുന്നത് അവളറിഞ്ഞു.

"ഞാൻ മൊയ്‌ലികളുടെ ദുഃഖങ്ങളെക്കുറിച്ച്."

"മെയ്‌ലികൾ ദുഃഖിക്കുന്നതെന്ത്?"

"വലവീശിക്കിട്ടുന്നതെല്ലാം ഒടയോറ് എടുത്തോണ്ടുപോയാല്."

"കടലാരുടേതാ?"

"മീൻപിടിക്കുന്ന മുക്കുവന്റെ!"

"കരയാരുടേതാ?"

"വെളയിറക്കുന്നവന്റെ!"

"ചെമ്മരത്തീ, നിയ്യ് ബിലാത്തിയില് പോയി പഠിച്ചു മിടുക്കത്തി ആവേണ്ടതായ്ര്ന്നു!"

"എന്തിന്? ഇതെല്ലാം അറിയാന് ബിലാത്തിപ്പോണോ? പഠിച്ചിറ്റാ മുക്കുവൻ കടലിലിറങ്ങ്ണത്?" പഠിച്ചിറ്റാ അടിയാളര് കണ്ടം ഉഴുന്നത്? കണ്ടി കെളയ്ക്കണത്?"

മൗനത്തിന്റെ തോണിയിൽ അവർ നിശ്ശബ്ദരായി യാത്ര തുടർന്നു. ഒന്നും പറയാനില്ല ഒന്നും കേൾക്കാനില്ല.

നിലാവ് അസ്തമിക്കാറാവുമ്പോഴും ചെമ്മരത്തി കിളിവാതിലിലൂടെ പുറത്തേക്കു നോക്കി കിടക്കുകയായിരുന്നു. ആകാശങ്ങളിൽ അവളുടെ തിളങ്ങുന്ന നക്ഷത്രം മങ്ങാതെ അപ്പോഴും ഉറ്റുനോക്കി ഇരിപ്പാണ്. ചെമ്മരത്തി നിലാത്തുള്ളികളിറ്റുവീഴുന്ന ഇരുട്ടിന്റെ ചിത്രപടത്തിൽ നോക്കി അനങ്ങാതെ കിടന്നു. അടിമുടി കായ്ച്ചുനിൽക്കുന്ന കൂറ്റൻ വരിക്കപ്ലാവിന്റെ നിഴലിന് ആഴം കൂടിയപ്പോൾ അവൾ തിരിഞ്ഞു നോക്കി.

മന്ദമായി ശ്വാസം വലിക്കുന്ന അനന്തനെ നോക്കി അവൾ പുഞ്ചിരിച്ചു. അടുത്ത നിമിഷം അവളുടെ മിഴികൾ നനഞ്ഞു.

അവൾ വിളിച്ചു:

"ഒടയോറെ...ഒടയോറെ..."

"ചെമ്മരത്തീ നിലാവസ്തമിച്ചോ?"

"ഇല്ല. ഇവിടന്നു പോവുവോളം അസ്തമിക്ക്ല്യ."

പതുക്കെപ്പതുക്കെ അവൾ അനന്തനെ കുലുക്കിയുണർത്തി. കണ്ണു തിരുമ്മി കോട്ടുവായിട്ട് അനന്തൻ അർധമയക്കത്തിലെണീറ്റിരുന്നു. നിദ്രയുടെ ലഹരിയിൽ പാതിയടഞ്ഞ മിഴികൾ തുറക്കാതെ അയാൾ പറഞ്ഞു:

"ഞാനിന്നു പോണില്യ."

"ന്റെ പൊന്നേ, അപ്പൂതി വേണ്ടാ! ഇന്ന് അമ്മായി വര്ണ ദെവസമാണ്."

"അദ്യോണ്ടെന്താ?" അമ്മായിക്കറിയാത്ത രഹസ്യംണ്ടോ!"

"മംഗലം കയിഞ്ഞിറ്റ് ഒരാഴ്ച ആയില്ല."

"ആര്ടെ?"

"ഒടയോറ്ടെ."

"നെന്റെയോ? നമ്മുടെ സംബന്ധം ഇതാ ഈ രാത്രി കഴിഞ്ഞതേ ഉള്ളല്ലോ? ഞാൻ വര്ണ ഓരോ ദിവസവും ഓരോ മംഗലം കഴിയ്ണു. എന്നും ആദ്യത്തെ."

അവൾ ചിരിച്ചുകൊണ്ട് അനന്തന്റെ മുഖം പൊത്തി.

"ഞാനൊന്നു ചോദിക്കട്ടെ?"

"ഓ! പത്തുകൂട്ടം ചോദിച്ചോ!"

"പുടമുറി കയിച്ച സംബന്ധക്കാരി എന്നെക്കാളും സുന്ദരിയാണോ?"

"ഓ! രണ്ടിരട്ടി! ഉച്ചിരയ്ക്കു വെണ്ണയുടെ നിറമാണ്. തൊട്ടാൽ തെറ്റിപ്പൂ തെറിക്കും!"

ചെമ്മരത്തി നിശ്ശബ്ദയായി. മുക്കുവത്തിയുടെ നിറം വെണ്ണനിറമാണെങ്കിൽ ഓളമ്മ ഒരു സായിപ്പിനെ—

"നിനക്കെന്താ കുറവ്?" അനന്തൻ അവളെ വീണ്ടും ചുംബിച്ചു.

അവളുടെ മിഴികളിലെ നനവുപറ്റിയ ചുണ്ടുകൾകൊണ്ട് ശിരസ്സിൽ മുകർന്നു. അയാൾ ഒരക്ഷരം ഉരിയാടാതെ പതുക്കെപ്പതുക്കെ മന്ദാര ച്ചെടി നിഴൽവീശിയ പാതയിലൂടെ കറുത്ത ഇടവഴിയിലിറങ്ങി.

കുളപ്പടവിൽ അത്ര നേർത്തെ ഒരാളിരിക്കുന്നതു കണ്ട് അനന്തൻ അതിശയിച്ചു.

ക്ഷേത്രത്തിൽ ഉഷഃപൂജ ഒരുങ്ങിയിരുന്നില്ല. പടർന്നു പന്തലിച്ചു നിൽക്കുന്ന ഏഴിലംപാലയിൽ നിറയെ മുകുളങ്ങളുണ്ട്. ഒന്നും വിരിഞ്ഞി ട്ടില്ല.

അനന്തൻ ജാല്യം മാറ്റിവെച്ചു മഹേശ്വരനെ സമീപിച്ചു—

"ഈ മഞ്ഞത്ത്! കുളപ്പടവിൽ!"

"ഇന്ന് ഞാനിവിടെ കുളിച്ചുതൊഴും! എന്റെ ജ്യേഷ്ഠന്മാർ തടു ക്കുന്നതൊന്നു കാണണം! ജയിലിൽ പോയ അശുദ്ധം മാറീറ്റ്ല്യത്രെ!"

പതിനഞ്ച്

"**എ**ന്തെങ്കിലും ഒന്നു ചെയ്യണം!" തളരാത്ത ഉത്സാഹത്തോടെ രാഘവൻ പറഞ്ഞു.

"ഈ അർധരാത്രീലൊ?" ചുണ്ടിൽ നേരിയ മന്ദഹാസം വരുത്തി കോമൻനായർ ചോദിച്ചു.

അവർ വള്ളിത്തോപ്പ് സ്കൂളിലെ വരാന്തയിൽ ഇരിക്കുകയായിരുന്നു. തുല്യദുഃഖിതർ. വിദ്വാൻ കോമൻനായർ അന്നു സ്കൂൾകഴിഞ്ഞ് സംബ ന്ധവീട്ടിൽ പോയില്ല. കണ്ണൂർക്കു പോകുന്നെന്നു ഭാര്യയോടു പറഞ്ഞു. *യുവകാഹളം* അച്ചടിപ്പിക്കണം. ലേഖനങ്ങൾ രണ്ടെണ്ണമായി. ഗൗരീശ

ങ്കരത്തിലെ ശങ്കരൻനായനാറുടെ ഒരു കവിതയുണ്ട്. അയിത്തോച്ചാടന ത്തെക്കുറിച്ച് ഒരു ലേഖനം മഹേശ്വരന്റെ വക.

കോമൻനായർ സ്വയം സമാധാനിക്കാൻ ശ്രമിച്ചു. നാളെ പുലരും മുമ്പ് എണീറ്റ് കണ്ണൂർക്കു പോകണം. അതുകൊണ്ടാണ് എടപ്പത്തിലെ സംബന്ധക്കാരൻ സ്കൂൾവരാന്തയിൽ അന്തി കഴിച്ചുകൂട്ടാമെന്നു വെച്ചത്.

കരുവഞ്ചേരി പടിപ്പുരമാളികയിലേക്കു പോയാലോ എന്നാലോചിച്ചു, പുടമുറിക്കു വന്ന വിരുന്നുകാരിൽ പലരും തിരിച്ചുപോയിട്ടില്ല. അന്യ രുടെ മുഖത്തു നോക്കാൻ കോമൻനായർ മടിച്ചു.

അയാൾക്കു വയറ്റിൽ വേദനയുടെ രൂപത്തിൽ വിശപ്പു തോന്നിത്തുടങ്ങി. വരാന്തയുടെ പടിഞ്ഞാറ്റത്തെ ഒരടുപ്പിൽ ഒരു പാത്ര ത്തിൽ കാപ്പിക്കു വെള്ളം ചൂടായിക്കൊണ്ടിരുന്നു.

അപ്പോഴാണ് രാഘവന്റെ വരവ്. നിറയൂരെ തിരുമാല സമ്മാനിച്ച തെങ്ങിൻചക്കരയുടെ ഒരു പൊട്ട് തിളയ്ക്കുന്ന വെള്ളത്തിലിട്ട് കോമൻനാ യർ രാഘവനെ നോക്കി.

കാപ്പി തിളയ്ക്കുംവരെ അവർ പരസ്പരം ഉരിയാടിയില്ല.

കട്ടൻകാപ്പി രണ്ട് ഓട്ടുഗ്ലാസുകളിൽ പകർന്ന് കോമൻനായർ മേശ പ്പുറത്തുവച്ചു.

ഒരു പ്രവർത്തനവും നടക്കുന്നില്ല. പണം പിരിക്കാൻ എന്തുവഴി? രാഘവന്റെ ചോദ്യം കോമൻനായരെ തീർത്തും മൗനിയാക്കി. പണ ത്തിന്റെ ഉറവകളെല്ലാം വറ്റിയിരുന്നു.

"*യുവകാഹളം* ഇക്കുറി പുറത്തിറങ്ങില്ല! നമുക്കു കൈകൊണ്ടെ ഴുതാം!" കോമൻനായർ പറഞ്ഞു. മദ്ദളവും ചെണ്ടയും പരാതികൾ പര സ്പരം കേട്ടു. ഇരുണ്ടുവരുന്ന രാവിനെ നോക്കി നെടുവീർപ്പിട്ടു.

"ഇന്ന് പിക്കറ്റിങ്ങിനു പറ്റിയൊരു ദിവസം. നശിപ്പിച്ചുകളഞ്ഞു!" രാഘവൻ പിറുപിറുത്തു.

"നാളെ ഒരുകൂട്ടം തമാശയൊക്കെ ഉണ്ടാവും!"

"എന്തു തമാശ?"

"മഹേശ്വരൻ ജയിലീന്ന് വന്നിറ്റ്ണ്ട്. കൂലോത്തെ കുളിച്ചു തൊഴാൻ അയാടെ ഏട്ടന്മാർതന്നെ തടസ്സാന്ന്!"

"അമ്പലം രുധിരമനക്കാര്ടെ വകയല്ലേ?"

"ആണത്രെ! അങ്ങനെയുണ്ടോ ഒരു തടസ്സം!"

രാഘവന്റെ മ്ലാനത പോയി. വൈക്കോൽത്തുരുമ്പെങ്കിൽ അത്. അകർമണ്യതയെ രാഘവൻ വെറുത്തു. ഒന്നും ചെയ്യാതെ കരുവഞ്ചേരി യിൽ ഉണ്ടുപാർക്കുന്നതിനോട് അയാൾക്കു യോജിപ്പില്ല. എങ്കിൽ അമ്മ യുടെ കൂടെ നിറയൂരിൽ താമസിക്കാമായിരുന്നു.

ഇനി നീന്തൽ ആരംഭിക്കാം. ഒഴുക്കിനെതിരെ! ഒഴുക്ക് എപ്പോഴും പഴയ ചാലിൽ പഴയ ദിശയിൽ. അങ്ങനെ ഒഴുകിപ്പോവാൻ രാഘവനും താൽപ്പര്യമില്ല.

പ്രവർത്തനത്തിന്റെ ഒരു വലിയ ചിത്രം ഉള്ളിൽ ചുരുൾ നീർന്നു.

മഹേശ്വരൻ ഇച്ഛാശക്തിയുള്ളവൻ. ഭക്തൻ. അമ്പലത്തിൽ കുളിച്ചുതൊഴാതെ അയാളുടെ ജീവിതത്തിൽ ഇതുവരെ ഒരു ദിവസം ആരംഭിച്ചിട്ടില്ല. ജയിലിൽപോലും.

ജയിൽമുറ്റത്ത് ഒരു ആൽവൃക്ഷം കുടനീർത്തി നിന്നിരുന്നു. അതിനൊരു തറ ഉണ്ടായിരുന്നു. മഹേശ്വരൻ കുളികഴിഞ്ഞു. വൃക്ഷത്തെ വലംവച്ചതിനുശേഷമാണ് പ്രാതൽ കഴിച്ചിരുന്നത്.

നാളെയും മഹേശ്വരൻ കുളിച്ചുതൊഴാൻ പോകും. പൂജാരി തടയും. പിന്നെ മറ്റന്നാൾ ജാതിക്കൂട്ടം ചേരുകയായി. കൂട്ടത്തിന്റെ തീരുമാനം ജാതിവിലക്കായിരിക്കും. മഹേശ്വരൻ കേസ് കൊടുക്കും; കൊടുപ്പിക്കണം— രാഘവൻ ആലോചിച്ചു. ഒരു പ്രശ്നം പൊക്കിയെടുത്തു തിരുത്തണം! അല്ലെങ്കിൽ സത്യഗ്രഹം തുടങ്ങിവെച്ചതെന്തിന്? ജയിൽവാസമനുഷ്ഠിച്ചതെന്തിന്?

കട്ടൻകാപ്പിയിൽ ഒടുങ്ങാത്ത വയറുവേദന കാരണം കോമൻനായർ ഇടതുകൈപ്പത്തി വയറ്റത്തു ചേർത്തുവെച്ചു കമഴ്ന്നുകിടക്കുകയാണ്. വലതുകൈയിൽ പുകയുന്ന ചുരുട്ട്. ചുരുട്ട് ഇപ്പോൾ വിരൽ പൊള്ളിക്കും! രാഘവൻ എണീറ്റു.

കോമൻനായർ ഉറങ്ങുകയായിരുന്നില്ല.

അവസാനമായി ഒരിക്കൽക്കൂടി ആഞ്ഞുവലിച്ച് കുറ്റി ഈറയോടെ മുറ്റത്തേക്കെറിഞ്ഞു. വയറുവേദനയും രണ്ടാമതൊരു ചുരുട്ടില്ലെന്ന ചിന്തയും അയാളുടെ അരിശം വർധിപ്പിച്ചു.

മാളികയിലെ മെത്തയുടെ സുഖമില്ല. ഇളകുന്ന, വീതികുറഞ്ഞ ബഞ്ച്. ബഞ്ചിന്റെ കീഴറ്റത്ത് ഒരു മുളയാണി തെന്നിയുയർന്ന് രാഘവന്റെ നെരിയാണിയിൽ പോറിക്കൊണ്ടിരുന്നു. തലയണയില്ല. തലയ്ക്കൽ ചുക്കുവെള്ളമില്ല.

ഒരു മൊന്ത വെള്ളം കുടിച്ചുതീർക്കേണ്ട ഉറക്കമില്ലാത്ത ഒരു രാത്രി.

പിറ്റേദിവസത്തെ കള്ളുഷാപ്പു പിക്കറ്റിംഗ് രാഘവന്റെ ഉറക്കം കെടുത്തി. അച്ഛൻ എതിർക്കും. അനന്തേട്ടൻ ഒഴികെ വേണ്ടപ്പെട്ടവരെല്ലാം എതിർക്കും. എതിർപ്പാണ് ഊർജം.

ഈ പരുക്കൻ ബഞ്ച് നാളെ ഉറക്കറയാകാനുള്ള ജയിലിനെ ഓർമ്മിപ്പിക്കുകയാണ്. ഒരു പരിശീലനം. കോമൻനായരുടെ നാടകം പഠിക്കുന്ന രാത്രികളിൽ വൈകിയ നേരത്ത് ഇതേ ബഞ്ചിൽ വീണുറങ്ങീട്ടുണ്ട്.

കോമൻനായർ എണീറ്റിരുന്നു.

"രാഘവാ?"

"ഉം?"

"ഞാനും പോരട്ടെ പിക്കറ്റിംഗിന്?"

"വിരോധമില്ല. അതിനുമുമ്പ് എടപ്പത്തിലെ സംബന്ധം ഒഴിയേണ്ടിവരും! ആഭിജാത്യത്തിന്റെ കാവൽപ്പടയാളികളെന്നു നടിക്കുന്നവർക്ക് ഇത്തരം സംബന്ധക്കാരെ സഹിക്കാൻ പറ്റുകയില്ല."

ഈ വയറുവേദനയാണ് തകരാറിലാകുന്നത്. തന്റെ വയറുവേദന രുക്മിണിയാണെന്ന് അയാൾക്കറിയാം. നീലകണ്ഠനാണെന്നറിയാം. ഇന്നു തന്നെ നോക്കുക: വീട്ടിൽ ഉറങ്ങാൻ പോകാതെ ഇവിടെ കഴിഞ്ഞുകൂടേണ്ടതുണ്ടോ? പടിക്കൽ അപവാദം പത്തിവിരുത്താൻ കാത്തുകിടക്കുന്നു.

നിറയൂരെ തിരുമാലയെ ജോലിക്കു വിളിച്ചുനിർത്തിയതാണു കാരണം. രുക്മിണിയുടെ അമ്മ എപ്പോഴും ആവലാതിപ്പെടുമായിരുന്നു. "ഒരു ദാസിയെ വേണം! നടുനീക്കാൻ വയ്യാതായി. പെങ്കുട്ടികൾ അറയിൽനിന്നു പുറത്തു തല കാണിക്കുന്നില്ല. കുളിച്ചുണ്ട് ഉറക്കം. അല്ലെങ്കിൽ കാറ്റാടുന്ന തളത്തിൽ നാട്ടുവർത്തമാനം. ആരാണെന്റെ കഷ്ടപ്പാട് കാണുന്നത്!"

തിരുമാല നിറയൂരിൽനിന്ന് മലകയറി, കാളീശ്വരത്തു വന്നു. ഗ്രാമീണരുടെ ഇടയിൽ കളങ്കിതമായ തന്റെ മുഖം കാണിക്കാൻ അവൾ ആഗ്രഹിച്ചില്ല. തുള്ളുന്ന മീൻകണ്ണുകളുള്ള അവളുടെ മുമ്പിൽ തലകുനിക്കാൻ ഇപ്പോഴും ചെറുപ്പക്കാരുണ്ടായിരുന്നു. ചറപിറുന്നനെ ജോലിചെയ്യുന്ന തിരുമാലയെ ദാസിയാക്കാൻ പത്തായപ്പുരയിലെ കാര്യസ്ഥന്മാർക്കു താൽപ്പര്യമായിരുന്നു. തിരുമാല ഇപ്പോൾ ഒരാളുടെയും അടിയാളല്ല. അവൾക്കു കിടപ്പാടംപോലും ഇല്ല. തികച്ചും യാദൃച്ഛികമായാണ് അവൾ എടപ്പത്തിൽ എത്തിയത്. ഒരു കുറ്റി നല്ലെണ്ണയുമായി വാണിയൻ ഗോപാലൻ ചീരുവിന്റെ വീട്ടിലേക്കു പോകാനൊരുങ്ങുന്ന തിരുമാലയോടു ചോദിച്ചു: "എണ്ണ കൊടുത്തിറ്റ് വര്വൊ?"

"ഏടെ കൊടുക്കണം?"

"എടപ്പത്തിൽ!"

നിരാധാരയായ ഒരു പെൺകുട്ടി കാളീശ്വരം അങ്ങാടിയിൽ ചുറ്റിത്തിരിയുന്നത് നല്ലതിനല്ലെന്ന് വാണിയൻ ഗോപാലനു തോന്നി. കോമൻനായർമാസ്റ്റർ ഒരാളെ വേലയ്ക്കുവേണം എന്ന ആഗ്രഹം പ്രകടിപ്പിച്ചിരുന്നു,

എണ്ണക്കുടം ഉരക്കോടിന്റെ കോലായമേൽവച്ചു. തിരുമാല കാത്തുനിന്നു.

വടക്കെ ഉമ്മറത്ത് സുബ്രഹ്മണ്യന് സംസ്കൃതം ചൊല്ലിക്കൊടുക്കുകയായിരുന്ന കോമൻനായർ എത്തിനോക്കി. പെണ്ണുങ്ങളെല്ലാം അന്തഃപുരത്തിൽ ഉച്ചമയക്കത്തിലാണ്ടിരുന്നു.

"ആരാദ്?"

"ഞാൻ തിരാല!"

"ഓ! നീയാണോ? കിട്ടേട്ടന്റെ കുട്ടികൾക്കു കഞ്ഞിവെക്കാൻ പോയില്ലേ നീ?"

"ഇല്ല. കിട്ടേട്ടന്റെ അമ്മ വന്നു കഞ്ഞിവെക്കാൻ!"

"ആരേ തന്നു എണ്ണ?"

"ഗോപാലൻ!"

"ഓ!"

കോമൻനായർ എണീറ്റു ഭാര്യയുടെ അടുത്തേക്കു ചെന്നു.

"നിന്റമ്മയ്ക്കു സഹായത്തിന് ഒരു ദാസിയെ കിട്ടീറ്റ്ണ്ട്!"

രുക്മിണി ഉത്സാഹത്തോടെ എണീറ്റു വന്നു.

തിരുമാലയുടെ ചെറുപ്രായവും വശീകരിക്കുന്ന മിഴികളും വിനയവും രുക്മിണിയെ ശങ്കാകുലയാക്കി. അവൾ നീരസത്തോടെ തന്റെ നേർക്കു നോക്കിയത് കോമൻനായർ ഓർക്കുന്നു.

"വേണ്ടെങ്കിൽ പറഞ്ഞയച്ചുകള!" കോമൻനായർ പറഞ്ഞു.

രുക്മിണിയുടെ അമ്മ എത്തിനോക്കി.

"ഇവളേതാ?"

"തിരുമാല."

"ഏട്ത്തെയാ?"

"നിറയൂരെ!"

"നിറയൂരെ തിരുമാലയോ!"

അവരുടെ ആശ്ചര്യപ്രകടനം കണ്ടു തിരുമാലയുടെ മുഖം തുടുത്തു. അവൾ തിരിഞ്ഞ് അപ്പുറത്തേക്കു നിന്നു.

"ഏതായാലും രണ്ടു ദിവസം നിക്കട്ടെ!"

"ഇല്ല! ഞാമ്പോണു. ചീരു എന്നെ കാത്ത് നിക്ക്ണ്ണ്ട്!"

അന്നു രാത്രി രുക്മിണി ഏങ്ങിയേങ്ങിക്കരഞ്ഞു.

കോമൻനായരുടെ മനസലിഞ്ഞു.

"രുക്മിണീ നീയെനിക്ക് ഇത്തിരി വിഷം തന്നോളൂ! ഞാൻ ചത്തോട്ടെ! ജീവിച്ചിരുന്നാൽ എത്രയോ പേർക്ക് ദുഃഖം! എത്രയാളുടെ മുഖം കറുക്ക്ണു!"

"ഇപ്പൊ എനിക്ക് ബോധ്യമായി."

"എന്ത്?"

"ഇതിനാണ് കോങ്ക്റസ്സ്! അനന്തൻചെറിയോറ് ചെമ്മരത്തിയേം തിരുമാലയേം ഒന്നിച്ചു പുലർത്താമ്പോവ്വാണോ? അനന്തൻചെറിയോറ് കൂട്ടുകാരോടു നന്ദിയുള്ളവനാണ്! ചെല്ല്, എന്റെ മുറീന്ന് അങ്ങോട്ടു ചെല്ല്!"

കോമൻനായരടെ കൈ പൊങ്ങി. കവിളത്ത് ഇടിവെട്ടിയതറിഞ്ഞ രുക്മിണി മെത്തയിൽ കമഴ്ന്നുവീണു കരഞ്ഞു. പകച്ചുപോയ നീലകണ്ഠൻ നിലവിളിക്കാൻ തുടങ്ങി.

"മിണ്ടരുത് ചേട്ടേ!" കോമൻനായർക്കു കലികയറി.

"നെനക്കും കിട്ടും! എന്തോന്നാ വിചാരിച്ചത്? തറവാട്ടിലെ കഞ്ഞി കുടിച്ചു കെടക്ക്ണ പട്ടിയാണോ ഞാൻ?"

ഒരു നടുക്കത്തോടെ രുക്മിണി കരച്ചിൽ മാറ്റി. അവൾ എണീറ്റു വന്നു ഭർത്താവിന്റെ കവിളിൽ തലോടി.

"എന്താണിത്! പുറത്തുള്ളവർ കേൾക്കില്യെ?"

"കേട്ടോട്ടെ! ഏതായാലും ഞാൻ സംബന്ധം ഒഴിയണം! എന്നാ നേരെ നല്ല രണ്ടു വാക്കു പറഞ്ഞിറ്റാകാം."

കോമൻനായരുടെ വായിൽനിന്ന് അവിചാരിതമായി അടർന്നുവീണ അഴുക്കുവാക്കുകൾ രുക്മിണിയെ നടുക്കി,

ചുമന്നു തുടുത്ത കവിളിലെ പേശികൾ വിറയ്ക്കുന്നു. കോപം സഹിക്കാതെ കോമൻനായർ മുറിയിൽ മുരണ്ടുകൊണ്ടു നടന്നു. അന്നു രാത്രിയും അയാൾ ഉറങ്ങീട്ടില്ല. തിരുമാലയുടെ ദയനീയമായ അവസ്ഥയോർത്തു കൊണ്ടു തിരിഞ്ഞും മറിഞ്ഞും കിടന്നു...

"കോമൻനായർ ഉറങ്ങാത്തതെന്താ?"

"ഞാൻ നിറയൂരെ തിരുമാലയുടെ കാര്യം ഓർക്കുകയായിരുന്നു."

"തിരുമാലയുടെ കുഞ്ഞ് സുഖമായിരിക്കുന്നില്ലേ?"

"കണ്ണൂര് മാസിക അച്ചടിപ്പിക്കാൻ പോകുമ്പോഴെല്ലാം അവന്റെ കാര്യം അന്വേഷിച്ചു പറയാറുണ്ട്. അവന്റെ നീലത്തലമുടിയും സ്വർണക്കണ്ണുകളും കണ്ടാൽ എനിക്ക് അറപ്പുതോന്നും!"

"അതെന്തിന്? തിരുമാല പെറ്റതുകൊണ്ടോ?"

"നല്ലൊരു പെൺകിടാവായിരുന്നു."

"നിറയൂരെ പെൺകിടാങ്ങൾ സുന്ദരിമാരാണ്!"

"എല്ലാരും?"

"എല്ലാരും!"

"നമുക്ക് നാടകത്തിലഭിനയിക്കാൻ നിറയൂരെ ഒരു പെണ്ണിനെ കിട്ട്വോ?"

"കിട്ടുകയില്ല! അതിന് കോമൻനായരുടെ ശകുന്തളവേഷം കണ്ടാൽ മറ്റൊരാൾ ധൈര്യപൂർവം വേഷം കെട്ടുമോ? നിറയൂരെ പെണ്ണുങ്ങളെ നാടകത്തിനു കിട്ടുകയില്ല!"

"പള്ളിക്കുന്നിലെ മഠത്തിലെ വേലയ്ക്ക് അവളെ അവർ വിളിച്ചിരുന്നതാണ്!"

"പോവില്ല! നിറയൂരെ പെണ്ണുങ്ങൾ ഗ്രാമം വിട്ടു പുറത്തുപോവില്ല!"

കിട്ടേട്ടന്റെ കുടിയിൽവച്ച് കോമൻനായർ തിരുമാലയെ ഒന്നിലധികം തവണ കണ്ടിരുന്നു. നാൾതോറും അവളുടെ സൗന്ദര്യം വർധിച്ചുവന്നു. വെള്ളക്കാരനോട് അയാൾക്കസൂയ തോന്നി. ചണ്ഡാലൻ! നല്ലൊരു പെൺകുട്ടിയെ നശിപ്പിച്ചു. ഇല്ലെങ്കിൽ നിറയൂരെ നല്ലൊരു ചെറുവാല്യക്കാരൻ അവൾക്കു പുടവ കൊടുക്കുമായിരുന്നു. കർക്കിടകമഴയുടെ ഇടയ്ക്കുദിച്ചുവരുന്ന സൂര്യനെപ്പോലെ സുന്ദരിയാണവൾ. തന്റെ ദുഃഖപൂർണമായ ജീവിതത്തിൽ ഒരു വെയിൽക്കീറുമായി വെളിച്ചം വീശാനെത്തിയ പെൺകുട്ടി. കിട്ടേട്ടൻ അയിത്തോച്ചാടനത്തിന്റെ പേരിൽ ഊട്ടി വളർത്തുന്ന 'വണ്ണാത്തിപ്പുള്ളു'കളെ അവൾ അരുമയോടെ ഊട്ടി. ഗ്രാമത്തിലെ പല വീട്ടമ്മമാരുടെയും മുമ്പിൽ കൈ നീട്ടിയാണ് കിട്ടേട്ടൻ പതിമൂന്നു പേർക്കുള്ള അന്നം സമ്പാദിച്ചത്. കിട്ടേട്ടന്റെ പത്തായത്തിൽ വിത്തുപോലും കമ്മിയായിരുന്നു. നെല്ലറയിൽ രണ്ടു പഴക്കുലകളാണുണ്ടായിരുന്നത്. അനാഥാലയത്തിൽ വളരുന്ന തന്റെ കുഞ്ഞിനുറന്ന വാത്സല്യംകൊണ്ട് അവൾ പതിമൂന്ന് കുട്ടികളെ ഊട്ടി. കിട്ടേട്ടന് അവൾ ഒരു

വലിയ തണലായിരുന്നു. വള്ളിത്തോപ്പിലെ സ്കൂളിലേക്കയയ്ക്കാൻ കിട്ടേട്ടൻ പതിനൊന്നു വീടുകളിൽനിന്നു പിടിച്ചുകൊണ്ടുപോന്നതായിരുന്നു കുട്ടികളെ. ചിലർക്ക് അച്ഛനുണ്ടായിരുന്നു. ചിലർക്ക് അമ്മയുണ്ടായിരുന്നു. ചിലർക്ക് കാരണവരുണ്ടായിരുന്നു. മറ്റു ചിലർക്ക് തണലേ ഉണ്ടായിരുന്നില്ല. രക്ഷിതാവിനോട് കിട്ടേട്ടൻ പറഞ്ഞു:

"ഈടെ ഈ ഭൂമിയിൽ മനുഷ്യരെല്ലാം ഒന്നാണ്! ഈ കുഞ്ഞിങ്ങൾക്കും പഠിക്കണ്ടേ? ഉക്കാരൻഗുരുക്കൾ കരുവഞ്ചേരി എഴുത്തൂട്ടിൽനിന്നു നിറയൂർക്ക് പോയതെന്തേ? നിറയൂരെ കുഞ്ഞിങ്ങളെല്ലാം പടിക്കണംന്ന്ച്ചിറ്റ്! ഈടെ മേച്ചേരീലെ കുഞ്ഞിങ്ങളും പടിക്കണം! ഹരിജനങ്ങള് നന്നായാലേ ഗ്രാമം നന്നാവൂ. ഗ്രാമം നന്നായാലേ നാടു മുഴുക്കെ നന്നാവൂ."

കിട്ടേട്ടന്റെ 'കിറുക്കി'നെ ആരും മുഖവിലയ്ക്കെടുത്തില്ല. എന്നാലും പിടിയരി ആയിട്ടും 'തങ്കേരിപ്പാ'യിട്ടും കരുതിവെച്ച അരി കിട്ടേട്ടന്റെ ചുമൽ സഞ്ചിയിലേക്കൊഴുകി. അപ്പോഴാണ് കഞ്ഞിവയ്ക്കാൻ താനൊറ്റയ്ക്കു മതിയാവില്ലെന്നു കിട്ടേട്ടനു തോന്നിയത് ഉക്കാരൻഗുരുക്കൾ പറഞ്ഞു:

"തിരുമാലയെ വിളിച്ചോളുക!"

ഉക്കാരൻഗുരുക്കൾ നിറയൂർക്ക് വെളിയിൽ തിരുമാലയ്ക്കൊരു തണൽ തേടുകയായിരുന്നു.

വയസ്സ് മുപ്പത്തിരണ്ടായിട്ടും മംഗലം കഴിക്കാതെ കറുത്തവരെ വെളുപ്പിക്കുന്നതിലേർപ്പെട്ടിരിക്കുന്ന മകന്റെ ഈ പോക്കു നന്നല്ലെന്നു കിട്ടേട്ടന്റെ അമ്മ ഉറച്ചു. അവർ പറഞ്ഞു:

"പതിമ്മൂന്നു കുഞ്ഞിങ്ങൾക്കു കഞ്ഞിവെക്കാൻ ഞാൻ മതി. അതിനുള്ള ശേഷി ഇപ്പോ എനിക്കുണ്ട്. എന്തിനാ തിരാല?"

"ഹരിജനങ്ങൾക്കു കഞ്ഞിവെച്ചാ അമ്മേരെ ജാതി പോവൂലെ!"

"തുമ്മിയാ പറക്ക്ണ മൂക്ക് പോകട്ടെ!"

അങ്ങനെ തിരുമാല കിട്ടേട്ടന്റെ തുരുത്തിവീട്ടിൽനിന്നു പുറംതള്ളപ്പെട്ടു. വിശാലമായ ലോകത്തിൽ ഇടംതേടി തിരുമാല കാളീശ്വരം ചന്തയിലെത്തി. ചന്തയുടെ തൊട്ടു പുറകിൽ ചക്കാലയുള്ള ഗോപാലന്റെ വാണിയത്തി പറഞ്ഞു:

"ചക്കാട്ട്ണ ചെക്കൻ ചാടിപ്പോയി, തിരാലേ നീയിരിക്കൊ തണ്ടുമ്മല്!"

"പെണ്ണ് കാലിയെ തെളിച്ചാ ചക്കിലെണ്ണ ഊറുകയില്ലേ?"

വാണിയത്തിയുടെ സഹായിയായി തിരുമാല.

എടപ്പത്തിലമ്മ തിരുമാലയോടു പറഞ്ഞു:

"നല്ലോണം നിന്നാ, ഈടെ കഴിയാ." ഉരക്കോടിനോടു ചേർന്നു പൈക്കിടാങ്ങളെ മുളക്കുന്ന മുറിയുടെ അടുത്ത് ഒരു ചെറിയ കട്ടപ്പുര കാണിച്ചുകൊടുത്തിട്ട് അവർ തുടർന്നു:

"ഏതായാലും ഇങ്ങനെ എല്ലാം ആയി. ഇനീപ്പൊ നീയായി നെന്റെ പാടായി!"

തിരുമാല മറുവാക്കുച്ചരിച്ചില്ല. ഈ വലിയ വീട്ടിൽ തനിക്കു പിടിപ്പതു ജോലിയുണ്ടെന്നറിഞ്ഞു. എച്ചിൽക്കിണ്ണം കഴുകണം, മുറ്റവും ഉരപ്പുരയും അടിച്ചുതളിക്കണം. തൊഴുത്തിലെ ചാണകം കളയണം. നെല്ലു പുഴുങ്ങണം, പെൺകുട്ടികൾക്കു തുണയായി കുളത്തിൽ പോണം, നെല്ലിടിക്കണം, കന്നുകുട്ടികൾക്കു കഞ്ഞി കൊടുക്കണം...എണ്ണിയാലൊടുങ്ങാത്ത പണികൾ-മറക്കപ്പെടാൻ വെമ്പുന്ന വ്യഥകൾ. നീരുറവ മരിച്ചു കഴിഞ്ഞ മരുഭൂമിയിൽ ഒരു മരീചിക കണ്ടെത്തി, തിരുമാല...

കോമൻനായർ വിചാരിച്ചു:

“ഇല്ല. എനിക്കിനി എടപ്പത്തിൽ കയറാനുള്ള ഉള്ളുറപ്പില്ല. രുക്മിണിക്കില്ലാത്ത ഒരു വശ്യത അവൾക്കുണ്ട്. രുക്മിണി അറയിൽ കെട്ടിത്തൂക്കിയ ഒരു പഴക്കുലയാണ്. ഓരോ സന്ദർഭത്തിൽ തനിക്കു വേണ്ടത് ഉരിഞ്ഞെടുത്തനുഭവിക്കാം.

തിരുമാല കിനാവള്ളിയിൽ ഞാന്നുകിടക്കുന്ന ഒരു മധുരഫലം. കൈയേന്തിയാൽ തൊടാം. ചാടിയാൽ അറുത്തെടുക്കാം. അമൃതു നിറച്ച ഫലം. മെല്ലെ മെല്ലെ ആ പഴത്തിന്റെ മാധുര്യം അയാളുടെ ചുണ്ടിലലിഞ്ഞു. ഉറക്കത്തിൽ തിരിഞ്ഞുകിടന്ന് അയാൾ പുഞ്ചിരിച്ചു.

“കോമൻനായരേ...” രാഘവൻ വിളിച്ചു.

കോമൻനായർ വിളികേട്ടില്ല. ഉറക്കം അയാളെ അനുഗ്രഹിച്ചു. രാഘവൻ ചൂട്ടേനിമലനിരയിലെ മുളിപ്പുൽപ്പരപ്പിൽ ഒരു തീത്തരി പറന്നുവീഴുന്നതു കണ്ടുകൊണ്ടു കിടന്നു. ഒരു നല്ല കാറ്റു വീശിയാൽ...

ദൂരെ ചൂട്ടേനിമലനിരകളിൽക്കൂടി ഒരു തീവെട്ടിസംഘം കടന്നുപോകുന്നു. മലയുടെ ശരസിൽക്കൂടി ഒരു കൂറ്റൻ തീപ്പുഴ അരിച്ചു നീങ്ങുമ്പോലെ.

തന്റേടിയായ ഏതോ കൃഷിക്കാരന്റെ കുടിലിനു തീവെക്കാൻ പോകുന്നവരാകാം. ചൂട്ടേനിപ്പാറയിലെ മൂളിപ്പുല്ലിനു തീക്കൊളുത്തി ചുട്ടുകരിച്ചുകളഞ്ഞു. പകവീട്ടാൻ രുധിരമനയോ പൂഞ്ചോലമഠമോ ആളെ വിട്ടതാവാം. കുടിപ്പക മൂത്ത ഏതോ ഒരു ജന്മി കൊളുത്തിക്കൊടുത്ത പന്തങ്ങളുമായി കർഷകർ സ്വന്തം സഹോദരങ്ങളെ വകവരുത്താൻ വിധിക്കപ്പെടുന്നു.

ഓന്റെ പുരയുടെ മോന്തായത്തേക്കെറിയ്!

വിതയ്ക്കു തീക്കൊട്!

പുല്ലിനു തീക്കൊട്!

അപ്പുറം തീതിന്നുന്ന കർഷകർ തിന്നാലൊടുങ്ങാത്ത തീയ് തങ്ങളുടെ ദരിദ്രസമ്പാദ്യങ്ങളെയെല്ലാം വിഴുങ്ങി പകതീർക്കാൻ വരുന്നു.

വേവുന്ന തീയിൽനിന്ന് ഇരുണ്ട മാളങ്ങളിലേക്ക്, മാളങ്ങളിൽനിന്നു മാളങ്ങളിലേക്ക്!

മാറത്തടുക്കിപ്പിടിച്ച കൈക്കുഞ്ഞുങ്ങളും ചട്ടികലങ്ങളുടെ ഭാണ്ഡവുമായി ഉടുതുണിയോടെ, ഉടുക്കാത്ത ആത്മാവിന്റെ നൊമ്പരവുമായി,

ഗതികിട്ടാത്ത പ്രേതങ്ങളായി, മലമടക്കുകളുടെ രഹസ്യങ്ങളിലേക്കു കുതിക്കുന്ന ജന്തുക്കളായി-

ദൈവമേ! ഇതിനൊരറുതിയില്ലേ? ഈ ജന്തുക്കൾ എന്നാണ് മനുഷ്യരാവുക? ആരുണ്ടിവരെ പൂർണമനുഷ്യരാക്കാൻ? അർധരാത്രികളിൽ അഗ്നിക്കിരയാവുന്ന കുടിലിനു ചുറ്റും ഓടിനടന്ന് അലമുറയിടുന്ന മനുഷ്യരുടെ വേദന രാഘവനെ വല്ലാതെ അസ്വസ്ഥനാക്കി.

ചൂട്ടേനി മുകളിലെ പാറപ്പരപ്പിന്റെ നെഞ്ചത്ത് പുകപ്പാമ്പുകളിഴയുന്നു. ചൂഷണത്തിന്റെ കൊടുംവിഷം തീണ്ടിയ ആത്മാവുകൾ പിടയുന്നു...

രാഘവൻ ചാടിയെണീറ്റു. വിയർപ്പിൽ കുളിച്ച ദേഹം. ഇതെന്റെ വിയർപ്പുനീരല്ല. മാസികയ്ക്കുള്ള ലേഖനച്ചുരുൾ കൈയിൽവച്ച് രാഘവൻ വിചാരിച്ചു:

ശങ്കരൻനായനാറുടെ കവിത വേണ്ട. സ്തുതികളുടെ കാലം കഴിഞ്ഞത് അദ്ദേഹം അറിഞ്ഞിട്ടില്ല. ഒരു ലേഖനമെഴുതണം. കർഷകരുടെ ദുഃഖത്തെക്കുറിച്ച് ആരെഴുതും? *സന്താനഗോപാല*മെഴുതിശീലിച്ച കോമൻനായർക്കുണ്ടോ കഴിയുന്നു!

മനസു നിറയെ തീച്ചാമുണ്ഡികളലറുന്നു. പടരുന്ന മേലേരിയുടെ അടുത്തുകൂടി കനൽ ചവിട്ടാതെ നടന്ന കാലം പോയ്മറയുന്നു.

രാഘവൻ കരുവഞ്ചേരി പടിപ്പുരയിൽ ഇനിയും എണ്ണ തീർന്നിട്ടില്ലാത്ത വിളക്കു തേടി അതിവേഗം നടന്നു.

പതിനാറ്

വള്ളിക്കുന്നുമ്മലെ മഠത്തിൽ അന്യർക്ക് പ്രവേശനമുള്ള മുറിയിൽ തിരുമാല കാത്തുനിന്നു. അവളുടെ പക്കൽ ഒരു ചുട്ട നേന്ത്രപ്പഴം വാഴയിലയിൽ പൊതിഞ്ഞ് ചുരുട്ടിപ്പിടിച്ചിരുന്നു. മറ്റൊരു പൊതിയിൽ ഒരു പടല വേവിക്കാത്ത പഴവും. ചീരുവായിരുന്നു കൂട്ട്. ചീരുവിനു വേലക്കാരെ നേരത്തെ അറിയാം. അവർ സമ്മാനിച്ച ഒരു നീല ജാക്കറ്റാണ് ചീരു ധരിച്ചിരിക്കുന്നതും. ചീരു ആദ്യകാലത്ത് കഞ്ഞിക്കലങ്ങൾ പോലുള്ള തന്റെ മുലകൾ വെളിയിൽ കാണിച്ച് നെഞ്ചിടുക്കിലൊരു കറുത്ത ചരട് താഴ്ത്തിക്കെട്ടി, അതിൽ തന്റെ അഭിമാനമായ പൊന്നിന്റെ പരന്നേലസ് പ്രദർശിപ്പിച്ചുകൊണ്ടായിരുന്നു മഠത്തിൽ വന്നിരുന്നത്. കുട്ടയിൽ പിടച്ചിൽ മാറാത്ത മീനുണ്ടാവും.

അതുകണ്ട് വീട്ടുവേല ചെയ്യുന്നവരും ചെരിപ്പു തുടയ്ക്കുന്നവരും കോളാമ്പി എടുക്കുന്നവരുമായ നാടൻ കന്യാസ്ത്രീകൾ അവളോടു ചോദിക്കും:

“ആരെ കാണിക്കാനാ നീയ്യ് ജാക്കറ്റിടാണ്ടേ വര്ണത്?”

“ജാക്കറ്റ് ഇല്ലാഞ്ഞിറ്റാ!” ചീരു മറുപടി പറയും.

ഒരു നാൾ അവർ ദയവോടെ അവൾക്ക് നീലകോട്ടൺ തുണികൊണ്ടുള്ള ജാക്കറ്റ് സമ്മാനിച്ചു. കിളിക്കൂടുപോലെ പൊങ്ങിയ കൈകൾ. അവളുടെ അരവരെ മുഴുവനും മറയ്ക്കാനുള്ള വലിപ്പം. മഠത്തിന്റെ ജനലുകൾക്കും അകത്തെ കസേരകൾക്കും ഇടുവിച്ച അതേ തരത്തിലുള്ള നീലശീല. തരക്കേടില്ല. ചീരു വിചാരിച്ചു. അവർ ഉപയോഗിക്കുന്ന അതേ ശീല.

വലിയ ജന്മിവീടുകളിൽനിന്ന് അവൾക്ക് ദാനമായി കിട്ടിയിരുന്നത് പഴകി ദ്രവിച്ചു തുടങ്ങിയ ഒന്നരകളും പുടവകളുമായിരുന്നു. നാവുതീയന്റെ കൈകൊണ്ട് അലക്കിവെളുപ്പിക്കാൻ കഴിയാത്തവിധം കാലപ്പഴക്കം ബാധിച്ച തുണികൾ.

ചീരുവിനു സന്തോഷമായി. ദൂരെയാണെങ്കിലും മാസത്തിലൊരിക്കൽ മുഴുത്ത മീൻ നിറച്ച കുട്ടയുമായി അവൾ പള്ളിക്കുന്ന് കയറി ച്ചെന്നു.

വേലക്കാരികളായ കന്യാസ്ത്രീകൾക്കും കുശുമ്പായിരുന്നു. ഒരിക്കൽ ഒരു കന്യാസ്ത്രീ ചീരുവിന്റെ നീണ്ടുവളഞ്ഞ പുരികങ്ങളിലൂടെ വിരലോടിച്ചുകൊണ്ടു ചോദിച്ചു:

"കരി എഴുതിയതാണോ?"

മറ്റൊരു സ്ത്രീ ചോദിച്ചു:

"കുപ്പായമിടാഞ്ഞിട്ടാ നെന്റെ നെഞ്ചിങ്ങനെ തഴച്ചു വളർന്നേക്കണ്?"

ചീരു തന്റെ മുത്തുകൾ നിരത്തി ചിരിക്കും. അടുക്കളക്കാരിയായ കന്യാസ്ത്രീ അവൾക്കു മീനിന്റെ വില കൊടുക്കാൻ മടിച്ചിരുന്നു. വല്ലപ്പോഴും ഒരു കാലുറിപ്പിക വച്ചുനീട്ടും.

എന്നാൽ 'വെള്ളക്കൂറകളായ കന്യാസ്ത്രീകൾ' അങ്ങനെ ആയിരുന്നില്ല. അന്തഃപുരത്തിന്റെ തിരശ്ശീലപ്പഴുതിലൂടെ ഒരിക്കൽ ഉറയിട്ട രണ്ടു വെൺവിരലുകൾ ഒരു റുപ്പികനാണ്യം നീട്ടിക്കാണിച്ചു.

ചീരു അതിശയിച്ചു പോയി. ചീരുവാണ് തിരുമാലയുടെ കുഞ്ഞിനെ മഠത്തിലെ അനാഥമന്ദിരത്തിൽ എത്തിച്ചത്. കുട്ടിയുടെ നീലക്കണ്ണും ചെമ്പിച്ച തലമുടിയും വെളുത്ത തൊലിയും കണ്ട് കന്യാസ്ത്രീകൾ തമ്മിൽ മത്സരിച്ചു, അവനെ ലാളിക്കാൻ. അവന് അവർ 'ഡേവിഡ്' എന്നു നാമകരണം ചെയ്തു. കുഞ്ഞിന്റെ പിതാവ് ജോർജാണെന്ന് അവർ തീരുമാനിച്ചു. മറ്റു കാര്യങ്ങളൊന്നും കുത്തിക്കുത്തി ചോദിക്കാത്തതിൽ ചീരുവിനു ചാരിതാർത്ഥ്യമുണ്ടായി.

മഠത്തിൽ ചേർത്തതിനു ശേഷം തിരുമാല തന്റെ മകനെ കണ്ടിട്ടില്ല. അവൻ ജനലഴികളിൽ പിടിച്ച് എണീറ്റു നിന്നു. വെളുത്ത കൈകൾ പൊക്കി. ചീരുവിന്റെ മൂക്കുത്തി പറിച്ചെടുക്കാൻ നോക്കി.

കുട്ടിയെ കാണാൻ അമ്മ എത്തിയിരിക്കുന്നു എന്നറിഞ്ഞ് അടുക്കളക്കാരിയായ കറുത്ത കന്യാസ്ത്രീ ആരാഞ്ഞു:

"ഏതമ്മ! ഏതപ്പൻ! ആരും കാണാൻ വരണ്ടാന്നു പറഞ്ഞിട്ടില്ലേ?"

ചീരു അന്നു കൊണ്ടുവന്നത് വളരെ വലിയൊരു തിരുത മത്സ്യമാ

യിരുന്നു. നിറയൂറാറിന്റെ അഴിമുഖത്ത് ഉപ്പുവെള്ളവും ശുദ്ധജലവും പുണർന്നു കിടക്കുന്ന ചതുപ്പിൽ നിന്നു പിടിച്ച മീൻ. മത്സ്യത്തെ തറയിലൊരു വാഴയിലയിൽ നീർത്തിക്കിടത്തി തന്റെ സ്വതസിദ്ധമായ പുഞ്ചിരിയോടെ ചീരു പറഞ്ഞു:

"ഡേവിഡിന്റെ തള്ള തിരാല വന്നീനു."

"എന്തിന്?"

"കാണാൻ."

സിസ്റ്റർ അകത്തു പോയി. അന്തഃപുരത്തിൽ കട്ടിയുള്ള ഉടുപ്പുടവ ഉലഞ്ഞു. ജപമണികൾ മന്ത്രിച്ചു. നീലതിരശ്ശീല വകഞ്ഞു. കണ്ണടധരിച്ച ഒരു മുഖം ചെരിഞ്ഞുനോക്കി. അവർ തിരുമാലയെ അടിമുടി അളക്കുകയായിരുന്നു.

കുട്ടിയെ അഴികൾക്കപ്പുറം നിറുത്തി തിരശ്ശീല അൽപ്പം നീക്കി അടുക്കളക്കാരി പറഞ്ഞു:

"നല്ലോണം നോക്കീട്ട് പോ!"

പുടവത്തുമ്പിനാൽ മറച്ചു പിടിച്ചിരുന്ന ചുട്ട പഴം അപ്പോഴേക്കും വെറങ്ങലിച്ചിരുന്നു. ചത്ത എലിയെപ്പോലെ അത് അവളുടെ കൈയിൽ കിടന്നു.

പഴം കണ്ടിട്ട് അടുക്കളക്കാരി പറഞ്ഞു:

"ആ വകയൊന്നും കൊടുക്കാൻ പാടില്ല. ടിൻപാലും ഹോർലിക്സും ബിസ്കറ്റുമെല്ലാം കഴിച്ച് വളരുന്ന കുഞ്ഞാണ്. രോഗം വരും!"

തിരുമാലയുടെ മാറിടം പിടഞ്ഞുണർന്നു. അവളുടെ വെള്ളറവുക്കയിൽ രണ്ടു വൃത്തങ്ങൾ തെളിഞ്ഞു.

"ഓന് കുറച്ചു പാല് കൊടുത്തോട്ടെ! ഒരു കേടും ല്യ." ചീരു കെഞ്ചി.

തിരശ്ശീലയ്ക്കപ്പുറം വന്നുനിന്ന അശരീരി പറഞ്ഞു:

"കൊടുത്തോട്ടെ!"

തിരുമാല വരാന്തയിൽ തൂണിന്റെ മറപറ്റി. ചീരു അവളുടെ മടിയിൽ വെളുത്തു തുടുത്ത കൊച്ചു സായ്പിനെ വച്ചുകൊടുത്തു.

തിരുമാലയുടെ കൈകൾ അറച്ചു. മനം മുറുകി. തൊട്ടാൽ പൊട്ടുന്ന ഒരു വീണക്കമ്പിപോലെ അവൾ ശ്വാസം പിടിച്ചു.

കുട്ടി അത്ഭുതം വിടർന്ന മിഴിയോടെ അമ്മയെ നോക്കി. ചൂണ്ടാണി വിരലുയർത്തി കണ്ണിൽ കുത്തി. മാറിന്റെ മധുരം അവനെ തളർത്തി. കുടിച്ചു കുടിച്ച് അവൻ ചീർത്തു...കൺമണികൾ പാതി നിദ്രയിലാണ്ടു. അമ്മയുടെ നെഞ്ചിനു നേർക്കു ചൂണ്ടിയ വിരൽ അനങ്ങിയില്ല...

മട്ടുപ്പാവിൽ മണി മുഴങ്ങി.

"തിരുമാലേ എണീൽക്കൂ പോകാറായി!"

ചീരു മുമ്പിൽ വന്നുനിന്നു.

കുടിയുടെ ധൂർത്തിൽ മയങ്ങിപ്പോയ കുട്ടിയെ പൊക്കിയെടുത്തു. ചീരു അടുക്കള മേൽനോട്ടക്കാരിയുടെ കൈയിൽ കൊടുത്തു. അവർ തിരശ്ശീലയ്ക്കപ്പുറം മറഞ്ഞു.

തളർന്നുലഞ്ഞ തിരുമാലയെ താങ്ങിക്കൊണ്ട് ചീരു പള്ളിക്കുന്നിറങ്ങി. തിരുമാലയുടെ മുഖം ഒരു പഴന്തുണിപോലെ വിളറിയിരുന്നു. ചതവേറ്റ മിഴികൾ, താഴെ നെൽപ്പാടത്തേക്കയച്ചു. തിരുമാല പറഞ്ഞു:

"ഞാനീടെ ഇനി വരൂല. അക്കുഞ്ഞിനെ എനിക്കിനി കാണണ്ട. വെയിലിൽ ചില്ലുകൾപോലെ അവളുടെ ശബ്ദം പൊട്ടിച്ചിതറി.

ചന്തകഴിഞ്ഞു മടങ്ങുന്ന പെണ്ണുങ്ങൾക്കൊപ്പം അവർ അരയാക്കടവിൽ കുഞ്ഞിപ്പുവിന്റെ വഞ്ചി കാത്തുനിന്നു. വഞ്ചിത്തലയ്ക്കൽ ചാടിക്കയറിയ രാഘവൻ ചോദിച്ചു:

"നീയെന്നെ എടപ്പത്ത്ന്ന് പോന്നു?"

"അപ്പൊത്തന്നെ!"

"എങ്ങോട്ടാ?"

"ന്റെ നിറയൂർക്ക്!"

രാഘവൻ ഊറിച്ചിരിച്ചു.

"എന്റെ എല്ലാം ഇക്കരെ നിറയൂരാ ഉള്ളത്!" തിരുമാല പറഞ്ഞു. രാഘവൻ ചെറിയോറെ അവൾ വള്ളിത്തോപ്പ് സ്കൂളിൽ വെച്ചും കിട്ടേട്ടന്റെ ആശ്രമത്തിൽവെച്ചും കണ്ടും കേട്ടും അറിഞ്ഞിരുന്നു...

ചൂട്ടേനിപ്പാറയുടെ മുകളിൽനിന്നും ഒരു പ്രസംഗത്തിന്റെ അലകൾ പാറപ്പടിയിറങ്ങി, കടവു കടന്ന് അവരെത്തേടി.

ചീനയിറങ്ങുമ്പോൾ രാഘവൻ കാതോർത്തു.

നിറയൂരിൽനിന്ന് മധുരക്കള്ളിന്റെയും നുരച്ച കള്ളിന്റെയും മണമുയരാം. ഉറയുന്ന ചക്കരയുടെ പരിമളം പൊങ്ങാം. കർക്കടക ഭവനങ്ങളിൽനിന്നു ദുഃഖിതന്റെ കരച്ചിൽ കേൾക്കാം. പക്ഷേ, ഒരു പ്രസംഗത്തിന്റെ ഒലി, മാറ്റൊലി തീരത്തെ കാടുകളിൽ തട്ടി ഇരട്ടിച്ചു.

താരുവിന്റെ കള്ളുഷാപ്പിൽനിന്നോ എന്നു ശങ്കിച്ചു.

അല്ല. കിതപ്പാറ്റിയ കാറ്റു പതുക്കെപ്പതുക്കെ അടുത്തു. ശരിയായൊരു പ്രസംഗ ശൈലി.

ശബ്ദങ്ങൾ പാറ്റിയെടുത്ത കാറ്റ് അവരെ മുമ്പോട്ടു നയിച്ചു.

നേരെ തന്റെ കാർണവന്മാരുടെ വീട്ടിലേക്കു കയറിപ്പോയ തിരുമാലയെ ചീരു വെറുതെ വിട്ടു.

രാഘവൻ ചോദിച്ചു:

"ചീരു, നിറയൂരെന്തു വിശേഷം?"

"ഇപ്പൊ നാടുമുഴ്വോനും ചെറുവാല്യക്കാറ് ഒയരത്ത്മ്മല് കേറിനിന്നു വൈരം കൊടുക്കലൊ. ഏടെ നോക്കിയാലും! ഓര് നിറയൂരും വന്നിറ്റ്ണ്ടാവും.

തീണ്ടാപ്പാടകലെ ചീരു രാഘവനെ അനുഗമിച്ചു. തിരുമാല ഒറ്റയടിപാതയിലൂടെ കുന്നുകയറിപ്പോയി. സായംകാലത്തെ വെയിലേറ്റ് അകം കത്തുന്ന ഒരു നിലവിളക്കുപോലെ അവൾ കാണപ്പെട്ടു.

പെണ്ണൊരുത്തി പൈക്കിടാവിനെ തെളിച്ച് രാഘവന്റെ മുമ്പിൽ നടക്കുന്നുണ്ടായിരുന്നു. രാഘവന്റെ നടത്തത്തിനു വേഗത കൂടുന്നതു കണ്ട് അവർ ഓടാൻ തുടങ്ങി...

ചൂട്ടേനിപ്പാറ കയറാൻതന്നെ രാഘവൻ തീരുമാനിച്ചു. പാറയുടെ മുകളിലേക്ക് ഇടുക്കുപാതകൾ പലതുണ്ട്.

പുഴയുടെ വലതുഭാഗത്തെ ഉയർന്ന തിട്ടയിൽ ഒരു ജനക്കൂട്ടം. ജനക്കൂട്ടത്തെ അഭിസംബോധചെയ്ത് ഒരു കറുത്തു ചടച്ച ചെറുപ്പക്കാരൻ പറയുന്നു:

"ഇക്കുറി ആരും തിരുമുൽക്കാഴ്ച വയ്ക്കരുത്!"

"പുരയ്ക്കു തീ കൊടുക്കാൻ ഒടയോറുടെ ആൾക്കാർ വരുമ്പോ പറസിങ്ങിക്കുന്നവന്റെ നെഴലാട്ടം ഉണ്ടാവ്വൊന്നു ചോദിക്കെടാ!" പിൻനിരയിൽ നിന്നു വെറ്റിലയുടെ ഞരമ്പുകളഞ്ഞ് മുറക്കാൻ വട്ടംകൂട്ടുന്ന ഒരു കാർന്നോർ ചോദിച്ചു.

"രശീതി കിട്ടാതെ വാരവും പാട്ടവും നൽകരുത്!"

"പുര ഒഴിഞ്ഞുകൊടുക്കരുത്!" പാറയുടെ ഒരുയർന്ന തിണ്ടിലേറി നിൽക്കുന്ന ചെറുപ്പക്കാരൻ കിഴക്കൻകാറ്റിൽ കളിക്കുന്ന തന്റെ തലമുടിച്ചുരുൾ തട്ടി പുറകോട്ടാക്കി.

ഈ ഭൂമിയില് ഉയർന്ന ജാതിയും താണ ജാതിയുമില്ല. രണ്ടു വർഗം മാത്രം—ഉള്ളവന്റെയും ഇല്ലാത്തവന്റെയും!"

വള്ളിത്തോപ്പ് സ്കൂളിലേക്കു കുട്ടികളെത്തേടി നിറയൂരെത്തിയ കോമൻനായർ കേൾവിക്കാരിൽ അലിഞ്ഞുചേരുന്നത് രാഘവൻ കണ്ടു.

മലഞ്ചെരുവിലേക്കു കറുത്ത ചിറകുകൾ വീശി സന്ധ്യ ഓടി കിതച്ചെത്തി. വേനൽക്കാറ്റിന്റെ ലഹരിപിടിച്ച വൃക്ഷങ്ങൾ ആടിയുലയാൻ തുടങ്ങി. മാനം നോക്കി കോമൻനായർ പറഞ്ഞു:

"നമുക്ക് ഉടനെ പോകാം. മഴ പെയ്യും!" അയാൾ ദുഃഖത്തോടെ താൻ ധരിച്ചിരിക്കുന്ന അലക്കിത്തേച്ച സിൽക്ക് ഖദർ ജൂബ്ബയിൽ കണ്ണോടിച്ചു.

"നടക്കൂ രാഘവാ!" അവർ കുന്നിന്റെ ശേഷിച്ച ഭാഗം കയറാൻ തീരുമാനിച്ചപ്പോൾ തൊണ്ടപൊട്ടുമാറുച്ചത്തിൽ പ്രസംഗിച്ചുകൊണ്ടിരുന്ന ചെറുവാല്യക്കാരൻ ഓടിക്കിതച്ചു പുറകെയെത്തി.

"അങ്ങനങ്ങു പോയാലോ കൂട്ടരെ, ഞാൻ മഴ നനഞ്ഞോട്ടെ, അല്ലേ?"

ഒരുയർന്ന മൺതറയിൽ നിൽക്കുന്ന നിറയൂർ ഭഗവതിയുടെ ചാരത്തു മഴച്ചാറ്റലിൽനിന്നു രക്ഷപ്പെടാനായി അവർ കയറിപ്പറ്റി. വഴിതെറ്റി വന്ന മഴച്ചാറ്റലിനെ പോക്കുവെയിലിന്റെ നാളങ്ങൾ നക്കിത്തുടച്ചു.

ഗ്രാമീണർ മുഖത്തുവീണ മഴത്തുള്ളികളെ കൈത്തലംകൊണ്ടു തുടച്ചു. കണ്ണും കാതും കൂർപ്പിച്ചു. മുറിഞ്ഞുപോയ പ്രസംഗം തുടരാൻ കാത്തു.

ഭഗവതിയുടെ ഇറയത്തുനിന്നു നവാഗതനായ ചെറുപ്പക്കാരൻ പറഞ്ഞു:

"ആദ്യം നിങ്ങൾ ആചാരഭാഷ ഉപേക്ഷിക്കണം. നമ്മുടെ ഭാഷ. നമ്മുടെ കാര്യം മറ്റുള്ളവരെ അറിയിക്കാനുള്ളതാണ്. നിങ്ങളുടെ മന

സിലൊരു അടിമകൂടി പാർക്കുന്നുണ്ടെങ്കിൽ നിങ്ങളുടെ വായിൽനിന്നു നിങ്ങളറിയാതെ ആചാരഭാഷ പുറത്തുവരും!"

നിറയൂരെ കേൾവിക്കാർ ചൊടിച്ചു:

"ഞാളൊന്നും അടിമകളല്ല; ഭൂമിയിലിറങ്ങി പണിയെടുത്തു ജീവിക്കുന്നവരാണ്! നയിച്ചു തിന്നുന്നോരാണ്!"

"അതുതന്നെ ഞാനും പറയുന്നത്! നിങ്ങളെന്തിന് അന്യന്റെ ചവിട്ടടിയിൽ നിൽക്കണം? ജന്മിയുടെ വീട്ടുവാതിൽക്കൽ ഓച്ഛാനിച്ചു നിൽക്കണം? തീണ്ടാപ്പാടകലെ വഴിമാറിപ്പോണം? നിങ്ങൾക്കു ഞാനൊരു കഥ പറഞ്ഞുതരാം; ഒരിക്കൽ ഒരച്ഛനും രണ്ടു മക്കളുമുണ്ടായിരുന്നു. ഒരാൾ, രാമൻ, ഒരാൾ കോമൻ, രാമൻ വേലയൊന്നും ചെയ്യാതെ വീട്ടിലിരിക്കും. കോമൻ പുലർന്ന് അന്തിയാവോളം വയലിൽ വേലചെയ്യും. വൈകുന്നേരം കുടിയിലെത്തിയാലോ? രാമനു നെയ്യിട്ട കഞ്ഞിയും മീനും പുഴുക്കും. കോമനു പഴങ്കഞ്ഞിയും ഉപ്പുകല്ലും. അമ്മ ഭൂമീദേവിയെപ്പോലെ ക്ഷമാശീലയായിരുന്നു. മൂത്ത മകൻ പണിയെടുത്ത് അവശനാകുന്നതും ഇളയ മകൻ ഇരുന്നുണ്ണുന്നതും ഏട്ടനുവേണ്ടി ഒന്നും ശേഷിപ്പിക്കാത്തതും തള്ള കാണുന്നുണ്ട്. എന്നിട്ടെന്താ, തൊള്ള തുറന്നു പറയാൻ ധൈര്യമില്ല. ഒരുനാൾ സഹികെട്ട് കോമൻ പണിക്കുപോയില്ല. പിറ്റേന്നും പോയില്ല. ഒരുമാസം കഴിഞ്ഞു. രണ്ടുമാസം കഴിഞ്ഞു. എരുതു പട്ടിണികിടന്നു ചത്തു. വിളയിൽ കളകയറി. കോമൻ അവശനായി. രാമനു പതിവുള്ള ആഹാരം കിട്ടാതെയായി. അവൻ ചേട്ടന് ഒരു ചവിട്ടു കൊടുത്തു. കോമന്റെ നട്ടെല്ലൊടിഞ്ഞു കിടപ്പിലായി. അപ്പോഴാണ് രാമൻ കഥയറിയുന്നത്. അധ്വാനിക്കാനാളില്ലെങ്കിൽ ജീവിക്കാൻ പറ്റുകയില്ലെന്ന്. രാമന്റെ തടി മെലിഞ്ഞു. അവനെ തൊഴുത്തിൽ കെട്ടാമെന്നായി."

ആളുകൾ ബാലപാഠം കേട്ടു കുഞ്ഞുങ്ങളെപ്പോലെ കൈകൊട്ടി ചിരിച്ചു. അവർ അവരുടെ വ്യഥകൾ മറന്നു. തങ്ങളുടെ കദനകഥകൾ ഒരു അടയ്ക്കാതൊണ്ടിലൊതുക്കിയ ഈ ചെറുപ്പക്കാരനാര്? അവൻ എവിടുന്ന് ഉയിരെടുത്തു? നിറയൂരെ ചെറുവാല്യക്കാരിൽനിന്നു വളരെ വ്യത്യസ്തനായിരുന്നു പ്രസംഗകൻ. മെലിഞ്ഞ ശരീരം. കളരിയിൽ പയറ്റിയ മട്ടില്ല. ഇളനീരുപോലെ തെളിഞ്ഞ, മധുരമായ സംസാരം.

അവർ പ്രസംഗകനെ കുഞ്ഞമ്പുവിന്റെ പുരയിലേക്ക് ആഹാരത്തിനു ക്ഷണിച്ചു.

പുറകിൽ മാറി നിൽക്കുകയായിരുന്ന കോമൻനായർ രാഘവനെ തോണ്ടി.

"നമ്മുടെ ജാഥ! നാളെ വെളുക്കുമ്പം. കുട്ടികളുടെ ജാഥ നടത്താൻ കുട്ടികൾ വരണ്ടേ?"

കോമൻനായരുടെ വെപ്രാളം കണ്ട് പ്രസംഗകൻ ചോദിച്ചു:

"എന്തു ഘോഷയാത്ര?"

"നാളെ ഗാന്ധിജയന്തിയാണ്! സ്കൂളിൽനിന്ന് മടിയൻകൂലോത്തേക്കും അവിടുന്ന് കാളീശ്വരത്തേക്കും ഒരു ഘോഷയാത്രവേണം!"

"അതിനു കുട്ടികൾ മാത്രം മതിയോ? നിറയൂർക്കാരെ വിളിച്ചു കൂടെ?"

"അവർ വരുമോ?"

"വേണ്ടേ?" ഗാന്ധിജി സ്കൂൾ കുട്ടികളുടെ മാത്രമാണോ?"

"എന്നാലും? ഖദർ കുപ്പായവും തൊപ്പിയും സ്കൂൾകുട്ടികൾക്കു മാത്രമേ ഒരുക്കി വച്ചിട്ടുള്ളു.!" ഒരു ക്ഷമാപണസ്വരത്തിൽ കോമൻനായർ പറഞ്ഞു:

"നിറയൂരെ കൃഷിക്കാർക്ക് ഖദർ കുപ്പായവും തൊപ്പിയും വേണ്ട. ഉടുക്കാൻ അഴുക്കുകളഞ്ഞ വൃത്തിയാക്കിയ വസ്ത്രം മതിയാകും! യൂണിഫോം ധരിച്ചിട്ടാണോ നാമെല്ലാം ഭൂമിയിൽ പിറന്നു വീണിരിക്കുന്നത്!"

കോമൻനായരുടെ മ്ലാനത നീങ്ങി. കുട്ടികളും രക്ഷിതാക്കളും അടങ്ങിയ ഘോഷയാത്ര കാളീശ്വരം അങ്ങാടിയിലൊരു പുതുമ തന്നെയായിരിക്കും. കിട്ടേട്ടന്റെ വണ്ണാത്തിപ്പുള്ളുകൾ ഉണർത്തിയ കൗതുകം അവരെ വെടിഞ്ഞിട്ടില്ല, ഇനിയും.

വെള്ളപ്പൊക്കങ്ങളും വരൾച്ചയും മഹാമാരികളും മാത്രം വിശേഷ വിധിയായി അനുഭവിച്ചിട്ടുള്ള നിത്യദരിദ്രരായ ഗ്രാമീണർക്ക് പുതുമകൾ കണ്ട് ഉത്സാഹം പെരുകി.

സ്വയം പരിചയപ്പെടുത്തി, ചെറുപ്പക്കാരൻ: "ഞാൻ അടുത്ത ഗ്രാമത്തിൽ ജനിച്ചവൻ. മദിരാശിയിൽ പഠിക്കാൻ പോയിരുന്നു. പൂർത്തിയാക്കാതെ പോന്നു. വന്നപ്പോഴൊ കയറാൻ ഇടമില്ല. എന്റെ പുര ജന്മി ഇടിച്ചു നിരപ്പാക്കിയിരുന്നു. എനിക്ക് ഒരു മാസത്തെ ഹോസ്റ്റൽഫീസ് അയച്ചുതന്ന പണം ജന്മി കടംകൊടുത്തതായിരുന്നു."

"നിങ്ങൾ എപ്പോഴാണ് നാട്ടിലേക്കു തിരിച്ചു പോന്നത്?" രാഘവൻ ചോദിച്ചു.

"അനന്തേട്ടനെ കണ്ടിട്ടു പോയാൽ പോരേ? കരുവഞ്ചേരി പടിപ്പുര മാളികയിൽ ഈ രാത്രി കഴിച്ചുകൂട്ടാം!"

ആതിഥ്യത്തിന്റെ ആദ്യത്തെ വിരുന്നൂണ് കരുവഞ്ചേരി ജന്മിയുടെ വകതന്നെ ആയിക്കോട്ടെ! ഒരായിരം ചോദ്യങ്ങൾ രാഘവന്റെ ഉള്ളിൽ വിങ്ങിനിന്നു. വെളിച്ചമുള്ള വഴിമുഖങ്ങളന്വേഷിച്ച് അവർ ഇരുട്ടിലൂടെ നടന്നു. കൈയാലയുടെ ഉയരങ്ങളിൽ അരിപ്പൂക്കാടുകൾ ഉറങ്ങിക്കിടന്നു. പൂക്കളുടെ തുടിപ്പ് ഇരുട്ടിൽ അലിഞ്ഞുചേർന്നു.

"നാളെ പുലർന്ന് ഈ ഇടവഴിയിലൂടെ നടക്കുമ്പോൾ ലോകത്തിന്റെ മുഖം മാറിയിരിക്കും. നോക്കൂ, മണംകൊണ്ട് നാം കൊങ്ങിണിപ്പൂക്കളുടെ അടുത്തുകൂടി കടന്നുപോകുന്നതറിയുന്നു. നാളെ രാവിലെ വിരിയാനുള്ള പൂക്കൾ.

"താങ്കൾ പേരു പറഞ്ഞില്ലല്ലോ!" രാഘവൻ വിസ്മയത്തോടെ പറഞ്ഞു.

"ഞാൻ കുഞ്ഞിക്കണ്ണൻ! സുഹൃത്തേ, ഈ വിജനതയിൽ നമുക്കൊരു പാട്ടു പാടിയാലെന്താ?"

രാഘവൻ ഇരുട്ടിൽ നിന്നു ചിരിച്ചു.

"ഇതാ മുഖം മറച്ചു നിൽക്കുന്ന ഈ നാണം കുണുങ്ങി കോമൻനായർ കേമനായൊരു ഗായകനാണ്! ഇദ്ദേഹത്തിന്റെ മുമ്പിൽ പാടാനെനിക്കു ചങ്കൂറ്റമില്ല. നിങ്ങൾ രണ്ടാളും പാടുക. ഏതു പാട്ടാണ്? ഞാൻ കേട്ടുകൊണ്ട് നടക്കാം.

കുഞ്ഞിക്കണ്ണൻ പാടി——

"അക്കരെയുണ്ടൊരു ചെത്തിപ്പൂങ്കുല,
വയക്കോടൻ കോമന്റെ തോട്ടത്തിൽ
ആരു പറിക്കും ചെത്തിപ്പൂ
ആരുടെ ചോരയിച്ചെത്തിപ്പൂ
പയറ്റുപഠിച്ചൊരു കേളൂന്റെ കൈയും
മമ്മട്ടിയേന്തുന്ന കരിയന്റെ കൈയും
മീൻവല വീയുന്ന മുക്കോന്റെ കൈയും
കാലക്കയറു പിടിപ്പോന്റെ കൈയും
പൊങ്ങീലയെന്റെ ചെറുബാല്യക്കാരാ——
നീന്റ്യൊരു കൈയിന്റെ കേമത്തം കാണട്ടെ
നീയല്ലോ കളരീൽ പയറ്റുപഠിച്ചു.
നീയല്ലോ മാണിക്യപെണ്ണിനെ വേട്ടു
എന്നിട്ടവളുടെ ചൂടും ചൂരും...
ഞാനൊന്നും കണ്ടീല, ഞാനൊന്നും മിണ്ടൂല.
അയ്യോടാ കോന്താ ചാവാണ് ഭേദം"

മധുരമനോഹരമായ ഈണത്തിന്റെ ഇഴയിൽ പിടിച്ചു വന്നെത്തിയ ഒരു കിശോര കൗതുകം രാഘവന്റെ ഉള്ളിൽ നൃത്തം ചവിട്ടി. മഞ്ഞുപെയ്യുന്ന മലനിരകളിൽ തട്ടി കുഞ്ഞിക്കണ്ണന്റെ ശബ്ദം ആർദ്രമായി. രാഘവന്റെ ഹൃദയം പിടച്ചു. തെല്ലൊരസൂയയോടെ കോമൻനായർ ഇരുട്ടിന്റെ പുറകെ നടന്നു.

പതിനേഴ്

കാസൻ പട്ടേലർ അടിമകളെ കാണാൻ എഴുന്നള്ളി. കാരണവരുടെ കിളിവാതിലിലൂടെ അനന്തൻ വിശാലമായ വയൽപ്പരപ്പിലേക്കും അതിനപ്പുറം കണ്ണെത്താത്ത തെങ്ങിൻ തോപ്പിലേക്കും നോക്കിയിരുന്നു. ഇത്രവലിയ സാമ്രാജ്യം കൈയിലുണ്ടായിട്ട് *യുവകാഹള*ത്തിന്റെ ഏഴാം ലക്കം അച്ചടിപ്പിക്കാൻ വഴികാണുന്നില്ല. കണ്ണൂരിൽ പോകാൻ കോമൻനായർ ഒരുങ്ങിവരും. ആറാംലക്കം അടിച്ചതിന്റെ പ്രതിഫലം പ്രസുകാർക്കു

കൊടുത്തിട്ടില്ല. അഞ്ചാം ലക്കത്തിന്റെ അച്ചടിക്കൂലി തികച്ചും കൊടുക്കാൻ ഉച്ചിരയുടെ മണിമാല മേടിച്ചു പണയം വച്ചു. ഉച്ചിര ഒരു ശ്വാസം വിടാതെ ആവശ്യം ഉന്നയിച്ചു കഴിയുംമുമ്പ്, മാല അഴിച്ചു കൈയിൽ തന്നു. എന്തിനെന്നോ എത്രനാളത്തേക്കെന്നോ ചോദിച്ചില്ല. പൂമഠത്തിൽ ഉച്ചിര അവളുടെ കുലീനത്വം പ്രകടിപ്പിച്ചു. താനോ? അനന്തൻ ദുഃഖഭാരത്തോടെ മുഖം കുനിച്ചു. പടിപ്പുരമാളികയിൽ കാരണവരുടെ സ്വകാര്യമുറിയിൽ മധുരക്കള്ളു നിറച്ചു വയ്ക്കാനെത്തിയ അമ്പുനായരോട് അനന്തൻ പറഞ്ഞു:

"കാർന്നോര് ഒരു മാസം കഴിഞ്ഞേവരൂ."

അമ്പുനായർ കള്ളുകുടവുമായി വാതിൽക്കൽ ഒരുനിമിഷം നിന്നു. അനന്തൻ പറഞ്ഞു:

"ഒഴിച്ചോളൂ."

കുടം കാലിയാക്കി അമ്പുനായർ കോണിയിറങ്ങുമ്പോൾ അനന്തൻ ചോദിച്ചു.

"പടിക്കലാരാ ഉള്ളത്?"

നിറയൂര് പൊക്കൻകുഞ്ഞി! വലിയ പൊക്കന് കുരിപ്പാത്രെ!

"കുരിപ്പോ?"

"കുരിപ്പ്!"

"കള്ള് കളയ്"

അമ്പുനായർ കാരണവരുടെ മുറിയിലേക്കു നീങ്ങി.

അനന്തൻ എഴുന്നേറ്റു. ഉഴുത മണ്ണിൽ എള്ളെറിയുന്ന ഒരു ഗ്രാമീണൻ മലഞ്ചെരുവിന്റെ വിശാലതയിൽ ഒരാശാരിപ്രാണിപോലെ പ്രത്യക്ഷപ്പെട്ടു. ശൂന്യാകാശത്തിന്റെ വരണ്ട മിഴിയിൽ ചൂണ്ടി അയാൾ ഭൂമീദേവിയോടു പരാതി പറയുകയാണെന്നു തോന്നി.

"ഇനി എന്താ ചെയ്യ്യാ?" പുറകിൽ ഒരു ചോദ്യം.

"അച്ചടിക്കാൻ കൊടുത്തിറ്റ്ണ്ട്. നാളെ കിട്ടും. കോമൻനായർ മാഷെ അയക്കുന്നുണ്ട്."

വാതിൽ മെല്ലെ ഞരങ്ങി.

"ഇങ്ങനെ തുടങ്ങ്യാല് പാട്ടം വരാന്ള്ള ഭൂമിയൊക്കെ പൊളിച്ചെഴുതാതെ കൈമാറിപ്പോകും!"

"അച്ചടിക്കൂലി ഒരിക്കൽ കൊടുത്തില്ലെങ്കിൽ മറ്റൊരിക്കൽ കൊടുക്കും. ഇനിപ്പൊ മാസിക നിർത്താമ്പറ്റ്വോ? എന്താണു രാഘവാ നീയിങ്ങനെ?"

കാര്യസ്ഥൻ പരുങ്ങലിലായി. അയാൾ രണ്ടും കൽപ്പിച്ചു വാതിൽ മലർക്കെ തുറന്നു.

"ഗാന്ധിജിയുടെ ജന്മദിനാഘോഷത്തിനു കൊഴുപ്പുണ്ടാക്കണം. റിപ്പോർട്ടുകൾ എല്ലാ പത്രങ്ങളിലും വരണം! *കലാമഞ്ജരി*യിലും വരണം!"

"അനന്തേട്ടാ അമ്പുനായരാണോ റിപ്പോർട്ട് തയ്യാറാക്കുന്നത്?" വാതിൽക്കൽ വന്നുചേർന്ന രാഘവൻ പൊട്ടിച്ചിരിച്ചു.

അനന്തൻ പെട്ടെന്നു തിരിഞ്ഞുനോക്കി. കാര്യസ്ഥൻ അമ്പുനായരുടെ മുമ്പിൽ ജാള്യം മറച്ചു.

മേശമേൽ പുതുതായി ചില്ലിട്ടു കൊണ്ടുവന്ന ഗാന്ധിജിയുടെ പടം, അനന്തൻ പടം നോക്കി മന്ദസ്മിതം തൂകാൻ ശ്രമിച്ചു.

“ഇതു നാളെ പുതിയ കോട്ടയിൽ ആനപ്പുറത്ത് എഴുന്നള്ളിക്കണം. മടിയൻകൂലോത്തു തൊഴുതിട്ടുവേണം ഇറങ്ങാൻ!”

അമ്പുവിനോടു പോകാൻ രാഘവൻ ആംഗ്യം കാണിച്ചു. അമ്പു പോയില്ല. വാതിൽ മറഞ്ഞുനിന്ന് അയാൾ പറഞ്ഞു:

“വണ്ണാൻ രാമന്നു കച്ചീട്ടെഴുതിക്കൊടുത്ത ഭൂമി കുഞ്ഞീതിന്റെ ബീടര്ക്ക് ബിറ്റൂന്ന്!”

“ന്റ്റ ബീടരോ?” അനന്തന്റെ ചോദ്യം കേട്ട് രാഘവൻ ഉറക്കെ ചിരിച്ചു. അമ്പുനായർ വാപൊത്തി.

“നിറയൂരെ രാമനോ?” അനന്തന്റെ നെറ്റി ചുളിഞ്ഞു.

“ഓൻ തന്നെ!”

“ങ്ഹാ! എന്താത്രെ വിറ്റത്?”

“പെണ്ണിനെ കെട്ടിക്കാനാണ്ത്രെ! ആ പെണ്ണിന്റെ താലികെട്ടു കല്യാണത്തിനാ അഞ്ചുറുപ്യവാങ്ങിയത്. അതും പലിശയും കൂടി ഇപ്പൊ ഓനെ അവ്ട്ന്ന് കുടിയെർക്കേണ്ട പാങ്ങിലാക്കീറ്റ്ണ്ട്. ആ ഭൂമിയാ ഓൻ ചോദിക്കാണ്ടെ, പറയാണ്ടെ വിറ്റത്!”

“എന്നാ പെണ്ണിന്റെ മംഗലം?”

“ഇന്ന്വന്നെ!”

“ഉടനെ ആൾക്കാരെ വിട്ടു വണ്ണാൻ രാമനോട് വരാമ്പറ! ഓൻ മംഗലം നടത്തുന്നതൊന്നു കാണാലോ! ഒരഹമ്മതി!”

അമ്പുനായർ ആശ്വാസത്തോടെ പിൻവാങ്ങി. ചെറിയോറ്! ചെറിയോറു മോശമല്ല. ചൊടീം ചൂരുംണ്ട്.

രാഘവൻ ഞെട്ടി. ഏട്ടന്റെ ഈർഷ്യയും അരിശവും പുരണ്ട മുഖത്തുനോക്കി രാഘവൻ വിചാരിച്ചു.

ഈ മനുഷ്യനോ ഗാന്ധിജയന്തി കൊണ്ടാടാൻ പോകുന്നത്? മംഗലം മുടക്കലും പെണ്ണിനെ പിടിച്ചെടുക്കലും ഇവിടെ പുത്തനല്ല. പക്ഷേ, അനന്തേട്ടൻ തറവാടു ഭരിക്കുന്നേരം—മഹാത്മജിയുടെ പടത്തിനു മുന്നിൽ നിന്നുകൊണ്ട്—അനന്തേട്ടൻ കാർണവരുടെ വഴിക്കു പൊയ്ക്കൂടാ—

“അനന്തേട്ടാ!”

അനന്തനു കലശലായ കോപം വന്നു. കാര്യങ്ങൾ നീട്ടിക്കൊണ്ടുപോകാൻ അയാൾ ആഗ്രഹിച്ചില്ല. ഒന്നിനു പുറകെ മറ്റൊന്നായി പ്രശ്നങ്ങൾ വന്നുകൊണ്ടേയിരിക്കും. ഒന്നൊന്നരമാസം എല്ലാം ചുമക്കാൻ ഈയൊരു അനന്തൻ!

“ഒരു വണ്ണാത്തൻ നെലയ്ക്കു നിർത്താൻ ഒരു പട കാര്യസ്ഥന്മാരുണ്ടായിട്ട് ഇതുവരെ നിങ്ങൾക്കാർക്കും കഴിയാത്തതെന്ത്?” രാഘവൻ ചോദിച്ചു.

അമ്പുനായർ അക്ഷണം കോണിയിറങ്ങി രക്ഷപ്പെട്ടു.

അനന്തൻ ഈറയോടെ രാഘവന്റെ നേർക്കു തിരിഞ്ഞു.

“നീ മിണ്ടണ്ട, രാഘവാ! ആവശ്യംല്ലാത്ത കാര്യങ്ങളിൽ തലയിടേണ്ട!”

രാഘവൻ ഞെട്ടി, മുമ്പിൽ നിൽക്കുന്നതു തന്റെ കൂട്ടുകാരനായ, പ്രിയപ്പെട്ടവനായ, അനന്തേട്ടനല്ല. ദുഷ്പ്രഭുത്വത്തിന്റെ മൂർത്തീകരണം. കാരണവരുടെ മകനെന്നും പറഞ്ഞ് നടക്കുന്ന, താൻ വിഡ്ഢി! “രാഘവാ, നീയ്യി കരുവഞ്ചേരിയിലെ ആരുമല്ല! നേരത്തിന് ആഹാരം കിട്ടിയാൽ കഴിക്കാം. സുഖമായി കിടന്നുറങ്ങാം. വേണമെങ്കിൽ ദാസിമാരിലൊരുത്തിയെ കൂടെകിടത്താം. അതിലപ്പുറം നിനക്കൊന്നും ചെയ്യാൻ പറ്റില്ല. ഇവിടെ.”

രാഘവന്റെ മുഖത്തെ പേശികൾ വലിഞ്ഞു, ഹൃദയം കനത്തു. മെല്ലെമെല്ലെ മിഴികൾ നനയാൻ തുടങ്ങി. അവൻ *യുവകാഹള*ത്തിനുള്ള ലേഖനം മേശമേലിട്ടു പുറത്തുകടന്നു. കോണിയിറങ്ങിപ്പോയി.

“താനെന്തൊരു വിഡ്ഢി! രാഘവൻ വിചാരിച്ചു. ഇവടത്തെ ക്ഷുരകന്മാരും അലക്കുകാരും തെയ്യക്കാരും കുടിയാന്മാരുമൊന്നും അനന്തേട്ടനു നൽകുന്ന പരിഗണനയുടെ പത്തിലൊരംശം തനിക്കു നൽകുന്നില്ലല്ലോ! അനന്തേട്ടൻ ഉണ്ണാനെത്തിയില്ലെങ്കിൽ നാലുതവണ അമ്പുനായർ കോണികയറി ഓർമിപ്പിക്കും. താനോ? അനന്തേട്ടന്റെ കൂടെ ഇറങ്ങിച്ചെല്ലും! നാണംകെട്ട അന്നം.

ഏകനായപ്പോൾ അനന്തൻ ഉണർന്നു. മേശമേൽ *യുവകാഹളം* ഛിന്നഭിന്ന രൂപത്തിൽ, ഇല മുറിക്കുന്ന മാലിങ്കൻ മണിയാണി കോണികയറിവന്നു.

“വിളിക്കണു!”

“ആര്?”

“നാല് കെട്ടില്!”

അനന്തന്റെ മുഖത്ത് പരിഭ്രമം പാറി. ഉച്ചിര ആയിരിക്കുമോ? ഉച്ചിര ഇതുവരെ തന്നെ വിളിപ്പിച്ചിട്ടില്ലല്ലോ!

മുറി അടച്ചുപൂട്ടി താക്കോൽ രഹസ്യസ്ഥാനത്തു വച്ച് അനന്തൻ നാലുകെട്ടിലേക്കു തിരിച്ചു. വൈകുന്നേരത്തെ യോഗത്തിനുള്ള ഏർപ്പാടുകൾ മുഴുമിപ്പിക്കാൻ രാഘവനെ ഓർമിപ്പിച്ചില്ല. രാഘവൻ പെട്ടെന്ന് ഇറങ്ങിപ്പോയതെന്തിന്? അവൻ പിണങ്ങിയോ, പെണ്ണുങ്ങളെപ്പോലെ?

കോണികയറി ചെല്ലുമ്പോൾ മന്ദ്രമധുരമായ ഒരു വീണയുടെ തേങ്ങൽ. അനന്തൻ കോണിയുടെ പടവുകൾ മുഴുവനും കയറാതെ കാത്തു. ദേവയാനിയുടെ മുറിയിൽ നിന്ന്.

ദുഃഖാത്മകമായ ഗാനം അനന്തന്റെ ഉള്ളിൽ പോറലുള്ളവാക്കി. ദേവയാനിയുടെ വീണവായന കേട്ടിട്ട് അനേകം ദിനങ്ങളായി. ഒരു മരുഭൂമിയുടെ അപ്പുറത്തുനിന്നു സ്നേഹത്തിന്റെ ആർദ്രത തേടിയെത്തുന്ന ചിറകടിപോലെ. തളർന്ന ചിറകുകൾക്ക് എന്താണാശ്വാസം നൽകുന്നത്?

ഒരു കുറ്റബോധം താനറിയാതെ അനന്തന്റെ ഉള്ളറയിൽ പ്രവേശിച്ചു. വൈദ്യരമ്മാവൻ ദേവയാനി എന്നു പേരിട്ടിരുന്ന, കരുവഞ്ചേരിയുടെ വിശാലമായ തളങ്ങളിൽ തളയും വളയും കിലുക്കി ഓടിച്ചാടി നടന്നിരുന്ന, നാടടക്കം പങ്കുകൊണ്ട ഒരു താലികെട്ടു കല്യാണം നടത്തിയ തറവാട്ടിലെ ഏക പെൺകുട്ടിയെ തനിക്കെങ്ങനെയാണ് മറക്കാൻ കഴിഞ്ഞത്!

ദേവയാനിയുടെ പുടമുറി നടക്കുന്ന നാൾ മംഗലാപുരത്തു പഠിക്കുകയായിരുന്നു, അന്തൻ. പരീക്ഷയായതുകൊണ്ടു മംഗലത്തിനു വന്നില്ല. കൽക്കത്തയിലൊരു വെള്ളക്കാരന്റെ കമ്പിനിയിൽ ഉയർന്ന പദവിയിലിരിക്കുന്ന നീലകണ്ഠൻനായർ ദേവയാനിക്കു പുടവകൊടുത്തെന്നറിഞ്ഞപ്പോൾ ഏറ്റവും ആനന്ദിച്ചത് അനന്തനായിരുന്നു. അനന്തന്റെ സ്വപ്നങ്ങൾക്ക് വെള്ളച്ചിറകുകൾ ഉണ്ടായി. തന്റെ തറവാടിന്റെ ഇരുണ്ട മൂലകളിലേക്ക് ആധുനിക വിദ്യാഭ്യാസത്തിന്റെ പ്രകാശ രശ്മികൾ കടന്നുവരികയാണെന്നതിൽ ആശ്വസിച്ചു. നീലകണ്ഠൻനായരെ കാണാൻ അനന്തനു ബദ്ധപ്പാടുണ്ടായിരുന്നു.

സ്കൂൾ അടച്ച് അനന്തൻ എത്തിയപ്പോൾ സഹോദരീഭർത്താവ് കൽക്കത്തയ്ക്കു തിരിച്ചുപോയി കഴിഞ്ഞിരുന്നു. ഒരു പ്രതിമയായി കഴിഞ്ഞ ദേവയാനിയോട് അനന്തൻ ചോദിച്ചു:

"നീലേട്ടൻ ഇനി എന്നുവരും?"

"അറിയില്ല!"

വാക്കുകളുടെ പഴുതടച്ച് അവൾ അന്തഃപുരത്തിൽ സ്വന്തം അറയിലേക്കു തലവലിച്ചു. അവളുടെ അറവാതിൽ ഒരു മണ്ഡകത്തിന്റെ കവാടമായി. അതു തുറക്കുന്നതാരും കണ്ടില്ല. ദേവയാനി കുളത്തിൽ കുളിക്കാനല്ലാതെ പുറത്തിറങ്ങുന്നില്ലെന്ന് അനന്തൻ കാലക്രമേണ അറിഞ്ഞു. ഒരുകാലത്ത് അവൾ വായിച്ചിരുന്ന വീണ ഇടയ്ക്ക് അറയിലിരുന്നു കാതരസ്വരത്തിൽ തേങ്ങുന്നത് തുറന്നിട്ട ജാലകത്തിലൂടെ പുറത്തു കേൾക്കാമായിരുന്നു. പിന്നീട് അതു നിലച്ചു. ജാലകം അടഞ്ഞു. മാടപ്രാവുകൾ ചേക്കേറുന്ന ഉയരത്തിലുള്ള ഒരു വാതായനം മാത്രം തുറന്നുകിടന്നു. അവൾ പ്രാവുകളോടു സംസാരിച്ചു. വാതായനത്തിലൂടെ എത്തിനോക്കുന്ന നിലാത്തുണ്ടിനോടും നീലരാവിനോടും മന്ത്രിച്ചു. അവൾ ക്ഷേത്രത്തിൽ പോയില്ല. വൃക്ഷശിഖരങ്ങളിൽ മിന്നാമിനുങ്ങുകളുടെ ദീപക്കാഴ്ച കണ്ടു.

പിന്നീട് ഓരോരുത്തരായി അവളെ മറന്നു. അവൾക്കുള്ള ആഹാരവുമായി മാളികയിലെത്തുന്ന ദാസി പാറ്റയെന്ന മധ്യവയസ്ക ആരോടും അവളെപ്പറ്റി സംസാരിച്ചില്ല.

ഒരുനാൾ വൈദ്യരമ്മാവൻ അനന്തനോടു ചോദിച്ചു:

"ദേവയാനി ഉച്ചിരയുമായി ഇടപഴകുന്നില്ലേ?"

അനന്തനു ലജ്ജ തോന്നി.

ഉച്ചിരയുടെ കുടിവയ്പ്പിന്റെ ദിവസത്തിൽപോലും തന്റെ ഏക പെങ്ങൾ പുറത്തു വരാത്തതിൽ തനിക്കു ഖേദം തോന്നിയില്ലല്ലോ!

അകലെനിന്നു വന്ന ബന്ധുക്കൾ ചോദിച്ചു: "എന്താണ് ദേവയാനി വാതിൽ തുറക്കാത്തത്?" ഉണിക്കാളിയമ്മായി പറഞ്ഞു:

"ഓളെ വാതിലുകൾ മറ്റുള്ളോര് ആദ്യേ അടച്ചു. പിന്നെ ഓളാരെ കാത്തിരിക്കണം? എന്തിന് വാതിൽ തുറക്കണം?"

ഉണിക്കാളിയമ്മായിയോട് കൂടുതൽ വിവരങ്ങൾ ചോദിച്ചറിയാൻ ആർക്കുമുണ്ടായില്ല ധൈര്യം.

ദേവയാനിക്ക് എന്താണ് സംഭവിച്ചതെന്ന് വളരെ നാളുകൾക്കു ശേഷം രാഘവൻ പറഞ്ഞു. നീലേട്ടൻ അവരെ കൽക്കത്തക്കു കൊണ്ടു പോകാനാഗ്രഹിച്ചു. കാരണവർ പറഞ്ഞു:

"കോരപ്പുഴ കടന്ന് നീയവളെ കൊണ്ടുപോയാൽ പിന്നെ ഇങ്ങട്ട് കടക്കണ്ട!"

"യാത്രക്കുള്ള തുകൽപ്പെട്ടിയടക്കം നീലേട്ടൻ കൊണ്ടുവന്നിരുന്നു. പെട്ടിയിൽ ജാക്കറ്റുകളും പട്ടുസാരികളും."

കുരുവഞ്ചേരി കാരണവരായ കംസൻപട്ടേലർ കൽപ്പിച്ചു:

"വേതക്കാര്ടെ എടേലേക്ക് ഓള് പോവ്വാണെന്ന് ഉറപ്പിച്ചെങ്കില് ആയിക്കോട്ടെ! കുപ്പായമിട്ട് മാനം കളയാൻ ഓൾക്ക് വിചാരം ഉണ്ടെങ്കിൽ പിന്നെ ഓളെ ഇപ്പടി കയറ്റുകയില്ല."

പിന്നീട് ശങ്കരൻനായനാർ ഗൗരിയെ ബംഗ്ലാവിൽ കൊണ്ടുപോയി വെൽവെറ്റ് ജാക്കറ്റിടീച്ച് സാരിയുടുപ്പിച്ച് കാറിൽ സിനിമകാണാൻ കൊണ്ടുപോയി. വെള്ളക്കാരുടെയിടയിലിരുന്ന് ഗൗരി ചായകുടിച്ചുവത്രെ!

അങ്ങനെ ഗൗരിയും കാരണവർക്ക് നഷ്ടമായി, ഉണിക്കാളിയമ്മായി ഒരു ദിവസം അമ്മാവനോടു ചോദിച്ചു:

"ഈടെ പെണ്ണുങ്ങക്കെന്തിനാ അന്തഃപുരം. പകരം ഒരു കന്നാലി തൊഴുത്തു മതി!"

കംസൻപട്ടേലർ ഉണിക്കാളിയമ്മയ്ക്കു കീഴടങ്ങി. പക്ഷേ പഴയ തെറ്റു തിരുത്തുന്നതിനെക്കാളെളുപ്പം മറക്കുകയാണെന്ന് എല്ലാവരും കണ്ടെത്തി.

ഇന്ന് ഏതു മാന്ത്രികവിദ്യയാലാണ് ഉച്ചിര ദേവയാനിയുടെ കവാടം തുറപ്പിച്ചത്! പട്ടുതുണിയിൽക്കൂടി അരിച്ചെത്തുന്ന നേർമ്മയായ പനിനീർച്ചാറ്റൽ.

അനന്തൻ കോണികയറി തളത്തിൽ നിന്നു. ഉച്ചിര പുറത്തുവന്നു.

വൈകുന്നേരം സ്ത്രീസമാജത്തിനു വരേണമെന്ന് രാഘവൻ പറയുന്നു.

ഒരു നീണ്ട നിമിഷനേരം ഉച്ചിര ഭർത്താവിന്റെ കണ്ണിൽ നോക്കി നിന്നു. അവൾക്ക് മുമ്പില്ലാത്ത ഒരു ഇച്ഛാശക്തി ഉണ്ടെന്ന് അനന്തൻ കണ്ടു. ചൊൽപ്പടിക്ക് അന്തഃപുരത്തിൽ കഴിഞ്ഞുകൂടുന്ന ഒരു പാവം പെൺകുട്ടിയല്ല ഇത്.

സ്ത്രീസമാജത്തിനു വരാൻ ഇതിനു മുമ്പും അനന്തൻ ഭാര്യയെ നിർബന്ധിച്ചിട്ടുണ്ട്. കാരണവർ അനുകൂലിക്കില്ല എന്നറിഞ്ഞിട്ടും അന്ന് അവൾ പറഞ്ഞു:

"ഞാനില്ല, സഭ കൂടാൻ. എനിക്കീടെ ഉള്ളതെല്ലാം മതി!"

വെള്ളവസ്ത്രം ധരിച്ച് നിഴലിൽ വിടർന്നൊരു ചെമ്പകപ്പൂപോലെ ദേവയാനി വാതിലിനപ്പുറം മാഞ്ഞു.

അനന്തൻ പത്നിയോടൊപ്പം തന്റെ കിടപ്പറയിലേക്കു നടക്കുമ്പോൾ പുച്ഛസ്വരത്തിലൊരു ആട്ടുപോലെ ദേവയാനിയുടെ കതക് ആഞ്ഞടഞ്ഞു. അനന്തൻ ഞെട്ടി. അയാളുടെ മുഖം ചുവക്കുന്നതും നോക്കി ഉച്ചിര ചോദിച്ചു:

"പെങ്ങളോടൊന്നും മിണ്ടാത്തതെന്തേ?"

"ഉച്ചിരെ, അവൾ എന്റെ മുഖത്തു നോക്കുകയില്ല."

ഉച്ചിര മന്ദമായി ചിരിച്ചു. ദേവയാനി വീണ വായിക്കാൻ മറന്നിട്ടില്ല.

അനന്തൻ വൈകുന്നേരത്തെ സ്ത്രീസമാജത്തെക്കുറിച്ച് ആലോചിക്കാൻ തുടങ്ങി. കീഴൂരാണ് യോഗം. ചെമ്മരത്തിയാണ് അധ്യക്ഷ. അവളുടെ സമുദായത്തിലെ അംഗങ്ങളുടേതാണ് സഭ.

ഇവിടെ പുതിയ കോട്ടയിൽ, നായർ സ്ത്രീസമാജം ഉണ്ടായിരുന്നു. എന്നിട്ട് ഉച്ചിര വന്നില്ല. ഇപ്പോൾ അരയസ്ത്രീസമാജത്തിനു വരേണമെന്ന് ശാഠ്യം. പെണ്ണിന് കുബുദ്ധി തന്നെ!

ഒരിക്കൽ രാഘവൻ ചോദിച്ചു:

"എന്തിനാണ് ജാതിതിരിച്ചുള്ള സഭകൾ?"

ശങ്കരൻനായനാറും പരമേശ്വരൻനമ്പൂരിയും മറ്റും അടങ്ങുന്ന ജന്മിസഭയാണ്, ജാതി തിരിച്ചുള്ള സഭകൾ ഉണ്ടാക്കണം എന്നു വാദിച്ചത്.

"എന്നാലേ അവർക്കിടയിൽ യോജിപ്പുണ്ടാകൂ." പരമേശ്വരൻനമ്പൂതിരി പറഞ്ഞു.

നിറയൂരും കീഴൂരും മേച്ചേരിയുമെല്ലാം വണ്ണാൻസഭ, മലയർസഭ, തീയസഭ, നമ്പീശൻസഭ അങ്ങനെ പലതുമുണ്ടായി. വാസ്തവത്തിൽ സഭ കൂടി, മുറുക്കിത്തുപ്പി, അടക്കയ്ക്കും തേങ്ങയ്ക്കും വിലയില്ലായ്മയെ പഴിച്ച് പിരിഞ്ഞു പോവുകയല്ലാതെ പുരോഗതിയിലേക്കുള്ള പാതയൊന്നും വെട്ടി തെളിയിക്കാൻ അവർ മെനക്കെട്ടിരുന്നില്ല.

രാഘവൻ പറഞ്ഞു:

"ഇതല്ല നമ്മുക്കാവശ്യം! മനുഷ്യനെ കള്ളറകളിലാക്കുന്നത് അവന്റെ ഐക്യവും വീര്യവും കെടുത്തും! അരയസ്ത്രീസമാജവും നായർസ്ത്രീസമാജവും വേറെവേറെ ഉണ്ടാക്കിയാൽ സ്ത്രീകളുടെ ഇടയിലെ അനാചാരം അവസാനിക്കുമോ? അരയസ്ത്രീകളിൽ ചിലരുടെ അഴിഞ്ഞ ജീവിതം നേരെയാകുമോ?" രാഘവന്റെ വാക്കുകളുടെ വ്യംഗ്യം അനന്തനെ ക്ഷോഭിപ്പിച്ചു.

ഇപ്പോൾ അനന്തൻ രാഘവന്റെ കളിയെ നേരിടേണ്ടിയിരിക്കുന്നു.

"അരയസ്ത്രീസമാജത്തിന് ഉച്ചിര വരേണ്ട?! പക്ഷേ, വാക്കുകൾ അനുസരണയില്ലാതെ അളയിൽ കിടന്നു.

ഇന്ന് സമാജത്തിനു വരുമ്പോൾ, കോമൻനായർ ഒരു നാടകം എഴുതിക്കൊണ്ടുവരാമെന്നേറ്റിട്ടുണ്ട്. ധനുമാസത്തിൽ സ്ത്രീകളെക്കൊണ്ടഭിനയിപ്പിക്കാൻ.

തന്റെ സ്വകാര്യ ജീവിതവും പൊതുജീവിതവും കൂടി കലരുന്നത് അനന്തനെ വല്ലാതെ അസ്വസ്ഥനാക്കി. ജീവിതം മുഴുവനും ഒരു മിശ്ര ഭോജനമായി മാറുന്നത് അയാൾ കണ്ടു.

ഉച്ചിരയോടു സംസാരിക്കാതെ അയാൾ കോണിയിറങ്ങി, പടിപ്പുര മാളികയിലെ, തന്റെ സ്വകാര്യ ലോകത്തിലേക്കു നടന്നു.

പതിനെട്ട്

വണ്ണത്താൻ രാമന്റെ മകളുടെ കല്യാണം മുടക്കാൻ പോയിരുന്നവർ ആരവത്തോടെ തിരിച്ചുവന്നു. അവരുടെ കൈയിലെ തീവെട്ടികൾ എരിഞ്ഞു തീരാറായിരുന്നു. ആരവം കേട്ടാണ് അനന്തൻ ഉണർന്നത്. കിളിവാതിലിലൂടെ രുദ്രകാളിയുടെ കനൽക്കണ്ണുകൾ എരിയുന്നതു കണ്ടു. നടുമുറ്റത്തു വന്നെത്തിയ കിങ്കരന്മാർ പുലർവെളിച്ചത്തിനു മുമ്പിലെ ഇരുട്ടിൽ, ശേഷിച്ച ചൂട്ടുകൾ വീശി. ഇര, ഗോചരമായി, വണ്ണത്താൻ രാമന്റെ പേക്കോലം കന്നുകാലിയുടേതുപോലെ തിളങ്ങുന്ന കണ്ണുകൾ. കംസൻപട്ടേലറുടെ പിന്തുടർച്ചക്കാരന്റെ മുമ്പിൽ തങ്ങളുടെ ശൗര്യം കാണിക്കാൻ വെമ്പലാർന്ന കിങ്കരന്മാർ മൊഴിഞ്ഞു!

"ഒടേതെ ഇവന്റെ പടം ഇന്നത്തേതോടെ ചാഞ്ഞു!"

നേരം പുലരുംവരെ അവർ പടിപ്പുരയുടെ പുറത്തു കാത്തുനിൽക്കുകയായിരുന്നു. ജാതിവരമ്പിനപ്പുറം അങ്ങനെ എത്ര നാളുകൾ വേണമെങ്കിലും നിൽക്കും അവർ.

പുലർന്നപ്പോൾ അവർ മുറ്റത്തെത്തി ആചാരം ചെയ്തു. ഓച്ഛാനിച്ചു. വണ്ണത്താൻ രാമനിൽ ഉയിരു ശേഷിച്ചിട്ടുണ്ടോ എന്നറിയില്ല.

അനന്തൻ കാച്ചിയ എണ്ണയും കുഴമ്പും തേച്ചു കുളിച്ചു. കുറിയിട്ടു. അലക്കിമടക്കിയ ഖദർഷാൾ. പിന്നെ ഒരു ഖദർതൊപ്പിയും. പടിയിറങ്ങി മുറ്റത്തെത്തിയ അനന്തന്റെ കൈയിൽ ഖദർ നൂലിൽ തീർത്തൊരു മാല ഉണ്ടായിരുന്നു. തലേന്നാൾ ചില്ലു കൂട്ടിലാക്കിയ ഗാന്ധിജിയുടെ പടം താങ്ങി അമ്പുനായർ മുമ്പേ നടന്നു. ചില്ലുകൂട്ടിലിരുന്നു പുഞ്ചിരി തൂവുന്ന മഹാത്മാവിന്റെ മിഴികളിലെ ആർദ്രത ആരുടേയും കണ്ണിൽപ്പെട്ടില്ല.

അനന്തൻ പറഞ്ഞു:

"കച്ചീട്ടിനെ മാനിക്കാത്തവന് ഒന്നേകാൽപണം പിഴപ്പിച്ചള."

ഒരു പലകപ്പുറത്തു വെള്ളക്കടലാസുമായി ഒന്നാം കാര്യസ്ഥൻ ചാത്തുനായരെത്തി.

അനന്തൻ പറഞ്ഞു:

"ഇതിലൊരു ചുണ്ടൊപ്പു വെക്കാൻ പറ."

ചാത്തുനായർ വണ്ണത്താൻ രാമനെ കെട്ടുംമുരട്ടിൽനിന്നഴിച്ചു. കരിക്കൊള്ളി പോലത്തെ കൈ സ്വതന്ത്രമാക്കി.

വണ്ണത്താൻ രാമൻ ഒരു കത്തിക്കരിഞ്ഞ ഏത്തക്കാലുപോലെ നിന്നു. അവന്റെ തലയോട്ടി ശൂന്യമായിരുന്നു.

“നിയ്യ് ഒപ്പ് വെക്കില്ല അല്ലേ?” അനന്തൻ പോക്കറ്റിലെ വാച്ചെടുത്തു സമയം നോക്കി.

“നല്ലോരു കാര്യത്തിനിറങ്ങിയപ്പോൾ വന്നു. ഒരു ശകുനം മുടക്കി!”

കിങ്കരന്മാർ വാക്കൈപൊത്തി. ഭാവിപരിപാടിക്കു ചെവിയോർത്തു.

“—ഇവനിപ്പോ ആലയ്ക്കൽ നിക്കട്ടെ! ഞാൻ സഭകഴിഞ്ഞു വരാം.”

“ഒടയതെ...” തീയിൽ വേവുന്ന കുടിലിന്റെ മോന്തായം വീഴുമ്പോഴുള്ള അലർച്ച. ജീവിതകാലം മുഴ്വോനും അധ്വാനിച്ചു കുത്തിക്കോട്ടി രൂപപ്പെടുത്തിയ കുടിലിതാ കത്തിച്ചാമ്പലാവുന്നു. വണ്ണാത്തൻ രാമന്റെ വേകുന്ന കാതലിന്റെ വിങ്ങൽ കാണാൻ നിൽക്കാതെ അനന്തൻ നടത്തത്തിനു വേഗത കൂട്ടി. ഹൃദയം കീറിവരുന്ന ഒരു രോദനത്തിന്റെ അലകൾ പിന്തുടർന്നു. കേൾക്കാൻ വയ്യ!

കിങ്കരന്മാർ വണ്ണാത്തൻ രാമനെ കാലിയൊഴിഞ്ഞ കന്നുകൂടിനടുത്ത് ഒരു മൂലയ്ക്ക് കയർകൊണ്ടു വരിഞ്ഞുകെട്ടി.

രാമന്റെ ചങ്കിൽനിന്നു കാലന്റെ കൂവൽപോലെ ഒരപശബ്ദം ഉയർന്നു.

“കുറച്ചു വെള്ളം കാട്ടിക്കള!” ചാത്തുനായർ കാലിയാൻചെക്കനോട് ആജ്ഞാപിച്ചു. പുൽവട്ടിയിലെ വെള്ളത്തൊട്ടിയിൽനിന്നു പുളിച്ചു കൊഴുത്ത കഞ്ഞിയുടെ പാട നീക്കി ഒരു ചിരട്ടയിൽ കോരിയെടുത്ത് ചെക്കൻ ബന്ധിതനായ രാമന്റെ വരണ്ട തൊണ്ടയിൽ പകർന്നുകൊടുത്തു. ഒരു നായയെപ്പോലെ രാമൻ ചുണ്ടുകൾ പലകുറി നക്കിത്തുടച്ചു. കുറെക്കൂടി വെള്ളം—ചെക്കൻ കാലിതെളിച്ച കൈയാല ഇറങ്ങിക്കഴിഞ്ഞിരുന്നു.

* * *

വള്ളിത്തോപ്പ് സ്കൂൾമുറ്റത്തുനിന്നാണ് ജാഥയുടെ തുടക്കം. സ്കൂൾ പരിപാടിയും ഉൾക്കൊള്ളുന്നതിനാൽ അത് ഭൂപാലമംഗളത്തോടെ വേണമെന്നു കർത്തവ്യബദ്ധനായ ഹെഡ്മാസ്റ്റർ കുഞ്ഞീഷ്ണൻനായർ പറഞ്ഞു. കിട്ടേട്ടൻ ഉണ്ടായിരുന്നെങ്കിൽ എതിർത്തേനെ. കിട്ടേട്ടൻ എത്തിയിരുന്നില്ല. അദ്ദേഹത്തിന്റെ വണ്ണാത്തിപ്പുള്ളുകളുടെ തിളങ്ങുന്ന കണ്ണുകളും വെണ്മയാർന്ന കുപ്പായങ്ങളും കാഴ്ചയിലില്ല.

ജാഥയൊരുങ്ങി. മുമ്പിൽ ശങ്കരനാന, പാപ്പാൻ കൂപ്പൻ. നെറ്റിപ്പട്ടം കെട്ടിയ ആനപ്പുറത്തു കാഷ്മീരിതയ്യൽവേല ചെയ്ത ഖദർഷാൾ വിരിച്ചു. ഗാന്ധിജി ആനപ്പുറത്തു തനിയെ നിൽക്കുകയില്ല. അദ്ദേഹം ആൽത്തറയിലിരുന്നു ഗ്രാമീണരെ നോക്കി പുഞ്ചിരിച്ചു.

“—അനന്തൻചെറിയോറ് കേറട്ടെ!” കുഞ്ഞീഷ്ണൻനായർ അനന്തന്റെ മുമ്പിലെത്തി വെറ്റിലക്കറയിൽ കുരുതി ചാർത്തി നിൽക്കുന്ന കുറ്റിപ്പല്ലുകൾ വെളിക്കു കാണിച്ചു. താണു വണങ്ങി മൂന്നടി മുമ്പോക്കം നടന്ന്, ഒരടി പുറകോട്ടുവച്ചു കുഞ്ഞീഷ്ണൻനായർ.

“അതു വേണോ മാഷേ! ഞാൻ ആനപ്പുറത്തു കയറിയാൽ ജാഥ ആരു നയിക്കും? ഞാനും കോമൻനായരുമാഷും കൊടിപിടിച്ചു മുമ്പേ നടക്കും!”

കരുവഞ്ചേരി ശങ്കരനാനയുടെ പുറത്തു കയറാൻ പിന്നെയുള്ള അധികാരം രാഘവനുതന്നെ.

രാഘവൻ എണ്ണതേച്ചു കുളിച്ചു. ഗാന്ധിജയന്തി പ്രമാണിച്ച് ഇന്നലെ അയാൾ ക്ഷുരകനെ വരുത്തി മുടി മുറിപ്പിച്ചു. ഒരാഴ്ച മുമ്പെ അലക്കി വയ്പിച്ച വസ്ത്രം ധരിച്ചു. വെള്ളനിറത്തിലുള്ള മിൽത്തുണികൊണ്ടു തയ്ച്ച കുപ്പായവും മില്ലിൽ നെയ്ത മസ്ലീൻ ധോത്തിയുമാണ് രാഘവൻ ധരിച്ചിരുന്നത്. ഖദർവസ്ത്രങ്ങൾക്കുവേണ്ടി അയാൾ അച്ഛനോടു കെഞ്ചി. അച്ഛൻ പറഞ്ഞു:

"കരുവഞ്ചേരിയിലെ ആൺകുട്ട്യോള് അത്ര പരുക്കൻതുണി ധരിക്കാനായിട്ടില്ല! തോർത്തുമുണ്ടുപോലത്തെ ഖദർതുണിയുടുത്തു നീ സഭയ്ക്കു പോകുന്നത് എനിക്കൊന്നു കാണണം!"

അനന്തൻ പറഞ്ഞു:

"എന്റെ ഭാണ്ഡത്തിൽനിന്നു നിനക്കു വേണ്ടതു തെരഞ്ഞെടുത്തോ രാഘവാ!"

സൗജന്യം കിട്ടുന്ന ഖദർ ധരിക്കാൻ രാഘവൻ കൂട്ടാക്കിയില്ല. ആറണയെങ്കിൽ അതു കൊടുത്തിട്ടുവേണം മുണ്ടുവാങ്ങി ധരിക്കാൻ. ഒരു ഖദർകുപ്പായം തയ്പ്പിക്കാനാണെങ്കിൽ അങ്ങ് തെക്കു കണ്ണൂരിൽ പോകണം. എന്നാലും ഗാന്ധിജയന്തിക്കു കിട്ടുമെന്നുറപ്പില്ല. മിൽത്തുണിയുടുത്തു ഗാന്ധിജയന്തി ആഘോഷിക്കുന്നതിൽ നാണക്കേടുതോന്നി. രാഘവൻ സ്കൂൾ വരാന്തയിൽ തൂണുചാരി നിൽപ്പായിരുന്നു.

അനന്തന്റെ ക്ഷണം കേട്ട് രാഘവൻ ഒരു പുതുമണവാളന്റെ മട്ടിൽ ശങ്കരനാനയുടെ അടുത്തേക്ക് നീങ്ങി. അച്ഛന്റെ പ്രിയപ്പെട്ട ആന. അവന്റെ പുറത്തുകയറി കരുവഞ്ചേരിയിലെ ആൺകുട്ടികൾ നിറയൂരും മേച്ചേരിയും ഇളേരിത്തട്ടും പോയിട്ടുണ്ട്. വാരംപാട്ടം പിരിക്കാൻ പോകുന്ന കാര്യസ്ഥന്മാരുടെ കൂടെ കൂപ്പിൽ തടിപിടിക്കാൻ ശങ്കരനാനയെ ഒരിക്കലും വിട്ടിട്ടില്ല.

ഗൗരീശങ്കരം മാളികയുടെ കട്ടള കയറ്റിവയ്ക്കാൻ ശങ്കരനാനയെയാണ് അച്ഛൻ അയച്ചുകൊടുത്തത്. ഒരിക്കൽ ശങ്കരനാനയുടെ പുറത്തു കയറി നിറയൂരിന്റെ ഇക്കരെക്കാട്ടിൽ ചെന്നപ്പോൾ നിറയൂരിലെ തിരുമാല അവനു തെങ്ങിൻചക്കരയും പഴക്കുലയും സമ്മാനമായി കൊടുക്കാൻ കുഞ്ഞിപ്പുവിന്റെ കടത്തുചീനയിൽ വരികയുണ്ടായി. ആനപ്പുറത്തുകയറി നിറയൂർഗ്രാമത്തിലെ സമനിരപ്പായ തെങ്ങിൻതോപ്പിലൂടെ സവാരി ചെയ്യുക എത്ര സന്തോഷപ്രദമായിരിക്കും!

പക്ഷേ, അക്കരയ്ക്ക് ആനയെ കൊണ്ടുപോകാൻ മാർഗമൊന്നുമില്ല. നിറയൂർതടത്തിൽ പ്രവേശിക്കുമ്പോൾ നദിക്കു തിടംവെക്കുകയും ആഴം കൂടുകയും ചെയ്യുന്നു. കുഞ്ഞിപ്പുവിന്റെ കടത്തുതോണി തുമ്പി പറക്കുമ്പോലെ അക്കരെയിക്കരെ പറന്നുകൊണ്ടിരിക്കുന്നു.

ഇന്നു തനിക്കു ലഭിച്ചിരിക്കുന്ന അസുലഭമുഹൂർത്തം! രാഘവൻ രോമാഞ്ചംകൊണ്ടു. എങ്ങനെ അനന്തേട്ടനോടു നന്ദി പറയും. ഇതുവരെ കോൺഗ്രസ് സഭയുടെ നോട്ടീസുകൾ തെരുവുകളിൽ പതിച്ചും ക്ഷണ

ക്കത്തുകൾ അങ്ങാടിയിലും വീടുകളിലും വിതരണം ചെയ്യാൻ ഇരവു പകലാക്കി എഴുതിയുണ്ടാക്കിയും രാജ്യസേവനം നടത്തിപ്പോന്ന തന്റെ മുമ്പിലിതാ സ്വാതന്ത്ര്യത്തിലേക്കുള്ള നെടുംപാത വെട്ടാനുള്ള പെർമിറ്റ് തന്നുകൊണ്ട് അനന്തേട്ടൻ പറയുന്നു:

"രാഘവൻ മഹാത്മജിയുടെ പടം പിടിച്ച് ആനപ്പുറത്തിരിക്കട്ടെ!"

എഴുന്നള്ളിപ്പിന്റെ സുന്ദര മുഹൂർത്തത്തിൽ രാഘവന്റെ മിഴികളിൽ ഉദയസൂര്യൻ പ്രകാശിച്ചു.

പക്ഷേ, കുഞ്ഞീഷ്ണൻനായർ മാസ്റ്ററുടെ അനുജ്ഞപ്രകാരം ജോർജ് ചക്രവർത്തിയുടെ പടത്തിനു പിന്നാലെ ഗാന്ധിജിയുടെ പടം എഴുന്നള്ളിക്കുകയോ. ലജ്ജാകരം!

"അനന്തേട്ടനതിനനുവദിച്ചുവോ?"

"അനന്തേട്ടനെപ്പോഴും അങ്ങനെയാണ്. സന്ദർഭത്തിന് എന്തു വിട്ടുവീഴ്ചയും ചെയ്യുന്ന പ്രകൃതം. ജോർജ് ചക്രവർത്തിയുടെ പുറമെ എഴുന്നള്ളിയതുകൊണ്ട് ഗാന്ധിജിക്ക് ഒരു മാനഹാനിയും സംഭവിക്കില്ല. അനന്തൻ തീർത്തു പറഞ്ഞു.

ഭൂപാലമംഗളം പാടിക്കൊണ്ട് മടിയൻകൂലോംക്ഷേത്രം ചുറ്റിവന്ന ചക്രവർത്തിയെ തിരിച്ച് സ്കൂളിൽ കൊണ്ടുപേക്ഷിച്ചിട്ട് അവർ ഘോഷയാത്രയായി കോട്ടച്ചേരി അങ്ങാടിക്കു നീങ്ങി.

കോട്ടച്ചേരിയിൽ ഒരു വലിയ ജനക്കൂട്ടം. ജനത്തെ സന്തോഷിപ്പിക്കാൻ അനന്തേട്ടൻ വേണ്ടതു ചെയ്തിരുന്നു. പത്തുപറ അവിലും അമ്പതു നാളികേരവും അമ്പതു പലം ചർക്കരയും വലിയ പായകൾ വിരിച്ച്, കുഴയ്ക്കാനുള്ള ഏർപ്പാടുചെയ്തിരുന്നു. നടന്നു പോകാനുള്ള പാതയിലെ പ്രകാശം കാരണം ചവയ്ക്കുന്ന അവിലിലെ കല്ലുകൾ അലോസരപ്പെടുത്തിയില്ല.

അനന്തൻനായർ പ്രസംഗിച്ചു:

"ഗാന്ധിജി നമുക്കു സ്വാതന്ത്ര്യത്തിന്റെ പാത തുറന്നുതരും. അദ്ദേഹം ഭാരതത്തിന്റെ ഹൃദയമറിഞ്ഞ മഹാത്മാവാണ്. ഇന്നു നാം അദ്ദേഹത്തിന്റെ ജന്മദിനം ആഘോഷിക്കുന്നു. മടിയൻകൂലോത്ത് അദ്ദേഹത്തിന്റെ പേരിൽ നാം പുഷ്പാഞ്ജലിയും നിറമാലയും വിളക്കും വഴിപാടുകൽപ്പിച്ചിരുന്നു. അദ്ദേഹം അടുത്ത മാസം ഈ വഴി മംഗലാപുരത്തിനു പോകുന്നുണ്ട്. തീവണ്ടിയിൽ, നമുക്കൊരു സ്വീകരണം ഏർപ്പെടുത്താം.

കിട്ടേട്ടനും പുള്ളുകളും വയൽവരമ്പുകളിലൂടെ തത്തിത്തത്തി അടുത്തെത്തി. ധൃതിയിൽ നടന്നതിനാൽ അദ്ദേഹം കിതയ്ക്കുന്നുണ്ടായിരുന്നു.

അനന്തൻ കരുണയോടെ ചോദിച്ചു:

"എന്താ കിട്ടേട്ടാ?"

"ഇല്ല. ഒരുമണി അരിയില്ല, ഉച്ചയൂണിന്?"

"കിട്ടേട്ടൻ പിരിവെടുത്തതു കഴിഞ്ഞോ?"

"പെണ്ണുങ്ങൾ പിടിയരിയിട്ടു വച്ചിരുന്നതു മുഴ്വോനും തന്നു. ഇനി നിറയൂർക്ക് കടന്നിട്ടു കാര്യമില്ല. മഹേശ്വരൻ തിരിച്ചു വന്നതോടെ

എല്ലാരും തീണ്ടൽജാതിക്കാർക്കെതിരാണ്. പരമേശ്വരൻ നമ്പൂതിരി കൂട്ടുകാരെയെല്ലാം സംഘടിപ്പിച്ചിരിക്കണു!"

"കിട്ടേട്ടൻ ഭയപ്പെടേണ്ട. നിങ്ങടെ കുഞ്ഞിങ്ങൾ കഞ്ഞി കുടിക്കാതെ വിഷമിക്കില്ല."

ഖദർ കുപ്പായങ്ങൾ ഇരവിഴുങ്ങിയ മട്ടിലാണ് കുട്ടികളെ പൊതിഞ്ഞിരിക്കുന്നത്. നനച്ചപ്പോഴെക്കും ചുരുങ്ങിപ്പോയ ഉടുപ്പുകൾക്കകത്തു കുട്ടികൾ വീർപ്പുമുട്ടി. എല്ലാ കുപ്പായങ്ങളും രാത്രി ഉറക്കമിളച്ചിരുന്ന് കിട്ടേട്ടൻ സ്വന്തം കൈകൊണ്ടാണു തുന്നിയിരുന്നത്. കിട്ടേട്ടൻ തക്ലിയിൽ നൂത്ത്, കിട്ടേട്ടൻ നെയ്ത്, കിട്ടേട്ടൻ തയ്ച്ച കുപ്പായങ്ങൾ കുട്ടികളോടു പൊരുത്തപ്പെടാത്തതുകണ്ട് അനന്തൻ പറഞ്ഞു:

"ഒരാൾക്ക് ഒരു രൂപാവിതം ഖദറുടുപ്പ് തയ്പിക്കാൻ ഞാൻ സംഭാവന തരാം."

കൃതജ്ഞതകൊണ്ട് കിട്ടേട്ടന്റെ മിഴികൾ നനഞ്ഞു.

കോമൻനായർമാസ്റ്റർ രചിച്ച ഒരു കവിത കിട്ടേട്ടന്റെ കുട്ടികൾ തപ്പിത്തടഞ്ഞ് ചൊല്ലിത്തീർത്തു. ഒരു മലകയറ്റംപോലെ കവിതാപാരായണം അവരെ ക്ഷീണിപ്പിച്ചു.

നേരിയ ചാറ്റൽ മഴയത്തു പരിപാടി അവസാനിക്കവെ കുഞ്ഞീഷ്ണൻ മാസ്റ്റർ ആൽത്തറയിൽ കയറിനിന്നു. മെലിഞ്ഞു നീണ്ട കുഞ്ഞീഷ്ണൻ നായർ വളഞ്ഞുനിന്ന് ജനക്കൂട്ടത്തെ പ്രണാമം ചെയ്തു.

അദ്ദേഹം തന്റെ ചിലമ്പുന്ന സ്വരത്തിൽ വിളിച്ചുകൂവി:

"ഗോഡ് സെയെവ് ദ കിങ്!"

ജനക്കൂട്ടം പിറുപിറുത്തു. ചിലർ ചിരിച്ചു. കുഞ്ഞീഷ്ണൻനായർ വിളറി.

യോഗാനന്തരം അനന്തൻ പുതിയ കോട്ടയിലെ, തെങ്ങിൻതൈകൾ നിഴൽ വീഴ്ത്തിയ ചെത്തു വഴിയിലൂടെ പടിഞ്ഞാറോട്ടു നടന്നു. വൈകുന്നേരം നടക്കാനിരിക്കുന്ന സ്ത്രീസമാജത്തിന്റെ ഓർമ അയാളെ വല്ലാതെ അലസോരപ്പെടുത്തി.

കരുവഞ്ചേരി അടയ്ക്കാപ്പുരയുടെ അകം ഒരു വലിയ ഹാളാണ്. അടയ്ക്കാ മൊഗ്രാലിലേക്കു വഞ്ചിയിൽ കയറ്റിപ്പോയി. ഹാൾ ഒഴിഞ്ഞു കിടപ്പുണ്ട്. വൈകിട്ട് നാടകവുമായി കോമൻനായർ എത്തും. സ്ത്രീകൾക്കുവേണ്ടി സ്ത്രീകൾ അഭിനയിക്കാനുള്ള നാടകം. നാടകവിഷയം സാമൂഹികം. കോമൻനായരുടെ ഒരു പുതിയ കാൽവെപ്പ്. മനോഹരമായ നാടകങ്ങളെഴുതി ജനത്തെ രസിപ്പിച്ചിരുന്ന കോമൻനായർക്ക് ഒരു സോദ്ദേശ്യ നാടകം എഴുതാൻ പ്രയാസം കാണില്ല.

അദ്ദേഹം വരാറായില്ല. നാലുമണിക്കേ എത്തൂ.

ഇപ്പോൾ സമയം നട്ടുച്ച. തിരിച്ച് കരുവഞ്ചേരിയിൽപ്പോയി ഊണു കഴിക്കാൻ നേരമില്ല...

ഉച്ചനേരത്ത് അനന്തനെ കണ്ട് ചെമ്മരത്തി ആദ്യം അന്തംവിട്ടു നിന്നു. പിന്നെ ഒരു കാട്ടരുവിയുടെ ചുറുചുറുക്കോടെ പടിക്കലേക്ക് ഒഴുകിയെത്തി. കൈയാലകളിൽ ഉയർന്നുവന്ന കൊങ്കിണിപ്പൂക്കാടുകൾ മറയായി.

"പ്രസംഗം നടപ്പിലാക്കാംന്ന് നീരിച്ചു ഇല്ല്യേ?" അവൾ ചോദിച്ചു.

"ഈടെ കഞ്ഞി കുടിക്കാൻ മനസ്സനുവദിക്ക്വോ?"

"അതെന്താ ചെമ്മരത്തീ, നെന്റെ ചക്കപ്പലഹാരം കഴിച്ചിട്ടില്ല്യേ ഞാൻ?"

"ചക്കപ്പലഹാരം ആണോ കഞ്ഞി?"

"ഇന്നെന്താ കൂട്ടാൻ?"

"കൊഞ്ചൻ! നല്ല ചിറ്റക്കൊഞ്ചൻ. കിട്ട്യപ്പം ഞാൻ നിരീച്ചു ഇബ്ട്ന്നു വര്വോ? വന്നാതന്നെ കഴിക്ക്വോ?" ചെമ്മരത്തി തീണ്ടൽജാതിയല്ലേ? തീണ്ടിത്തൊട്ട് തിരുമേനി ഇപ്പം വട്ടത്തിലായില്ല്യേ? ഇങ്ങനൊണ്ടോ ഒരു പുലിവാല്!

കാളീശ്വരം കാവിൽ നടയിൽ തപസനുഷ്ഠിക്കുന്ന മഹേശ്വരനെ ഒന്ന് സന്ദർശിക്കണം.

"എന്താ മിണ്ടാത്തത്?"

"തിരുമേനിയെ ഒന്നു കണ്ടാലോ എന്ന്..."

"തിരുമേനി ഏടോം മണ്ടിപ്പോവൂല. പോയാല് സമരം ജയിക്ക്യോ?" പിന്നെ അവൾ സ്വരം മാറ്റി ഗൗരവത്തിൽ അനന്തന്റെ അടുത്തുവന്നിരുന്നു.

"അങ്ങനെ ഒരു കാലം വര്വോ?"

"എങ്ങനെ?"

"എല്ലാ ജാതികളും ഒന്നാകുന്ന ദിവസം!"

"ഇപ്പഴല്ലേ? ഞാൻ നിന്നെ സംബന്ധം ചെയ്തില്ലേ?"

"അത് പോട്ട്! അങ്ങനത്തെ സംബന്ധം ആരറിയണ്! ഇബ്ട്ന്ന് ചെമ്മരത്തീന് കരുവഞ്ചേരികൊണ്ടപോയി പാർപ്പിക്ക്വോ? ഇല്ല. ഇബ്ട്ന്ന് ചെമ്മരത്തീടട്ത്ത് സ്ഥിരം താമസിക്ക്വോ? ഇല്ല. ചെമ്മരത്തീടെ ബന്ധുക്കളെ സൊന്തം ബന്ധുക്കളായി കാണ്വോ? ഇല്ല."

അനന്തൻ പൊട്ടിച്ചിരിച്ചു. അതൊരു പൊള്ളച്ചിരിയെന്ന് ഇരുവരുമറിഞ്ഞു.

"എനിക്കൊരു കുഞ്ഞിണ്ടായാല്..."

അനന്തൻ ഒരു ഞെട്ടലോടെ ചെമ്മരത്തീടെ മുഖത്തുനോക്കി.

"ചെമ്മരത്തീ—"

"എനക്ക് മറ്റൊന്നും വേണ്ട. ഏഴു മാസം കഴിഞ്ഞാ ചെമ്മരത്തീരെ ജീവിതത്തില് ഇനിയൊരു മോഹം ഉണ്ടാവൂല!"

അനന്തൻ നിശ്ചേതനനായി ഒരുനിമിഷം ഇരുന്നു. ഉച്ചിര പ്രസവിക്കും മുമ്പേ ചെമ്മരത്തി പ്രസവിക്കും. തനിക്കു വേണ്ടാത്ത ഒരു കുഞ്ഞിനെ! ഒരുപക്ഷേ, അവളുടെ സമൂഹവും അംഗീകരിക്കാത്ത ഒരു കുഞ്ഞിനെ! മഹേശ്വരന്റെ അയിത്തോച്ചാടനതപസ്സുകൾ ഈ സമൂഹത്തിന് ഒരു വരവും നൽകുകയില്ല. താൻ ഒരു സ്വാർഥിയാണെന്നും ചെമ്മരത്തിയെ കുറിച്ചോർക്കുമ്പോഴല്ലാതെ ജാതിചിന്തയുടെ ഹീനത തന്നെ ബാധിക്കുന്നില്ലെന്നും അനന്തനു തോന്നി. കരുവഞ്ചേരിയിൽ എല്ലാവിധ അയിത്താചാരങ്ങളും അന്ധവിശ്വാസങ്ങളും അനുഷ്ഠാനങ്ങളും ഇന്നും നിലനിൽക്കുന്നു. രാഘവൻ, തന്നെക്കാൾ മുമ്പിൽ കടന്നു ചിന്തിക്കുന്നവനാണ്. രാഘവനോടു ചിലപ്പോൾ അനന്തന് അസൂയ തോന്നാറുണ്ട്.

രാഘവന് കീശയിലൊരിക്കലും വേണ്ടത്ര കാശുണ്ടാവാറില്ല. കരുവ ഞ്ചേരി കാരണവരുടെ മകനായിട്ടും അവനു പലതും നിരാകരിക്കേണ്ട തായി വരുന്നു,

സ്ത്രീസമാജം സംഘടിപ്പിച്ച രാഘവനെ അനന്തൻ വെറുത്തു. ആരാണ് അവന് ഇത്ര സ്വാതന്ത്ര്യവും ധൈര്യവും നൽകിയത്? ജാതി ചിന്ത വെടിഞ്ഞ് ഒരു സ്ത്രീസമാജം സംഘടിപ്പിക്കാനെന്തുകാരണം?

ഓർക്കുന്തോറും താനൊരു ബലഹീനനാണെന്ന് അനന്തനു തോന്നാൻ തുടങ്ങി.

കൊഞ്ചുകറിയുടെ എരിവ് വളരെ കൂടുതലായി. അനന്തന്റെ കണ്ണിൽ നിന്നും മൂക്കിൽനിന്നും വെള്ളം വന്നു. കരുവഞ്ചേരി പത്തായപ്പുരയിൽ വാരംപിരിവിനു താമസിക്കാൻ പോകുന്ന അവസരത്തിൽ കഴിക്കാറുള്ള മലമാനിന്റെ ഇറച്ചിക്കറിക്ക് ഇത്ര രുചിയുണ്ടാവാറില്ല. എരിവും.

ചെമ്മരത്തി പറഞ്ഞു:

"ഒരു പൂവമ്പഴം തിന്നാ എരി കുറയും."

"ഏട്ന്ന് പൂവമ്പഴം."

"അതൊക്കെ കിട്ടി."

അസുരഭക്ഷണമാണ് താൻ കഴിച്ചിരിക്കുന്നത്. മാംസാഹാരമാണു തനിക്കു പഥ്യം. അങ്ങനെയൊരാൾക്ക് ഗാന്ധിശിഷ്യനാകാൻ കഴിയുമോ? എളേരിയിൽ പാർക്കുന്ന കുഞ്ഞമ്പാടിയും ഇവിടെ കിട്ടേട്ടനും രാഘവ നുമെല്ലാം സസ്യഭോജികളായി വ്രതമെടുത്തിരിക്കുകയാണ്. ഗാന്ധിയുടെ മാർഗത്തിൽ സഞ്ചരിക്കാൻ. തനിക്ക് എന്നെങ്കിലും അവരുടെ ജീവിത ശൈലി സ്വീകരിക്കാൻ പറ്റുമോ?

ഇല്ല. അനുഷ്ഠാനമല്ല, ആദർശം. ആദർശമല്ല, ജീവിതം. എല്ലാം കൂടി ഇണക്കിക്കൊണ്ടുപോകുന്ന ഒരു മാർഗം സ്വീകരിക്കുന്നത് ഉചി തമോ? ഗാന്ധിജി ഏകപത്നീ വ്രതക്കാരനാണ്. തനിക്കങ്ങനെയാവാൻ കഴിയുകയില്ല. ചെമ്മരത്തിയില്ലാത്ത ഒരു ജീവിതമില്ല. ഉച്ചിരയെ പരിച രിക്കുന്നത് തന്റെ ധർമ്മമാണ്. ഉച്ചിരയും ചെമ്മരത്തിയും ഒരേ തട്ടിൽ തൂങ്ങുന്നവരല്ല. ചെമ്മരത്തി തന്റെ ലഹരിയാണ്, കവിതയാണ്. ചെമ്മര ത്തിയുടെ കുടിലിലിരിക്കുമ്പോൾ കരുവഞ്ചേരി തറവാട്ടിലിരിക്കുമ്പോ ഴുണ്ടാകാറുള്ള കന്മഷം മനസിൽനിന്നകന്നുപോകുന്നു.

"കഷ്ടം!" അനന്തന്റെ ഉച്ചത്തിലുള്ള ചിന്ത ചെമ്മരത്തിയുടെ ശ്രദ്ധ യാകർഷിച്ചു.

വേണ്ടതിലധികം സംസാരിക്കാത്ത ചെമ്മരത്തിയുടെ പുരികങ്ങൾ ഒന്നു ചലിക്കുകമാത്രം ചെയ്തു.

"വണ്ണാത്തൻ രാമനെ കാലിത്തൊഴുത്തിലാക്കിയതു കഷ്ടമായി! ചെമ്മരത്തി ഞാമ്പോണു!"

ഇപ്പോൾ ചെമ്മരത്തി ഉണർന്നു.

പതിവില്ലാത്തതാണ് ഈ പോക്ക്. ജ്വലിക്കുന്ന വെയിൽ പറവ കൾപോലും മരച്ചില്ലകളിൽ മയങ്ങുന്ന നേരം.

പിറക്കാനിരിക്കുന്ന കുഞ്ഞാണ് പിണക്കത്തിനു കാരണം! ചെമ്മ രത്തി പറഞ്ഞു.

"ഊയിന്റപ്പാ! ഇത്ര ധൈര്യവാനാന്ന് കരുതില! ഒരു കുഞ്ഞുണ്ടായാ

അതിനെ പോറ്റാൻ ഈ ചെമ്മരത്തി മതി. ആർടെ അട്ത്തും ഒരുപിടി അരിക്കോ ഒരു കായിനോ വർണ്ല്യ. പോരേ?"

അനന്തന്റെ മുഖം വിളർത്തു ചുവന്നു. ചെമ്മരത്തിയെ കെട്ടിപ്പിടിച്ചു കവിളിൽ ഉമ്മവച്ചിട്ട് അനന്തൻ പറഞ്ഞു:

"ഇത് നിനക്ക്."

"ഇത് കുഞ്ഞിന്! പോരേ?"

"പോരാ."

"എനിക്ക് പോണം. വണ്ണാത്തൻ രാമനെ അഴിച്ചുവിടണം. ഓനെ അവരിപ്പോ കുടി ഒഴിപ്പിക്കും!"

ചെമ്മരത്തിയുടെ മുഖം കായ് പിടിച്ച ഒരു മത്തപ്പൂപോലെ സുന്ദരമായി വിടർന്നു. അനന്തന്റെ നെഞ്ചിലത് നിമിഷനേരം ചാഞ്ഞുനിന്നു. ഒരു ദീർഘനിശ്വാസത്തോടെ അവൾ ഒഴിഞ്ഞുമാറി.

"ഇന്നത്തെ സ്ത്രീസമാജത്തിന് ഞാൻ വരൂല."

"എന്തേ?"

"എനിക്കൊന്നു കെടക്കണം."

"ചെമ്മരത്തീ നിനക്ക് വൈദ്യരെ കാണിക്കണോ?"

"എന്തോന്ന്? ഗർഭത്തിന് ചികിത്സവേണോ?"

"എന്താണ് ക്ഷീണം?"

"അദ്ണ്ടാവും! സമാജത്തിന് ഞാനേതായാലും വരൂല."

"വരണ്ട."

"അതാണ് ഞാമ്പറഞ്ഞത്! ധൈര്യംണ്ട്ന്ന്!" അവൾ പൊട്ടിച്ചിരിച്ചു. അനന്തന് ചിരിക്കാൻ കഴിഞ്ഞില്ല.

പത്തൊൻപത്

കാട്ടിക്കല്ലിന്റെ പുറത്തിരുന്നു കുഞ്ഞമ്പാടി അസ്തമയസൂര്യന്റെ മുഖത്തു തറച്ചുനോക്കി. അനങ്ങിയാൽ അകത്തു നുരയുന്ന രോഷം തിളച്ചുമറിയും.

കൃഷിക്കാർ അവിടെ ഉണ്ടെന്നുതന്നെ അളവുകാർ ഗൗനിച്ചില്ല. മുളങ്കൂട്ടങ്ങളും പാറക്കെട്ടുകളും എല്ലാം അവർ കൃഷിഭൂമിയുടെ അളവിൽപ്പെടുത്തി. ഇക്കണക്കിന് ഇവർ ഈ ഭൂമിയുടെ മീതെയുള്ള ആകാശവും അളന്നു പാട്ടത്തിനു കൊടുക്കും. മിണ്ടാൻ ഒരു കൃഷിക്കാരനും ഉണ്ടായില്ല. അവരെല്ലാം ഒറ്റ രാത്രികൊണ്ട് ബുദ്ധിയില്ലാത്ത മൃഗങ്ങളായി മാറിയതുപോലെ. കുഞ്ഞമ്പാടിയൊഴിച്ച് എല്ലാവരും അളവുകാരെത്തിയപ്പോൾ മാളങ്ങളിലൊളിച്ചു.

അമ്പുക്കാർന്നോർ ഉമ്മറത്തിണ്ണയിലിരുന്നു വെറ്റിലമുറുക്കി അരച്ചരച്ച് വെറ്റിലച്ചണ്ടി തുപ്പാൻ മറന്നു. കാരണവർ കഞ്ഞികുടിക്കാൻ അകത്തു പോവുകയോ അയൽവക്കത്തെ മാളങ്ങളിലൊളിച്ചവരോടു

മിണ്ടുകയോ ചെയ്തില്ല. തന്റെ മുമ്പിൽ അളന്നു പാട്ടകുറിച്ച മുളങ്കൂട്ട ങ്ങൾ ദുഃഖത്തോടെ തേങ്ങുന്നത് അവർ കേട്ടു.

കല്ലിനും മുള്ളിനും നെല്ലുവാരം കൊടുക്കുന്നതെങ്ങനെയെന്ന് അവർ അന്തം വിട്ടുനിന്നു. പോയ നാളുകളുടെ വിഫലകർമ്മങ്ങളെക്കുറിച്ച് ഉള്ളു രുകി അവർ കേണു. ഒരു അപശബ്ദവും പുറത്തു കേൾപ്പിക്കാതെ, ഒരു മിഴിനീർതുള്ളിയും വീഴ്ത്തി ഭൂമിയെ നോവിക്കാതെ അവർ ദുഃഖം തങ്ങ ളിൽതന്നെ ഉരുക്കി വിളക്കിച്ചേർത്തു. കരുവാളിച്ച മുഖങ്ങൾ, അളവുകാ രുടെയും പട്ടേലറുടെ കാര്യസ്ഥന്റെയും തിരിച്ചുപോക്കു നോക്കി നിന്നു. മുറ്റത്തു നിന്ന രണ്ടു ചെന്തെങ്ങുകളെ അവർ കൊള്ളചെയ്തു. കരി ക്കിൻ തൊണ്ടുകൾ കണ്ടിയിൽ ചിതറിക്കിടന്നു.

അളവുകാരിറങ്ങിയപ്പോൾ കൃഷിക്കാർ മാളങ്ങളിൽ നിന്നു പുറത്തി റങ്ങി. ബലാത്സംഗം ചെയ്യപ്പെട്ടവരെന്നപോലെ അവർ പരസ്പരം മുഖത്തു നോക്കിയില്ല. മിഴികൾ തുറന്നില്ല.

കാട്ടിക്കല്ലിന്റെ മുകളിലിരിക്കുന്ന അമ്പാടിയെ സമീപിക്കാനവർക്കു ധൈര്യമില്ല. കൃഷിക്കാർ കുളിക്കാൻ അരുവിയിലിറങ്ങിയപ്പോൾ അമ്പാടി ഇറങ്ങി ഒരു നടത്തംകൊടുത്തു. പോകുന്നപോക്കിൽ അമ്പാടി പറഞ്ഞു:

"ഓറെ, ഞാനൊരു പാഠം പഠിപ്പിക്കും!"

"എങ്ങനെ കുഞ്ഞീ?" അമ്പുക്കാരണവർ വക്കു പൊട്ടിപ്പോയ ഒരു വല്ലത്തിന്റെ കേടുതീർക്കുന്നതിനിടയിൽ ഉമ്മറത്തിരുന്നു ചോദിച്ചു.

അമ്പാടി ചിന്തയിലാണ്ടു. അവൻ അമ്പുകാരണവരുടെ പുരയിൽ കയറി രണ്ടുപേർക്കുമുള്ള കഞ്ഞിവെച്ചു. വണ്ണമുള്ള രണ്ടു വാഴയ്ക്ക അടുപ്പിലെ കനലിൽ തിരുകി ഉമ്മറത്തു വന്നിരുന്നു.

"എന്താ കഞ്ഞിക്കു കൂട്ടാൻ?"

"വാഴയ്ക്ക!"

"വേവാനുള്ള കനലുണ്ടോ?"

"ധാരാളം."

അടച്ചുപൂട്ടിയ സ്വന്തം കുടിലിന്റെ നേർക്കു നടക്കുമ്പോൾ അമ്പാടി അന്തർഗതം ചെയ്തു:

"ഇതിനൊരവസാനം വേണം!"

പന്നിപ്പടക്കങ്ങൾ പെറുക്കി മാറ്റിവച്ചിട്ട് അമ്പാടി ചിന്തിച്ചു:

"എന്തിനാണു കാവൽ? ആർക്കുവേണ്ടി? വല്ലവനും വാരം അള ക്കാൻ ഞാനെന്തിനാ കാവൽ കിടക്കുന്നത്?"

അവന്റെ ഉള്ളിലിരിക്കുന്ന കൃഷിക്കാരൻ പറഞ്ഞു:

"നീ പറക്കുന്ന കിളിയോ കാട്ടിലോടുന്ന മൃഗമോ അല്ലല്ലോ? നീ മനുഷ്യനല്ലേ? നട്ടുവളർത്തി പരിപാലിക്കേണ്ടവനല്ലേ?"

ഏതോ പെണ്ണുങ്ങൾ കനിവോടെ മെഴുകി ഒരുക്കിയിട്ട കളത്തിൽ, തുറന്ന ആകാശത്തിനു കീഴെ അമ്പാടി മലർന്നു കിടന്നു.

മേഘപാളികൾ മറച്ച ആകാശത്തിന്റെ തിരനീക്കി ഭയത്തോടെ എത്തിനോക്കുന്ന നക്ഷത്രങ്ങൾ. മുറ്റത്തെ അത്തിമരത്തിലിരുന്ന് ഒരു രാപ്പാടി കരയാൻ തുടങ്ങി.

കത്തിച്ച ഓടച്ചൂട്ടുകളുമായി ഒരുപറ്റം കൃഷിക്കാർ കുന്നുകയറി അമ്പാടിയുടെ കളത്തിലെത്തി. ഓടച്ചൂട്ടുകളിൽ പിടയുന്ന പ്രകാശനാളങ്ങൾ ഒരു മറവിനുവേണ്ടി ഉഴറി.

"കുഞ്ഞീ" അമ്പുകാരണവർ വിളിച്ചു. ഒരു പഴയ കരിമ്പടംകൊണ്ടു പുതച്ച് ഒരു മുതുക്കൻ കരടിയെപ്പോലെ നിന്ന കാരണവരെ കണ്ട് അമ്പാടി എണീറ്റിരുന്നു.

"എന്തീറ്റാ കുഞ്ഞീ ഇതിനൊരു പരികാരം?"

"ഏതിന്?"

"കല്ലും കുറ്റീം വിടാണ്ടേ അളന്നതിന്?"

"പരിഹാരംണ്ട്!"

കൃഷിക്കാർ ആകാംക്ഷയോടെ അമ്പാടിയുടെ മുഖത്തു നോക്കി.

"അവർ പത്തളന്നോട്ടെ. എട്ടേക്രയ്ക്ക് കണ്ട് വാരം അളന്നാ മതി! അളക്കുന്നതവര്. കൊടുക്കുന്നത് കൃഷി ചെയ്യുന്നോൻ!"

"എന്നിറ്റൊ?"

"എന്നിറ്റെന്താ? പിന്നേം പൊനംകൊത്തും വാളും മൂരും!" കാരണവർ നിരാശയോടെ തലയിളക്കി.

"വാഴ മുള്ളുമ്മല് വീണാലും മുള്ള് വാഴമ്മല് വീണാലും കേടു വാഴയ്ക്കുതന്നെ!" മുടിക്കാരൻ ചോയി പറഞ്ഞു.

അമ്പാടിയെ ചിന്തിക്കാൻ വിട്ട് വന്നവർ വഴിയിറങ്ങിപ്പോയി. ഇരുട്ടിനു കട്ടികൂടി. അകച്ചില്ലകളിൽ ഭയത്തിന്റെ വൗവ്വാലുകൾ ചിറകടിച്ചു...

*　　　*　　　*

വാരം അളക്കാനായി തമ്പുരാന്റെ കളപ്പുരയിലേക്കു പോയവർ രാവിൽ വീണ മഞ്ഞിന്റെ തണുപ്പറിഞ്ഞില്ല. ചിലർ സ്വകാര്യമായി വാരം മുഴുവനും അളന്നു. വിത്തുപോലും ശേഷിക്കാതെ. നിറയൂർ തടത്തിൽ അവരുടെയെല്ലാം വേരുകൾക്കിടമില്ല. ഈ മലഞ്ചെരുവിലെ വേരറുക്കാൻ അവർ ആഗ്രഹിച്ചില്ല.

പക്ഷേ, അളന്നു നോക്കിയപ്പോഴാണ് വള്ളിയോടൻ ചന്തു അറിയുന്നത്, വാരത്തിനു നെല്ലു തികയില്ല. പെറാൻ ഒരുങ്ങിയിരിക്കുന്ന പെണ്ണ് തിണ്ണയിലിരുന്ന് വിതുമ്പുന്നു. പേറ്റു ചെലവിന് അകത്തെ മൂലയിൽ ഇട്ടിരുന്ന നെല്ല് തിരികെ വാരത്തിനളന്നിട്ടു.

കിഴക്കൻ ശീതക്കാറ്റ് മെല്ലെ അളകളിൽനിന്നു പുറത്തുകടന്നു പത്തി വിടർത്തി ആടാൻ തുടങ്ങി.

പത്തായപ്പുരയുടെ മുറ്റത്തു കൃഷിക്കാർ ചൂളിപ്പിടിച്ചു കൂന്നു. അവരുടുത്ത കീറത്തോർത്തിനു തണുപ്പിനെ എതിരിടാൻ കഴിഞ്ഞില്ല.

അമ്പാടിയും വള്ളിയോടൻ ചന്തുവും പതിനെട്ട് ഏക്രയ്ക്കു വീതം വാരമളന്നു. അളവു കുറഞ്ഞപ്പോൾ കാര്യസ്ഥൻ മുഖമുയർത്തി. അമ്പാടി ഏതും മിണ്ടിയില്ല. തിരിഞ്ഞു നടന്നു. പുറകിൽ പിറുപിറുപ്പുയർന്നു. കൃഷിക്കാർ ശ്വാസമടക്കി രാവൊടുക്കി. കുറച്ചളന്ന് അമ്പാടിയെ കാത്തിരിക്കുന്ന ശിക്ഷയെന്ത്?

നേരം വെളുത്തില്ല. കാട്ടിൽ കിളികൾ തല ചായ്ക്കാൻ തുടങ്ങിയതേയുള്ളൂ.

മുത്തപ്പൻ ദൈവത്തിന്റെ നടയ്ക്കു താഴെ നടപ്പാതയുടെ കവലയിൽ പെരുംചെണ്ടയുടെ മുഴക്കം.

എല്ലാ കിളികളും ഉണർന്നു കരഞ്ഞു. ഉറക്കം ഞെട്ടിയ മനുഷ്യജീവികൾ കാത്തിരുന്ന വിപത്തിന് മുഖത്തോടു മുഖം പാർക്കാൻ കരുത്താർജിച്ചു.

പെരുംഞ്ചെണ്ടയുടെ മുഴക്കത്തിൽ ദിക്കുകൾ നടുങ്ങി.

"അടുത്ത കുറി ആരും പൊനം കൊത്തണ്ട!"

അൽപ്പനേരം കൂടി തന്റെ ചെണ്ട മുഴക്കി കോൽക്കാരൻ പൊനമിറങ്ങിപ്പോയപ്പോൾ അമ്പുകാരണവർ പറഞ്ഞു:

"എല്ലാത്തിനുമുണ്ട് പരികാരം!"

"ഇതുപോലെത്ര കൊട്ട് കേട്ടിരിക്ക്ണ്! തമ്പുരാന് കാഴ്ച ചെന്നാൽ ചെണ്ട തിരിച്ചു കൊട്ടും."

അവർ അമ്പാടിയുടെ കുഴിക്കണ്ടത്തിൽ ഒത്തുകൂടി. തീയിട്ടു കരിഞ്ഞ ഭിത്തികൾക്കു മീതെ മഞ്ഞുനീരിന്റെ നനവ്. അവിടെയിരുന്നാൽ നാലതിരുകൾ കാണാം.

പൊക്കൻകാരണവർ പറഞ്ഞു:

"ഒരു പെരേന്ന് ഒരാക്കു ചൊമക്കാൻമാത്രം നട്ടിസ്സാമാനങ്ങൾ കൊണ്ടുപോണം കൂലോത്തേക്ക്!"

"ഓണത്തിനല്ലേ ഒരു പോക്ക് പോയത്! ഈടെ ഇപ്പൊ കറിസാമാനം എന്തുണ്ട്?" വയക്കോടൻ ചന്തു ചോദിച്ചു.

"ഉള്ളതു കൊടുക്കാം!"

"എല്ലാവരും ഒത്തുനിന്നാ തമ്പുരാന് എന്തു ചെയ്യാനൊക്കും?" കുഞ്ഞമ്പാടി ചോദിച്ചു.

തലമൂത്ത പൊക്കൻകാരണവർ പറഞ്ഞു:

"തമ്പ്രാനെ പോയി കാണണം!"

അവർ ഇരുപത്തേഴു വീട്ടുകാരുണ്ടായിരുന്നു. ഇരുപത്തേഴു കെട്ടുകളൊരുങ്ങി. വിത്തിനും മഴക്കാലത്തേക്കും കരുതിവച്ച മത്തനും കുമ്പളങ്ങയും വെള്ളരിയും വിട്ടങ്ങളിൽനിന്ന് അറുത്തെടുക്കപ്പെട്ടു.

പൊക്കൻകാരണവരുടെ നേതൃത്വത്തിൽ പുലർമഞ്ഞിനെ ചവിട്ടിമായ്ച്ച് അവർ എളേരി തട്ടിലിറങ്ങി. കൂടെ ഇറങ്ങിയ കാട്ടരുവികൾ ദുഃഖത്തോടെ കരഞ്ഞുകൊണ്ടിരുന്നു. മുപ്പതു മൈൽ നീണ്ട നടത്തം. പെണ്ണുങ്ങൾ വിളവെടുപ്പു കഴിഞ്ഞ് നിറയൂർക്കു പൊയ്ക്കഴിഞ്ഞിരുന്നു. പ്രാതലില്ലാത്ത ദിവസം. ദുഃഖങ്ങളുടെ ഉപ്പും കയ്പ്പും അവർ മനസിന്റെ മച്ചറകളിൽ സൂക്ഷിച്ചുവച്ചു.

അമ്പാടിയുടെ പക്കൽ ഭാരംകുറഞ്ഞ ഒരു ചുമടേയുള്ളൂ. അതിലിരട്ടി പൊക്കം. ഇപ്പോഴിതുമതി.

അമ്പാടിയുടെ ഒപ്പം ഇറങ്ങിനടന്ന കരിമ്പിൽ കോമൻ ഓർമിപ്പിച്ചു:

"മോനെ തമ്പ്രാന്റെ കണ്ണിനു കാഴ്ച കുറയും. കാര്യസ്ഥന്റെ കണ്ണിനെരട്ടി കാഴ്ചയാ!"

"ഞാനിത്രേ എടുക്കൂ. ഓൻ എന്തുചെയ്യും? കൊല്ലുമോ" അമ്പാടി നീരസത്തോടെ ചോദിച്ചു. ശിരസിൽ ചുമടേറ്റി ഇരുകൈയും വീശി അമ്പാടി മുമ്പിൽ നടന്നു. ചുമക്കാവുന്നതിനെക്കാൾ വലിയ ചുമടേന്തിയ അമ്പുകാരണവരോടും പൊക്കൻകാരണവരോടും ഈർഷ്യതോന്നി.

"കൂനിക്കൂനി നടന്നോട്ടെ! ആരു പറഞ്ഞു ഇത്രോം ചൊമക്കാൻ!"

അവരുടെ യാതന കണ്ണിൽപ്പെടാതിരിക്കാൻ അമ്പാടി കാലുകൾ നീട്ടിവച്ചു.

ചായ്യോം കടവിലെത്തുമ്പോൾ മുടന്തിവീഴുന്ന അസ്തമയം.

പൊക്കൻകാരണവർ ആശ്വാസത്തോടെ പറഞ്ഞു:

"തൊണ്ടയൊന്നു നനച്ചിറ്റ് ബാക്കികാര്യം!"

അവർ കള്ളുഷാപ്പിനകത്തേക്കു കടന്നുപോയി.

പൊടുന്നനെ ഇടിമുരണ്ടു. മിന്നലുകൾ ചീറി പല്ലിളിച്ചു. മഴ കോരിച്ചൊരിയാൻ തുടങ്ങി.

ഇനി മദ്യപിക്കുകയോ മദ്യഷാപ്പിൽ കയറുകയോ ചെയ്യില്ലെന്ന് ഗാന്ധിജിയെ പിടിച്ച് ആണയിട്ടിരിക്കുന്ന കുഞ്ഞമ്പാടി കായ്ക്കറി കെട്ടുകൾക്കു മഴയത്തു കാവൽനിന്നു.

കള്ളുഷാപ്പിനു മുമ്പിൽ ആരോ കുറികല്യാണത്തിനു കെട്ടിയ പന്തലുണ്ടായിരുന്നു.

അമ്പാടി ചോർച്ചയുള്ള പന്തലിൽ കയറി നിന്നു. മഴ കോരിച്ചൊരിഞ്ഞു. പന്തലുകൾക്ക് അനേകം വെള്ളക്കാലുകളുണ്ടായി.

നിറയൂരെ മത്സ്യക്കച്ചവടം കഴിഞ്ഞ് കള്ളുഷാപ്പിലെ കച്ചവടോം കഴിഞ്ഞ് ഒഴിഞ്ഞ കുട്ടയുമായി ഓരം ചേർന്നുനിന്ന ചീരു ചോദിച്ചു:

"—പൊനത്തിന് മഴയുണ്ടോ?"

"നാണം കെട്ടോര് പാർക്കുന്നേടത്ത് എങ്ങന്യാ ചീരു മഴ പെയ്യ്യാ"

"നാണംല്യാത്തവര് പൊനത്തില് മാത്രല്ല ഉള്ളൂ!" ചീരു പറഞ്ഞു.

"നിറയൂരു ചെത്തുകാരൻ ചാമി തെങ്ങുമ്മന്ന് വീണു ചത്തു."

"എന്ന്?"

"ഇന്ന്!"

"ശവം മറവുചെയ്താ?"

"ഇല്യ. ഓറ് പോലീസിനെ കാത്തിരിക്ക്യാ!"

"അതെന്തിന്?"

"ചാമി വീണത് ആരും കണ്ടിറ്റ്ല്യ."

"ചാമി തെങ്ങുമ്മ കേറ്റം നിർത്തീന്യ്യാ?"

"ഇല്യാന്നാ പറയണ്! ഉണ്ടെന്നും പറയന്ന്!"

മഴ തോരുന്നില്ല.

കള്ള് ഉള്ളിൽ ചെന്നപ്പോൾ കാരണവന്മാരുടെ അകം തിളച്ചു മറിയാൻ തുടങ്ങി.

പൊക്കൻ കാരണവർ പറഞ്ഞു:

“പൊന്നുതമ്പുരാന്റെ ഉള്ളിൽ തേനാണ്! തമ്പ്രാൻ കൽപ്പിക്കും, പാവങ്ങൾ പൊനം കൊത്തട്ടെ!”

“പൊറുത്തോട്ടെ! അയിറ്റ്ങ്ങള് കഞ്ഞി കുടിച്ചു ജീവിച്ചു കെടക്കാതെ കൂലോത്തെ അറകൾ നിറയുന്നതെങ്ങനെ?”

വള്ളിയോടൻചന്തു പൊക്കൻകാരണവരുടെ അടുത്തിരുന്ന്, പാള ത്തൊപ്പിയെടുത്ത് മടിയിൽ വച്ചു. വെറ്റിലയിൽ ചുണ്ണാമ്പുതേച്ചു കടുപ്പ ത്തിലൊന്നു മുറുക്കി. ഉതിരം തുപ്പി. പാറപ്പുറത്തു ചുവന്ന പൂക്കൾ വിരിഞ്ഞു.

“ആരായാലും കടുപ്പം കാട്ടണത് സഹിച്ചുകൂടാ. തമ്പ്രാൻ കനി ഞ്ഞിട്ടെന്താ താക്കോല് കാര്യസ്ഥന്മാരുടെ കൈയില്. എത്ര കാഴ്ച കൊണ്ടോയിനു! ഓർക്ക് എന്നെങ്കിലും മതിവര്വോ?”

“ഓരോ കൊടിയെല പൊട്ടിച്ച് ഓരോ പണം വെച്ചു തമ്പുരാനെ കണ്ടു തൊഴുതായാൽ വാരം പകുതിയായി കിട്ടു!” പൊക്കൻ പ്രത്യാശ പ്രകടിപ്പിച്ചു.

“കൊടുത്ത കുറി, കൊത്താനും വാളാനും സമ്മതിക്കേം ചെയ്യും! ന്ന്റ്...”

“വേണ്ട കാർന്നോരേ, ബാക്കിയുള്ളത് പോയിബന്ന്റ് പറയാം. തൊള്ളേന്ന് ബീണ വാക്ക് തീയിലിറ്റിച്ച വെള്ളംപോലെയാകും.”

നനഞ്ഞു വിറച്ചുകൊണ്ട് അവർ വേനൽമഴയെ ആദരപൂർവം നോക്കിനിന്നു. ആകാശം കീഴോട്ടിടുന്ന നൂലുകൾ പിടിച്ച് അവർക്ക് ദാരി ദ്രത്തിൽ നിന്നു കരേറാം. മലവാരത്തിന്റെ മണ്ണ് വെള്ളം കുടിച്ചു വീർക്കു ന്നതും വിത്തുകൾ പിറവിയുടെ മയക്കത്തിലുറങ്ങുന്നതും അവർ സ്വപ്നം കണ്ടു.

“നമ്മുടെ തമ്പ്രാനെപ്പോലെ കനിവുള്ള ഒരു വലിയോർ ഈ ഭൂമു ഖത്തില്ല!” പൊക്കൻകാരണവരുടെ ലഹരി ശമിച്ചില്ല.

അവർ ജീവിതകാലം മുഴുവനും ഉള്ളിലൊതുക്കി കഴിയുന്ന അഭി ലാഷങ്ങൾ കാരുണ്യമുള്ള ഒരു ജന്മി, കനിവുള്ള ആകാശം, നിറവുള്ള നിലം, കുരുത്തമുള്ള മക്കൾ——

മനസിന്റെ തുറന്ന വാതായനങ്ങളിലൂടെ സ്വപ്നങ്ങൾ യഥേഷ്ടം പാറിപ്പറന്നു. ദീർഘകാലമായി ഉപബോധത്തിന്റെ മച്ചറകളിൽ അടിഞ്ഞു കൂടിയിരുന്ന മാറാലയും ഇരുട്ടും അവരുടെ ദീർഘനിശ്വാസത്തിൽ ചന്നം പിന്നം പറന്നുപോയി.

കാടുതെളിയിച്ച പുനത്തിൽ വള്ളിക്കാലൂന്നിയാൽ ജന്മി കണക്കു കൂട്ടാൻ തുടങ്ങും. ഇന്നേക്ക് അഞ്ചാം കൊല്ലം കുരുമുളക് പറിക്കാം. കാര്യസ്ഥൻ രെരുനായരുടെ കുരിപ്പു നിറഞ്ഞ മുഖം മാഞ്ഞു. കള്ളപ്പറ കളും പിഴപ്പിക്കപ്പെട്ട പെൺമക്കളും അവരുടെ അകത്തളങ്ങളിൽനിന്നു നിഷ്ക്രമിച്ചു. ഇതാ കാരുണ്യത്തിന്റെ കലവറയിലേക്കുള്ള വാതിൽ തുറന്നു കിടക്കുന്നു.

തമ്പുരാന്റെ പടിക്കലേക്ക് ഒന്നുരണ്ടു നാഴികമാത്രം. കുടിച്ച കള്ളിന്റെ നുര അടങ്ങുംവരെ അവർ തമ്പുരാനു കീർത്തനങ്ങൾ കുറിച്ചു.

കുഞ്ഞമ്പാടിക്കു വിശപ്പ്, ദാഹം കീർത്തനങ്ങൾ കേട്ട് അവന്റെ അരിശം വർധിച്ചു.

ചുമടു തലയിലേറ്റി അമ്പാടി മുമ്പേ നടന്നു. പൊക്കൻകാരണവരുടെ ചുമടിന് ഭാരക്കൂടുതലുണ്ട്. ചുവടുറയ്ക്കുന്നില്ല.

അനുഭവിക്കട്ടെ, വീഴുമ്പോൾ താങ്ങാം.

കാളീശ്വരത്ത് അസ്തമയം അവരെ കാത്തുനിന്നു.

തമ്പുരാന്റെ വലിയമഠത്തിന്റെ തിരുമുറ്റത്തു കറിസാമാനക്കെട്ടുകൾ ഇറക്കിവച്ച് അവർ ആശ്വസിച്ചു.

നാലുകെട്ടിന്റെയും അഞ്ചാംപുരയുടെയും പത്തായപ്പുരയുടെയും വാതിലുകൾക്കപ്പുറം ഓരോ തല എത്തിനോക്കി.

അസമയത്തെ ഈ തിരുമുൽക്കാഴ്ച അവരെ അതിശയിപ്പിച്ചു.

തമ്പുരാന്റെ കാര്യസ്ഥന്മാരും ശിങ്കിടികളും സിൽബന്ധികളും ഉഗ്രാണിയും ചേനപ്പനും എല്ലാം വന്നു.

രൈരുനായരുടെ കുരിപ്പിൻകുഴികളിൽ വെളിച്ചം മിന്നി. ഓരോ ഭാണ്ഡവും പൊക്കാൻശ്രമിച്ചും കൊട്ടിനോക്കിയും അയാൾ കാഴ്ചദ്രവ്യങ്ങളെ അളന്നു തിട്ടപ്പെടുത്തി.

കൂട്ടത്തിൽ വലിയ ഭാരം ചുമന്ന് എത്തിയിരിക്കുന്ന പൊക്കൻ കാരണവരുടെ മുമ്പിൽ അയാൾ നിന്നു. തൊള്ള തുറന്നു. ഉമിനീർപ്പൂക്കൾ വർഷിച്ചു.

അനുഗ്രഹം സിദ്ധിച്ച പൊക്കൻകാരണവർ പറഞ്ഞു:

"രക്ഷിക്കണേ ഒടയോറെ! തമ്പ്രാന്റെ പൊനം കൊത്താൻ കൽപ്പന വാങ്ങിത്തരണേ!"

രൈരുനായർ ഒന്നു ചിനച്ചു. അയാൾ അമ്പാടിയുടെ മുമ്പിലെ ചെറിയ ഭാണ്ഡത്തിന് ഒരു തട്ടുകൊടുത്തു.

"നെന്റെ കെട്ടുവെരലിൽ തൂക്കിട്ടാകൊണ്ടന്നത്?"

അമ്പാടി മിണ്ടിയില്ല. മിണ്ടല്ലെ എന്നു കൂട്ടുകാർ ഇമയനക്കി.

"എന്തിനാ നെന്നെ എഴുന്നള്ളിച്ചത്? ഒരു മൂന്നു തുലാൻ ചുമക്കാൻ കഴിയലെ നെനക്ക്?" ഇത് രണ്ട് തുലാൻ തെകച്ചുണ്ടോ?"

അമ്പാടിയുടെ ഉടലിന് ഏകരം കൂടി. നെഞ്ചു വീർത്തു. കണ്ണുകൾ ഉരുണ്ടു. ശ്വാസം ധൃതഗതിയിലായി.

"വാ, പുറത്തിറങ്ങിവരാം!" വായക്കോടൻ ചന്തു അമ്പാടിയെ താഴെ ഇടവഴിയിലേക്കു നയിച്ചു.

തമ്പുരാന്റെ ദർശനം കിട്ടിയില്ല.

വീട്ടുകാര്യസ്ഥൻ ആളൊന്നിന് നാഴിയരിയും ഓരോ വെറ്റിലയും സമ്മാനിച്ചു. പ്രസാദം. വരിയിൽനിന്നു, നിലം മുട്ടെ തൊഴുതു. ഗ്രാമീണർ പുറത്തുകടന്നു. അവരുടെ മുമ്പിൽ തണുപ്പേറിയ ഒരു രാവു ചുരുൾ നീർത്തി. മഴ തകർത്തു പെയ്യുന്നു. എവിടെ അടുപ്പുകൂട്ടി അത്താഴമു

ണ്ണണം. കാളീശ്വരംചന്തപ്പുര അവർക്ക് ആശ്വാസമരുളി. ആൽത്തറയിൽ കിടന്നു തേക്കിയരക്കയ്ക്കുന്ന തെണ്ടിപ്പയ്ക്കൾ മഴച്ചാറ്റിലേക്കിറങ്ങി.

കൂരകൾ ദ്രവിച്ച ചന്തപ്പുരകളിൽ അവർ അടുപ്പുകൂട്ടി. തീകാഞ്ഞു. കഞ്ഞിവെക്കാൻ പാത്രമില്ല. അലഞ്ഞുതിരിയുന്ന കന്നുകാലികൾക്കായി ശങ്കരൻനായനാറുടെ വക ഒരു വലിയ വെള്ളത്തൊട്ടിയല്ലാതൊന്നുമില്ല. അവിടെ വിശപ്പു സഹിക്കാത്തവർ അങ്ങാടിയിലേക്കു കടന്നു. ഹോട്ടലിൽ തണുത്ത ആഹാരം വല്ലതും കിട്ടും. കാലേ ഉണ്ടാക്കിയ കതിനാക്കുറ്റിപോലെ ഉറച്ച പുട്ടോ ചോറോ എന്തെങ്കിലും ഉണ്ടുവന്നവരും ഉണ്ണാതെ തീകാഞ്ഞവരും ചന്തപ്പുരകളിൽ ചുരുണ്ടുകൂടി. മലയോരത്തെ തണുപ്പില്ല. പക്ഷേ, ചന്നം പിന്നം തുടരുന്ന മഴ ശീതക്കാറ്റിന്റെ അകമ്പടിയോടെ അവരുടെ നിദ്ര കെടുത്തി.

പുലർകോഴി കൂവിയപ്പോൾ അമ്പുക്കാരണവർ എല്ലാവരെയും വിളിച്ചുണർത്തി, പൊക്കൻകാരണവരുടെ കാലിൽ നീരിറങ്ങിയിരുന്നു. ചുമടിന്റെ ഒരംശം അയാളുടെ വൃദ്ധപാദങ്ങളിൽ താവളമടിച്ചിരിക്കുകയാണ്.

ആരോ ഒരാൾ തൊട്ടടുത്ത വള്ളിത്തോട്ടത്തിൽ പോയി കുറെ ഇലകൾ പറിച്ചുകൊണ്ടുവന്നു. ഓരോരുത്തർക്കും ഓരോ ഇല. മടിക്കുത്തിൽ സൂക്ഷിച്ചുവച്ച ഒന്നേകാൽ പണം ഓരോരുത്തനും തങ്ങളുടെ ഇലയിൽവച്ചു.

"കൂലോത്തുപോയി കാഴ്ചവെക്കണം!" അമ്പുക്കാരണവർ നിർദേശിച്ചു.

"കാക്കവീണുതൊഴണം!" പൊക്കൻകാരണവർ പറഞ്ഞു.

അവർ ഉള്ളംകൈയിൽ കുരുമുളകിലയിൽ പണവുമായി കൂലോത്തേക്കു നടന്നു. നേരംനന്നേ വെളുത്തുകഴിഞ്ഞു. തിരുമുറ്റത്തിന്റെ അതിരിനപ്പുറം അവർ നിരന്നു നിന്നു. കാത്തു കാൽ കൊഴഞ്ഞു.

ഒരു വേലക്കാരൻ വെളിക്കു വന്നു.

"തമ്പുരാൻ നീരാട്ടിലാണ്!"

കൊറെ നേരംകൂടി നിന്നു.

രണ്ടാമതൊരുവൻ വന്നറിയിച്ചു:

"തമ്പുരാൻ അമൃതേത്തു കഴിക്ക്യാണ്!"

അവർ ക്ഷമയോടെ കാത്തുനിന്നു.

പിന്നീടൊരുവൻ വന്നു:

"തമ്പുരാൻ പള്ളിക്കുറുപ്പാണ്!"

അപ്പോൾ നിഴലുകൾ കിഴക്കു ചായുകയും തലേന്നാളത്തെപ്പോലെ മറ്റൊരു മഴയ്ക്കുള്ള ഒരുക്കങ്ങൾ കാണാറാവുകയും ചെയ്തു.

നീരുവന്നു വീർത്ത കാൽ കൈയാലയിലുയർത്തിവച്ച് അമ്പുക്കാരണവർ ഒരു മരക്കുറ്റിയിൽ ചാരിയിരുന്നു. എല്ലാ കാലുകളും തളരുകയായിരുന്നു.

പടിഞ്ഞാറ്റയുടെ നിഴൽ അവരുടെ കാൽക്കലേക്കു നീണ്ടുവന്നു. അപ്പോൾ പൂമുഖവാതിൽ ഒരലർച്ചയോടെ തുറന്നു. വയർ വീർത്തു വിള

റിയ മുഖവും മഞ്ഞച്ച കൈകാലുകളുമുള്ള ഒരു മഞ്ഞത്തവള അവരുടെ മുമ്പിൽ പ്രത്യക്ഷപ്പെട്ടു. മിഴിക്കാത്ത കണ്ണുകൾ, ചലിക്കാത്ത ചുണ്ടുകൾ.

തമ്പുരാൻ!

തമ്പുരാൻ!

ഗ്രാമീണർ ഇരുകൈകളും ആകാശത്തിലേക്കുയർത്തി. മുറ്റത്തു വീണു സാഷ്ടാംഗം പ്രണമിച്ചു. ആ കിടപ്പിൽനിന്ന് എഴുന്നേൽക്കുക പ്രയാസമായിരുന്നു. വിശ്രമമില്ലാത്ത ഒരു യാത്ര അവസാനിക്കുകയാണ്. ഒരു പകലും മറ്റൊരു പകലും പിന്നിട്ടു.

രണ്ടാമത്തെ രാത്രിയിലെ പഥികരാകാൻ വിധിക്കപ്പെട്ട അവർ ആർത്തനാദം ഉയർത്തി:

"തമ്പുരാഭേനേ!"

"അടിയങ്ങക്കു പൊനം കൊത്താൻ കൽപ്പന തരഭേണേ!"

"പൊനവാരം ഇളവു ചെയ്തു തരണേ!"

"കല്ലും കുറ്റീം ഒഴിവാക്കിത്തരഭേണേ!"

തമ്പുരാന്റെ പാണ്ടൻചുണ്ടു ചലിച്ചില്ല. കാഴ്ചപ്പണം പൊലിഞ്ഞു കഴിഞ്ഞപ്പോൾ തമ്പുരാൻ ക്ഷീണത്തോടെ കോച്ചിലമർന്നു. പിന്നെ ഒരക്ഷരം ഉരിയിടാതെ അവിടെ അവശേഷിച്ച പ്രാണികളെ ഗൗനിക്കാതെ തമ്പുരാൻ മണിയറയിലേക്കു കടന്നുപോയി. പൂമുഖവാതിൽ കൊട്ടിയടച്ചു.

അമ്പാടി ഇടവഴിയിലേക്കു ചാടി. അവനു നിറയൂരെത്തണം. ചെത്തുകാരൻ ചാമിയെ അവസാനമായൊന്നു കാണണം! ഇനി കാഴ്ച ദ്രവ്യവുമായി ഈ അമ്പാടി ഇപ്പടി കേറുകയില്ല. നിറയൂരമ്മയാണെ സത്യം! ഉക്കാരൻഗുരുക്കളാണെ, സത്യം!

ഇരുപത്

ഒരിക്കൽക്കൂടി മഹേശ്വരൻ അറസ്റ്റ് വരിച്ചു. വട്ടമേശസമ്മേളനം കഴിഞ്ഞെത്തിയ മഹാത്മജി ജയിലിൽ പോയി. അവർ ഭാരതീയരെ ഒട്ടാകെ അപമാനിച്ചു. ഈ അപമാനത്തിൽനിന്ന് മുക്തിനേടാനെന്തു മാർഗം?

തിലകമൈതാനത്തു ചേർന്ന യോഗം നിയമവിരുദ്ധമായിരുന്നു. എന്നിട്ടും ചുറ്റുമുള്ള ഗ്രാമങ്ങളിൽനിന്ന് ചരക്കു വാങ്ങാനെന്ന വ്യാജേന അങ്ങാടിയിലെത്തിയ ചെറുപ്പക്കാർ മൈതാനത്തിന്റെ അതിരുകളിൽ ഒറ്റയും തെറ്റയുമായി നിന്നു. അവർ ചെവി കൂർപ്പിച്ചു. മഹേശ്വരന്റെ ശബ്ദത്തിന് മൂർച്ച കൂടിയിരിക്കുന്നു. ലജ്ജാശീലയായ ഒരു യുവതിയെപ്പോലെ രാഷ്ട്രീയത്തിലിറങ്ങിയ മഹേശ്വരന് ഇപ്പോൾ പൊതുവേദി തട്ടകമായി. രുധിരമനയുടെ എട്ടുകെട്ടിൽ കാറ്റും വെളിച്ചവുമേൽക്കാതെ ശൈശവവും ബാല്യവും കഴിച്ചുകൂട്ടിയ, വിളറിവെളുത്ത വെള്ളത്തണ്ടുപോലിരുന്ന മഹേശ്വരന് ഇപ്പോൾ ശബ്ദമുണ്ടായി. മുഖമുണ്ടായി. ഏതു

ജനക്കൂട്ടത്തിൽവച്ചും ആളുകൾ മഹേശ്വരനെ തിരിഞ്ഞുനോക്കാൻ തുടങ്ങി. എന്നാലും ഗ്രാമീണരുടെ വിശ്വാസം മുഴുവനും ആർജിക്കാൻ മഹേശ്വരനു കഴിഞ്ഞില്ല. മഹേശ്വരന്റെ ആഢ്യജ്യേഷ്ഠന്മാർ അനിയനോടു കാണിക്കുന്ന വേർതിരിവ് ഒരു നാട്യമാണെന്നുപോലും ചിലർക്കു തോന്നാൻ തുടങ്ങി.

മഹേശ്വരൻ ആകെയൊന്നു മുങ്ങിക്കുളിച്ച് തണുപ്പു തീർന്ന മട്ടാണ്. മണ്ണത്താൻ അലക്കു മുടക്കി. മഹേശ്വരൻ കുളിക്കടവിലിരുന്ന് തന്റെ ഖദർകുപ്പായം സോപ്പു പതച്ച് കഴുകി വൃത്തിയാക്കി. ക്ഷുരകൻ ക്ഷൗരം മുടക്കി. കുറച്ചു കാലത്തേക്ക് ദീക്ഷയാചരിക്കാൻ മഹേശ്വരൻ തീരുമാനിച്ചു. മനയ്ക്കലെ അടുക്കളയിൽ മഹേശ്വരന് അന്നമില്ലായിരുന്നു.

പൂമുഖത്തെ ആട്ടുകട്ടിലിൽ ചാഞ്ഞിരുന്ന് ജ്യേഷ്ഠൻ പരമേശ്വരൻ അടുക്കള കാര്യസ്ഥനോട് ആജ്ഞാപിച്ചു:

"നാടു നന്നാക്കുന്നവന് നാട്ടുകാർ ഊണുകൊടുക്കും."

മറിച്ചു പറയാൻ കാര്യസ്ഥനു ധൈര്യമില്ല. അല്ലെങ്കിലും ചെറിയ തിരുമേനി താൻ ഇരിക്കുന്ന മരത്തിന്റെ തടിയാണല്ലോ കൂട്ടുകാരോടു കൊത്താൻ പറയുന്നത്!

കാളീശ്വരം കാവിൽ നിത്യേന കുളിച്ചു തൊഴുതു മഹേശ്വരൻ. അതിനുശേഷം നിത്യേന പുണ്യാഹം കഴിച്ചു പൂജാരി. അവസാനം പൂജാരിക്കു മടുത്തു. മഹേശ്വരനു മടുത്തില്ല. മഹേശ്വരന്റെ ഉള്ളിൽ ആത്മശക്തി നൽകുന്ന ദേവി കുടിപാർത്തിരുന്നു. ദേവിയെ മറക്കാൻ മഹേശ്വരനു കഴിയുമായിരുന്നില്ല. പാരമ്പര്യത്തിന്റെ വേരുകളിൽനിന്ന് ജീനുകൾ അയാളുടെ ദൃശ്യഗാത്രത്തിലൂടെ ആത്മാവിൽ പ്രവേശിച്ചു. ഏതു കടുത്ത പ്രതിസന്ധിയിലും തന്റെ പഴയ ജീവിതചര്യകൾ കൈവിടാതിരിക്കാൻ വേരുകളുടെ ഉൾവിളി അയാളെ ഉപദേശിച്ചുകൊണ്ടിരുന്നു.

മഹേശ്വരൻ ഉറക്കെ സംസാരിച്ചു:

"ഗാന്ധിജിയെ തടവിൽനിന്ന് വിടുംവരെ സമരം! നമ്മുടെ വീട്ടുമുറ്റമായ ഈ മൈതാനത്തിൽ യോഗം ചേരരുതെന്നു പറയാൻ അവനാര്? ആ വെള്ളക്കാരൻ കെട്ടുകെട്ടുംവരെ നാം എതിർത്തുകൊണ്ടേയിരിക്കും"—

ആലിൻചോട്ടിൽ മത്സ്യം മേടിക്കാനെത്തിയ യുവാക്കൾ കൈയടിച്ചു. പുറകെ പൊലീസെത്തി. മഹേശ്വരൻ വീണ്ടും അറസ്റ്റ് വരിച്ചു.

ഗ്രാമവൃദ്ധന്മാർ ആത്മഗതം ചെയ്തു:

"ഇതോണ്ടെന്തു പുണ്യം?"

പണക്കാരന്റെ പുത്രന് ജയിൽ സ്വർഗമാണെന്ന് പുതിയൊരറിവ് അവർക്കു വീണുകിട്ടിയിരിക്കുന്നു. കുറെനാൾ അകത്തുകിടന്ന് ഊർജം സംഭരിച്ച് തിരുമേനി പുറത്തുവരും. കരുവഞ്ചേരിയിലെയും ഇടപ്പത്തിലെയും പൂമഠത്തിലെയും വെള്ളിക്കോത്ത് സ്കൂളിലെയും തലതിരിഞ്ഞ ചെറുപ്പക്കാർ ഖദർമാലയും ചെത്തിപ്പൂമാലയും ഒരുക്കിവച്ചു കാത്തിരിക്കും.

എന്നാലും നാട്ടിൽ എന്തോ ഒന്നു നടക്കാൻ പോവുകയാണെന്ന്

അവർ ജന്മവാസനകൊണ്ട് ഊഹിച്ചെടുത്തു. തെയ്യങ്ങൾക്ക് ആടാനുള്ള മേലേരി കത്തിക്കനലാകാതെ പുകഞ്ഞുകൊണ്ടു നിൽക്കുമ്പോൾ, മീന വെയിലിൽ പൊരിയുന്ന പാടങ്ങളിൽ ചുഴികൾ ഊളിയിട്ടു പൊങ്ങുമ്പോൾ, നിറയൂരാറിൽ കാലെക്കൂട്ടി ഉപ്പു കയറുമ്പോൾ, ഗ്രാമീണ ഭവനങ്ങളിൽ ഭഗവതി വിളയാടുമ്പോൾ, അവരോർക്കുന്നു—എന്തോ വിപത്ത് സംഭവിക്കാൻ പോണു. ഏതു വിപത്തിനെ എതിരിടാനും അവർക്കു ധൈര്യമുണ്ട്. പക്ഷേ, എങ്ങനെ? ആരൊന്ന് ഉപദേശിച്ചു കൊടുക്കും? അവർ പഴമയുടെ അന്ധകാരാവൃതമായ നിലയറകൾ തേടിപ്പോയി. കാവിൽ കോഴിയറുത്തു. തെയ്യം കളിപ്പിച്ചു. വഴിപാടുകൾ പഴന്തുണിയിൽ പൊതിഞ്ഞുകെട്ടി കൊട്ടിലിൽ സൂക്ഷിച്ചു.

അപ്പോൾ മഹേശ്വരൻ വീണ്ടും ജയിലിൽനിന്നു തിരിച്ചെത്തി.

ഒരു പുതിയ അറിവിന്റെ ഉൾക്കനം അയാളുടെ ഓരോ അടിവയ്പ്പിലും പ്രകടമായിരുന്നു. പതിവനുസരിച്ച് അയാൾ കരുവഞ്ചേരി പടിപ്പുരമാളികയിലെ സുഹൃത്തുക്കളെ കാണാൻ ചെന്നില്ല. കിട്ടേട്ടനെ ഒന്നു കണ്ടാൽക്കൊള്ളാം. കവിതയെഴുതുന്ന കോമൻനായരെ കാണണോ?

യുവകാഹളത്തിൽ കോമൻനായർ ആയിടെ എഴുതി പ്രസിദ്ധപ്പെടുത്തിയ കവിത മഹേശ്വരനു ധൈര്യം പകർന്നു.

തീവണ്ടിയാപ്പീസിൽനിന്നു സുഹൃത്തുക്കളെ പറഞ്ഞയച്ച് മഹേശ്വരൻ തനിച്ച് കോമൻനായരെ കാണാൻ പുറപ്പെട്ടു. കോമൻനായരില്ല. എളേരിത്തട്ടിൽപ്പോയി കുഞ്ഞമ്പാടിയെ തേടുകയാണു കാമ്യം.

ഇലച്ചാർത്തിലൂടെ നിലാത്തുള്ളികളിറ്റുവീഴുന്ന ഒരു സന്ധ്യക്ക് മഹേശ്വരൻ എളേരിത്തട്ടിലെത്തി. കുഞ്ഞമ്പാടി കാവൽമാടത്തിന്റെ മുകളിൽ തീകൂട്ടുകയായിരുന്നു. നിലാവിൽനിന്നു മാടത്തിൻമുകളിലെ ഇരുട്ടിലേക്കു തന്റെ സ്വരത്തിന്റെ അമ്പെയ്തു മഹേശ്വരൻ:

"അമ്പാടി...കുഞ്ഞമ്പാടീ..."

ഒറ്റക്കാലൂന്നി നിൽക്കുന്ന മാടത്തിൽനിന്ന് കുഞ്ഞമ്പാടി കോണിയിറങ്ങിവന്നു.

"തിരുമേനി, ഇപ്പോൾ?"

"തിരുമേനിയല്ല. മഹേശ്വരൻ! എനിക്കു ചിലതു സംസാരിക്കാനുണ്ട്!"

അമ്പാടിയുടെ ഉള്ളിൽ നിഴലുകൾ പിണഞ്ഞു. തലേന്നാൾ പാട്ടമിളവിന് പരിവാരവുമൊത്തു പോയത് മഹേശ്വരനറിഞ്ഞുവോ? അവസാനം ഇളവനുദിച്ചു കിട്ടിയോ? ഉള്ളിലൂറുന്ന ഉത്സാഹത്തോടെ മഹേശ്വരന്റെ മുമ്പിൽ അമ്പാടി വന്നുനിന്നു. സന്ധ്യക്കൊരു മഴ ചാറിയിരുന്നു. കുളിർത്ത മലങ്കാറ്റ് അവരെ പൂണ്ടു.

"ഇവിടെ ചൂടു നന്നെ കുറവാണല്ലോ അമ്പാടി?"

"ഈടെ ചൂട് മനുഷ്യന്റെ അകത്താണ്!"

"അമ്പാടി ഇന്നലെ കൂലോത്ത് ചെന്നത് ഞാനറിഞ്ഞു." മഹേശ്വരൻ തുടർന്നു:

"ഇതൊരു ജീവിതമാണോ അമ്പാടി? മനുഷ്യരിത്ര നിലംപറ്റി നടക്കാമോ? മൃഗങ്ങളെക്കാൾ അധഃപതിച്ച് ആത്മാവ് നഷ്ടപ്പെട്ടവരായി?"

അമ്പാടി മഹേശ്വരനെ മിഴിച്ചു നോക്കി.

തങ്ങൾക്കിടയിൽ സംവേദനത്തിന്റെ ഒരു നേർവഴി ഇല്ലെന്ന് മഹേശ്വരൻ ചിന്തിച്ചു. ജാള്യം മറച്ചുകൊണ്ട് അയാൾ പറഞ്ഞു:

"എത്രയോ വർഷമായി നിങ്ങൾ കിളച്ചു കുഴിച്ചു ചോര നീരാക്കി പണിത ഭൂമി. അങ്ങനെയല്ലേ?"

അമ്പാടി തലകുലുക്കി.

"ഒരിക്കലെങ്കിലും തിരുമേനിമാർ ഈ മണ്ണിൽ ചവിട്ടിയിട്ടുണ്ടോ? ഈ ഭൂമിയുടെ അതിരുകൾ കണ്ടിട്ടുണ്ടോ?"

"ഇല്ല."

"ഇവിടത്തെ ആദായം മുഴുവനും ആരെടുക്കുന്നു? ജന്മി കനിഞ്ഞരുളുന്നതല്ലേ നിങ്ങളുടെ വിഹിതം?"

"ത...ന്നെ!"

"ഇന്നലെ നിങ്ങൾ തിരുമനസുണർത്തിക്കാൻ ചെന്നു. നിങ്ങളുടെ സങ്കടങ്ങൾ ആര് കേട്ടു?"

"ഭൂമി!"

മഹേശ്വരൻ മന്ദഹസിച്ചു: "അന്യന്റെ സങ്കടങ്ങൾ അറിയാത്തവരെ അറിയിക്കണം!"

"എങ്ങനെ?"

"സംഘടിക്കണം! കൃഷിക്കാർ ഒറ്റക്കെട്ടായി നിൽക്കണം!"

മഹേശ്വരന്റെ വാക്കുകേട്ട് അമ്പാടിക്ക് ചിരിവന്നു. ആരോടാണു പറയുന്നത്! ഒരതിർത്തിക്കല്ലിന്റെ പേരിൽ, ഒരു നീരുറവയുടെ പേരിൽ, പാറപ്പരപ്പിലെ മുളിപ്പുല്ലിന്റെ പേരിൽ തീവെട്ടികളുമായി പരസ്പരം ആക്രമിക്കാൻ വിധിക്കപ്പെട്ട കൃഷിക്കാരോട് ആരാണ് പറയുന്നത്!

വൈരനിര്യാതനത്തിന്റെ പഴയ മാനങ്ങൾക്കു മാറ്റം വരുത്തേണ്ടത് ആരാണ്? അമ്പാടി ഉൾക്കൊള്ളുന്ന കൃഷീവലരോ? മഹേശ്വരനെപ്പോലുള്ളവരോ? ജീവിതത്തിന്റെ പരുക്കൻപാതയിലൂടെ സഞ്ചരിക്കുമ്പോൾ ഭൂമിദേവി അവരുടെ പാദങ്ങളിൽ മുള്ളു തറയ്ക്കാറുണ്ട്. ഒരിക്കലും ഒരു കഠാര വയൽവരമ്പിൽ ആരും തറച്ചുവയ്ക്കാറില്ല. ഒരു കുടിൽ കത്തിച്ചാൽ അതിനകത്തെ ജീവികൾ അടുത്ത കുടിലിൽ അഭയം തേടുന്നു.

സംഘടനയുടെ കൃത്രിമ രൂപങ്ങളെക്കുറിച്ച് കുഞ്ഞമ്പാടി അജ്ഞനായിരുന്നു.

മഹേശ്വരനും കുഞ്ഞമ്പാടിയും മലഞ്ചെരുവിലെ പാറക്കെട്ടിലിരുന്ന് സംസാരിച്ചു. രണ്ടു ലോകത്തിന്റെ വിദൂര അതിരുകളിൽനിന്ന് നടന്നടുത്തവർ ഒന്നായി, ഒരേ രേഖയിൽ വന്നു മുഖത്തോടു മുഖം നോക്കി നിന്നു.

മഹേശ്വരന്റെ മുഖത്ത് നിലാവു പുഞ്ചിരിച്ചു. കുഞ്ഞമ്പാടിയുടെ മുഖം പടർന്നു പന്തലിച്ച അത്തിമരത്തിന്റെ നിഴലിലായിരുന്നു.

"അമ്പാടിക്ക് ബോധ്യമായോ?"

അമ്പാടി തലകുലുക്കി.

"നിങ്ങൾ കൃഷിക്കാർ സംഘടിക്കണം. നമുക്ക് ഈ ജീവിതത്തിന്റെ മുഖച്ഛായ മാറ്റണം!"

ഇപ്പോൾ അമ്പാടി കുറെക്കൂടി മുമ്പിലേക്ക് വന്നു. ചന്ദ്രൻ അത്തിയുടെ നെറുകയിൽ നിന്നു. അവർ പരസ്പരം പുഞ്ചിരിച്ചു.

"ഞാൻ നാളെ ഈ സമയത്ത് ഇവിടെ വരും.! അമ്പാടി ഈ മലയോരത്തുള്ളവരെ മുഴുവനും ഇവിടെ വിളിച്ചുവരുത്തണം!"

അവിടവിടെ കാവൽമാടങ്ങളിൽ നിന്ന് തീപ്പുക ഉയരുന്നുണ്ടായിരുന്നു. രാത്രിയുടെ മറവിൽ കടന്നുവരുന്ന കാട്ടുജന്തുക്കളോടു മല്ലിടാൻ. ഇരുണ്ട താവളങ്ങളിൽ അനേകം ശത്രുക്കൾ പതിയിരിക്കുന്നു!"

"അമ്പാടീ, വർഗശത്രുക്കളെ നാം തിരിച്ചറിയേണ്ടിയിരിക്കുന്നു.

....

ഞെക്കുവിളക്ക് പ്രകാശിപ്പിച്ചുകൊണ്ട് മഹേശ്വരൻ മലയിറങ്ങിപ്പോകുന്നത് അമ്പാടി നോക്കിനിന്നു.

നാളെ ഇവിടെ ഈ നേരത്ത്!

അന്നു രാത്രി മഹേശ്വരൻ വന്നത് അമ്പാടിയെ അത്ഭുതപ്പെടുത്തി. അവിചാരിതമായി ഒരു വേലിയേറ്റംപോലെ. വിരസമായ തീരത്ത് കാലാകാലമായി അടിഞ്ഞുകിടന്നതിനെയൊക്കെ തിരയെടുത്തുപോയി.

ഒരു പുതിയ തീരം. നനഞ്ഞ മണ്ണ്. നിറവുള്ള നിലാവ്.

അമ്പാടി തന്റെ കാവൽമാടത്തിനു കീഴെ തീയിട്ടു. പുനത്തിലിറങ്ങി ആണുങ്ങളെല്ലാം കാവൽമാടങ്ങളിലായിരുന്നു. അവരുടെ ദീർഘനിശ്വാസങ്ങൾപോലെ പുകച്ചുരുളുകൾ വനസീമകളെ ലംഘിച്ചു. അമ്പാടി ആദ്യം പോയത് അമ്പുക്കാരണവരുടെ അടുത്താണ്.

നെനക്കെന്താ പ്രാന്തുണ്ടോ കുഞ്ഞീ? ഇന്നു സങ്കടിച്ചാ നാളെ. പുനത്തീനെറങ്ങണ്ടേ? പെണ്ണും കുഞ്ഞിങ്ങളും ഏടെ കെടന്നുറങ്ങും?"

"സംഘടിക്കാഞ്ഞാ ഈ പുരകളിൽത്തന്നെ ഉറങ്ങാൻ കഴീം എന്നതിന് ഉറപ്പെന്താ?"

"ഒറപ്പോ? ദൈവംതമ്പ്രാന്റെ ഒറപ്പ്! അല്ലാതെന്താ!" അമ്പുക്കാരണവർ അഗ്നിയിൽ ഒരു വിറകുമുട്ടികൂടി ഹോമിച്ച് ഉടുമുണ്ടഴിച്ചു പുതച്ച് തിരിഞ്ഞു കിടന്നു.

അമ്പാടി നിരാശനായി. അവൻ കാട്ടുകല്ലുകളിൽ തട്ടിയും തടഞ്ഞും മുമ്പോട്ടു പോയി. മാവിലൻ രാമൻ പറഞ്ഞു:

"ഞാനുണ്ടാവും ങ്ങടെ കൂടെ! എനക്കു പൊരപോയാ ആകാശത്തിന്റെ ചോട്ടിലൊറങ്ങാം. ഇപ്പ കെടക്കണ പൊര സൊന്തമായാ ചാവും വരെ അതിലൊറങ്ങാ" മുടിക്കാരൻ ചോയി പറഞ്ഞു:

"ഈടെ വെതച്ച ആടെ പൊലിയും. തിരുമേനി ആടെ വെതച്ചത് ഈടെ നുമ്മക്ക് കൊയ്യാം."

അമ്പാടി ചോയിക്ക് ഒരു കഷണം പുകയിലെ കൊടുത്ത് യാത്ര പറഞ്ഞു.

അന്നു രാവുമുഴുവനും അമ്പാടി കൃഷിനിലങ്ങളുടെ ഹൃദയമിടിപ്പ റിഞ്ഞുകൊണ്ടു നടന്നു. കാരണവന്മാരെ മുഴുവനും ബോധ്യപ്പെടുത്താൻ അമ്പാടിക്കു കഴിഞ്ഞില്ല. ക്ഷമാശീലം കുറവായതിനാൽ അവൻ ചെറു പ്പക്കാരെ മനസിലാക്കാൻ ശ്രമിച്ചു. ഒരു നല്ല മുണ്ടുടുക്കാനോ കണ്ണൂ രിൽ പോയി ഒരു സിനിമ കാണാനോ തരപ്പെടാതെ ഈ നിലയ്ക്കാത്ത പോരാട്ടത്തിൽ ലയിച്ചുപോയിരുന്ന അവർ ഉത്സാഹത്തോടെ പറഞ്ഞു.

'ഞങ്ങൾ എന്തിനും ഒരുക്കമാണ്!' എഴുത്തൂട്ടിൽനിന്നു പെറുക്കി യെടുത്ത അക്ഷരങ്ങൾ ഏതോ വഴിയിൽ വീണു നഷ്ടമായിരുന്നു. വായി ച്ചറിയാൻ വയ്യാത്തോർ പഠിച്ചവരുടെ വാക്കു കേൾക്കുന്നതു നന്നെന്ന് അവർക്കു തോന്നി.

പിറ്റേന്ന് അമ്പാടിയുടെ മുളകുതോട്ടത്തിലെ ഒരു പാറപ്പരപ്പിൽ അവർ ഒരുമിച്ചു. നിഴൽവീണ മുഖങ്ങൾ. നേരിയ നിലാവിനു മഴക്കാറുകളെ അരിച്ചു താഴോട്ടിറങ്ങാൻ കരുത്തുണ്ടായിരുന്നില്ല.

കൃത്യസമയത്ത് മഹേശ്വരൻ എത്തി.

മഹേശ്വരൻ കൃഷിഭൂമികളിൽ വരാറില്ലായിരുന്നു. പഠിപ്പു കഴിഞ്ഞു നാട്ടിലെത്തിയ തിരുമേനിയുടെ വാസം കൂടുതലും ജയിലിലായിരുന്നു. വെളുത്തു മെലിഞ്ഞു ദീർഘകായനായ രുധിരമന ചെറ്യമ്പൂരിയെ തിരി ച്ചറിയാനവർക്ക് ഒരാളുടെ സഹായവും വേണ്ടിവന്നില്ല. ജന്മസിദ്ധമായ വിനയത്തോടെ അവർ ഇരുട്ടിൽ വാക്കൈ പൊത്തി എണീറ്റുനിന്നു.

"ആരും നിൽക്കേണ്ട. എല്ലാവർക്കും ഇരിക്കാൻ ഈ ഭൂമീല് സ്ഥല മുണ്ട്." അവർ നിർബന്ധത്തിനു വഴങ്ങി.

കൈയിലെ ഒരു പുസ്തകം ഉയർത്തിക്കാണിച്ച് മഹേശ്വരൻ പറഞ്ഞു:

"ഇതു വിപ്ലവത്തിന്റെ ചരിത്രമാണ്! ബംഗാൾ വിപ്ലവത്തിന്റെ ചരിത്രം! ഏതു നാട്ടിലേയും വിപ്ലവത്തിന്റെ ചരിത്രം! ഞാനിതു മലയാ ളത്തിലാക്കി. എത്രപേർക്കിതു വായിക്കാനാകും."

വിരലിലെണ്ണാൻ കഴിയുന്നത്ര ചെറുപ്പക്കാർ പറഞ്ഞു.

"എനക്ക്!"

"എനക്ക്!"

"എനക്ക്!"

മൂകരായിരിക്കുന്ന മറ്റുള്ളവരെ നോക്കി മഹേശ്വരൻ പറഞ്ഞു:

"നമുക്ക് അക്ഷരം പഠിക്കാൻ അവസരമുണ്ടാകും! അതിനുമുമ്പ് ഈ പുസ്തകം നൂറെണ്ണം പകർത്തിയെഴുതി നമുക്കു നഗരങ്ങളിൽ വിത രണം ചെയ്യാം."

അതിന്റെ ഉള്ളടക്കം അറിയാനവർക്കു വല്ലാത്ത ജിജ്ഞാസയു ണ്ടായി.

"നിങ്ങളിൽ പയറ്റു പഠിച്ചോരെത്രയുണ്ട്?"

നിറയൂരെ എല്ലാ ചെറുപ്പക്കാർക്കും പയറ്ററിയാം. കീഴൂരിൽനിന്നു മലകയറിവന്ന രണ്ടോമൂന്നോ പേർ മൗനം ദീക്ഷിച്ചു.

"നിങ്ങളുടെ പയറ്റ് ഇക്കാലത്ത് എവിടേയും വിലപ്പോവില്ല. ഇതു തോക്കിന്റെ കാലമാണ്! എത്ര പേർക്ക് ഉന്നം നോക്കി വെടിവെക്കാനറിയാം?"

"അമ്പാടിക്കറിയാം."

"ചെല്ലനറിയാം."

"കരിയനറിയാം."

"ചെറിയെക്കനറിയാം."

അവരെല്ലാം കള്ളത്തോക്കുകളുടെ ഉടമകളായിരുന്നു. പുനത്തിൽ ജീവിക്കാൻ മറ്റൊരായുധം ഇല്ല. പുനത്തിൽ കുടിയേറിപ്പാർത്ത പെരുങ്കൊല്ലൻ കാളൻ അക്കൂട്ടത്തിലുണ്ടായിരുന്നു.

മഹേശ്വരൻ പറഞ്ഞു:

"ഒരു കാളന് എത്ര തോക്കുകളുണ്ടാക്കാൻ കഴിയും? നമുക്ക് ദൂരസ്ഥലത്തുനിന്നും തോക്കുകൾ വരുത്തണം. എളേരിമനയുടെ അപ്പുറം തോട്ടങ്ങളിൽ പോയി പരിശീലനം നടത്തണം!"

ഒരു കടങ്കഥയിൽ ലയിച്ചുപോയ ചെറുപ്പക്കാർക്ക് ഉത്സാഹം കയറി.

"പുഞ്ചവെള മൂരട്ടെ!"

"നാട്ടിലൊന്നു പോയി വന്നിറ്റ്!"

"അല്ല, ഇപ്പോൾ!"

"ക്ഷമിക്കിൻ കൂട്ടരേ, ആദ്യം ആയുധങ്ങളെത്തട്ടെ! അമ്പാടി കുറെ ചെറുപ്പക്കാരെ പരിശീലിപ്പിക്കട്ടെ."

"അതൊക്കെ എന്നാ? തുലാക്കാറ്റുപോലെ പെയ്തുപെയ്തൂന്നു വിചാരിക്കുമ്പം പെയ്യാതങ്ങു പോവും!"

"പെയ്യും! ഈ മഴ പെയ്യുകതന്നെ ചെയ്യും. അതോടെ ഒരു മലയിടിച്ചിലുണ്ടാവും. ഉരുൾപൊട്ടലിൽ ഇന്നുള്ളതെല്ലാം ഒഴുകിപ്പോവും. മൺമറയും. പുതുമണ്ണിൽ നമുക്കു വിത്തിടാം."

പുതുമണ്ണിൽ വിളയിച്ചെടുക്കുക എളുപ്പമല്ലെന്ന് അവർക്കറിയാമായിരുന്നു. മഹേശ്വരനിൽ ഒരു പുതിയ ദൈവത്തിന്റെ പിറവി കണ്ട് അവർ ഭക്ത്യാദരപൂർവം കൈകൂപ്പി. കോടക്കാറുകൾ മലനിരകളെ മൂടി. ആകാശത്തിന്റെ അകലങ്ങളിൽ ഇടിമുരണ്ടു.

ഇരുപത്തൊന്ന്

ജാക്കറ്റിട്ടു ഭർത്താവിന്റെ കൂടെ അന്യനാട്ടിൽ പോകുന്നതു ജാതിഭ്രഷ്ടിനിടയാക്കുമെന്നതിനാൽ ദേവയാനിക്കു ജീവിതം നിഷേധിക്കപ്പെട്ടു. അതേ അന്തഃപുരത്തിൽ ഒരു ചുമരിനപ്പുറം, ഒരു ഇടനാഴിക്കപ്പുറം മറ്റൊരു കിടപ്പറയിൽ താൻ വെൽവെറ്റ് ജാക്കറ്റു ധരിക്കുന്നത് അഹങ്കാരമാണെന്ന് ഉച്ചിരയ്ക്കു തോന്നി.

അനന്തൻ പറഞ്ഞു:

"ഉച്ചിര എനിക്കെപ്പോഴും എതിരാണ്!"

ഉച്ചിര കിടപ്പറയുടെ കതകടച്ചു. ശരറാന്തലിന്റെ ചോട്ടിൽനിന്നു മാറി. സൂര്യപടറൗക്കയും കസവുനേരിയതും മാറ്റി അവൾ വയലറ്റു നിറത്തിലുള്ള വെൽവെറ്റുജാക്കറ്റിട്ടു. പൂച്ചയുടെ തൊലിയുരിഞ്ഞു ദേഹത്തിട്ട അനുഭവം. അവൾ മൂക്കു ചുളിച്ചു. ഈ വസ്ത്രത്തിൽ തന്റെ ദേഹം തനിക്കന്യമാവുന്നു. സ്പർശനത്തിന്റെ ഉണ്മ നഷ്ടപ്പെടുന്നു. ആരാണിത്തരം തുണികൾ പെണ്ണുങ്ങൾക്കു ധരിക്കാൻ കണ്ടുപിടിച്ചത്?

"സായ്പ്!—" അനന്തൻ പറഞ്ഞു.

"നിങ്ങൾ ഖദറിടുമ്പോൾ ഞാൻ വെൽവെറ്റ് ധരിച്ചു സായിപ്പിനു മുതൽക്കൂട്ടുണ്ടാക്കണോ?" ഉച്ചിരയുടെ ചോദ്യം കേട്ട് അനന്തൻ ഞെട്ടി.

"നീയും കുഞ്ഞിമാളു അമ്മയെപ്പോലെ ഖദർമുണ്ടും വേഷ്ടിയും ധരിച്ചു കോൺഗ്രസ് സഭകൾക്കു പോവുമോ? ജാഥകൾ നയിക്കുമോ? കരുവഞ്ചേരിയിലെ തമ്പുരാട്ടി ജാഥ നയിച്ചാ ഈ നാടു മുഴുവനും കാണാൻ ഓടിക്കൂടും!"

"ഞാൻ ഖദറുടുക്കുകയാണെങ്കിൽ അതു നാലാളെ കാണിക്കാനായല്ല. എന്നെ നൂൽ നൂൽക്കാൻ പഠിപ്പിച്ചുതരൂ. ഞാൻ നൂത്ത നൂലുകൊണ്ടു നെയ്ത പുടവയുടുക്കാനാക്കൂ.

അനന്തനു കലശലായ ആഹ്ലാദം തോന്നി. ഉച്ചിര ഇതുവരെ ഒരാവശ്യവും ഉന്നയിച്ചുകണ്ടിട്ടില്ല.

സ്ത്രീകൾക്കുവേണ്ടി കോമൻനായരെഴുതിയ നാടകത്തിൽ അഭിനയിക്കാൻ ഉച്ചിരയ്ക്ക് ഒരവസരം കൊടുക്കാമായിരുന്നു. രാഘവൻ അഭിപ്രായം പ്രകടിപ്പിച്ചു.

വേണ്ട. ഉച്ചിര വരില്ല. കാരണവരെ ധിക്കരിച്ച് അവൾ വരില്ല.

ഈയിടെ ദേവയാനിയുടെ മുറിയിൽ പോയി ഉച്ചിര വീണ പഠിക്കുന്നു. തന്റെ പെങ്ങൾ തീർത്തും മരിച്ചിട്ടില്ല. എന്നാലും അവൾ അന്തഃപുരത്തിൽനിന്നു പുറത്തുകടക്കുമെന്നു തോന്നിയില്ല.

വെൽവെറ്റു ധരിച്ച ഉച്ചിര രവിവർമ്മച്ചിത്രംപോലെ ആയെന്ന് അനന്തനു തോന്നി. ഈയിടെ അവളുടെ കൺതടങ്ങളിൽ അരിച്ചിറങ്ങിയ കറുപ്പുഛായപോലും രവിവർമ്മയുടെ ദമയന്തിയുടെ കൺതടങ്ങളിൽ കണ്ടതാണ്.

കസവുപുടവയും ജാക്കറ്റും ധരിച്ചു പവൻമാല ചാർത്തി ഉച്ചിര പോകാനൊരുങ്ങി.

അവളുടെ മാറിൽ അനന്തന്റെ മിഴികൾ ഉടക്കി.

"നോക്കണ്ട! ഇനി ഈ മാലയിൽനിന്നു ഞാൻ പവൻ ഊരിത്തരില്ല. കുതിരപ്പവൻ ഒരാവശ്യത്തിനും എടുത്തുപോവരുതെന്ന് അമ്മ പറഞ്ഞിട്ടുണ്ട്!"

"എനിക്കെന്തിനാ പവൻ?"

"ഇതുവരെ മേടിച്ചു കൊണ്ടുപോയതോ?"

"കേസുനടത്താൻ. കേസിൽ കരുവഞ്ചേരിക്കാർ ജയിച്ചാൽ ആർക്കാഗുണം?"

"എനിക്കത്തരം ഗുണം വേണ്ട."

"പൊന്നുംപിള്ളയ്ക്കെന്തിനാ പൊൻകണ്ടം."

ഉച്ചിരയുടെ ചുണ്ടിലെ ചിരി മാഞ്ഞു. അവൾ മുറിയിൽനിന്നു പുറത്തു കടന്നു.

"നാടകം എത്ര മണിക്കാ തുടങ്ങ്വാ?"

"പത്തുമണിയെങ്കിലും ആവും! അത്താഴം അഴിച്ച് കുഞ്ഞുങ്ങളെ ഉറക്കിക്കിടത്തി പെണ്ണുങ്ങൾ ഇങ്ങെത്തണ്ടേ!"

"നമുക്ക് എടപ്പത്തിൽ പോയിരിക്കാം. സമയമാവുമ്പോ വയലിലേക്കിറങ്ങാം."

"എടപ്പത്തിലോ?"

"എനിക്കു രുക്മിണിയെ ഒന്നു കാണാം."

"ഈാടുത്തെ പെണ്ണുങ്ങൾ പണ്ടുകാലത്ത് എടപ്പത്തിൽ പോകാറില്ല."

"അതു പണ്ട്. ഇപ്പഴ് കാര്യസ്ഥൻ ജന്മിയും ജന്മി കുടിയാനും ആയി മാറാൻതുടങ്ങി! ഇനിയെന്തു വലിപ്പമാ നടിക്കാനുള്ളത്?"

അനന്തൻ അസ്വസ്ഥനായി.

"എടപ്പത്തീന്ന് നെല്ലു മേടിച്ചല്ലേ ഇക്കുറി കോൺഗ്രസ് സമ്മേളനത്തിനു സദ്യ ഒരുക്കിയത്?"

"എടപ്പത്തിലെ കളത്തിൽ കൂടിക്കിടക്കണത് നമ്മുടെ നെല്ലല്ലോ?" അനന്തൻ അത്ഭുതപ്പെട്ടു.

"കണ്ടാലറിയാത്തവർ കൊണ്ടാലേ അറിയൂ. യുധിഷ്ഠിരന്റെ ചൂതുകളിപോലെയാവും അവസാനം!"

അനന്തൻ നിശ്ചേതനനായി. കരുവഞ്ചേരിയുടെ ഭരണം നേരെയല്ല പോകുന്നതെന്ന് അനന്തനു തോന്നിത്തുടങ്ങിയിരുന്നു. രണ്ടുകൊല്ലം മുമ്പ് ഉണ്ണുനീലിയുടെ കെട്ടുകല്യാണത്തിനു നാടടക്കി സദ്യ കൊടുത്തു. കൂലോത്തെ ഉത്സവത്തിനു നാലുദിവസം സദ്യകൊടുത്തു. ഓരോ സദ്യയും കഴിഞ്ഞപ്പോൾ കുന്നോളം കറിസാമാനങ്ങൾ ബാക്കിയായി. സമൃദ്ധിയുടേതല്ലാത്ത ഒരു ചിത്രം എങ്ങും കണ്ടില്ല. ചോർച്ചയുള്ള കെട്ടിടത്തിലാണു താമസിക്കുന്നതെന്ന് ചാത്തുനായർ സൂചിപ്പിച്ചുപോലുമില്ല. അടുക്കളക്കാര്യങ്ങളെക്കുറിച്ച് അനന്തൻ ചിന്തിച്ചതേയില്ല. നിറയൂരിലേക്കു പോയ കാരണവർ തിരിച്ചുവന്നിട്ടും ഒന്നും വ്യത്യസ്തമായി സംഭവിച്ചില്ല.

കാരണവരെക്കണ്ടിട്ടു കുറെ നാളായെന്ന് അനന്തനോർത്തു. നിറയൂരിൽനിന്നു വന്നിട്ടുടനെ പോയത് എളേരിക്കാണ്—തറവാട്ടിൽ അരാജകത്വമാണ്—വള്ളിത്തോപ്പ് സ്കൂൾക്കെട്ടിടം പുതുക്കിപ്പണിയാറായെന്ന് കുഞ്ഞീഷ്ണൻനായർ ഓർമിപ്പിച്ചപ്പോൾ അമ്മാവൻ വരട്ടെ എന്നു പറഞ്ഞു.

കുഞ്ഞീഷ്ണൻനായർ പറഞ്ഞു:

"വേണമെങ്കിൽ ഒരു നാടകം കളിക്കാം!"

അയാളുടെ ഉള്ളിരിപ്പു മനസിലായി. കോമൻനായർ ഹരിജൻ കുട്ടികൾക്കുവേണ്ടി പണപ്പിരിവു നടത്താനാണു നാടകം കളിക്കുന്നത്. അതു

വഴി തിരിച്ചെടുക്കാനാണു കുഞ്ഞീഷ്ണൻനായരുടെ ശ്രമം. ഹീനശ്രമം! അനന്തൻ പറഞ്ഞു:

"സ്കൂൾകെട്ടിടം പണിയാം. കുറച്ചു കഴിയട്ടെ!"

കോൺഗ്രസുകാരണം തന്റെ സ്കൂൾ പൂട്ടിപ്പോവുമെന്ന് കുഞ്ഞീഷ്ണൻനായർ ഭയന്നു. അതിലേറെ നിറയൂരെയും കീഴൂരെയും ഇടപാടുകാരെ ഉപേക്ഷിച്ച് നാട്ടിലേക്കു തിരിച്ചുപോവുകയെന്നതു ദുഃഖകരം. കോമൻനായരുടെ പ്രവർത്തനങ്ങളെ കുഞ്ഞീഷ്ണൻനായർ വിലക്കാത്തത് അനന്തനെ ഭയന്നു മാത്രമാണ്.

"ഹരിജനോദ്ധാരണത്തിന് ഫണ്ടുണ്ടാക്കി ഹരിജനങ്ങളെയെല്ലാം പഠിപ്പിച്ചുവിട്ടാ ആരാ വയലിലിറങ്ങി പണിയ്യ്വാ?" ഒരിക്കൽ കുഞ്ഞീഷ്ണൻനായർ ചോദിക്കുകയുണ്ടായി. കരുവഞ്ചേരിയിലെ അറകൾ നിറയുന്നതെങ്ങനെ എന്ന് അനന്തൻ അറിഞ്ഞിരുന്നില്ല. അറിയേണ്ട കാര്യവുമുണ്ടായിരുന്നില്ല.

കറവുകാലികൾക്കു കഞ്ഞികൊടുക്കുമ്പോൾ വീട്ടുകാര്യസ്ഥൻ അമ്പുനായർ ചോദിക്കുന്നതു കേൾക്കാം.

"അണ്ണൻപിട്ടനു കഞ്ഞി കൊടുത്ത്വോ?" അണ്ണൻപിട്ടൻ കാലിയാൻ ചെക്കനാണ്. കരുവഞ്ചേരി തൊഴുത്തിന് രണ്ട് കാലിയാന്മാരുണ്ട്. കേളുവും അണ്ണൻപിട്ടനും, ഏട്ടനും അനുജനും. അവർ കാലിക്കൂട്ടത്തിൽപെട്ടു. അവർ തൊഴുത്തിന്റെ പുല്ലുവട്ടിയുടെ ചൂടിൽ കിടന്നുറങ്ങി. കറവപ്പയ്ക്കൾക്കുള്ള കഞ്ഞിയിൽ ഒരു പങ്കു പറ്റി. തറവാട്ടിൽ സദ്യയുണ്ടായാൽ അവർ ഊണുകഴിക്കുന്നു — തറവാട്ടിലെ പത്തായങ്ങൾ കാലിയായാൽ അണ്ണൻപിട്ടനെയും കേളുവെയും ആരാണു പരിപാലിക്കുക?

ഒരു നാളി താഴുമ്പോൾ മറ്റൊരു നാളി ഉയരുമെന്നത് അനന്തൻ ശ്രദ്ധിച്ചിരുന്നില്ല. തറവാടും ഐശ്വര്യവും ദൈവദത്തമാണെന്നു സിദ്ധാന്തിച്ചിരുന്നവരുടെ ഇങ്ങേത്തലയ്ക്കലെ കണ്ണിയായിരുന്നു അനന്തൻ.

ഒരിക്കൽ ചെമ്മരത്തി സൂചിപ്പിച്ചു:

"കരുവഞ്ചേരി സ്വത്തൊക്കെ എടപ്പത്തുകാരുടെ ആയെന്നു കേട്ടല്ലോ!"

"ചെമ്മരത്തീ, ഞാനീടെ വരുന്നത് സ്വത്തുകാര്യം പറയാനല്ല; അതെല്ലാം മറന്ന് രണ്ടു നാഴിക ചെലവഴിക്കാനാണ്."

പക്ഷേ, ചെമ്മരത്തിയുടെ ഉള്ളിൽ ഭയമുണ്ടായിരുന്നു. കരുവഞ്ചേരിയിലെ ചെറിയോക്ക് കാലത്ത് നെയ്യിട്ട കഞ്ഞിയും ഉച്ചയ്ക്കു നാലുകൂട്ടം കറികളടങ്ങിയ സദ്യയും വൈകിട്ട് കുടിക്കാൻ പശുവിൻപാലും കിട്ടാത്ത ഒരവസ്ഥ വരുന്നത് അവൾക്കു സങ്കടകാരണമാകും.

പിന്നീട് അനന്തന്റെ മുമ്പിൽ അവൾ സ്വത്തുകാര്യം, കേട്ടകാര്യം, കെടുകാര്യം പറയാറില്ല.

ഉച്ചിരയെ എടപ്പത്തിൽ വിട്ട് അനന്തൻ ചെമ്മരത്തിയുടെ വീട്ടിലേക്കു പോയി.

മുറ്റത്തിറങ്ങിവന്ന രുക്മിണിയുടെ കൈ കോർത്തുപിടിച്ച് അവൾ ഇടവഴിയിലലിയുന്ന ഭർത്തൃനിഴൽ നോക്കിനിന്നു.

വിരലിൽനിന്നു വിരലിലേക്ക് പടർന്നുകയറിയ ഊഷ്മളതയിൽ ഉച്ചിരയും രുക്മിണിയും പരസ്പരം അറിഞ്ഞു. നാലു മിഴികൾ ഒരേനിമിഷം നനഞ്ഞു. നിറഞ്ഞു. ഉച്ചിര മുഖം തിരിച്ച് കണ്ണീർ കുടിച്ചിറക്കി, പരസ്യമായി പുടവത്തുമ്പിനാൽ കണ്ണുതുടച്ച് രുക്മിണി പറഞ്ഞു:

"പെണ്ണായി പിറക്കുന്നത് ഒരു ശാപമാണ്!"

നാലുകെട്ടിന്റെ പൂമുഖത്തൂടെ അവർ ഇരുണ്ട ഇടനാഴിയിൽ കടന്നു. കതകുകൾ പലതും തുറന്നുകിടപ്പുണ്ട്. പെണ്ണുങ്ങളെല്ലാം നാടകം കാണാൻ പോകാൻ ഒരുങ്ങുകയാണ്. ഉച്ചിരയെക്കാൾ കൂടുതൽ നന്നായി വസ്ത്രധാരണംചെയ്ത്, പെട്ടിയിലെ പണ്ടങ്ങളെല്ലാം എടുത്തണിഞ്ഞ് അവർ വേഷം കെട്ടിക്കഴിഞ്ഞിരുന്നു. രുക്മിണി നിരാഭരണയായിരുന്നു. ഭർത്താവിന്റെ ആദർശത്തെ പരിപാലിക്കാൻ അവൾ കാതിലെ കമ്മൽപോലും ഊരിവച്ചിരുന്നു. കമ്മൽ, അവളുടെ വിവാഹത്തിന്ന് കരുവഞ്ചേരിയിലെ ദേവയാനിയുടെ സമ്മാനം.

മുറിയിലെത്തിയപ്പോൾ രുക്മിണി വാതിൽ ചേർത്തടച്ചു. നാലുമെത്തകൾ അടുക്കടുക്കായിട്ട വലിയ ഉയർന്ന കട്ടിലിൽ രുക്മിണി ഉച്ചിരയെ പിടിച്ചിരുത്തി.

രുക്മിണിയുടെ അറ ഒരു ദരിദ്രന്റേതുപോലിരുന്നു. കൊത്തുപണികളുള്ള വലിയ കട്ടിലിൽ തറവാട്ടുമഹിമയുടെ ജീർണ്ണിച്ച മെത്തകൾ കനത്തുകിടന്നു. അതിന്മീതെ അലക്കിവിരിച്ച ചിത്രപടത്തിന് അനേകം ദ്വാരങ്ങൾ വീണിരുന്നു.

മുറിയുടെ മൂലയിലൊരു മേശമേൽ കോമൻനായരുടെ നോട്ടുപുസ്തകങ്ങൾ.

ഉച്ചിരയുടെ നോട്ടം പിന്തുടർന്ന് രുക്മിണി പറഞ്ഞു:

"എല്ലാം നാടകങ്ങളാണ്! കവിതയുമുണ്ട്!"

"രുക്മിണി ഒന്നും വായിക്കാറില്ലേ?"

"ചെലപ്പൊ."

ഉച്ചിര ആർത്തിയോടെ മേശയുടെ അടുത്തേക്കു നീങ്ങി. മീതെയുള്ള പുസ്തകം മറിച്ചുനോക്കി.

"പണമില്ലാത്തവൻ പിണമാണ്!" ഉച്ചരി അടുത്ത പേജ് വായിച്ചു.

"സംബന്ധവീട്ടിൽ സമ്മാനങ്ങളുമായി കയറിവരാൻ കഴിയാത്തവനെ അവിടുത്തെ ഭൃത്യന്മാർപോലും വകവയ്ക്കുകയില്ല... കുനുകുനുത്ത കറുത്ത അക്ഷരങ്ങൾ—ഹൃദയരക്തം ഇറ്റിവീണ് വരണ്ട കലകൾ..." ഉച്ചിര അപരാധബോധത്തോടെ നോട്ടുപുസ്തകം പഴയപടി വച്ച് തിരിച്ചു കട്ടിലിൽവന്നിരുന്നു.

"എന്താ വായിക്കാൻ കൊള്ളില്ലേ? നല്ല നാടകങ്ങളുണ്ട്! *സന്താന ഗോപാലം, സീതാസ്വയംവരം*...ഈയിടെ അത്തരം നല്ല നാടകങ്ങളൊന്നും എഴുതാറില്ല. ചെറവചെക്കന്മാരുടെ വേഷങ്ങളാ എഴുതണത്. ചെറവന്മാരും ഖദർകുപ്പായക്കാരുമില്ലാത്ത നാടകം ഇപ്പോഴില്ല." രുക്മിണിയുടെ വാക്കിൽ നിരാശയും പരിഭവവും വിങ്ങിനിന്നു.

ഉച്ചിര ദീർഘനിശ്വാസത്തോടെ പറഞ്ഞു:

"നാമെല്ലാം നാടകത്തിനുപോലും കൊള്ളാത്ത, ജീവനറ്റ പ്രതിമകളായി മാറിയിരിക്ക്ണു, രുക്മിണി. കുളിക്കുക, തിന്നുക, ഉറങ്ങുക, കുട്ടികളെ പ്രസവിക്കുക, കഷായം കുറുക്കുക, കുടിപ്പിക്കുക!"

രുക്മിണി വെമ്പലോടെ പറഞ്ഞു:

"ഈടെ ഒരാൾക്ക് എന്നെ വല്യകാര്യാണ്. സ്നേഹം സ്നേഹം സ്നേഹം എന്ന ഒരൊറ്റ പല്ലവി. എന്നാലോ പെട്ടെന്നു കോപത്തോടെ പറയും, എന്നെ നിന്റെ വീട്ടുകാർക്കു വിലയില്ല. ഞാൻ പണം കായ്ക്കുന്ന മരമല്ലല്ലോ. പിന്നെ തിരിഞ്ഞൊരു നടത്തം!"

അന്നാദ്യമായി കണ്ടുമുട്ടിയ യുവ ഭാര്യമാർ ചിരകാലപരിചിതരെപ്പോലെ, ആജന്മസുഹൃത്തുക്കളെപ്പോലെ ഹൃദയങ്ങൾ പരസ്പരം തുറന്നുകാണിച്ചു. പിന്നെ വേണ്ടായിരുന്നെന്നു ദുഃഖിച്ചു. വാസ്തവത്തിൽ ഇരുവർക്കും ഒരേയൊരു ആത്മാവും അതനുഭവിക്കുന്ന ദുഃഖങ്ങളുമാണ്. പൊട്ടിയൊഴുകുന്ന രണ്ടുറവകൾ സന്ധിക്കുമ്പോലെ സ്വന്തം ചിന്തകൾ വെളിയിൽവന്നു പരസ്പരം പുണരുന്നതുകണ്ട് അവർ ഏറെനേരം മൂകരായിരുന്നു.

"രുക്മിണിയേടത്തീ" കതകിനപ്പുറം വന്ന് ലച്ച്മി മുട്ടിവിളിച്ചു.

രുക്മിണി മുഖം തുടച്ച് കതകു തുറന്നു.

രണ്ടു നാടക ടിക്കറ്റുകൾ നീട്ടിക്കാണിച്ച് ലച്ച്മി പറഞ്ഞു:

"നാടകം കാണാമ്പോവുമ്പോ ടിക്കറ്റെടുക്കാൻ മറക്കർതെന്ന് പറഞ്ഞിറ്റ്ണ്ട്!"

"നീയും വരുന്നില്ലേ ലച്ച്മീ?"

അവൾ ചുകന്ന ചൊട്ടിയുള്ള ഒരു പാവുമുണ്ടും പുതുതായി തയ്ച്ച ഒരു ജാക്കറ്റും ധരിച്ചിരുന്നു. എടപ്പത്തിൽ, ഒറ്റ തോർത്തുമുണ്ടുടുത്തു വന്നുകയറിയവളാണ്. പിന്നീട് തിരുമാല വന്നു. അവൾ ഉടനെ തിരിച്ച്, തന്റെ ഗ്രാമത്തിലേക്കു പോയി. ലച്ച്മി പോയില്ല. അവൾക്കു പോകാനിടമില്ലായിരുന്നു. ഒരു വിഷപ്പൂപോലെ അവൾ വിടരാൻ ഭാവിക്കുന്നത് രുക്മിണി കണ്ടിരുന്നു. അവൾ ലച്ച്മിക്ക് മൽമൽകൊണ്ട് രണ്ടു ജാക്കറ്റുകൾ തുന്നിക്കൊടുത്തു. പരുക്കൻ മൽമൽമുണ്ടിന് ലച്ച്മിയുടെ ലാവണ്യത്തെ തടയാൻ പറ്റുന്നില്ലെന്ന് രുക്മിണി കണ്ടു. ആപത്തുകൾ ഒന്നല്ല ഉള്ളത് എന്ന സമാധാനത്തോടെ രുക്മിണി ലച്ച്മിയെ നിസ്സംഗതയോടെ വീക്ഷിക്കാൻ തുടങ്ങി. അപ്പോൾ പ്രകാശം നോക്കി തല നീട്ടുന്നൊരു പൂമൊട്ടുപോലെ ചുണ്ടിൽ വിരിയുന്നൊരു പുഞ്ചിരിയുമായി ലച്ച്മി രുക്മിണിയുടേയെന്നല്ല എല്ലാ സംബന്ധക്കാരുടെയും അറവാതിൽക്കൽ നല്ല നേരം നോക്കി, ഓരോ കാരണം ഉണ്ടാക്കി പ്രത്യക്ഷപ്പെടും. അവളെ പറഞ്ഞുവിട്ടാൽ അടുക്കളയന്ത്രം തിരിയുകയില്ലെന്ന് എല്ലാവർക്കും അറിയാം. സർവോപരി അകത്തെ വല്യമ്മ ലച്ച്മിയെയല്ലാതെ ഒരാളെയും ആവശ്യങ്ങൾക്കു വിളിക്കാറില്ല.

ഉടുത്തൊരുങ്ങിയ ലച്ച്മിയെ പുരികം ചുളിച്ചു നോക്കി, അസൂയയോടെ രുക്മിണി ചോദിച്ചു:

“നാടകം കളിക്ക്ണത് നീയോ ബാക്കിയുള്ളോരോ?”

“നാടകത്തിന്റെ അവസാനത്തില് ഞാനുണ്ട്!” ലച്ച്മി വീറോടെ പറഞ്ഞു.

“ഭാരതാംബയുടെ വേഷം കെട്ട്ണത് ഞാനാ!”

അവൾ വിജയഭാവത്തിൽ പിന്തിരിഞ്ഞു കാണിച്ചു. കൂലംകുത്തിയൊഴുകുന്നൊരു കാട്ടാറുപോലെ ഇളകിമറിയുന്ന തലമുടി. വാക തേച്ചു പെരുപ്പിച്ച തലമുടി ലച്ച്മിയെ മുഴുവനും മറയ്ക്കാൻ പോന്നതായിരുന്നു.

ഒരു തുമ്പിയെപ്പോലെ അവൾ പറന്നുപോയി.

രുക്മിണി നിസ്തേജയായി മെത്തയിലിരുന്നു.

“നാടകത്തിന് ഞാൻ വരണില്യ.” അവൾ കരച്ചിലിന്റെ സ്വരത്തിൽ പറഞ്ഞു.

“പറ്റുകയില്ല, രുക്മിണീ ആരെയെങ്കിലും ഭയന്നു നാം നാടകത്തിനു പോകാതിരിക്കുന്നതെന്തിന്? കോമൻനായര് കോപിച്ചാലോ ഒരു ലച്ച്മിയെ ചൊല്ലി നാം നാടകം കാണാതിരിക്കണോ?”

ഇടനാഴിയിലൂടെ ആഭരണങ്ങൾ ചിലമ്പി. പെണ്ണുങ്ങളുടെ പദവിന്യാസം അടുത്തുവന്നു.

രുക്മിണിയെ പെട്ടെന്നു പുടവയുടുപ്പിച്ച് ഉച്ചിര പുറത്തുകടന്നു.

“ആര് ഉച്ചിരയോ? ഞാള് അങ്ങട്ട് ആളയ്ക്കാൻ വിചാരിച്ചതാ!”

“അല്ലാതെ തന്നെ ഞാൻ വന്നു!”

ഇരുപത്തിരണ്ട്

കിട്ടേട്ടന്റെ വളർത്തുമക്കൾ തോട്ടിൽ കുളികഴിഞ്ഞ് പാറപ്പുറത്ത് കിടന്നുറങ്ങുകയായിരുന്നു.

അനന്തന് അത്ഭുതമായി. കുട്ടികൾ വെയിലിലിലുണങ്ങുന്നത് കിട്ടേട്ടൻ കാണുന്നില്ലേ?

അനന്തൻ വരുന്നതു കണ്ട് കുട്ടികൾ കിടപ്പവസാനിപ്പിച്ച് എണീറ്റു നിന്നു. അവർ കൗപീനം മാത്രമേ ധരിച്ചിരുന്നുള്ളു. തുണികൾ പാറപ്പുറത്ത് ഉണങ്ങാൻ വിരിച്ചിരുന്നു.

അനന്തൻ അടുത്തെത്തിയപ്പോൾ അവർ ഒരൊറ്റ ശ്വാസത്തിനു പറഞ്ഞു:

“നമസ്തെജീ!”

അനന്തൻ ചിരിച്ചു: “നമസ്തേ!”

തോടു കടന്നു വയലിലേക്കിറങ്ങുമ്പോൾ അവർ അറ്റൻഷനായി നിന്ന് അനന്തന് ഒരുശിരൻ സല്യൂട്ട് നൽകി. പിന്നെ നെരിയാണികൾ പരസ്പരം കൂട്ടിയടിച്ച് ലെഫ്റ്റേൺ ആയി വീണ്ടും തോട്ടിലെ വെള്ളത്തിൽ ചാടി.

വെള്ളൂർ വയലിൽ പുഞ്ചക്കൃഷിയെടുക്കാൻ കിട്ടേട്ടൻ തോട്ടിനു ചിറ കെട്ടിയിരുന്നു. ഒരു നീന്തൽക്കുളത്തിലെന്നപോലെ ജലം കെട്ടിനിന്നു. കുട്ടികൾ അതിൽ നീന്തിത്തുടിക്കുന്ന ശബ്ദം ദൂരെ കേൾക്കാം. വയലിലെ തുരുത്തിന്മേൽ കിട്ടേട്ടൻ നട്ടുവളർത്തിയ ഒമ്പതു തെങ്ങുകൾ കാറ്റിൽ പീലിവിടർത്തിയാടി.

കൂര പുതച്ചിട്ടില്ല. കറുത്തു ദ്രവിച്ച വൈക്കോൽ കാറ്റിൽ കരഞ്ഞു.

കിട്ടേട്ടൻ ഉമ്മറത്തുണ്ട്. ചർക്ക തിരിയുന്ന ശബ്ദം ഒരു ശ്വാസമിടിപ്പുപോലെ! കഴിയാക്കിയ ഖദർനൂൽ ഒരു അയക്കോലിൽ കാറ്റിലാടുന്നു.

കിട്ടേട്ടൻ, അനന്തൻ വന്നുകയറിയതു കണ്ടില്ല.

ചർക്കയിലെ തക്ലിയിൽ നൂൽ നിറഞ്ഞു തെന്നുന്നതും കിട്ടേട്ടൻ അറിയുന്നില്ല. കൈ യാന്ത്രികമായി മേലോട്ടും കീഴോട്ടും കറങ്ങുന്നു.

"കിട്ടേ....ട്ടാ!" അനന്തൻ വിളിച്ചു.

കിട്ടേട്ടൻ ഞെട്ടി. ചക്രവാളത്തിൽനിന്നു കൈവിട്ടു. ഒരു നൂൽപൊട്ടി.

"ഹാര്! അനന്തനോ?"

"അതെ! എന്താണ് ആലോചന?"

"ആലോചിക്കാനല്ലാതെ എന്താണനിയാ ഉള്ളത്! എല്ലാ താളവും തെറ്റും! യുദ്ധം വെറുതെ അങ്ങു കടന്നുപോവില്ല."

കിട്ടേട്ടൻ വളരെ പരിക്ഷീണനായി കാണപ്പെട്ടു. അദ്ദേഹം ഒരു നേരം പോലും ഭക്ഷണം കഴിക്കുന്ന മട്ടില്ല. വെള്ളൂർ വയൽവരമ്പുകളിലൂടെ തറവാട്ടിലെ കാലിയാട്ടി നടന്ന് കാലികൾക്കൊപ്പം വളർന്ന കിട്ടേട്ടൻ അന്നും ഇന്നും അനാഥനാണ്! ഒരു വിടർന്ന പുഞ്ചിരിപ്പൂ ഒരിക്കലും വാടാതെ ചുണ്ടത്തുണ്ടാകും. ഇന്ന് ആ പൂവ് വാടിപ്പോയി.

അനന്തന്റെ ആഗമനത്തിൽ ഹൃദയം നിറഞ്ഞ ആനന്ദത്തോടെ കിട്ടേട്ടൻ പറഞ്ഞു:

"കോമൻനായര്ടെ നാടകം നടക്കില്ല!"

"എന്താ നടക്കാത്തത്?"

"ഹരിജനങ്ങൾക്കുവേണ്ടി ഫണ്ടുണ്ടാക്കാൻ പാടില്ലെന്നു ജന്മിമാർ. അവരുടെ കുട്ടികളെ അഭിനയിപ്പിക്കില്ലെന്ന്!"

കോമൻനായരുടെ സന്തതസഹചാരി ആയിരുന്നിട്ട് ഈ വിപത്ത് താനറിഞ്ഞില്ലല്ലോ. കോമൻനായർ *യുവകാഹളത്തി*ന്റെ മാറ്ററുമായി കണ്ണൂർക്കു പോയി.

"ഇനി എന്തു ചെയ്യും? നാടകത്തിനു ടിക്കറ്റ് വിറ്റുപോയില്ലേ?"

"നാടകം എങ്ങനെയും നടക്കണം!"

കോമൻനായരുടെ പെൺവേഷം മാത്രമുണ്ടായാൽ നാടകമാവില്ലല്ലോ!"

"ഇല്ല. ലവകുശന്മാർ വേണം!"

"മറ്റൊരു നല്ല നാടകം തെരഞ്ഞെടുക്കേണ്ടതായിരുന്നു! ഹരിജനോദ്ധാരണമോ മദ്യനിരോധനമോ പ്രശ്നമാക്കിയുള്ള ഒരു നാടകം."

"വിലപ്പോവില്ല അനന്താ! ആർക്കാണു ചെറവന്റെ പട്ടിണിക്കഥ

സ്റ്റേജിൽ കാണാൻ താൽപ്പര്യം. അതവർ നിത്യേന ജീവിതത്തിൽ കാണുന്നതല്ലേ?"

കിട്ടേട്ടന്റെ പശുവിനു പുല്ലുമായി തിരുമാല വന്നു.

തിരുമാല ഇവിടെയാണു പാർക്കുന്നതെന്ന് അനന്തൻ അത്ഭുതപ്പെട്ടു. അവൾ നിറയൂരിൽനിന്നു കടവുകടന്നെത്തിയതായിരുന്നു.

"തിരുമാലയുടെ മകനു സുഖം തന്നെയോ?" അനന്തൻ ചോദിച്ചു.

"തിന്നാനും കുടിക്കാനും മുട്ടുണ്ടാവില്ല, അതു സുഖമാണെങ്കിൽ!" അവൾ പുൽക്കറ്റകൾ വേർതിരിച്ചു പുല്ലുവട്ടിയിലിട്ടു:

"നാടകം കളിക്കാൻ കുട്ട്യോളെ ഞാന്തരാ!"

"ഏട്ത്തെ കുട്ടികൾ?"

"കീഴൂരെ ചിരുതയുടെ മക്കൾ. മണിപോലെത്തെ ഇരട്ടക്കുഞ്ഞികൾ!"

ആഹ്ലാദംകൊണ്ടു കിട്ടേട്ടന്റെ മുഖം വിടർന്നു. കൺതടങ്ങളിലെ കന്മഷം മാഞ്ഞു. പൊട്ടിപ്പോയ നൂൽ കൂട്ടിച്ചേർത്ത് അദ്ദേഹം ചർക്ക തിരിക്കാൻ തുടങ്ങി.

അനന്തൻ ഒരു പുൽപ്പായ സ്വയം നീർത്തിയിട്ട് ഉമ്മറത്തിണ്ണയിലിരുന്നു. അവിടെയിരുന്നാൽ വെള്ളൂർ വയൽ മുഴുവനും കാണാം. കിട്ടേട്ടന്റെ കാരണവരുടെ തറവാടു കാണാം. ഈ വയലിലെ വേലകൾ സ്വയം നടത്തിക്കൊണ്ടിരിക്കുമ്പോഴാണ് കിട്ടേട്ടൻ സ്വന്തം കാരണവരുടെ മദ്യപാനത്തിനെതിരെ സത്യഗ്രഹമനുഷ്ഠിച്ചത്. സഹപ്രവർത്തകരൊന്നും അറിഞ്ഞില്ല. ഉച്ച കഴിയുംവരെ വയലിൽ കൃഷിവേല. ഉച്ചകഴിഞ്ഞു ഖാദി പ്രചരണവും കോൺഗ്രസ്ഫണ്ടു പിരിവും. പത്തംഗങ്ങളെ ചേർക്കാൻ പത്തു ദേശങ്ങൾ താണ്ടേണ്ടി വന്നു. പത്തുറുപ്പിക സംഭാവന പിരിക്കാൻ നൂറു മൈലുകൾ നടക്കേണ്ടിവന്നു.

"കോൺഗ്രസിനോ? എന്റെ മോനെ, നിനക്കു വിത്തോ വല്ലിയോ ഇല്ലെങ്കിൽ പണം തരാം! കോൺഗ്രസിനില്ല!" എന്നു പറഞ്ഞു മുഖം തിരിക്കുന്നവരേറെ!

കോൺഗ്രസ് കരുവഞ്ചേരിയിലെ അനന്തന്റേതു മാത്രമല്ല, നിങ്ങൾ ഓരോരുത്തരുടേതുമാണ്. വയലിൽ വേലചെയ്യുന്ന അമ്പുവിന്റെയും പെരുങ്കൊല്ലൻ കാളന്റെയും മലയൻ കണ്ണന്റെയും മുടിക്കാരൻചോയിയുടേതുമാണ്. നിരക്ഷരരായ ഗ്രാമീണരെ കോൺഗ്രസ്, ദേശീയപതാക, സ്വരാജ്യസ്നേഹം എന്നിവ മനസിലാക്കുക പ്രയാസം. അനന്തൻ തന്റെ ഭാഷയിൽ അവരോടു സംസാരിക്കാൻ ശ്രമിച്ചു. സംവേദനത്തിന്റെ പാത അതീവ ദുർബലമെന്നു കണ്ട് ഇക്കരെ ശങ്കിച്ചുനിന്നു.

സ്വന്തം കാരണവന്മാരെപ്പോലും ബോധ്യപ്പെടുത്താനാവുന്നില്ല. പിന്നെങ്ങനെ വേറെ വഴികളിലൂടെ മുടന്തിയും തപ്പിയും തടഞ്ഞും പോകുന്ന കൃഷീവലന്മാരെ പറഞ്ഞ് മനസിലാക്കും?

കിട്ടേട്ടൻ പറഞ്ഞു:

"കോൺഗ്രസു കാരണം, പഴഞ്ചന്മാരായ കാരണവന്മാരെല്ലാം ഒരു

ചേരിയിലും അനന്ത്രോന്മാർ മറുചേരിയിലുമായി. യുദ്ധം വാസ്തവത്തിൽ ഇവർ തമ്മിലാണ്!" കിട്ടേട്ടൻ തുടർന്നു: "അതു പോട്ടെ. കുഞ്ഞിങ്ങളെ ഞാനെങ്ങനെ ഊട്ടും!"

"കിട്ടേട്ടൻ കരുവഞ്ചേരിക്കു വരിക!"

"അതുകൊണ്ട് എന്റെ പ്രശ്നം തീരുകയില്ല!"

"നമുക്കു മറ്റൊരു നാടകവും കൂടി കളിപ്പിക്കാം."

അനന്തൻ കിട്ടേട്ടനോടു പറഞ്ഞു:

"യോഗങ്ങൾക്ക് ആൾക്കാർ കുറവ്. ഇന്നലെതന്നെ നോക്കുക, സ്ത്രീസമാജത്തിന് അഞ്ചുപേരാണ് വന്നത്? ഇന്നു ജന്മിസഭയുണ്ട്. ഞാൻ പോകട്ടെ. നാടകസ്ഥലത്തു വെച്ചു കാണാം!"

"ഞാനെന്തിനാ നാടകത്തിനു വരുന്നത്. ടിക്കറ്റെടുക്കാൻ എന്റെ പക്കൽ അരറുപ്പികയില്ല. ഈ കുഞ്ഞിങ്ങളെ സൗജന്യമായി നാടകം കാണിച്ചുകൊടുക്കാൻ ഏർപ്പാടു ചെയ്യണം!"

"അതിനെന്ത്? കഴിഞ്ഞ കുറി വലിയ വീടുകളിലെ പെണ്ണുങ്ങൾ ടിക്കറ്റില്ലാതെ അകത്തു കടന്നിരുന്നു. എഴുന്നേൽപ്പിക്കാനാകുമോ! ഉച്ചിരയും രുക്മിണിയും മാത്രമാണ് ടിക്കറ്റെടുത്തു കയറിയവർ. എന്തൊരു നാണക്കേട്! നിറയൂരെ പെണ്ണുങ്ങൾ പകലന്തിയാവോളം ചേറ്റിൽ പണിയെടുത്തിട്ട് കോഴിമുട്ടേം വാഴക്കുലയും വിറ്റുകിട്ടിയ കാശുമായി ടിക്കറ്റെടുത്തു കയറി. ചിലപ്പോഴൊക്കെ എനിക്ക് തോന്ന്വാണ്, കിട്ടേട്ടാ, നമ്മുടെ തറവാടുകളിലെ പെണ്ണുങ്ങൾ കൂപമണ്ഡൂകങ്ങളാണ്. സാധാരണ സ്ത്രീകളാണ് ബുദ്ധിയും സംസ്കാരവുമുള്ളവർ."

കിട്ടേട്ടൻ സൗമ്യമായി ചിരിച്ചു. സ്ത്രീകളെക്കുറിച്ച് അഭിപ്രായം പറയാൻ കിട്ടേട്ടൻ ആളല്ല. കിട്ടേട്ടനു പരിചയം തന്റെ സ്വന്തം പെങ്ങളെയാണ്. അവർ മോശമല്ല. വാക്കുകൊണ്ടും പ്രവൃത്തികൊണ്ടും പിന്നെ തൂത്തുതളിക്കാൻ വരുന്ന തിരുമാല. തിരുമാല നിറയൂരെ പെണ്ണുങ്ങളിൽവച്ച് ഏറ്റവും ചൊടിയുള്ളവളെന്ന് ആൾക്കാർ പറയുന്നു. ശരിയാവണം. അവൾ വന്നപ്പോൾ ഇവിടം ഒരു കുടിയായി. വാഴയുടെ മുരട്ടിൽ മണ്ണുവീണു. കുഞ്ഞിങ്ങളുടെ ഉടുതുണികൾ അവർ അയക്കോലയിലിടാൻ പഠിച്ചു. എച്ചിൽക്കിണ്ണങ്ങൾ കഴുകാൻ തിരുമാലയാണ് അവരെ പഠിപ്പിച്ചത്. ഏറ്റവും പ്രധാനം വയ്ക്കാനുള്ള അരി വൃത്തിയാക്കി എടുക്കലാണ്. വീട്ടമ്മമാരെ പിടിയരി ശേഖരിച്ചു വൈകിട്ടു വീട്ടിലെത്തിയ കിട്ടേട്ടൻ അന്തംവിട്ടുപോയി. പല നിറത്തിലും വലിപ്പത്തിലുമുള്ള അരി.

"ഇതു വേവിച്ച് കന്നാലിക്കു കൊടുക്കാമ്പറ്റൂല." കിട്ടേട്ടന്റെ അമ്മ പറഞ്ഞു.

പിറ്റേന്നു തിരുമാല എത്തി. അരമണിക്കൂർ നേരംകൊണ്ട് അരി വൃത്തിയാക്കി. പിന്നെ കഞ്ഞിവച്ചു. കറിവച്ചു. പാത്രം കഴുകി. വീടു വൃത്തിയാക്കി. പോകാനൊരുങ്ങിയപ്പോൾ കിട്ടേട്ടൻ ചോദിച്ചു:

"നീയ്യ് ഏടെ പാർക്കുന്നു? അമ്മ ചോദിച്ചു."

"ചീരുന്റെ അടുത്ത്."

"ഈടെ കുഞ്ഞിങ്ങൾക്കു കഞ്ഞിവച്ചു കൊടുക്കാനാവ്വോ? എന്റെ കാല്ക്ക് പാങ്ങില്ല. അങ്ങോട്ടും ഇങ്ങോട്ടും നടന്നിറ്റ്!"

"എന്റെ കുഞ്ഞിക്കു കഞ്ഞികൊടുക്കാൻ വിധിച്ചിറ്റ്ല്യ. ഈടുള്ള കുഞ്ഞിങ്ങൾക്ക് കഞ്ഞിവച്ചുകൊടുക്കാൻ ഞാൻ വരാ—"

കിട്ടേട്ടൻ ഒരു തോർത്തുമുണ്ടുടുത്തു പലകയിലിരിപ്പാണ്. ഒരു മുണ്ടുള്ളത് അയക്കോലിൽ ആറാൻ കിടപ്പുണ്ട്. ഖദറിന്റെ മുണ്ട്. അനന്തൻ കാളീശ്വരത്ത് ഉമേഷ്പൈയെ വിൽക്കാനേൽപ്പിച്ച തുണി.

"കിട്ടേട്ടന്ന് കുപ്പായംല്ല്യെ?"

കിട്ടേട്ടൻ ചിരിച്ചു.

"ദൈവം തന്ന കുപ്പായം ണ്ട്!"

"കുഞ്ഞിങ്ങൾക്കു കുപ്പായത്തുണി കണ്ണൂരിന്നു മേടിച്ചപ്പം ഒന്നു മേടിക്കാർന്ന്ല്യെ?"

"എനക്കൊരു കുപ്പായം തുന്നാൻ മൂന്നു കുഞ്ഞിങ്ങക്ക്ള്ള തുണി വേണ്ടിവരും! അതിന്നു മൂന്നുവാര തുണി. നനച്ചാ രണ്ടരവാര. എന്റെ ഏഴടിപൊക്കം നീണ്ട കൈയുള്ള കുപ്പായം തുന്നണമെങ്കില് മൂന്നരവാര തുണി മേടിക്കണം. ഏട്ന്നാ പണം?"

അനന്തനു കുറ്റബോധം ഉണ്ടായി. കുഞ്ഞിങ്ങൾക്കുള്ള തുണി കണ്ണൂരിൽനിന്നു വരുത്തിയതു താനാണ്. കൂട്ടത്തിൽ ഒരു വലിയ ഷർട്ടിനും ആവാമായിരുന്നു. തന്റെ പെട്ടിയിൽ സദാ അരഡസൻ ഉടുപ്പുകൾ ഉണ്ടാവും. ഉണ്ടാവണം എന്ന് ഉച്ചിരയെ ചട്ടം കെട്ടിയിരുന്നു. അരഡസൻ വണ്ണത്താൻ രാമന്റെ പക്കലും. താനൊരു കോൺഗ്രസായിട്ടും ഗാന്ധിയനായിട്ടില്ലെന്ന് അനന്തൻ പശ്ചാത്തപിച്ചു. തലപ്പാവുപേക്ഷിച്ച മഹാത്മജിയുടെ ശിഷ്യനാവാൻ ഇനിയും വളരണം.

അനന്തന് കോൺഗ്രസ് ഒരു ഫാഷനാണെന്ന് ചിലർ പറഞ്ഞു. വലിയ വീട്ടിലെ ചെറുവാല്യക്കാർക്കു നാൾക്കു പൊതുസംബന്ധം പോലെ ഒരു ഫാഷൻ. ഇന്നിവിടെ ജന്മിസഭ, നാളെയവിടെ സ്ത്രീസമാജം. മറ്റന്നാൾ ബാലികാസമാജം, അതിനടുത്ത ദിവസം അരയസ്ത്രീസമാജം, മണ്ണാൻസ്ത്രീസമാജം—ബാലസമാജം—

മിക്കതിന്റെയും സംഘാടകനും അധ്യക്ഷനുമായിരുന്നു അനന്തൻ. കിട്ടേട്ടൻ പറഞ്ഞു:

"എനക്കെന്തിനാ കുപ്പായം. ഞാനൊരു സമാജത്തിനും പോണ്ല്യ. വയലില് പൂട്ടാനും വാഴയ്ക്കു തേവാനും ഖദറുടുപ്പ് വേണ്ട. ഇക്കുഞ്ഞിങ്ങളെ വല്ല യോഗങ്ങൾക്കും കൊണ്ടുപോണം. അപ്പോൾ നഗ്നത മറയ്ക്കാനൊരു കുപ്പായം വേണ്ടിവരും. ഒന്നിവിടെ ഉണ്ടായിനു. അതു പഴയതാ. മിൽത്തുണി സായ്പിന്റെ കമ്പിനിയിലുണ്ടാക്കണെ തുണി അത് തിരുമാല നിലം തേപ്പിന്നുപയോഗിച്ചോട്ടെ!"

പുതിയ ജന്മിത്വത്തിന്റെ അലങ്കാരങ്ങളായി ഖദറുടുപ്പ്, വാച്ച്, ചെരിപ്പ്, പേന, പത്രം, ഇടയ്ക്കിടെ ഫോട്ടോ എടുപ്പ്, സത്യഗ്രഹം, ജയിൽവാസം എന്നിവ മാറുകയാണെന്ന് അനന്തൻ ഭയന്നു. മാറ്റങ്ങളെ നിറയൂരെയും

കീഴൂരെയും എളേരിത്തട്ടിലെയും കുടിലുകളിൽ എങ്ങനെ എത്തിക്കേണ്ടൂ? മഹേശ്വരൻ തന്നിൽ നിന്ന് അകന്നുപോകുകയാണോ? രുധിരമനയും കരുവഞ്ചേരിയും തമ്മിൽ നിലനിന്നു പോരുന്ന കിടമത്സരത്തിന്റെ ഒരംശം ഇന്നുമുണ്ടോ മഹേശ്വരന്റെ മനസിൽ?

നാടകം നടക്കുന്ന പുല്ലൂർ വയലിൽവച്ച് മഹേശ്വരനെ കാണാൻ പറ്റും. ഹരിജനസേവ, ദശമൂലാരിഷ്ടസേവപോലെയോ മധുസേവപോലെയോ ആകരുതെന്ന് ഒരിക്കൽ മഹേശ്വരൻ പറയുകയുണ്ടായി.

മധുസേവയും മധുരോത്സവവും കാരണം നിങ്ങളുടെ യഥാർഥ ജീവിതം ഉപ്പിടാത്ത കഞ്ഞിയായിരിക്കുകയാണ്!" മഹേശ്വരൻ തന്റെ സ്വതസിദ്ധമായ തുറന്ന ശൈലിയിൽ മുഖത്തുനോക്കി പറഞ്ഞു.

"ഉപ്പിന്റെ ഉപ്പ് എന്നേ പോയി! ഈ കടപ്പുറത്തുവെച്ചല്ലായിരുന്നുവോ ഒരുപിടി ഉപ്പ് നാം ലേലം ചെയ്ത് നൂറു രൂപ വിലയ്ക്കും പത്തുപറ അരിക്കും നൂറു നാളികേരത്തിനും വിറ്റത്. എത്രപേരുടെ ചോര ചിന്നി, ഈ മണപ്പുറങ്ങളിൽ?"

കഴിഞ്ഞ നാടകദിവസം അണിയറയിൽ കോമൻനായർ വേഷം കെട്ടുകയും കെട്ടിക്കുകയും ചെയ്തുകൊണ്ടിരിക്കെ അനന്തനും മഹേശ്വരനും പുറത്തുകടന്നു. പുല്ലൂർ വയൽവരമ്പുകൾ മഞ്ഞുവീണു തണുത്തിരുന്നു. അണിയറയിലെ ചൂടുകൊണ്ടു വിയർത്ത മേനിയിലൂടെ പടിഞ്ഞാറുനിന്നു വന്ന ഊഷ്മളമായൊരു കാറ്റ് കടന്നുപോയി.

"കടൽ തണുത്തിട്ടില്ല. പാതിര കഴിയുന്നതുവരെ നമുക്കീ മണൽതിട്ടയിലൂടെ നടക്കാം. നാടകം കാണാൻ കീഴൂരിൽനിന്നു വരുന്ന ചെമ്മരത്തിയും സംഘവും ഇതിലെയാണു കടന്നുപോകുക." അനന്തൻ വിചാരിച്ചു.

അന്ന് മഹേശ്വരൻ പറഞ്ഞു:

"ദൂരെ ഏതോ സ്ഥലത്തുനിന്നുവരുന്ന ഒരു ചരടിന്റെ തുമ്പിൽ പാവകളിക്കാനേ നമുക്കറിയൂ. ഇവിടെ നടക്കുന്ന അനീതികൾക്കെതിരെ പോരാടാൻ നമുക്ക് ഗ്രാമീണരെ സജ്ജമാക്കാം!"

അനന്തന് എതിരുണ്ടായിരുന്നില്ല. ഗ്രാമീണർക്കു മാനസികവികാസം സംഭവിക്കട്ടെ. അവർ കൃഷി മെച്ചപ്പെടുത്തട്ടെ. അവർ അക്ഷരജ്ഞാനം നേടട്ടെ. പ്രജകൾ നന്നായാൽ വാഴുന്നവർക്കും നന്ന്.

പ്രശ്നങ്ങളെ അഗാധതലത്തിൽനിന്നു പൊക്കിയെടുത്ത് ഇഴപിരിച്ചു പരിശോധിച്ചു പരിഹാരം കാണുകയാണ് വേണ്ടതെന്നായിരുന്നു മഹേശ്വരന്റെ പക്ഷം.

പതിവുപോലെ അവർ കലഹിക്കുകയും എടുത്തുചാട്ടക്കാരനായ മഹേശ്വരൻ നാടകം കാണാൻ നിൽക്കാതെ പുല്ലൂർ വയലിന്റെ മാറിലൂടെ പാതിരാവിന്റെ ഏകാന്തതയിൽ നക്ഷത്രവെളിച്ചത്തെ കൂട്ടുപിടിച്ചു നടന്നുപോവുകയും ചെയ്തു. മേയാൻപോയ പശു വൈകി ആലയിലേക്കു ചെല്ലുമ്പോലെ അനന്തൻ നാടകവേദിയായി മാറിയ വള്ളിത്തോപ്പ് സ്കൂൾമുറ്റത്തേക്കു ചെന്നു. മുമ്പിൽ നേർത്ത മഞ്ഞിന്റെ പുതപ്പണിഞ്ഞ

മേലെ പുല്ലൂർവയലിൽ ജനം തിങ്ങിവിങ്ങിയിരുന്നു. അത്താഴപ്പുറമെ നാടകം കണ്ടു മയങ്ങാനവർ പായയും മെടഞ്ഞ ഓലയും പനയോല ചീന്തും കാലിവട്ടിയുമെല്ലാം കൊണ്ടുവന്നിരുന്നു.

നൂറുതവണ റിഹേഴ്സൽ കണ്ടുകഴിഞ്ഞ നാടകം അരങ്ങേറി കാണാൻ അനന്തനു കൊതിയില്ലാഞ്ഞല്ല. അടുക്കാൻ വയ്യ. മുഖം കാണിച്ചാൽ ഇരിപ്പിടവുമായി ആൾക്കാർ ഓടിവരും. നാടകം കണ്ടുകൊണ്ടിരിക്കുന്നവരെ അലോസരപ്പെടുത്തണ്ട.

കിഴക്കുവശം തുറസ്സായ ക്ലാസുമുറിയിൽ അനന്തൻ ഇരുന്നു. പതുക്കെപ്പതുക്കെ മിഴികളടഞ്ഞു.

കണ്ണു തുറന്നപ്പോൾ കിട്ടേട്ടന്റെ ഹരിജൻപുത്രന്മാർ ക്ലാസിലെ ബെഞ്ചുകളിൽ ഗാഢനിദ്രയിലാണ്ടുകിടക്കുന്നു. ഗ്രാമീണ ഭവനങ്ങളിൽ പൂവങ്കോഴികൾ കൂവുന്നു. അഴിയാത്ത സ്റ്റേജ് ഒരു വലിയ അസ്ഥികൂടം പോലെ എഴുന്നു നിൽക്കുന്നു. പുല്ലൂർ മേലെവയലിൽ മനുഷ്യജീവിയില്ല.

നേരത്തെ കന്നുപൂട്ടാനിറങ്ങിയ ഒരു കൃഷിക്കാരൻ പ്രഭാതത്തിന്റെ നിശ്ശബ്ദതയെ കീറിമുറിച്ച് എരുതുകളെ ആട്ടുന്നു.

എവിടെ നടന്മാർ? എവിടെ നാടക സംവിധായകനായ കോമൻനായർ?

“എണീറ്റു പോവിനെടാ!” അനന്തൻ കുട്ടികളെനോക്കി ഉച്ചത്തിൽ കൂവി വിളിച്ചു.

കുട്ടികൾ ഒരു മണിമുഴക്കം കേട്ടിട്ടെന്നോണം ചാടിയെണീറ്റു. ചുറ്റും നോക്കി. സ്ഥലകാലബോധം വീണ്ടെടുത്തു. മന്ദഗതിയിൽ അവർ അവരുടെ ആശ്രമഭവനത്തിലേക്കു നടന്നുപോയി. പോകുന്ന പോക്കിൽ അനന്തൻ ചോദിച്ചു:

“നാടകം എങ്ങനെണ്ടാർന്നു?”

“സീത ഉറക്കംതൂങ്ങ്യപ്പം ലവകുശന്മാർ കാട്ടിൽപോയി. തലേലുമുണ്ടിട്ടു സീതെ കാണാൻ ഒരു ചന്തോംല്യാർന്നു—”

അനന്തൻ നടുങ്ങി. സീതയായി അഭിനയിക്കുന്ന കോമൻനായർക്കു വേണ്ടി കഴിഞ്ഞദിവസം കണ്ണൂരിൽനിന്നു മേടിച്ച മുടിപ്പൂരണം അപ്പോഴും പടിപ്പുരമാളികയിലിരിപ്പുണ്ട്.

പുലർകാലത്തെ കുഴമഞ്ഞും പിൻനിലാവും കൂടിക്കുഴഞ്ഞ അന്തരീക്ഷത്തിൽ കോമൻനായരുടെ നിഴലനങ്ങുന്നു. ഉറക്കം വെടിഞ്ഞു. സംവിധായകൻ തിരശ്ശീലകൾ അഴിച്ചെടുക്കുകയാണ്. സഹായത്തിന് ലവകുശന്മാരുടെ അമ്മ ചിരുതയും തിരുമാലയുമുണ്ട്. ഭാണ്ഡങ്ങളാക്കി ചുരുട്ടിക്കെട്ടിയ തിരശ്ശീലകൾക്കുമീതെ ഒരു വലിയ കോട്ടുവായോടെ കോമൻനായരമർന്നു.

“കീശേല് പണപ്പശ ഉണ്ടാർന്ന കാലത്തു സ്റ്റേജഴിക്കാനും മുളകൾ കെട്ടാനും തിരശ്ശീല ഒതുക്കാനും എത്രാളാ ഉണ്ടാർന്നത്!”

“ഇന്നെല്ലാവരും ഏടെ പോയി!”

"ചന്തനു മധുരസോഡ മേടിച്ചുകൊടുക്കാൻ എന്റയ്യില് പൈസ ഇല്ലാർന്നു. അവൻ പെണങ്ങിപ്പോയി. പുറകെ മറ്റുള്ളവരും പോയി. ഒരു ബക്കറ്റു നിറയെ പഞ്ചാരവെള്ളം കുടിച്ചിട്ട് അവര്ടെ ദാഹം തീർന്നില്യാന്ന്—"

തിരശ്ശീലകൾ വിലപിടിച്ചതായിരുന്നു. ഒരുകാലത്ത് കോമൻനായരെ യുവരാജാവാക്കിയ സംവിധാനങ്ങളാണ്. ഗ്രാമീണരുടെ കണ്ണിലുണ്ണിയായ കോമൻനായരുടെ മൂലധനമാണ് നാടകസെറ്റ്. പെണ്ണുങ്ങളുടെ സഹായത്തോടെ അവർ എല്ലാ സാധനങ്ങളും ഒതുക്കിവച്ചു. അഴിക്കാനുള്ള തുണികളും തുലാങ്ങളും പകൽനേരത്തേക്കു ബാക്കിവച്ചു.

പകൽവെളിച്ചത്തിൽ പാതി ആണും പാതി പെണ്ണുമായ കോമൻനായർ സ്കൂൾ വരാന്തയിൽ കട്ടൻകാപ്പി തിളപ്പിക്കാൻ ഒരുക്കംകൂട്ടി. തറയിലിരിക്കവെ, ജാക്കറ്റിനുള്ളിൽനിന്നു രണ്ടു തുണിപ്പന്തുകളും ചിരട്ടകളും വലിച്ചെടുത്തു പുറത്തേക്കു വലിച്ചെറിഞ്ഞു. അയാൾ അടുപ്പിന്റെ മുമ്പിൽ കൂന്നിരുന്നു. മഞ്ഞുനനഞ്ഞ വിറകടുപ്പിൽ തീയൂതാൻ തുടങ്ങി. മുറ്റത്തു വീണ മുല്ലകൾ പെറുക്കിയെടുത്തു തിരുമാല വരാന്തയിൽ കയറി.

"വേഷം കെട്ട്യേതുകൊണ്ടു പെണ്ണാവൂല്ല. അടുപ്പു ഞാൻ കത്തിച്ചു തരാം."

പുകയുന്ന മിഴികൾ തിരുമ്മിക്കൊണ്ടു കോമൻനായർ അനന്തന്റെ മുമ്പിൽ വന്നിരുന്നു. കൺമഷി പടർന്നു കയറി. കോമൻനായരുടെ മുഖം വികൃതമായിരുന്നു.

"നാടകത്തിന് എന്തു വേഷവും കെട്ടാം. എന്നാൽ, ഈ നാടകം കൊണ്ട് നമ്മുടെ ജനത്തിന്റെ അഭിരുചി മാറ്റിയെടുക്കാമോ എന്നൊന്നു നമുക്ക് പരീക്ഷിക്കണ്ടേ?"

"വേണം, വേണം!" കോമൻനായരുടെ മൂക്ക് മുട്ടിനെ സ്പർശിച്ചു. അടുത്ത ക്ഷണം അയാൾ നേരിയ മട്ടിൽ കൂർക്കംവിലിക്കാൻ തുടങ്ങി.

ഇരുപത്തിമൂന്ന്

അവസാനം 'സ്വദേശി' കുടിയാന്റേതുകൂടി ആണെന്നു ജന്മിസഭ തീരുമാനിച്ചു.

കാളീശ്വരം രാജാവിന്റെ അധ്യക്ഷതയിൽ ഇടത്തരം കൃഷിക്കാരെല്ലാം ഒത്തുകൂടി. 'സ്വദേശി' പ്രോത്സാഹിപ്പിക്കുമെന്ന് അവർ ദൃഢപ്രതിജ്ഞയെടുത്തു. തിലകമൈതാനത്തിനു ചുറ്റും കെട്ടിയ സ്റ്റാളുകളിൽ ഖദർവസ്ത്രങ്ങൾ അടുക്കി വയ്ക്കപ്പെട്ടു. അവിടവിടെ ത്രിവർണപതാക പാറി. ഓലകൊണ്ടു മറച്ച് ബൂത്തുകളിൽ ഒരു വിശേഷാൽ പാനീയം വിൽപ്പനയ്ക്കു വച്ചു. 'മാതൃഭൂമി' എന്നു പേരുള്ള പാനീയം. ഉത്തരേന്ത്യയിൽനിന്നെത്തുന്ന ഗോതമ്പ് വറുത്തുപൊടിച്ച് കറുത്ത ചക്കര ചേർത്ത പാനീയം.

അതു കുടിച്ചവർ പറഞ്ഞു:

"ക്ഷീണംപോയി! നല്ല ഉഷാർ! ഞാനെന്റെ വീട്ടിലും ഇത് ഏർപ്പാടാക്കുന്നുണ്ട്."

'മാതൃഭൂമി' കുടിച്ച്, *ദേശമിത്രം* വായിച്ച്, *യുവകാഹളത്തെ*ക്കുറിച്ചു ചർച്ചചെയ്തു ഖദർവസ്ത്രങ്ങൾ തയ്പിക്കാൻ കൊടുത്ത് അവർ ഒരുക്കം തുടങ്ങി.

നിറയൂരെയും കീഴൂരെയും ചെറുപ്പക്കാർ കാലേക്കൂട്ടി വന്ന് ഷെഡ്ഡുകൾ കെട്ടാൻ സഹായിച്ചിരുന്നു. ബൂത്തുകളെ കുരുത്തോലക്കിളികൾകൊണ്ട് അലങ്കരിച്ചിരുന്നു.

സ്റ്റേജിലായിരുന്നു എല്ലാ കണ്ണുകളും.

കാളീശ്വരത്ത് എത്തിച്ചേർന്ന രണ്ടു പെണ്ണുങ്ങൾ ഖദർസാരി ചുറ്റി, കുറിവരച്ച്, കഴുത്തിൽ രുദ്രാക്ഷവും നൂൽപ്പതക്കവും ചാർത്തി സ്റ്റേജിൽ പ്രത്യക്ഷപ്പെട്ടപ്പോൾ കൗതുകത്തിന്റെ മുനകൂർത്ത മിഴികൾ നീണ്ടു. നല്ല വെളുത്ത നിറമുള്ള തടിച്ച പെണ്ണുങ്ങൾ—യൗവനം മറികടന്നിട്ടില്ലാത്തവൾ.

"ഇവർ പണ്ഡിറ്റ്ജിയുടെ കൂടെ വന്നവരാണ്."

"ഇവർ രാജാവിന്റെ അന്തഃപുരസ്ത്രീകളാണ്!"

"ഇവർ കണ്ണൂരിൽ തമ്പടിച്ചിരിക്കുന്ന സർക്കസ്സുകാരികളാണ്!"

ഏതായാലും അവരുടെ മുഖത്തുനിന്ന് ഒന്നും വായിച്ചെടുക്കാൻ പറ്റില്ല. നിർവികാരം. നാടകത്തിനു വേഷം ധരിച്ചതുപോലെ. വയലറ്റു കരയും പച്ചക്കരയുമുള്ള ഖദർസാരികൾ കാണികളായ പെണ്ണുങ്ങൾക്കു പിടിച്ചു.

രണ്ടുപ്രതിമകൾപോലെ ഒരേ താളത്തിൽ അവർ നൂൽനൂൽക്കാൻ ആരംഭിച്ചു. അദൃശ്യമായൊരു ചരടിന്റെ നിയന്ത്രണത്തിൽ നൂൽനൂൽപ്പ് തുടർന്നപ്പോൾ സദസ് കിരുകിരുക്കാൻ തുടങ്ങി.

വാളണ്ടിയർ ക്യാപ്റ്റന്റെ വേഷം ധരിച്ച കുഞ്ഞമ്പാടി വിസിലൂതി. കർട്ടൻ വീണു. അങ്ങനെ ഒന്നാം രംഗം അവസാനിച്ചു.

കുഞ്ഞമ്പാടി വാളണ്ടിയർ ക്യാപ്റ്റന്റെ കാക്കിവേഷത്തിൽ സ്റ്റേജിൽ കയറി. ചുറുചുറുക്കുള്ള വെളുത്ത്, സുമുഖനായ മെയ്യ് മിനുപ്പും മനോദാർഢ്യവുമുള്ള കുഞ്ഞമ്പാടി തന്റെ ജീവിതത്തിലാദ്യമായി അന്ന് സ്റ്റേജിൽ കയറിനിന്ന് തന്റെ നാട്ടുകാരെ അഭിമുഖീകരിച്ചപ്പോൾ അമ്പാടിയുടെ കവിളിൽ രക്തം ഇരച്ചുകയറി.

ഒരു തിരിച്ചറിവിന്റെ മിന്നലാട്ടം കാളീശ്വരം രാജാവിന്റെ മിഴികളിൽ മിന്നിമറഞ്ഞു.

വേദിയിൽ അധ്യക്ഷ സ്ഥാനത്തിരിക്കുന്ന രാജാവ് ഇരിപ്പിടത്തിൽ ഒന്നിളകി.

തുമ്പയുടെയും ഞേങ്ങോലിന്റെയും തഴമ്പുവീണ കൈകളിൽ ഒരു വെള്ളക്കടലാസ് ചിറകടിച്ചു.

കാണികളിൽ പലർക്കും അമ്പാടി അപരിചിതനായിരുന്നു. നിറയെ എണ്ണ പകർന്നൊരു വിളക്കിലെ നാളംപോലെ അമ്പാടി വേദിയുടെ

നടുക്ക് നിന്ന് പ്രകാശിച്ചു. എളേരിത്തട്ടിലെ പുനംകൊത്തുന്നവനെന്ന് ഗ്രാമീണർ അറിഞ്ഞില്ല. കുറെ നാളായി അമ്പാടി നിറയൂരിൽ വരാറില്ല. കാളീശ്വരം ചന്തയിൽ കൊല്ലത്തിലൊരു തവണ, കവിഞ്ഞാൽ രണ്ടുതവണ വരും പോകും.

അവൻ രാവണീശ്വരത്തുകാരനാണെന്ന് അവർ ഊഹിച്ചു. പട്ടണവാസികളായിരുന്നു കാഴ്ചക്കാരിൽ ഭൂരിഭാഗവും.

കുഞ്ഞമ്പാടിക്ക് അവരെ അകമ്പുറം അറിയാമായിരുന്നു.

അധ്യക്ഷനു നേരെ അനുവാദം തേടിയുള്ള ഒരു നോട്ടമയച്ചു അമ്പാടി വായന ആരംഭിച്ചു.

"ഞാനിവിടെ ഈ കോൺഗ്രസ് കമ്മറ്റിയിൽ അവതരിപ്പിക്കാൻപോകുന്ന പ്രമേയം ഇന്നാട്ടിലെ ബഹുഭൂരിപക്ഷം മനുഷ്യരെ സംബന്ധിക്കുന്നതാണ്. അവരുടെ ഏറ്റവും പരിമിതമായ ഒരാവശ്യത്തിന് ഒരാമുഖം ആവശ്യമില്ല. ഞാൻ അക്ഷരം പഠിച്ചിട്ടുള്ളത് ഉക്കാരൻഗുരുക്കളുടെ എഴുത്തൂട്ടിലാണ്. ഞാൻ നടക്കാൻ പഠിച്ചത് നിറയൂരെ മണ്ണിലാണ്. കൃഷി ചെയ്യാൻ ഭൂമിയില്ലാത്ത കാലത്ത് പുൽപ്പാറകളിൽ കല്ലുവെട്ടുകുഴികൾ പാട്ടത്തിനെടുത്ത് കല്ലുവെട്ടിയവനാണ് ഞാൻ. ഇപ്പോൾ ഞാൻ പുനം കൊത്തുന്നു. ഈ പ്രമേയം അവതരിപ്പിക്കാൻ എനിക്കുള്ള അർഹത ഇതെല്ലാമാണ്! എന്റെ അച്ഛനും മുത്തച്ഛനും മുതുമുത്തച്ഛനുമെല്ലാം കുടിയാന്മാരായിരുന്നു. എത്രയോ രാപകലുകൾ ജോലി ചെയ്തിട്ടും അവർക്കുണർച്ചയിൽ സ്വൈര്യമില്ലായിരുന്നു. ഉറക്കത്തിലും ശാന്തിയില്ലായിരുന്നു.

കുരലുതുരക്കുന്ന കൊമ്പൻചെല്ലിയെപ്പോലെ ഒഴിപ്പിക്കലിനെക്കുറിച്ചുള്ള ഭയം അവരുടെ കരളിനെ കരണ്ടുകൊണ്ടിരുന്നു.

അടിമപ്പണി അടിയാളന്റെ ചോരയെ നീരാക്കുന്നതിനെപ്പറ്റിയാണ് ഞാൻ പറഞ്ഞുകൊണ്ടു വരുന്നത്..."

രാജാവുര ചെയ്തു.

"സമയം വൃഥാവിലാകുന്നു. അടുത്ത സമ്മേളനം തുടങ്ങാറായി!"

അദ്ദേഹം മേശപ്പുറത്തിരുന്ന വെള്ളിക്കോപ്പയിൽനിന്ന് മാതൃഭൂമിയെന്ന പാനീയം ഒരു കവിൾ കുടിച്ചു. ഒരു കവിൾ കൂടി—ഖദർഷാളിന്റെ തുമ്പുപൊക്കി ചുണ്ടു തുടച്ചു.

ഉടുമ്പന്തലവീട്ടിലെ ഉസ്സൈനാജി രാജാവിന്റെ വലതുവശത്തിരുന്നു. തുർക്കിത്തൊപ്പിയും പച്ച ബെൽറ്റും മൂടു മുട്ടിയ വെള്ളത്തുണിയും കൈനീണ്ട രോമക്കുപ്പായവും ധരിച്ച ഉസ്സൈനാജി, താടിയുഴിഞ്ഞു.താക്കോൽക്കൂട്ടത്തിലെ സൂചികൊണ്ട് പല്ലിടകുത്തി. വെറ്റിലച്ചണ്ടി സദസ്യരുടെ മുഖത്തേക്കു തുപ്പി. കുഞ്ഞമ്പാടിയെ തന്റെ നോട്ടത്തിൽ തറച്ചു. ഉസ്സൈനാജി പുനത്തിലെ തടിക്കച്ചവടക്കാരനായിരുന്നു. വനം മുഴുവനും ഹാജിയുടെ കൈവെള്ളയിലായിരുന്നു. കാളീശ്വരംരാജാവിനുപോലും സ്വന്തം വനാതിർത്തികളെക്കുറിച്ച് സദാ ആശങ്കയായിരുന്നു. ഏതു സുപ്രഭാതത്തിലും ഉസ്സൈനാജിയുടെ കിങ്കരന്മാർ വന്നുപറയാം—

"കാട്ടിക്കല്ലിന്റെ തേക്കേക്കോണക്ക് കെടക്ക്ണ കാട് ഞമ്മന്റെ ബാപ്പാന്റെ ബാപ്പാന്റെ കാലം തൊട്ടേ ഞമ്മന്റെ ജമ്മാണ്. മരം മുറിക്കാൻ പാങ്ങില്ല, മറ്റാർക്കും."

നിറയൂർപ്പുഴയിലൂടെ ചങ്ങാടം കെട്ടി ഒഴുകിയെത്തുന്ന ഓരോ തടിയും ഉസ്സൈനാജിയുടെ വകയായിരുന്നു. പുനകത്തിൽ ചപ്പും വെറകും വെട്ടാൻ ഉസ്സൈനാജിക്ക് കത്ത്യാൾപണവും കാഴ്ചപ്പണ്ടങ്ങളും നൽകേണ്ടിയിരുന്നു.

ഇന്ന് ഉസ്സൈനാജി അരങ്ങലങ്കരിക്കാൻ വന്നിരിക്കുന്ന കാഴ്ച കാണികളിൽ സമ്മിശ്ര വികാരങ്ങൾ ഉളവാക്കി.

അപ്പോൾ കോൺഗ്രസ് എന്താണ്?

നീലേശ്വരം രാജാവാണോ?

ഉസ്സൈനാജിയാണോ?

കരുവഞ്ചേരി കംസൻപട്ടേലറാണോ?

ഗൗരീശങ്കരത്തെ നായനാറാണോ?

കുഞ്ഞമ്പാടിയും കൂട്ടുകാരുമാണോ?

ഉസ്സൈനാജി, തന്റെ കുമ്പപ്പുറത്തു വിലങ്ങനെ മടക്കിയിട്ടിരുന്ന ഖദർഷാൾ എടുത്ത് വീശാൻ തുടങ്ങി. പുറകിൽനിന്ന് കുഞ്ഞീതിനോടു വീശാൻ കൽപ്പിച്ചു. ഖദർഷാൾ കുഞ്ഞീതിനെ ഏൽപ്പിച്ചു.

മാതൃഭൂമി പാനീയം ഒരു കവിൾ കുടിച്ച് ഉസ്സൈനാജി പറഞ്ഞു:

"ബെടക്ക്! ചൊടീല്ല."

കുഞ്ഞമ്പാടി ഉറക്കെ പറഞ്ഞു:

"ഇതാണ്, പ്രമേയം: ഇന്നാട്ടിലെ ചേറ്റിൽ പണിയെടുക്കുന്ന കുടിയാന്മാർക്ക് അവരുടെ ഭൂമിയിൽ സ്ഥിരാവകാശം നൽകണമെന്ന് ഈ പ്രമേയം മുഖേന അഭ്യർഥിക്കുന്നു!"

സദസിൽ ഇടത്തീ വീണു.

വേദിക്കു കീഴെ ഇരുന്ന് അപരിചിതനായൊരു ചെറുപ്പക്കാരൻ പറഞ്ഞു:

"പ്രമേയം ഒരിക്കൽക്കൂടി വായിക്കണം!"

"ആരാണ് പ്രമേയാവതാരകൻ?"

"നിറയൂരെ കുഞ്ഞമ്പാടി. ചിരുകണ്ടൻ കാർന്നോരുടെ മരുമകൻ കുഞ്ഞമ്പാടി!"

രാജാവിന്റെ മുഖം ചുവന്നു.

ഹാജി തിളച്ചുമറിഞ്ഞു. "ഇക്കൂട്ട് ഒരു പ്രമേയം കോങ്ക്റസ്സ് പാസ്സാക്കുന്നതെങ്ങനെ?"

"പാസാക്കണം! ഞാൻ പിന്താങ്ങുന്നു. എന്റെ പേര് കണ്ണപുരത്ത് കുഞ്ഞിക്കണ്ണൻ!"

"തോന്ന്യവാസം! പാസാക്കണം!" ഹാജി എണീറ്റു. കുമ്പമേൽ നിന്നൂർന്നുവീണ ഖദർഷാളിനെ അയാൾ മാനിച്ചില്ല.

"പാസക്കണം!"

"പാസാക്കരുത്!"
"വേണം!"
"വേണ്ട!"
വാക്കുകളുടെ തിരമാലകൾ ആഞ്ഞടിച്ചു. കുലുങ്ങാത്ത ഒരു പാറ പോലെ പ്രമേയവതാരകനും പിന്താങ്ങിയവനും നിലകൊണ്ടു.
"ഇങ്ങനെണ്ടോ ഒരു പ്രമേയം! നാട്ടുനടപ്പിനു നിരക്കാത്ത ഒന്ന്! രാജാവ് പാതിയെണീറ്റു പിന്നേയും ഇരുന്നു. അധ്യക്ഷപദവി അങ്ങനെ യങ്ങുപേക്ഷിച്ചുപോകാൻ അദ്ദേഹം തയാറല്ലായിരുന്നു.
സമയം സന്ധ്യതിരിയുകയാണ്. രണ്ടാലൊന്നറിയണം. പിരിഞ്ഞു പോണം. അക്കരെ പറ്റണം. പിൻനിരയിൽ നിന്നിരുന്ന പ്രവർത്തകർ തിക്കി ത്തിരക്കി മുൻനിരയിൽ സ്റ്റേജിനു തൊട്ടുതാഴെ നിരന്നുനിന്നു.
"വോട്ടിനിടാം!"
"ആവട്ടെ!" രാജാവ് അനുവദിച്ചു. അദ്ദേഹം ഒരിക്കൽക്കൂടി പ്രമേയം വായിച്ചു.
അനുകൂലിക്കുന്നവരുടെ ഉയർത്തിയ കൈകൾ ഒരു വനമായി വളർന്നു പടർന്നു. ജന്മി പക്ഷത്തിന്റെ ന്യൂനമുഖം മങ്ങി. കീശക്കാശ് കിട്ടാതെ വലയുന്ന വലിയവീട്ടിലെ ചെറുപ്പക്കാരുടെ മുഖം വികസിച്ചു. അനന്തരവന്മാർ കുടിയാന്മാരെ കരുക്കളാക്കി കാരണവന്മാരോട് പ്രതി കാര നിർവഹണത്തിന്റെ പാതയൊരുക്കൻ ബദ്ധശ്രദ്ധരായി.
അനന്തൻ കുഞ്ഞമ്പാടിയെ സമീപിച്ചു.
"ഞങ്ങൾ സംഘം ചേർന്നവരാണ്!" അമ്പാടി പറഞ്ഞു.
"ഭാരതമാതാ കീ ജയ്!"
"കൃഷിഭൂമി കർഷകന്!"
"ഞാൻ കണ്ണപുരം കുഞ്ഞിക്കണ്ണൻ!"
"ആജീവനാന്ത സൗഹൃദത്തിന്റെ അംഗീകാരം ഉദിച്ച മിഴികളോടെ അനന്തൻ കുഞ്ഞിക്കണ്ണനെ ക്ഷണിച്ചു.
"ഇന്നിപ്പൊ കണ്ണപുരത്തിനു പോകാനൊക്കില്ല. എന്റെകൂടെ കഴി യാം! നമ്മൾക്ക് ഒരുപാട് സംസാരിക്കാനുണ്ട്!"
ഒരു തെയ്യക്കോലത്തിന്റെ രൗദ്രഭാവം കൈക്കൊണ്ട ഉസ്സൈനാജി കത്തിക്കാളി.
"എന്തോന്ന് കുന്തത്തിലെ പ്രമേയം! ഇതെന്തു കോങ്ക്റസ്സ്! ഭൂവുട മയ്ക്കെതിരെ നിൽക്കുന്ന കോങ്ക്റസ്സാണെങ്കിൽ അക്കോങ്ക്റസ്സ് ഞമ്മക്ക് ബയങ്ങൂല."
മഹാരാജാവ് നയം വിടാതെ മൊഴിഞ്ഞു.
"ചെറുപ്പക്കാറ് മറ്റു വിധത്തിൽ ചിന്തിക്കുന്നു!"
അടുത്ത പൊതുയോഗത്തിനു സമയമായി. കുഴലിൽക്കൂടി ആരോ പ്രഖ്യാപിച്ചു. ജനം കേട്ടില്ല. അവർ ഗ്രൂപ്പു തിരിഞ്ഞ് തർക്കമായി. കാക്കി നിക്കറും ഖദർതൊപ്പിയും ധരിച്ച വളണ്ടിയർമാർ 'മാതൃഭൂമി' നീളെ കോരി പ്പാർന്നു. പാനീയം ഒരണത്തോതിൽ വിറ്റുപോകുന്നതു കണ്ട് ഫണ്ടുപി രിവിനു നേതൃത്വം നൽകിയ കോമൻനായർ ആഹ്ലാദിച്ചു.

ഒരു തൈത്തെങ്ങിൻചോട്ടിൽ ചൂരൽ കസേരയിൽ ഇരിക്കുകയായിരുന്ന എടപ്പത്തിൽ ചാത്തുനായർ കോമൻനായരെ ക്രുദ്ധനായി നോക്കി.

"ഓനെ കുടിയാൻ തീറ്റട്ടെ! പ്ഫൂ. ഒരു സമ്മന്തക്കാരൻ!"

* * *

അന്നു രാത്രി നിറയൂരിൽനിന്നെത്തിയ കംസൻപട്ടേലർ മരുമകനോടു ചോദിച്ചു:

"നെന്റെ പ്രമേയം പാസായില്ലേ?"

"പാസായിരിക്ക്ണു!"

"നാളെമുതല്ക്ക് ചെലവിന് വഴി നോക്കിക്കോണം! ഏടെ രാഘവൻ?"

"മാളികയിലുണ്ട്."

"ഓനോട് ങ്ങട്ട് വരാമ്പറയ്!"

രാഘവൻ എഴുതിക്കൊണ്ടിരിക്കുന്ന സ്റ്റീൽ പേനയുമായി എത്തിനോക്കി.

"പൊക്കോ തറവാട്ടിലേക്ക്. ഇബ്ടെ വാരോം പാട്ടോം പിരക്ക്ണ്ല്ല. ഉണ്ണാൻ നേരത്ത് മേപ്പട്ട് നോക്കണ്ട. ഇപ്പംതന്നെ ചൂട്ടുകത്തിച്ചു കടവു കടന്നോ!"

രാഘവൻ അച്ഛന്റെ മുഖത്തു നോക്കിയില്ല. സന്ധ്യമയങ്ങിയിട്ടും വള്ളിത്തോപ്പ് സ്കൂൾഗ്രൗണ്ടിൽ എള്ളെറിഞ്ഞുകൊണ്ടു നിൽക്കുന്ന ചമയനെ നോക്കിനിന്നു. ചമയൻ നമസ്കരിക്കുന്ന പ്രാണിയെപ്പോലെ ഭൂമിയുടെ വരണ്ട മാറിലൂടെ തെന്നിത്തെന്നി നീങ്ങുന്നു. ചമയന്റെ കുട്ടികൾ വെള്ളം വറ്റിയ തോട്ടുകമ്പിൽ അച്ഛനെ കാത്തുനിൽക്കുന്നു.

"എടാ നീയ്യ് കേക്ക്ണ്ണ്ടോ?"

രാഘവൻ തലകുലുക്കി. കൈയിലെ കടലാസുചുരുളും പേനയും കൈവിടാതെ അയാൾ വള്ളിത്തോപ്പ് സ്കൂൾ കെട്ടിടത്തിലേക്കു നടന്നു.

വരാന്തയിൽ ബെഞ്ചിലിരുന്നു. പാളവിശറിയാൽ വീശുകയും കട്ടൻകാപ്പി ചുടുങ്ങനെ കുടിക്കുകയും ചെയ്യുന്ന കോമൻനായർ പറഞ്ഞു:

"നമ്മൾക്കു ദേശാടനത്തിനിറങ്ങാം രാഘവാ."

"ഞാനില്ല. എനിക്കീടെ നിറയൂരിൽ ജോലിയുണ്ട് വേണ്ടുവോളം. രണ്ടുനേരത്തെ അന്നത്തിനുവേണ്ടി അച്ഛന്റെ തറവാട്ടിൽ ഇത്രകാലവും കെട്ടിക്കിടന്നതു തെറ്റ്!" രാഘവൻ ആശ്വാസത്തോടെ ബെഞ്ചിന്റെ മറ്റേ അറ്റത്തിരുന്നു.

അവർക്കിടയിൽ ഒരു മൊന്തയിൽ കട്ടൻകാപ്പി നെടുനിശ്വാസമയച്ചു. ഇരുട്ടുംവരെ എള്ളെറിഞ്ഞ ചമയൻ പ്രാഞ്ചിപ്രാഞ്ചി തോട്ടത്തിൽനിന്നിറങ്ങി കൈതക്കാടുകളുടെ മറപറ്റി കുടിലിലേക്കു തിരിച്ചു. എതിരെയുള്ള വഴി മടിയൻകൂലോത്തുനിന്നാണ്. നേർവരയിൽപ്പെട്ട് മേൽജാതിക്കാരെ തീണ്ടി അശുദ്ധമാക്കി ശകാരം കേൾക്കാൻ കരുത്തില്ല. കല്ലുംമുള്ളും കുഴഞ്ഞ ചളിയും നിറഞ്ഞ തോട്ടിറമ്പിലൂടെ നടന്നുനടന്ന് ചാളക്കടവിലെത്തിയപ്പോൾ ചെത്തുകാരൻ ചാമി, തൂങ്ങിച്ചത്തതിനാൽ ഉപേക്ഷി

ക്കപ്പെട്ട കുടിലിൽ ഒരുപറ്റം ചെറുവാല്യക്കാരെ കണ്ടു. ദ്രവിച്ച കുടിലിന്റെ തറയിൽ ഓലച്ചീന്തുവിരിച്ചു കാര്യാലോചന നടത്തുന്ന ചെറുപ്പക്കാരിൽ ചമയനു മുഖപരിചയമുള്ളവരും അല്ലാത്തവരും. ചമയൻ നിന്നു. ചെറുപ്പക്കാരിലൊരാൾ ഇറങ്ങിവന്നു.

"നീയിന്ന് നിറയൂരെത്ത്വോ?"

"ചീവനുണ്ടെങ്കിൽ കുടിയിലെത്തും."

"ഇതു കുഞ്ഞമ്പാടീരെ പെങ്ങൾടെ പക്കൽ കൊടുക്ക്വാ."

ഒരു തുണ്ടുകടലാസ്. ചമയൻ തിരിച്ചും മറിച്ചും നോക്കി.

"നെന്റെ തൊപ്പിയില് വെച്ചുപോ."

"ഓ!"

കക്ഷത്തിലിരുന്ന പാളത്തൊപ്പി തലയിൽ വച്ച് ചമയൻ ധൃതഗതിയിൽ ഇരുട്ടിൽ മറഞ്ഞു.

ചമയനെ പിന്തുടർന്ന് രാഘവൻ എത്തിയപ്പോൾ കൂട്ടം ഒന്നിളകി അവർ ഓലച്ചീന്തിൽ രാഘവന് ഇരിപ്പിടമുണ്ടാക്കി.

"അവസാനം രാഘവൻനായർ കെട്ടുപൊട്ടിച്ചു ഇല്യേ്വാ?"

"കുറ്റീമ്മല് ചൊറഞ്ഞു ചൊറഞ്ഞു കയറിന്റെ നീളം കുറഞ്ഞു. അച്ഛനോടു കയർക്കാൻ വയ്യ. ഇണങ്ങാനും വയ്യ. ഇറങ്ങിപ്പോന്നു."

ഒരു പുതിയ ലോകത്തിലേക്കുള്ള വഴിത്തുമ്പിലാണ് നിൽപ്പെന്ന് രാഘവനറിയാമായിരുന്നു.

ഇരുപത്തിനാല്

സത്യഗ്രഹത്തിന്റെ ചലനങ്ങൾ കെട്ടടങ്ങി. കുറെപ്പേർ ജയിലിലായി. കുറെപ്പേർ പരിക്കിന്റെയും രോഗത്തിന്റെയും തടവിലായി.

ഉപ്പിന്റെ ഉപ്പു പോയി.

കമ്മിറ്റിയോഗത്തിന് ഒരാളും എത്തിയില്ല.

ബാലികാസമാജത്തിന് മാലിയങ്കര ലക്ഷ്മിയും അവളുടെ ചിറ്റമ്മയും മാത്രം. അവർ എത്തിയത് തികച്ചും യാദൃച്ഛികം. മടിയൻകൂലോത്ത് ഒറ്റക്കോലം കാണാൻ പോകുകയായിരുന്നു. സ്വന്തക്കാർ ആരുടെയോ ഒരു നേർച്ചത്തെയ്യം.

മേലേരിക്കു തീകൊളുത്തുന്നതുവരെ എവിടെയെങ്കിലും തങ്ങണം! ബാലികാസമാജത്തിന്റെ അധ്യക്ഷപീഠത്തിനു തൊട്ടുമുമ്പിൽ അവർ കുറെനേരം ഇരുന്നു കോട്ടുവായിട്ടു. ഓലമേഞ്ഞ ഷെഡ്ഡിനകത്ത് വെയിലിന്റെ ചൂടിൽനിന്ന് താൽക്കാലികമോചനം.

മേലേരിയിൽനിന്നു പുകയുയരുന്നത് വൃക്ഷലതാദികൾക്കുപരി കാണപ്പെട്ടപ്പോൾ ലക്ഷ്മി പറഞ്ഞു:

"പോകട്ടെ, അനന്തേട്ടാ!"

ബാലികാസമാജത്തിന് അനന്തൻ ശേഷിച്ചു. സംഘാടകനും അധ്യക്ഷനും കേൾവിക്കാരുമെല്ലാം അനന്തൻ തന്നെ!

എത്രയെത്ര കമ്മിറ്റിയോഗങ്ങളും വാർഷികാഘോഷങ്ങളും ജന്മജയന്തികളും കണ്ട ഹാളാണിത്! കാലം പുറകോട്ടു നടക്കുകയാണോ? അനന്തൻ കോട്ടുവായടക്കി വരാന്തയിൽ വന്നുനിന്നു.

സമാജത്തിന്റെ വിഷയം, മരുമക്കത്തായം പെണ്ണുങ്ങൾക്കു ഗുണമോ ദോഷമോ എന്നതായിരുന്നു. അനന്തന് ഈർഷ്യതോന്നി. കൊട്ടുവംപടി പോലെ ഒരുവശം ചവിട്ടുമ്പോൾ മറുവശം പൊങ്ങുന്ന ഒരു പ്രശ്നം ഭർത്താവിനൊപ്പം പട്ടണത്തിൽ സിനിമയും സർക്കസ്സും കാണാൻ പോകണം എന്നാഗ്രഹിക്കുന്നവർക്കു ദോഷം. തന്നെപ്പോലെ കാര്യമായൊന്നും ചെയ്യാതെ ഉണ്ടുറങ്ങി നടക്കുന്നോർക്കു ഗുണം.

ഈ നുകം എടുത്തുകളയാൻ എന്തുമാർഗം?

ഒരു വീടുപണിതു ശങ്കരൻനായനാറെപ്പോലെ മാറി താമസിക്കണം. ഇപ്പോൾ കോൺഗ്രസ് പ്രവർത്തകൻ തന്നെ അന്വേഷിച്ചു പടിപ്പുരമാളികയിലെത്തുന്നത് ജാരന്മാരെപ്പോലെയാണ്. തറവാട്ടുകാരണവരുടെ കണ്ണുകളെ കളിപ്പിക്കാം. കാരണം അവരുടെ കണ്ണുകളെന്നല്ല, ചെവിയും മൂക്കും രസ്നയും എല്ലാം കാര്യസ്ഥന്മാരാണ്. പലതരം കാര്യസ്ഥന്മാർ. സന്ദർഭാനുസാരം ശിങ്കിടിയായി മാറുന്നവർ. ചാത്തുനായർ തന്നെ ഭരിക്കാൻ തുടങ്ങിയെന്ന് അനന്തൻ ശങ്കിച്ചു. അത്ഭുതമൊന്നുമില്ല. കണക്കും കാര്യവും എടപ്പത്തിൽ. കാരണവർക്കു താൽപ്പര്യം മറ്റു ചില കാര്യങ്ങളിൽ. എതിർക്കാൻ എന്തെങ്കിലും കണ്ടുകിട്ടിയാൽ മതി. കാരണവർ സംതൃപ്തനാകും.

എന്നാൽ, ദേശസേവാസംഘത്തിന്റെ ഉദ്ഘാടനത്തിനു ദൂരെ നഗരത്തിൽനിന്നു കുഞ്ഞിമാളുഅമ്മ എത്തി. അവർ ഖദറുടുത്തിരുന്നു. വെണ്മയോടെ ചിരിച്ചുകൊണ്ടിരുന്നു. പ്രകടനത്തിൽ പങ്കെടുക്കാൻ ഒരുപാടു പെണ്ണുങ്ങളെത്തി. രാജ്യത്തെ അടിമത്തത്തിൽനിന്നു രക്ഷിക്കാൻ അന്തഃപുരസ്ത്രീകൾ പർദ വിട്ടിറങ്ങേണ്ടതല്ലയോ!

കുഞ്ഞിമാളുഅമ്മയ്ക്ക് ഉഗ്രമായ വരവേൽപ്പുണ്ടായി. അന്തഃപുരത്തിലെ തുണിപ്പെട്ടികളിൽനിന്ന് മുന്തിയ പട്ടുപാവാടകളും കസവുമുണ്ടുകളും പുറത്തുവന്നു. ആഭരണപ്പെട്ടികളിൽ നിന്ന് രാമായണം കൊത്തിയ വളകളും നാഗപടത്താലികളും പാലയ്ക്കമോതിരവും മുത്തുമാലകളും വെളിക്കുവന്നു.

കൂലോത്തെയും പൂമഠത്തിലെയും കരുവഞ്ചേരിയിലെയും അന്തഃപുര വാതിലുകൾ തുറന്ന് കുലാംഗനമാർ പട്ടണവീഥിയിലിറങ്ങി. കൊച്ചുപട്ടണമായ പുതിയകോട്ടയിൽ അതൊരുത്സവമായി.

കൂട്ടത്തിൽ കസവില്ലാതെ, പൊന്നില്ലാതെ, പട്ടില്ലാതെ വന്ന രണ്ടു സ്ത്രീകളെ കുഞ്ഞിമാളുഅമ്മ ആഹ്ലാദപുരസ്സരം കെട്ടിപ്പിടിച്ചു. അവർ അനന്തൻ ചെറിയോറുടെ പത്നി ഉച്ചിരയും പാലയ്ക്കലെ ഉണ്ണിമായയു

മായിരുന്നു. രുക്മിണിയെ പുറത്തിറങ്ങാൻ ചാത്തുനായർ അനുവദിച്ചില്ല.

"ആ പരുക്കനുടുത്ത് പൊന്നും പണ്ടവുമില്ലാതെ പുറത്തിറങ്ങിയാലുണ്ടല്ലോ, പിന്നെ രുക്മിണി ഇപ്പടി തിരിച്ചു കേറില്ല!" ചാത്തുനായരുടെ സുഗ്രീവാജ്ഞയെക്കുറിച്ച് അറിവുള്ള രുക്മിണി പടിപ്പുരമാളികയുടെ മട്ടുപ്പാവിൽകയറി, മാഞ്ചില്ലകളുടെ മറവിൽനിന്ന് ഇടയ്ക്കിടെ കണ്ണീർ തുടയ്ക്കുകയും എഴുന്നള്ളിപ്പ് അടുത്തുവന്നപ്പോൾ ശ്വാസമടക്കി പെരുവഴിയിൽ നോട്ടമുറപ്പിക്കുകയും ചെയ്തു.

എതിരേൽപ്പ് കരുവഞ്ചേരി താഴത്തെത്തിയപ്പോൾ അന്തഃപുരത്തിൽ എന്നും അടഞ്ഞുകിടന്ന ഒരു കോട്ടവാതിൽ ഉച്ചത്തിൽ തുറന്നലച്ചു. ചറുപിറുന്നനെ കോണിയിറങ്ങി ദേവയാനി പ്രകടനക്കാരുടെ മുന്നിൽ പ്രത്യക്ഷപ്പെട്ടു. കരുവഞ്ചേരി തറവാട്ടിലെ കുലാംഗനയുടെ സൗന്ദര്യധോരണിയിൽ വെടിവെട്ടങ്ങൾക്കു മങ്ങലേറ്റു. ആൾക്കൂട്ടം സംസാരം നിർത്തി.

ഇറങ്ങി വന്നിരിക്കുന്നത് ദേവയാനിയോ ഭരദേവതയോ? പലർക്കും ദേവയാനിയുടെ മുഖം അജ്ഞാതമായിരുന്നു. ഗ്രാമീണർക്കും കൊച്ചുപട്ടണത്തിലെ നിവാസികൾക്കും ദേവയാനി ഒരു സങ്കൽപ്പം മാത്രമായിരുന്നു. ഒരു കടങ്കഥ. ഉദ്യോഗസ്ഥനായ സംബന്ധക്കാരന്റെ കൂടെ ഇറങ്ങിപ്പോകാൻ അനുവദിക്കപ്പെടാതിരുന്ന ഒരു പാവം പെൺകുട്ടി. അവൾ നാട്ടുകാരുടെ സ്മൃതിമണ്ഡലത്തിൽ എന്നേ അസ്തമിച്ചു കഴിഞ്ഞിരുന്നു! അവളെ ഓർത്തുകൊണ്ടിരുന്ന ഒരേ ഒരാളുണ്ടായിരുന്നു—ഉക്കാരൻ ഗുരുക്കൾ. ഉക്കാരൻഗുരുക്കൾ കുഞ്ഞിമാളുഅമ്മയെ സ്വീകരിക്കാനെത്തിയിരുന്നുമില്ല.

കുഞ്ഞിമാളുഅമ്മയിൽ നിന്നു ശ്രദ്ധ ദേവയാനിയിലേക്കു തിരിഞ്ഞപ്പോൾ ജനക്കൂട്ടത്തിന്റെ ശബ്ദകോലാഹലം നിലച്ചു. ഒരു തെയ്യക്കോലത്തെ എന്ന മട്ടിൽ അവർ അനുഗമിച്ചു.

പുതിയ കോട്ടയിൽനിന്നാരംഭിച്ച എഴുന്നള്ളത്ത് ഒരു മൈൽ പിന്നിട്ടു. പൊതുനിരത്തിന്റെ പരുക്കൻ മാറിലൂടെ നടന്നു ശീലിച്ചിട്ടില്ലാത്ത പെണ്ണുങ്ങൾ ഞരങ്ങിയും നിരങ്ങിയും നീങ്ങി. അവർ വല്ലാതെ അവശരായി. വിയർപ്പൊഴുക്കി. സിന്ദൂരമണിഞ്ഞതു നെറ്റി കലക്കി. ആഭരണങ്ങൾ ചങ്ങലകളായി. വഴിനീളെ കാഴ്ചക്കാർ കാത്തുനിന്നു.

അനന്തൻ വിചാരിച്ചു:

"നടക്കട്ടെ! ഒരൊറ്റ സ്ത്രീസമാജത്തിനോ ബാലികാസമ്മേളനത്തിനോ വിളിച്ചാൽ വരില്ല." കുഞ്ഞിമാളുഅമ്മയുടെ പെറ്റെണീറ്റ ഉടൽ വല്ലാതെ തളരുന്നത് കണ്ട് കോമൻനായർ അനന്തനോടു പറഞ്ഞു:

"പ്രകടനം മതി! ജാഥ മടിയൻകൂലോത്ത് അവസാനിപ്പിക്കാം."

"വേണോ?"

"നമ്മൾ കണ്ണിൽച്ചോരയില്ലായ്മ കാണിക്കണ്ട!"

"കുഞ്ഞിമാളുഅമ്മയെ വിചാരിച്ചാണ്!" കോമൻനായർ പറഞ്ഞപോലെ, ആകട്ടെ! അവരുടെ മകൾക്കു നാലുമാസം പ്രായമായിട്ടേയുള്ളു എന്നുകേട്ടു!"

"അവരുടെ കുഞ്ഞിന് മുലകൊടുക്കാൻ വാടകയ്ക്കെടുക്കുന്ന പെണ്ണുങ്ങൾ ഉണ്ടായിരിക്കണം! നമ്മുടെ പെറ്റ പെണ്ണുങ്ങൾ ആരും ഇറങ്ങീട്ടില്ല, ഭാഗ്യത്തിന്!"

"ഉണ്ട്. പാലയ്ക്കലെ ഉണ്ണിമായയുടെ ജ്യേഷ്ഠത്തിയുണ്ട്!"

പെട്ടെന്ന് മഴ പൊടിയാൻ തുടങ്ങി. ജാഥയുടെ മുൻനിര മടിയൻകൂലോത്തെ പടി കയറിക്കഴിഞ്ഞിരുന്നു. ചന്നംപിന്നം തുടങ്ങിയ മഴ കോരിച്ചൊരിയാൻ ആരംഭിച്ചപ്പോൾ ആളുകൾ നനഞ്ഞ കോഴികളെപ്പോലെ കണ്ട മരച്ചോടുകളിൽ മാറിനിന്നു. ഇളനീരും കദളിപ്പഴവും വിതരണത്തിനേർപ്പാടു ചെയ്തിരുന്ന അനന്തൻ ആവലാതിപ്പെട്ടു:

"എടപ്പത്തീന്ന് ഒരു കുലപോലും വന്നില്ല!"

"എടപ്പത്തിലെ പെണ്ണുങ്ങളേം വിടില്ല!"

"അവർ ഒഴുക്കീന്നു മാറി കരയ്ക്കുനിന്നു മീൻ പിടിച്ചോട്ടെ!"

"അതാണ് ലാഭം! അതാണ് ലോകം!"

വേനൽമഴയുടെ തിരപ്പുറപ്പാട് കഴിഞ്ഞു. മഴ പെയ്തു തീർന്നു. നനഞ്ഞ വെയിലിൽ തുമ്പികൾ പാറിക്കളിച്ചു. ഊർപ്പം മുറ്റിയ ഊഷ്മാവ് വല്ലാതെ വരൾച്ചയുണ്ടാക്കി. അഗ്രഹാരത്തിനകത്തും തിടപ്പള്ളിയിലും മടപ്പുരയിലും കയറിനിന്നവരെല്ലാം പുറത്തിറങ്ങി.

കരുവഞ്ചേരിയിൽ തങ്ങാനുള്ളവരൊഴികെ മറ്റെല്ലാവരും നാലുവഴിക്കു പിരിഞ്ഞു.

പടിപ്പുരവാതിൽക്കൽ മേലേപ്പടവിൽ ചാത്തുനായർ നിൽപ്പുണ്ട്.

"ചെറ്യോറെ ഒരു കാര്യം!"

അനന്തൻ മാറിനിന്നു.

"കുഞ്ഞിമാളുഅമ്മയെ അകത്തു കടത്തുകയില്ലെന്ന്, ഒടേർ പറയണ്!"

അനന്തൻ നടുങ്ങി. അതിഥികളായെത്തിയ പതിനൊന്നു പെണ്ണുങ്ങളെ എവിടെ തളയ്ക്കും. അവർക്കുള്ള അവസാനത്തെ വണ്ടിയും തെക്കോട്ടു പോയിക്കഴിഞ്ഞു. ഇനി നാളെ രാവിലെ പത്തരയ്ക്കാണ് മെയിൽവണ്ടി. കാളീശ്വരത്തുചെന്ന് വണ്ടി കയറ്റിവിടണം. അനന്തൻ നിസ്സഹായനായി ഒരു പ്രതിമപോലെ നിന്നു. പിന്നെ ഉണർന്നു. അയാൾ ഗൗരിഏട്ടത്തിയെ ഓർത്തു. അവർ വിചാരിച്ചാൽ കാര്യം നടക്കും. ചെത്തുവഴിയിലൂടെ കുന്നുചുറ്റിക്കയറിയാൽ വലിയകയറ്റം ഒഴിവാക്കാം. ഗൗരീശങ്കരം ഒരിക്കലെങ്കിലും തനിക്ക് അഭയം തരാതിരിക്കുമോ?

മഴ വീണ്ടും തുടങ്ങി.

ഗൗരീശങ്കരം മാളികയെ കോരിച്ചൊരിയുന്ന മഴ അഭിഷേകം ചെയ്യുകയായിരുന്നു. നനഞ്ഞ പിടക്കോഴികളെപ്പോലെ പെണ്ണുങ്ങൾ അനന്തന്റെയും കോമൻനായരുടെയും പുറകെ കല്ലും ചരലും നിറഞ്ഞ ചെത്തുവഴി നടന്നു കയറി. പക്ഷേ, ഇത്തരം സന്ധ്യകൾ അവർക്കു പുത്തനല്ലായിരുന്നു. കുഞ്ഞിമാളുഅമ്മയുടെ അന്തേവാസിനികൾ എന്തിനും ഒരുങ്ങി ഇറങ്ങിപ്പുറപ്പെട്ടവരായിരുന്നു. അടുക്കളയിൽനിന്നും

കുഞ്ഞുങ്ങളിൽനിന്നും ഒരു നേരത്തേക്കെങ്കിലും വിടുതിയാർജിച്ച അവർ മഴയെക്കാളുറക്കെ പൊട്ടിച്ചിരിച്ചു. നാനാതരം വർത്തമാനങ്ങൾ കൈമാറി. ചെറവ സ്ത്രീകളുടെ അർധനഗ്നവേഷത്തെക്കുറിച്ചു പറഞ്ഞു രസിച്ചു. അവരുടെ ചൈതന്യമൂറുന്ന സൗന്ദര്യത്തിൽ അസൂയാലുക്കളായി. തങ്ങൾ പാതി തിന്ന് എറിഞ്ഞ പഴം, ശൈലിയോടെ തിന്നു വിശപ്പടക്കുന്ന കുപ്പമാടങ്ങളിലെ കുട്ടികളെക്കുറിച്ചു കേണു. അരുതെന്നു പറഞ്ഞുകൊടുക്കാത്ത അമ്മമാരെ ശകാരിച്ചു.

മഴനാരുകൾക്കിടയിലൂടെ ഗൗരീശങ്കരം മാളികയുടെ മനോഹരമായ ശരറാന്തലുകൾ അവർക്കു വീഥി കാണിച്ചു.

കാര്യസ്ഥൻ ഞെക്കുവിളക്കുമായി പടിക്കൽ കാത്തുനിന്നു. ഗൗരിയേട്ടി മാളികയിറങ്ങി പൂമുഖത്തെത്തി. അനന്തൻ ആശ്വാസത്തിന്റെ പൊരുളറിഞ്ഞു. ശങ്കരൻനായനാരോട് അതുവരെ തോന്നാതിരുന്ന ആദരവ് അനന്തന്റെ ഉള്ളിലുറന്നു.

ദാസിമാർ കുളിക്കാനുള്ള വാസനസോപ്പും എണ്ണയുമായി വനിതകളെ കുളിക്കടവിലേക്കാനയിച്ചു. മാറു മറയ്ക്കാത്ത ദാസിമാരെ കണ്ടു നഗരസുന്ദരിമാർ ആശ്ചര്യഭരിതരായി.

ഗൗരീശങ്കരം മാളികയിലെ അന്തഃപുരശയനാഗാരങ്ങൾ എല്ലാം തുറക്കപ്പെട്ടു.

അനന്തൻ ശങ്കരൻനായനാറുടെ കൂടെ രണ്ടാം നിലയിലെ മട്ടുപ്പാവിനോടു ചേർന്ന നാടകശാലയിലിരുന്നു.

"ജാഥ പൊടിപൊടിച്ചോ?"

"തരക്കേടില്ല."

"കുഞ്ഞിമാളുഅമ്മ വല്ലാതെ കിതയ്ക്കണ്!"

"നടത്തം കുറച്ചധികം നീണ്ടു. ഏട്ടൻ ചെയ്ത ഉപകാരത്തിനു ഞാനെങ്ങനെ നന്ദി പറയേണ്ടു!"

"ഉപകാരമോ! ഇതെന്റെ ചുമതലയല്ലേ! ഞാനെന്തിനാ ഈ ബംഗ്ലാവെടുത്തത്? ആവശ്യം വരുമ്പഴ് ഉപയോഗിക്കാനല്ലേ?"

നാലുകെട്ടിന്റെ നടുമുറ്റത്തേക്കു തുമ്പിക്കൈ വണ്ണത്തിൽ മഴവെള്ളം ചൊരിയുന്ന ശബ്ദം കേട്ടുകൊണ്ട് അവർ തെല്ലിട നിശ്ശബ്ദരായിരുന്നു.

"അനന്താ, ഈയിടെ ഇങ്ങോട്ടു വരുന്നതേയില്ലല്ലോ!"

"ജോലിത്തിരക്കാണ്!"

"ഏടപ്പോയി ആ കോമൻനായർ? ഒന്നീടെ വരണംന്ന് പലകുറി ആളെ ചൊല്ലി അയച്ചു. ഒരു നേരം വള്ളിപ്പറമ്പിൽ കണ്ടോനെ അടുത്തനിമിഷം കാണ്ല്യ, ചെലപ്പഴ് കണ്ണൂർക്ക് പോയെന്നു പറയും. ചെലപ്പഴ് സംബന്ധവീട്ടിലിണ്ടാവും— എപ്പോഴും അന്വേഷിച്ചുപോകുന്നവർ കാണാതെ തിരിച്ചെത്തും! കാണാനെന്താ വഴി അനന്താ?"

"ഞാമ്പറയാം!"

"ഞാനൊരു കാവ്യനാടകം എഴുതിവച്ചിട്ടുണ്ട്. അതൊന്നു വായിച്ചു കേൾപ്പിക്കണം. തിരുത്തണം. പ്രസിദ്ധീകരിക്കുകയും വേണം!"

മുന്നറിവോടെ അനന്തൻ പറഞ്ഞു:

"നാളെ തീർച്ചയായിട്ടും ഇവിടെ വരാനേർപ്പാടു ചെയ്യാം."

"അതിനു മുമ്പ്, കോമൻനായരെക്കാൾ വ്യുൽപ്പത്തിയുള്ള അനന്തൻ എന്റെ കവിതയൊന്നു ചൊല്ലിനോക്കൂ."

"മഴപ്പാറലേറ്റു തൊണ്ട കാറിയിർക്കണ്!" അനന്തൻ വിനയം അഭിനയിച്ചു: "നല്ലൊരു കവിത ഞാൻ ചൊല്ലി കേടുവരുത്തണ്ട!"

"അതിനെന്ത്!" ശങ്കരൻനായനാർ പൊട്ടിച്ചിരിച്ചു.

അദ്ദേഹം പിൻമുറിയിലേക്കു പോയി. അദ്ദേഹത്തിന്റെ എഴുത്തുമുറി മനോഹരമായ ഒരു കവിതപോലെ ആയിരുന്നു. ദാരുശിൽപ്പങ്ങളലങ്കരിക്കുന്ന നിരപ്പലകകൾ. മാർബിൾ പതിച്ച വലിയ മേശ, മേശമേൽ കൈയിൽ ഗ്രന്ഥക്കെട്ടുമായി നിൽക്കുന്ന നഗ്നസുന്ദരി, കീഴെ മുട്ടുകുത്തുന്ന ചെറു രൂപത്തിലുള്ള ദാസൻ.

മുറിക്കകത്തുനിന്നു നായനാർ വിളിച്ചു:

"അനന്താ, ഇങ്ങോട്ടു പോരിക!"

ഒരു ഹൃദയംപോലെ സ്വകാര്യതയാർന്ന ഒതുങ്ങിയ മുറിയിലേക്കു മഴയുടെ ആരവമോ കിളികളുടെ കരച്ചിലോ കേൾക്കുന്നില്ല. അതിനകത്തെ ശൂന്യത അനന്തനെ മടുപ്പിച്ചു. അയാൾ എണീറ്റു പടിഞ്ഞാറോട്ടുള്ള ജാലകം തുറന്നിട്ടു. കമുകിൻ തോപ്പിലൂടെ നനഞ്ഞ ചിറകുള്ള മഴക്കാറ്റ് പാറിവന്നു. മഴയുടെ ശക്തി കുറഞ്ഞിരുന്നു. അകത്തു ചേക്കേറാൻവന്ന കാറ്റിനെ അരുമയോടെ തഴുകി അനന്തൻ ജനാലയ്ക്കൽ നിന്നു.

പടിഞ്ഞാറു കുന്നിന്റെ താഴ്വരയിൽ മൊയ്‌ലികളുടെ ഗ്രാമം ഉറങ്ങിക്കഴിഞ്ഞു. തൊട്ടപ്പുറം അലയടിക്കുന്ന ആഴിയോ മഴക്കാറ്റോ അവരെ അസ്വസ്ഥമാക്കുന്നില്ല. വടക്കേ തലയ്ക്കൽ അമ്പലത്തിനടുത്തു മുളങ്കാടിന്റെ മറവിൽ ചെമ്മരത്തി കാത്തിരിക്കുന്നു. അവൾ സ്ത്രീസമാജത്തിനു വന്നില്ല. വരാവുന്ന പരുവത്തിലല്ല. അടുത്ത ഏതാനും നാളുകൾക്കകം അവൾ പ്രസവിക്കും. അനന്തൻ കോരിത്തരിച്ചു. തന്റെ കുഞ്ഞ്. ഉച്ചിര പ്രസവിച്ചതു പെൺകുഞ്ഞിനെയാണ്. ചെമ്മരത്തിക്കു പിറക്കുന്നത് ആൺകുഞ്ഞായിരിക്കും. അവനു കരുവഞ്ചേരിയിൽ പ്രവേശനം ഉണ്ടായിരിക്കയില്ല. അവന് ഈ വീട്ടിലും പ്രവേശനം ഉണ്ടാവില്ല. ഒരു ജന്മി വീടും ചെമ്മരത്തി പ്രസവിക്കുന്ന തന്റെ കുഞ്ഞിനെ അംഗീകരിക്കില്ല.

"ശങ്കരേട്ടാ—" അനന്തൻ തെല്ലുറക്കെ വിളിച്ചു. കവിതയുടെ അവസാനത്തെ മിനുക്കുപണി നടത്താൻ മേശവിളക്കിനു മുമ്പിലിരിക്കുന്ന നായാനാർ മുഖമുയർത്തി.

"എന്താണനന്താ? വിളിച്ചോ?"

"ഈ ജാതിവ്യത്യാസം തീർക്കാൻ നമുക്ക് പറ്റില്ലേ?"

"പറ്റില്ല. അതു ക്രമേണ തീരേണ്ടതാണ്! കൃത്രിമമായി സമൂഹത്തിൽ മാറ്റം വരുത്തിയാൽ അപകടമായിരിക്കും. കിട്ടേട്ടൻ പോറ്റിവളർത്തുന്ന പൊലയകുഞ്ഞിങ്ങളെ ഇവിടെ ആരെങ്കിലും അംഗീകരിക്കുമോ?"

താഴെ പെണ്ണുങ്ങൾ കുളികഴിഞ്ഞെത്തിയ ബഹളം.

"എനിക്കു മറ്റൊരു സംബന്ധത്തിൽ ഒരു കുഞ്ഞുണ്ടായാൽ ഏട്ടൻ അംഗീകരിക്കുമോ?"

"ഇല്ലാതെന്താ? ചെമ്മരത്തീരെ കാര്യമല്ലേ? ഞാനറിഞ്ഞു. ഓള് പെറ്റാ ആ കുഞ്ഞിനു ഗൗരീശങ്കരത്തിൽ പ്രവേശനം ഉണ്ടാവും. നിന്റെ ഗൗരിയേട്ടത്തിയുടെ കാര്യം സംശയത്തിലാ. ഓളെന്തുപറയും ന്നറിഞ്ഞൂടാ. കരുവഞ്ചേരിയിലെ അല്ലേ. എന്തായാലും ചോരേല് പഴയ നീലനിറം കാണാണ്ടിരിക്ക്യോ?"

തന്റെ ചോദ്യത്തിനു തൃപ്തികരമായൊരു മറുപടി ലഭിക്കുകയില്ല.

"ഞാൻ ഏട്ടിയെ ഒന്ന് കണ്ട് വരാം."

അനന്തൻ കോണിയിറങ്ങി അന്തഃപുരത്തിലേക്കു നീളുന്ന ഇടനാഴിയുടെ തുമ്പിൽ ഒരു വേലക്കാരിയോടു പറഞ്ഞു:

"ഏട്ടിയോട് വരാമ്പറ."

അനന്തൻ അതിഥി മുറിയിൽ ചെന്നിരുന്നു. എരിയുന്ന വിളക്കുകൾക്കു ചുറ്റും മഴപ്പാറ്റകൾ പാറിക്കളിച്ചു. ഓരോ വിളക്കിനു കീഴെ വെള്ളം നിറച്ച തളികകൾ. തളികയിലേക്കു വീണു മുങ്ങിമരിക്കുന്ന പാറ്റകൾ. ആദർശങ്ങളെല്ലാം വിളക്കുകളാകുന്നു, അനന്തൻ വിചാരിച്ചു. മനുഷ്യൻ മോഹത്തിന്റെ ചിറകുമുളച്ച പാറ്റകൾ.

വളരെ തിടുക്കത്തിൽ വേവലാതിയോടെ ഗൗരിഏട്ടി അകത്തേക്കോടിവന്നു. അവരുടെ ആഭരണങ്ങൾ കിലുങ്ങി. താക്കോൽക്കൂട്ടം ശബ്ദിച്ചു.

"കരുവഞ്ചേരീന്ന് ആള് വന്നീനു, ദേവയാനിയെ ഉടനെ അയക്കാൻ!"

"ദേവ...!" അനന്തൻ ചാടിയെണീറ്റു.

ദേവയാനി അങ്ങെത്തിയില്ലേ? അനന്തൻ വാതിലിനു പുറത്തുകടന്നു തരിച്ചുനിന്നു. ബോധത്തിന്റെയും അബോധത്തിന്റെയും ഇടയിൽനിന്ന് മെല്ലെമെല്ലെ ഉണർന്ന് അയാൾ പറഞ്ഞു:

"അവൾ തിരിച്ചു വരില്ല!"

ഇരുപത്തിയഞ്ച്

മുള്ളുകളെമ്പാടുമുള്ള കൈതക്കാടിന്റെ നിഴൽപറ്റി അവർ തോട്ടുകരയിലൂടെ നടന്നു.

മഹേശ്വരൻ പറഞ്ഞു:

"കാഞ്ഞൻപുലയൻ വര്ണ്ണ്ട്! കാണാത്ത ഭാവത്തിൽ നടന്നോളൂ!"

"ഹോയ്...ഹോയ്..." എന്നു വിക്കലോടെ പറഞ്ഞുകൊണ്ട് വളവു തിരിഞ്ഞെത്തിയ കാഞ്ഞൻ ഭയചകിതനായി വാപൊളിച്ചുപോയി.

"അടിയനറിഞ്ഞില്ലേ, കാക്കണേ! മനയ്ക്കൽ പോയതാണേ അറിഞ്ഞില്ലേ..." കാഞ്ഞൻ വാവിട്ടു കരഞ്ഞു.

"നിൽക്കവിടെ!" മഹേശ്വരൻ പറഞ്ഞു. "കാലു വിറയ്ക്കാതെ നിൽക്ക്! അനങ്ങരുത്!"

രാഘവൻ പറഞ്ഞു.

"മഹേശ്വരൻ തിരുമേനീ, അയാള് പൊയ്ക്കോട്ടെ!"

"അങ്ങനെ വിട്ടാൽ പറ്റ്ല്യാ. നിന്റെ പേര് കാഞ്ഞനെന്നല്ലെ, വട്ട്യൻപൊള്ളയുടെ മരുമകനല്ലേ?"

"തന്നെ, ഒടയോറെ—"

"നിനക്കെത്ര വയസ്സായി?"

"പറങ്ക്യോള് കോട്ടിക്കുളത്തു വന്നപ്പഴാ എന്നെ പെറ്റത്!"

"എവിടെ പോണൂ ഈ നട്ടുച്ചയ്ക്ക്?"

"ആളടങ്ങിയ കൈതോല അരിയാന്ന്ച്ചറ്റ്—"

"കൈതോല മോഷ്ടിക്കാനോ?"

"അല്ലോടേതേ... എന്നും ഞാള്ങ്ങ്നെത്തന്നെ അരിയുന്നത്. ആരോടും ചോയ്ച്ച്റ്റുംല്യ. ആരും മൊടക്കീറ്റും ല്യ!"

"എന്നാൽ ചെന്ന് അരിഞ്ഞോ! നേരം കളയേണ്ട!" മഹേശ്വരൻ താക്കീതു ചെയ്തു.

"നീർന്ന് നിൽക്ക്!"

കാഞ്ഞൻ വിറയാർന്ന കാലുകളിൽ നിവർന്നു നിൽക്കാനാവാതെ കുഴങ്ങി.

"ഇനി എന്റെ മുമ്പില് വര്മ്പഴ് വെറയ്ക്കരുത്! വാക്കൈ പൊത്തരുത്! അലക്കി വെളുപ്പിച്ച തുണിയുടുത്തോളണം!"

കാഞ്ഞൻ ആശ്ചര്യത്തോടെ ചെറുവാല്യക്കാരായ യജമാനന്മാർ നടന്നകലുന്നതു നോക്കിനിന്നു.

"തിരുമേനീ!" രാഘവൻ വിളിച്ചു.

"ഞാൻ തിരുമേനിയല്ല മഹേശ്വരൻ! മനസിലായോ—മഹേശ്വരൻ! വേണെങ്കിലെന്നെ മഹേശ്വരേട്ടൻ എന്നു വിളിച്ചോളൂ. എന്നെക്കാൾ അഞ്ചെട്ടു വയസിനെങ്കിലും ഇളപ്പമാണല്ലെ രാഘവൻ!"

അവർ ഇരുണ്ട രാവിലൂടെ യാത്ര തുടർന്നു.

"കാഞ്ഞനെ നാം മനുഷ്യനാക്കും!" മഹേശ്വരൻ ഒരു ശപഥംപോലെ പറഞ്ഞു.

"അവന്റെ വർഗത്തെ മുഴുവനും നാം മനുഷ്യരാക്കും!"

"നമുക്കതു കഴിയുമോ" രാഘവൻ ചോദിച്ചു.

"കഴിയണം!"

പിന്നീട് മഹേശ്വരൻ പാളിപ്പോയ തന്റെ പ്രവർത്തനത്തെ വിവരിച്ചു.

"കഴുത്തിന്മേൽ ശിരസ്സുള്ള എല്ലാ വെള്ളക്കാരുദ്യോഗസ്ഥരെയും കൊല്ലണമെന്ന് ഞങ്ങൾ പരിപാടിയിട്ടിരുന്നു. അമ്പാടിയെ ഞങ്ങൾ സംഘത്തലവനായി തെരഞ്ഞെടുത്തിരുന്നു. കുഞ്ഞിക്കണ്ണൻ കുടകിൽ ആയുധപരിശീലനത്തിനു പോകാനൊരുങ്ങിയിരുന്നു."

"എന്നിട്ടോ?"

രാഘവൻ ഉദ്വേഗത്തോടെ ചോദിച്ചു. താനറിയാതെ രുധിരമനയിലെ ചെറിയ നമ്പൂതിരി ഇത്ര വിപ്ലവകാരി ആയതെന്ന്!

"കരുവഞ്ചേരിക്കാർ ഞങ്ങളുടെ ശത്രുപാളയത്തിലല്ലയോ? അതു കൊണ്ടു പുതിയ കോട്ടയിലുള്ള ഒരാളെയും ഞങ്ങൾ സംഘത്തിൽ ചേർത്തില്ല." സംഘത്തിന്റെ കഥ ഒരു യക്ഷിക്കഥപോലെ അനുഭവപ്പെട്ടു.

തറവാട്ടിൽ സുഖമായി ഉണ്ടുറങ്ങിയ കാലത്തു തനിക്കു ജീവിതത്തിൽ പലതും നഷ്ടമായെന്ന് രാഘവനു ഖേദം തോന്നി. നിറയൂരും മേച്ചേരിത്താഴത്തും കീഴൂരും എളേരിത്തട്ടിലും ജീവിതത്തിന്റെ വിവിധ അടരുകളിൽ മനുഷ്യർ ജീവിക്കുന്നു. പുതിയ കോട്ടയിലെ ജന്മിത്തറവാട്ടിൽ രാഘവനെന്ന അൽപ്പജ്ഞാനി നോട്ടീസെഴുതിയും ആൾ കൂടാത്ത സമാജങ്ങളുടെ റിപ്പോർട്ടെഴുതിയും *യുവകാഹളം* അച്ചടിപ്പിക്കാൻ കണ്ണൂർക്കും തിരിച്ചും വണ്ടികേറിയും കഴിച്ചുകൂട്ടി. ഇതൊന്നും അല്ല താൻ ആഗ്രഹിച്ചിരുന്നത്.

"മഹേശ്വരേട്ടാ, ഇപ്പോൾ ഞാൻ സ്വതന്ത്രനായി. അച്ഛൻ എന്നെ ഇറക്കിവിട്ടു. എന്നെ നിങ്ങളുടെ സംഘത്തിൽ ചേർക്കുക. എന്നെ തോക്കെടുക്കാനും അക്രമത്തിനെതിരെ പോരാടാനും പഠിപ്പിക്കുക!"

"മിണ്ടരുത്! തോക്കിന്റെ കഥ മിണ്ടരുത്! ആ പരിപാടി ഞങ്ങൾ അന്നേ വേണ്ടെന്നു വച്ചു. കൈക്കോട്ടും കൂന്താലിയും പിടിക്കുന്ന കർഷകരെ സംബന്ധിച്ചിടത്തോളം തോക്കു വിപത്താണ്! യുദ്ധമാണ്! കൊലയാണ്! അവർ നമ്മെ അടുപ്പിക്കുകയില്ല. ഒരുകാലത്തും അവരുടെ വിശ്വാസം ആർജിക്കാൻ നമുക്കു കഴിയുകയില്ല. നാം മറ്റൊരു മാർഗം കണ്ടെത്തേണ്ടിയിരിക്കുന്നു!"

രാഘവൻ നിരാശനായി. ഒരു വിളക്കു നിനച്ചിരിക്കാതെ കെട്ടുപോയി. ചുറ്റും ഇരുൾ. അവൻ നിരുത്സാഹിയായി.

"രാഘവനെന്താ മിണ്ടാത്തത്! നമുക്ക് ഒരുപാടു ജോലികൾ ചെയ്തു തീർക്കാനുണ്ട്."

നടന്നുനടന്ന് അവർ ചായ്യോം കുന്നിലെത്തി. ഇനിയുള്ളതു ചെങ്കുത്തായ ഇറക്കമാണ്. ഇവിടെ ഒരു കള്ളുഷാപ്പുണ്ട്. അനേകം പിക്കറ്റിങ്ങുകളെ തരണംചെയ്ത അജയ്യമായ കള്ളുഷാപ്പ്. ഷാപ്പുടമ വെള്ളുങ്ങ പീടികത്തിണ്ണയിലെ ബെഞ്ചിലിരിക്കുന്നു. വെള്ളുങ്ങ മഹേശ്വരനെ തിരിച്ചറിഞ്ഞു. മദ്യഷാപ്പു പിക്കറ്റിങ്ങിനു വന്നപ്പോൾ മഹേശ്വരന്റെ ശിരസ്സിൽ ഒരുകുടം കള്ളുമറിച്ചതു നിറയൂരെ പൊക്കായിയാണ്. തങ്ങൾക്കു വിധിച്ചിട്ടുള്ള ഏകസുഖം നിഷേധിക്കാനെത്തിയ മഹേശ്വരനെ പൊക്കായി കഠിനമായി വെറുത്തിരുന്നു. പൊക്കായി അന്നു നിറയെ അകത്താക്കിയിരുന്നു. കള്ള് വർഷിക്കുന്ന ശിരസുമായി നിന്ന മഹേശ്വരൻ പിക്കറ്റിങ്ങ് അവസാനിപ്പിച്ചില്ല. പൊലീസെത്താൻ വൈകുന്നേരമായി. അപ്പോഴേക്കും മഹേശ്വരനെ കള്ളുനാറാൻ തുടങ്ങിയിരുന്നു. കള്ളിൽ കുതിർന്നു വെയിലിലുണങ്ങിയ കുപ്പായം ഊരിയെറിഞ്ഞിട്ട് മഹേശ്വരൻ അറസ്റ്റ് വരിച്ചു.

"ചെറിയ തിരുമേനിയെ അങ്ങനെ ചെയ്യണ്ടായിര്ന്നു!" വെള്ളുങ്ങ പറഞ്ഞത് മഹേശ്വരൻ കേട്ടു. കാരണം പിൻപുറത്തൂടെ കള്ളുകുടിച്ചിറങ്ങി മുൻവാതിൽ പിക്കറ്റു ചെയ്യുന്നവരുടെ കൂട്ടത്തിൽപ്പെട്ട ആളല്ലല്ലോ മഹേശ്വരൻ.

രാത്രി മഹേശ്വരനേയും കൂട്ടുകാരനെയും കടവത്തു കണ്ടപ്പോൾ വെള്ളുങ്ങ ഊഹിച്ചു, ആപത്തിന്റെ വിത്തു കീശയിലിട്ടുകൊണ്ടാണു വരവ്. ഏതു തരത്തിലുള്ള വിപത്താണാവോ!

ഷാപ്പിൽനിന്നു രണ്ടുപാത്രം വെള്ളം വാങ്ങിച്ചു കുടിച്ച് അവർ ചായ്യോം കുന്നിറങ്ങി. കടവത്തു കുഞ്ഞിപ്പു ഇല്ല. കടത്തു പൂട്ടേണ്ട സമയം കഴിഞ്ഞു.

"കുഞ്ഞിപ്പൂ— ഓയ്...ഓ...!"

മഹേശ്വരന്റെ സ്വരം ഉയർന്ന് പുഴത്തട്ടിൽ പതിന്മടങ്ങ് മാറ്റൊലി കൊണ്ടു.

അക്കരെ മങ്ങിയ ഇരുട്ടിൽ ഒരു കുലുങ്ങിച്ചിരി കേട്ടു. രാഘവൻ ചോദിച്ചു:

"ആരാദ്?"

"കുഞ്ഞിങ്ങളെ നീന്തി വന്നോളൂ. കുഞ്ഞിപ്പു കുടിയിലെത്തി."

ഉക്കാരൻഗുരുക്കൾ തൈത്തെങ്ങിന്റെ മർമ്മരം കേട്ടുകൊണ്ടു നിലാവിൽ ഉലാത്തുകയാണ്. അദ്ദേഹത്തിന്റെ ദീർഘശരീരം മണൽതിട്ടയെ തടവുന്നു. കിഴക്കോട്ടു നീങ്ങി ആലിൻചോട്ടിലെത്തിയപ്പോൾ അദ്ദേഹം തിരിച്ചു നടക്കാൻ തുടങ്ങി.

മഹേശ്വരൻ നാട്ടിലില്ലാതിരുന്ന കാലത്തു നീന്തൽ കുറെ മറന്നുപോയിരുന്നു. ഇപ്പോൾ കുളത്തിൽ കുളിക്കുന്നതിനിടയിൽ നീന്താനെവിടെ നേരം. ബല്യകാല സ്മരണപോലെ നീല ജലോപരി ഓളങ്ങളഴിഞ്ഞുവന്നു. നദി കൈകൾ ചേർത്ത് അവരെ പുൽകി. മുണ്ടഴിച്ച് തലയിൽകെട്ടി അവർ ഇരുണ്ട ജലത്തിലേക്കു ചാടി. ഓളങ്ങളുമായി കളിച്ചിരുന്നുപോയ കാലത്തിന്റെ മധുരസ്മരണയിൽ മുഴുകി. അക്കരെ കാൽ മണലിൽ തൊട്ടപ്പോൾ അവർ വർത്തമാനത്തിൽ തിരിച്ചെത്തി. തീരമണലിൽ കാലൂന്നിയപ്പോൾ രസന ഉപ്പറിഞ്ഞു. കാറ്റു തുവർത്തിയ ഉടലിൽ ഉടുപ്പുകൾ ധരിച്ച് അവർ അമ്പാടിയുടെ തറവാട്ടു വീടുനോക്കി നടന്നു. കിഴക്കു പെരുമനുദിക്കുന്നതു കണ്ടുകൊണ്ട്, ഉക്കാരൻഗുരുക്കൾ കുന്നുകയറി തന്റെ കുടിലിലേക്കു പോയി.

"രാഘവൻ മറന്നുവോ ഗുരുക്കളെ?"

"ഇല്ല. നിലത്തെഴുത്ത് പഠിപ്പിച്ച ഗുരുവിനെ ആരും മറക്കുകയില്ല!"

"ഉക്കാരൻഗുരുക്കൾ പയറ്റു പഠിപ്പിച്ചവരാണു നമ്മുടെ സംഘത്തിൽ ഏറെയും!"

നമ്മുടെ സംഘം...രാഘവന്റെ ഉള്ളം കുളിർത്തു. കൃതജ്ഞതാഭരിതമായ അവന്റെ മിഴികളിലെ നനവ് മഹേശ്വരൻ നാട്ടുവെളിച്ചത്തിൽ കണ്ടു.

"സംഘം ചേരുക എളുപ്പമല്ല!"

"അല്ല."

"പല ദുർഘടങ്ങൾ തരണം ചെയ്യേണ്ടതുണ്ട്."

"....................."

"ശത്രുക്കൾ പലതരത്തിലുള്ളവർ."

"......................."

"ജന്മിയുടെ കാരുണ്യം നേടാൻ ശിങ്കിടി പാടുന്നവർ. നമ്മുടെ തന്നെ ബന്ധുക്കൾ, പട്ടേലർ, ചേനപ്പൻ, ഉഗ്രാണി— അങ്ങനെ നികുതി പിരിക്കുന്ന ഉദ്യോഗസ്ഥർ—"

"നമ്മുടെ ആയുധം എന്താണ്—"

"കഠിന പരിശ്രമം, വിട്ടുവീഴ്ചയില്ലാത്ത മനോഭാവം."

"ഗ്രാമീണർ നിരക്ഷരരാണ്. അവരെ എങ്ങനെ പറഞ്ഞു മനസിലാക്കും ഭരണം എന്നാൽ എന്തെന്ന്? സാമ്രാജ്യത്വം എന്തെന്നു മനസിലാക്കണമെങ്കിൽ ആദ്യം അവർക്ക് അസ്തിത്വം നൽകണം. ജന്മിക്കെതിരെ പോരാടാൻ പഠിപ്പിക്കണം. അന്തിമമുഹൂർത്തത്തിൽ സാമ്രാജ്യത്വമാണ് ശത്രുവെങ്കിലും തൊട്ടടുത്ത ശത്രുവിനോടെതിരിടാൻ ആദ്യം അവരെ സജ്ജമാക്കണം!" രാഘവൻ പറഞ്ഞു.

മഹേശ്വരൻ ചിരിച്ചു.

"നാം അവരുടെ ആദ്യശത്രുവാണെന്നത് മറക്കേണ്ട. നമ്മുടെ പ്രയത്നങ്ങളിൽ അവരുടെ വിശ്വാസം ആർജിക്കുന്നതെങ്ങനെ എന്നാലോചിക്കണം!"

"അതെന്തിന്? ഒരു ഒഴിപ്പിക്കലിനെതിരെ, ഒരു കാഴ്ചവെക്കലിനെതിരെ സമരം ചെയ്താൽ അവർക്കു വിശ്വാസം വരില്ലേ? ഒന്നുമില്ലെങ്കിലും അവർ വിശേഷബുദ്ധിയുള്ള മനുഷ്യനല്ലേ?"

അവരുടെ ബുദ്ധി ധാരാളം മതി. പ്രശ്നം അവരുടേതാണല്ലോ. പുസ്തകം വായിച്ചു പഠിച്ച ബുദ്ധിജീവികൾക്കു നിറയൂരെ കർഷകന്റെ പ്രശ്നങ്ങൾ നേരിട്ടനുഭവിക്കാൻ കഴിയുമോ? ഇല്ല ബുദ്ധിജീവികളെ നമുക്ക് അവസാനക്കൈക്കു സമീപിക്കാം. തന്റെ *യുവകാഹള*ത്തിന്റെ ലേഖനങ്ങൾകൊണ്ടും കവിതകൾകൊണ്ടും എന്തെങ്കിലും പ്രയോജനമുണ്ടാവുകയാണെങ്കിൽ അവസാനക്കൈയായി അതുപയോഗപ്പെടുത്താം!"

രാഘവന് നേരിയ നിരാശ തോന്നി. അനന്തേട്ടന്റെ ഒരു കുഞ്ഞിനെ ദെത്തെടുത്തു സംരക്ഷിക്കുന്ന വികാരത്തോടെയാണ് രാഘവൻ ഇതുവരെ *യുവകാഹളം* കൊണ്ടുനടന്നത്. കോമൻനായരുടെ സഹപ്രവർത്തനം ചിലപ്പോൾ തന്നിൽ അസൂയ ഉളവാക്കുകപോലും ചെയ്തു. താൻ തന്നെ എഡിറ്റ് ചെയ്ത് താൻ തന്നെ കണ്ണൂരിലെ പ്രസ്സിൽകൊണ്ടുപോയി കൊടുത്ത്, താൻ തന്നെ തിരികെ കെട്ടിയെടുത്തുകൊണ്ടുവന്ന് സ്വന്തം കൈകൊണ്ട് റാപ്പറൊട്ടിച്ച് മേൽവിലാസമെഴുതി രാത്രി പകലാക്കി ജോലിചെയ്താലുള്ള ഒരു സുഖം! *യുവകാഹളം* ഒരു ലക്കത്തിന്റെ പണി പൂർത്തിയാകുന്ന ദിവസം ലഭിക്കാറുള്ള സുഖനിദ്ര മറ്റൊരു രാവിലും തനിക്കു ലഭിക്കാറില്ലെന്നു രാഘവനോർത്തു. *യുവകാഹളം* യുവാവായ രാഘവന്റെ പ്രാണസഖിയും കാമുകിയും അമ്മയും ഗുരുവും എല്ലാമായിരുന്നു. ചില ദിവസങ്ങളിൽ കണ്ണൂർക്ക് കോമൻനായരെ

അയക്കും. പ്രസ്സുകാർക്ക് ഒരിക്കലും കൃത്യനിഷ്ഠ ഉണ്ടായിരുന്നില്ല. കൃത്യസമയത്ത് അനന്തേട്ടന്റെ കീശയിൽ കാശും കാണില്ല. പിന്നെ കോമൻനായർക്ക് അയാളുടെ നരകത്തിൽനിന്ന് ഒരു വിടുതി നൽകാൻ കഴിയുന്നു എന്ന ആശ്വാസം. കണ്ണൂരിൽ കോമൻനായർ തന്റെ യാതനകളിൽനിന്നു മോചനം നേടി. ഒരുറുപ്പികയ്ക്ക് കഞ്ചാവ്, ഒന്നോ രണ്ടോ സിനിമകൾ, ഹോട്ടലിലെ ഒരൂൺ, ഒരു രാത്രി മൂട്ടകടിയേറ്റ് വർക്കിയുടെ ഹോട്ടലിൽ ഉറക്കം. ഈയൊരു സുഖം, കോമൻനായർക്ക് അനുവദിച്ചു കൊടുക്കുന്നത് മനുഷ്യത്വം മാത്രമാണ്.

ഇപ്പോൾ *യുവകാഹള*ത്തെ മഹേശ്വരൻ തള്ളിപ്പറയുന്നു. അക്ഷരങ്ങൾക്കില്ലാത്ത മഹത്വം പ്രവർത്തനത്തിനുണ്ട് ശരി തന്നെ. പക്ഷേ, മാസിക ഒഴിവാക്കാൻ പറ്റുകയില്ല. മാസികയെ മറ്റൊരു വളർത്തച്ഛനെ ഏൽപ്പിക്കാം. കോമൻനായർക്ക് ഒരു മോചനം കിട്ടട്ടെ. എടപ്പത്തിലെ ഇരുണ്ട ജീവിതത്തിൽനിന്ന് ഒരു താൽക്കാലികാശ്വാസം—

രുക്മിണിയമ്മയെ പെൺജാഥയ്ക്ക് അയയ്ക്കാഞ്ഞതുകാരണം ഇനി എടപ്പത്തിൽ കാലുകുത്തുകയില്ലെന്നാണു കോമൻനായർ പറഞ്ഞത്. ഒരാഴ്ചയായി അയാൾ ക്ലാസുമുറിയിലാണു കിടപ്പ്. അനന്തേട്ടനറിഞ്ഞിട്ടില്ല. അറിഞ്ഞാൽ ഒരൊത്തുതീർപ്പിനു മുൻകൈ എടുത്തെന്നു വരും.

"രാഘവൻ തന്റെ *യുവകാഹള*ത്തെക്കുറിച്ച് ആലോചിക്കുകയാണ് ഇല്ലേ?"

"അതെ. വഴിയിൽ വലിച്ചെറിഞ്ഞുകളയരുതല്ലോ!"

"സംഘത്തിലെ അംഗമായാൽ അങ്ങനെ പ്രിയങ്കരമായ പലതും നമുക്ക് ഉപേക്ഷിക്കേണ്ടിവരും!" മഹേശ്വരൻ നേരിയ ദുഃഖത്തെ അമർത്തുംവിധം കൂടുതലുറക്കെ സംസാരിച്ചു.

രാഘവൻ മുഖമുയർത്തി:

"എനിക്കു കാളീശ്വരത്തമ്മയിൽ വിശ്വാസമുണ്ട്. എന്നെപ്പോലെ വിശ്വാസമുള്ളവരുടെ വികാരങ്ങൾക്കു മുറിവേൽപ്പിക്കും വിധം ഞാൻ പെരുമാറിയില്ലേ? വാസ്തവത്തിൽ മറ്റൊരു മനുഷ്യന്റെ വികാരങ്ങളെ മുറിവേൽപ്പിക്കുന്നതു തെറ്റല്ലേ?" മഹേശ്വരൻ പറഞ്ഞു.

"വിപ്ലവവും മതവും ഇണക്കി കൊണ്ടുപോകാൻ കഴിയേണ്ടതല്ലേ?"

"കഴിയുകയില്ല. മതത്തിന്റെ മറപിടിച്ചു നിൽക്കുന്ന ഒരുപറ്റം സാധു ഗ്രാമീണരെ തെറ്റിദ്ധരിപ്പിച്ച് അവനെ ചൂഷണം ചെയ്യുമ്പോൾ നമുക്കെങ്ങനെ രണ്ടും ഒന്നിച്ചു കൊണ്ടുപോകാൻ സാധിക്കും? മഹേശ്വരൻ ആദ്യത്തെ ആ പരിപാടി ഉപേക്ഷിച്ചതും ഇതുപോലുള്ള ഒരു വികാരത്തിലാണ്."

"അല്ല!" മഹേശ്വരൻ ഉറപ്പിച്ചു പറഞ്ഞു.

"മനുഷ്യജീവിതം കുരുതി കൊടുക്കുന്നവനെ ശുദ്ധനായ ഗ്രാമീണർ പൊറുപ്പിക്കുകയില്ല!"

"ശരിയാവാം. പക്ഷേ, താങ്കൾ ചിലപ്പോഴൊക്കെ കാലത്തിനു പുറ

കിലാണ്! മതം കഞ്ചാവാണെന്നു കേട്ടിട്ടില്ലേ? ഇപ്പോൾ നാം നമ്മുടെ സമീപനം മാറ്റണം. ലഹരി പിടിച്ച് അർധനിദ്രയിൽ ലയിച്ച് അകർമണ്യം വരിക്കാൻ ഇതല്ല, സമയം! നാം ഇവിടെ വിപ്ലവം ഉണ്ടാക്കുകതന്നെ ചെയ്യും! ഇല്ലേ മഹേശ്വരേട്ടാ? അല്ലെങ്കിൽ 'സുഖകരമായ' ഒരു ജീവിതത്തെ നാം ഉപേക്ഷിക്കുന്നതെന്തിന്?"

"അമ്പലത്തിൽ തൊഴാൻപോയ അതേ വാശിയോടെയാണ് ഞാനിപ്പോൾ കർഷക പ്രശ്നങ്ങളെ സമീപിക്കാനുദ്ദേശിക്കുന്നത്!" മഹേശ്വരൻ പറഞ്ഞു.

"ഞാൻ എന്റെ ജീവിതത്തിലിന്നുവരെ ഒരു അരണയെപ്പോലും കല്ലെറിഞ്ഞിട്ടില്ല! ഇനി ചിലതൊക്കെ വേണ്ടിവരും! തോക്കില്ലാതെതന്നെ നമുക്ക് സമരം ചെയ്യാം!"

"ഞാൻ പ്രവർത്തിക്കാൻ തയ്യാർ. താങ്കളാണെങ്കിൽ പഠിപ്പുള്ളവൻ. തന്ത്രശാലി. രണ്ടുംകൂടി നമുക്ക് യോജിപ്പിക്കാം. നമ്മെ തടയാനാർക്കു കഴിയും?" രാഘവൻ ആവേശത്തോടെ ചോദിച്ചു.

വർത്തമാനത്തിൽ മുഴുകി നടന്നുതീർത്ത വഴിയുടെ ദൂരം വിസ്മരിച്ചു.

കാട്ടുവള്ളികളും പീലിവിടർത്തിയ തൈത്തെങ്ങുകളും മറപിടിക്കുന്ന നദിയോരത്തെത്തിയപ്പോൾ മഹേശ്വരൻ നിന്നു.

"രാഘവന് ഈ ഗ്രാമപ്രദേശം മുഴുവനും കൈവെള്ളയിലെ രേഖപോലെ അറിയാമോ?"

"ഇല്ല!" തന്റെ സ്വന്തം നാട്. ഒരു സഞ്ചാരി തിരിച്ചു വീടെത്തിയിരിക്കയാണ്. ഇവിടമെല്ലാം അപരിചിതം. ആറ്റുവഞ്ചികൾക്കിടയിൽ മറഞ്ഞുനിൽക്കുന്ന കുടിൽപോലും ആരുടേതാണെന്നറിയില്ലല്ലോ!

"ഇത് കേളോർമന്റെ കുടിലാണ്!" മഹേശ്വരൻ പറഞ്ഞു.

"മകനെ അന്വേഷിച്ച് ഗ്രാമങ്ങൾതോറും ചുറ്റിനടക്കുകയാണ് ഇപ്പോൾ കേളോർമൻ! അയാളെ നമുക്ക് ഉപയോഗപ്പെടുത്താം." കേളോർമന്റെ കുടിലിന്റെ ഒരു വശത്തെ മൺചുമർ വീണുപോയി. ആ ഭാഗം ഉയർന്ന മലഞ്ചെരുവിലാണ്. മറ്റു മൂന്നു ഭാഗങ്ങളിലൊന്ന് അകത്തേക്കുള്ള തുറസ്സ്. രണ്ടു വശങ്ങളിൽ ചൂടിക്കയറിൽ കോർത്തിട്ട ആറേഴു ദ്രവിച്ച ഓലകൾ കാറ്റിലിളകിയാടുന്നു.

ഒരു കിഴവി കുടിലിനു മുറ്റത്തിരുന്ന് പാള കുത്തിക്കെട്ടുകയാണ്. അവരുടെ ശിരസ്സിൽ കരിനാഗത്തിന്റെ പടംപോലെ മുടിക്കെട്ട് ജട ഉയർത്തിനിന്നു.

അങ്ങനെ രണ്ടുപേർ അവിടെ എത്തിയമട്ടില്ല. അവർ തങ്ങളുടെ ജോലി തുടർന്നു. മഹേശ്വരനും ഒന്നും പറഞ്ഞില്ല. മഹേശ്വരൻ തുറസിലൂടെ അകത്തുകടന്നു. പുറകെ ചെല്ലാൻ രാഘവനെ ആംഗ്യം കാണിച്ചു.

അപ്പോൾ തികച്ചും അവിചാരിതമായി കൂരയുടെ ഒരു മൂലയിൽനിന്ന് ഒരു പൂവൻകോഴി കൂവി. രാഘവൻ ഞെട്ടിപ്പോയി. പിൻനിലാവുള്ള രാത്രി അവരറിയാതെ പുലർന്നു.

"ഓനെ ഒന്നു തൊറന്നിട്ട്റ്...!" കിഴവി പുറത്തുനിന്നു പറഞ്ഞു.

മഹേശ്വരൻ പൊട്ടിപ്പൊളിഞ്ഞ കൂടുപൊക്കി. എന്നും അപ്പണി ചെയ്യുന്നവനെപ്പോലെ. കൂട് തൂണിലെ ഒരു ആണിയിൽ ഞാത്തിയിട്ടു.

"പോ...പോ..." മഹേശ്വരന്റെ ആട്ടുകേട്ട് പൂവൻ ഒരിക്കൽക്കൂടി ആർത്തുകൂവി പുറത്തേക്ക് കുണുങ്ങിക്കുണുങ്ങി നടന്നുപോയി. കോഴി കിഴവിയുടെ സമീപം മുട്ടിയുരുമ്മി നിൽക്കുന്നത് രാഘവൻ കൗതുകത്തോടെ നോക്കിക്കണ്ടു.

"മോനെ പറമ്പിലേക്ക് പോ. ഞണ്ടോ തവളയോണ്ടാവും. നെനക്കിന്ന് അന്നത്തിന്റെ ഒരു വറ്റും തരാൻല്യ."

കിഴവി പാളയ്ക്ക് കയർകെട്ടി, അതുമായി തെക്കേ വളപ്പിലെ കിണറ്റിൻ കരയിലേക്കു നടന്നു.

കോഴിപ്പൂവൻ അനുഗമിച്ചു.

"ഉണിച്ചെന്ത്രോനെ ബാ, ന്റെ കൂടെ ബാ—കെണറ്റിന്നടുത്ത് ചെതലുണ്ട് വേം വാ!"

ഉണിച്ചെന്ത്രോനെന്ന പൂവൻകോഴി തലയാട്ടി അവളുടെ പുറകെ അനുസരണത്തോടെ നടന്നു. പോകുന്ന പോക്കിൽ ദൂരെ തെങ്ങിൻതോപ്പിൽ മറഞ്ഞുനിൽക്കുന്ന കൂരകളെ അവൻ കൂവിയുണർത്തി.

കിഴക്കുഭാഗത്തെ ചെറ്റ അൽപ്പം നീക്കി മഹേശ്വരൻ ചോദിച്ചു:

"ഇത് കണ്ടോ?"

"കല്ലച്ച്."

"അതെ, കല്ലച്ച്!"

രാഘവൻ ചോദ്യഭാവത്തിൽ മഹേശ്വരന്റെ മുഖത്തുനോക്കി.

"ഇത് പ്രവർത്തിപ്പിക്കാനറിയ്യോ?"

"ഇല്ലല്ലോ!"

"നാണക്കേട്! ആ കാരണവത്തിക്കറിയാം, ഇത് പ്രവർത്തിപ്പിക്കാൻ!"

രാഘവൻ ആശ്ചര്യത്തോടെ നോക്കിനിന്നു.

ഒരടുക്ക് അച്ചടിച്ച നോട്ടീസുകൾ വെളിക്കെടുത്തുകൊണ്ട് മഹേശ്വരൻ പറഞ്ഞു:

"ഇത് സമ്മേളനത്തിന്റെ നോട്ടീസാണ്. ഇത് ഇന്നുരാത്രി നമുക്ക് ചുമരായ ചുമരിലൊക്കെ പതിക്കണം!"

രാഘവന്റെ മിഴികൾ വികസിച്ചു. മങ്ങിയ വെളിച്ചത്തിലിരുന്ന് അവൻ ആ നോട്ടീസ് വായിച്ചു തീർത്തു.

ഒരു പെണ്ണിനെയും കൊണ്ട് ഉണിച്ചെന്ത്രോനും കുടത്തിൽ കിണറ്റുവെള്ളവുമായി പുറകെ ചിരുതേയിയമ്മയും നടന്നെത്തി.

ചിരുതേയിയമ്മ നിശ്ശബ്ദയായി അകത്തുകടന്നു. അടുപ്പിൽ തീപ്പൂട്ടി. ഒരു കുഞ്ഞാണത്തിൽ വെള്ളം കയറ്റിവച്ചു. തൂണിൽ ഞാത്തിയിട്ട പുകപിടിച്ച ഒരു മൺകുടത്തിൽനിന്ന് ഒരു ചിരട്ടമുറി ചക്കരയെടുത്തു വെള്ളത്തിലിട്ടു. തിളയ്ക്കുന്ന കാപ്പിയുടെ മധുരസംഗീതം കേട്ടുകൊണ്ട് രാഘവൻ കല്ലച്ചിന്റെ പ്രവർത്തനത്തിൽ മുഴുകി.

"താറാവിനെ വെള്ളത്തിലിട്ടപോലായി രാഘവൻ. എവിടെ ചെന്നാലും ഇതാണ് സ്ഥിതി! രാഘവൻ വന്നതു നന്നായി!" മഹേശ്വരൻ പതുക്കെ പറഞ്ഞു.

കഴുകിയെടുത്ത മൺപാത്രങ്ങളിൽ ചൂടുകാപ്പി പകർന്ന് മുമ്പിൽ വച്ച് ഒരു മന്ത്രം ഉരുവിടുംപോലെ ചിരുതേയിയമ്മ പറഞ്ഞു:

"യൂത്താത്രെ, യൂത്തം! പഞ്ചാരയില്ല. കാസട്ടില്ല. ഒരുമണി അരി കിട്ടാൻ ല്യ ആദ്യം ഈടെ നെറയൂര്ള്ളോരെ ഒക്കെ കൊന്നിട്ടാവട്ടെ യൂത്തം.!"

അതെ ഈണത്തിൽ മറ്റെന്തോ പിറുപിറുത്തുകൊണ്ട് അവർ പുഴയോരത്തെ ഒറ്റയടിപാതയിലൂടെ നടന്നുപോയി.

നോട്ടീസുകെട്ട് അപ്രത്യക്ഷമായി.

"ഏടെ നമ്മുടെ ബണ്ടിൽ?" രാഘവൻ പരിഭ്രമത്തോടെ ചോദിച്ചു.

"ചിരുതേയ്യമ്മ കൊണ്ടുപോയി!" മഹേശ്വരൻ പറഞ്ഞു.

"ഇവരാണ് നമ്മുടെ ആദ്യത്തെ കൊറിയർ."

ഇരുപത്തിയാറ്

ചെളിനീരൂറ്റിക്കളഞ്ഞ ഒരു കിണറ്റിലേക്കു ശുദ്ധനീരുറവകൾപോലെ അവർ നാലുപാടുമുള്ള അദൃശമേഖലകളിൽനിന്നു കുതിച്ചെത്തി.

അമ്പാടിയുടെ കുഴിക്കണ്ടം ഒരു നാഴികനേരംകൊണ്ടു നിറഞ്ഞു. മഹേശ്വരന്റെ പ്രതീക്ഷക്ക് അതീതമായിരുന്നു അത്. കല്ലച്ചിൽ തീർത്ത ഒരു നോട്ടീസിന് ഇത്ര സമ്മർദ്ദം ഉണ്ടാവുമെന്നു കരുതിയിരുന്നില്ല. മഹേശ്വരന്റെ വാക്കുകളുടെ ശക്തി കണ്ട് രാഘവൻ ആശ്ചര്യപ്പെട്ടു. കരിയും ഞേങ്ങോലും കൂന്താലിയും പിടിച്ചു തഴമ്പുവീണ കൈകൾ മുഷ്ടിചുരുട്ടി ആകാശത്തിലേക്കുയർന്നു. "ജന്മിത്തം നശിക്കട്ടെ!"

കുഞ്ഞമ്പാടി പ്രകാശിക്കുന്ന മുഖവുമായി അവരുടെ നടുക്കുനിന്ന് ഉയർന്ന തിട്ടിന്മേൽ നിൽക്കുന്ന മഹേശ്വരന്റെ നേർക്കുനോക്കി.

അനുയായികളുടെ എണ്ണത്തിലും ഉത്സാഹത്തിലും അമ്പാടി സംതൃപ്തനായിരുന്നു. എളേരിത്തട്ടിലെ പുനംകൃഷി മുളപ്പിക്കുന്നത് പടുമുളകളല്ലെന്ന് അവനു ബോധ്യമായി.

ഗ്രാമങ്ങളിലൂടെ, മലയോരങ്ങളിൽനിന്ന് സമതലങ്ങളിലൂടെ ഉയർന്നൊഴുകി ഉറവകൾ ഒന്നായി തടിച്ചുകൊഴുത്ത് ഊർജ്ജസ്വലമായി. പുതിയൊരു ശബ്ദം കേട്ട് മലനിരകൾ നടുങ്ങി. നദികൾ വരണ്ടു. വൃക്ഷങ്ങൾ പ്രകമ്പനം കൊണ്ടു. മനുഷ്യന്റെ അദമ്യമായ ശക്തിയെ പ്രകൃതി തലകുലുക്കി അംഗീകരിക്കുമ്പോലെ ഒരു വീണ്ടുവിചാരത്തിന്റെ സന്ധിയിൽ പരസ്പരധാരണയോടെ വർത്തിച്ചിരുന്ന കർഷകനും മല

യോരവും പരസ്പരം അറിഞ്ഞു. നിത്യസമ്പർക്കത്തിന്റെ ആത്മബന്ധത്തിലൂടെ അവർ പരസ്പരം അറിഞ്ഞു.

കോടക്കാറുകൾ നീലാകാശത്തിൽനിന്നു വഴിമാറി. അവർ അവർക്കു കിട്ടിയ നവോന്മേഷത്തിന്റെ മുദ്രാവാക്യവുമായി മുമ്പോട്ടു കുതിച്ചു. നാളുകളായി അടിച്ചമർത്തിയിരുന്ന വിശപ്പിനെ അവർ നിശ്ശേഷം മറന്നു. ഏതോ വിദൂര ദേശാതിർത്തികളിൽ യുദ്ധം നടക്കുന്നു. ഇവിടെ നിലനിൽപ്പിന്റെ സമരത്തിൽ അവരുടെ ലക്ഷ്യങ്ങൾ രുദ്രരൂപം കൈക്കൊണ്ടു.

ജാഥ നിറയൂർമലയുടെ മുകളിലെത്തിയപ്പോൾ അവർ വിശപ്പറിഞ്ഞു—സമയം ഉച്ചകഴിഞ്ഞു.

വയർ നിറയെ ഉണ്ട നാളുകൾ മറന്നു.

കാളീശ്വരം കൂലോത്തെ പടിക്കലെത്തിയപ്പോൾ മഹേശ്വരൻ പറഞ്ഞു:

"വിശപ്പു മാറ്റാനെന്തു മാർഗം?"

"ഇവിടെ കയറാം." രാഘവൻ പറഞ്ഞു.

പടിപ്പുര മലർക്കെ തുറന്നിട്ടിരുന്നു. അതിക്രമിച്ചു കടക്കുന്നവരെ ഭയപ്പെടാത്ത പ്രവേശന കവാടം. കാവൽക്കാരില്ല. മുറ്റത്തെ നിറവെയിൽ അവരെ എതിരേറ്റു. ഊണു കഴിച്ചു തളർന്ന പരിവാരങ്ങൾ ഉച്ചമയക്കത്തിലേക്കു ചാഞ്ഞിരുന്നു.

പക്ഷേ, പാചകശാല അപ്പോഴും സജീവമായിരുന്നു. നാലാം പന്തിയിലെ ഇലകൾ ഇടാൻ തുടങ്ങിയതേയുള്ളു.

മഹേശ്വരൻ പടിപ്പുരവാതിൽ കടന്ന് നടുമുറ്റത്തെത്തി.

കാളീശ്വരം കൂലോത്തെ വലിയരാജാവ് മഹേശ്വരനെ നാലഞ്ചു വർഷങ്ങൾക്കുമുമ്പ് കഥകളി കാണാനെത്തിയപ്പോൾ കണ്ടിരുന്നു.

വീട്ടുകാര്യസ്ഥനോട് രാജാവുരചെയ്തു:

"രുധിരമന ചെറിയ തിരുമേനിയോ! വരാമ്പറയൂ!"

"കൽപ്പിച്ച്, അവർ പതിനേഴാളുണ്ട്!"

പുനം കൃഷിയുടെ അതിരുകൾ വിട്ടപ്പോൾ, മലയോരത്തെ കർഷകരെ തിരിച്ചുപോകാനുപദേശിച്ചിരുന്നു. പതിനേഴു പേർ പുതിയ കോട്ടയിലെ വലിയ പ്രകടനത്തിൽ ലയിക്കാൻ പോകുന്നവരായിരുന്നു.

"പതിനേഴോ? നൂറ്റിപ്പതിനേഴായാലെന്താ? ശിവ! ശിവ! വന്ന് ഊണു കഴിക്കാൻ പറയൂ. ശുദ്ധം മാറിയിട്ടുണ്ടെങ്കിൽ കുളത്തിലേക്ക് വഴികാണിച്ചു കൊടുക്കൂ."

പതിനേഴുപേർ പല ജാതികളിലും പെട്ടവരാണെന്നു പറയാൻ കാര്യസ്ഥൻ വാ തുറന്നു. കുഞ്ഞമ്പാടിയുടെ ഒരു നോട്ടത്തിൽ കാര്യസ്ഥന്റെ ചുണ്ടിൽ മുദ്രവീണു.

അതിഥിശാലയിൽ മൃഷ്ടാന്ന ഭോജനം നടന്നു. അതൊരു മിശ്രഭോജനംകൂടി ആയിരുന്നെന്ന് രാജാവറിഞ്ഞില്ല. അറിഞ്ഞവരൊട്ടു ശ്വാസം കഴിച്ചുമില്ല.

അവർ നന്ദി പറഞ്ഞു.

മഹേശ്വരൻ തിരുമനസിനെ ഒരു കവിത ചൊല്ലിക്കേൾപ്പിച്ചു:

"അഹോ മനുഷ്യന്റെ ശക്തി എത്ര അപാരം! തന്നെപ്പറ്റി അജ്ഞനായ അവനറിയുന്നില്ല.

"ആന തന്റെ കൊച്ചു കണ്ണുകൾകൊണ്ട്
തന്റെ ആകാരംമുഴുവനും കാണാത്തതുപോലെ
അവനൊന്നു വലിച്ചാൽ ഏതു പടുമരവും
കടപുഴകി വീഴും
ജീർണ്ണിച്ച വേരുകൾ വെളിച്ചം കണ്ടു മരിക്കും."

കവിത സംസ്കൃതത്തിലാക്കി രണ്ടാം വട്ടം ചൊല്ലിയപ്പോൾ തിരുമനസ് സായൂജ്യമടഞ്ഞു.

യാത്ര പറഞ്ഞിറങ്ങി. ഇടവഴിയിലെത്തിയപ്പോൾ ഉണ്ട കൈകൾ മുഷ്ടികളായുയർന്നു:

"ജന്മിത്തം നശിക്കട്ടെ!"

"എന്താ കേക്കണത് രേർമാ?"

രേർമൻനായരുടെ ചുണ്ടു വരണ്ടു. അയാൾ ചുക്കുവെള്ളം കുടിക്കാൻ അകായിലേക്കുപോയി.

"ജന്മിത്തം നശിക്കട്ടെ!" പതിനേഴ് ഉറച്ച ശബ്ദങ്ങൾ ഇടിമുഴക്കങ്ങളായി ദിക്കുകൾ നടുങ്ങി.

ഇത്തവണ കാളീശ്വരത്തെ വലിയ രാജാവ് ശരിക്കും കേട്ടു. രേർമനെ വിളിക്കാൻ നാക്കു പൊങ്ങിയില്ല. ആദ്യം ചൊല്ലിക്കൊടുക്കുന്ന ശബ്ദം കവിതചൊല്ലിയ അതേ കണ്ഠത്തിൽനിന്നു വരുന്നതാണെന്നറിഞ്ഞു. രാജാവ് വിയർത്തു വിളറി. കുഴഞ്ഞു മഞ്ചത്തിൽ ചാഞ്ഞു. രേർമൻനായർ രാമച്ചവിശറിയെടുത്ത് പയ്യെപ്പയ്യെ വീശിക്കൊണ്ടേയിരുന്നു. അങ്ങനെ ഒരു പകൽ അസ്തമിക്കുകയും കൊട്ടാരവളപ്പിനുപുറത്തു നിറവുള്ള നിലാവുദിച്ചു കണ്ണെത്താത്ത വിരിപ്പുപാടങ്ങളെ വെൺപട്ടുടയാട ചാർത്തുകയും ചെയ്തു.

ദൂരെ പുതിയകോട്ടയിൽ കീഴൂരിൽനിന്നും മേലൂരുനിന്നും എത്തിയ ജാഥകൾ ഒന്നിച്ചു.

മകരസംക്രമണത്തിന്റെ ദിനമായിരുന്നു അന്ന്. ഉത്തരായണപ്പക്ഷിയുടെ ചിറകടികേട്ട് മഹേശ്വരൻ ആഹ്ലാദത്തോടെ രാഘവനെ കെട്ടിപ്പിടിച്ചു. അവർ കിട്ടേട്ടന്റെ ആശ്രമത്തിൽ ഭാവിപരിപാടികൾക്കുവേണ്ടി ഒന്നിച്ചു.

വൈകിയെത്തിയ അനന്തന്റെ മുഖം ചിന്താക്ലാന്തമായിരുന്നു. കോമൻനായർ വിവർണ്ണനായി കാണപ്പെട്ടു. അയാൾ ധരിച്ചിരുന്ന ഖദർ ജൂബ്ബയുടെ വെണ്മ നഷ്ടപ്പെട്ടു. ഒരു ബട്ടൺ പൊഴിഞ്ഞുപോയ സ്ഥാനത്തു മാറെല്ലു തെളിഞ്ഞു.

"തുടക്കം നന്നായോ?" മഹേശ്വരൻ അനന്തനോടു ചോദിച്ചു.

"എന്തിന്റെ?"

"കർഷകരുടെ ശക്തിപ്രകടനത്തിന്റെ!"

"അപ്പോൾ സ്വരാജ്യത്തെ നിങ്ങൾ മറന്നുവോ?"

"എങ്ങനെ മറക്കും? കർഷകന്റെ നട്ടെല്ലു നിവരാതെ എന്തു സ്വരാജ്യം! ഓരോ കർഷകനും അടിമത്തത്തിൽനിന്നു മോചിതനാകുന്ന ദിവസം ഭാരതം സ്വതന്ത്രമാകും!"

അനന്തൻ നിശ്ശബ്ദനായി തലയാട്ടി. പ്രധാന പാതയിൽനിന്നു തങ്ങൾ വ്യതിചലിക്കുകയാണെന്ന് അയാൾക്കു ബോധ്യമുണ്ടായിരുന്നു. വ്യക്തിഗതമായ പ്രശ്നങ്ങൾ അനന്തനെ വല്ലാതെ അലട്ടുന്നുണ്ടായിരുന്നു.

കരുവഞ്ചേരി പടിപ്പുരയിൽ കോൺഗ്രസുകാരന്റെ തല കണ്ടുപോകരുതെന്നു കാരണവർ സുഗ്രീവാജ്ഞ നൽകിക്കഴിഞ്ഞു. ദുഃഖാർത്തനായ കോമൻനായർ പറഞ്ഞു:

"പാപി ചെന്നേടം പാതാളം!"

ഒരാഴ്ചയ്ക്കു ശേഷം കരുവഞ്ചേരിയിലെത്തിയ അനന്തന് രാഘവൻ തീർത്തും അന്യനാവുകയാണെന്നു തോന്നി. അവർക്കിടയിൽ ഒരു ഭിത്തി ഉയർന്നിരിക്കുന്നു. സന്തതസഹചാരിയായ സുഹൃത്ത്, കാരണവരുടെ മകനായി മാറി.

അത്താഴത്തിനു ശേഷം മഹേശ്വരനും കിട്ടേട്ടനും പിരിഞ്ഞപ്പോൾ അനന്തൻ രാഘവനോടു പറഞ്ഞു:

"ഇന്നുകൂടി നമുക്ക് ഈ പടിപ്പുരമാളികയിൽ അന്തിയുറങ്ങാം."

"ഉച്ചിരേട്ടി എവിടെ?"

"അവൾ പൂമഠത്തിൽ പോയി. അല്ല, ഞാനവിടെ കൊണ്ടുചെന്നു വിട്ടു!"

ഉച്ചിരേട്ടിയെ യാത്രയാക്കി തിരിച്ചെത്തിയ ജടുക്ക മുറ്റത്തിന്റെ ഓരത്തുകിടക്കുന്നു

"രാഘവാ നീയോർക്കുന്നുവോ, നമ്മൾ പതിനൊന്ന് ആൺകുട്ടികൾ അത്താഴം ഒന്നിച്ചുണ്ട് ഈ മാളിക വരാന്തയിൽ നിരക്കെ വിരിച്ചു കിടന്നിരുന്ന കാലം?"

"ഓർക്കുന്നു. പക്ഷേ, അനന്തേട്ടാ, കാലം തിരിഞ്ഞുകൊണ്ടേയിരിക്കും! എല്ലാം മാറും! അനന്തേട്ടനും ഞാനും മാറിയില്ലേ? ദേവയാനി മാറിയില്ലേ? ഇവിടം വിട്ടുപോകാൻ അവൾക്കു ധൈര്യമുണ്ടായില്ലേ? കരുവഞ്ചേരിനിന്ന് ആദ്യം ഗൗരിയേട്ടി സംബന്ധക്കാരന്റെകൂടെ താമസമാക്കാനിറങ്ങിപ്പോയില്ലേ? കാലം മാറുകയാണ്! മാറ്റം എന്നും നടക്കുന്നുണ്ട്. നാം അറിയാറില്ല. ചിലപ്പോൾ അറിഞ്ഞതായി നടിക്കാറില്ല. സ്വയം മാറാനാഗ്രഹിക്കാത്തവരാണേറെ! അതുകൊണ്ട് മറ്റുള്ളവരിലും സമുദായത്തിലും സംഭവിച്ചുകൊണ്ടിരിക്കുന്ന മാറ്റത്തെ അംഗീകരിക്കാനവർക്കു പറ്റുന്നില്ല."

അനന്തൻ ഇരുട്ടിനെ നോക്കി മൃദുലമായി ചിരിച്ചു. തന്റെ കൗമാര സന്ധ്യകളിൽ നാലുകെട്ടിനെ മറികടന്ന് ഒരു അശോകമരച്ചില്ല,

ഇങ്ങോളം ഈ മട്ടുപ്പാവിന്റെ ഇറയംവരെ, ഞാന്നുകിടന്നിരുന്നു. അശോകം ഇന്നുമുണ്ട്. അതിന്റെ പൂക്കൾക്കു നിറമില്ല. കരിഞ്ഞ പൂങ്കുലകൾ. ചില്ലകളിൽ ഇപ്പോഴും കിളികൾ കൂടുകൂട്ടുന്നു. കൂജനം ചെയ്യുന്നു. അവ പഴയ ഇണക്കിളികളല്ലെന്നും പുതിയ പരമ്പരയിൽപ്പെട്ടതാണെന്നും അംഗീകരിക്കാൻ മനസു കൂട്ടാക്കുന്നില്ല. എത്ര അസ്വാഭാവികം!

അവർ മിനുസമുള്ള മാർബിൾത്തറയിൽ പുൽപ്പായ് വിരിച്ചു കിടക്കുകയായിരുന്നു. മെത്തയുടെ ചൂട് അസഹനീയം. തലയിണകൾ മാത്രം അറയിൽനിന്നു പുറത്തെടുത്ത് വരാന്തയിൽ വിരിച്ചു കിടന്നു.

അർദ്ധരാത്രിയാകുന്നു. പാതിരാവിലുദിക്കുന്ന ചുവപ്പുരാശി കലർന്ന ഒരു നക്ഷത്രം അശോകച്ചില്ലകളിൽ തങ്ങിനിൽക്കുന്നു.

“രാഘവാ...”

“ഞാനുറങ്ങീട്ടില്ല.”

“എനിക്കൊരു വീടുവേണം.”

“ഇതെന്താണ്! ഈ വലിയ മാളികയിലെ അടുത്ത കാരണവരല്ലേ അനന്തേട്ടൻ?”

“വയ്യ അമ്മാവനെ അനാദരിച്ചുകൊണ്ട് എനിക്കിവിടെ കഴിയാൻ വയ്യ. കോൺഗ്രസ് തന്റെ ശത്രുവാണെന്നും ആ ശത്രുവിനെ ഊട്ടി വളർത്തുകയാണ് ഞാനെന്നും കാരണവർ വിചാരിക്കുന്നു. നമുക്ക് എത്ര സുഹൃത്തുക്കൾ വരാനുണ്ട്! പലർക്കുമിവിടെ അന്തിപാർക്കേണ്ടിവരും! എന്നും കാരണവർ കലഹിക്കും. അതു വേണ്ട!”

“വീടുകെട്ടി താമസം മാറ്റാൻ അച്ഛൻ അനുവദിക്കുമെന്നു തോന്നുന്നുണ്ടോ?”

“എതിർപ്പ് തുടക്കത്തിൽ കാണും! പിന്നെ മാഞ്ഞുപോകും.”

“കോമൻനായർ സ്കൂളിൽ പാർപ്പാക്കിയിട്ട് കുറെ നാളുകളായി.”

അനന്തൻ കിടപ്പായിൽ എണീറ്റിരുന്നു.

“ഒരു ചുരുട്ടു വലിക്കേണ്ട സന്ദർഭമാണിത്.” അനന്തൻ പറഞ്ഞു.

“പക്ഷേ, ഞാൻ പുകവലിയുപേക്ഷിച്ചതു നിനക്കറിയാമല്ലോ.”

അനന്തേട്ടന്റെ മനശ്ചാഞ്ചല്യം കണ്ട് രാഘവന് അനുതാപമുണ്ടായി:

“വേണമെങ്കിൽ അച്ഛന്റെ എഴുത്തുമുറിയിൽ കാണും ഞാൻ കൊണ്ടുവരാം. ഈ ഒരു തവണ മാത്രം.”

“വേണ്ട. ഞാൻ ഖദർനൂൽതൊട്ട് ശപഥം ചെയ്തതാണ്!”

അനന്തൻ പറഞ്ഞു.

“നാളെ മംഗലാപുരത്തുനിന്ന് ഉദയോർമനെന്ന മരാശാരി വരും. കോളോർമന്റെ അനുജൻ!”

കോളോർമന്റെ പത്നിയെ നിറയൂർ ഒരു പ്രത്യേക സാഹചര്യത്തിൽ വെച്ചുകണ്ട കാര്യം രാഘവൻ മിണ്ടിയില്ല. അയാളുടെ ഉള്ളിൽ ആശ്ചര്യം അങ്കുരിച്ചു.

“ഇതാ അനന്തേട്ടനും എനിക്കും ഇടയിൽ ഒന്നാമത്തെ മറ ഉണ്ടായിരിക്കുന്നു. ഇതു വർധിച്ചുകൊണ്ടേയിരിക്കും! നമ്മൾ രണ്ടു വഴികളി

ലൂടെ സഞ്ചരിക്കേണ്ടവരാണ്! എന്റെ ഞരമ്പുകളിൽ ഉണിക്കാളിയമ്മ യുടെ ചോരയാണൊഴുകുന്നത്. അനന്തേട്ടൻ തികച്ചും കരുവഞ്ചേരി യിലെ അനന്തരവനാണ്."

രാഘവൻ തലയണയിൽ മുഖമമർത്തി ഉറക്കം അഭിനയിച്ചു.

നാലുകെട്ടിന്റെയും അന്തഃപുരത്തിന്റെയും കതകുകൾ ഒന്നൊന്നായി അടയുന്ന ശബ്ദം കേട്ടു. ഒരു ദാസിപ്പെണ്ണ് കൈത്തലംകൊണ്ടു മറച്ചു പിടിച്ച കാക്കവിളക്കുമായി ആണുങ്ങൾ മാത്രം പാർക്കുന്ന മഠത്തിനു നേർക്ക് മെല്ലെമെല്ലെ നടന്നു നീങ്ങുന്നത് അഴികൾക്കിടയിലൂടെ രാഘ വൻ കണ്ടു.

മാറിടത്തെ പാതി മറച്ചുകൊണ്ട് അവൾ കൈകൾ പിണച്ചുകൂട്ടി യാണ് നടക്കുന്നത്. വിളക്കു കെടാതിരിക്കാൻ വല്ലാതെ സാഹസപ്പെടു ന്നുണ്ട്.

ഉച്ചിരേട്ടിയുടെ തോഴിയായി വന്ന പെൺകുട്ടി. അവൾ ദാസിയെ കൊണ്ടുപോകാതിരുന്നതെന്തുകൊണ്ട്! മഠത്തിന്റെ തെക്കേ വാതിൽ തുറന്ന് ഒരു നിഴൽ കുളക്കരയിലെ വാഴക്കൂട്ടത്തിലേക്കിറങ്ങി. കൈത്തിരി അണഞ്ഞു.

രാഘവൻ ഒരു ദീർഘനിശ്വാസത്തോടെ തിരിഞ്ഞുകിടന്നു. ആ ദാസി പ്പെണ്ണിന്റെ കാതരമായ മുഖം മനസ്സിൽനിന്നു മായ്ക്കാൻ കഴിയുന്നില്ല. പുലർച്ചക്കോഴിയുടെ കൂവലിന് ചെവി വട്ടംപിടിച്ച് രാഘവൻ അനക്ക മറ്റു കിടന്നു.

ഇരുപത്തിയേഴ്

വൈദ്യർ കരുവഞ്ചേരിക്കു പോയില്ല. അയാൾ മരുന്നുപറിക്കാര നോടു പറഞ്ഞു:

"ഇപ്പ്യാക്കെ ഈടെ ദെണ്ണം പിടിച്ചു കെടക്കുമ്പം ഞാനെന്ത്നാ കരുവഞ്ചേരിക്ക് വര്ണത്. ഈടെ രോഗത്തിന് അയിത്തംല്യ– ശുദ്ധം മാറുംന്ന് ഭയപ്പെടേണ്ട."

കരുവഞ്ചേരി കാരണവർ അയച്ച പരിചാരകൻ സ്തബ്ധനായി നിന്നു. അവൻ വൈദ്യരെ തുറിച്ചു നോക്കി.

വൈദ്യർ പരിചാരകനെ അവഗണിച്ച് പുഴയോരത്തു വിജനമായ ഒരു തോപ്പിൽ വെട്ടിയുണ്ടാക്കിയ ആതുരാലയത്തിലേക്കു നടന്നു. ഓല മെടഞ്ഞ വാതിൽ ചാരി തിരുമാല നിൽപ്പുണ്ട്.

"എങ്ങനെണ്ട്?"

"ഒന്നും പറഞ്ഞൂടാ. മയക്കത്തിലാ—"

വൈദ്യർ തിരുമാലയെ അടിമുടി വീക്ഷിച്ചു.

"കുളിച്ചോ?"

"..........."

"ഇല്ല. അലക്കിക്കുളിച്ച് തുണ്ണി മാറിയിട്ട് വേഗം വരാ!"

നിറയൂർ മലയുടെ മുകളിൽനിന്ന് ഭഗവതി വിത്തുവാരി വീശിയെറിഞ്ഞു. മീനക്കാറ്റിൽ ചിറകുമുളച്ച വസൂരി വിത്തുകൾ ഉർവരഭൂമി നോക്കി ദിക്കുകളുടെ പടവുകൾ ഇറങ്ങിവന്നു. ഫലഭൂയിഷ്ഠമായ ഇടം നോക്കി താവളമടിച്ചു.

അടിമത്തം നശിപ്പിക്കാൻ വ്രതമെടുത്ത ചെറുപ്പക്കാർ വിജന വീഥികളിലൂടെ രോഗാർത്തമായ കുടിലുകൾ തേടി നടന്നു. കാസർട്ടിന്റെ ക്ഷാമം മൂലം പല കുട്ടികൾക്കും കണ്ണില്ല. ഒറ്റത്തെങ്ങു പാലത്തിനരികെ ചിരുകണ്ടന്റെ കുടിലിന്റെ ഉമ്മറത്ത് ഒരു വളയിട്ട കൈ ചൂട്ടുവീശിക്കൊണ്ടിരുന്നു. വെളിച്ചം മുറിഞ്ഞുവീഴുന്ന പാതയിലിരുന്ന് ചിരുകണ്ടൻ കഞ്ഞിക്കിണ്ണം അടുത്തേക്ക് നീക്കിവച്ചു. കഞ്ഞിയല്ല. മീൻകണ്ണുകൾപോലെ ചോളച്ചോറ്. വിളറിയ ചോളവറ്റുകൾ നോക്കി ചിരുകണ്ടൻ ദീർഘനിശ്വാസം പൊഴിച്ചു. ചോറു മാറ്റിവച്ച് അയാൾ കറിക്കോപ്പ കൈയിലെടുത്തു. മുഴുത്ത വാഴയ്ക്കാത്തുണ്ടുകൾ ഓരോന്നെടുത്തു വായിലിട്ട് ദീർഘനേരം ചവച്ചു.

"വെള്ളച്ചീ!" ചൂട്ടുകറ്റ ഒരുനിമിഷം അതിന്റെ ചാപപഥത്തിൽ തങ്ങിനിന്നു. വെളിച്ചത്തിന്റെ വീര്യം കുറഞ്ഞു.

"വെള്ളച്ചി, ആർക്കു വേണ്ടീറ്റാ കഞ്ഞീം കൂട്ടാനും ഉണ്ടാക്ക്ണത്?"

"ഇവിടെള്ളോർക്ക്!"

"എനക്കു വേണ്ട! അന്നം കിട്ടാനില്ലെങ്കിൽ ചത്തോട്ടെ! ആർക്കാ നഷ്ടം! ചോളച്ചോറ് തിന്ന് വായിലവശേഷിച്ച രുചി നഷ്ടപ്പെടുത്താൻ ഞാനാളല്ല! എനക്കു വേണ്ട!"

വെള്ളച്ചിയമ്മ ചൂട്ട് ശക്തിയായി ഒരിക്കൽക്കൂടി വീശി. ചോളച്ചോറിന്റെ കിണ്ണമെടുത്ത് അടുക്കളയിലേക്ക് പോയി. അവർ ഒരു കോപ്പയിൽ പൊടിയരിക്കഞ്ഞിയുമായെത്തി.

ചിരുകണ്ടൻ ആശങ്കാകുലനായി. നിധിയായ ഈ കഞ്ഞി എവിടന്ന്? അയാൾ ഒരക്ഷരം ഉരിയാടാതെ വെള്ളച്ചിയമ്മയുടെ മുഖത്തു നോക്കി. അവർ ഒരു പാതി മന്ദസ്മേരത്തോടെ പറഞ്ഞു:

"കുഴിയെണ്ണേണ്ട."

ചിരുകണ്ടൻ ഒരൊറ്റ വലിക്കു കഞ്ഞി അകത്താക്കി. രുചികരമായ പഴയരിക്കഞ്ഞി. അമൃത്. താനിതോടെ അമരനായി തീരുന്നു.

പിന്നീട് വാഴയ്ക്കാ തുണ്ടുകൾ പെറുക്കി ചവയ്ക്കുന്നത് കുടിച്ച കഞ്ഞിയോടു ചെയ്യുന്ന പാതകമായിരിക്കുമെന്ന് ചിരുകണ്ടനച്ചനും തോന്നി. വായ് കഴുകി തിണ്ണയിലെ പത്തായ കട്ടിലിൽ മെത്തപ്പാ ചുരുൾ നീർത്തി തലയണ നേരെയാക്കി അയാൾ മലർന്നുകിടന്നു. അടുക്കളയിൽ ആരോ സംസാരിക്കുന്നുണ്ട്. പരിചയമില്ലാത്ത ഒരു പെൺശബ്ദം. ചിരുകണ്ടനച്ചന്റെ കാതുകൾ അയാളറിയാതെ കൂർത്തു.

"പതിനാലാമത്തെ!"

"കഞ്ഞി കുടിച്ചാ നന്ന്!"

"ഇത് മുഴ്വോനും വേണ്ട. ചെറിയ കോപ്പയ്ക്ക് ഒരു കോപ്പ മതി."

"കൊണ്ടുപോ കഞ്ഞി. കൊറച്ച് നീയും കുടിച്ചാ!"

ഉടുപുടവയുടെ ഉലച്ചിൽ അകന്നുപോകുന്നു. കുറെനേരം അടുക്കളയിൽ പാത്രങ്ങൾ ഒച്ചയുണ്ടാക്കി. അടുക്കളവാതിൽ വലിച്ചടച്ച് മുറുക്കാൻ പെട്ടിയിൽ ചതച്ച പാക്ക് ഒരു കരണ്ടകത്തിലാക്കിവച്ച് വെള്ളച്ചിയമ്മ പറഞ്ഞു:

"ഞാമ്പോണ്!"

പല വർഷങ്ങളായി അവർ പറയുന്ന ഒരു വാക്ക് ഒരേയൊരു വാക്ക്! അവർ പോകുകയല്ല വാസ്തവത്തിൽ. തന്റെ സാന്നിധ്യത്തെ ഇവിടെ ഉറപ്പിച്ച് മാറിനിൽക്കുക മാത്രമാണ്.

കോളാമ്പിയിൽ മുറുക്കി തുപ്പുമ്പോൾ വെള്ളച്ചിയമ്മയെ ഓർക്കും. താമ്പൂലരസത്തിന്റെ ഒരു നേർത്ത കണികപോലും അതിന്റെ വക്കിൽ പാറി വീഴരുത്. മുറ്റത്ത് അബദ്ധത്തിൽ പോലും തുപ്പരുത്. തണ്ണീർക്കിണ്ടി സ്ഥാനം മാറ്റി വയ്ക്കരുത്. മുറ്റത്ത് കണക്കിലേറെ കരിയിലകൾ അടിഞ്ഞു കൂടരുത്.

അതിരാവിലെ മുറ്റത്തുവീണ് പഴുത്ത പ്ലാവില പെറുക്കി ഒരു കുട്ടയിലിടുകയായിരുന്ന ചിരുകണ്ടനച്ചൻ വരമ്പത്തൂടെ ഒരു നിഴൽനീങ്ങി വരുന്നതു കണ്ടു.

താല?

അല്ല, തിരുമാല!

താലപ്പെണ്ണു തന്നെ!

അല്ല, താലയ്ക്ക് ഇത്ര പൊക്കവും ഇത്ര വണ്ണവും ഉണ്ടായിരുന്നില്ലല്ലോ——

തിരുമാല നടപ്പു വേഗത്തിലാക്കി. അടുക്കളയിൽ കടന്നില്ല. മുറ്റത്തു മാറിനിന്ന് അവൾ പറഞ്ഞു:

"ഒരു കോപ്പ കഞ്ഞിവേണം! ഞാൻ കുളിച്ചിറ്റ്ല്യ അതാ അടുക്കളേൽ കേറാത്തത്!"

"ആർക്കാ കഞ്ഞി?"

"തുരുത്തീല് ഒരാൾക്കുകൂടി കുരിപ്പ്!"

ചിരുകണ്ടൻ അകത്തുപോയി കഞ്ഞി അപ്പാടെ പകർന്നുവച്ചു. തിരുമാല പാത്രം ഒഴിച്ചു കഴുകി കമഴ്ത്തി.

"—ചിരുകണ്ടനച്ചാ, വയ്യുന്നേരാകുഴമ്പ് ചെരട്ടയിൽ ചാണകം കലക്കിയ വെള്ളം പൊരേടെ നാലുപാത്തും വെച്ചോണം!"

"എന്നെ കുരിപ്പുഭഗോതിക്കും, വേണ്ടാ തിരാല." ചിരുകണ്ടനച്ചൻ വടിയൂന്നി, മലയിറങ്ങി താരുവിന്റെ കള്ളുഷാപ്പിലേക്കു നടന്നു.

താരുവിന്റെ ഷാപ്പ് തലകുനിച്ചു നിന്നു. അവിടെ ആളുകൾ കുറവായിരുന്നു. അകത്തെ ബെഞ്ചിലിരുന്ന് കുഞ്ഞമ്പാടി പറഞ്ഞു:

"കുടിക്കണെതൊക്കെ ശരി, മീൻകറി വെക്കരുത് താരുകാരണവരേ——"

"കള്ളും മീനും ഇല്ലാത്ത ഒരു ജീവിതംണ്ടോ കുഞ്ഞീ. താരുവിന്റെ മീങ്കറി കൂട്ടീന്ന്ച്ചിറ്റ് ആർക്കും കുരിപ്പ് വരൂല്ല. കുരിപ്പ് ദൈവദോഷാ. ചെറുവാല്യക്കാരു കൊറെ ഏറെ കളിക്ക്ണ്ണ്ട്. അപ്പൊ ഭഗവതി ഒന്നു വെളയാടിയതാ. ഒരു പാഠം പഠിപ്പിക്കാൻ. പഠിക്കാതെ ഏടെപ്പോണ്! എല്ലാരും പഠിക്കും!"

"അപ്പോഴേക്ക് നാട്ടില് ആള്ണ്ടാവ്ല്യാ."

കുടിതോറും മീൻവിറ്റ്, ഏറ്റവും തുടമുള്ളത് കള്ളുഷാപ്പിലേക്കു കൊണ്ടുവന്നു കയറിയ ചീരു ആകെ ഒരു കിതപ്പ്. പതിവുപോലെ ചീരു ചിരിക്കുന്നില്ല. ചെമ്പോത്തിന്റേതുപോലെ ചുകന്ന കണ്ണുകൾ പലവട്ടം ചിമ്മിത്തുറന്ന് ചീരു പറഞ്ഞു:

"—ഇത് ഒടുക്കത്തിലെ വെയിലാണ്. തീപ്പാറുന്ന വെയില്! ചീരുന് കുടിക്കാനെന്തെങ്കിലും വേണല്ലൊ താരുകാരണവരെ!"

താരു വലിയ കള്ളിൻ ചിരട്ട നിറച്ച് ചീരുവിന്റെ കൈയിൽ കൊടുത്തു. ഒരുവലിക്ക് പാതി അകത്താക്കി. പിന്നെ ചീരുവിന്റെ വിരലുകൾ വിട്ടകന്നു. കൈ തളർന്നു. ചീരു രണ്ടു ബെഞ്ചുകൾക്കിടയിൽ തറയിൽ വീണു.

താരുകാരണവർ കിലുകിലാ വിറച്ചു.

മഹേശ്വരൻ അകത്തേക്കോടി വന്നു. ഒരുകെട്ട് ആര്യവേപ്പിലയുമായി അതിലെ വന്ന രാഘവൻ ചോദിച്ചു:

"എന്താ? എന്താ? ഇതു ചീരു അല്ലേ?"

"അതെ!"

രാഘവൻ ഒരു വിദഗ്ധന്റെ മട്ടിൽ ചീരുവിന്റെ കൺപോള ഉയർത്തി മിഴികൾ പരിശോധിച്ചു. നാഡിമിടിപ്പു നോക്കി.

"തൊടങ്ങീന്നാ തോന്ന്ണ്!" രാഘവൻ പറഞ്ഞു.

ഇരുവരും ചീരുവെ താങ്ങിയെടുത്തു പടിഞ്ഞാറ് തുരുത്തിയിലെ കുടിലിനു നേർക്കു നടന്നു.

കേളോർമന്റെ കുടിൽ പടർന്നു പന്തലിച്ച് ഒരു ഷെഡ്ഡായി മാറിയിരുന്നു. ചിരുതേയിയമ്മ ശിരസ്സിൽ ഇളകിയാടുന്ന കറുത്ത നാഗപടവുമായി അവിടമെല്ലാം തൂത്തു തളിക്കുകയായിരുന്നു. ചാണകം കലക്കിയ വലിയ കുത്തുപാളയും ചൂലും പുറത്തേക്കു കൊണ്ടുപോവുന്ന പോക്കിൽ അവർ ചീരുവെ ഒന്നു നോക്കി.

— ഉള്ള കഞ്ഞീംകളഞ്ഞി. അവർ പിറുപുറുത്തു. മീനില്ലാതെ ചിരുതേയിയമ്മയ്ക്ക് കഞ്ഞി കുടിക്കാൻ വയ്യ. പകൽ മുഴുവനും തൂത്തുതളിച്ചും തുണിയലക്കിയും ആര്യവേപ്പില ചതച്ചും മല്ലിക്കഷായം ഒരുക്കിയും വേലചെയ്യുന്ന അവർക്ക് പകൽനേരത്തു ജലപാനമില്ല. രാത്രിയായാൽ അവർ പുറത്ത് മറ്റൊരു കൂരയിലിരുന്ന് കഞ്ഞിയും മീനും ഒരുക്കും. ഗ്രാമത്തിലെങ്ങും മത്സ്യക്കറി വെക്കാതായിരുന്നു. ചിരുതേയിയമ്മയുടെ അടുക്കളയിലെ മണം ഉൾക്കൊണ്ട് ചിരുകണ്ടനച്ചനും അവിടെ കഞ്ഞികുടിക്കാനെത്തും.

അന്ന് ചിരുതേയിയമ്മ ആസ്പത്രിയായി മാറിയ ഷെഡ്ഡിൽത്തന്നെ കഴിച്ചുകൂട്ടി. വൃത്തിയുള്ള ഒരു ഓലത്തടുക്കിൽ ചീരു ചീർത്ത് മയങ്ങിക്കിടന്നു.

വൈദ്യർ ചീരുവിനെ ഒരിക്കൽക്കൂടി പരിശോധിച്ചു. ദ്രുതഗതിയിൽ നടന്നകലുന്ന നാഡിമിടിപ്പ്.

നിൽക്ക്! നിൽക്ക്! വൈദ്യർ തന്നത്താൻ പറഞ്ഞു. കീശയിൽ നിന്ന് ഒരു വെറ്റിലപ്പൊതി എടുത്ത് ജീരകക്കഷായത്തിൽ ഗുളികയരയ്ക്കാൻ തിരുമാലയെ ഏൽപ്പിച്ചു. തിരുമാല ചീരുവിന്റെ തലയ്ക്കലിരുന്നു ഗുളി കയരച്ചു.

മുറിയുടെ മറ്റേ അറ്റത്തിരുന്ന മഹേശ്വരൻ പറഞ്ഞു:

"താൻ പാതി ദൈവം പാതി. തിരുമാല മാറിയിരുന്നു മരുന്നരയ്ക്കൂ."

തിരുമാല പ്രവേശനദ്വാരത്തിലെ വെളിച്ചത്തിലേക്കു മാറിയിരുന്നു. അവളുടെ ചേർത്തടച്ച ചുണ്ടുകൾ വരണ്ടിരുന്നു.

രാഘവൻ ആര്യവേപ്പിലകൊണ്ടൊരു മെത്തയൊരുക്കി, ഷെഡ്ഡിന്റെ അങ്ങേയറ്റത്ത് ഞരങ്ങുന്ന ഒരു രോഗിയെ വേപ്പിലമെത്തയിൽ കിടത്താൻ മഹേശ്വരന്റെ സഹായം തേടി.

"ന്റെ പൊരയ്ക്ക് തോല് കെട്ട്ണൂ, എന്റെ പൊരയ്ക്ക് തോല് കെട്ട്ണു, ഞാനും ന്റെ കുഞ്ഞിങ്ങളും ഏടെപ്പോകും തമ്പ്രാ..." രോഗിയുടെ മിഴികൾ ഗോളങ്ങളായി ഉരുണ്ടുമറിഞ്ഞു. ചെറ്റയുടെ വാരിയെല്ലിൽ പിടിമുറുക്കി അയാൾ പറഞ്ഞു:

"ഞാനീടത്തന്നെ കെടക്കും! ഓറെന്നെ ചവുട്ടട്ടെ, കൊല്ലട്ടെ. എന്റെച്ചനും മുത്തച്ഛനും കെടന്നു ചത്ത ഈ കുടീല്ന്ന് ആർക്കും എന്നെ ഒയിപ്പിക്ക്യാൻ കയ്യൂല—അയ്യോ ഓറതാ മെളകുപൊടി ഉരുട്ടി എറിയണൂ. തീപ്പന്തംകൊളുത്തി എറിയണൂ, ഓടിക്ക്യോ മാതേയീ. ഓടിക്കൊ, കുഞ്ഞിങ്ങളെ എടുത്ത് ഓടിക്കോ—"

മഹേശ്വരൻ നിശ്ചേതനനായി നിന്നു. രാഘവൻ കുഞ്ഞാങ്ങണത്തിലെ മല്ലിക്കഷായം തൊട്ട് രോഗിയുടെ ചുണ്ടു നനച്ചു. ബോധത്തിന്റെ തീരങ്ങളിലേക്കു രോഗിയെ തുഴഞ്ഞെത്തിക്കാൻ പാളവിശറിയെടുത്തു ശക്തിയായി വീശി. കുരിപ്പുവിണ്ട കവിളിലൂടെ വാർന്നൊഴുകുന്ന വിയർപ്പുറവകൾ തടഞ്ഞു തെല്ലിട നിന്നു. പിന്നെയും ഒഴുകാൻ തുടങ്ങി. വാക്കുകൾ രോഗിയുടെ ചുണ്ടിൽനിന്നു തെറിച്ചുവീണു ചിതറിപ്പോയി. ഓടിക്കോ മാതേയി എന്ന വാക്കിലസ്തമിച്ച ഉയിർ ദുഃഖഭരിതമായ ജീവിതത്തിന്റെ കടവുതാണ്ടി അക്കരയ്ക്കു പോയി.

മഹേശ്വരൻ തല താഴ്ത്തി പുറത്തു കടന്നു. രൂക്ഷമായ ഒരസ്തമയത്തിനു കീഴെ പിടയുന്ന ഭൂമി. നിറയൂരിന്റെ മാറിലൂടെ മീനക്കാറ്റ് വീശി. നെൽപ്പാടങ്ങളുടെ ചിതയിൽ ചുഴലികളുയർന്നു. കരിഞ്ഞ നെൽച്ചെടികൾ ചുടലത്തീ കാത്തുകിടന്നു. കുന്നിറങ്ങി വരുന്ന കന്നുകാലികൾ ദിക്കുകളെ വിളിച്ചു കേണു. ആർത്തിയോടെ ഉപ്പുനീരിലാഴ്ത്തിയ മോന്ത ഉയർത്തി അവ പാടങ്ങളിലലഞ്ഞു. ഗ്രാമത്തിന്റെ ആകാശങ്ങൾ വസൂരി വിത്തുകൾ പുതുചിറകുകളണിഞ്ഞ് പ്രയാണം തുടർന്നു.

തുരുത്തിയിലെ ചെറ്റപ്പുരയിൽനിന്ന് ഒരു ശവംകൂടി കെട്ടിയെടുത്ത് മലയൻ ചെമ്മരനും മാലിങ്കൻ മണിയാണിയും വിജനതയിലെ ചുടലയിലേക്കു യാത്രയായി. ചീരു അകത്തു ഞെരങ്ങിക്കൊണ്ടേയിരുന്നു,

ഷെഡ്ഡിനകത്തു ചിലർക്കുകൂടി ഇടമുണ്ടെന്നു മണത്തറിഞ്ഞ ചുടുകാറ്റ് പുതിയ ഊഷരഭൂമികൾ തേടിപ്പോയി.

"മഹേശ്വരേട്ടാ!" കുടിലിനു പുറത്തു വയൽവരമ്പിലിരുന്ന് രാഘവൻ വിളിച്ചു.

"നിനക്ക് അമ്മിഞ്ഞ കുടിക്കാൻ തോന്ന്ണോ?" മഹേശ്വരൻ കളിയാക്കി. ഉണിക്കാളിയമ്മയുടെ ഭവനം പുഴയ്ക്കക്കരെ നേർക്കുനേരെ കുന്നിന്മുകളിലായി കാണാം.

രാഘവൻ ഇത്രനാളും ആതുരസേവയിൽ മുഴുകിക്കഴിഞ്ഞു. അമ്മയെ കണ്ടാൽ കൊള്ളാമെന്ന് രണ്ടുമൂന്നുതവണ മഹേശ്വരനോടു സൂചിപ്പിച്ചു.

"പറ്റില്ല. അമ്മേടെ മടീലിരുന്ന് അമ്മിഞ്ഞ കുടിക്കേണ്ട പ്രായം കഴിഞ്ഞു. പുടവത്തുമ്പു പിടിച്ചു പുറകെ നടക്കേണ്ട കാലവും കഴിഞ്ഞു. മനസിനെ കടുപ്പമുള്ളതാക്കിയാലേ എന്തെങ്കിലും പ്രവർത്തിക്കാൻ കഴിയൂ രാഘവാ—"

രാഘവനു തന്റെ ദൗർബല്യം നഗ്നമാക്കപ്പെട്ടതിൽ ലജ്ജ തോന്നി. അയാൾ കൂടുതൽ കൂടുതൽ ജോലിയിൽ മുഴുകി. മലയൻ ചെമ്മരനെ കൂട്ടി കുന്നുകളും താഴ്വരകളും കയറിയിറങ്ങി. മീനവെയിൽ മുഴുക്കെ കുടിച്ചു ചീർത്തു. പാദങ്ങൾ പൊള്ളച്ചു. കീശയിൽ പല്ലിമിഠായിപോലത്തെ ഗുളികകളും മനസിൽ രോഗത്തെ ചെറുക്കാനുള്ള നിർദേശങ്ങളുമായി രാഘവൻ കുടിലുകൾ കയറിയിറങ്ങി. കൂട്ടക്കരച്ചിലുകൾ ഉയർന്ന കുടിലുകളിൽനിന്നു ശവങ്ങൾ പായിൽ പൊതിഞ്ഞു കെട്ടിയെടുത്തു കുഴിമാടത്തിലേക്കു നടന്നു. കുഴിമാടത്തിന്റെ വക്കിലിരുന്നു, പരേതന്റെ ശേഷക്കാരുടെ അഭീഷ്ടത്തിനൊത്തു കർമ്മങ്ങൾ ചെയ്യിക്കുവാനായി. കുഴിവെട്ടുകാരനും കാർമ്മികനുമായി മാറുമ്പോൾ രാഘവൻ അജയ്യനാണ് താനെന്ന് അഭിമാനിച്ചു. വിശന്നുവലയുമ്പോൾ തൈത്തെങ്ങുകളിൽനിന്ന് ഇളനീർ വെട്ടിക്കുടിച്ചു.

മലയൻ ചെമ്മരൻ ചിലപ്പോൾ ചോദിക്കും:

"ചെറ്യോറെ. നമ്മക്കും കുരിപ്പു പൊന്ത്യാലൊ?"

"നമുക്ക് കുരിപ്പ് വരൂല ചെമ്മരാ! കുരിപ്പിന് നമ്മെ പേട്യാണ്!"

ചെമ്മരന്റെ ആശ്വാസനിശ്വാസം രാഘവന്റെ ഉള്ളിൽ ആർദ്രത നിറയ്ക്കും.

ഷെഡ്ഡിൽ രോഗശുശ്രൂഷയിൽ മുഴുകിക്കഴിയുന്ന മഹേശ്വരൻ എപ്പോഴും ഓർമിപ്പിച്ചു.

"വിശന്നും ദാഹിച്ചും ഇരിക്കരുത്! ഒരു വീട്ടിൽനിന്നും ഇപ്പോ ആഹാരം കഴിക്കരുത്! തൈത്തെങ്ങുകളാണ് നമുക്കാശ്രയം! കുടിലുകളിലെ ഭക്ഷണം കഴിക്കാനുള്ള നാളുകൾ വരുന്നതേയുള്ളൂ!

അലച്ചിലിനിടയിൽ ഇളനീർ വെട്ടാൻ മറന്നു. ചെമ്മരൻ ഓർമിപ്പിക്കും:

—ചെറ്യോറെ, നല്ല ചെന്തെങ്ങിളന്നീരിതാ. വഴിവക്കത്ത് കാറ്റു വീശി നിൽക്കുന്ന തൈത്തെങ്ങിന്റെ കവിളിലെ ആർദ്രത കണ്ടു നിൽക്കുന്നു. ചെമ്മരൻ ഒരു ഓന്തിനെപ്പോലെ പാഞ്ഞുകയറി ഇളന്നീർ അറുത്തിടുന്നു. മുഖം ചെത്തുന്നു. മുമ്പിൽ നീട്ടുന്നു. അങ്ങനെ മഹേശ്വരന്റെ നിർദേശത്തെ മാനിക്കുന്നു.

"ചെറ്യോറെ—"

"എന്താ?"

"ഈ നെറയൂര് മാത്രെ ദണ്ണം പടർന്ന്റ്റുള്ളൂ?"

"അല്ല, ഈടെത്തന്നെ നാലു ക്യാമ്പുകളിലല്ലേ ചികിത്സ നടക്ക്ണത്! ഇപ്പോ മരണത്തിന്റെ എണ്ണം കുറഞ്ഞിരിക്ക്ണു. നമ്മൾ ജയിച്ചു വരാണ്! ഒരു കുടീൽനിന്നും ഇപ്പഴ് കൂട്ടക്കരച്ചിൽ കേൾക്കുന്നില്ല."

"എളേരിത്തട്ടില് കുരിപ്പുണ്ടോ?"

"ഉണ്ട്."

"കീഴൂര്ണ്ടോ?"

"അവിടേയും ഉണ്ട്!"

"കയറളത്തോ?"

"അവിടേയും."

"ആലന്തട്ടയിലോ?"

"എല്ലാടത്തുമുണ്ട് ചെമ്മരാ. നിയ്യ് പേടിക്കണ്ട!"

"എനിക്കിനി എന്തു പേടിക്കാനാ ചെറ്യോറെ. കഴിഞ്ഞ നടപ്പുദീനത്തില് എല്ലാരും ചത്തൊടുങ്ങീല്ലേ?" ചെമ്മരൻ മൗനത്തിലാണ്ടു.

അവർ നടന്നുനടന്ന് ക്യാമ്പിലെത്താറായി. ഈ കുന്നിറങ്ങിക്കേറിയാലപ്പുറത്ത്—

ഒരു വീട്ടിലെ പതിനൊന്നുപേരും രോഗത്തിന്റെ ആക്രമണാരംഭത്തിൽ ചത്തൊടുങ്ങിയത് ഇതാ ഇവിടെയായിരുന്നു. രാഘവൻ വിജനമായ കുടിലിന്റെ നേർക്കുനോക്കി. ഉപേക്ഷിക്കപ്പെട്ട ഒരു കളിവണ്ടി ആ മുറ്റത്തു കിടക്കുന്നു. കഴിഞ്ഞ മാസം അറുത്തിട്ട തേങ്ങയുടെ ഒരു കൂന മുറ്റത്തുണ്ട്. മരിച്ചുപോയ രണ്ടു കുട്ടികളുടെ പട്ടുകോണകങ്ങൾ ഇറയത്ത് അഴക്കോലിലാടുന്നു. ഇവിടെ മരണത്തിന് എങ്ങനെ കയറിവരാൻ കഴിഞ്ഞു? കളിവണ്ടിയുടെ തുമ്പിൽ കുഞ്ഞിവിരലുകൾ മുറുകെപ്പിടിച്ചു നടക്കാനോങ്ങുന്ന കുഞ്ഞിനെ എങ്ങനെ തട്ടിയെടുക്കാൻ മനസുവന്നു!

അന്നാദ്യമായി രോഗശുശ്രൂഷയ്ക്കിറങ്ങിയതിൽ പിന്നീട് തന്റെ മിഴികൾ നിറയുന്നത് രാഘവനറിഞ്ഞു. ഉപ്പുകാറ്റിന്റെ നേർക്കു മുഖം തിരിച്ചു മിഴിനീരാറ്റി.

ചെമ്മരൻ വളരെ മുമ്പിലെത്തിക്കഴിഞ്ഞിരുന്നു.

കുന്നിറങ്ങുമ്പോൾ അക്കരെ തന്റെ സ്വന്തം തറവാട്ടുവീടിന്റെ പുറകിലെ നെടുങ്കൻപന തലമുടി അഴിച്ചിട്ടു മീനക്കാറ്റിൽ ഉണക്കുന്നതും രാഘവൻ കണ്ടു.

തറവാട്ടിൽ അമ്മ ഒറ്റയ്ക്ക് എന്തു ചെയ്യുകയാവും? അപ്പുറത്ത് അച്ഛന്റെ പത്തായപ്പുരവീട് അടഞ്ഞുകിടന്നു.

പനയുടെ മുടി കണ്ണിൽനിന്ന് മായുന്നതുവരെ രാഘവൻ നോക്കി. ഉറക്കത്തിൽ മറ്റു വൃക്ഷലതാദികൾ അതിനെ മറച്ചു.

ഇരുപത്തിയെട്ട്

കുഞ്ഞമ്പാടി നെല്ലുചാക്കു കോലായമേലിട്ടു ചിറയിലേക്കിറങ്ങി. കുളിക്കണം. യാത്രയുടെ മൗഢ്യം കഴുകിക്കളയണം. പുഴമത്സ്യം കൂട്ടി ഉണ്ണണം. മധുരക്കള്ളു കുടിക്കണം. ചക്കരയിട്ടു കുഴച്ച പുന്നെല്ലവില് തിന്നണം. നൂറുനൂറു ചെറുകാര്യങ്ങളിൽ മനസിനെ ഊളിയിടാനനുവദിച്ചു, കുഞ്ഞമ്പാടി. കയത്തിന്റെ വക്കുവരെ പോയി. തിരിച്ചു നീന്തുന്ന മത്സ്യങ്ങൾ കുഞ്ഞമ്പാടിയെ പ്രധാന പ്രശ്നത്തിലേക്കു നയിച്ചു.

കുഞ്ഞമ്പാടീ, നീയൊരു ചെറുപ്പക്കാരൻ. നീയെങ്ങനെ വിശ്രമിക്കും?

വെള്ളത്തിൽ ഒന്നു മുങ്ങിയില്ല. ചെറിയേട്ടി മുറ്റത്തുനിന്നു വിളിച്ചു പറഞ്ഞു:

"കാണാനാളു വന്നീനു!"

"ആരാ?"

"മഹേശ്വരൻതിരുമേനീം, രാഘവൻചെറിയോറും!"

മധുരക്കള്ളിന്റെയം പുഴമത്സ്യത്തിന്റെയും രുചികരമായ ഓർമകൾ ചിതറിപ്പോയി.

കുഞ്ഞമ്പാടി ഇഞ്ച തേച്ച് അഴുക്കിളക്കി. ചീനിക്ക തേച്ചു തലയിലെ മെഴുക്കിളക്കി. വഴക്കുമുണ്ട് അടിച്ചലക്കി. പലവട്ടം മുങ്ങി നീർന്നു. അവൻ ആലോചിക്കുകയായിരുന്നു: "എങ്ങനെ തുടങ്ങണം?"

എളേരിത്തട്ടിന്റെ ഉയരങ്ങളിൽ മുട്ടിത്തകർന്നുപോയ സ്വപ്നങ്ങളെ ഓർത്തപ്പോൾ അമ്പാടിക്ക് ഈറ വന്നു. ആദ്യോം പൂതീം തൊടങ്ങണം. വസൂരിബാധ കഴിഞ്ഞു കുളിച്ചെഴുന്നേറ്റ ഗ്രാമം അപ്പോഴും ദുർബലമാണ്. ഉണ്ണാനരിയില്ല. കൃഷിക്കാരൻ അരവയറിനുള്ള അരി, ഭൂമിയിൽ കുഴിച്ചിട്ട് അടയാളം വയ്ക്കുന്നു. കുട്ടികൾ വിശന്നുകരയുമ്പോൾ മണ്ണു നീക്കി കുടം തുറന്നു നിധിയിലെ അരി സ്വർണംപോലെ വീശത്തൂക്കം അളന്നെടുത്തു കഞ്ഞിവയ്ക്കുന്നു. കുഞ്ഞിങ്ങൾക്കു വറ്റ്. ആണുങ്ങൾക്കു കഞ്ഞിയും കൊള്ളിപ്പുഴുക്കും. മീൻകറികൂടി ഉണ്ടെങ്കിൽ സ്വർഗം. പെണ്ണുങ്ങൾക്കു ശേഷിച്ച കഞ്ഞിത്തെളി. ആർക്കും ആവലാതിയില്ല. ഒരു നേരം കഞ്ഞി കുടിക്കാൻ കഴിയുന്നവർ തങ്ങളുടെ ഭാഗ്യത്തിൽ അകം നിറയെ ആഹ്ലാദിച്ചു. ഇരന്ന് അസൂയ ഉളവാകാതിരിക്കാൻ കുടിച്ച കഞ്ഞിയുടെ മേൽ മണ്ണിട്ടുമൂടി. ഗ്രാമീണരുടെ മനസുകൾ ഇത്ര സങ്കുചിതവും ക്ഷുദ്രവും ആയിപ്പോയതിൽ കുഞ്ഞമ്പാടിക്കു ദുഃഖംതോന്നി. അടിയാള

പ്പണിയെടുത്തും ജന്മിയെ ഊട്ടിയും കഴിഞ്ഞുപോന്ന കൃഷീവലന്മാരുടെ മനസുകൾ തുറന്നതായിരുന്നു. വീട്ടിൽ കയറിവന്നവനു കഞ്ഞികൊടുക്കാതെ ആരും മടക്കീട്ടില്ല. ഇപ്പോൾ അടുപ്പിൽ വെന്ത കഞ്ഞി അടച്ചു മൂടിവെച്ചു വീട്ടുകാരി വിരുന്നുകാരനോടു പറയുന്നു:

"ഒരുമണി കിട്ടാനില്ലല്ലോ, ദൈവമേ!"

കുഞ്ഞുങ്ങൾക്കുള്ള കഞ്ഞികുടിച്ച് സ്ഥലംവിടാൻ വന്ന ദുഷ്ടനല്ലല്ലോ വിരുന്നുകാരൻ. വിശന്നുവലഞ്ഞവനെങ്കിലും വിരുന്നുണ്ടവനെപ്പോലെ മുറുക്കിത്തുപ്പി കുശലം പറഞ്ഞ് എണീറ്റു പോകുന്നു.

രാത്രിയാണല്ലോ കുഞ്ഞമ്പാടി മലയിൽനിന്നു കഞ്ഞിക്കുള്ള നെല്ലു കടത്തിക്കൊണ്ടുവന്നത്. മഹേശ്വരനെയും രാഘവനെയും ഊട്ടാതെ പറഞ്ഞയച്ചാൽ ഈ നിറയൂരിൽ അവർക്കു മുഴുപ്പട്ടിണിയാകും. കാലത്തിന്റെ ദുർമ്മുഖം കണ്ട് കുഞ്ഞമ്പാടി ചകിതനായി.

കുളികഴിഞ്ഞു പിൻഭാഗത്തെ വാഴത്തോപ്പിലൂടെ അവൻ അടുക്കളയിലേക്കു ചെന്നു. ഉരക്കൊട്ടിലിൽ ചേമ്പുവിത്തുകളുടെ വല്ലം മാറ്റിവെച്ചു ചെറിയേട്ടി ഭൂമി കുഴിക്കുകയാണ്. ഇടയ്ക്കിടെ തിരിഞ്ഞുനോക്കുന്നു.

അമ്പാടിയുടെ ഉള്ളം കുളിർത്തു. ഒരു മൂളിപ്പാട്ടോടെ ധൃതിയിൽ ഉമ്മറത്തേക്കു ചെന്നു.

ഉമ്മറത്ത് ഒറ്റ കസേരയേ ഉള്ളു. നിറയൂരെ എല്ലാ ഗ്രാമീണ ഭവനങ്ങളിലും ഒരു കസേര മാത്രമേ കാണൂ. അതു ഗൃഹനാഥനിരിക്കാനുള്ളതല്ല. ജന്മി വരുമ്പോൾ മുറ്റത്തിട്ടുകൊടുക്കാനാണ്.

ഇവിടെ ഒരു കസേരയുടെ മുമ്പിൽ തിണ്ണയിൽ വിരിച്ച പായിൽ മഹേശ്വരനും രാഘവനും ഇരിക്കുന്നു, ഒരു കസേരകൂടി പണിയിക്കാൻ വൈകി എന്ന് അമ്പാടിക്കു തോന്നി. അപ്പുറത്തു ജന്മി ഇരിക്കുമ്പോൾ ഇപ്പുറം ഗൃഹനാഥനിരിക്കാൻ. ഇനി പഴയതുപോലെ നട്ടെല്ലു വളയുകയില്ല.

"നമുക്ക് ഈട ഇരിക്കണ്ടാ. വെള്ളുങ്ങയുടെ വീട്ടിൽ പോകാ!" രാഘവൻ എണീറ്റു.

മഹേശ്വരനും എണീറ്റു.

"കഞ്ഞി കുടിച്ചിറ്റ് പോകാം." ചെറിയേട്ടി വാതിലിന്റെ മറവിൽ വന്നു നിന്നു.

"ചെറിയേട്ടീ, തിരുമേനി ഈട കഞ്ഞി കുടിക്കോ?" — അമ്പാടി ചിരിച്ചു.

മഹേശ്വരൻ വിളർത്തു.

"ഇവിടേയും വെള്ളുങ്ങടെ വീട്ടിലും തമ്മിൽ എന്താ വ്യത്യാസം! ഞങ്ങൾ അവിടന്നു കഞ്ഞി കുടിച്ചോളാം."

"കഞ്ഞി കുടിക്കണെങ്കില് അരികൂടെ കൊണ്ടുപോണംത്രെ! വെള്ളുങ്ങക്കാരണവര്ടെ മോളും മക്കളും വന്നിറ്റ് ഇന്നു പോയതേ ഉള്ളു!"

ചെറിയേട്ടി നാഴൂരി അരിയുടെ ഒരു കിഴികെട്ടി ആങ്ങളയെ ഭദ്രമായേൽപ്പിച്ചു.

"ഇത് ഏടെ ഒളിപ്പിക്കും ഏട്ടീ? പൊഴക്കരയിലൂടെ പോകുമ്പം പൊലീസൊ മറ്റോ കടത്തിറങ്ങിവന്നാല്—"

"തോർത്തുമുണ്ടിൽ പൊതിഞ്ഞു കക്ഷത്തുവച്ചോ. തിരുമേന്യല്ലേ കൂടെ നടക്ക്ണ!"

കുഞ്ഞമ്പാടി ഒരു പാട്ടക്കുടിയാനെപ്പോലെ അരിക്കിഴി കക്ഷത്തു വച്ച് മഹേശ്വരനെയും രാഘവനെയും അനുഗമിച്ചു.

വെള്ളുങ്ങയുടെ വീട്ടുമുമ്പിലെ ആലിൻചോട്ടിലായിരുന്നു സഭ. നിറയൂരെ ചെറുപ്പക്കാരിൽ ഭൂരിഭാഗവും ചില കാരണവന്മാരും ആലിൻചോട്ടിലെ പുൽപ്പരപ്പിൽ ഇരിക്കുന്നു. ആൽത്തറയിൽ നിൽക്കുന്നു, കുഞ്ഞിക്കണ്ണൻ.

കുഞ്ഞിക്കണ്ണന്റെ രണ്ടാമത്തെ വരവാണു നിറയൂർക്ക്. ആദ്യവരവിൽ നിറയൂർ പുഴക്കരയിലൂടെ പടിഞ്ഞാറു മുതൽ കിഴക്കറ്റംവരെ നടന്നു. വഴിയിൽ കണ്ട കാരണവന്മാരോടൊക്കെ ലോഗ്യം ചോദിച്ചു. അവരുടെ പാളപ്പൊതി അഴിപ്പിച്ചു മുറുക്കാൻ മേടിച്ചു. ചെത്തുകാരുടെ മാട്ടയിൽനിന്നു മധുരക്കള്ളിന്റെ രുചിനോക്കി. പുളിച്ച കള്ള് കഴിക്കരുതെന്നും കഴിച്ചാൽ ജീവിതം നുരച്ചുപുളിച്ചുപോകുമെന്നും കാരണവന്മാരെ ബോധ്യപ്പെടുത്താൻ ശ്രമിച്ചു. കുഞ്ഞിക്കണ്ണന്റെ മധുരമായ കുറത്തിപ്പാട്ടു കേട്ടുകൊണ്ടാണ് മഹേശ്വരനും രാഘവനും ആലിൻചോട്ടിലെത്തിയത്.

"ഉണിച്ചെന്ത്രോന്റെ അസ്ഥിത്തറമേൽ
മാളിക കെട്ടിയൊരു ദോഷം
ചിറ്റാരിക്കാലിലെ വെണ്ടമരത്തില്
കീഴ്ക്കാംതൂക്കായ് കെടന്നൊരു ചന്തനെ
ആരു കൊന്നെടി ചൊല്ലു കുറത്തീ
അന്തഃപുരത്തിലെ ദാസിപ്പെണ്ണിന്റെ
കെർപ്പം കലക്കിക്കൊന്നതാര്?"

ഗ്രാമീണർ വീർപ്പടക്കി കേട്ടു. മഹാരോഗത്തിന്റെ നുകത്തിൽനിന്നു രക്ഷപ്പെട്ടോടിവന്ന അവരുടെ മനസുകൾ അതീവ ദുർബലമായിരുന്നു. അവരറിയാതെ മിഴികൾ നിറഞ്ഞൊഴുകി. ചെറുപ്പക്കാരുടെ നെറ്റി ചുളിഞ്ഞു. അടുപ്പിച്ച പുരികങ്ങൾക്കിടയിലൂടെ അവർ ഭൂതകാലത്തിന്റെ ഇടനാഴികളിലേക്കു നോക്കി.

"കരിഞ്ചാത്തനെന്നൊരു കൂളിക്കുരങ്ങനെ
കയറൂരി വിട്ടേനു ഞായമെന്തു കുറവാ?"

ചെറുപ്പക്കാർ തിളയ്ക്കാൻ തുടങ്ങി. ഇവിടെ നടമാടുന്ന അന്യായങ്ങൾക്കും ക്രൂരകൃത്യങ്ങൾക്കും ഒരു ന്യായവുമില്ല. ധനത്തിന്റെ ഡംഭ്. കാര്യസ്ഥന്മാരുടെ മുഷ്ക്. ശിങ്കിടിമാരുടെ കൗശലം. ഉറുമ്പുകളെപ്പോലെ വേലചെയ്യുന്ന ഗ്രാമീണരുടെ കുട്ടികളെ ഒരു രാവുകൊണ്ട് ഇവർ വെണ്ണീറാക്കുന്നു.

വിള നിറഞ്ഞുനിൽക്കുന്ന കണ്ടങ്ങളെ പോത്തിനെ വിട്ടു ചവിട്ടിക്കുന്നു. മംഗലമുറച്ച പെണ്ണിനെ രായ്ക്കുരാമാനം റാഞ്ചിക്കൊണ്ടുപോകുന്നു.

കുറത്തിപ്പാട്ടവസാനിച്ചപ്പോൾ ജനം പിറുപിറുക്കാൻ തുടങ്ങി.

ഗൗരീശങ്കരത്തിലെ കാര്യസ്ഥൻ തോട്ടിനക്കരെ വന്നു നിന്ന് അലറി:

"ആരെടാ അവിടെ?"

"നിറയൂരെ ആണുങ്ങൾ!"

"എന്തിനെടാ സഭ കൂട്ണത്?"

"വെറ്റ മുറുക്കിത്തുപ്പാൻ!"

കാര്യസ്ഥൻ വെള്ളച്ചാൽ ചാടിക്കടന്ന് ആലിൻചോട്ടിലെത്തി. ആജാനുബാഹുവായ അയാൾ ആലിൻകൊമ്പുരുമ്മി നിന്നു. നിറയൂരെ ആണുങ്ങളും എണീറ്റു. കൂട്ടത്തിൽ ശങ്കരൻനായനാറുടെ കുടിയാന്മാരും ഉണ്ടായിരുന്നു. മുഖമുയർത്താതെ ഇടവും വലവും തിരിഞ്ഞ് അവർ കൂട്ടുകാരോടു മുരണ്ടു:

"ഇന്നു കാഴ്ചവണ്ടി വര്ണ ദിവസാണ്!"

"അക്കരെ കാളീശ്വരംകടവിൽ വണ്ടി വന്ന്റ്റണ്ടാവും."

മഹേശ്വരന്റെയും രാഘവന്റെയും സാന്നിധ്യം അവർക്ക് അൽപ്പം ആശ്വാസം നൽകി.

അന്നു വെള്ളിയാഴ്ച. ആഴ്ചതോറും കാളീശ്വരം അങ്ങാടിയിലെ മരച്ചോട്ടിൽ ഗൗരീശങ്കരത്തിലെ വെള്ളക്കാളകളെ കെട്ടിയ വണ്ടിയെത്തും. നട്ടിക്കറിസാമാനങ്ങളെക്കൊണ്ടു വണ്ടി നിറയ്ക്കേണ്ടത് നിറയൂരെ 41 കുടിയാൻകുടുംബങ്ങളുടെ കടമയാണ്. കരുവഞ്ചേരികാരണവർ ഗൗരിക്കു സ്ത്രീധനം നൽകിയ 41 അടിയാളരിൽ പലരും ആലിൻചോട്ടിൽ കൂടിയിരുന്നു. അവർ പ്രത്യാശയോടെ മഹേശ്വരനെ നോക്കി. അവരുടെ മിഴികളിലെ ആശാദീപങ്ങൾ കെടാതെ സൂക്ഷിക്കേണ്ടത് തന്റെ കടമയാണ്, സംഘത്തിന്റെ കടമയാണ്.

"രാഘവാ, കാര്യസ്ഥനോടു കുശലം പറഞ്ഞേക്കൂ. അയാൾ പോകട്ടെ!"

രാഘവൻ കൂട്ടം പിരിഞ്ഞു, കാര്യസ്ഥനെ സമീപിച്ചു.

"എന്താ വിശേഷിച്ച്?"

"ചെറിയോർക്ക് ഇവിടെ എന്തു കാര്യം?"

"നല്ല കഥ! ഇതെന്റെ ദേശമല്ലേ? എന്റമ്മ അക്കാണുന്ന വീട്ടിലല്ലേ, താമസം!"

ജാള്യം മറയ്ക്കാൻ കാര്യസ്ഥൻ പറഞ്ഞു:

"പത്തു പൂവൻകോഴി വേണ്ടീർന്നു. അതിനു കടത്തുകടന്നുവന്നതാ." അയാൾ വിടപറഞ്ഞു. തിടുക്കത്തിൽ വീടുകൾ തിങ്ങിനിൽക്കുന്ന കിഴക്കുഭാഗത്തേക്കു നടന്നു.

കോഴിക്കൂട്ടിൽ കടന്ന കുറുക്കന്റെ പിന്നാലെ കാരണവന്മാരുടെ മിഴികൾ നീണ്ടു. ഗ്രാമത്തെ കൂകിയുണർത്തുന്ന പൂങ്കോഴികൾ പലതും ഇന്നു കുറുക്കന്റെ കടിയിൽ പെടും. അവർ അസ്വസ്ഥരായി തിരിഞ്ഞും മറിഞ്ഞും നോക്കി. ഗ്രാമത്തിലെ സ്ത്രീകൾ കോഴിയെ പിടിക്കുമ്പോഴുണ്ടാകുന്ന ബഹളത്തിനു കാതോർത്തു. കലങ്ങിപ്പോയ ആ സന്ധ്യ

യിൽനിന്ന് അവർക്കു മോചനം ഉണ്ടായിരുന്നില്ല. കുഞ്ഞിക്കണ്ണൻ പ്രസംഗം തുടങ്ങിക്കഴിഞ്ഞു. അയാളുടെ മൃദുലമനോഹരമായ ശബ്ദത്തിനു മൂർച്ച കൈവന്നു. തിളക്കം കൂടി. ആക്കം കൂടി.

"നിങ്ങൾ, നിറയൂരെ ആണുങ്ങൾ പുഴയുടെ ഇക്കരെ ഒഴുക്കറിയാതെ തുരുത്തിയിലെ ചെളിയിൽ കാലൂന്നി ഉറച്ചുനിൽക്കുന്നു. ഇങ്ങനെ നിന്നേടത്തു വേരുറച്ചു പോയാൽ നിങ്ങൾക്കെങ്ങനെ മുന്നോട്ടു പോകാനാകും?" കുറ്റപ്പെടുത്തലിന്റെ സ്വരം ഗ്രാമീണയുവാക്കൾക്കു രസിച്ചില്ല.

"നെല്ലുംകണ്ടത്തില് നിന്ന് ഞങ്ങള് പയറ്റണോ?"

"വേണം! നാട്ടിനുവേണ്ടി ഗാന്ധിജിയും കൂട്ടരും സമരം ചെയ്യുന്നു. എന്നാലോ കൈയിൽ കത്തിയില്ല, വടിയില്ല, വാളില്ല, വില്ലും അമ്പുമില്ല!"

"പിന്ന്യെന്തുകൊണ്ടാ പയറ്റ്?"

"സഹനം! അഹിംസയിലൂടെ ഒരു വലിയ നാടിനെ മോചിപ്പിച്ചെടുക്കാനുള്ള സഹനസമരം!"

"സഹനത്തെക്കുറിച്ചു നിറയൂരെ കുടിയാന്മാർക്ക് ആരും പറഞ്ഞുതരേണ്ടതില്ല!" കുഞ്ഞമ്പാടി ചൊടിച്ചു.

"ജമ്മീം കൂട്ടരും ആര്ന്റെ പാത്താ?" പൊക്കായി എന്ന കാരണവർ ചോദിച്ചു.

"വെള്ളക്കാരന്റ്യാ, കോങ്ക്റസ്സിന്റ്യ?"

"വെള്ളക്കാരന്റെ ഭാഗത്തു കാർന്നോമ്മാര്. കോങ്ക്റസ്സിന്റെ ഭാഗത്ത് അനന്ത്രോമ്മാര്!" കുഞ്ഞിക്കണ്ണൻ പറഞ്ഞു.

"നിങ്ങൾ കാണുന്നില്ലേ രുധിരമനയ്ക്കലെ മഹേശ്വരനെ? കരുവഞ്ചേരിയിലെ രാഘവനെ? കാളീശ്വരംചന്തയിൽ ഗാന്ധീടെ ചിത്രവും ഖദറും വില്ക്ക്ണ അനന്തൻചെറിയോരെ നിങ്ങൾ കാണാറില്ലെ?"

അങ്ങനെ പല അത്ഭുതങ്ങൾ അവർ കാണാറുള്ളതാണല്ലോ. ദുഃഖജനകമായ സംഭവങ്ങൾ!

അവരെ പിടിച്ചെടുക്കാൻ കുഞ്ഞിക്കണ്ണനു കഴിയുന്നില്ലെന്ന് മഹേശ്വരനു തോന്നി. കുഞ്ഞിക്കണ്ണനെ പായിൽ പിടിച്ചിരുത്തി മഹേശ്വരൻ എഴുന്നേറ്റു.

"നമ്മളെല്ലാവരം ഗാന്ധിജിയുടെ ഭാഗത്താ! കൃഷിഭൂമി കൃഷിക്കാരന് എന്നൊരു പ്രമേയം കഴിഞ്ഞ സഭയ്ക്കു നമ്മൾ പാസാക്കിയിട്ടുണ്ട്!" അവരുടെ പ്രതികരണം ആരായാൻ മഹേശ്വരൻ നിർത്തി.

നിറയൂർനദിയുടെ ഓളങ്ങളുടെ പതംപറച്ചിൽ മാത്രം നിശ്ശബ്ദതയെ ഭഞ്ജിച്ചു. കാറ്റിലുലയുന്ന മരച്ചാർത്തിൽ ചേക്കേറിയ കിളികൾ നിശ്ശബ്ദരായി. രാത്രി അടുക്കുകയാണ് നാളെ പുലരാൻവേണ്ടി.

"ശര്യാണു പറഞ്ഞത്. കൃഷിഭൂമി കൃഷിക്കാരന്റേതുതന്നെ! ചെളിയിലിറങ്ങി പൂട്ടാനും കലക്കാനും നടാനും കള പർക്ക്യാനും കൊയ്യാനും മെതിക്കാനും കൃഷിക്കാരൻതന്നെ! പത്തായങ്ങള് സൂക്ഷിക്കാൻ നമ്മക്കേടെ നേരം!" പൊക്കായി ഉറക്കെ പറഞ്ഞു.

ചെറുപ്പക്കാർ ചിരിച്ചു. അച്ചിരി ഉടനെ തണുത്തു. അനേകം ചോദ്യ

ങ്ങൾ അവരെ അസ്വസ്ഥരാക്കുന്നുണ്ടായിരുന്നു. ഇതിനൊക്കെ ഉത്തരം ആരുതരും? ഇപ്പറയണ ഗാന്ധിജി തരുമോ?

മഹേശ്വരൻ വിവരിച്ചു:

"കാർന്നോരെ, നമ്മുടെ ഭൂമീന്നു നമ്മളെ ഇനി ഒഴിപ്പിക്കാൻ അവർക്കു കഴിയില്ല."

അവരുടെ മിഴികളിൽ അവിശ്വാസം തളംകെട്ടി.

മഹേശ്വരൻ സഭയിൽ പങ്കെടുത്തവരുടെ എണ്ണമെടുത്തു.

"മുപ്പത്താറു ചെറുവാല്യക്കാരും അഞ്ചു കാർണോന്മാരും ഉണ്ട്. രാഘവാ, നമ്മൾ വിജയിച്ചു. മുപ്പത്താറും അഞ്ചും നാൽപ്പത്തൊന്നു കുടുംബങ്ങളിൽ വെളിച്ചംവീണാൽ ഈ നിറയൂർഗ്രാമം മുഴുവനും പ്രകാശിക്കില്ലേ! വിളക്കെരിയാൻ കുറച്ച് എണ്ണകൂടി വേണ്ടിവരും!"

മഹേശ്വരൻ സദസിനെ നോക്കി പറഞ്ഞു.

"നമുക്ക് രണ്ടു വളണ്ടിയർ ക്യാപ്റ്റന്മാർ വേണം!"

വളണ്ടിയർ ക്യാപ്റ്റന്മാരുടെ ചുമതല വിവരിച്ചു കഴിഞ്ഞപ്പോൾ യുദ്ധത്തിന്റെ ഒരു ചിത്രം അവരുടെ ഉള്ളിൽ നിറഞ്ഞു. തോക്കും വെടിയും ഇല്ലാത്ത ഒരു യുദ്ധത്തിന്റെ.

"ഞാൻ!"

"ഞാൻ!"

"ഞാൻ!"

കൊച്ചുകുട്ടികൾ കളിക്കളത്തിലേക്കു കുതിക്കുന്ന ഉത്സാഹം അവരിൽ പ്രകടമായി.

മഹേശ്വരൻ വിഷമിച്ചു. രണ്ടുപേർ മതി. ഇവിടെയിതാ എല്ലാവരും തയ്യാർ. ആരെ തെരഞ്ഞെടുക്കും?

"രാഘവാ പിന്നീടറിയിക്കാമെന്നു പറ! ഇന്ന് ഊതിക്കത്തിക്കാനുതകിയ ഈ തീത്തരിയാണ് നമ്മുടെ യുദ്ധത്തിന്റെ മൂലധനം. അതു കെടുത്താതിരിക്കുക!"

കാരണവന്മാർ ചെറുപ്പക്കാരെ താക്കീതു ചെയ്തു.

വേണ്ടാതീനത്തിനൊന്നും ഇപ്പോൾ ഒറപ്പ് പറയണ്ട! ഞാള് ഒന്നാലോചിക്കട്ടെ!!"

കുഞ്ഞിക്കണ്ണൻ പറഞ്ഞു:

"മഹേശ്വരാ, ഇപ്പോൾ നമ്മുടെ ഭാരം വർധിച്ചിരിക്കുന്നു. ആദിയിലിവർ മഴയോടും കാറ്റിനോടും അഗ്നിയോടും വൃക്ഷങ്ങളോടും കെഞ്ചി; പിന്നെ വിഗ്രഹങ്ങളോട്, ജന്മിമാരോട്— എന്നും ഇവർ തോറ്റിട്ടേയുള്ളു. ഇന്ന് ഇവരെ ജയിക്കേണ്ടത് നമ്മുടെ കടമയാണ്!"

കുഞ്ഞമ്പാടി അവരുടെ അടുത്തു തങ്ങി. ഗ്രാമീണർ ഓരോരുത്തരായി പിരിഞ്ഞു. പലരും പഷ്ണിക്കഞ്ഞിയിൽ പങ്കുകൊള്ളാൻ അവരെ അത്താഴത്തിനു ക്ഷണിച്ചു. മഹേശ്വരനെ ഒഴികെ. ബ്രാഹ്മണനായ മഹേശ്വരന്റെ ശാപം ഏറ്റുവാങ്ങാൻ തീണ്ടൽജാതിക്കാരായ ഗ്രാമീണർക്കു ധൈര്യം വരുന്നില്ല. ഗ്രാമത്തിന്റെ പടിഞ്ഞാററ്റത്തെ തുരുത്തിയിൽ ചിരു

തേയിയമ്മയുടെ വീട്ടിൽ അവർക്കുവേണ്ടി കഞ്ഞിയും വാഴയ്ക്ക കറിയും വേവുന്നുണ്ടായിരുന്നു. തിരുമാല തന്റെ പാചകവൈദഗ്ധ്യം തെളിയിക്കാൻ അന്നു ചിരുതേയിയമ്മയുടെ അടുത്തു തങ്ങി. കാളീശ്വര ത്തുനിന്നു വൈകുന്നേരം കടത്തിറങ്ങിവരുമ്പോൾ അവളുടെ പക്കൽ ഒരു പൊതിക്കെട്ട് ഉള്ളിയും അഞ്ചാറ് അങ്ങാടിമുളകും ഉണ്ടായിരുന്നു. ചിരുതേയിയമ്മയുടെ മുറ്റത്തു കറിവേപ്പില തഴച്ചു കാടുകെട്ടിയിരുന്നു.

"തിരുമേനി ഉള്ളി കഴിക്ക്യോ?" തിരുമാല സംശയം പ്രകടിപ്പിച്ചു.

ഇരുട്ടിയപ്പോൾ കുടിലിലേക്കു വരികയായിരുന്ന മഹേശ്വരൻ പറഞ്ഞു:

"തിരുമേനി, ചിരുതേയിയമ്മ കഴിക്കണതൊക്കെ കഴിക്കാനൊരുക്ക മാണ്!"

വസൂരിനിർമാർജനത്തിനു കെട്ടിയിരുന്ന ഷെഡ്ഡിന്റെ കൂര അവരുടെ രക്ഷയ്ക്കെത്തി. ഒരു രാത്രിയുടെ താവളമന്വേഷിച്ച് അവർക്ക് പുറത്തു പോകേണ്ടി വന്നില്ല.

ഇരുപത്തിയൊൻപത്

പത്തായപുരയുടെ ഉയരത്തിലുള്ള മാളികവരാന്തയിൽനിന്ന്, നെൽച്ചാക്കുകളെ താഴെ നിലവറയിലേക്കു ചുരത്താം. ഉണക്കി പാറ്റി കറതീർത്തസ്വർണമണികൾ അഗാധമായ നിലവറയിലേക്കു നിപതിക്കു മ്പോൾ സുവർണസംഗീതം ആസ്വദിക്കാൻ, ഇതാ, ഈ പൂമുഖത്തിരി ക്കുകയേവേണ്ടൂ.

വലിയേട്ടൻ മംഗലാപുരത്ത് വക്കീലിനെ കാണാൻ പോകുമ്പോൾ കൽപ്പിച്ചു:

"— മഹേശ്വരൻ ഇവിടെ വേണം. കണക്കു വെക്കാൻ കാര്യസ്ഥ നുണ്ടാവും."

മഹേശ്വരന് അനുസരിക്കേണ്ടി വന്നു. നെല്ലിന്റെ വിരഹരാഗത്തി ലുള്ള സംഗീതം മഹേശ്വരനെ അസ്വസ്ഥനാക്കി. മുമ്പിലെ മേശപ്പുറത്ത് അയാൾ എഴുതിക്കൊണ്ടിരുന്ന കവിതാശകലം. പാടകെട്ടിയ കുളത്തിൽ ചത്തുമലച്ച മീനുകളെപ്പോലെ.

കാളീശ്വരത്തമ്മയ്ക്കു സ്തോത്രം എഴുതേണ്ട കാലം കഴിഞ്ഞു വെന്ന് മഹേശ്വരന് തോന്നാൻ തുടങ്ങി. അഥവാ കഴിഞ്ഞിട്ടില്ലെന്നു പാര മ്പര്യത്തിന്റെ വേരുകൾ ഓർമിപ്പിക്കുകയാവുമോ? കാലം കഴിഞ്ഞുവെ ങ്കിൽ ഇക്കവിത എങ്ങനെ എന്റെ മനസിലങ്കുരിച്ചു? അതൊരു ചാപിള്ള യായി പിറവിയെടുത്തിരിക്കുന്നതു കണ്ടു മനംമടുപ്പോടെ നോട്ടുബുക്ക് തട്ടിനീക്കി, മഹേശ്വരൻ വരാന്തയിലൂടെ നടന്നു. അഞ്ജനം പോലെ കറുത്ത, കണ്ണാടിപോലെ മിനുത്ത തറയിൽ പാദങ്ങൾ തെന്നുന്നു. ചെരി

പ്പിട്ടു തഴകിയ പാദങ്ങൾ തണുക്കുന്നു. നമ്മുടെ നഗ്നതയിൽ ഭൂമിയുടെ സ്പർശമനുഭവിച്ചുകൊണ്ട് അങ്ങനെ നടക്കുന്നതിലൊരു സുഖം.

നിറയൂരിന്റെ വയൽവരമ്പുകളിലൂടെയും എളേരിത്തട്ടിന്റെ മലമ്പുറങ്ങളിലൂടെയും നടന്നുനടന്ന് മഹേശ്വരന്റെ പാതകൾക്കു നീളം കൂടിയിരുന്നു. ചുവടുകൾക്ക് ആക്കം വർധിച്ചിരുന്നു. പോരാ. ഈ അകത്തളങ്ങളിൽ വെളിച്ചമില്ല. ഇവിടത്തെ നിലവറകളിൽ കുഞ്ഞിമാക്കത്തിന്റെ ഗതികിട്ടാ പ്രേതം നീന്തിനടക്കുന്നു. അവളുടെ പുടവത്തുമ്പിന്റെ ഉലച്ചിൽ കേൾക്കുന്നു.

ആരായിരുന്നു കുഞ്ഞിമാക്കം?

പോയകാലത്തിന്റെ ഇരുണ്ട ഇടവഴികളിൽ ഇടറിവീണുപോയ ഒരു പെണ്ണ്! അവൾക്ക് ഉണ്ണിമായയുടെ മുഖച്ഛായയാണോ? അല്ല ഉണ്ണിമായ വിദ്യാഭ്യാസമുള്ള പെൺകുട്ടിയാണ്. കാറ്റും വെളിച്ചവും ഏറ്റു വളരുന്നവളാണ്.

കുഞ്ഞിമാക്കം ഇരുട്ടറയിൽ മുളച്ച വിത്ത്. അന്തഃപുരത്തിലെ കെട്ട വായുവിൽ ഇളകിയാടി വളരാൻ കൊതിച്ച മുരടിച്ചുപോയവൾ.

കുഞ്ഞിമാക്കം ഒരു പ്രണയത്തിന്റെ രക്തസാക്ഷിയാണ്. അടിയാളനെ പ്രേമിക്കാൻ ധൈര്യപ്പെട്ട ഒരു പ്രകാശകിരണം. അടിയാളൻ കാരി എന്ന കാലിയാൻ ചെക്കൻ കുളക്കടവിൽവച്ച് അവൾക്കു മാമ്പഴം പൊട്ടിച്ചു സമ്മാനിച്ചു. അവളുടെ നഗ്നതയെ അവൻ അബദ്ധത്തിൽ കണ്ടുപോയി. പെണ്ണുങ്ങളുടെ കുളക്കടവിൽ കാരിക്കെന്തുകാര്യം?

രുധിരമനയ്ക്കലെ കുളക്കടവിലെത്തിനോക്കാൻ കാരി എന്ന കാലിയാൻചെക്കന് എങ്ങനെ ധൈര്യമുണ്ടായി?

കുഞ്ഞിമാക്കം *രാമായണ*പാരായണത്തിനിടയിൽ ഏതോ സ്വപ്ന ലോകത്തേക്കു തെന്നിപ്പോകുന്നത് അവളുടെ രണ്ടാനമ്മ കണ്ടെത്തി.

നിറദീപത്തിനു മുമ്പിലിരുന്ന് സ്വപ്നം കണ്ട കുഞ്ഞിമാക്കത്തോടു ചിറ്റ അലറി:

"എണീറ്റു പോടീ."

ശകാരത്തിനു മറുപടിയായി കുഞ്ഞിമാക്കം മന്ദസ്മിതം തൂകി.

"അശ്രീകരം." ചിറ്റ പറഞ്ഞു.

കാരണവർ കേട്ടുകൊണ്ടു വന്നു.

വലിയകാരണവർ ചോദിച്ചു:

"എന്താണിവിടെ?"

ചിറ്റ വിവരിച്ചു. കാരിചെക്കൻ കുളക്കടവിൽവച്ചു പെണ്ണിനെ കണ്ടിരിക്ക്ണു. മാമ്പഴം പൊട്ടിച്ചു കൊടുത്തിരിക്ക്ണു! ഓന്റെ ഒരഹങ്കാരം!

"—അത്രയ്ക്കായോ?" രുധിരമന വല്യമ്പൂതിരി കോടാലിയെടുത്തു പുറത്തുചാടി.

കാരിയുടെ ചോരവാലുന്ന ശിരസ്സ് പഴമാങ്ങകൾക്കൊപ്പം മാങ്കൊമ്പിൽ കിടന്നാടി.

"അഹങ്കാരി!"

പുറകിൽ അലർച്ചകേട്ടു. വല്യമ്പൂതിരി തിരിഞ്ഞുനോക്കി:

പൂതനയെപ്പോലെ അലറുന്ന മകൾ! കണ്ണിൽ കദനത്തീ ചുണ്ടിൽ അട്ടഹാസം. പൂക്കിലപ്പോലെ വിറയ്ക്കുന്ന പെണ്ണിനെ കാരണവർ അകായിലേക്കു വലിച്ചെറിഞ്ഞു.

അപസ്മാരം അലറിവിളിച്ചു. എട്ടുകെട്ടിനെ ശബ്ദമുഖരിതമാക്കി. അന്നു രുധിരമനയിലും അയൽപക്കത്തെ ഗ്രാമീണഭവനങ്ങളിലും ആരും ഉറങ്ങിയില്ല. കുഞ്ഞിമാക്കത്തിന്റെ അലർച്ചകേട്ട് നാഗങ്ങളുണർന്നു. കുന്നുമ്പുറങ്ങളിൽ പൊടിച്ചൂട്ട് മിന്നി. കുടപ്പനയോലകളിൽ കാലക്കാറ്റ് പെരുഞ്ചെണ്ടയടിച്ചു. പനമുടിക്ക് തീപ്പറ്റി.

പിന്നെ അവളുടെ ദീനരോദനം നേർത്തു നേർത്ത് ഇല്ലാതായി. മനയ്ക്കൽ പെൺപ്രജകൾക്ക് ആയുസില്ലാതായി.

കുഞ്ഞിമാക്കത്തെക്കുറിച്ച് ഒരു കവിത എഴുതണമെന്ന് അക്ഷരം തെളിഞ്ഞ കാലം മുതൽക്ക് ആഗ്രഹിക്കാൻ തുടങ്ങിയതാണ്.

രുധിരമനയുടെ കരൾ തുരന്ന് സൂര്യപ്രകാശത്തിൽ വെക്കണം. വിഷം തീണ്ടിയ ഞരമ്പുകളെ ചോർത്തിയെടുക്കണം!

മഹേശ്വരൻ നടത്തം നിർത്തി.

അതേ കുളക്കടവിൽ ഹൃദയം പൊട്ടിവീണു മരിച്ച സ്വന്തം മാതാവിന്റെ മുഖം ഓർമിക്കാൻ മഹേശ്വരൻ ശ്രമിച്ചു. അതും ഉണ്ണിമായയുടേതുതന്നെ. ഉണ്ണിമായയുടേതല്ലാത്ത ഒരു മുഖം മനസിൽ രൂപം പ്രാപിക്കുന്നില്ല.

മഹേശ്വരൻ നോട്ടുപുസ്തകം മേശയുടെ കള്ളിയിൽ വെച്ചുപൂട്ടി താക്കോൽ കീശയിലിട്ടു. ഖദർ ധരിച്ചതിനുശേഷം ഷർട്ടിടാതെ അയാൾ നടക്കാറില്ല. അകത്തളങ്ങളിൽ പ്രവേശിക്കാറുമില്ല.

അടുക്കളകെട്ടിന്റെ പരിസരത്തിൽ ദാസിമാരുടെ ശബ്ദം എപ്പോഴോ നിലച്ചിരുന്നു. പാചകം ചെയ്യുന്ന ഒരാത്തേമ്മാരുടെ വൈധവ്യത്തിന്റെ വെള്ളപ്പുതപ്പ് വാതിലിന്റപ്പുറം പ്രത്യക്ഷപ്പെട്ടു.

"ഊണു കഴിക്കാറായില്ലേ?"

"ഇല്ല! എനിക്കിന്ന് ഊണില്ല!"

"പാല് കാച്ചിയത് എടുക്കട്ടെ?"

"വേണ്ട. വിശപ്പില്ല!"

ഒരു ദീർഘനിശ്വാസത്തോടെ ഉടുപ്പുടവ ഉൾവലിച്ചു.

നെല്ലു ചാക്കു ചുമന്ന കുടിയാന്മാർ അറപ്പുര മാളികയിലേക്കുള്ള കൽക്കോണിയിലൂടെ വേച്ചുവേച്ചു കയറുകയായിരുന്നു. അവരുടെ എണ്ണം കണ്ട് മഹേശ്വരൻ അത്ഭുതപ്പെട്ടു. നീണ്ട ഇടവഴിയിൽ മായുന്ന ഒരു നിര. ഇതു മൂന്നാം ദിവസമാണ്. മൂന്നു ദിവസം നീണ്ടുനിൽക്കുന്ന വാരം അളവ്. കീഴ്കാര്യസ്ഥന്മാരും വേലക്കാരും മാറിമാറി അളന്നു. അളന്ന ചാക്കുകൾ കുടിയാന്മാർ തന്നെ ചുമന്ന് നിലവറയിലേക്കു പൊലിച്ചു.

നട്ടെല്ലുവളഞ്ഞു കൂന്നുകൂന്ന് ചുമക്കുന്ന ചിരുകണ്ടനെ മഹേശ്വരൻ തിരിച്ചറിഞ്ഞു. വിഷം തീണ്ടിയതുപോലെ അയാൾ ചാടിയെണീറ്റു.

ഏതായിരുന്നു സ്വപ്നം? ഏതാണ് സത്യം?

ഇന്നലെ നടന്ന യോഗമോ? ഇന്നു കാണുന്ന ഇക്കാഴ്ചയോ?

അറപ്പുരമാളികയിലേക്കു കയറിപ്പോകുന്ന, ഒരായുസിന്റെ ശാപമല്ല, ഒരു പരമ്പരയുടെ മുഴുവനും ശാപം പേറുന്ന അവരുടെ മിഴികളിൽ ചാരം മൂടിക്കിടക്കുന്ന തീ കണ്ട് മഹേശ്വരൻ ഞെട്ടി. കാര്യസ്ഥന്മാർക്കോ ദാസന്മാർക്കോ കാണാൻ പറ്റാത്ത തീത്തരികൾ.

ഭൂതകാലത്തിന്റെ ഇരുട്ടിൽനിന്ന് ഇഴഞ്ഞെത്തുന്ന അടിമകളുടെ ഒരു നിരയാണ് കൺമുമ്പിലൂടെ തന്റെ മാളികമുകളിലേക്കു കയറിപ്പോകുന്നത്. നിലവറകളിൽ ശാപഭാരം കുന്നുകൂടുന്നു.

വർത്തമാനത്തിന്റെ മുള്ളും മുരടും നിറഞ്ഞ പാതയിൽ മാത്രം വെളിച്ചം കാണുന്ന ഇവർ ഇടവും വലവും കാണുകയില്ല. മുമ്പും പിമ്പും കാണാൻ അശക്തനാണ്.

മഹേശ്വരൻ ചാടിയെണീറ്റു. മേശയുടെ സ്ഥാനം തെറ്റി ശബ്ദമുണ്ടായി.

കാര്യസ്ഥൻ കണക്കുപുസ്തകത്തിൽനിന്ന് ആശ്ചര്യത്തോടെ തല ഉയർത്തി. പഴയ കണ്ണടയ്ക്കുള്ളിലൂടെ സൂക്ഷിച്ചു നോക്കി.

മഹേശ്വരൻ മുറ്റം മുറിച്ച് അറപ്പുരമാളികയുടെ മുമ്പിൽ ചെന്ന് അകത്തെ കോണികയറി മട്ടുപ്പാവിലെത്തി.

മുമ്പിൽ അഗാധമായ നിലവറ. പാതിയായിട്ടില്ല. എത്ര തിന്നാലും നിറയാത്ത ഒരു പെരുവയറിന്റെ ദുര! മുഖപ്പലക പാതിയേ നീക്കിയിട്ടുള്ളു. പാതിയടഞ്ഞ വദനഗഹ്വരത്തിൽനിന്ന് പുന്നെല്ലിന്റെയും മനുഷ്യരുടെ വിയർപ്പിന്റെയും ഗന്ധമുയർന്നു.

"ചെറിയോറ് മാറിനിൽക്കാൻ കാത്തിരിക്കാ അവര്!"

കിതച്ചുകൊണ്ട് ചുമടുമായി നിൽക്കുന്ന കുടിയാന്മാരെ നോക്കി മഹേശ്വരൻ യാന്ത്രികമായി മാറിനിന്നു.

"മതി!" മഹേശ്വരൻ അലറി. അടിയാളർ നടുക്കത്തോടെ പരസ്പരം നോക്കി.

"ഇബ്ടന്ന് ഉരിയാടിയതെന്തോവോ?" കാര്യസ്ഥൻ കണ്ണട കൈയിലെടുത്ത് അടുത്തുവന്നു.

"മതിയെന്ന്! ഇത്രേം നെല്ലെന്തിനാ മനയ്ക്കലേക്ക്?"

വാരംകാര്യസ്ഥനും സഹായിയും കുടിയാന്മാരും ആശ്ചര്യചകിതരായി. അവർ ഉൾഭയത്തോടെ ചെറിയ തിരുമേനിയെ സൂക്ഷ്മനിരീക്ഷണം നടത്തി.

"ഈ നിലവറ എല്ലാ വർഷവും നിറയാറുണ്ടോ രാമാ?"

"ഇതും നെറയും ഇതിന്നപ്പുറത്തേതും നെറയും!"

ഭൂതത്തിനും വർത്തമാനത്തിനും ഇടയിൽ, തീർപ്പു കൽപ്പിക്കാനരുതാത്തതൊരു അജ്ഞാത ബിന്ദുവിൽ മഹേശ്വരൻ അസ്വസ്ഥനായി. ഈ ദശാസന്ധിയെ തരണം ചെയ്യുകതന്നെ വേണം. സഹായത്തിനാളില്ല. ഈ വലിയ ജീർണിച്ച മാളികവീട്ടിൽ താനേകൻ. പരിവാരങ്ങളോ ശിഷ്യഗണമോ ഇല്ല.

പൊത്തോടി, വീഴാറായ ഒരു കൂറ്റൻ മരത്തിന്റെ ദുർബലമായ ഒരു കൊമ്പിലാണ് താനിരിക്കുന്നതെന്ന് മഹേശ്വരനു മനസിലായി. ഇറങ്ങണം, അടിപതറാതെ ഇറങ്ങിപ്പോകണം.

"ഇബ്ടുന്ന് ആ കസേരയിൽ ചെന്നിരുന്നെങ്കിൽ..." വാരംകാര്യസ്ഥൻ പറഞ്ഞു.

"തീണ്ടൽജാതിക്കാരാ ഇനിയുള്ളവർ..."

"നേരം അന്തിമയങ്ങുന്നു. ഇവർക്ക് അക്കരപറ്റണം."

നെല്ലിന്റെ ഉണക്കം പരിശോധിച്ചും നുരിവയ്പ്പിച്ചും വാശിയളന്നും നിന്നിരുന്ന സഹായികൾ ക്ഷമകേടോടെ ചെറിയതിരുമേനിയെ ഇടംകണ്ണിട്ടു നോക്കി.

മഹേശ്വരന്റെ തല താണു. ഇവരുടെ മുമ്പിൽ താനൊരു വിചിത്ര ജീവിയായി മാറിയിരിക്കുന്നു. മഹേശ്വരൻ തൊട്ടു പുറകിലെ അറയിലേക്കു മാറി. തീണ്ടലില്ലാത്ത നെൽച്ചാക്കുകൾ അയാൾക്കു മുമ്പിലൂടെ നീങ്ങി. ചുമടേറ്റി കിതയ്ക്കുന്ന ജീവികളുടെ മുഖം കാണാതിരിക്കാൻ മഹേശ്വരൻ അറയുടെ കിഴക്കെ ജനലിലൂടെ പുറത്തേക്കു നോക്കിനിന്നു. വെളിമ്പറമ്പുകളുടെ ഊഷരതയിൽ മേഞ്ഞുനടക്കുന്ന കാലികൾ ഇടയ്ക്കിടെ നീട്ടിക്കരഞ്ഞു. കാലിയാൻ ചെക്കന്മാർ കോലുയർത്തി അവയെ ഭീഷണിപ്പെടുത്തുന്നു.

മുഖപരിചയം പോലുമില്ലാത്ത കുടിയാന്മാരും രുധിരമനയുടെ ആസ്തികളും ഒന്നാണ്. ജംഗമ-സ്ഥാവരസമ്പത്ത്.

ഇടവഴി ശൂന്യമായി. അറവാതിൽ കൊട്ടിയടഞ്ഞു. വിപത്തിനെ പ്രസവിക്കാൻ ഗർഭംധരിച്ച നിലവറയുടെ സൂക്ഷിപ്പുകാരൻ കാര്യസ്ഥൻ മുമ്പിൽ വന്നു.

"ചാമക്കാടൻ ചിരുകണ്ടന്റെ വാരം വന്നില്ല!"

"ആരാ ചിരുകണ്ടൻ?"

"കുഞ്ഞമ്പാടിയുടെ കാരണവർ!" കാര്യസ്ഥൻ കുറച്ചുറക്കെ ഉണർത്തിച്ചു.

"ചിരുകണ്ടൻ നമ്മുടെ കുടിയാനാണോ?"

"കുഞ്ഞിപ്പക്കിക്കു മറുപാട്ടത്തിനു കൊടുത്ത ഭൂമിയിൽ ചിരുകണ്ടൻ മേൽവിത്തിട്ടതാണ്!"

"ആരാണ് മറുപാട്ടത്തിന് കൊടുത്തത്?"

വാരംകാര്യസ്ഥൻ നിശ്ശബ്ദനായി.

"ചിരുകണ്ടൻ ഇവിടെ വാരം അളക്കേണ്ടതിന്റെ ന്യായമെന്ത്?"

"നമ്മുടെ ഭൂമി, നമ്മൾ മറുപാട്ടത്തിന് കൊടുത്തത് കരുവഞ്ചേരിക്കാരുടെ കുടിയാൻ മേൽവിത്തിടാമോ?"

ചിരുകണ്ടന് ധൈര്യം പകർന്നത് ആരാവും? മറുപാട്ടത്തിനു കൊടുക്കുംമുമ്പ് അയാളുടെ പൂർവികർ വെട്ടിവെളുപ്പിച്ച ഭൂമിയാകണം! കരുവഞ്ചേരിയുമായുള്ള കുടിപ്പകയുടെ ഏതോ പ്രതിസന്ധിയിൽ ചായ്യോം കുന്നിന്റെ ജന്മാവകാശത്തെച്ചൊല്ലി തർക്കം ഉയർന്നിരിക്കണം.

മഹേശ്വരൻ നീരസത്തോടെ തന്റെ മുറിയിൽ അഭയംതേടി. നാണക്കേടിന്റെ നടുവിലാണ് താൻ നിൽക്കുന്നത്. പങ്കിലമായ ഈ പാദങ്ങളുമായി സമരത്തിന്റെ മുൻനിരയിൽ നിൽക്കുന്നതെങ്ങനെ? രാഘവൻ ചെയ്തപോലെ ജന്മം നൽകിയ തറവാടിനോടു വിടപറയേണ്ട കാലം അതിക്രമിച്ചിരിക്കുന്നു.

വീട്ടുകാര്യസ്ഥൻ കോരനെഴുത്തച്ഛൻ വാതിൽക്കൽ മുഖം കാണിച്ചു:

"എന്താണു വിശേഷം?"

"നാളെ മുതൽക്ക് കളിപ്പണം സ്വീകരിച്ചു തുടങ്ങണം. ആരെയാണാവോ ഏൽപ്പിക്കേണ്ടത്?"

"എന്താണ് കളി?"

"നളചരിതം!"

"കളിക്കാരെന്നാ എത്ത്വാ?"

"അയിന് ഇക്കുറി കളിയില്ല." എഴുത്തച്ഛൻ തല ചൊറിഞ്ഞു.

"പിന്ന്യെന്തിനാ പണം പിരിക്കുന്നത്?"

"അത് കുടിയാന്മാരുടെ കടമയാ!"

"പണമെന്തു ചെയ്യും?"

കാര്യസ്ഥൻ ചിരി കൈകൊണ്ടു പൊത്തി.

"കളി നിശ്ചയിച്ചിട്ടുണ്ടെങ്കിൽ പണം മേടിച്ചോളും." മഹേശ്വരൻ നീരസത്തോടെ ചോദിച്ചു:

"എന്നുവെച്ചാൽ എന്നെ നാളേയും ഇവിടെ കയറില്ലാതെ കെട്ടിയിടണം എന്നല്ലേ!"

"വേണ്ടില്ലാർന്നു. ഇക്കുറിയാകെ പന്തികേടാ? ചെലരൊക്കെ കളില്യാണ്ടെ കളിപ്പണം തരേണ്ട എന്നു വച്ചിറ്റ്ണ്ട്ത്രെ!"

"നന്നായി!" മഹേശ്വരൻ മനസിൽ പറഞ്ഞു.

"അയിറ്റ്ങ്ങളെ ഒരു പാഠം പഠിപ്പിക്ക്യന്ന്!"

"അതെങ്ങനെ കോരാ?"

"അതാരാ?"

"നിറയൂരൊരു തലതെറിച്ച ചെക്കനുണ്ട്. ഓന്റെ പണിയാണിത്!"

"എന്നാരു പറഞ്ഞു?"

"അപ്പ്യൊക്കെ സംഘംചേർന്നിറ്റ്ണ്ട്ത്രെ!"

"എന്നിട്ട്?"

"കഥകളി കണ്ട അവർക്ക് മനസിലാവേം ഇല്ലത്രെ! പിന്നെ കളികാണാണ്ടെ പണം തരേം വേണ്ടെന്ന് പറഞ്ഞൂത്രെ!"

"അടുത്ത വെള്ള കൊയ്യാൻ സമ്മതിക്കര്ത്!"

"പിന്ന്യാര് മൂരും?"

"അതിന്ന് ഈടെ വേറെ കുടിയാന്മാരില്ലേ?"

കോരൻ രോഷം പ്രകടിപ്പിച്ചു. അയാളുടെ അഭിമാനത്തിന്റെ നെഞ്ചിലാണ് കുത്തേറ്റിരിക്കുന്നത്. കളിപ്പണം അടയ്ക്കാനുള്ള നോട്ടീസ് വിതരണം ചെയ്തത് കോരനെഴുത്തച്ഛനാണ്.

മഹേശ്വരൻ എഴുന്നേറ്റു.

"പരിഹാരമുണ്ടാക്കാം!"

അയാൾ തന്റെ അറയുടെ വാതിൽ പുറത്തുനിന്നടച്ച് പടിയിറങ്ങിപ്പോയി.

മുപ്പത്

കോമൻനായർ വണ്ടിയിറങ്ങി. കൺപോള അടഞ്ഞുപോകുന്നു. രണ്ടു സിനിമയാണ് തുടർച്ചയായി കണ്ടത്. കാശുണ്ടായിരുന്നെങ്കിൽ മൂന്നെണ്ണം കണ്ടേനെ.

യുവകാഹളം അച്ചടിപ്പിക്കാൻ തന്ന കാശെടുത്തു സിനിമ കാണുന്നത് ആദർശശൂന്യതയാണ്. *യുവകാഹളം* നാഥനില്ലാതെ പെരുവഴിയിൽ കിടന്നു ചത്തുപോകുന്നതു നന്നല്ല. രാഘവൻ വഴിയെപ്പറ്റി കൂടുതൽ ചിന്തിക്കാൻ കോമൻനായർക്കാഗ്രഹമില്ല. വഴികൾ പലതാണെങ്കിലും എത്തിച്ചേരുന്നത് ഒരിടത്താണല്ലോ—സ്വാതന്ത്ര്യത്തിൽ. സ്വാതന്ത്ര്യം ആരുടെയും കുത്തകയൊന്നുമല്ല. സ്വാതന്ത്ര്യം കോമൻനായരുടേതാണ്, അനന്തന്റേതാണ്, രാഘവന്റേതാണ്, തിരുമാലയുടെയും രുക്മിണിയുടേതുമാണ്. നിറയെ ദീപങ്ങൾ കത്തിച്ചുവച്ച മനോഹരമായ ഒരു രാത്രിയുടെ പെരുവഴിയിലൂടെ കടന്നുപോകുമ്പോഴുള്ള ഒരു സുഖം. പ്രത്യാശകളുടെ, അഭിലാഷങ്ങളുടെ, സങ്കൽപ്പങ്ങളുടെ, നക്ഷത്രങ്ങൾ വിരിഞ്ഞു പ്രകാശിക്കുന്ന ആകാശം. നക്ഷത്രങ്ങളും മനുഷ്യരും തമ്മിൽ നേരിട്ട് ആശയവിനിമയം ചെയ്യുന്നു. ഇവിടെ ചാത്തുനായരുടെ ദുർമ്മുഖം പ്രസന്നമാണ്. ഇവിടെ നീലകണ്ഠൻ സംസ്കൃതം പഠിക്കുന്നതിനെ ആരും പുച്ഛിക്കുകയില്ല. എതിർക്കുകയില്ല. ഇവിടെ ദാമോദരനും നീലകണ്ഠനും മറ്റെല്ലാ എണ്ണമറ്റ പിഞ്ചുപൈതങ്ങളും ഓടിച്ചാടി കളിച്ചു രസിക്കുന്നു.

നെറ്റി ശക്തിയായി ഒരിടത്തിടിച്ചു, കോമൻനായർ ഉണർന്നു. യാന്ത്രികമായി കൈപൊക്കി നെറ്റി തടവി അത്താണിയുടെ മുകളിൽ രാഘവനിരിക്കുന്നു. ഏറെ കാലത്തിനുശേഷം രാഘവനെ കാണുകയാണ്. രാഘവൻ ഒളിവിലോ തെളിവിലോ? യുദ്ധത്തിനെതിരെയും ക്ഷാമത്തിനും അതുണ്ടാക്കിയ സർക്കാരിനും എതിരെയും തെരുവുനീളെ, കയ്യാലകൾ നീളെ, കുളക്കടവുകൾ നീളെ നോട്ടിസച്ചടിച്ചു പതിക്കുന്നതിന്റെ നേതൃത്വം രാഘവനാണെന്ന് പൊലീസ് വിശ്വസിക്കുന്നു. പക്ഷേ, കരുവഞ്ചേരി കാരണവരുടെ പുത്രന്റെ മേൽ കൈവെക്കാൻ അവർക്കു ഭയം. അതുകൊണ്ടാണ് രാഘവൻ പകൽവെളിച്ചത്തിൽ അത്താണിമേൽ കേറിയിരിക്കുന്നത്. പുലരിത്തുടുപ്പിൽ കൂടുതൽ ആരോഗ്യവാനായി കാണപ്പെട്ട രാഘവൻ കോമൻനായരോടു ചോദിച്ചു:

"പ്രാതൽ കഴിച്ചില്ല, അല്ലേ?"

കോമൻനായരുടെ മുഖം ഒരു ചിരിയിൽ ചുളിഞ്ഞു.

"വർക്കിയുടെ ഹോട്ടലിൽ ചോളപ്പുട്ടാണ്. പഞ്ചാരയിടാത്ത ചായ

യും. കടലക്കറി കഴിഞ്ഞ നൂറ്റാണ്ടിലെ മിച്ചംവന്ന കടലകൊണ്ടാണ്! ഞാൻ കഴിച്ചില്ല."

രാഘവൻ കൈനീട്ടി. കോമൻനായർ കക്ഷത്തിരുന്ന *യുവകാഹള* ത്തിന്റെ പ്രൂഫ്കോപ്പി രാഘവനു നൽകി.

"സ്വാതന്ത്ര്യം സാക്ഷാൽ മോക്ഷം!" എന്നു വലിയ വെണ്ടയ്ക്കാ അക്ഷരത്തിൽ മുഖത്ത് അച്ചടിച്ചിട്ടുണ്ട്.

അനന്തേട്ടൻ തറവാട്ടിലെ റിസീവറായി ഭരണം ഏറ്റെടുത്തിരിക്കുന്നു. കരുവഞ്ചേരിയിൽനിന്നു മാറിത്താമസിക്കാൻ വീടു കെട്ടി. കോൺഗ്രസ് ആപ്പീസ് എന്നു പറയുകയാവും ഭേദം. വലിയൊരു അതിഥിമന്ദിരവും ചെറിയൊരു വീടും. അതിഥിമന്ദിരത്തിലൊരു മുറി *യുവകാഹള*ത്തിനുള്ളതാണ്. നന്നായി.

*യുവകാഹള*ത്തിന്റെ പേജുകളിൽ ഇന്നു നടക്കുന്നത് താലികെട്ടു കല്യാണത്തെക്കുറിച്ചുള്ള വാദവിവാദങ്ങളാണോ എന്നറിയാൻ രാഘവനു താൽപ്പര്യമുണ്ടായിരുന്നു. സ്ത്രീകൾ ഒറ്റയ്ക്കു സഞ്ചരിക്കാമോ? വലിയ വീടുകളിലെ പെണ്ണുങ്ങൾ കുടപിടിക്കാതെ നടക്കാമോ? പുരുഷന്മാർക്ക് എത്ര സംബന്ധംവരെ ആകാം? വിഷയങ്ങളുടെ യാഥാസ്ഥിതികത്വവും പഴഞ്ചൻ ശൈലിയും കണ്ട് രാഘവനു ചിരിവന്നു.

അനന്തേട്ടനു പതുക്കെ സഞ്ചരിക്കാനേ അറിയാവൂ. ഒച്ചുപോലെ. വഴിയുടെ നിമ്നോന്നതങ്ങളറിഞ്ഞു സുരക്ഷ ഉറപ്പുവരുത്തി—

വളരെ നാളായി രാഘവൻ അനന്തേട്ടനെ കണ്ടിട്ടെന്നു കോമൻനായർക്കറിയാം.

"വരുന്നോ?" കോമൻനായരുടെ ചോദ്യത്തിനു രണ്ടുദ്ദേശ്യങ്ങൾ ഉണ്ട്.

തന്റെ നാടകവിഷയങ്ങളെക്കുറിച്ച് ചർച്ചചെയ്യാം. രണ്ടുരൂപ വായ്പ മേടിക്കാം.

ഇതുവരെ കെട്ടിപ്പടുത്തതെല്ലാം തകർന്നു തരിപ്പണമായെന്ന് കോമൻനായർക്കു തോന്നി. എഴുതി സംവിധാനംചെയ്തതും അഭിനയിച്ചതുമെല്ലാം സവർണക്കുവേണ്ടിയുള്ള നാടകങ്ങളായിരുന്നുവെന്നാണ് രാഘവനും കൂട്ടരും പറയുന്നത്. തന്റെ ക്ലാസുകളിൽ സംസ്കൃതം പഠിക്കുന്നതും മേൽജാതിക്കാർതന്നെ. നവരാത്രിപൂജയ്ക്ക് ഒരു മാറ്റം വരുത്തി. അപ്പോൾ താൻ മേൽജാതിക്കാരുടെയും ശത്രുവായി.

സരസ്വതീപൂജയ്ക്കു വച്ച ഗ്രന്ഥങ്ങളുടെ കൂട്ടത്തിൽ ഗ്രാമീണബാലന്മാരുടെ പുസ്തകങ്ങളുമുണ്ടായിരുന്നു, പൂജയ്ക്കു പ്രാർഥിക്കാൻ അവർ ഒന്നിച്ചുനിരന്നു. ജാതിവ്യത്യാസമില്ലാതെ. പ്രസാദം വാങ്ങാൻ അവശേഷിച്ചത് ഹരിജൻകുട്ടികൾ മാത്രം. സ്വരസ്വതി ജാതിനോക്കിയല്ല പ്രസാദിക്കുന്നതെന്ന് താനെങ്ങനെ ഇവരെ മനസിലാക്കിക്കും?

അപ്പോഴുണ്ട് പാലയ്ക്കൽ ഉണ്ണിമായ തന്റെ കൊച്ചനിയനെ കൈപിടിച്ചിഴച്ച് സ്കൂളിലേക്കു കൊണ്ടുവരുന്നു. അവളുടെ സൗന്ദര്യത്തിൽ മുഗ്ധനായി കോമൻനായർ തന്റെ മനോവ്യഥ മറന്നു.

ഒരു പൂപ്പുഞ്ചിരി അവൾക്കു സമ്മാനിച്ചിട്ട് കോമൻനായർ ചോദിച്ചു:

"ഉണ്ണിമായ അമ്പലത്തീന്ന് വര്വാ?"

"അതെ. ഇവന് പ്രസാദം കൊടുക്കണം! ഞാൻ പൂജിക്കാനയച്ച ഗ്രന്ഥക്കെട്ടും ഇവൻ കൊണ്ടുവന്നില്ല!

സരസ്വതീവിഗ്രഹത്തിന്റെ തൃപ്പടിയിൽ അവശേഷിച്ചിരുന്ന ഗ്രന്ഥക്കെട്ടുകളിലൊന്ന് ഉണ്ണിമായയുടേതായിരുന്നു.

പൊതിഞ്ഞുകെട്ടിയ കടലാസിന്റെ ഒരറ്റം കീറിപ്പോയിരുന്നു. ഗ്രന്ഥത്തിന്റെ കൂടെ ലെനിനെഴുതിയ ഒരു തടിച്ച കൃതി കണ്ട് കോമൻനായർ അദ്ഭുതസ്തബ്ധനായി.

ഉണ്ണിമായയുടെ തുടുത്ത കവിളിലെ സൂര്യോദയം അയാളെ അതിലേറെ വിവശനാക്കി.

"സഖാവ് ലെനിന് ദൈവവിശ്വാസമുണ്ടോ രാഘവാ?" കോമൻനായർ ചോദിച്ചു.

തന്നെ സംസ്കൃതം പഠിപ്പിച്ച ഗുരുവും സന്തതസഹചാരിയും സുഹൃത്തും മൂത്ത സഹോദരനു തുല്യനും എല്ലാമായ കോമൻനായരുടെ ചോദ്യംകേട്ട് ഉച്ചത്തിലുച്ചത്തിൽ പൊട്ടിച്ചിരിക്കാൻ തോന്നി രാഘവന്. ചിരി ഒരു തുമ്മലായി ചീറ്റിപ്പോയി.

"എന്താണങ്ങനെയൊരു ചോദ്യം?"

കോമൻനായർ ഉണ്ണിമായയുടെ ആഗമനത്തെക്കുറിച്ച് പറഞ്ഞു.

"ഉണ്ടാവാനിടയില്ല. ഉണ്ണിമായയ്ക്കു കാണും." മഹേശ്വരന്റെ പ്രേമം അപകടകരമാണെന്ന് രാഘവൻ ചിന്തിച്ചു. സംഘംപ്രവർത്തകന് പ്രേമം പാടില്ല, മതം പാടില്ല, കുടുംബം പാടില്ല, മദ്യപാനവും ചീട്ടുകളിയും പാടില്ല. സദാചാരിഷ്ഠരായ ഒരു പറ്റം യുവാക്കളുടെ മുന്നണിക്ക് ഇവിടെ നേടിയെടുക്കാൻ കഴിയാത്തതൊന്നുമില്ല. ഉണ്ണിമായയ്ക്കു വിപത്തിനെക്കുറിച്ചു പൂർണബോധം കാണില്ല.

അവർ പാടം കഴിഞ്ഞു വള്ളിപ്പറമ്പിനെ സമീപിക്കാറായി.

"എനിക്ക് അച്ഛനെ ഒന്നു കാണണം! കിടപ്പിലാത്രെ! അനന്തേട്ടനേം കാണണം!" സ്കൂളിലേക്കു തിരിയുന്ന വഴിയിൽ അവർ പിരിഞ്ഞു...

ആദ്യം കണ്ടത് ഇംഗ്ലീഷ് പടമാണ്. ഭാര്യയുടെയും പെങ്ങളുടെയും ഇടയിൽ നട്ടംതിരിയുന്ന, പിരിഞ്ഞുവന്ന ഒരു പട്ടാളക്കാരന്റെ കഥ. പെങ്ങൾ കോമൻനായരെ വല്ലാതെ മഥിച്ചു. ആ വെള്ളക്കാരത്തിക്ക് തന്റെ പെങ്ങളുമായി ആത്മബന്ധമുണ്ട്.

ഒരു പഴയ ഇല്ലിക്കുന്നൻപുടവയുടുത്ത്, കറുത്ത ജാക്കറ്റിട്ട്, കീറിയ ഒരു പുതമുണ്ടുമായി നാലുദിവസം മുമ്പാണ് ഉണ്ണിമാതയേട്ടി എടപ്പത്തിൽ വന്നു കയറിയത്. ചാത്തുനായർ മുഖത്തടിച്ചപോലെ പറഞ്ഞുവത്രെ:

"ഓനീടെ സംബന്ധം ഒഴിഞ്ഞു!"

പച്ചക്കള്ളം. കോമൻനായർ രുക്മിണിയെ വരിച്ചത് പ്രേമിച്ചല്ല. എന്നാൽ വരിച്ചതിനുശേഷം അവളെ ഗാഢമായി പ്രേമിച്ചു. തന്റെ ആദർശങ്ങളിൽ പങ്കാളിയായ ഒരു സഹധർമ്മിണിയാക്കി കോമൻനായരുടെ അഭിലാഷമനുസരിച്ചാണ് അവൾ ആഭരണങ്ങളുപേക്ഷിച്ചത്.

"ഓളെ ഓൻ ജീവിച്ചിരിക്കുമ്പഴ്തന്നെ വിധവയാക്കി!" ചാത്തുനായർ ഉണ്ണിമാതയേട്ടിയോടു പറഞ്ഞു.

"എടപ്പത്തിലെ പെണ്ണുങ്ങള് പൊന്നിടാണ്ടെ പട്ടര് ചത്ത പട്ടത്തിയെപ്പോലെ നടക്ക്ണത് ഇവിടെ ഷ്ടല്യ. ചാത്തുനായരുടെ വഴക്കു കേട്ട് താൻ പിടിച്ച പുളിക്കൊമ്പ് വിട്ടുകളഞ്ഞ പൊന്നാങ്ങളെയെക്കുറിച്ച് സഹോദരി ഖേദിച്ചു.

"എന്താണെടോ നെണക്ക് പ്രാന്തുപിടിച്ചോ?"

വള്ളിത്തോപ്പ് സ്കൂളിലേക്ക് അവരുടെ പതിനഞ്ചു വയസുകാരൻ മകന്റെ കൈ പിടിച്ചു കയറിവന്ന ഏട്ടി ചോദിച്ചു.

"ഈ വള്ളിത്തോപ്പ് സ്കൂള് നെന്റെ തറവാടാ സംബന്ധം ഒഴിഞ്ഞാ വന്നു കേറിക്കെടക്കാൻ?"

"ഒഴിഞ്ഞോ? ആരു പറഞ്ഞു? കുറച്ചുദിവസം ഞാൻ രുക്മിണിയുടെ അടുത്തു പോയില്ല. എനിക്കൊരു വീടു കെട്ടണം! എന്നിറ്റ് അവരെ കൊണ്ടുവന്നു പാർപ്പിക്കണം!"

സഹോദരിയുടെ മുഖം വികസിച്ചു.

"ഇപ്പറയണത് കാര്യം. നെന്റെ തല തീർത്തും തിരിഞ്ഞിറ്റ്ല്യ!"

സ്കൂൾബെഞ്ചിൽ അവർ കോമൻനായർക്കെതിരെ ഇരുന്നു. പരമസുന്ദരനായിരുന്ന തന്റെ പൊന്നനിയൻ ക്ലാവ് പിടിച്ച ഓട്ടുപ്രതിമപോലിരിക്കുന്നത് അവർക്കു സഹിച്ചില്ല.

"നിയ്യ് പട്ടിണികെടക്കേം ചെയ്യ്ണ്ണ്ട് ഇല്ലെ?"

വളരെ ഉച്ചത്തിൽ തന്റെ സ്വാഭാവികസ്വരത്തിലാണ് അവർ സംസാരിച്ചത്. തറവാട്ടിലെ നാലുകോലായയിൽ ഇരുന്നിട്ടെന്നപോലെ. വാസ്തവത്തിൽ അനിയനോടു തുറന്നു സംസാരിക്കാൻ ഇങ്ങനെയൊരു സ്കൂൾ വരാന്ത കിട്ടിയതിൽ അവർ അതിരറ്റു സന്തോഷിച്ചു.

കോമൻനായരുടെ നാടകസെറ്റുകൾ മുറിയുടെ ഒരു മൂലയ്ക്കു നാലു ഭാണ്ഡങ്ങളായി കിടന്നിരുന്നത് അവരുടെ ശ്രദ്ധയിൽപ്പെട്ടു.

"ഞാനിപ്പോ വന്നത് നെന്നെക്കണ്ട് ഒരു വിവരം പറയാനാ. ദാമോദരന് ഒരു തുലാഭാരം കഴിപ്പിക്കണം. ഒരു വയസില് കരപ്പൻ വന്നപ്പം നേർന്ന വഴിപാടാ. ഓന് ഗുരുവായൂര്ന്ന് ചോറു കൊടുക്കേം വേണം."

കോമൻനായർക്കു ചിരിവന്നു.

"പതിനഞ്ചുവയസുകാരനു ചോറുകൊടുക്കാൻ ഗുരുവായൂരല്ല, വല്ല ഹോട്ടലുമാണ് നല്ലത്. കിഴക്കെനടയിലൊരു ഉഡുപ്പി ബ്രാഹ്മണാൾ ഹോട്ടലാണ്!"

ഉണ്ണിമാതയേട്ടി ചൊടിച്ചു:

"ഞാൻ മറ്റാരോടാ പറയണ്ടത്. നിയ്യല്ലെ കാർന്നോര്? നിയ്യ് തറവാട്ടിലിക്ക് തിരിഞ്ഞുനോക്കീറ്റ്ണ്ടോ ഒരുകൊല്ലമായിട്ട്! ആടെ എല്ലാവരും ജീവിച്ചിരിക്കുന്നോ ചത്തോ എന്നറിയുന്നുണ്ടോ? പടിഞ്ഞാറേതിലെ ഉണ്ണിരാമന്നായര്ടെ വീട്ടില് വസൂരി വന്നിറ്റ് വീടടക്കം പോയി. പതിമ്മൂന്നെണ്ണത്തിനെ ഒറ്റക്കുഴീലിട്ടാ മറചെയ്തത്! ഒരു കുറ്റി കള്ളുമേടിച്ചു കൊടുത്താ പൊലയരെക്കൊണ്ടു കുഴിച്ചിടീച്ചത്!"

ഇവിടെ രാഘവനും മഹേശ്വരനും കൂട്ടരും വസൂരിപിടിച്ചു മരിച്ച വരെ സംസ്കരിച്ചു എന്നു കോമൻനായർ പറഞ്ഞില്ല. അപ്പോൾ അവർ ഭയപ്പെടും. എന്റെ പൊന്നാങ്ങളേ, നീയും പോയീനൊ പണ്ടാറടക്കിയ വരെ കുഴിച്ചിടാൻ?

താൻ കാര്യമായി, രഹസ്യത്തിൽ, സംസ്കൃതം പഠിപ്പിച്ചിരുന്ന ബാലൻ എന്ന കുട്ടിയെ വസൂരി അപഹരിച്ചതിലുള്ള വേദന കോമൻനായർ മറന്നിരുന്നില്ല. അവൻ മരിച്ചതിന്റെ പിറ്റേന്നാൾ ബാലന്റെ വീട്ടുകാരായ പുലയന്മാർ ഒന്നിച്ച് സ്കൂൾക്കെട്ടിടത്തിലേക്ക് ഇരച്ചുകയ റി.

"മാഷെ സംസ്കൃതം പഠിച്ചിറ്റാ ഓനെ ദേവി കൊന്നത്! ഞങ്ങടെ പൊരേൽ വേറെയാർക്കും ദണ്ണം വന്ന്റ്റല്യ."

കോമൻനായർ സ്തംഭിച്ചിരുന്നു. മനുഷ്യരേക്കാൾ ഹീനമായി പെരു മാറുന്ന ദൈവങ്ങളെ അയാൾ വെറുത്തു.

"എന്താ കോമാ നീ മിണ്ടാത്തു?"

"ഞാനെന്താ വേണ്ടത്?"

"അഞ്ചുറുപ്യ തരണം. അധികമൊന്നും വേണ്ട. വണ്ടിക്കൂലി തെക യില്ല. പിന്നെ കുഞ്ഞനു ചോറു കൊടുക്കണ്ട ആൾ നേരമ്മാവനല്ലേ. പറ യാതെ ചോദിക്കാതെ ഗുരുവായൂർക്കു പോയി കുഞ്ഞനു ചോറു കൊടു ത്തെന്നു പിന്നീടു വൈരം കൊടുക്കർത്ന്ന്ച്ചിറ്റാ!"

"ഏട്ടി ദാമോദരനെ സ്വർഗത്തിൽ കൊണ്ടുപോയി അമൃത് കുടിപ്പി ച്ചാൽ ഏറെ നന്നായി!"

"ദൈവദോഷം പറയരുത്! നിയ്യ് അഞ്ചുറുപ്യ തര്ന്ന്ല്യേങ്കില് വേണ്ട! ദൈവദോഷം പറഞ്ഞ് അനർഥങ്ങള് വര്ത്തിവയ്ക്കണ്ട!"

കോമൻനായർ ദീനമായി ചിരിച്ചു. പോക്കറ്റിൽ അഞ്ചുരൂപ ഉണ്ടാ യിരുന്നെങ്കിൽ വന്നുകയറിയ ഉടനെ കൊടുത്ത് അവരെ പറഞ്ഞുവി ട്ടേനെ! കോമൻനായരുടെ, ഹൃദയം അത്രകണ്ട് അസ്വസ്ഥമായിരുന്നു. പുറത്തേക്കുള്ള കതകുകളും വാതായനങ്ങളും അടച്ചിരുട്ടാക്കി മതിവ രുംവരെ ഒന്നുറങ്ങണം. വർക്കിയുടെ ഹോട്ടലിലെ മൂട്ടകൾ ജന്മിമാരുടെ കാര്യസ്ഥന്മാരേക്കാളും ചൂഷകന്മാരായി മാറിയിരിക്കുന്നു. അരിക്ഷാമം കാരണം ചോളച്ചോറു കഴിക്കുന്ന പതിവുകാരെ മൂട്ടകൾ വെറുത്തിരി ക്കണം. പട്ടിണിയോടെ കാത്തിരിക്കുന്ന രാവിലാണ് കോമൻനായർ രണ്ടാം സിനിമ കണ്ടു കയറിച്ചെന്നത്. ആറണയ്ക്കു മുറി വാടകയ്ക്കെ ടുത്തു. വർക്കി ചോദിച്ചു:

"ഉരുപ്പടികള് ഗ്രാമത്തീന്ന് എമ്പാടും എത്തീറ്റ്ണ്ട്. മുഴുപ്പട്ടിണി കൊണ്ടാ നാടുവിട്ട് വന്നത്. ഈടെ വന്നപ്പഴ് പടകണ്ടു പന്തളത്തു വന്ന തുപോലായി. അരി വച്ചു വിളമ്പുന്ന ഹോട്ടലിൽ ചെന്നു കയറി ഒരൂണ് കഴിഞ്ഞാ കീശേലെന്തെങ്കിലും ശേഷിച്ചിറ്റ് വേണ്ടെ!"

"വർക്കിക്കറിഞ്ഞൂടെ എനിക്കതു വേണ്ട! ഖദറുടുത്തമുതൽക്കു ഞാൻ വ്രതം നോറ്റിരിക്കയാണ്!"

"അതുകൊള്ളാം! അവറ്റടെ ഇര മുട്ടിപ്പോവ്ല്യെ ഖദറുടുക്കണവരെല്ലാം ഇങ്ങനെ പറഞ്ഞാല്!"

"വർക്കി പോവൂ എനിക്കുറങ്ങണം!"

വർക്കി നിഷ്ക്രമിച്ചു. ആറണകൊടുത്തു വിലയ്ക്കു മേടിച്ചിരുന്നതു നിദ്രാരഹിതമായ ഒരു രാത്രിയെയും ആർത്തി പെരുത്ത ഒരായിരം മൂട്ടകളെയുമായിരുന്നു. കോമൻനായർ പുലർച്ചെ രണ്ടുമണിക്ക് എണീറ്റു തീവണ്ടിയാപ്പീസിലേക്കു നടന്നു. മരച്ചുവടുകളിൽ അപ്പോഴും വിലപേശുന്ന പെണ്ണുങ്ങളെക്കണ്ടു. കഴിയുന്നത്ര വേഗം വള്ളിത്തോപ്പ് സ്കൂളിന്റെ വായുസഞ്ചാരമുള്ള മുറിയിൽ ചെന്നു വീണുറങ്ങണം എന്നുണ്ട്.

വെളുപ്പും കറുപ്പും മുഖങ്ങളുള്ള രണ്ടു പെങ്ങന്മാർ അയാളുടെ മനസിൽ മാറിമാറി പ്രകാശിച്ചു. ഉണ്ണിമാതേട്ടിക്ക് അഞ്ചുറുപ്പിക കൊടുക്കാൻ കഴിഞ്ഞില്ല. എത്രയോ നാളുകളായി കീശ കാലിയായിരുന്നു. ഒരുറുപ്പികയ്ക്കു കറുപ്പു മേടിക്കാനും കഴിഞ്ഞില്ല. ചാത്തുനായർ തന്നെ തേജോവധം ചെയ്യുമ്പോഴെല്ലാം ഒരു നെന്മണിത്തൂക്കം കറുപ്പു കഴിച്ചു കോമൻനായർ ചുമരിനോട് അഭിമുഖം ചേർന്നു കിടക്കുമായിരുന്നു. ഇവിടെ ചാത്തുനായർ അലമ്പാക്കുന്നില്ല. എന്നാലും അയാൾ തന്റെ നേർക്കഴിച്ചുവിടുന്ന വേട്ടനായ്ക്കളുണ്ട്.

ഇനി ഞാൻ കഞ്ചാവ് തൊടില്ല! ഈ ഖദറിനെ ഞാൻ അപമാനിക്കുകയില്ല.

വെറുംകൈയോടെ പടിയിറങ്ങിപ്പോയ സഹോദരിയെയും മരുമകനെയും മറക്കാൻ ശ്രമിച്ചു. രുക്മിണിയുടെ ഇന്ദ്രജാലം പൂഴ്ത്തിവെച്ചിരിക്കുന്ന ശരീരത്തെ ധ്യാനിച്ചു കോമൻനായർ കണ്ണടച്ചു...

ഒരുഗ്രമായ പനി മാറി വിയർത്തതുപോലെ.

"മാഷെ പൊലർന്നിറ്റ്ല്യെ?"

കോമൻനായർ ഞെട്ടിയുണർന്നു.

വള്ളിത്തോപ്പിൽ പശുവിനു പച്ചപ്പുല്ലരിയാൻ വന്ന കിട്ടേട്ടൻ. കുട്ട നിറയെ പച്ചപ്പുല്ല്. ശ്രീധരനെന്നു പുനർനാമകരണം ചെയ്യപ്പെട്ടിരുന്ന ബാലൻ കുട്ടയുടെ മറ്റേയറ്റം പിടിച്ചിട്ടുണ്ട്. വലിയ പപ്പടക്കുട്ട നിറയെ ഇവർ പല്ലരിയുംവരെ താൻ ബോധമില്ലാതെ കിടന്നുറങ്ങിയല്ലോ! ഉറക്കം അലസതയാണ്. തലേന്നു രാത്രി ഉറങ്ങാത്തതിനു ന്യായീകരണമില്ല. വിയർത്ത് ഈറനായ വസ്ത്രങ്ങൾ മാറ്റി ചുരുട്ടി കൈയിൽവച്ച് കോമൻനായർ കുളത്തിലേക്കു പുറപ്പെട്ടു. സോപ്പില്ലാതെ അലക്കണം. എണ്ണയില്ലാതെ കുളിക്കണം. കിട്ടേട്ടന്റെ ആശ്രമത്തിൽ ചെന്നുകൂടി ചെറവക്കുട്ടികൾക്കു വേണ്ടി ജീവിച്ചാലെന്ത്?

"ഈ ശ്രീധരനെ അനന്തൻ ദത്തെടുക്കുകയാണ്! അങ്ങനെ തന്റെ ആദർശത്തെ വിളംബരം ചെയ്യാൻ!"

കിട്ടേട്ടൻ പറഞ്ഞു.

കോമൻനായർ മടുപ്പോടെ കുളപ്പടവുകളിറങ്ങി.

മുപ്പത്തിയൊന്ന്

“വിപ്ലവം ജയിക്കട്ടെ! സാമ്രാജ്യത്വം നശിക്കട്ടെ!” പുതിയകോട്ട കമ്മിറ്റിയോഗത്തിൽ കോൺഗ്രസ് പ്രമേയം പാസാക്കി. നിറയൂരുനിന്ന് രാഘവനെത്തി. രുധിരമനയ്ക്കലെ മഹേശ്വരനെത്തി. പുനത്തിലെ വയലുകളെ വിളയാൻവിട്ടു കുഞ്ഞമ്പാടിയുമെത്തി. യുവശക്തി നിറഞ്ഞു തുളുമ്പി.

അവരുടെ ഉത്സാഹത്തിൽ ആഹ്ലാദിച്ച് കിട്ടേട്ടൻ വരാന്തയിലിരുന്നു മെയ്ക്കപ്പു സാധനങ്ങൾ അറ്റകുറ്റ പണി തീർത്തു.

അനന്തൻ പറഞ്ഞു:

“ജന്മിമാരുടെ മക്കൾ അഭിനയിക്കാൻ വരുന്നില്ലെങ്കിൽ വേണ്ട കോമൻനായരെ, നമ്മൾ വിചാരിച്ചാൽ ഒരു നാടകം അരങ്ങേറാൻ പറ്റുകില്ലേ?”

“പറ്റും!”

സാമ്രാജ്യത്വത്തിന്റെ പേക്കോലം നിർമിക്കുന്നതിൽ വ്യാപൃതനായിരുന്നു കോമൻനായർ. എത്ര തിന്നാലും ആർത്തി തീരാത്ത ഒരു രൂപം. ഒരു കൂറ്റൻ കുടവയറ്. ഒരു പെരുംവായ്, രണ്ടു നിരയ്ക്കു പകരം നാലു നിര പല്ലുകൾ. ഒറ്റക്കണ്ണ്, ഒരു ചെറിയ കണ്ണ്. കനൽക്കട്ടപോലൊരു കണ്ണ്!

അവർ രൂപത്തിന്റെ മുമ്പും പിമ്പും നിന്നു പരിശോധിച്ചു. തരക്കേടില്ല. ചുമന്നു നിൽക്കാൻ നല്ലപൊക്കമുള്ള ഒരാൾ തന്നെ വേണം.

അപ്പോൾ ഇരുട്ടിന്റെ മറപറ്റി ഉദയോർമൻ വന്നു. ഉദയോർമനാശാരി അനന്തന്റെ വീടുപണിയിലായിരുന്നു. സ്വകാര്യം ഉപേക്ഷിക്കപ്പെട്ട് ഒരു തൊഴുത്ത് വെടിപ്പാക്കി അതിലാണ് പണി നടന്നത്. ഇപ്പോൾ പണി കഴിഞ്ഞു.

ഉദയോർമൻ പറഞ്ഞു:

“ഗാന്ധീരെ ഒരു തെളിച്ചമുള്ള പടം വേണം!”

“ഉദയോർമനും കോൺഗ്രസായോ?” കോമൻനായർ ചോദിച്ചു.

“തൊലി വെളുത്ത കൊരങ്ങന്മാരെ ഇവിടന്ന് പറഞ്ഞയയ്ക്കണംന്ന് ഗാന്ധിജി പറഞ്ഞപ്പോൾ ഞാൻ കോങ്ക്‌റസ്സായി. എന്നെ ആരും ബുക്കിൽ ചേർത്ത്റ്റില്യ എന്നാലും—”

“എന്തിനാണ് പടം?” രാഘവൻ ചോദിച്ചു.

“അതിഥിമന്ദിരത്തിൽ കൊത്തിവയ്ക്കാൻ.

അതൊരു നല്ല ആശയമാണെന്ന് ഏവർക്കും തോന്നി. അനന്തനുണ്ടാക്കുന്നത് ഒരു പുതിയ ഭവനം മാത്രമല്ല, ഒരു കോൺഗ്രസ്സ് ആപ്പീസുകൂടിയാണ്. വീടും കൂടുമില്ലാത്തൊരു അനാഥ ശിശുവായി വള്ളിപ്പറമ്പ് സ്കൂൾ വരാന്തയിലും ചെമ്മരത്തിയുടെ വീട്ടിലും പുതിയകോട്ടയിലെ ഉമേഷ് പൈയുടെ പീടികമുകളിലും വളരുന്ന കോൺഗ്രസിന് സ്വന്തമായൊരു കുടിവേണം. അനന്തേട്ടന്റെ മഹാമനസ്കതയോട് രാഘ

വന് ആദരവ് തോന്നി. അനന്തന്റെ അകർമണ്യതയെക്കുറിച്ച് അവൻ സംശയാലുവായിരുന്നു. ആദർശം കപടമാണെന്നുപോലും ധരിച്ച അവസരങ്ങളുണ്ടായിട്ടുണ്ട്. കുലത്തിലും ജാതിയിലും താണവരെ സംബന്ധം ചെയ്യുന്ന യാഥാസ്ഥിതിക ജന്മിമാരുടെ പാരമ്പര്യത്തിൽനിന്ന് അനന്തേട്ടനു വിട്ടുമാറാൻ കഴിയാത്തതിൽ രാഘവൻ ഏകാന്തതയിലിരുന്നു സങ്കടപ്പെട്ടിട്ടുണ്ട്. രോഷം കൊണ്ടിട്ടുണ്ട്. പക്ഷേ, 'സംഘ'ത്തിൽ അനന്തേട്ടൻ അംഗമാവുകയില്ല. അനന്തേട്ടന്റെ സാമൂഹ്യ-മാനവികസദാചാരത്തിനു നിരക്കാത്ത എന്തോ ഒന്ന് സംഘചേതനയിലുണ്ടെന്ന് രാഘവൻ ചിലപ്പോൾ ചിന്തിച്ചു. അതെന്താണ്? മഹേശ്വരന് അത് അജ്ഞാതമല്ലെന്നും പക്ഷേ, ഒരിക്കലും അദ്ദേഹമത് വെളിവാക്കുകയില്ലെന്നും രാഘവനറിയാം.

പക്ഷേ, ഇന്നത്തെ ഈ നാടകം ഒരു വിജയമാണ്. നിറയൂർഗ്രാമത്തിലേയും പുതിയ കോട്ടയിലെ ചെറു പട്ടണത്തെയും സന്ധിയിലെത്തിക്കാൻപോന്ന ഒരു ചുവടുവയ്പ്.

അനന്തൻ തിരശ്ശീലയുടെ കേടുപാടു തീർക്കുകയാണ്. മണ്ണാൻ ചോമന്റെ പക്കൽനിന്നു മേടിച്ച കറുത്ത നൂലുണ്ടയും തുരുമ്പുപിടിച്ച സൂചിയും ആയുധമാക്കി അനന്തൻ രാവിലെ തുടങ്ങിയ പ്രവൃത്തി അവസാനിച്ചിട്ടില്ല. പുതിയ തിരശ്ശീലയൊന്നു മേടിക്കുന്നതിനെപ്പറ്റി ചിന്തിച്ചുകൂടാ. വൃന്ദാവനത്തിൽനിന്നു വേണുഗാനം ആലപിക്കുന്ന ഉണ്ണിക്കൃഷ്ണന്റെ അടുത്തുകൂടി കാളിന്ദി പുളച്ചൊഴുകുന്നു. ഒഴുക്കിനെ മുറിച്ചു നദീതടത്തിലെമ്പാടും വളർന്നു മുറ്റിനിൽക്കുന്ന പൂങ്കാവനത്തെ നാശമാക്കി തിരശ്ശീലയിൽ നെടുങ്കനൊരു പിളർപ്പ്. നൂലുണ്ട തീരുംമുമ്പ് ഒഴുക്കിനെ ഇണക്കിച്ചേർക്കണം. അനന്തൻ ശ്രദ്ധാപൂർവം ഇഴകൾ തയ്ച്ചു ചേർത്തു.

മുമ്പ് ഒരു നാടകം അരങ്ങേറാനുണ്ടെങ്കിൽ ഓരോ ജന്മിഗൃഹത്തിൽനിന്നും ഓരോ തിരശ്ശീലവീതം തയ്പ്പിച്ചു കിട്ടുമായിരുന്നു. ഇതു തന്നെ കരുവഞ്ചേരിവകയാണ്. തിരശ്ശീലയുടെ പൊലിമ തറവാട്ടുപൊലിമയായിരുന്നു.

അനന്തൻ ദീർഘനിശ്വാസത്തോടെ ജോലി അവസാനിപ്പിച്ചു.

വലിയൊരു മുളയിൽ നീർത്തി ഞാത്തിയ തിരശ്ശീല നോക്കി രാഘവൻ പറഞ്ഞു:

"നദി ഒഴുക്കു തുടരുന്നു. ഒഴുകുന്ന നദിയെ ആർക്കു തടഞ്ഞു നിർത്താൻ കഴിയും? കരുവഞ്ചേരി കാരണവർക്ക് കഴിയുമോ?" രുധിരമന വലിയ തിരുമേനിക്കോ കാളീശ്വരം രാജാവിനോ കഴിയുമോ? കാറ്റിനെ കയറിടാനാവുമോ? ഇതുപോലെയാണ് ജനമുന്നേറ്റത്തിന്റെ ശക്തിയും. സംഘം മുന്നോട്ടുപോകും. കുടിയാന്മാരിൽ പാതിയിലധികം ഇപ്പോൾ അംഗങ്ങളാണ്. അംഗങ്ങളല്ലാത്തവരുടെ കൂറും സംഘത്തോടാണ്. കോൺഗ്രസിൽനിന്നും ഒട്ടും ഭിന്നമല്ലല്ലോ സംഘത്തിന്റെ താൽപ്പര്യങ്ങൾ.

"അത്താഴം തറവാട്ടിലാണ്!" അനന്തൻ പറഞ്ഞു.

നേരത്തെ കഴിച്ച് അണിയറയിൽ കയറാം. അനന്തന്റെ ജന്മിയും കോമൻനായരുടെ സ്ത്രീവേഷവും മഹേശ്വരന്റെ കുടിയാൻവേഷവും കുഞ്ഞമ്പാടിയുടെ പൊലീസും എങ്ങനെയുണ്ടെന്നറിയാൻ അവർക്കു തിടുക്കമായിരുന്നു. ഒരു ഡ്രസ്സ് റിഹേഴ്സൽ നടത്താതിരുന്നതു മോശമായി. മഹേശ്വരന്റെ ചടച്ചുനീണ്ട രൂപം നിറയൂരെ കുടിയാന്മാരെ അനുസ്മരിപ്പിക്കുമെന്ന് അവർക്കു തോന്നി. സാമാന്യം തടിച്ചു കുറിയ രാഘവൻ, ജന്മിയുടെ കിങ്കരനാണ്. രാഘവനൊരു കറുത്ത ബൽറ്റും രണ്ട് ഉരുളൻ മോതിരങ്ങളും സംഘടിപ്പിച്ചിരുന്നു. വട്ടത്തിൽ ക്ഷൗരം ചെയ്ത തല ഒരു തോർത്തുമുണ്ടിനാൽ ചുറ്റി മറച്ചാണ് രാഘവൻ ഇതുവരെ ജോലി ചെയ്തത്. ഇപ്പോൾ തലയിൽകെട്ട് ബെഞ്ചിലഴിച്ചുവച്ച് രാഘവൻ പറഞ്ഞു— “തലയ്ക്കകത്ത് കാറ്റ് വീശ്ന്നു! ഈ വേഷത്തിൽ ഏതായാലും ഞാൻ തറവാട്ടിലേക്കില്ല. തലയിൽ മുണ്ടിട്ട് ഉണ്ണാൻ അച്ഛനൊട്ട് അനുവദിക്കുകയുമില്ല.”

ഒരു പൊതിച്ചോറിന്റെ വാഗ്ദാനത്തിൽ രാഘവൻ വള്ളിത്തോപ്പ് സ്കൂൾ വരാന്തയിൽ ചമയങ്ങൾക്കിടയിൽ ഇരുന്നു.

അക്കരെനിന്ന് ഒറ്റയും തെറ്റയുമായി ഗ്രാമീണർ കൊയ്ത്തൊഴിഞ്ഞ വിരിപ്പുപാടത്തു വന്നുചേർന്നു. തലയിൽ പാളത്തൊപ്പി വച്ചവരും ഖദർത്തൊപ്പി വച്ചവരുമുണ്ട്. തൊപ്പിക്കു ലഭിച്ചിരിക്കുന്ന സർവാംഗീകാരം രാഘവനെ വിസ്മയിപ്പിക്കുകയും ചിന്താധീനനാക്കുകയും ചെയ്തു.

പെണ്ണുങ്ങളിരിക്കാൻ തുടങ്ങിയ ഭാഗത്തുനിന്ന് ഒരു ബാലൻ ഓടിയെത്തി രാഘവന്റെ കൈയിൽ ഒരു തുണ്ടു കടലാസ് കൊടുത്തു.

“ഈടെ ചെറിയ തിരുമേനിയോ രാഘവൻ നായരോ വരമ്പഴ് തരാൻ പറഞ്ഞു.”

“ഞാൻ കൊടുത്തോളാം.”

രേർമൻനായരുടെ മകൻ തന്നെ തിരിച്ചറിയാത്തതിൽ രാഘവൻ ആഹ്ലാദിച്ചു.

ചിറ്റ് വായിച്ചു ചാടിയെഴുന്നേറ്റു.

ഹമ്പട!

“അടിയുണ്ടാവും! കരുതിയിരിക്കുക!”— ഒരു പെൺകുട്ടിയുടെ കയ്യക്ഷരം ഉണ്ണിമായയുടേതാവാതെ തരമില്ല.

ഈ നാടകം ഒരു വെല്ലുവിളിയാണ്. ചാത്തുനായരും എഴുത്തച്ഛനും അസ്സൈനാരും മുളയിലെതന്നെ നുള്ളിക്കളയാനുണ്ടു ഭാവം.

രാഘവൻ കീഴൂരിൽനിന്നെത്തിയ കർഷകരുടെ ഇടയിൽ മറഞ്ഞു. ഒരുമണിക്കൂറിനു ശേഷം തിരിച്ചെത്തുമ്പോൾ അണിയറയിൽ രാഘവനെ കാണാത്തതിലുള്ള പരിഭ്രമം മുറ്റിനിന്നു. കോമൻനായർ തലയിൽ ഘടിപ്പിച്ച വാർകുന്തളം പെട്രോമാക്സിന്റെ പ്രഭയിൽ വശീകരണാത്മകമായി. സദാ കരഞ്ഞുകലങ്ങിയ മട്ടിലുള്ള വലിയ കണ്ണുകളിൽ കുടിയാനെ കാമിക്കുന്ന ജന്മിപുത്രിയുടെ ദുഃഖം നിറഞ്ഞുനിന്നു.

“എടീ പിശാചേ, നിന്നെ കൊല്ലണമെന്നാണ് ഒടയോറ് കൽപ്പിച്ചിരി

ക്കണത്." രാഘവൻ കോമൻനായരുടെ മുമ്പിൽ നിന്നലറി. അവിചാരിതമായ അലർച്ചകേട്ട് കോമൻനായർ ഞെട്ടി പുറകോട്ടു മാറി. കിട്ടേട്ടൻ കൈയടിച്ചു.

"ബലേ!——"

ഇപ്പോൾ അനന്തന് സമാധാനമായി. നാടകം വെള്ളരിയാവില്ല. ജന്മിയുടെ മുമ്പിൽ നിന്നു മുദ്രാവാക്യം വിളിക്കുന്ന കുടിയാന്റെ ചിത്രം തീർത്തും 'വെള്ളരി'യായിപ്പോകുമെന്ന് അനന്തന്റെ കലാബോധം ഭയപ്പെട്ടിരുന്നു. കവിയായ മഹേശ്വരൻ കുടിയാന്റെ സംഭാഷണത്തെ വെട്ടിച്ചുരുക്കി നാടകീയമാക്കി.

പിരിമുറുക്കമുള്ള നാടകം ശരിക്കൊന്നു കാണാനുള്ള കൊതിയോടെ ഒന്നാംരംഗത്തിലെ തന്റെ അഭിനയം കഴിഞ്ഞ് അനന്തൻ കാണികളുടെ ഇടയിൽ ഇരുട്ടിൽ മറഞ്ഞിരുന്നു. കീശയിൽ കൊണ്ടുവന്ന ഖദർതൊപ്പി മടക്കുനിവർത്തി ധരിച്ചു.

രണ്ടാം രംഗം.

അനന്തൻ കണ്ണു തിരുമ്മി.

അതെ, തിരശ്ശീല പൊങ്ങിയിരിക്കുന്നു. രംഗസജ്ജീകരണങ്ങളായ ചൂരൽ കെട്ടിയ കോച്ച് പൊക്കിയെടുക്കുന്നതാണ്!

കുറുവടിധരിച്ച കിങ്കരന്മാർ രംഗവേദിയിലേക്ക് തുരുതുരാ ചാടിക്കയറുന്നു.

പഴയ ഭാരതകഥ ആവർത്തിക്കുന്നു.

നാടകം തുടരുന്നു.

പക്ഷേ, അത് കോമൻനായരെഴുതി സംവിധാനം ചെയ്ത നാടകമല്ലായിരുന്നു. രുധിരമന വല്യമ്പൂരിയുടെ കാര്യസ്ഥനും ചാത്തുനായരും കൂടി സംവിധാനം ചെയ്ത നാടകത്തിന്റെ അരങ്ങേറ്റം.

പിന്നിൽ പെണ്ണുങ്ങളുടെ കൂട്ടക്കരച്ചിൽ.

കുട്ടികൾ വാവിട്ടു നിലവിളിക്കുന്നു.

വെള്ളൂർ വയൽ പ്രകമ്പനംകൊള്ളുന്നു...

തുലാവർഷത്തിന്റെ തിരനോട്ടംപോലെ വെള്ളിടിയും പേമാരിയും കഴിഞ്ഞ് താൽക്കാലികമായി ശാന്തമായ അന്തരീക്ഷത്തിൽ ഛിന്നഭിന്നമായ തിരശ്ശീല പാറിക്കളിച്ചു. അനന്തന് തന്റെ കണ്ണുകളെ വിശ്വസിക്കാൻ കഴിഞ്ഞില്ല. ഇങ്ങനെയൊരു യുദ്ധരംഗം അയാൾ ജീവിതത്തിൽ കണ്ടിരുന്നില്ല. കൈയിൽ ദീവെട്ടികളുമായി പുൽപ്പാറകളെ കൈയേറാനും കുടിയൊഴിപ്പിക്കാനും കിങ്കരസംഘങ്ങളെ പറഞ്ഞുവിടുമ്പോഴെല്ലാം അനന്തൻ പടിപ്പുരമാളികയിലെ ജാലകത്തിലൂടെ ദൂരക്കാഴ്ചകൾ കാണാറേ ഉള്ളു. ദൂരെ തീപിടിച്ച ഒരു ചക്രവാളം. അഗ്നിഗോളങ്ങളെ പന്താടുന്ന മേഘക്കൂട്ടങ്ങൾ അല്ലെങ്കിൽ അകലങ്ങളിൽ നിന്നൊരു ആർത്തനാദത്തിന്റെ ഇരമ്പൽ.

ക്രൂരതയുടെ ഈ നഗ്നതാണ്ഡവം അനന്തനെ വല്ലാതെ ഉലച്ചു. അയാളുടെ തൊണ്ട വറ്റി. ശ്വാസം വിങ്ങി. വേദിയൊരുക്കിയ മുളം കഴു

ക്കോലുകൾ തകർന്നടിയുകയും അന്തരീക്ഷം നൊടിനേരംകൊണ്ടു ശാന്തമാകുകയും ചെയ്തപ്പോൾ നേരം പുലരാനുള്ള ലക്ഷണങ്ങൾ കണ്ടുതുടങ്ങി. പുലർച്ചയ്ക്കു മുമ്പുള്ള കുഴഞ്ഞ ഇരുട്ടിനെ നോക്കി അവർ സ്കൂൾ വരാന്തയിലിരുന്നു.

നൊടിനേരംകൊണ്ടു ശവപ്പറമ്പായി മാറിയ ഉത്സവക്കളം അവരെ മ്ലാനഹൃദയരാക്കി.

"അനന്തേട്ടാ!"

"മഹേശ്വരാ!"

"കോമൻനായരേ!"

എല്ലാവരും വിളികേട്ടു.

"കുഞ്ഞമ്പാടീ?"

ആരും വിളികേട്ടില്ല. അവർ സ്റ്റേജിലേക്കു കുതിച്ചു. അജ്ഞാതരായ കിങ്കരന്മാരുടെ അടിയേറ്റ് അമ്പാടി സ്റ്റേജിനടിയിലെങ്ങാനും ഉണ്ടോ എന്ന് അവർ ഞെക്കുവിളക്കിന്റെ സഹായത്തോടെ പരിശോധിച്ചു. കാറ്റു തീർന്ന ഹരിക്കേൻ ലാംബ് അണഞ്ഞുപോയിരുന്നു.

കുഞ്ഞമ്പാടിയെ എങ്ങും കണ്ടില്ല.

"അമ്പാടീ!"

"അമ്പാടിയെവിടെ?"

അമ്പാടി അപ്രത്യക്ഷനായി കഴിഞ്ഞിരുന്നു. അവൻ ധരിച്ചിരുന്ന ഇരവൽ വാങ്ങിയ പൊലീസു വേഷത്തിന്റെ ഒരു പൊടിപോലും എങ്ങും കണ്ടില്ല.

ഇതികർത്തവ്യതാമൂഢരായ അവർ കിഴക്കു ദിക്കു നോക്കിയിരുന്നു.

"അമ്പാടിയെ അവർ പിടിച്ചുകൊണ്ടു പോയിരിക്കും!" രാഘവൻ പറഞ്ഞു.

മഹേശ്വരന്റെ മനസിൽ പഴശ്ശായിക്കണ്ടത്തിലെ ഓടമരക്കൊമ്പു കുലുങ്ങി, ചാഞ്ചാടി.

എളേരിത്തട്ടിലെ പാറകളുടെ അഗാധഹ്രദങ്ങളിൽ അമ്പാടി അവസാനിച്ചുവോ? ചോദിക്കപ്പെടാത്ത ഭീതിജനകമായ ഒരു ചോദ്യം അവരുടെ ഉള്ളിൽ ചുട്ടുപഴുത്തു നിന്നു.

അനന്തൻ തറവാട്ടിലേക്കു പോയില്ല. പണിതീരാത്ത തന്റെ ഗൃഹത്തിന്റെ ചാരുപടിയിൽ മലർന്നുകിടന്നു. അടിയന്തിരമായി കുഞ്ഞിക്കണ്ണനെ ഒന്നു കാണണം. കുഞ്ഞിക്കണ്ണൻ ബാഹ്യലോകത്തേക്കു തുറക്കുന്ന കിളിവാതിലാണ്. പുതിയ കോട്ടയ്ക്കപ്പുറം എന്താണ് സംഭവിക്കുന്നതെന്ന് അറിയണമെങ്കിൽ കുഞ്ഞിക്കണ്ണൻ വരണം. പത്രവാർത്തകൾ ആർത്തിയോടെ വായിച്ചു തീർത്തു വിശപ്പു മാറാത്ത ഒരു കുഞ്ഞിനെപ്പോലെ അനന്തൻ പടിക്കലേക്ക് നോക്കിക്കിടന്നു.

കുളിച്ചില്ല പ്രാതൽ കഴിച്ചില്ല. അമ്പുഞ്ഞി അന്വേഷിച്ചു വരുന്നു. അവന്റെ കൈയിൽ എണ്ണക്കിണ്ണം. പയറുപൊടി. വാസനസോപ്പ് മാളികമുറിയിലാണ്. കാരണവർക്ക് അതിന്റെ ഗന്ധത്തിൽ വിശ്വാസമില്ല.

അനന്തൻ പറഞ്ഞു: "അവിടെ വച്ചേക്കൂ"

"കോമൻനായരും മഹേശ്വരൻതിരുമേനീം കൂടി നിറയൂർക്ക് പോയിരിക്കുന്നു!"

കുഞ്ഞമ്പാടി നിറയൂരിൽതന്നെ എത്തിയിരിക്കും. പക്ഷേ, എങ്ങനെ? എന്തിന്? അവനൊരു ഭീരുവല്ല. കുറുവടികണ്ടു ഭയക്കുന്നവനുമല്ല. പൊലീസ് യൂണിഫോറം എവിടെ അന്വേഷിച്ചു തിരിച്ചുകിട്ടും?

രാഘവനെവിടെ?

ചെറിയോർ പുലരുംമുമ്പെ പോയി!

അനന്തൻ ആലസ്യം വിട്ട് എണീറ്റു. കുളികഴിഞ്ഞ് തറവാട്ടിൽ ചെന്നു.

അടുക്കളക്കാരനാണ് കഞ്ഞി വിളമ്പിയത്. പപ്പടം ചുട്ടതുമായി വരാറുള്ള ഉച്ചിര എവിടെ?

"ദേഹസുഖം ഇല്ലാണ്ടെ കിടക്കുകയാണ്!"

ആരോ വാതിൽക്കൽ ചെന്നു പറഞ്ഞു.

അനന്തൻ അന്തഃപുരത്തിന്റെ മാളികയിൽ സ്വന്തം അറയിൽ കയറിയിട്ട് ഒരാഴ്ച കഴിഞ്ഞിരിക്കുന്നു. നാടകമായിരുന്നു, ഇതുവരെ. അതിനിടയ്ക്കു രണ്ടു ദിവസം ചെമ്മരത്തിയെ കാണാൻ പോയി. ചെമ്മരത്തി പ്രസവിച്ച കുഞ്ഞിന്റെ മുഖം ഒരു വലിയ വശീകരണശക്തിയായി. അനന്തൻ ഉച്ചിരയിൽനിന്ന് ഒന്നും മറച്ചുവച്ചില്ല. ഒന്നും പറഞ്ഞുമില്ല. കണ്ണോട്ട ദൃശ്യമല്ലാത്തൊരു അരിപ്പയിലൂടെ തന്റെ ഉള്ളിൽ നടന്നതെല്ലാം ഉച്ചിര പിടിച്ചെടുക്കുന്നുണ്ടെന്ന് അനന്തനു ബോധ്യമായിരുന്നു. ഉച്ചിരയുടെ മുമ്പിൽ തോൽക്കുകയല്ലാതെ അയാൾക്കു നിവൃത്തി ഉണ്ടായിരുന്നില്ല.

ഉച്ചിര വാ തുറന്നു തന്നെ ശകാരിച്ചെങ്കിൽ എന്നു ചിലപ്പോൾ തോന്നും. ചെമ്മരത്തിയെ സൂചിപ്പിച്ചു നാലു ചീത്തവാക്കു പറഞ്ഞാലും മതിയായിരുന്നു. തന്നെ അൽപ്പനാക്കാൻപോന്ന എന്തോ ഒന്ന് ഉച്ചിരയുടെ നോട്ടത്തിലും പെരുമാറ്റത്തിലും ഉണ്ട്. അതിരുകവിഞ്ഞ മൗനമാണോ? നന്നേ നേർത്ത ചിരിയാണോ? അടുക്കും ചിട്ടയുമുള്ള ദിനസരിയാണോ? പൊടിപുരളാത്ത ശുഭവസ്ത്രങ്ങളണിഞ്ഞ, സൂര്യപടറൗക്കയുടെ ബട്ടണുകൾ കൃത്യമായിട്ട, നേർത്തൊരു സ്വർണ്ണനൂലിൽ പതക്കം കോർത്തു ധരിച്ച അപ്പോൾ കുളിച്ചൊരുങ്ങി വന്നവളെപ്പോലെ ഉച്ചിര അയാളുടെ മുമ്പിൽ പ്രത്യക്ഷപ്പെടും. അനുവാദം കൂടാതെ അവളെ ഒന്നു തൊടാൻ അനന്തനു ഭയമായിരുന്നു. അവളുടെ ചാന്തുപൊട്ടിനെക്കുറിച്ചോ തലയിൽ ചൂടിയ പിച്ചിപ്പൂമാലയെക്കുറിച്ചോ ഒരു അഭിനന്ദനം പാസാക്കാൻ അയാൾക്കു ഭയമായിരുന്നു. അയാളുടെ ആവശ്യങ്ങൾ അവൾ വേണം കണ്ടറിയാൻ, കനിഞ്ഞരുളാൻ എന്ന അവസ്ഥയിലേക്കു കാര്യങ്ങൾ എത്തിയിരിക്കുന്നു. ഒന്നിലും ഒരിക്കലും മുൻകൈയെടുക്കാൻ ധൈര്യമില്ലാത്ത ഒരു ഭീരുവായി താൻ അധഃപതിച്ചതിൽ അനന്തന് അന്തഃക്ഷോഭം ഉണ്ടായി. അതും പ്രകടമാക്കാതിരിക്കാൻ അനന്തൻ ഒരു കീർത്തനത്തിന്റെ പല്ലവി പാടിനോക്കി. കിട്ടുന്നില്ല. താൻ സംഗീതം അഭ്യസിച്ചിരുന്നു. ഇടയ്ക്കെങ്കിലും ഒന്നു മൂളിനോക്കാൻ മറന്നുപോയതെന്തു

കൊണ്ട്? തറവാട്ടുകാര്യങ്ങൾ അലട്ടുന്ന മനസിനു ശാന്തികിട്ടാൻ മറ്റെന്താണു മാർഗം?

"എന്താണ് ഉച്ചിര കിടക്കുന്നത്?"

ഉച്ചിര മെത്തയിൽനിന്ന് എണീറ്റില്ല. ഉലഞ്ഞുകിടന്ന മുടിക്കെട്ട് നേരെയാക്കി മൗനംകൊണ്ടു മറുപടി നൽകി.

"ഇന്നലത്തെ നാടകം അലങ്കോലപ്പെട്ടു."

"നടന്നാലാപത്തു ഭയക്കുന്നവർ ചെയ്തതാവും!"

"ഭാഗ്യത്തിന് ആളപായമൊന്നും ഉണ്ടായില്ല."

"എന്നും ഭാഗ്യത്തെ ആശ്രയിക്കാൻ പറ്റുമോ?"

ഇനി എന്താണ് പറയേണ്ടതെന്ന് അനന്തൻ ആലോചിച്ചു. മെത്തയിൽ ചെന്നിരിക്കാം. തലോടി ആശ്വസിപ്പിക്കാം. അസുഖം എന്തെന്ന് ആരായാം. പക്ഷേ, അനന്തൻ ഇപ്പുറത്തെ കസേരയിൽ ഇരിക്കുകയാണുണ്ടായത്.

കാറ്റ് ഒരു നിശ്വാസംപോലെ മുറിക്കകത്തേക്ക് ഇടവിട്ട് വീശിക്കൊണ്ടിരുന്നു. കോണിയിലൂടെ ദാസിമാർ കയറുകയും ഇറങ്ങുകയും ചെയ്യുന്നു. കളത്തിൽ ഉണക്കാനിട്ട വൈക്കോലിന്റെ നേരിയ ഗന്ധം ഇങ്ങെത്തുന്നു. ദൂരെദൂരെ ഏതോ കുട്ടി ഉച്ചത്തിൽ കരയുന്നു. കാറ്റെടുത്തു വന്ന കരച്ചിലിന്റെ തേങ്ങൽ അനന്തനെ വിഷാദമൂകനാക്കി.

മുപ്പത്തിരണ്ട്

രാത്രി പകലാക്കി അവർ നോട്ടീസെഴുതി. പട്ടിണിക്കു കാരണം യുദ്ധം! യുദ്ധംകൊണ്ടു പണക്കാരാവുന്നത് കച്ചവടക്കാർ! യുദ്ധത്തെ ചെറുക്കുക! വാരം അളക്കാതിരിക്കുക തിരുമുൽക്കാഴ്ചകളെ ഒഴിവാക്കുക. യുദ്ധഫണ്ടിലേക്ക് ഒരു പൈസയും കൊടുക്കാതിരിക്കുക! പനമ്പുകളിൽ വലിയ പത്രങ്ങൾ പതിച്ചു. അതിന്മേൽ ചതച്ച കുലച്ചൽ തണ്ടുകൊണ്ട് താറിൽ മുക്കി എഴുതി. താറു കിട്ടാത്തപ്പോൾ കടുക്കമഷി പ്രയോഗിച്ചു.

വൈദ്യർ കഷായത്തിനു ശേഖരിച്ചിരുന്ന ഒരു വട്ടിനിറയെ കടുക്ക കുഞ്ഞമ്പാടിക്കു സംഭാവന നൽകി.

"യുദ്ധഫണ്ടിലേക്ക് എന്റെ സമ്മാനം!"

ജീവിതകാലം മുഴുവനും ജന്മിക്കും പട്ടേലർക്കും വരികൊടുത്തു ശീലിച്ചിരുന്ന ഗ്രാമീണർ വിചാരിച്ചിരുന്നു-- യുദ്ധമെങ്കിൽ യുദ്ധം. കൊടുത്തു തുലച്ചുകളയാം ഉള്ളത്. എന്നാൽ ശല്യം തീർന്നു. മുണ്ടു മുറുക്കിയുടുത്ത് ഒരുഭാഗത്ത് കിടന്നുറങ്ങാം.

സംഘാംഗങ്ങൾ രാവിന്റെ മറവിൽ വീടുതോറും നടന്നു പറഞ്ഞു:

"കൊടുക്കരുത്. യുദ്ധത്തെ സഹായിച്ചാൽ ദോഷം നമുക്കു തന്നെ!

ഏഴു കടലുകൾക്കക്കരെ നടക്കുന്ന യുദ്ധവും തങ്ങളും തമ്മിൽ ബന്ധപ്പെടുന്നതെങ്ങനെയെന്ന ചോദ്യത്തിന് അവർക്കു മറുപടി കിട്ടി. നിറയൂരെ ചാത്തൻ പെരുവണ്ണാന്റെ മരുമകൻ കരിയനെ ജാപ്പു ചാരനെന്നും പറഞ്ഞ് ഒരുനാൾ പൊലീസ് പിടിച്ചുകൊണ്ടു പോയി. അവനെ അവർ വെടിവച്ചു കൊന്നുവെന്നും തുറങ്കിലടച്ചുവെന്നും അതല്ല തൂക്കിക്കൊന്നുവെന്നും വാർത്ത പരന്നു. യുദ്ധം ഒരു നടുക്കമായി അവരുടെ ഉള്ളിലവശേഷിച്ചു.

തെയ്യം കൂടലിനു വരികൊടുക്കുമ്പോലെ ഓരോ വീട്ടിൽനിന്നും യുദ്ധഫണ്ടിലേക്ക് വല്ലതും കൊടുക്കുന്നതിൽ അവർക്കു വിരോധമുണ്ടായിരുന്നില്ല. കൊടുക്കാനെന്തുള്ളു? മഹേശ്വരനെയും കൂട്ടരേയും അറിയിക്കാതെ, അവർ നോട്ടീസുകൾ പാതയോരങ്ങളിൽ പതിക്കും നേരത്ത്, കടത്തു കടന്ന് കംസൻ പട്ടേലറുടെ പിരിവുകാരെത്തി. പരമേശ്വരൻ പട്ടേലറുടെ നികുതി പിരിവുകാരനെത്തി. അസ്സൈനാജിയുടെ പിരിവുകാരനെത്തി. അസ്സൈനാജി പട്ടേലറായിരുന്നില്ല. നികുതി പിരിവുകാരനുമല്ല. പക്ഷേ, അയാളുടെ കിങ്കരന്മാർ, അരയിൽ മലപ്പുറം കത്തിയുമായി വന്നപ്പോൾ എന്തെങ്കിലും കൊടുത്ത് രക്ഷപ്പെടാൻ ഗ്രാമീണർ വ്യഗ്രത കാണിച്ചു. അവർ പറഞ്ഞു:

"സംഘക്കാർ അറിയാണ്ടെ തന്നാ മതി. നോട്ടീസെഴുനൂറ് എഴുതിക്കോട്ടെ!"

വീട്ടമ്മമാർ പിടിയരി മുറത്തിൽ ചൊരിഞ്ഞുനോക്കി. ഇരുനാഴി തികയില്ല. ഇപ്പോൾ ഇതൊന്നുമാത്രമാണ് എല്ലാത്തിനും ആധാരം. അരി വയ്ക്കാനെടുക്കുമ്പോൾ പിടി മുറുകിപ്പോകുന്നു. മുളങ്കുറ്റിയിൽ വീഴുന്നതു രണ്ടോ നാലോ മണികൾ. മുളങ്കുറ്റിയെ പഴിച്ച് അമ്മമാർ അടുപ്പുകൾക്കു കീഴെ കുഴിച്ചു മൺകുഞ്ചികൾ പുറത്തെടുത്ത് എണ്ണുന്നു. ഓട്ടമുക്കാലുകളുടെ തുറിച്ചുനോട്ടം.

"അതെങ്കിലത്." അസ്സൈനാജിയുടെ കിങ്കരൻ നാണയത്തുട്ടുകൾ ശേഖരിച്ചു കിഴികെട്ടി തൊപ്പിയിൽ ഒളിപ്പിച്ചു. നീണ്ട തുർക്കിതൊപ്പിയിൽ ഒളിപ്പിക്കാൻ പാകം. വായക്കോടൻ ചന്തുവിന്റെ വീട്ടിൽനിന്നും പിടിച്ചെടുത്ത ആട്ടിൻകുട്ടിയെപ്പോലും കോയട്ടി തൊപ്പിയിലൊളിപ്പിക്കും. ഉറങ്ങുന്ന കുട്ടികൾ ഞെട്ടിയുണർന്ന് ഉയരം കൂടിയ തുർക്കിത്തൊപ്പിയെ നോക്കി കണ്ണു തുറിച്ചു.

കോയട്ടി പല വീട്ടിൽനിന്നും യുദ്ധഫണ്ടിലേക്കു സ്വീകരിച്ചത് പൂവൻകോഴികളെ ആയിരുന്നു. നിറയൂർ പുലരികളെ ഉത്സാഹത്തോടെ കൂവിയുണർത്തിയ കോഴികൾ ഗ്രാമീണരെ ദുഃഖത്തിന്റെ ഇരുട്ടിൽ വിട്ടു കുഞ്ഞിപ്പുവിന്റെ കടത്തുതോണിയിൽ കുട്ടകൾക്കകത്തു ചിറകടിച്ചു.

രണ്ടാമത്തെ രാത്രിയിൽ കറവപ്പശുവിനെയും കടച്ചിയെയും കടത്തുതോണിയിൽ, കയറ്റാനോങ്ങിയ കോയട്ടിയോടു കുഞ്ഞിപ്പു ചോദിച്ചു:

"പട്ടാളക്കാറ് പശുമ്പാല് കുടിച്ചാ യുദ്ധത്തിനു പോണു?" കുഞ്ഞിപ്പു സൂത്രത്തിൽ കടത്തുചീന തൊഴഞ്ഞ് അക്കരയ്ക്കു പോയി. പുലരു

വോളം കോയട്ടി കാത്തുനിന്നു. ഏഴരവെളുപ്പിന് ആദ്യത്തെ യാത്രക്കാരേയുമായി കുഞ്ഞിപ്പുവിന്റെ തോണി ചലിക്കുന്നത് ഉള്ളിൽ കറങ്ങുന്ന നിദ്രയുമായി ഇക്കരെ കാത്തുനിൽക്കുന്ന കോയട്ടി കണ്ടു. അയാൾ മുറുമുറുത്തു:

"അനക്ക് ഞാൻ ബെച്ചിറ്റ്ണ്ട്!"

കടത്തിറങ്ങിയ മഹേശ്വരനും രാഘവനും അമ്പാടിയും കോയട്ടിയുടെ അടുത്തെത്തി.

"കോയട്ടിക്ക പൊലരുംമുമ്പേ പശുക്കച്ചോടം തുടങ്ങിനൊ?"

"ഈ പശുവിനെ ദാനം ചെയ്തതാർക്കാണെന്ന്?"

"യുദ്ധ ഫണ്ടിലേക്കാ."

അമ്പാടി മാനം കുലുക്കി ചിരിച്ചു.

"ഞങ്ങളും കുറെ പിരിച്ചിട്ടു വരാം." മഹേശ്വരൻ പറഞ്ഞു. ഒന്നിച്ചു പോകാം. കുഞ്ഞിപ്പു അക്കരയ്ക്കു ചെല്ല്.

കൺമുമ്പിൽ കുഞ്ഞിപ്പു തോണിതുഴഞ്ഞു അക്കരയ്ക്ക്. കോയട്ടി അടിമുടി വിറച്ചു. രാക്കാറ്റും നിദ്രാരാഹിത്യവും അയാളുടെ കോപത്തെ ഊതിയാറ്റി.

"കോയട്ടിക്കാ ഞങ്ങളുടെ കൂടെ വരൂ." മഹേശ്വരൻ പറഞ്ഞു.

"എവിടുന്നേ ഈ പശുദാനം? ഇതു വിധിച്ചിരിക്കുന്നത് എനിക്കാണല്ലോ!"

"വാണിയത്തി അമ്മാളു തര്വേ! എള്ളും പിണ്ണാക്കും കൊടുക്കാനാവുന്നില്ലാന്നു പറഞ്ഞു തര്വേ!"

"എന്തു വിലകൊടുത്തു?"

കോയട്ടി പരുങ്ങി.

"കോയട്ടിക്കാ എന്തുവില കൊടുത്തു?" രാഘവൻ ചോദിച്ചു.

"യുദ്ധഫണ്ടിലേക്കു ദാനാ!"

"അസ്സൈനാജി എന്നേ പട്ടേലറായത്? അറിയാഞ്ഞിറ്റ് ചോദിക്ക്യാ."

കോയട്ടിക്ക മിണ്ടിയല്ല.

അവർ തോട്ടിലിറമ്പിലൂടെ ഒരു വരിയായി നടന്നു. മുമ്പിൽ മഹേശ്വരൻ പുറകിൽ പശു, കോയട്ടി, രാഘവൻ, അമ്പാടി.

കോയട്ടിക്ക ചിരിക്കാൻ ശ്രമിച്ചു. ചിരി വരുന്നില്ല. തമാശ പറയാൻ വെമ്പി. ബുദ്ധി വഴങ്ങുന്നില്ല. നടന്നുനടന്ന് അവർ വാണിയത്തി അമ്മാളുവിന്റെ കുടിലിനു മുമ്പിലെത്തി. മുടി മേലോട്ടുർത്തിക്കെട്ടി മുണ്ട് കയറ്റിയുടുത്ത് അമ്മാളു മുറ്റമടിക്കുന്നു. ഇടയ്ക്കു മുണ്ടിന്റെ കോന്തല പിടിച്ച് അവൾ കണ്ണു തുടയ്ക്കുന്നുമുണ്ട്.

"പശുദാനത്തിൽ അമ്മാളുവിന് മോക്ഷം കിട്ടി. സന്തോഷാശ്രു തുടയ്ക്ക്യാണ്." രാഘവൻ പറഞ്ഞു.

പുലരും മുമ്പ് വീട്ടിലേക്കു വരുന്ന വിരുന്നുകാരെ ഉറ്റുനോക്കി അമ്മാളു ചൂലു താഴെയിട്ടു. കൈയോടെ പിടിക്കപ്പെട്ട കള്ളന്റെ ഭാവമായിരുന്നു അവൾക്ക്.

മഹേശ്വരൻ ഗൗരവം വിടാതെ ചോദിച്ചു:

"ഞാനിന്നലെ വൈകുന്നേരം വന്നു പറഞ്ഞതെന്താ?"

അമ്മാളു വിറ തുടങ്ങി.

"നെന്റേം വാണിയന്റേം ജന്മി ആരാ?"

"ഒടയോറാണേ!"

"ആരാ നികുതി പിരിക്കണത്?"

"ഒടയോറാണേ!..." പെണ്ണൊരുത്തി ഒറ്റയ്ക്ക് കിടക്കമ്പം മുട്ടി വിളിച്ചാല് കൊടുക്കാതെന്തുചെയ്യും ഒടയോ...റേ..." അവൾ അലമുറയിട്ടു മുറ്റത്തു കമഴ്ന്നടിച്ചു വീണു കരഞ്ഞു.

മഹേശ്വരൻ മുഖം തിരിച്ചു.

രാഘവൻ കോയട്ടിയോടു പറഞ്ഞു:

"ആലേല് കെട്ടിക്കള."

കോയട്ടി പശുവിനെ ആലയിൽ കൊണ്ടുചെന്നു കെട്ടി.

ഇതുവരെ നിശ്ശബ്ദം അനുഗമിക്കുകയായിരുന്ന കുഞ്ഞമ്പാടി പറഞ്ഞു:

"തൊപ്പിയെടുക്ക്!"

കോയട്ടി മടിച്ചു.

"തൊപ്പിയെടുത്തു കാണിക്കാൻ..."

കോയട്ടി തൊപ്പിയെടുത്തു. നാണയക്കിഴി ഭൂമിയിൽ വീണു കരഞ്ഞു.

"അതെടുത്ത് രാഘവന്റെ കൈയിൽ കൊടുക്ക്!"

കോയട്ടി കിഴിയെടുത്ത് രാഘവന് നീട്ടി.

"നാളെ ഉച്ചയ്ക്ക് കപ്പയും മീനും മേടിച്ച് നിറയൂരിലെ വിശക്കുന്ന ആൾക്കാർക്കു കൊടുക്കാം. യുദ്ധ ദുരിതാശ്വാസം!"

"കാലു കഴയ്ക്കുന്നെങ്കിൽ അങ്ങു കടവത്തുപോയി നിന്നോ! നിസ്കരിക്കാൻ നേരായെങ്കിൽ അതും ചെയ്തോ!"

അമ്പാടി കോയട്ടിയെ വിട്ടു. ആശ്വാസത്തോടെ അവൻ കുതിച്ചുപാഞ്ഞു.

അസ്സൈനാജിയുടെ കിങ്കരന്മാരെ മാത്രമേ തടയാനായൊള്ളു. പട്ടേലറുടെ ആൾക്കാരെ തടയുന്നതെങ്ങനെ? ദാനം ചെയ്യുന്നവരെ അടക്കുന്നതെങ്ങനെ?

"പട്ടേലറുടെ ആൾക്കാരായാലും തടയണം!" അമ്പാടി പറഞ്ഞു.

പട്ടിണി കിടക്കുമ്പഴ് യുദ്ധ നികുതി കൊടുക്കാൻ പാടില്ല. ആരു പറഞ്ഞിറ്റാ ഓറ് യുദ്ധം തുടങ്ങ്യേത്?"

യുദ്ധപ്പനി ബാധിച്ച ഗ്രാമത്തിലൂടെ അവർ നടന്നു. നടക്കുമ്പോഴാണ് ചിന്തകൾ വളരുന്നത്.

"യുദ്ധം നമ്മുടെ ശത്രു നടത്തുന്നതാണ്. ആ യുദ്ധത്തെ നാം സഹായിക്കുന്നതെന്തിന്?" അമ്പാടി ചോദിച്ചു.

"ശത്രുവിനെ ജയിപ്പിച്ചാൽ അവർ നമുക്ക് സ്വാതന്ത്ര്യം തരാമെന്ന് ഏറ്റിട്ടുണ്ട്!"— മഹേശ്വരൻ.

"കോഴിക്കൂട്ടിൽ കടന്ന കുറുക്കന്റെ വാഗ്ദാനം!" രാഘവൻ പറഞ്ഞു.

"പാതി നിലയ്ക്കു നിന്നിട്ടൊരു സമരമില്ല."

"നമ്മൾ ഒന്നിനിറങ്ങിയിരിക്കുന്നു. ഈ നാട്ടിലെ ഗ്രാമീണരെ ജന്മിത്വത്തിനും സാമ്രാജ്യത്വത്തിനും എതിരാക്കൽ. അവരെ ചെറുത്തു തോൽപ്പിക്കുന്നതും യുദ്ധത്തെ തോൽപ്പിക്കുന്നതും സമമാണ്!"

കരിമലയുടെ ഉച്ചിയിലുയർന്ന കാറുകൾ കീറി പ്രകാശം ചൂട്ടേനിമലയുടെ നെറുകയിലെത്തി.

അവർ പുഴക്കരയിൽ ഇരുന്നു.

ഇനി എന്ത്?

"ജന്മിമാരുടെ അറകളിൽ നെല്ലുണ്ട്. അതെടുത്തു നാട്ടുകാർക്കു കൊടുക്കണം. എത്രനാൾ അവർ പട്ടിണി കിടക്കും? വിത്തുപോലും അവർ സംഭാവനയായി പിരിച്ചെടുത്തില്ലേ? അവർ കൃഷിചെയ്ത നെല്ലാണ് അറകളിലുള്ളതെന്ന് ബോധ്യപ്പെടണമെങ്കിൽ അതെടുത്ത് അവർ ഉണ്ണണം!" അമ്പാടി പറഞ്ഞു.

"ഞങ്ങൾ പൊനം കൃഷി ചെയ്ത ചെലവിനു വച്ച നെല്ലുകൂടി അവർ കൊണ്ടുപോയി. യുദ്ധം അവസാനിച്ചിൽ സ്ഥിതി മാറുമോ? ഇല്ല. വെള്ളക്കാരും ജന്മികളും ഈ കാര്യത്തിൽ ഒന്നാണ്. നമ്മെ ചൂഷണം ചെയ്യുന്നതിൽ! ഇതു ഗ്രാമീണരെ മനസിലാക്കിക്കണം."

ചെറിയേട്ടി അമ്പതുപറ വെള്ളരിയൻവിത്തു മുഴുവനും കാര്യസ്ഥൻ എഴുത്തച്ഛന് അടിയറ വച്ചതിനുള്ള അമർഷം അമ്പാടിയെ അസ്വസ്ഥനാക്കി. നിറയൂർക്കരയിൽ സർവസമ്പാദ്യങ്ങളും പട്ടേലറുടെ നികുതി പിരിവുകാർക്കു കാഴ്ചവെച്ചു തൊണ്ടായ കുടുംബങ്ങളുടെ രോദനം അമ്പാടിയെ ക്ഷുബ്ധനാക്കി.

മഹേശ്വരൻ എല്ലാം കണ്ടുംകേട്ടും പഠിച്ചുവരികയാണ്. അദ്ദേഹം ഇല്ലത്തേക്കു പോയിട്ട് ആഴ്ചകൾ കഴിഞ്ഞു. മഹേശ്വരനും രാഘവനും എതിരെ നേർത്തേ വാറണ്ടുണ്ട്. യുദ്ധവിരുദ്ധ നാടകം നടത്തിയതിന്.

നാടകം കാണാൻ വേഷംമാറിയ പൊലീസുകാരെത്തിയിരുന്നു. ജന്മിമാരുടെ കിങ്കരന്മാരെത്തിയിരുന്നു. നാടകം ഒരു വലിയ ആയുധമാണെന്നും അതു വളരെ സമർഥമായി പ്രയോഗിക്കാൻ കഴിയുമെന്നും അതു കണ്ടവർക്കെല്ലാം ബോധ്യമായി. മൂക്കിനു മുമ്പിൽ രാജ്യദ്രോഹം. മുമ്പത്തെ നാടകത്തിന്റെ വേദി കലക്കിയതുപോലെ ഇനിയും പറ്റില്ല. മുളയിലെ നുള്ളിക്കളയണം. വിത്തുകൾ നശിപ്പിക്കണം. വിത്തുകളിൽ ചിലത് മഹേശ്വരനും രാഘവനും കുഞ്ഞമ്പാടിയുമാണെന്ന് അവർ നോട്ടമിട്ടു. ജന്മിഗൃഹങ്ങളിലെ ആയാലും തെറിച്ച സന്തതികളെ പുകച്ചു കളയണം.

നിറയൂർ തീരത്തെ തെങ്ങിൻതോപ്പുകൾ തല ചായ്ക്കുന്ന വനങ്ങളിൽ അവർ അഭയം തേടി. പുറത്തു കടന്നാലും മെച്ചമൊന്നുമില്ല. കാട്ടിൽ ആഹാരമില്ല.

അറസ്റ്റു വരിച്ച് തൂലിക തൊപ്പിയിലണിയാൻ മഹേശ്വരൻ ആഗ്രഹിച്ചില്ല. തടവറയെ അതിഥിമന്ദിരമാക്കാൻ പോന്ന സ്വാധീനമുള്ള

കൈകളെ മഹേശ്വരനറിയാം. ഉപ്പു സത്യാഗ്രഹത്തിനും ഗുരുവായൂർ സത്യാഗ്രഹത്തിനും പോയപ്പോൾ സംഭവിച്ച നാണക്കേട് ആവർത്തിക്കരുത്. വലിയവൻ വിരുന്നുചെന്നാൽ മച്ചകം, ഏഴ വിരുന്നുചെന്നാൽ തൊഴുത്ത് എന്ന സമ്പ്രദായത്തെ മഹേശ്വരൻ കഠിനമായി വെറുത്തു. ഗ്രാമീണരെ സഹായിക്കാൻ ജയിൽവാസം ഉതകുകയില്ല. അതു പത്രക്കാർക്കു കൊള്ളാം. രുധിരമനയ്ക്കലെ ചെറിയ നമ്പൂതിരി അറസ്റ്റു ചെയ്യപ്പെട്ടിരിക്കുന്നു. കരുവഞ്ചേരി കാരണവരുടെ മകൻ അറസ്റ്റു ചെയ്യപ്പെട്ടിരിക്കുന്നു. കുഞ്ഞമ്പാടി അകത്തായാൽ നിറയൂർക്കാരുടെ ആത്മവീര്യം ചോർന്നുപോകും.

ഇതുവരെ ചുവരെഴുത്തു വിപ്ലവം നടത്തി കാലം കളഞ്ഞതു നന്നായില്ല. ഒരു പുതിയ ഉണർവ്വോടെ മഹേശ്വരൻ ചാടിയെഴുന്നേറ്റു.

“രാഘവാ, ഞാൻ വീട്ടിലേക്കു പോകുന്നു. നാളേയും കഴിഞ്ഞു മറ്റെന്നാൾ ഈ നേരത്തിവിടെ!”

കടത്തു കടന്നു മല കയറിയിറങ്ങി മറ്റൊരു കടത്തു കടന്നാൽ കാളീശ്വരം കൂലോത്തിനു ഒരു മൈൽ പടിഞ്ഞാറ് വീട്.

തന്റെ വീട്, ഉണ്ണിമായ കാത്തിരിക്കുന്ന വീട്!

വിപ്ലവകാരി വിവാഹം ചെയ്യരുത്! എത്ര ശരിയായ സത്യം! അമ്പാടിയും രാഘവനും ഉറച്ചുനിന്ന സത്യത്തിൽ ഉറച്ചു നിൽക്കാൻ തനിക്കെന്തുകൊണ്ട് കഴിയുന്നില്ല? കുഞ്ഞിക്കണ്ണൻ അവസരം കിട്ടുമ്പോഴെല്ലാം മുഖത്തുനോക്കി പറയുന്നു:

“വിപ്ലവം വലിയവീട്ടിൽ പിറന്ന കുട്ടികൾക്കു കളിക്കാനുള്ളതല്ല!”

കുഞ്ഞിക്കണ്ണൻ എയ്യുന്ന അമ്പുകൾ നോവിച്ചു. കീറിമുറിച്ചു ചോരയൊലിപ്പിച്ചു. എന്നാലും ആ വേദനയുടെ പരിക്കുകൾ ഉണങ്ങുന്നില്ല. ഉണ്ണിമായയുടെ അടുത്തെത്തുമ്പോൾ, ഇത്രയധികം തന്നെ അടിപ്പെടുത്തിയ ഉണ്ണിമായയെ മറക്കാൻ മഹേശ്വരൻ ചിലപ്പോൾ ആഗ്രഹിച്ചു. അവൾ പാലയ്ക്കലേക്കു തിരിച്ചുപോകട്ടെ! ഏതെങ്കിലും സമ്പന്നഗൃഹത്തിലെ സുഖിയനായ ചെറുപ്പക്കാരനെ വേൾക്കട്ടെ! ഒരു കടന്നൽകുത്തേറ്റ വേദനയോടെ മഹേശ്വരൻ ഭാവി പ്രവർത്തനങ്ങളിലേക്കു ചിന്തയെ തിരിച്ചുവിടാനാഗ്രഹിച്ചു. വ്യക്തി, ഒരു ഗ്രാമത്തിന്റെ, ഒരു ദേശത്തിന്റെ, ഒരു രാജ്യത്തിന്റെ മുമ്പിൽ നിഷ്പ്രഭമാണ്. വ്യക്തി സ്വാർഥതയാണ്.

തന്റെ ഈ നടപടികളിലും സ്വാർഥതയുടെ ഒരംശമുണ്ട്. ദേഹമനങ്ങാതെ, അല്ലലറിയാതെ ഉണ്ടുവളർന്നു വരുന്നവന് സമൂഹത്തിൽ ഒരു സ്ഥാനമില്ലെന്ന അറിവ്. കുടിയാന്മാർ വന്ദിക്കുന്നത് തന്നെയല്ല, രുധിരമനയ്ക്കലെ ചെറിയതമ്പുരാനെയാണ്. രുധിരമനയും താനും തമ്മിലുള്ള ആ കെട്ട് അറുത്തെറിയുമ്പോഴേ മഹേശ്വരനാവൂ. മഹേശ്വരൻ വായിച്ചതും പഠിച്ചതും മഹേശ്വരന്റെ വളമായി പരിണമിക്കും. ഉണ്ണിമായ ആ ബന്ധത്തിൽ ഉടക്കിയ ഒരു കുരുക്കാണ്. അഴിച്ചു കളയാൻ വയ്യാത്ത കുരുക്ക്.

ഇന്ന് ഉണ്ണിമായയോടു ചോദിക്കണം ഉണ്ണിമായയ്ക്ക് രുധിരമനയ്ക്കലെ ചെറിയ നമ്പൂതിരിയുടെ വധുവായിരുന്ന്, തറവാട്ടുസ്വത്തിന്റെ

ഒരു വിഹിതം അനുഭവിച്ചു ജീവിക്കണോ അതോ മഹേശ്വരനെന്ന ചെറുപ്പക്കാരന്റെ സഹധർമ്മിണിയായി, ചിലപ്പോൾ പട്ടിണിയും പരിവട്ടവുമായി ജീവിക്കണോ? രണ്ടിലൊന്നു തെരഞ്ഞെടുക്കേണ്ട സമയമാണിത്!

ഏതു നിലയ്ക്കാണ് ഉണ്ണിമായയുടെ പ്രേമം തനിക്കു കന്മഷമില്ലാതെ ലഭിക്കുക എന്നതിനെക്കുറിച്ച് മഹേശ്വരനു സംശയമൊന്നും ഉണ്ടായിരുന്നില്ല.

എന്തുകൊണ്ടോ അനന്തേട്ടനെ ഒന്നു കണ്ടിട്ട് രുധിരമനയ്ക്കു പോകാമെന്ന് മഹേശ്വരന് തോന്നി. ഒരു ഉച്ചയൂണിന്റെ മനോഹരസ്വപ്നം ആ തോന്നലിനു ചിറകുവച്ചു.

മഹേശ്വരൻ 'ഭാരതീയ ഭവനം' എന്നു നാമകരണം ചെയ്യപ്പെട്ടിട്ടുള്ള പുതിയ വീട്ടിലെത്തുമ്പോൾ പൂമുഖത്തെ ഭിത്തിയിൽ രണ്ടു കലമാനുകളുടെ കൊമ്പുകൾക്കു കീഴെ വിരാചിക്കുന്ന മനോഹരമായ ഘടികാരത്തിൽനിന്ന് ഒരു കിളി പന്ത്രണ്ടു പ്രാവശ്യം കൊക്കി. കിളിയൊച്ച അവസാനിക്കുംവരെ മഹേശ്വരൻ ചവിട്ടുപടിയിൽ നിന്നു. പിന്നെ അകത്തു കടന്നു.

അനന്തൻ വിശ്രമിക്കുകയായിരുന്നു. സാധാരണമായി വിളറിയ മുഖം രോഗലക്ഷണമായിരുന്നു. തൂവെള്ള ഖദർഷാൾ പുതച്ച് ഒരു പഴയ ചൂരൽകോച്ചിൽ ചാഞ്ഞു കിടക്കുന്ന അനന്തൻ ഒരു വാടിയ ചിരി സമ്മാനിച്ചു. കണ്ണിൽ സ്നേഹത്തിന്റെ തിളക്കം. അവർ ഒരിക്കലും ദീർഘനേരം സംഭാഷണത്തിലേർപ്പെട്ടിട്ടില്ല. പക്ഷേ, ഇരുവർക്കും പരസ്പരം വേണ്ടുവോളം അറിയാമായിരുന്നു. പരസ്പരമുള്ള വിമർശനത്തിന് അതീതരായിരുന്നു അവർ.

അനന്തൻ എതിർവശത്തെ ചാരുപടി ചൂണ്ടിക്കാണിച്ചു.

"ഇരിക്കൂ ചിലപ്പോൾ കിടക്കണമായിരിക്കും. അതും ആവാം." മഹേശ്വരന്റെ തുണിത്തുമ്പിൽ നിറയൂരിലെ വയൽച്ചെളി തെറിച്ചതു സ്പഷ്ടമായിരുന്നു. കാറ്റേറ്റ് ഉലഞ്ഞ തലമുടി കൈകൊണ്ടു മാടിയൊതുക്കി മഹേശ്വരൻ പറഞ്ഞു:

"കുടുമയുടെ ഉപയോഗം ഇപ്പോഴാണ് മനസിലാകുന്നത്!"

കുടുമ ധരിക്കുന്നവർക്കു പക്ഷേ, ആ ഉപയോഗം ഉണ്ടായിരുന്നില്ല! അനന്തൻ സാവധാനം എണീറ്റിരുന്നു.

"എന്തുപറ്റി?"

"വസൂരി!"

"ഹ് ഹേ?"

"എന്താണു ഭയപ്പെടുന്നത്? വസൂരി ജന്മി പുത്രന്മാർക്ക് വരില്ലെന്ന് വിചാരിച്ചോ?"

മഹേശ്വരൻ പരുങ്ങി.

"അനന്തേട്ടാ!"

അനന്തൻ എണീറ്റ് ചാരുപടിയിൽ മഹേശ്വരന്റെ ചാരത്തു വന്നിരുന്നു. രഹസ്യ സ്വഭാവമുള്ള കാര്യങ്ങൾ പറയുമ്പോഴാണ് അനന്തൻ 'അനന്തേട്ട'നാവുന്നത്. സഭയിലിരിക്കുമ്പോൾ അനന്തൻനായർ.

അനന്തന്റെ മുഖത്ത് നാല് വസൂരി കുഴികള്‍. മാച്ചാലും മായാത്ത കുഴികള്‍. പക്ഷേ, അവ ആ മുഖത്തെ സുന്ദരമാക്കുന്നില്ല. കൈത്തണ്ടില്‍ തൊലിപ്പുറമേയുള്ള ഏതാനും അടയാളങ്ങള്‍ മാത്രം.

"നാളെകഴിഞ്ഞു മറ്റന്നാള്‍ ഞങ്ങള്‍ നെല്ലെടുപ്പു സമരം ആരംഭിക്കുകയാണ്!"

മുഖവുരയൊന്നും കൂടാതെ മഹേശ്വരന്‍ പറഞ്ഞു:

"ഇവിടെ നെല്ലൊന്നുമില്ലല്ലോ അനിയാ!"

അനന്തന്‍ നേരിയ ദുഃഖത്തോടെ പറഞ്ഞു.

"കരുവഞ്ചേരി പത്തായങ്ങളില്‍ എലി പാര്‍ക്കുന്നു. നെല്ലു മുഴുവനും കാര്യസ്ഥന്മാരുടെ പത്തായങ്ങളിലും രഹസ്യമായ നിലവറകളിലുമായി!"

"ഒരു മിത്രത്തെ ശത്രുവാക്കാതെ കഴിഞ്ഞു."

ഗര്‍ഭിണിയായ ഉച്ചിരയാണ് ഊണു വിളമ്പിയത്. രോഗിയുടെ പഥ്യമനുസരിച്ച ഊണ്. നുറുക്കരി ചോറ്, കടുപ്പം കുറഞ്ഞ കാളന്‍, കയ്പ്പക്ക മെഴുക്കുപുരട്ടി, ചുട്ട പപ്പടം. മെഴുക്കുപുരട്ടിയില്‍ മെഴുക്കില്ല.

ഉപദംശങ്ങളെ നോക്കി അനന്തന്‍ പറഞ്ഞു:

"ഇപ്പോള്‍ മഹേശ്വരന് ഇതും സദ്യതന്നെ!"

"അതെ!"

"അത്ര മോശമാവില്ല!"

ഉച്ചിര ഒരു കൊച്ചു മൊന്തയില്‍ പാല്‍പ്പായസവുമായി വന്നു.

"ഇന്ന് എടപ്പത്തില് ചാത്തുനായരുടെ ഷഷ്ടിപൂര്‍ത്തിയാഘോഷമാണ്! നാലുതരം പായസം. ഇവിടെ ഒരാള്‍ക്കു ക്ഷീണം പിടിച്ചിരിക്കുന്നതുകൊണ്ട്, കൂട്ടത്തില്‍ ദ്രോഹം കുറഞ്ഞതു കൊണ്ടുപോന്നു!"

"ഉച്ചിര ഏട്ടത്തി എടപ്പത്തില്‍ പോയി?"

അവര്‍ തൂണു ചാരി നിന്നു.

"ആരെങ്കിലും ഒന്നു പോകണ്ടേ? തെറ്റിദ്ധരിക്കില്ലേ?"

"അങ്ങനെയാണ് ഉച്ചിര. അവസാനംവരെ കുടം ഉടയ്ക്കാണ്ടെ സൂക്ഷിക്കും."

അനന്തന്‍ ക്ഷീണസ്വരത്തില്‍ ചിരിച്ചു.

"ആരായിരുന്നു ശുശ്രൂഷയ്ക്ക്?"

"ദേവയാനി!" ഉച്ചിര പറഞ്ഞു.

"ഈ അവസരത്തിലായതോണ്ടാ. അല്ലെങ്കില്‍ ഞാന്‍ മതിയാര്‍ന്നു."

"ദേവയാനി?"

"അതെ. ദേവയാനി അറിഞ്ഞെത്തി. അവള്‍ പള്ളിക്കുന്നിലായിരുന്നു."

"വേദംകൂടിയോ?"

"ഇല്ല. ഗാന്ധിമാര്‍ഗത്തിലാ കൂടിയത്. ഇനി പള്ളിക്കുന്നില്‍ പോകുന്നില്ലത്രെ!"

ദേവയാനിയെ ഒന്നു കാണണമെന്നുണ്ടായിരുന്നു, മഹേശ്വരന്. വലിയ വീട്ടിലെ ഒരു സ്ത്രീയെങ്കിലും സമരമാര്‍ഗത്തിലിറങ്ങിയെങ്കില്‍! ഉണ്ണിമായയ്ക്ക് ഒരു വെളിവു നല്‍കാന്‍ കഴിയുമായിരുന്നു!

"ദേവയാനി ഹിന്ദി പഠിപ്പിക്കാൻ പോയി, കണ്ണൂർക്ക്! ആഴ്ചയിലൊരിക്കലേ വരൂ."

സങ്കൽപ്പങ്ങളുടെ വിവിധ വർണച്ചിറകുകൾ കണ്ട് മഹേശ്വരൻ പരുത്തപാതയിലൂടെ സ്വന്തം വീട്ടിലേക്കു നടന്നു. കൊച്ചുകൊച്ചു പൊന്തകളെ പൂമ്പാറ്റകൾ പ്രദക്ഷിണംവയ്ക്കുന്നു. വയലിനു വേണ്ടതിലേറെ വിസ്താരം. തോപ്പുകൾ ചക്രവാളസീമയിലാണ്. മഹേശ്വരൻ നടത്തത്തിനു വേഗത കൂട്ടി.

മുപ്പത്തിമൂന്ന്

ബംഗ്ലാവിൽ അതിഥിക്കു പഴയരിച്ചോറും കോഴിക്കറിയും അടപ്രഥമനും ഒരുക്കുന്ന ബഹളം. കൊപ്പുബട്ലർ നേരത്തെ കുളിച്ചുവന്ന് ബംഗ്ലാവിന്റെ പ്രത്യേകം അടുക്കളയിൽ കയറി. സുന്ദരിമാരായ, തെരഞ്ഞെടുക്കപ്പെട്ട രണ്ടു ദാസിമാർ കൊപ്പുബട്ലറെ സഹായിക്കാനുണ്ട്. പിന്നെ മേശയൊരുക്കാൻ പത്താംതരംവരെ മദിരാശിയിൽ പഠിച്ചുവന്ന കുഞ്ഞപ്പ എന്ന ചെറുപ്പക്കാരൻ. കിണ്ണങ്ങളും തവികളും കഴുകാനും വിളിച്ചതും പറഞ്ഞതും കേൾക്കാനും നിറയൂരിൽനിന്ന് രണ്ടുപേർ വരേണ്ടതുണ്ടായിരുന്നു. അവർ വന്നിട്ടില്ല.

അനന്തൻ മഹാകവിയെ എതിരേറ്റ് നായനാറുടെ ബംഗ്ലാവിലേക്കാനയിച്ചു. താലപ്പൊലിയേന്തിയ പെൺകൊടിമാർ, അവർ ആർഷസംസ്കാരത്തിന്റെ തൊടുകുറികളായിരിക്കണം എന്നു കവിക്കു നിർബന്ധമാണത്രെ! പെൺകുട്ടികൾ ജാക്കറ്റുകൾ ധരിക്കരുത്. ചന്ദനമേനിയിൽ കസവുമേൽമുണ്ട് ഞൊറിയിട്ടുടുത്ത് മെഴുമെഴാന്നുള്ള ചുമലുകൾ പ്രദർശിപ്പിച്ച്, വാർകുഴലിൽ പൂമാലകൾ ചാർത്തി, ഇടംപിരി വലംപിരി മാലകളിട്ട് മാറ് മറച്ച് പതിനാലു പെൺകുട്ടികൾ എതിരേൽപ്പ് പരിപൂർണതയിലെത്തിച്ചു.

കോമൻനായർ ക്ഷണിക്കപ്പെട്ട അതിഥികളിലൊരാളായിരുന്നു. തികച്ചും ഗാന്ധിയനായ കവി തന്റെ പ്രിയപ്പെട്ട രണ്ടു കവിതകൾ മാറോടു ചേർത്താണ് സന്ദർശകശാലയിൽ കയറിവന്നത്.

അപ്പോൾ, മഹാകവി പെൺമണികളോട് വെടിപറഞ്ഞ് ആനന്ദിക്കുകയായിരുന്നു. പൊൻതാലങ്ങൾ ചെരിച്ച് അവർ വിട പറഞ്ഞപ്പോൾ അനന്തൻ പരിചയപ്പെടുത്തി.

"യുവകവി, കോമൻനായർ, *യുവകാഹള*ത്തിന്റെ പത്രാധിപർ, നാടകകൃത്ത്, നാടകസംവിധായകൻ നടൻ!"

മഹാകവി തലകുലുക്കി അഭിനന്ദിച്ചു. ഏതോ കൈകൾ നീട്ടിക്കാണിച്ച കോളാമ്പിപ്പൂവിലേക്കു നീട്ടിത്തുപ്പി.

"മിടുക്കൻ!"

തന്റെ കവിത വായിച്ചുകേൾപ്പിക്കാനായിരുന്നു, കോമൻനായർ വന്നിരുന്നത്. തന്റെ കവിതയ്ക്കു പതിതത്വം പറ്റിപ്പോയോ? ഒരു സദസിനും കോമൻനായരുടെ കവിത വേണ്ടാതായോ? തുടക്കം പുരാണകഥകളുടെ നാടകരൂപങ്ങളായിരുന്നു. ദേവീസ്തവങ്ങളും. പിന്നെ സാമൂഹ്യവിഷയങ്ങൾ കൈകാര്യം ചെയ്യുന്ന നാടകം വേണമെന്നായി. കോമൻനായർക്ക് ഭാഷ നല്ല വശമുണ്ടായിരുന്നു. ജന്മിത്തറവാട്ടിൽ മുങ്ങിപ്പൊങ്ങി ശ്വാസംകഴിക്കാൻ വിഷമിച്ചുകൊണ്ടിരുന്ന കോമൻനായർക്ക് ജന്മിത്വത്തെക്കുറിച്ചൊരു നാടകമെഴുതാൻ വിഷമമുണ്ടായിരുന്നില്ല. പക്ഷേ, എന്തോ ഒരു പോരായ്ക. ഗ്രാമങ്ങളിൽ കൃഷിക്കാർ തങ്ങളുടെ ആവശ്യങ്ങൾ ഉയർത്തിപ്പിടിച്ചു വെള്ളക്കാരന്റെ ഭരണത്തിനും ജന്മിയുടെ കൊള്ളയ്ക്കും എതിരെ സമരംചെയ്യുമ്പോൾ അത്തരം നാടകങ്ങൾ കൂടുതൽ ഉണ്ടാവണമെന്ന് രാഘവനും കുഞ്ഞമ്പാടിയും പറഞ്ഞു. അത്തരം കവിതകൾ എങ്ങനെ ആയിരിക്കണമെന്ന് മഹേശ്വരൻ സ്വന്തം കവിതകളുടെ സ്വകാര്യശേഖരം തൊട്ടുകാണിച്ചു.

കോമൻനായർ വല്ലാതെ വിഷമിച്ചു. എങ്ങനെ, എപ്പോൾ, ആർക്കുവേണ്ടി കവിതയെഴുണമെന്ന് ഒരു രണ്ടാമൻ പറഞ്ഞുതരുന്നത്, താൻ തന്റെ ഭാര്യയെ എങ്ങനെ പ്രേമിക്കണമെന്ന് മറ്റൊരാൾ ഉപദേശിക്കുന്നതിനു സമമാണെന്ന് കോമൻനായർക്ക് തോന്നാൻ തുടങ്ങി. കോമൻനായരേ, നിങ്ങൾ കവിതയുടെ ഒരു സംബന്ധക്കാരൻ മാത്രമാകുന്നു. കവിതയിലെ വലിയ തറവാട്ടിലെ കാരണവർ പറയുന്നതുപോലെ നിങ്ങൾക്കു കവിതയെഴുതാൻ പറ്റിയില്ലെങ്കിൽ എല്ലാം ഇട്ടെറിഞ്ഞുപോവുക!

കോമൻനായർ ധർമ്മസങ്കടത്തിലായി. സ്കൂൾവരാന്തയിൽ കിടന്നു പിടയ്ക്കുന്ന തന്റെ ജീവിതം ജലം തേടുകയാണ്. ഒരു ചാലുണ്ടാക്കിത്തരാൻ ആരുമില്ലേ? ചാത്തുനായരുടെ സ്ഥാവരജംഗമസ്വത്തുക്കളിൽ ഒരു നമ്പ്ര് ആകാൻ മാത്രമോ താൻ വിധിക്കപ്പെട്ടിരിക്കുന്നത്? പാതി വധിക്കപ്പെട്ടിരിക്കുന്നത്?

മഹാകവിയോടു ചോദിച്ചു സംശയനിവൃത്തി വരുത്താം.

മഹാകവിയുടെ അമൃതേത്തുവേളയിൽ ആരോ വന്നു വിളിച്ചു.

"യുവകവി കോമൻനായർ സദ്യയിൽ പങ്കുകൊള്ളാൻ അകത്തേക്കു വരിക!"

അകത്തുനിന്ന് കോഴിയുടെ ദീനസ്വരം കേൾക്കുന്നു. പാവം കോമൻനായരുടെ ചങ്കിലാണ് ആ ദീനസ്വരം തറച്ചത്.

മഹാകവിക്കു കോഴിക്കറിയാണു പ്രിയങ്കരം എന്നറിഞ്ഞ ഗൗരീശങ്കരത്തിലെ നായനാർ കൊപ്പുബട്‌ലറെ അയച്ചു. നിറയൂരിൽ നല്ല മുഴുത്ത പൂവൻകോഴികൾ എല്ലാ കടകളിലും കാണും. കൊപ്പുബട്‌ലർ പറഞ്ഞു:

"കോമന്നായരുമാഷേ, ചേരിക്കല്ലീന്നു വരണ ഏതെങ്കിലും കുട്ടികളുണ്ടോ മാഷെ ക്ലാസിൽ?"

ഉണ്ടായിരുന്നു. കഷ്ടിച്ചു മൂന്നുനേരം അടുപ്പു പുകയുന്ന ചില വീടു

കളിൽനിന്നു വരുന്ന മൂന്നുനാലു കുട്ടികൾ. ബംഗ്ലാവിൽ നട്ടിക്കറിസ്സാമാനങ്ങൾ വേണ്ടുമ്പോൾ കൊപ്പുബട്‌ലർ വള്ളിത്തോപ്പിൽ പ്രത്യക്ഷപ്പെടും. ഒന്നോ രണ്ടോ പിള്ളാരെ വീട്ടിലേക്കു വിട്ടിട്ട് ആജ്ഞാപിക്കും, അവന്റെ തന്തയോടു പറ ബംഗ്ലാവിൽ വിരുന്നുണ്ടെന്ന്!

ഇന്നുച്ചയ്ക്കു കൊപ്പുബട്‌ലർ വള്ളിത്തോപ്പിൽ വന്നു.

"ചാമീരെ ചെക്കനെ ഒന്നു വിടാ."

ചാമിയുടെ ചെക്കൻ ഈയിടെ കിട്ടേട്ടന്റെ വളർത്തുമക്കളുടെ പിന്നാലെ സ്കൂളിൽ പതിവായി വരുന്നുണ്ട്. വലിയ വീടുകളിലെ കുട്ടികളെ അവർ പട്ടണത്തിൽ ഹോസ്റ്റലുള്ള സ്കൂളിലേക്കു വിടുതി മേടിച്ചു കൊണ്ടുപോയി.

ചേരിക്കല്ലുവയലിലെ കുടിയാന്മാരുടെ മക്കളാണിപ്പോൾ കുട്ടികളിൽ ഭൂരിപക്ഷം. നിറയൂരെ കുട്ടികൾ വരവു നിർത്തിയമട്ടാണ്. പഴയപടി അവരെ ഉക്കാരൻഗുരുക്കൾ പഠിപ്പിക്കുകയാണോ? അറിഞ്ഞു കൂടാ.

"എടാ നെന്റെ തന്തേരട്ത്ത് ചെന്നു പറ, നല്ലൊരു കോഴീന വേണംന്ന്! കാലിനു മുള്ളുമുളച്ചിട്ടില്ലാത്ത അങ്കവാല് വന്ന ഒരുത്തന്നുണ്ടല്ലോ? ആ കരിങ്കോഴി! ഓനെത്തന്നെ കൊണ്ടുവരാമ്പറ!"

വള്ളിത്തോപ്പിറങ്ങി, വയൽവരമ്പിലൂടെ തോടു മുറിച്ചു കടന്നു ചാമിയുടെ ചെക്കൻ പറന്നു. അടുത്ത നിമിഷം എള്ളിൻകണ്ടത്തിൽ ഒരാർപ്പാണു കേട്ടത്! കുട്ടികൾക്കു കേട്ടെഴുത്തു കൊടുക്കുകയായിരുന്ന കോമൻനായർ ഞെട്ടിത്തിരിഞ്ഞു. ചാമിയുടെ ചെക്കനെ പരുന്തുറാഞ്ചിയോ? ചുഴലിയെടുത്ത് ഉയരങ്ങളിലേക്കു പറന്നുപോയോ?

ഉച്ചയ്ക്കു കഞ്ഞികുടിക്കാൻ പോയ കുഞ്ഞുങ്ങൾ മടങ്ങിയെത്തിയിരുന്നു.

ചേരിക്കല്ലു കുടിമാടങ്ങളിൽ ഉച്ചയ്ക്കു ചോളക്കഞ്ഞി കുടിക്കാനെത്തിയ കൃഷിക്കാർ കൂട്ടത്തോടെ വൈരം കൊടുക്കുന്നു. കീഴ്ക്കണ്ടത്തിൽനിന്നു മേലോട്ടും അവിടുന്നു കീഴോട്ടും പിന്നെ മലഞ്ചെരിവിൽ ഇഞ്ചിനടാൻ തെളിയിച്ച കരഭാഗത്തേക്കും ഒരാരവത്തോടെ ഓടുന്ന അർധനഗ്നരുടെ കൂട്ടം ഇടയ്ക്കിടെ ആർപ്പുവിളിച്ചു.

"അതാ പിടിയെടാ!"

"അതാ എടത്തോട്ട്, ആലേന്റവിട!"

"നെന്റെ കാലിന്റെ ചോട്ടിലതാ, വിടല്ലേ!"

"പോയി! പോയി! പോയി!"

"കൊടുങ്ങല്ലൂർക്ക് ഉഴിഞ്ഞിട്ട കോഴ്യാർന്നു!"

"ഭഗവതീരെ മനസില്ലായയാ കാണണത്!"

"വേറൊന്നിനെ നോക്കടാ— ആ പുള്ളി വാലനെ!"

"വേണ്ട! കരിങ്കോഴി തന്നെ വേണം!"

നേരം അസ്തമിക്കാറായാൽ അവൻ ഇണകളെത്തേടി കൂടണയും. അസ്തമിക്കാനെത്രയോ നേരമുണ്ട്. കൊപ്പുബട്‌ലർ കത്തി അണച്ചു കാത്തിരിക്കുന്നു. ബംഗ്ലാവിലെ അടുക്കള കാത്തിരിക്കുന്നു. അതിഥി തീവണ്ടിയിലിറങ്ങി എത്താറായി.

"ഒരു കോഴീനെ പിടിക്കാൻ പാങ്ങില്ലാത്തോനായോടാ നീയ്യ്?" ഇക്കരെ തോട്ടുവരമ്പത്തുനിന്ന് ബംഗ്ലാവിലെ വീട്ടുകാര്യസ്ഥൻ അട്ടഹസിക്കുന്നു.

കോമൻനായരുടെ മുമ്പിൽക്കൂടിയാണ് അവസാനം വേലക്കാർ അവനെ കാലുകെട്ടി കൊണ്ടുപോയത്. ശൂരനായ ഒരു ചെറുത്തുനിൽപ്പുകാരന്റെ മട്ടിൽ ഒട്ടും വഴങ്ങാതെ ബന്ധനത്തിലായ തന്റെ കാലുകൾ നഷ്ടമായതറിയാതെ പൂങ്കോഴി നാലുപാടു നോക്കി കയർത്തു. അസ്തമയത്തിൽ അവന്റെ തവരയില ആകൃതിയിലുള്ള താടകൾ പൂർവാധികം ആരക്തമായി. അവന്റെ മിഴികൾ ഭഗവതിയുടെ കണ്ണുപോലെ ചുവന്നു തുടുത്തു. ഉടലിലെ കൂപ്പുകൾ മിന്നി.

വേലക്കാരന്റെ കയ്യിൽനിന്നു തുള്ളിയവൻ ആകാശത്തിലേക്ക് ഉയരുകയും തൊണ്ട തുറന്ന് അസമയത്തു കൂവുകയും ചെയ്തു. മൂവന്തിയിലെ ആ കൂവൽ ചേരിക്കല്ലിലെ കുടിമാടങ്ങളുടെ ചെവിയിലെത്തി.

വരാന്തയിലിരുന്നു തന്റെ കവിതയുടെ പകർപ്പെടുത്തു തെറ്റു തിരുത്തുകയായിരുന്ന കോമൻനായർ ഞെട്ടി.

ഒരു കുതിപ്പിൽ അവൻ ചാമിയുടെ മുറ്റത്ത് ചാമിയുടെ ചുമലിൽ കയറിനിന്നു ലോകത്തെ വെല്ലുവിളിച്ചു. കോമൻനായർ അതു നോക്കിനിന്നു വിറപൂണ്ടു.

"ഞാൻ കുളുത്തും എള്ളിൻപിണ്ണാക്കും കൊടുത്തു പോറ്റണതുകൊണ്ടാ ഓൻ എന്റടുത്തു തിരിച്ചെത്തിയത്."

ചാമിയുടെ ചെക്കൻ മുമ്പോട്ടുവന്നു:

"—വാടാ!"

കരിങ്കോഴി ചെക്കന്റെ കൈയിൽ ഒരു മുയലിനെപ്പോലെ ഒതുങ്ങിയിരുന്നു. സന്ധ്യ മരിച്ചുവീഴുന്ന വയൽവരമ്പിലൂടെ ചാമിയുടെ ചെക്കൻ പ്രാഞ്ചി പ്രാഞ്ചി നടന്നു ബംഗ്ലാവിന്റെ കുശിനിയുടെ മുറ്റത്തു ചെന്നു നിൽക്കുന്നത് കോമൻനായർ കണ്ടു...

കോമൻനായർ ബംഗ്ലാവിന്റെ പടിവാതിലിലിറങ്ങി. മഹാകവിയുടെ ചുണ്ടത്തു കോഴിച്ചോര പറ്റി നിൽക്കുന്നു. കോമൻനായർ കണ്ണ് ചിമ്മിത്തുറന്നു. ലോകം പഴയപടിതന്നെയോ? ഹൃദയത്തിൽ ചേർന്നു കിടക്കുന്ന തന്റെ കവിത പ്രാവുകളെപ്പോലെ കുറുകുന്നു. ഉള്ളിന്റെ ഉള്ളുമായി ഇണങ്ങിച്ചേർന്നു പറന്നുയരാൻ വെമ്പുന്നു.

കോമൻനായർ നടത്തത്തിനു വേഗത കൂട്ടി. ഒരു കോഴിയുടെ ദീനരോദനം കേട്ടു പേടിച്ചോടുന്ന താനെങ്ങനെയാണു ഗർജ്ജിക്കുന്ന ബ്രിട്ടീഷ് സിംഹത്തോട് ഒരു കവിത ആയുധമാക്കി പോരാടുക?

ഉപ്പു കുറുക്കാൻപോയ കാലത്ത് ഭഗവതിയുടെ മുമ്പിൽവെച്ചു പ്രതിജ്ഞചെയ്തു. എന്റെ കവിത ഈ നാടിന്റെ സ്വാതന്ത്ര്യത്തിനുവേണ്ടി!

സത്യഗ്രഹിയുടെ തലയോട്ടി ലാത്തിയടിയേറ്റു ചോര ചീറ്റും. സമരസേനാനി കൊല്ലും കൊലയും കാണേണ്ടിവരും. എന്റെ കവിത ഹിംസ്രമല്ല. കരുണാമയിയായ അവളെ രണാങ്കണത്തിൽ അലഞ്ഞു തിരിയാൻ ഞാനനുവദിക്കുകയില്ല.

തന്റെ കവിത മഹാകവിയെ കാണിക്കേണ്ട ഒരവസരം ഇതല്ല. അവർ വലിയ രാജ്യകാര്യങ്ങൾ ചർച്ചചെയ്യുമ്പോൾ ഞാനെന്റെ സ്വപ്ന ങ്ങൾക്കു പരിക്കേൽക്കാതെ തൽക്കാലം തിരിച്ചു പോകട്ടെ.

സസ്യഭോജിയായ കോമൻനായർ ഒരു ദൃഢവ്രതത്തിന്റെ ചാരിത്ര്യം സൂക്ഷിക്കുന്നതിൽ ബദ്ധശ്രദ്ധനായി വള്ളത്തോപ്പിലേക്കു നടന്നു.

ഒരു ചാറ്റൽമഴ അയാളെ അനുഗമിച്ചു. ഇലത്തുമ്പിലെ മഴവെള്ളം പിറുപിറുത്തു.

വള്ളിത്തോപ്പും വിദ്യാലയവും ഇരുട്ടിലാണ്ടു.

എന്റെ പ്രിയപത്നി ഇപ്പോൾ എവിടെയാണ്?

സ്കൂളിനടുത്ത് കിട്ടേട്ടന്റെ വകയായ പത്തു സെന്റിൽ ഒരു പുര കെട്ടി കുടുംബസമേതം താമസിക്കാമെന്നു മോഹിച്ചിരുന്നു. പുരപണി തീർന്നു. അനന്തൻനായർ നൽകിയ വൈക്കോൽ പുതച്ചു. അടുക്കളയി ലേക്കുള്ള പാത്രങ്ങൾ ഉച്ചിരേട്ടത്തി നൽകി. കടം വാങ്ങിയ കാശു മുടക്കി ഗണപതിഹോമം കഴിപ്പിച്ചു.

"ഞാനെങ്ങനെ വരും? രുക്മിണി കരഞ്ഞു.

"കുഞ്ഞിങ്ങളെ വിടൂല്ല എന്നാ കാരണോര് പറയ്ണ്ത്!"

"എന്റെ മക്കളെയോ?"

"മക്കൾ എടപ്പത്തിലെയത്രെ!"

"രുക്മിണീ— —"

"പുറത്ത് ഒരുമണി അരി കിട്ടാനില്ലാത്തപ്പഴ് കുഞ്ഞിങ്ങളെ എടുത്തു ഞാനെങ്ങനെ പോരും?"

"നീലകണ്ഠൻ മുമ്പിൽ ഓടിപ്പോരില്ലേ?"

രുക്മിണി മൗനംപാലിച്ചു.

പാർപ്പില്ലാത്ത വീട് ഒരു പ്രേതഗൃഹംപോലെ ഇരുട്ടിൽ മൂകമായി. കോമൻനായർ ആ ഭാഗത്തേക്കു നോക്കിയില്ല. വീടടച്ചുപൂട്ടി താക്കോൽ തലയണച്ചോട്ടിൽ വച്ചു. പതിവുപോലെ രണ്ടു ബഞ്ചുകൾ ചേർത്തിട്ടു സ്കൂൾ വരാന്തയിൽ കിടന്നു. കിടപ്പുറയ്ക്കുന്നില്ല.

ഇന്നും അത്താഴമില്ലേ?

കോമൻനായർ ചുമരിൽ ഞാന്നുകിടന്ന, ഗാന്ധിജിയുടെ പടം അച്ച ടിച്ച തുണിസഞ്ചിയിൽ കൈയിട്ടു നോക്കി. ഇല്ല, ഒന്നും അവശേഷിച്ചി ട്ടില്ല. ഒരുപിടി നുറുക്കരി ഉണ്ടായിരുന്നെങ്കിൽ കഞ്ഞിവച്ചു കുടിക്കാമാ യിരുന്നു.

നൂറു പട്ടിണി കിടന്നാലും ഇനി എടപ്പത്തിലേക്കില്ല.

രുക്മിണിയെക്കൂടാതെ, തന്റെ സ്വന്തമെന്നു പറയാവുന്ന കുടിലി ലേക്കുമില്ല.

രാത്രി തണുക്കുകയും കോമൻനായരുടെ സിരകളിലേക്ക് ഊർന്നിറങ്ങുകയും ചെയ്തു. അടുത്ത സ്കൂൾ വാർഷികത്തിന് അഭിന യിക്കേണ്ട നാടകത്തെക്കുറിച്ചു മനസു ചാഞ്ചാടി. പണമുള്ളവനു കവി തയും നാടകവും തൊപ്പിയിലെ തൂവലുകൾ. പണമില്ലാത്തവനെ കവിതയുടെ പേരിൽ പുച്ഛിക്കുന്ന ചാത്തുനായർ.

"ഈ വേഷം കെട്ടി നാടകം കളിക്കണ നേരംകൊണ്ട് നെന്റെ സംബ

ന്ധക്കാരന് നാലു പണം ഉണ്ടാക്കാനുള്ള വേലയെടുത്തൂടെ?" രുക്മിണിക്ക് കേൾക്കാനേ അറിയൂ. ഇറങ്ങിപ്പോരാനോ ധൈര്യമില്ല. തറവാട്ടിൽ മറ്റു പെണ്ണുങ്ങൾക്കുള്ള അവകാശങ്ങൾ അവൾക്കുമില്ലേ? നീലകണ്ഠന് കഞ്ഞിയിൽ വെണ്ണയിടാതെ മാത്രമേ കിട്ടൂ. നീലകണ്ഠൻ സംസ്കൃതം പഠിക്കുന്നവൻ, അപമാനിതൻ. എന്റെ മകനെ ഞാൻ ഇംഗ്ലീഷുപള്ളിക്കൂടത്തിലയയ്ക്കുകയില്ല! അവനെ ഞാനൊരു കവിയാക്കും. ദേശസ്നേഹിയാക്കും!

സ്വപ്നങ്ങളുടെ നിറംകണ്ടു ഭ്രമിക്കാതെ, കോമൻനായരേ—

കോമൻനായർ ഇരുട്ടിലേക്കു ദയനീയമായി നോക്കി. ഇരുട്ട് സഖിയാണ്. രഹസ്യങ്ങൾ ചോർത്തിക്കൊടുക്കാത്തവൾ. നേരിയൊരു പ്രകാശം കണ്ടാൽ ചിരിക്കാനറിയുന്നവൾ. അവൾ രുക്മിണിയെപ്പോലെ സദാ കണ്ണീർ വാർത്ത് അലോസരപ്പെടുത്തുകയില്ല.

മലഞ്ചെരുവുകളിൽ വന്നുനിന്ന് ഇരുട്ട് എത്തിനോക്കി. ദൂരെ ചക്രവാളത്തിൽ കതിരണിഞ്ഞ മുളിപ്പുൽപ്പരപ്പിന്റെ ഊതനിറം വ്യാപിക്കുന്നു. പതുക്കെപ്പതുക്കെ പുൽപ്പരപ്പിനെ നക്കിയെടുത്തു തീനാളങ്ങൾ അളയിലേക്കു പിന്മാറുന്നു.

കോമൻനായർ വരാന്തയിലെ ബഞ്ചിലിരുന്നു. ചേരിക്കല്ലിലെ കുടിലുകളുറങ്ങി. അത്താഴത്തിന്റെ കൊതിപ്പിക്കുന്ന ഗന്ധമടങ്ങി. ഇപ്പോൾ അത്താഴത്തിനു വിഭവങ്ങളില്ലാതായ ചേരിക്കല്ലുമാടങ്ങളെ അയാൾ തിരിച്ചറിയുന്നു. അത്താഴപ്പട്ടിണിയെന്നാൽ അവർക്കു മുഴുപ്പട്ടിണിയാണ്. ഒരിക്കൽപ്പോലും തീപുകയാത്ത കുടിലുകളിലെ കുഞ്ഞുങ്ങൾക്കു കഞ്ഞി പകർച്ച നടത്തണമെന്നു കിട്ടേട്ടൻ പറയുന്നു. അരിയെവിടെ?...

ഇരുട്ടിന്റെ കാലൊച്ച അടുത്തുവരുന്നു.

"മാഷ് ഉറങ്ങിയില്ലെ?" രാഘവൻ മന്ത്രിക്കുന്ന തരത്തിലാണെങ്കിലും കോമൻനായർ സുഹൃത്തിനെ തിരിച്ചറിഞ്ഞു. രാഘവനെ കണ്ടിട്ടു തിരിച്ചറിയുന്നില്ല. കാച്ചിയ എണ്ണയുടെ മണവും അലക്കിയ തുണിയുടെ വെണ്മയും മുഖത്തെ ചൈതന്യവും എങ്ങുപോയി? കണ്ണുകളുടെ തിളക്കം പതിന്മടങ്ങായി വർധിച്ചിട്ടുണ്ട്. ഇപ്പോൾ രാഘവന് ആ കണ്ണുകളേയുള്ളൂ. കരുവഞ്ചേരി കാരണവരുടെ പുത്രന്റെ അവസ്ഥയല്ലിത്. സർവദിക്കിലും കാണപ്പെടുന്ന ഒരു പട്ടിണിക്കോലം!

ചുണ്ടത്തു വിരൽ വിലക്കിക്കൊണ്ടാണ് രാഘവൻ ഇരുട്ടിൽ കോമൻനായരുടെ മുമ്പിൽ വന്നു നിന്നത്.

കീശയിൽ കൈയിട്ട കോമൻനായരോട് രാഘവൻ പറഞ്ഞു: "വേണ്ട! രണ്ടു ബീഡിക്കുറ്റികൾ ഒന്നിച്ചു കണ്ണു തുറന്നാൽ പൊലീസ് ഓടിയെത്തും ഞാൻ പുകവലിക്കാറില്ല!"

കോമൻനായർ തന്റെ പുക തീർത്തു.

"അച്ഛന് എങ്ങനെയുണ്ട്?"

"വാർധക്യത്തിന്റെ അസഹ്യത! അമ്മ വന്നിട്ടുണ്ട്!"

"അറിഞ്ഞു."

"മാഷെ, എനിക്ക് അഞ്ചുരൂപ കടം തരണം!"

കോമൻനായർ ദയനീയമായി പുഞ്ചിരിച്ചു.

“അഞ്ചുരൂപ പോയിട്ട് അഞ്ചു മുക്കാലില്ലല്ലോ! വണ്ടിക്കൂലിക്ക് പണം ഉണ്ടായിരുന്നെങ്കിൽ ഞാൻ അങ്ങു കണ്ണൂർക്കു പോകുമായിരുന്നു!”

രാഘവനു ജാള്യം തോന്നി. ഏറ്റവും അവസാനം ചോദിക്കേണ്ട മനുഷ്യനോടാണ് ആദ്യം ചോദിച്ചത്. വേണ്ടായിരുന്നു. കരുവഞ്ചേരി ചെന്ന് അമ്മയോടു ചോദിച്ചാൽ കിട്ടും. ചെന്നുകൂടാ. പടിക്കൽ പൊലീസ് തന്നെ കാത്തുനിൽക്കുന്നു. നിറയൂരെ നെല്ലെടുപ്പുകേസ്സിൽ രണ്ടാംപ്രതി കരുവഞ്ചേരി രാഘവൻ. കണ്ണിൽപ്പെട്ടാൽ അച്ഛൻ പൊലീസിനെ വരുത്തും.

അത്താഴം കഴിച്ചില്ല. കിട്ടേട്ടന്റെ ആശ്രമത്തിൽ ചെന്നാൽ കോതമ്പുകഞ്ഞി കിട്ടും. കുട്ടികൾക്കുവേണ്ടി അദ്ദേഹം ഏതോ മിഷനറിമാരുടെ പക്കൽനിന്ന് കുറച്ചു കോതമ്പു സംഘടിപ്പിച്ചിട്ടുണ്ട്. പുല്ലൂർ വയലിന് ഏറെ വിസ്താരം. നാട്ടുവെളിച്ചത്തിൽ അക്കരെപറ്റും മുമ്പ് പൊലീസിന്റെ കൈയിൽ അകപ്പെടും.

രാഘവൻ ഒരക്ഷരം ഉരിയാടാതെ ഇരുട്ടിലേക്കു മാഞ്ഞുപോകുന്നതു നോക്കി കോമൻനായർ പറഞ്ഞു:

“ഞാനൊരു ശപ്പൻതന്നെ! ചാത്തുനായർ പറയുന്നതിലും കാര്യമുണ്ട്!”

കോമൻനായർ ഇറങ്ങി നടന്നു. പൂരക്കളി കഴിഞ്ഞു പിരിഞ്ഞുപോകുന്ന മൊകയയുവാക്കൾ എതിലേ വന്നു? വെയിലേറ്റു കാരിരുമ്പായ ഉറച്ച ശരീരം അവരുടെ നടപ്പിലും നോക്കിലും ഞാനെന്ന ഭാവം പിടയ്ക്കുന്ന മത്സ്യത്തെ ഓർമിപ്പിക്കുന്ന കണങ്കാലുകൾ. ചൂട്ട് ആഞ്ഞുവീശി മുമ്പെ നടന്നുപോകുന്ന പെണ്ണുങ്ങളുടെ പുറകെ യുവാക്കൾ അങ്ങാടിയിലേക്കു തിരിഞ്ഞു. കള്ളുഷാപ്പിലേക്ക്.

കോമൻനായർ പടിഞ്ഞാറോട്ട് വെട്ടുവഴിയിലൂടെ നടന്നു. ആൾപ്പെരുമാറ്റമില്ലാത്ത വഴി. മുഖത്തു വീശുന്ന തണുത്ത കാറ്റ്. വഴികൾ വിലക്കപ്പെട്ടവയാണെന്ന വസ്തുത ഏകാന്തപഥികനായ കോമൻനായർക്കറിയില്ല.

കഴിഞ്ഞയാഴ്ച കണ്ട സിനിമാക്കഥ തന്റെ ഭാര്യകൂടി കാണേണ്ടതായിരുന്നു. കാരണവരനുവദിക്കില്ല. അവൾ വരികയുമില്ല.

രണ്ടാമത്തെ സിനിമ ഒന്നാമത്തെ പടത്തിനു പുറകെ. ആദ്യത്തേതിൽ ഭാര്യക്കും പെങ്ങൾക്കും ഇടയിൽ ഗതികെട്ട നായകൻ. രണ്ടാമത്തേതിൽ വീരശൂരപരാക്രമിയായ അമാനുള്ള. കഥയുടെ പേര് ‘അമാനുള്ളയുടെ വിദേശസഞ്ചാരം’ എന്ന് ആയിരുന്നു. തനിക്ക് അമാനുള്ളയാവണം. ഊരു ചുറ്റണം. കാലിലെയും കരളിലെയും കെട്ടുകൾ അഴിച്ചുകളയണം! എടപ്പത്തിൽ ചെന്ന് രുക്മിണിയോടൊരു വാക്കു പറഞ്ഞ് ഇറങ്ങിപ്പോരണം. നീലകണ്ഠനെ ഓർക്കുമ്പോൾ—അവന്റെ മേൽ പിതാവായ തനിക്ക് ഒരവകാശവുമില്ല. കാരണവർക്കത്രെ! എന്തു ഹീനമായ അവസ്ഥ! ഒരു വിത്തുകാളയുടേതിനേക്കാൾ ഹീനം. വിത്തുകാളയ്ക്ക് നല്ല പരിചരണം കിട്ടും.

നീലകണ്ഠൻ സംസ്കൃതകാവ്യം ഉരുവിട്ടതിന് അവന്റെ പെറ്റതള്ള നോക്കിനിൽക്കെയല്ലേ കാരണവർ കരണത്തടിച്ചത്.

അതിന് അവളുടെ ഒരു ന്യായം—

"വല്യമ്മാവനല്ലെ ഓനെ പോറ്റുന്നത്!"

പിന്നെ തന്തയായ തനിക്ക് എന്തു പറയാനുണ്ട്? അമാനുള്ളയെപ്പോലെ നാടുവിടണം! രാജ്യസഞ്ചാരം ചെയ്യണം. ആദ്യം കാശിയിൽ. പിന്നെ കടലിനക്കരെ!

വേലിപ്പുറത്തുനിന്ന് ഒരു സുന്ദരി പൊട്ടിച്ചിരിക്കുന്നു.

"ഇങ്ങനെ നടന്നാലെക്കൊണ്ട് ഭൂമി തലേല് വീണാലും അറിയേല!"

കോമൻനായർ ഉണർന്നു.

"ഞാനെത്ര നേരമായി വിളിക്ക്ണു! ഒന്നു കയറി ഇരുന്നു പോകണം!"

കോമൻനായർ അത്ഭുതസ്തബ്ധനായി. ഒരു സുന്ദരിയും തന്നെ ഇത്ര കണ്ട് നിർബന്ധത്തോടെ സൽക്കരിക്കാറില്ല. നാടകനടനായി, കവിയായി, അറിയപ്പെടാൻ തുടങ്ങിയ കാലത്ത് സംഭവിക്കാറുണ്ടായിരുന്നു, ഇപ്പോൾ കാലം മാറി. പണമുള്ളവനേ സീറ്റുള്ളൂ.

ഇത്ര പരിചയം ഭാവിക്കുന്ന ഇവരെ എവിടെവച്ചാണ് കണ്ടുമുട്ടിയത്? ഒരു ചെറിയ മിന്നൽ! പക്ഷേ, തെളിഞ്ഞുകാണുന്നില്ല.

"എന്റെ മക്കളാ ലവകുശന്മാരായി അഭിനയിച്ചത്!" അവരുടെ സ്വരത്തിൽ നേരിയ അഹന്ത.

"അതേയൊ? അറിഞ്ഞില്ല! അന്നു ചെയ്ത ഉപകാരം മറക്കില്ല!"

"അതാണു പറയുന്നത് ഒന്നിരുന്നിറ്റ് പോകൂ."

സന്ധ്യ, വിധവ, ഏകാന്തത. സുന്ദരമായ രാത്രിയിൽ ഒരു പൗർണമിപോലെ വേലിയരികിൽ നിന്നു ക്ഷണിക്കുന്ന സുന്ദരി. കാര്യം പന്തിയല്ല. കോമൻനായരുടെ ചങ്കിടിക്കാൻ തുടങ്ങി. അയാളുടെ ഉള്ളിൽ ഒരു പോരാട്ടം നടന്നു. അമാനുള്ളയും പാവം യുവകവി കോമൻനായരും തമ്മിൽ.

കോമൻനായർ തലതാഴ്ത്തി അതിശീഘ്രം ഇടവഴിയുടെ ഇരുണ്ട കയങ്ങളിലൂടെ ഊളിയിട്ടു. ഇരുട്ടിന്റെ മറുകരയിൽനിന്നു സുന്ദരി പൊട്ടിച്ചിരിക്കുന്നു. ആ ചിരി അയാളെ അരിശംപിടിപ്പിച്ചു. അയാൾ തന്നോടു തന്നെ പറഞ്ഞു: "എടപ്പത്തിലെ വെണ്ണീരുകുഴിയിൽ കിടക്കുന്ന നായേ, നിനക്കെന്നാണ് ഉശിരുണ്ടാവുക?"

മുപ്പത്തിനാല്

ഇനി യുദ്ധം. ഇതുവരെ നാടകങ്ങൾ, ഹിന്ദി ക്ലാസുകൾ, ജാഥകൾ, സംവാദങ്ങൾ, ഷഷ്ടിപൂർത്തിക്കും ജന്മദിനത്തിനും അർച്ചനകൾ, ഖദർ വിപ്ലവങ്ങൾ. ഇനി യുദ്ധം. നേരിട്ടു യുദ്ധം. കുടുംബകാര്യങ്ങളുടെ കുരുക്കുകളിൽപ്പെട്ടു നാളുകൾ വിഫലമാക്കാനൊക്കുമോ?

മഹേശ്വരൻ തിരിഞ്ഞും മറിഞ്ഞും കിടന്നു. ഗാന്ധിജിയുടെ അഹിംസാസിദ്ധാന്തം ഒരു ചുവപ്പു തടാകത്തിൽ വെൺതാമരപോലെ വിരിഞ്ഞു നിൽക്കുന്നത് മഹേശ്വരൻ സ്വപ്നം കണ്ടു.

സ്വപ്നം ഞെട്ടി എണീറ്റിരുന്നു. ആകെയൊരു അസ്ഥാളിപ്പ്. ഇരുട്ടലിഞ്ഞു. മൂലയ്ക്ക് അണഞ്ഞുപോയ നെയ്ത്തിരി. നിലവിളക്കിന്റെ മ്ലാനമുഖം. മഹേശ്വരൻ എണീറ്റു ജനലിനടുത്തേക്കു നടന്നു. വട്ടമേശ കാലിൽ തടഞ്ഞു ശബ്ദിച്ചു. കൂജയിലെ തണുത്ത ചുക്കുവെള്ളം പകർന്നു കുടിച്ചു.

ഉണ്ണിമായ ഉണർന്നു കിടന്നു. ചുരുട്ടിയിരുന്ന ഉത്തരീയം മടക്കി വീശാൻ തുടങ്ങി.

"മായേ, നിനക്കു മനസിലാകുമോ?"

"ഓ!"

"ഞാനൊരു വിപ്ലവകാരിയാണ്! ഒരു സോഷ്യലിസ്റ്റ്! നമ്മുടെ പാവം ഗ്രാമീണർ! അഹിംസാ സിദ്ധാന്തക്കാർ അവരെ കൈവെടിഞ്ഞിരിക്കുന്നു. 'ഞായറാഴ്ച കോൺഗ്രസ്' അവരെ കാണുന്നില്ല!"

"ഏതു തരത്തിലുള്ള വിപ്ലവമാണ് ഇവിടുന്നു നടത്താൻ പോകുന്നത്!"

"സമ്പൂർണ വിപ്ലവം! ഇനി തിരിഞ്ഞോടാൻ പറ്റ്ല്യ." അയാൾ ഉദ്വേഗത്തോടെ സംസാരിച്ചുകൊണ്ടിരുന്നു.

"അവർ കൃഷിക്കാർ ഞങ്ങളെ ഉപേക്ഷിക്കില്ല!"

"അപ്പോൾ ആർക്ക് ആരെയാണ് യഥാർഥത്തിൽ ആവശ്യമായിട്ടുള്ളത്?" ഉണ്ണിമായ എണീറ്റിരുന്നു.

"കഷ്ടപ്പാട് ആർക്കാണോ അവർക്കല്ലേ സഹായം നൽകേണ്ടത്?"

ഉണ്ണിമായ ഉറക്കം മതിയാക്കി എണീറ്റു വന്നു. മുഖം കഴുകി. കൂജയിലെ ചുക്കുവെള്ളം കഴിഞ്ഞിരിക്കുന്നത് അവർ കണ്ടു.

"ഉറങ്ങിയില്ല, അല്ലേ?"

"ഉറക്കം, കൃത്യസമയത്തുറക്കം, ഒരു ബൂർഷ്വാ ജീവിതശൈലിയാണ്. ഉറക്കം വരാതിരിക്കൽ അതിന്റെ സ്വഭാവമാണ്. മായ കണ്ടിട്ടില്ലേ ഇവിടുത്തെ ദാസികളും കൃഷിക്കാരും കളത്തിന്റെ കോലായിലോ കുളപ്പടവിലോ പുറം തിണ്ണയിലോ വീണുറങ്ങുന്നത്!"

അപ്പോൾ അവൾ, തനിക്കു ദാസികളാരും ഇല്ലല്ലോ എന്നോർത്തു. മഹേശ്വരന്റെ ജയിൽവാസം അദ്ദേഹത്തിന്റെ ജാതി കളഞ്ഞിരുന്നു. വല്യേട്ടൻ വേലക്കാരെ മുടക്കി. വേലക്കാരെല്ലാം വല്യേട്ടന്റെ കുടിയാന്മാർ. ഉണ്ടില്ലെങ്കിലും ഉറങ്ങിയില്ലെങ്കിലും കുടികൾ നഷ്ടപ്പെടാൻ അവർ ആഗ്രഹിച്ചില്ല. ഇരുട്ടിന്റെ മറപറ്റിയാണ് കോന്തിവന്നു മുറ്റമടിക്കുന്നത്. പുലരും മുമ്പ് അവൾ പോവുകയും ചെയ്യും. ഇപ്പോൾ വെളുത്തേടനില്ല. ക്ഷുരകനില്ല. നെല്ലുകുത്തുകാരിയില്ല. കാലിയാൻ ചെക്കനില്ല. ജാതിക്കൂട്ടം എല്ലാവരേയും മുടക്കി.

എത്രയധികം പാവപ്പെട്ട മനുഷ്യരുടെ താങ്ങോടുകൂടിയാണ് ഈ ചെറുകുടുംബം കഴിഞ്ഞുപോന്നിരുന്നതെന്നോർത്ത് ഉണ്ണിമായ സ്തബ്ധയായി.

ചേരിക്കല്ലിലെ ചാളകളിൽ കോഴികൂവാൻ തുടങ്ങി. പാതിരാ

കോഴിയോ പുലർച്ചക്കോഴിയോ? ജനലിലൂടെ ഉണ്ണിമായ ഇരുട്ടിന്റെ ഹൃദയത്തിലേക്കു നോക്കി. അപ്പോൾ പടിഞ്ഞാറെ മുറ്റത്തു ചൂലു പതിക്കുന്ന ശബ്ദം. ഒരു അടക്കിയ തേങ്ങൽപോലെ.

"ആരാദ്? നേരം പുലരാറായില്ലല്ലോ." മഹേശ്വരൻ രോഷത്തോടെ ചോദിച്ചു. ഉറക്കം വരാത്ത ഒരു രാവിന്റെ ശുണ്ഠി.

"നേരം വെളിച്ചായാൽ അവർക്കിവിടെ വരാൻ പാടുണ്ടോ? കോന്തിയെ വല്യേട്ടൻ കുടിയിറക്കില്ലേ?"

വീട്ടുകാര്യങ്ങൾ എങ്ങനെ നടന്നുപോകുന്നു എന്ന് മഹേശ്വരൻ അറിയാറില്ല. അയാൾ പുലർച്ചെ വൃത്തിയുള്ള പൂമുറ്റം കണികണ്ടിറങ്ങുന്നു. ക്ഷുരകൻ പുളിമരച്ചോട്ടിൽ പാത്തും പതുങ്ങിയും കാത്തിരിക്കുന്നു. നാവുതീയൻ ചാത്തുണ്ണി അലക്കിയവസ്ത്രങ്ങൾ ഉമ്മറത്തു വച്ചു പോകുന്നത് എപ്പോഴെന്ന് ആരും അറിയുന്നില്ല.

മഹേശ്വരന് നിത്യേന തൂവെള്ള ഖദർവസ്ത്രം വേണം. ഇക്കൂട്ടരോടെല്ലാം തങ്ങൾ കടപ്പെട്ടിരിക്കുന്നു. എന്നാണ് ഈ കടം തീരുക?

നിലാവു മഴക്കാറിനുള്ളിൽ മറഞ്ഞതോടെ രാവു തിരിച്ചുവന്നു. മുറ്റമടിക്കുന്ന ശബ്ദം നിലച്ചു. കോന്തി വടക്കേ ചായ്പ്പിനടുത്തു പുലരാൻ കാത്തുനിന്നു.

കുളിയും പ്രാർഥനയും കഴിഞ്ഞെത്തിയ മഹേശ്വരൻ അലക്കിയ വസ്ത്രംകണ്ട് ക്ഷോഭിച്ചു. ഈ വസ്ത്രം ധരിച്ചോ അണ്ടർഗ്രൗണ്ടിൽ പോകേണ്ടത്? നാലുനാഴിക ദൂരത്തുനിന്ന് ആൾക്കാർ കണ്ടു തിരിച്ചറിയുകയില്ലേ? ജന്മിമാർക്കല്ലാതെ ഈ വേഷം ഇല്ലെന്നും അക്കൂട്ടത്തിൽ ചിലർ ഗ്രാമീണരുടെ ഇടയിൽ കാണപ്പെട്ടാൽ അപകടമാണെന്നും മഹേശ്വരൻ ചിന്തിച്ചു.

"അലക്കാത്തതൊന്നും ഇരിപ്പില്ലേ?"

"അലക്കാത്തതോ?"

"കറ വീണതോ, ഇവിടെ കുളത്തിൽ നനച്ചതോ നിറം കെട്ടതോ ഏതെങ്കിലും!"

ഉണ്ണിമായയുടെ മുഖം വിളറി.

"ഇവിടുന്ന്?"

"ഞാൻ പോകുന്നു. എന്നാണ് തിരിച്ചുവരികെയെന്നറിയില്ല!"

"വിവരം കിട്ട്യോ?"

"പറയാൻ വയ്യ!"

അപ്പോൾ പടിവാതിൽ തുറന്ന് ആരോ നടന്നുവന്നു. നൊടി നേരം കൊണ്ട് കുഞ്ഞമ്പാടി മുറ്റത്തെത്തി. ഒരു മന്ത്രം പോലെ അയാൾ ഉരുവിട്ടു:

"തൊലഞ്ഞു. അപ്പ്യോക്കെ ചെമ്മരത്തീരെ പൊര പരിശോധിക്കണ്. രാഘവൻ കെടന്ന പത്തായപുരേം നോക്ക്ണ്. ആകാശത്തിലും ഭൂമിയിലും നോക്ക്ണ്!"

മഹേശ്വരൻ സ്തംഭിച്ചു.

"എന്തെങ്കിലും കിട്ടിയോ?"

"ഇല്ലത്രെ!"

കുഞ്ഞമ്പാടി കാറ്റുപോലെ പോയി.

"ഉണ്ണിമായേ!"

അകത്ത് ഉണ്ണി കരയുന്നു.

"ഞാമ്പോണു."

കുട്ടിയുടെ കരച്ചിലിൽ വിടപറയലിന്റെ വാക്കുകൾ അമർന്നു.

ഉണ്ണിമായ വാതിൽപ്പുറം നോക്കുമ്പോൾ മഹേശ്വരൻ അവിടെങ്ങും ഉണ്ടായിരുന്നില്ല.

മുറ്റത്തു വീണുകിടക്കുന്ന നിലാത്തുണ്ടു വിളറി. ഇടവഴിയിൽ ഇരുട്ട്. ഇരുട്ടിനെ തുളച്ചുകയറുന്ന നായ്ക്കളുടെ ഓരിയിടൽ. മഹേശ്വരൻ കാറ്റിനെതിരെ നടന്നു. രണ്ടരമണിക്കു ഗ്രാമത്തിലൂടെ കടന്നുപോകുന്ന തീവണ്ടിയാണ് ലക്ഷ്യം. കൊച്ചു സ്റ്റേഷനിൽ വെള്ളം കുടിക്കാൻ നിൽക്കുന്ന വണ്ടി.

കീശയിൽ അടയ്ക്കാ വിറ്റുകിട്ടിയ ചില്ലറ പണമുണ്ട്. പതിനൊന്നര ഉറുപ്പിക. അഞ്ചിലൊന്നായി കുറഞ്ഞ വില.

ഈ യുദ്ധം കഴിയുമ്പോഴേക്കും കൃഷിക്കാരെല്ലാം പട്ടിണി കിടന്നു മരിക്കും — അവരെ രക്ഷിക്കാനുള്ള ചുമതല ചെറുതല്ല.

മഹേശ്വരൻ ടിക്കറ്റെടുത്തു. വെളിച്ചത്തുനിന്ന് ഉടുപുടവ പരിശോധിച്ചു. മുഷിഞ്ഞിട്ടുണ്ട്. രുധിരമന ചെറിയനമ്പൂതിരിയുടെ വേഷമല്ലിത്. ഏതാനും ആഴ്ചകൾക്കു മുമ്പ് തന്റെ ഖദറുടുപ്പിന്റെ വെണ്മയെക്കുറിച്ച് അഹങ്കരിച്ചിരുന്നു. വെണ്മ നന്മയാണ്. ത്യാഗമാണ്. അഹിംസയാണ്. പരുക്കൻ നൂലുകൾ ജീവിതത്തിന്റെ മയമില്ലായ്മ കുറിക്കുന്നു. ഇതാ മഹേശ്വരൻ. ബുദ്ധിജീവി. മാതൃകാദേശസ്നേഹി, സ്വാതന്ത്ര്യസമരഭടൻ.

ഇപ്പോൾ മൂല്യങ്ങളാകെ മാറി. വെണ്മ വികാരരാഹിത്യമാണ്. ബൂർഷ്വാസിയുടെ അഹങ്കാരമാണ്. മനുഷ്യന്റെ കണ്ണീരും വിയർപ്പും പുരളാത്ത പ്രേതവസ്ത്രത്തിന്റെ വെണ്മ. അതല്ല മഹേശ്വരൻ ആഗ്രഹിക്കുന്നത്. പാവങ്ങളുടെ കണ്ണീര് തുടയ്ക്കാനിറങ്ങിയവന് എങ്ങനെ ബാഹ്യവസ്ത്രങ്ങളുടെ വെണ്മകാത്തു സൂക്ഷിക്കാനാവും?

പ്രഭാതം മിഴിതുറക്കുന്ന ഒരു സ്റ്റേഷനിൽ വണ്ടിനിന്നു. വണ്ടിയിൽ നിറയെ സിങ്കപ്പൂരും മലയായിലും തൊഴിൽ തേടിപ്പോകുന്നവരായിരുന്നു. യുദ്ധം ചെയ്തു പശിയടക്കാൻ പോകുന്നവരായിരുന്നു. അവരുടെ ഇടയിൽനിന്ന് മഹേശ്വരൻ എണീറ്റു.

വണ്ടിയിറങ്ങിയപ്പോൾ ചന്തദിവസമാണെന്ന് കണ്ടു. തൊട്ടടുത്താണു ചന്ത. വഴി നിറയെ ആളുകൾ. ഒരു വഴിപാടെന്നോണം ചുമടുകളുമായി വന്നുചേരുന്നവർ. പ്രത്യാശ നശിച്ച നോട്ടം. ചരക്കുകൾ വെറുതെ കൊടുത്താലും വേണ്ടെന്ന ഭാവത്തിൽ അലസമട്ടിൽ നിൽക്കുന്ന കണ്ണൂരുനിന്നു വന്ന കച്ചവടക്കാർ.

"അടയ്ക്കയോ? വേണ്ട. പൈയിങ്ങയുണ്ടെങ്കിലാവാം." ചന്തപ്പുര

യിൽ കൂമ്പാരം കൂടിക്കിടക്കുന്നത് അടയ്ക്കാ മാത്രമാണെന്നു കണ്ട കൗശലക്കാർ.

"പച്ചത്തേങ്ങയോ? വേണ്ട. കൊപ്രയെങ്കിൽ കൊള്ളാം."

പറഞ്ഞു ചടപ്പിച്ചു പെട്ട വിലയ്ക്കു ചരക്കു ചൂണ്ടിയെടുത്തു പോകുന്നവർ.

മഹേശ്വരൻ മയിൽനെയ്യ് വിൽപ്പനക്കാരന്റെ മുമ്പിൽ ചെന്നു നിന്നു. ഒരു കറ്റ മയിൽപ്പീലി തെളിവിനായി വലതുവശത്തു പ്രദർശിപ്പിച്ച് തമിഴനായ കച്ചവടക്കാരൻ പറഞ്ഞു:

"ചുത്ത മയിൽനെയ്."

മഹേശ്വരൻ ചിരിച്ചു.

തൊട്ടു പുറകിൽ കുരങ്ങു കളിപ്പിക്കുന്ന മുത്തു വന്നു നിന്നു.

"എശ്മാൻ ഈടെ?"

മഹേശ്വരൻ ഞെട്ടി. കരുവഞ്ചേരി തറവാട്ടിൽ കുരങ്ങു കളിപ്പിക്കാൻ ഇടയ്ക്കിടെ വരാറുണ്ടായിരുന്ന മുത്തു. മുത്തു തീരെ അവശൻ. കുരങ്ങു പട്ടിണികിടന്നു ചാവാറായി. ഒരു പിടി ചോളപ്പൊരി സഞ്ചിയിൽനിന്നെടുത്ത് ഓരോന്നായി കുരങ്ങിനിട്ടുകൊടുത്തു മുത്തു പറഞ്ഞു:

"ഇങ്ങനെ പട്ടിണി കെടന്നാ ഞാഞ്ചാവും. പിന്നെ എന്റെ കൊരങ്ങും ചാവും!"

മഹേശ്വരൻ ഇതിനു മുമ്പൊരിക്കലും ചന്തയിൽ പോയിട്ടില്ല. തിലകമൈതാനത്തു പ്രസംഗം കേൾക്കാൻവേണ്ടി ചന്തയിൽ പോയ ദിവസത്തെ അയാൾ ഒരു ഞെട്ടലോടെ ഓർത്തു: സോഷ്യലിസത്തെക്കുറിച്ചുള്ള ഒരു പുസ്തകമായിരുന്നു. എല്ലാം പ്രസംഗങ്ങൾ. പുസ്തകം മേടിച്ചു രാത്രി തിരിച്ചുവന്നിട്ടു അതു തുറന്നു വായിക്കാൻ പറ്റിയില്ല. അടയ്ക്കാപ്പുരയിൽ മാനഭംഗം ചെയ്യപ്പെട്ട പെൺകുട്ടിയായിരുന്നു മനസിൽ...

ചന്തയുടെ പടിക്കൽ കമ്മത്തിന്റെ അങ്ങാടി. ഒളിവു ജീവിതം ആരംഭിക്കുംമുമ്പ് ചില സാധനങ്ങൾ വാങ്ങണം. ഒരു തുണിസഞ്ചി, രണ്ടു കെട്ടു ബീഡി, ഒരു പലം ചക്കര, ഒരു സേർ അവിൽ, സോപ്പ്––ഇതെല്ലാം ഒറ്റയടിക്കു മേടിച്ചാൽ ശങ്കയ്ക്കിടം നൽകും. അങ്ങാടിയിൽ അടയ്ക്കാ വിൽക്കാൻ വന്ന പയ്യന്റെ കൈയിൽ പണം കൊടുത്തിട്ട് മഹേശ്വരൻ ആദ്യം മൂന്നു സാധനങ്ങൾ പറഞ്ഞു.

"മേടിച്ചിട്ടു വരൂ. ഞാനീടെ ഇരിക്കാം. കുറെ നേരമായി നടക്ക്ണു."

പയ്യൻ ആവശ്യക്കാരനെ ഒന്നു ഗൗനിക്കുകകൂടി ചെയ്യാതെ കാശു മേടിച്ചു കടയിലേക്കോടി. നൊടിയിടകൊണ്ടു സാധനങ്ങളുമായി വന്നിട്ട് അവൻ പറഞ്ഞു:

"നന്നായി. ഇതു വാങ്ങ്യോണ്ട് എന്റെ അടയ്ക്കാ മേടിക്കാമെന്ന് കമ്മത്ത് മുതലാളി പറഞ്ഞു. അല്ലെങ്കില് ആർക്കും അടയ്ക്കാ വേണ്ട. പൈസ തരാൻ ഇല്ല ഇപ്പോൾ എന്നാണ് എല്ലാരും പറയണത്!"

"പൈസ തീർന്നു."

"അവിലും സോപ്പും വാങ്ങാൻ കാശില്ല. സോപ്പില്ലാതെ എങ്ങനെ കഴിഞ്ഞുകൂടും? ഗ്രാമങ്ങളിൽ ചെന്നാൽ സോപ്പു കിട്ടില്ല. ഇഞ്ച തരാനാരുണ്ട്?"

ബാക്കിയുള്ളത് ഒരുരൂപ. ചിലപ്പോൾ കടത്തുകൂലി വേണ്ടിവരും. വല്ലപ്പോഴും ഒരു ചായ കുടിക്കേണ്ടിവരും. സോപ്പു വാങ്ങാൻവേണ്ടി ഒരു കടയുടെ മുമ്പിൽ നിന്ന കാൽ പിൻവലിച്ചു. വാസനസോപ്പു ബൂർഷ്വാ ജീവിതത്തിന്റെ അടയാളമാണ്!

കാലിയായ കീശയിൽ കൈയിട്ട് മഹേശ്വരൻ ചിന്തിച്ചു.

"നിന്റെ കീശയിൽ കാശുണ്ടാവുമ്പോൾ നീയൊരു വിപ്ലവകാരി അല്ലാതാവുന്നു!" കുഞ്ഞിക്കണ്ണനാണിതു പറഞ്ഞത്. ഒരു ക്ലാസിൽ വച്ച്.

കുഞ്ഞിക്കണ്ണൻ കൈവീശിയാണു നടപ്പ്. ചുണ്ടിലൊരു ചിരി. ചിരിയുടെ കൈപിടിച്ച് ഒരു നാടൻശീല്. ചിരിയും പാട്ടും മാത്രമാണ് കുഞ്ഞിക്കണ്ണന്റെ ആയുധങ്ങൾ. അതുപയോഗിച്ച് അയാൾ ഗ്രാമീണരുടെ മനസിൽ മുറ്റി വളർന്നു നിൽക്കുന്ന അന്ധവിശ്വാസവും അടിമത്ത ഭാവവും വെട്ടിവീഴ്ത്തുന്നു.

കുഞ്ഞിക്കണ്ണനെ ഉടനടി കണ്ടെത്തണം.

എവിടെ?

ഉഴുതു പാകമായ വയലുകളുടെ വരമ്പിലൂടെ മഹേശ്വരൻ നടന്നു. അങ്ങാടിയും ചന്തയും ഒഴിഞ്ഞുപോയി. വയലിന്റെ അറ്റമില്ലായ്മ ആപത്ത് കുറിച്ചു. ദൂരെനിന്ന് ഒരു മനുഷ്യനോ കാലിയോ നടന്നു വരുന്നത് കണ്ടാലറിയാം.

രക്തസാക്ഷിയായ ജതീന്ദ്രദാസിനെക്കുറിച്ച് പലവർഷങ്ങൾക്കു മുമ്പെഴുതിയ കവിത മനസിൽ ഓർമ പുതുക്കുന്നു.

"ഇച്ഛിച്ചതെല്ലാമായോ
പാശ്ചാത്യചെങ്കോലെ—നിന-
ക്കി,ച്ഛിച്ചതെല്ലാമായോ
കുക്ഷിക്കു ഭിക്ഷയായോ?"

കവിതയ്ക്ക് തീപിടിപ്പിക്കാമെന്നും അതു ചിലർക്കെങ്കിലും ഒരു വിപത്താകാമെന്നും അന്ന് ബോധമുദിച്ചു. മുഖത്തുനോക്കി ചോദിക്കാൻ കവിതയെപ്പോലെ സുഗമമായ ഒരു മാർഗമില്ല.

ഒമ്പതുമാസത്തെ ജയിൽവാസം മറ്റൊരനുഭവമായിരുന്നു. സമൂഹത്തിൽ താഴേക്കിടയിലുള്ളവരെ അടുത്തു കണ്ട ദിനങ്ങൾ. അവരുടെ അനുഭവങ്ങളുടെ കാഠിന്യം അറിഞ്ഞ അവസരങ്ങൾ. പട്ടിണികിടന്ന ഒരു കുഞ്ഞു മരിച്ചപ്പോൾ മറ്റുള്ളവർക്കു വിഷം നൽകിക്കൊന്ന ചാത്തൻ ഒരു ദിവസം മഹേശ്വരനോടു ചോദിച്ചു:

"നിങ്ങൾക്കു സുഖമായി വീട്ടിൽ കിടന്നുറങ്ങിയാൽ പോരായിരുന്നോ? നിങ്ങൾക്കു പത്തു കുട്ടികൾ പിറന്നാലും ഭയപ്പെടാനില്ല. കൂടുതൽ മക്കളുണ്ടാവാതിരിക്കാൻ ഞാൻ വയലോരങ്ങളിലെ കാവൽമാടങ്ങളിലായിരുന്നു ഉറക്കം. വിളയിറക്കാത്ത കാലത്തും."

വ്യഭിചരിച്ച് കഞ്ഞിക്ക് കാശുണ്ടാക്കാൻ കൂട്ടാക്കാത്തതിന് മരുമകളെ വെട്ടി പരിക്കേൽപ്പിച്ച അപ്പുക്കാരണവർ നിത്യേന ഉണർന്നെഴുന്നേറ്റ ഉടനെ നെഞ്ചത്തു നാലിടി ഇടിച്ച് ജയിലറയിലുള്ള മറ്റുള്ളവരെ ഉണർത്തി പോന്നു.

"ചെയ്യാൻ പാങ്ങില്ലാത്തതു ചെയ്യാതെ ഇപ്പോ ഓളക്ക് ജീവിക്കാൻ കഴിയുന്നതെങ്ങനെ?" അപ്പുക്കാരണവർ ചോദിച്ചു.

"അന്ന് ഓള് ചത്തിരുന്നെങ്കില് ഇപ്പോ തീ തിന്നണമായിര്ന്നോ? തറവാടിന്റെ മാനം പോയി. ഇനിയാരും കാത്തുസൂക്ഷിക്കേണ്ട!" മരുമകൾ പൊലീസ് ക്യാമ്പിലാണെന്ന വാർത്ത കേട്ട ദിവസം ഉടുമുണ്ട് നാലായി കീറി പിരിച്ച് അയാൾ സ്വയം കഴുത്തിൽ കുരുക്കി മുറുക്കി. അനക്കം കേട്ടുണർന്ന് മഹേശ്വരൻ കാണുമ്പോൾ അയാൾക്കു ജീവനുണ്ടായിരുന്നു. കൂർത്ത മിഴികൾ ആജ്ഞാപിച്ചു:

"തൊടരുതെന്നെ!" പിന്നെ അയാൾ വാശിയോടെ ഈ ലോകത്തോടു വിടപറഞ്ഞു.

മുപ്പത്തിയഞ്ച്

അറുംപട്ടിണി അവരെ ദുർബലരാക്കി. ക്രുദ്ധരാക്കി. പരമ്പരാഗതമായി കടഞ്ഞെടുത്ത് മനസിന്റെ മച്ചറകളിൽ സൂക്ഷിച്ചുപോരുന്ന സങ്കൽപ്പങ്ങളും വിഗ്രഹങ്ങളും ഒരു നേരിയ ശ്രദ്ധക്കുറവിനാൽ താഴെ വീണുടഞ്ഞുപോയി.

ഗ്രാമീണർ എന്തിനും തയ്യാറായിരുന്നു. ഒടിയാറായ നട്ടെല്ലുകൾക്ക് അത്ഭുതകരമാംവിധം ബലംവെക്കുന്നത് അവർ അനുഭവിച്ചു. ജീവിതക്ലേശങ്ങൾ ഊതിയൂതി, നിരാശയുടെ പുൽമേടുകളിൽ വീണ തീത്തരികൾ പുകയാൻ തുടങ്ങി. പൊടുന്നനെ ഒരു നാളിൽ ആളിക്കത്തുമെന്ന് മഹേശ്വരനും രാഘവനും ഉറപ്പുണ്ടായിരുന്നു.

അവർ ഗ്രാമവീഥിയിലെത്തി. ആൽത്തറ ശൂന്യമായിരുന്നു. ആലിൻകീഴ് ഭഗവതിയുടെ തിരുമുറ്റം കാടുകെട്ടിക്കിടന്നു. കുറുക്കന്മാർ കാഷ്ഠിച്ച തൃപ്പടിയുടെ അരികിലൂടെ അവർ ആദ്യം കണ്ട വീട്ടിൽ കയറിച്ചെന്നു. അത് പൊക്കൻ എന്ന ചെത്തുകാരന്റെ വീടായിരുന്നു. വളപ്പിൽ ഒരു തൈത്തെങ്ങിന്റെ ചോട്ടിൽ ഉടഞ്ഞുപോയ മാട്ടകൾ കൂടിക്കിടന്നു.

കരുവഞ്ചേരി പത്തായപ്പുരമാളികയിലെ കള്ളുകുടം നിറയ്ക്കുന്ന പതിവ് പൊക്കൻ നിറുത്തിയിരുന്നു. ആരും വിലക്കീട്ടല്ല. മഹേശ്വരൻ ഒരു ചെറുമന്ദസ്മേരത്തോടെ രാഘവനോടു പറഞ്ഞു:

"ഗ്രാമീണർക്കു ബുദ്ധിയുണ്ട്, കാലത്തിനൊത്തു വളരാൻ അവർക്കറിയാം."

പൊക്കന്റെ പേരമക്കൾ ആറുപേരിരുന്നു കരയുന്നു. ആദ്യം ഏതോ ഒരു കുട്ടി ആരംഭിച്ച കരച്ചിൽ അവർ ഏറ്റെടുത്തു. അങ്ങനെ വിശന്നാൽ കരയണമെന്ന് അവർ പഠിച്ചു. ഗ്രാമത്തിലെ ഓരോ വീട്ടിലും ആറും ഏഴും ചിലപ്പോൾ അതിലേറെയും കുട്ടികളുണ്ടായിരുന്നു. വയലുകളിലേക്കും തോപ്പുകളിലേക്കും വേലയ്ക്കുപോയ മുതിർന്നവർ വന്നാലുടനെ കഞ്ഞി കിട്ടുമെന്നും അതുവരെ അതിരുകളില്ലാത്ത ഭൂമിയിൽ ഓടിച്ചാടി മദിക്കാമെന്നും അവർക്കറിയാമായിരുന്നു. അന്നു വിശന്നിട്ട് ഒരു കുഞ്ഞും കരഞ്ഞിരുന്നില്ല. വിശപ്പ് അവരുടെ ഉള്ളിൽ ചികിത്സയില്ലാത്ത, ചികിത്സ വേണ്ടാത്ത ഒരു രോഗംപോലെ മയങ്ങിക്കിടന്നു.

ഇന്ന് കാര്യം മാറി. ഉറിമേൽ കലം നിറയെ കഞ്ഞിയില്ല എന്നവർക്കറിയാം. ചോളച്ചോറ് വേവാൻ രാത്രി അതിക്രമിക്കും. കറിയില്ലാതെ അതുണ്ണാനും വയ്യ. തോട്ടത്തിലെ കുരുന്നു വാഴക്കുലകൾപോലും അവരുടെ വിശപ്പിൽ ഹോമിച്ചു കഴിഞ്ഞിരുന്നു. കളിക്കാനുള്ള ഉത്സാഹം കെട്ടു. പുഴക്കര വിരസമായി. ജലത്തിലെ ഉപ്പ് അരോചകമായി. തോപ്പുകളിൽ ഉയർന്ന ചില്ലകളിൽ ഒളിച്ചുകളിക്കുന്ന അണ്ണാന്മാർ കളി നിർത്തി. കുരുന്നു കണ്ണിമാങ്ങകൾപോലും അവർ ആഹരിച്ചു കഴിഞ്ഞു.

ഇനിയെന്ത്?

കരച്ചിൽ!

സ്വൈരംകെട്ട പൊക്കായി അലറി;

"—എണീറ്റു പോവിനെടാ മുമ്പീന്ന്!"

കരച്ചിൽ നിർത്തി തുറന്ന വാ അടയ്ക്കാതെ അവർ മുത്തച്ഛനെ നോക്കി. ഒരിക്കലും ഉച്ചത്തിലൊന്നു സംസാരിച്ചിട്ടില്ലാത്ത മുത്തച്ഛനെ.

എള്ളേരിത്തട്ടിൽ എണ്ണ കൊണ്ടുപോയ വാണിയൻ ചമയൻ മെല്ലെ മെല്ലെ വയൽവരമ്പിലൂടെ നീങ്ങിവരുന്നു.

പൊക്കന് ആശ്വാസമായി. അവന്റെ കൈയിലോ തലയിലോ ഒരു സഞ്ചിപോലുമില്ല. ഒരുനേരത്തെ കഞ്ഞിക്കുള്ള അരി അവൻ മടിക്കുത്തിലെങ്കിലും കൊണ്ടുവരില്ലേ? വാണിയൻ ചമയൻ മുണ്ടുമടക്കിക്കുത്തീട്ടുമില്ല. പൊക്കന്റെ ആശ പറന്നുപോയി.

"ചമയാ..."

"ഓയ്...!"

വളരെ പതുക്കെയാണ് പൊക്കൻ വിളിച്ചത്. വിളിപ്പാടകലെ ഉള്ള അയൽപക്കങ്ങൾ കേൾക്കരുത്. ഗ്രാമത്തിൽ വാണിയൻ ചമയന്റെ വരവ് ദേവിയുടെ പ്രത്യക്ഷംപോലെ ആയിരുന്നു. ദേവി പ്രത്യക്ഷപ്പെടുന്നവനോട് ഗ്രാമീണർ അസൂയാലുക്കളായി. ഊഴംവച്ചാണ് വാണിയൻ ചമയൻ ഓരോ വീട്ടുകാരെയും അനുഗ്രഹിച്ചത്.

ചമയനെ കണ്ടപ്പോൾ കുട്ടികൾ കരച്ചിലടക്കി.

ഒരക്ഷരം ഉരിയാടാതെ വാണിയൻ അകത്തേക്കു നടന്നു. പൊക്കൻ അനുഗമിച്ചു.

വലിയ മുണ്ടിന്റെ ചോടെ കൗപീനത്തോടു ചേർത്തുകെട്ടിയ അര ഇടങ്ങഴി അരിക്കിഴി അഴിച്ചു താഴെയിട്ടു ചമയൻ.

"കളയല്ലേ ചമയാ!"

കിഴികെട്ടിയ പഴന്തുണി പിന്നിയിരുന്നു. താഴെ വീണതും കിഴി രണ്ടായി പിളർന്നു. പൊക്കൻ കതകടച്ച് അരി വാരിക്കൂട്ടി മുറത്തിലിട്ടു. മുറത്തിന്റെ വലിയ വായ് പൊക്കനെ ഭയപ്പെടുത്തി. അതിലിട്ടു പാറ്റിയാൽ അതിന്റെ അളവു കുറഞ്ഞുപോകും.

"പാറ്റാനെന്താ അല്ലേ?"

"പാറ്റണ്ട. നല്ല അരിയാണ്. എഴുത്തച്ഛന്റെ വീട്ടുകാരത്തി തന്നതാണ്."

"ചമയാ ചോറില്ല, കൊണ്ടുപോയി കഞ്ഞിവച്ചു കുടിച്ചോ എന്നു പറഞ്ഞു."

മാട്ടയിൽ സൂക്ഷിച്ചുവച്ചിരുന്ന ഒരിടങ്ങഴി എള്ളെടുത്ത് ചമയനു കൊടുത്തിട്ട് പൊക്കൻ പറഞ്ഞു:

"കഞ്ഞി കുടിച്ചിറ്റല്ലെ എണ്ണതേച്ചുകുളി!"

വാണിയൻ നിമിഷനേരംകൊണ്ട് നിഷ്ക്രമിച്ചു.

പൊക്കൻ മുറത്തിലെ അരിയിൽനിന്ന് ഭയത്തോടെ കല്ലുകൾ പെറുക്കിക്കളയുകയായിരുന്നു. വെളുത്തുരുണ്ട വലിയ നായ്കല്ലുകൾ. ഇനി മതി. പോരാ. ചെറുകല്ലുകൾ പെറുക്കാതെ കുഞ്ഞിങ്ങൾക്കു കൊടുക്കുന്നതെങ്ങനെ?

വിറകു പെറുക്കാൻ പോയ മരുമകൾ കുഞ്ഞാത്ത വരുന്നതു നോക്കി പൊക്കൻ കോലായിലിരിക്കുമ്പോഴാണ് മഹേശ്വനും രാഘവനും വരുന്നത്.

പൊക്കൻ ചിരിക്കാൻ ശ്രമിച്ചു. സഭ ചേരാനാണ് തിരുമേനി വരുന്നത്. പൊക്കനു സന്തോഷംതന്നെ. വയറു വിശക്കുമ്പോൾ, കുട്ടികളുടെ കരച്ചിൽ പിന്തുടരുമ്പോൾ ആരാണു സഭയ്ക്കു വരിക?

ശാന്തമായ കുളത്തിൽ ഒരു പെരുങ്കല്ലു വലിച്ചെറിയാനാണ് എപ്പോഴും മഹേശ്വരൻ എത്തുന്നത്. കുറേ നേരത്തേക്ക് ഓളങ്ങൾ ഇളകിക്കൊണ്ടിരിക്കും. പിന്നെ പഴയതുപടി. കല്ല് അവരുടെ ഹൃദയത്തിൽ അമർന്നുകിടക്കും.

പൊക്കൻ തിണ്ണയിൽനിന്നിറങ്ങി മുറ്റത്തു നിന്നു. മഹേശ്വരനും രാഘവനും തിണ്ണയിൽ കയറി മറയത്തേക്കു നീങ്ങി.

"പൊക്കാ, ഇന്നു വൈകുന്നേരം ഒരിടത്തു പോകാനുണ്ട്."

പൊക്കന് ഉന്മേഷം വന്നു. ഒന്നു പുറത്തിറങ്ങീട്ട് എത്ര കാലമായി! പട്ടിണി ലജ്ജാകരമായ ഒരവസ്ഥയായിരുന്നു. പുറത്തിറങ്ങി നാലുപേരുടെ മുഖത്തു നോക്കാൻവയ്യ.

"കഞ്ഞി കുടിച്ചോ?"

"ഓ!"

"മീൻ കിട്ട്യോ?"

"ചീരു ബന്ന്റ്റില്യ."

അങ്ങനെ എത്ര പേരോടു പറയും? വേണ്ട പുറത്തിറങ്ങി നാണം കെടേണ്ട! ഇതെന്തൊരു ശാപം! വയലുകളിൽ നെല്ലു വിളയാഞ്ഞിട്ടാണോ? അല്ല. വാരം അളന്നു കഴിഞ്ഞാൽ ഒരുമാസം കഞ്ഞിവെക്കാനുള്ളതുപോലും ശേഷിക്കുന്നില്ല. പതിനൊന്നു മാസം വിശക്കുന്ന വയറു

കളെ എന്തു ചെയ്യും? കാളീശ്വരം അങ്ങാടിയിൽ അരിക്കച്ചവടം ചെയ്തിരുന്ന കുഞ്ഞീതു കട പൂട്ടി. കുഞ്ഞീതിന്റെ വീട്ടിൽ ചെന്നാൽ അരി കിട്ടുമെന്നു കേൾക്കുന്നു. കുഞ്ഞീത് പാർക്കുന്നതു താഴെ കടൽത്തീരത്തോടു ചേർന്ന ഒരു തുരുത്തിലാണ്. സ്വർണവില കൊടുക്കണം. റൊക്കമായി കൊടുക്കണം.

കുഞ്ഞീതിന്റെ അരി വാങ്ങി കഞ്ഞി കുടിക്കാൻ നിറയൂർക്കാർക്കെന്നല്ല അയൽഗ്രാമങ്ങൾക്കും വിധിച്ചിട്ടില്ല.

നിറയൂരെ കാരണവന്മാരും ചെറുപ്പക്കാരും യോഗത്തിനു വന്നിരിക്കുന്നതു കണ്ട് മഹേശ്വരൻ വിസ്മയിച്ചുപോയി. കഴിഞ്ഞ യോഗത്തിൽനിന്നു മാറിനിന്നവർ, സംഘം ചെറുവാല്യക്കാരുടെ ലഹരി മാത്രമാണെന്നു പറഞ്ഞിരുന്നവർ, ചെളീലെറങ്ങി പണിയാൻ വയ്യാത്തവരുടെ കൗശലമെന്ന് ആരോപിച്ചിരുന്നവർ—ജിജ്ഞാസ പെരുത്ത മുഖങ്ങൾ മഹേശ്വരനെ ഉറ്റുനോക്കി. മഹേശ്വരനെ അവർക്കു വിശ്വാസമായിത്തുടങ്ങി. വിള പിഴച്ചാൽ അത്രകണ്ട് വാരം കുറച്ചളന്നു. ജന്മിയുടെ ഭാഗത്തുനിന്ന് കുരച്ചുചാട്ടം ഉണ്ടായില്ല. ഗൗരീശങ്കരത്തിലെ വല്യമ്മയുടെ ഷഷ്ടിപൂർത്തിയാഘോഷത്തിനു നട്ടിക്കറിസാധനങ്ങൾ ശേഖരിക്കാൻ കാളവണ്ടിയുമായി കാര്യസ്ഥൻ ഒരു പകൽ മുഴുവനും കാത്തുനിന്നു. തലച്ചുമടുമായി നിറയൂരെ ഒരു കുടിയാനും ചെന്നില്ല. പിറ്റേന്നു പുര ഒഴിപ്പിക്കപ്പെടുമെന്ന ഭയത്താൽ ആരും പുറത്തിറങ്ങിയില്ല. പെണ്ണും കുഞ്ഞനും വാതിലടച്ച് അകത്തും ചെറുബാല്യക്കാർ തോപ്പുകളിലും കാവൽനിന്നു.

വൈകുന്നേരംവരെ ആരും വന്നെത്തിനോക്കിയില്ല.

രാത്രി താരുവിന്റെ ഷാപ്പിലിരുന്ന് കുഞ്ഞിപ്പു പറഞ്ഞു:

"—നാലുകുറി ഓറ് കുറുവടീം തോക്കും ആയിറ്റ് പൊഴക്കര ഭഗവതിക്കാവുവരെ വന്നു. പിന്നെ തിരിച്ചുപോയിനു."

കാലമഴ കണ്ണെത്താത്ത കോണുകളിൽ ഒരുക്കം കൂട്ടുകയാണോ? നേരിയ ഭയത്തോടെ ഗ്രാമീണർ കാതോർത്ത് ഉറങ്ങാതെ കിടന്നു.

മഹേശ്വരൻ തിരുമേനി സംഘനായകനായതുകൊണ്ടാണ് അവർ തല്ലാനും കൊല്ലാനും വരാത്തതെന്ന് ഗ്രാമീണർ ചിന്തിച്ചു. ഏതെങ്കിലും ഒരിടത്ത് എന്നെങ്കിലും അവർ പകവീട്ടാതിരിക്കുകയില്ല. അന്നു മരണം. മരണത്തെക്കാത്തു ജീവിക്കാതിരിക്കാൻ പറ്റുമോ? ജീവിതം പൊടിച്ചുയരുന്നത് ഈ മണ്ണിലാണ്. ചത്തുവീഴുന്നതും ഇവിടെത്തന്നെ. അതിനിടയ്ക്ക് എന്തെങ്കിലും ചെയ്തു തീർക്കണം.

എന്താണു ചെറിയതിരുമേനിക്കു പറയാനുള്ളത്?

"പുലരുമ്പഴ് നാലുമണിക്ക് ആണുങ്ങളെല്ലാം ഒരുങ്ങിയിരിക്കുക. കടവിന്റെ അടുത്ത പൊന്തക്കാടുകളുടെ മറവുകളിൽ— കിട്ടാവുന്ന കുറുവടികളും കല്ലുകളും കരുതിക്കൊള്ളണം!"

ചെറുപ്പക്കാരുടെ ഞരമ്പുകൾ ത്രസിച്ചു. രാവുമുഴുവനും അവർ കുറുവടികൾ ഉണ്ടാക്കുന്നതിൽ മുഴുകി. കുഞ്ഞമ്പാടിയുടെയും ചിലരുടെയും വീടുകളിൽ തോക്കുണ്ടായിരുന്നു.

തോക്കു തൊടരുത്! മഹേശ്വരന്റെ കടുത്ത ആജ്ഞയെ അവർക്ക് അനുസരിക്കേണ്ടിവന്നു. തോക്കു പാപമാണ്.

അത്താഴം കഴിഞ്ഞു പുറപ്പെടാനാണ് മഹേശ്വരൻ ആഗ്രഹിച്ചിരുന്നത്. ഉണ്ണിമായ ഭർത്താവിനു പ്രിയങ്കരമായ പൊടിത്തൂവലും പഴമാങ്ങാക്കറിയും ഉണ്ടാക്കി. ഒരു തുവരക്കറി പ്രത്യേകവും. അവൾ നടക്കുന്നത് പതിവിലും പതുക്കെയാണ്. ശബ്ദിക്കുന്നേയില്ല. കവിളുകൾ പതിവിലധികം തുടുത്തിരുന്നു.

മഹേശ്വരൻ അടുക്കളയിൽ ചെന്ന് നെറ്റിയിൽ കൈമലർത്തിവച്ചു. നാഡിമിടിപ്പു നോക്കി. പനിക്കുന്നു.

"മായേ, ഞാൻ വൈദ്യരുടടത്തു പോയി വരാം." മഹേശ്വരൻ ഒരു ഔൺസ് കുപ്പിയെടുത്ത് കൂലോത്തുംപടിക്കലെ വൈദ്യരുടെ അടുത്തേക്ക്. വൈദ്യർ മഹേശ്വരനെ ശങ്കയോടെ നിരീക്ഷിച്ചു. ശങ്ക നീക്കും വിധം തുറന്നു ചിരിച്ചു മഹേശ്വരൻ പറഞ്ഞു:

"അകത്താൾക്ക് പനിയാണ്."

"ആളെ അയച്ചാ അങ്ങോട്ടു വരാന്ന്."

"അതിന്റെ ആവശ്യമില്ല. ഞാൻ നോക്കി. ജലദോഷപ്പനിയാവണം!

"കണ്ണീന്നും മൂക്കീന്നും ഒലിക്കുന്നുണ്ടോ?"

"ഇല്ലല്ലോ."

"ഇപ്പൊ ഒരു മരുന്നു തരാ. രാത്രി നോക്കണം. കുറയുന്നോ ഏറുന്നോന്നറിഞ്ഞിറ്റ് രാവിലെ കഷായവും ഗുളികയും തരാ. ഇബ്ടന്ന് നടന്നോളാ. ഞാൻ ചെക്കന്റെ കൈയിൽ കൊടുത്തയയ്ക്കാ."

"വേണ്ട! എടുത്തുതരൂ."

കുപ്പിയിൽ മരുന്നു നിറച്ചു. രണ്ടൗൺസ്. രണ്ടു നേരത്തേക്ക്. "രാത്രി നോക്കീട്ട് കാലത്തു വിവരം പറഞ്ഞയച്ചാ നന്നാർന്നു. അല്ലെങ്കില് ഞാൻ വരാ."

"വേണ്ട, അത്രയ്ക്കൊന്നുല്യ."

മരുന്നുഷാപ്പിൽനിന്നു തിരിഞ്ഞതും ഇടവഴിയിൽനിന്ന് ഒരാൾ ഓടിയെത്തി. കിതപ്പോടെ, ആവേശത്തോടെ അവർ പറഞ്ഞു:

"പുഴക്കുനീല് പട്ടാളക്കാറെത്തീനു. വേഗം വരാൻ. ആള്വോള് പിന്നോട്ടു പോവ്വാന്നു ശങ്ക."

"ഞാൻ വരാം. നിയ്യ് ഈ മരുന്ന് വീട്ടി കൊടുക്ക." എന്തോ ആലോചിച്ചിട്ട് മഹേശ്വരൻ പറഞ്ഞു:

"അത്താഴത്തിന്നു കാക്കണ്ടാന്നു പറയൂ. കാളിമണിയാണിത്തള്ളയെ തുണയ്ക്ക് വിളിച്ചോളാമ്പറ!"

മഹേശ്വരൻ ഒരു നെടുവീർപ്പോടെ ഓടിയും നടന്നും അർധരാത്രിയോടെ പുഴക്കുനിയിലെത്തി. നറുനിലാവ്. മഴക്കാറുണ്ടെങ്കിലും ചിലപ്പോൾ തെളിഞ്ഞു. തെളിയുമ്പോഴൊക്കെ ഉയർന്ന വരമ്പുകളുടെയും പാറകളുടെയും സ്ഥാനങ്ങൾ മഹേശ്വരൻ മനസിൽ കുറിച്ചെടുത്തു. കാര്യങ്ങൾ ഏതാണ്ട് വ്യക്തമാകാൻ അമ്പാടിയെ കാണണം. അമ്പാടിയുടെ തറവാട് അടുത്താണ്.

കുഞ്ഞമ്പാടി ശാന്തനായി നിലാവെളിച്ചത്തിരുന്നു. വാട്ടിയ പച്ചോലകൊണ്ട് ഒരു ചവറ്റുകുട്ട മെടയുകയാണ്. പിറ്റേന്നു പുലർകാലത്ത്

ചെയ്യാനുദ്ദേശിക്കപ്പെട്ടിട്ടുള്ള വൻകാര്യത്തെക്കുറിച്ചു മുഖത്ത് ഒരു ലാഞ്ഛനപോലുമില്ലാത്ത ചവറ്റുകുട്ടയുടെ വായ് ചുരുക്കി ഒരു കുട്ടയാക്കി അവൻ അകത്തേക്കു വിളിച്ചു പറഞ്ഞു:

"ചെറിയേട്ടീ, കഞ്ഞി തരൂ. പുഞ്ചയില് നല്ല വരാലുണ്ട്. മട പൊട്ടിയപ്പോ കണ്ടു. നാലെണ്ണം പടിച്ചിറ്റ് വരാ."

"റാന്തല് വേണോ?" ചെറിയ അകത്തുനിന്നു വിളിച്ചു ചോദിച്ചു.

"വേണ്ട, നിലാവുണ്ട്!"

മഹേശ്വരൻ മുറ്റത്തെ തൈത്തെങ്ങിന്റെ നിഴലിൽ നിന്നു മന്ദഹസിച്ചു.

"അവർ എത്രപേരുണ്ട്?" നിഴൽപറ്റി കാട്ടുവഴിയിലൂടെ നടക്കുമ്പോൾ മഹേശ്വരൻ ചോദിച്ചു.

"അഞ്ചോ ആറോ പോലീസുകാർ."

"നിറയൂർക്കാർ എന്തു ചെയ്യും?"

"അവർ വരും!"

"ഇന്ന് എന്റെ തറവാട്ടിലിക്കാ നമ്മൾ പോകുന്നത്?"

നിറയൂർതടം പടിഞ്ഞാറക്കരമുതൽ കിഴക്ക് ആലിൻകീഴ്വരെയുള്ള ഗ്രാമഭൂമിയിൽനിന്ന് നാൽപ്പത്തേഴു വീടുകളിലെ അമ്പത്തൊമ്പതു പേരുണ്ടായിരുന്നു അവർ. എല്ലാം ചെറുപ്പക്കാർ. ഒരു പടയണിപോലെ അവർ വയൽവരമ്പിലൂടെ മുമ്പോട്ടു നടന്നു. നടുവിൽ അമ്പാടി. മുമ്പിൽ മഹേശ്വരൻ. പുറകിൽ രാഘവൻ. എങ്ങോട്ടാണു യാത്രയെന്ന് ആരും ചോദിച്ചില്ല. പറഞ്ഞുമില്ല. നെല്ലു സംഭരിച്ചിരിക്കുന്ന ഏതോ ഒരു ജന്മിയുടെ പത്തായപുരയുടെ നേർക്കാണെന്ന് അവർക്കറിയാമായിരുന്നു. നിറയൂർക്കര മുഴുവനും മൂന്നു ജന്മിമാരുടെ കീഴിലാണ്. ചായ്യോത്തുനിന്നു തെക്കോട്ടു തിരിഞ്ഞപ്പോൾ അവർ പരസ്പരം പിറുപിറുത്തു. ചില മുഖങ്ങളിൽ അവിശ്വാസ്യത നിഴൽ വീഴ്ത്തി. നട്ടെല്ല് ആയുധമാക്കാൻ ശീലിച്ചവർ. കുറുവടി ഏന്തിയവർ. എല്ലാവരും ദൃഢചിത്തത ആയുധമായിരുന്നു.

രുധിരമന വടക്കേ പടിവാതിക്കൽ അവർ നിന്നു.

മനയ്ക്കലെ അടിച്ചുതളിക്കാരി അവരുടെ മുമ്പിൽ കാണപ്പെട്ടു. കുഴഞ്ഞ ഇരുട്ട്. കറുത്തു ചുവന്ന വെളിച്ചം. ചേരിക്കല്ലുവയലുകളുടെ അക്കരകളിൽ കുടിമാടങ്ങളിൽനിന്നു പുലർകോഴി വാശിയോടെ കൂവുന്നു. മലയുടെ അപ്പുറം മടിച്ചുനിന്നിരുന്ന സൂര്യൻ പൊടുന്നനെ തല ഉയർത്തി നോക്കുന്നു.

പിറകിൽ ആൾക്കൂട്ടം കണ്ട് അടിച്ചുതളിക്കാരി ആർത്തു നിലവിളിക്കാൻ തുടങ്ങി.

മഹേശ്വരൻ അനുയായികളോടു പറഞ്ഞു:

"നിൽക്കൂ."

അയാൾ തനിച്ചു മുമ്പോട്ടു പോയി. അടിച്ചുതളിക്കാരി അളമുട്ടിയ ഇഴജന്തുവിനെപ്പോലെ ഇടവും വലവും മുട്ടി രക്ഷപ്പെടാൻ മാർഗമാരാഞ്ഞു.

മഹേശ്വരൻ അടുത്തെത്തിയപ്പോൾ അവൾ നിലവിളിക്കാൻ തുടങ്ങി.

"എന്താണു നിനക്ക്?"

പൊലീസ് വര്ണൂ!"

"എവിടെ?"

"അതാ!" അവൾ പുറകോട്ടു നോക്കി.

"മിണ്ടാതെ നടന്നോ പോലീസ് നിന്നെ ഒന്നും ചെയ്യില്ല!"

അവൾ സമാധാനം വീണ്ടെടുക്കാൻ ശ്രമിച്ചുകൊണ്ടു നടത്തം വേഗത്തിലാക്കി.

വേലക്കാരികൾക്കു കയറിച്ചെല്ലാനുള്ള വടക്കേപ്പടി തുറന്നു കിടന്നു.

"അകത്തുചെന്നു പടിപ്പുരവാതിൽ തുറക്കാമ്പറ!"

അവൾ ഓടിപ്പോയി.

മഹേശ്വരൻ അനുയായികളെ കിഴക്കെ നടയ്ക്കലേക്കു നയിച്ചു.

പടിവാതിൽ തുറന്ന് അപ്പുറം നോക്കിനിൽക്കുന്നു, വീട്ടുകാര്യസ്ഥൻ.

"നിലവറയുടെ താക്കോൽ കൊണ്ടുവരൂ."

കാര്യസ്ഥൻ പ്രേതംപോലെ വിളറി.

"കേളു കേട്ടില്ലേ?" മഹേശ്വരൻ ഉറക്കെ ചോദിച്ചു. നിലവറയുടെ കീഴെ വാതിൽ തുറന്ന് മഹേശ്വരൻ പറഞ്ഞു:

"അറുപതു ചാക്ക് നെല്ലെടുക്കുക!"

അമ്പാടിയും ചെറിയ പൊക്കായിയും കൂടി അറുപതു ചാക്കുകൾ എണ്ണിയെടുത്തു.

അപ്പോൾ നാലുകെട്ടുണരുകയും മട്ടുപ്പാവുകൾ ഉറക്കം തെളിയാത്ത മിഴികൾ തിരുമ്മി ഭൂതാവിഷ്ടരെ എന്ന മട്ടിൽ മഹേശ്വരനെ തുറിച്ചു നോക്കുകയും ചെയ്തു.

പരമേശ്വരൻ നമ്പൂതിരി അറവാതിൽ തുറക്കുന്ന ശബ്ദം കേട്ട് ദിക്കുകൾ ഞെട്ടിയുണർന്നു.

മഹേശ്വരൻ പറഞ്ഞു:

"ജ്യേഷ്ഠൻ വരുന്നുണ്ട്!"

അമ്പാടി പാളപ്പൊതിയഴിച്ച് അറുപതു ചാക്കിന്റെ കൺട്രോൾ വില എണ്ണി തിട്ടപ്പെടുത്തി കൈയിൽ വച്ചു. മുഷിഞ്ഞ നോട്ടുമുതൽ ഓട്ടമുക്കാൽവരെ, പാവങ്ങളുടെ കൈവശമുണ്ടായിരുന്ന അവസാന സമ്പാദ്യമായിരുന്നു അത്. കണ്ണൻമലയന്റെ വക മഞ്ഞപ്പൊടി പുരണ്ട നാണയങ്ങളും കൂട്ടത്തിലുണ്ടായിരുന്നു.

പരമേശ്വരൻനമ്പൂതിരി നടുമുറ്റത്തവതരിച്ചു. നീണ്ട കാലുകളിൽ ഒരുനിമിഷംകൊണ്ടു പടിപ്പുരവാതിലിന്മേൽ ചവിട്ടിനിന്നു.

ഇടിമുഴങ്ങുംപോലെ അയാൾ വിളിച്ചു:

"മഹേശ്വരാ..."

മഹേശ്വരൻ വഴിയിൽനിന്നു നാലടി നടകയറി നിന്ന് മുഖം കാണിച്ചു.

"നിയ്യ് അത്രയ്ക്ക്യായോ?"

"ഇതൊരു മഹാകാര്യമല്ലല്ലോ ഏട്ടാ! അവരു വെളയിച്ച നെല്ല് അവരുകൊണ്ടുപോണു. വിലയ്ക്കു വാങ്ങീട്ട്. പണമിതാ! പണപ്പൊതി ജ്യേഷ്ഠന്റെ കാൽക്കൽ കൈനീട്ടി വെച്ചിട്ട് മഹേശ്വരൻ നിവർന്നു.

ഒരു ചവിട്ട്.

പൊതി നാലു ദിക്കിലും ചിതറി.

പടിപ്പുരവാതിൽ ഉഗ്രശബ്ദത്തോടെ കൊട്ടിയടഞ്ഞു. ദ്രവിച്ചുതുടങ്ങിയ കട്ടിളയിൽനിന്നു ചിതൽ പെയ്തു.

ഒരുനമിഷം മഹേശ്വരന്റെ മുഖത്തു സന്ധ്യപകർന്നു. പിന്നെ വെയിലുദിക്കുംപോലെ ചിരിച്ചുകൊണ്ട് അയാൾ പറഞ്ഞു:

"പണം പുല്ലല്ല. പെറുക്കിയെടുത്തോളൂ. ആവശ്യം വരും!"

അവർ ഗ്രമത്തിലേക്കു തിരിച്ചുപോയി. നെൽച്ചാക്കു ചുമന്നവരുടെ മുഖങ്ങളിൽ വിളക്കു കെട്ടിരുന്നു. അവർ തീർത്തും മൗനംപാലിച്ചു.

രാഘവൻ അവരോടു പറഞ്ഞു:

ഇതു തുടക്കം മാത്രമാണ്! എല്ലാടത്തും ഇതുപോലെയാവില്ല."

വയലുകളിൽ, കരിഞ്ഞകാല മണത്തുനടക്കുന്ന കാലികൾ തല ഉയർത്തി നോക്കി. ഒരു ഋതുമാറ്റത്തെക്കുറിക്കുന്ന കിഴക്കൻകാറ്റ് മലയിറങ്ങി വീശി.

"ഇന്നെത്തിയ അഞ്ചു പൊലീസുകാർ നമ്മെ തൊടില്ല. രുധിരമനയ്ക്കലെ നമ്പൂതിരി സ്വന്തം ഭവനത്തിൽനിന്നു നെല്ലെടുത്താൽ അവർക്കെന്തു കാര്യം? രാഘവൻ പറഞ്ഞു.

"നാളെ ഒരു ബറ്റാലിയൻ വന്നേക്കും. അപ്പോഴും നിങ്ങൾ റെഡിയാണല്ലോ!"

നിറയൂരിന്റെ യുവചേതന മൗഢ്യം കാറ്റിൽ പറത്തി വിജയാഹ്ലാദത്തോടെ മുമ്പോട്ടു നീങ്ങി.

ജീവിതത്തിലാദ്യമായി അവർ പുത്തരിയുണ്ടു. വയർ നിറയെ. മനം നിറയെ, കോഴിക്കറി കൂട്ടി വേണ്ടുവോളം ഉണ്ടു. ശേഷിച്ചത് അത്താഴത്തിനു മാറ്റിവച്ചു. തുടർന്നുവന്ന മർദ്ദനത്തിന്റെ നാളുകൾക്ക് ചെറുത്തുനിൽപ്പു നൽകാൻ ആ ഒരു ദിവസത്തെ ഊണിനു കരുത്തുണ്ടായിരുന്നു.

മുപ്പത്തിയാറ്

കഠിനമായി പരുക്കേറ്റ യുവാക്കളെ ഉക്കാരൻഗുരുക്കൾ രാവറിയാതെ പകലറിയാതെ പരിശോധിച്ചു.

അലക്കിയ തുണിയും എണ്ണയും ദാസിയെക്കൊണ്ടെടുപ്പിച്ച് ഉണിക്കാളിയമ്മ എത്തി. തകയിടാനുള്ള മരുന്നരയ്ക്കുകയായിരുന്നു ഗുരുക്കൾ.

"അരയ്ക്കാനാളെ വിളിക്കണോ?" ഉണിക്കാളിയമ്മ ചോദിച്ചു.

"വേണ്ട, അരവ് ഒരു മന്ത്രമാണ്. കല്ല് ചൂടറിയരുത്. മരുന്ന് കല്ലിലിരുന്നു കരയരുത്!"

"അതു ശരി!"

ചാണയിൽ താളത്തിനൊത്ത് ഏകാഗ്രചിത്തനായി ഒരു യജ്ഞം പോലെ തന്റെ കർമ്മം അനുഷ്ഠിക്കുന്ന ഗുരുക്കളെ നോക്കി നിന്നു. അവർ.

നിറയൂരിനെ നോക്കി നിൽക്കുന്ന ചൂട്ടേനിമലയുടെ മടിയിൽ അവരുടെ വീട്ടിലിരുന്നറിഞ്ഞ കഥകൾക്കു നിറം കൂടിപ്പോയോ, കുറഞ്ഞു പോയോ? ഗുരുക്കളുമായി സംസാരിക്കണം.

ഓലകെട്ടി മറച്ച ചികിത്സാലയത്തിൽ യുവാക്കൾ ഞരങ്ങുന്നു.

ഉണിക്കാളി കൽപ്പിച്ചു.

"മാതൂ, ഒരു ചൂലെടുത്ത് എല്ലാടവും ഒന്ന് അടിച്ചുതളിക്കൂ."

മാതു പോയി.

ഉക്കാരൻഗുരുക്കൾ പറഞ്ഞു:

"തളിക്കണ്ട. ചാണകഗന്ധം ഇപ്പോൾ അരുത്!"

"വെള്ളം കുടഞ്ഞു തളിക്കാം!"

മരുന്നരച്ചുകൂട്ടി, ചാണ കഴുകിക്കമഴ്ത്തി ഗുരുക്കൾ ഉണിക്കാളി കൊണ്ടുവന്ന ഭാണ്ഡം അഴിച്ചു. അലക്കി വെണ്മയാർന്ന തുണികളുടെ കരകളും തിരികളും ചീന്തിക്കളഞ്ഞു. വീതിയേറിയ നാടകളാക്കി ചുരുട്ടിവച്ചു. അഞ്ചാമത്തെ ചുരുൾ മാറ്റിവെച്ച് ഗുരുക്കൾ ഒരു നെടുവീർപ്പോടെ എണീറ്റു.

"അടിയും തടയും പഠിച്ചവരടിക്കണം. ചെറുക്കാൻ ഇവിടത്തെ ചെറുബാല്യക്കാർക്കു കഴിയും! കാലികളെ തല്ലുമ്പോലെയാണെങ്കിലും വേണ്ടില്ല. ഇഞ്ച ചതയ്ക്കുമ്പോലല്ലേ ചതച്ചത്!"

"പൊലീസിനെ ആരാ അടിയും തടയും പഠിപ്പിക്കണ്? ഇവിടത്തെപ്പോലെ ഗുരുക്കന്മാരുണ്ടോ അവിടെ?"

"നെറിയുള്ളവര് എതിരിട്ടാല് എന്റെ കുഞ്ഞിങ്ങൾക്കിതു സംഭവിക്കില്ലാർന്നു. പയറ്റു പഠിപ്പിക്കുമ്പോൾ ഞാൻ നെറികേടൊട്ടു പഠിപ്പിച്ചുമില്ല!"

"അവസാനത്തെ അടവ് ഗുരിക്കൾ പ്രയോഗിച്ചു പഠിപ്പിച്ചില്ല എന്ന്?" ഉണിക്കാളി മധുരമായി മന്ത്രിച്ചു.

"അങ്ങനെയൊന്നില്ല. മരണം മുമ്പിലു വന്നു നിൽക്കുമ്പൊ മനസ്സു പറയണതുതന്നെ അടവ്! അതാരും പഠിപ്പിച്ചുകൊടുക്കേണ്ട!"

നെല്ലെടുപ്പിനു നേതൃത്വം നൽകിയിരുന്നവരിൽ പലരും ഉക്കാരൻ ഗുരുക്കളുടെ ചികിത്സാലയത്തിലെത്തിയിരുന്നു. ഈയിടെ പയറ്റിലല്ല, ചികിത്സയിലാണു ഗുരുക്കൾ മുഴുകിയിരിക്കുന്നത്.

"ഈ കുഞ്ഞിങ്ങള് ചെയ്തതു ശരിയോ തെറ്റോ?" ഉണിക്കാളി ഗൗരവസ്വരത്തിൽ ചോദിച്ചു.

"അന്യന്റെ പത്തായങ്ങൾ തുറപ്പിച്ചതു ശരിയോ?"

"ഉണിക്കാളിതന്നെ പറയൂ. കരുവഞ്ചേരിയിലെ പത്തായങ്ങളെ നിറച്ചതാര്? പകരം ഗ്രാമത്തിലെ പെണ്ണുങ്ങളുടെ വയറു നിറച്ചുകൊടുത്തു എന്നു പറയുമായിരിക്കും?" ഉണിക്കാളി ക്രുദ്ധയായി.

"ഇതിനെന്നാണവസാനം? എന്നും പത്തായം പെറുമോ? നാളെ വേല ചെയ്താൽ നാളെ കഴിക്കാം! ഇവരെല്ലാം എത്രകാലം മരുന്നും എണ്ണയുമായി കഴിയണം?"

''ഇതെന്നും തുടരില്ല. കാലം മാറും. മാറ്റാൻ രണ്ടാൾ മുന്നിട്ടിറങ്ങണമെന്നു മാത്രം. ചാലിൽ ചെളി അടിയുമ്പോൾ ചെളിവാരി വൃത്തിയാക്കുന്നില്ലേ, അതുപോലെ. ചെളിവാര്ണോന്റെ മേൽ ചെളിയാവാണ്ടിരിക്കില്ല. ചിലപ്പോൾ കല്ലും മുള്ളും കുപ്പിച്ചില്ലുംകൊണ്ട് കീറിമുറിഞ്ഞു എന്നുവരും!"

എന്നാലും പൊലീസ് ചെയ്തതു ശരിയായില്ല!"

"ശരിയല്ലാത്ത കാര്യങ്ങള് ഇവര്ടെ അടുത്തും പറ്റിപ്പോയിട്ട്ണ്ടെന്നു കൂട്ടിക്കോളൂ." ഗുരുക്കൾ തുടർന്നു.

"പത്തായമായ പത്തായമൊക്കെ പത്തു ദിവസംകൊണ്ടു കുത്തിത്തുറപ്പിച്ചിട്ട് അവസാനം നെല്ലെടുക്കാനാളില്ലാണ്ടെ പോയില്ലെ? എടവഴീലും പെരുവഴീലും ആർക്കും വേണ്ടാത്തമട്ടിൽ നെൽച്ചാക്കു വയറു കീറി കെടന്നില്ലേ? നാട്ടിൽ വിശപ്പില്ലാഞ്ഞോ? അരി വേണ്ടാഞ്ഞോ? അല്ല, ഭയം! മനുഷ്യരുടെ ഉള്ളിൽ ഭയം ഉളവാകുക എന്നത് എത്ര ഹീനം! നിറയൂരെ പെണ്ണും കുഞ്ഞീം കതകടച്ച് അകത്തിരുന്നു."

"ചെറുബാല്യക്കാര് ചെയ്തതു തെറ്റായിപ്പോയെന്നാ ഗുരിക്കളും പറയുന്നത്?"

"അല്ല, പ്രവൃത്തികൾ മനുഷ്യനെ വിജ്ഞനാക്കുന്നു. അവരുടെ സങ്കൽപ്പങ്ങൾക്കു ചിറകു നൽകുന്നു. നിറയൂരിലെ ഗ്രാമീണർ എല്ലൊടിഞ്ഞാലും അവരുടെ ശക്തിയറിഞ്ഞു. അതു ചില്ലറക്കാര്യമാണോ? ഇത്തരത്തിൽ ഒരു പ്രവൃത്തി, ഒരു ജന്മിയുടെ അറ തുറപ്പിക്കൽ, കോൺഗ്രസിന്റെ നൂറു പ്രസംഗങ്ങളുടെ ഫലംചെയ്യും. ചെയ്തു."

"ഗാന്ധിജി അങ്ങയുടെ ഗുരുവായിരുന്നില്ലേ?"

ആണ്, ഞാൻ ഖദറുടുക്കുന്നില്ലെങ്കിലും അദ്ദേഹം എന്റെ ഗുരുതന്നെ! അങ്ങു വടക്കു ഗ്രാമീണർ അക്രമം കാണിച്ചപ്പോൾ ഗാന്ധിജി പറഞ്ഞു, "മതി, മക്കളെ!" ഭയന്നിട്ടാണോ? അല്ല, ജനക്കൂട്ടത്തിന്റെ കൈയിൽ രോഷത്തിന്റെ പന്തം കിട്ടിയാൽ അവർ സ്വന്തം കുടിൽപോലും ചുട്ടുകരിക്കും. മദ്യപരെപ്പോലെ. അദ്ദേഹം ഗ്രാമീണന്റെ ഉള്ളറിഞ്ഞു. അത്രതന്നെ!"

ഉണിക്കാളി ചിന്താമഗ്നയായി. അവർ മുറ്റത്തെ കുമ്പളപ്പന്തലിന്റെ ചോട്ടിൽ ഒരു കല്ലിൽ ഇരിപ്പുറപ്പിച്ചു.

ഗുരുക്കൾ മരുന്നുതാലവും മുളങ്കമ്പുകളും എണ്ണയും തുണിയുമായി മറയ്ക്കകത്തു കയറി.

ഇന്നലെവരെ ജീവൻ ബലികൊടുത്തും സമരംചെയ്യാനിറങ്ങിയിരുന്ന യുവാക്കൾ ഗുരുക്കളുടെ അത്യന്തം മൃദുവായ സ്പർശനത്തിൽ

വാവിട്ടുനിലവിളിക്കുന്നത് അവർ കേട്ടു. ഒരു പ്രസവമുറിയിൽനിന്നു പോലും കേൾക്കാത്ത നിലവിളി. ഉണിക്കാളിയമ്മ ആത്മഗതം ചെയ്തു. “ആണുങ്ങടെ ശൗര്യം ഇതുതന്നെ! ഒന്നും സഹിച്ചൂടാ, വേണ്ടാ കേൾക്കണ്ട.”

അവർ അകത്തേക്കു വിളിച്ചുപറഞ്ഞു:

“ഞാമ്പോണൂ!” മറ്റൊരു നിലവിളിയിൽ അവരുടെ ശബ്ദം മുങ്ങിത്താണു.

ഉണിക്കാളിയമ്മ തോപ്പിൽനിന്ന് ഇടവഴിയിലിറങ്ങി. ഇടവഴിയിലെ ചപ്പിലകളിൽ ചോര കട്ടപിടിച്ചു കിടന്നു. എല്ലാ പുരകളും അടഞ്ഞുകിടന്നു. പെരുവഴിയിൽ ചിതറിവീണിരുന്ന നെന്മണികൾ പെറുക്കാൻ ഉറുമ്പിൻനിര നീണ്ടു.

നദീതടത്തിന്റെ ആകാശങ്ങളിൽ മഴക്കാറുകൾ ഉരുണ്ടുകൂടി.

കാലികൾപോലും കരയുന്നില്ല. നിശ്ശബ്ദത അടക്കിഭരിക്കുന്ന ഗ്രാമം അവർക്ക് അസഹ്യമായി. മെല്ലെ മെല്ലെ പൊന്തകളിലൂടെ ഒരു കാറ്റ് തേങ്ങിക്കൊണ്ടിരുന്നു. ഒന്നു ദീർഘമായി ശ്വസിക്കാൻ മടിക്കുന്ന കാറ്റ്.

“ഇനി ഇവിടെ നിന്നൂടാ. എനക്കു പോണം!” ഉണിക്കാളിയമ്മ പറഞ്ഞു.

“നാളെ മഞ്ചൽക്കാരെ വരുത്തി എനക്കു കരുവഞ്ചേരിക്കു പോണം!”

ഭർത്താവ് രണ്ടുകുറി ആളെ അയച്ചിരുന്നു. പോയില്ല. അവശനായപ്പോൾ ഉണിക്കാളി വേണം. പാങ്ങില്ലാതായാലും ഉണിക്കാളി ഒരാളെ ആശ്രയിക്കുകയില്ല. നിറയൂർ പുഴയിൽ കെട്ടിത്താഴും.

മധുരരോഗത്തിനു ചികിത്സ ഉണിക്കാളിയല്ല കുറെ കയ്പനുഭവിക്കലാണ്. ദുഃഖം ശരീരത്തിന്റെ ഭാരം കുറയ്ക്കട്ടെ.

കർത്തവ്യബോധം അവരെ വല്ലാതെ ഉലച്ചു. രാഘവന്റെ മുലകുടി മാറിയതിനു ശേഷം ഒരു പക്ഷിയുടെ സ്വാതന്ത്ര്യം അനുഭവിക്കുകയായിരുന്നു. തോന്നുമ്പോൾ കരുവഞ്ചേരിക്കു പോകും. തോന്നുമ്പോൾ തിരിച്ചുപോരും. കരുവഞ്ചേരി കാരണവർക്ക് ഭയമുള്ള ഒരേയൊരാൾ ഉണിക്കാളിയമ്മയായിരുന്നു.

ഒരിക്കലവർ ഭർത്താവിനോടു പറഞ്ഞു:

“എനിക്ക് ഒരു കുഞ്ഞി മതി, രാഘവൻ. മച്ചിയല്ലെന്നു മാലോകരെ അറിയിക്കാൻ ഒരുത്തൻ മതി!”

കംസൻപട്ടേലർ പിഴപ്പിച്ച ദാസിപ്പെണ്ണുങ്ങളെ ഉണിക്കാളിയമ്മ പെറാനനുവദിച്ചു. അവർക്കു മരുന്നുമായി വന്ന നാടൻ പതിച്ചികളെ ആട്ടിയോടിച്ച ദാസിമാർക്ക് അവർ തറവാട്ടിൽനിന്നു പ്രസവച്ചെലവിന് അരിയും തുണിയും കൊടുപ്പിച്ചു. കിടക്കാൻ കൂര പണിയിച്ചു. വാരം ഒഴിവാക്കി കണ്ടങ്ങൾ ചാർത്തിക്കൊടുത്തു.

കംസൻപട്ടേലർ അടങ്ങേണ്ടിവന്നു. ഉണിക്കാളി ഇക്കണക്കിനു തറവാട്ടിലിരിക്കാത്തതാണു ഭേദം എന്നു നിനച്ചു...

ഉണിക്കാളി പടികയറി, അറവാതിൽ തള്ളിത്തുറന്നു. പുറകിൽ നിന്ന ദാസിയോട് അവർ പറഞ്ഞു:

"എനക്കു പോണം!"

എവിടെയെന്നു ചോദിക്കേണ്ടതില്ല. ഉണിക്കാളിയമ്മ ഒരൊറ്റ ഇടത്തേ യാത്ര പോകാറുള്ളു.

ദാസി യാത്രയ്ക്കുള്ള ഒരുക്കം തുടങ്ങി. അലക്കി പശ കളഞ്ഞ പുട വകളും റൗക്കകളും എടുത്തുവച്ചു. മുറുക്കിയ എണ്ണ ഭരണിയിലാക്കി. ഗ്രന്ഥക്കെട്ടെടുത്തു. കരുവഞ്ചേരിയിൽ ഗ്രന്ഥങ്ങളുണ്ട്. പെണ്ണുങ്ങൾക്കു വായിക്കാൻ കിട്ടില്ല. പല്ലക്ക് പൊടി തുടച്ചൊരുക്കി. അമാലന്മാർക്ക് ആൾ പോയി.

"ചാമയരി എടുത്തോ?"

ദാസി വിസ്മയിച്ചു. എന്തിനാണ് ചാമയരി? ഗർഭം അലസിയ പെണ്ണുങ്ങൾക്ക് ചികിത്സിക്കാനല്ലേ?

"എന്റെ തടിയൊന്നു കുറയ്ക്കണം!"

"അമ്മ അത്ര തടിച്ചിട്ടൊന്നും അല്ലല്ലോ!"

"എന്നാലും കരുതാമല്ലോ!" കരുവഞ്ചേരി പത്തായങ്ങളൊഴിയുന്നെന്നു കേട്ടു!"

"അതേന്ന്!"

"അവിടെ ചെന്നാ ഞാൻ ഒരിക്കലൂണ്!"

ഉണിക്കാളിയമ്മയോടു ചോദിക്കാതെ ദാസി ആഭരണങ്ങൾ വൃത്തിയാക്കാനുള്ള സാബുൻകായ് ഒരു കൂടനിറയെ പറിച്ചുകൊണ്ടു വന്നു.

"ഞാൻ പണ്ടങ്ങളണിയുന്നില്ല. ഈ മാലയും കാപ്പും മതി!"

ദാസിയുടെ മുഖം മങ്ങി.

രാവിലെ കഞ്ഞികുടിച്ചിറങ്ങി. തുലാമഴയുടെ ഘോഷം ദിക്കുകളുടെ അണിയറയിൽ നടക്കുന്നു. പെയ്യും മുമ്പ് അങ്ങെത്തണം.

കരുവഞ്ചേരിയെത്തുമ്പോൾ ഉച്ച കഴിയുന്നു. ദാസിയെയും അമാലന്മാരെയും ഉണ്ണാനയച്ച് ഉണിക്കാളി കുളത്തിൽ പോയി. ഈറൻ മാറി കോണി കയറി. കോണിപ്പടികൾ കുശലം ചോദിച്ചു. മാളികവരാന്തയിൽ ആട്ടുകട്ടിലിൽ വിശ്രമിക്കുന്ന പട്ടേലർ ഒന്നുനോക്കി.

"എന്താണു ദണ്ണം?"

"വയസായ ദണ്ണം തന്നെ!"

"അത്രങ്ങ് വയസ്സായ്യ്യോ?

പട്ടേലർ ചിരിച്ചു.

"ഉണിക്കാളീ, നീയെന്താ പറയ്യാന്നറിയാ. എനക്ക് ദെണ്ണം മനസിലാ!"

"അതല്ലാണ്ട് വരൂലാ. മനസീന്നു പതുക്കെ ദേഹത്തേക്കും എറങ്ങിക്കോളും. ആദ്യം താനറിഞ്ഞു പഥ്യം നോക്കണം. പറ്റിയില്ലെങ്കിൽ വൈദ്യരോടു പറയണം."

ഭർത്താവിന്റെ പഴുത്തു വിളർത്ത ശരീരം കണ്ടപ്പോൾ വൈദ്യരെ തന്നെ വിളിക്കേണ്ട ഘട്ടമെത്തിയെന്ന് ഉണിക്കാളിക്ക് മനസിലായി. കരുവഞ്ചേരി വല്യേട്ടനെ കവിഞ്ഞൊരു വൈദ്യരാര്!

വിശ്രമിക്കേണ്ട സമയല്ലെന്നോർത്തോ. അന്ന് കസവു കരയുള്ള ഒരു നേര്യത് ചുറ്റി. കണ്ണാടി നോക്കി മുടി ചീകിക്കെട്ടി. ചെല്ലത്തിൽനിന്നു മുറുക്കാനെടുത്തു.

"മംഗലാപുരത്ത്ന്ന് ഇന്നലെ കൊണ്ടുവന്ന പുകയിലയാണ്. നല്ല വാസനപ്പുകയില!" ഭർത്താവു പറഞ്ഞു.

"ഞാനിപ്പോ പൊകേല കൂട്ടാറില്ല."

മുറുക്കി ചുവപ്പിച്ചു നിൽക്കുന്ന ഉണിക്കാളി പരമസുന്ദരിയാണെന്നു കണ്ടു. ഭർത്താവിന്റെ പാതി രോഗം പോയി. അയാൾ മഞ്ചത്തിൽ നിവർന്നിരുന്നു.

"എനിക്കും താ മുറുക്കാൻ!"

തളിർവെറ്റില ചുണ്ണാമ്പു തേച്ചു ചുരുട്ടി കൈയിൽ വച്ചുകൊടുത്ത് ഉണിക്കാളി പറഞ്ഞു:

"ഞാനിപ്പഴ് വരാം!"

"ഇരിക്കാനെടയില്ലാതെ പോണോ?"

"പോണം! വല്യേട്ടനെ കണ്ടു വരാം!"

"അതിനിപ്പോ എനിക്കങ്ങനെ ഒരു രോഗമൊന്നും ഇല്ല ഉണിക്കാളി."

"അതു നിശ്ചയിക്കേണ്ടത് വൈദ്യരാ!"

അവർ മഞ്ചത്തിന്റെ ചോട്ടിലെ കോളാമ്പിയിൽ തുപ്പി. തുണക്കാരിയെ കൂട്ടി കോണിപ്പടി ഇറങ്ങി.

അന്തഃപുരം ശൂന്യമായി, ഉച്ചിര പോയി. ദേവയാനി പോയി. ഈ കൂട് ആർക്കുവേണ്ടി കരുതിയിരിക്കുന്നു?

അടുക്കളപ്പുരയിൽ ദാസിമാരുടെ എണ്ണത്തിന് ഒരു കുറവുമില്ല. ഒരാൾ തുവര പരിപ്പാക്കുന്നു. ഒരാൾ നേന്ത്രപ്പഴം വരട്ടുന്നു. ഒരാൾ തേങ്ങ ചിരവുന്നു. മറ്റൊരാൾ വെണ്ണയൊരുക്കുന്നു.

എല്ലാവരും ജോലി നിർത്തി എണീറ്റു നിന്നു.

"വരട്ടിക്കോ, അടിയിൽ പിടിക്കണ്ട!" അവർ മുറ്റത്തിറങ്ങി വല്യേട്ടന്റെ മരുന്നു പുരയ്ക്കു നേരെ നടന്നു. കരുവഞ്ചേരി പെണ്ണുങ്ങളാരും വലിയ കാരണവരുടെ മരുന്നു പുരയിൽ കയറാറില്ല.

ദൂരെ നിന്നുതന്നെ വലിയ വൈദ്യർ പറഞ്ഞു: "ഉണിക്കാളി എത്തീറ്റ്ണ്ടല്ലോ!"

വെൺചാമരംപോലെ അഴിഞ്ഞുകിടന്ന തലമുടി കുടുമകെട്ടി കാരണവർ മധുരമായി ചിരിച്ചു.

"നെറയൂരു തുലാമഴ തുടങ്ങ്യോ?"

"തുടങ്ങ്ണു. ഭൂമിയിലാണ് ഇടി വെട്ടണത്! ചോരയാണ് പെയ്യണത്!"

"കേട്ടു. തടുത്താ നിൽക്കില്യ."

"ഇല്യ."

"ഉരുള് പൊട്ടുകതന്നെ ചെയ്യും!"

"വേണത്രെ!"

"ങ്ഹൂം!"

"ഏട്ടൻ ഒന്നു വന്നു നോക്കണം. മധുരം കുറെ കവിഞ്ഞെന്നാ തോന്നണ് നീർക്കോളുമുണ്ട്."

അതിന്ന് ഓൻ പറഞ്ഞാലനുസരിക്ക്വോ? പഴം വരട്ട്യേതും പായസോം ഒഴിഞ്ഞ നേരംണ്ടോ? നെയ്യിടാണ്ടെ കഞ്ഞി ചെല്ല്വോ? ഞാനെന്താ വേണ്ടി?"

"ഞാനുണ്ടാകും, ഇവിടെ!"

"നന്നായി, മരുന്നു കൊടുത്തയക്കാം."

"ഞാനെറങ്ങാം."

"വരട്ടെ!"

വല്യേട്ടൻ അകത്തുപോയി ഒരുപിടി ഉണക്കമുന്തിരി കൊണ്ടുവന്നു. ഇളം പൊന്നിന്റെ നിറം.

"മരുന്നിൽ ചേർക്കാൻ വാങ്ങിയപ്പഴ് കുറച്ചധികം വാങ്ങി."

ഉണിക്കാളിയമ്മ ഇരു കൈയും നീട്ടി മുന്തിരിങ്ങ വാങ്ങിച്ചു.

"തിന്നാൻ കുഞ്ഞിങ്ങളില്ലാത്ത ഒരു വീടായിപ്പോയല്ലോ ഇത്!" വല്യേട്ടൻ നിറഞ്ഞ ദുഃഖത്തോടെ പുലമ്പി.

"അനന്തൻ വരാറില്ലേ? കുഞ്ഞിങ്ങളും?"

"വരേണ്ടെന്ന് തറവാട്ടു കാർന്നോര് മുടക്ക്യാ എങ്ങനെ വരും?"

"അത്രക്കായേ്യാ?"

ഉണിക്കാളി മുന്തിരങ്ങ രണ്ടെണ്ണം വായിലിട്ടു ബാക്കി തുണക്കാരിയെ ഏൽപ്പിച്ചു.

മരുന്നു പുരയുടെ തെക്ക് രോഗികൾ കിടക്കുന്ന മുറിയിൽ ഒരു വിളർത്തു മെലിഞ്ഞ മനുഷ്യൻ ജനലഴിക്കപ്പുറം ഇരിക്കുന്നുണ്ടായിരുന്നു.

തുണക്കാരി പറഞ്ഞു:

"കണ്ണിനാ സൂക്കട്! കീറി മുറിക്കണോത്രെ! കാഴ്ചയില് നെറങ്ങളു മാറിമാറി വര്വാത്രെ! അങ്ങനെണ്ടോ ഒരു ദണ്ണം! പുതുമന്നെ!"

"പുതിയ കാലത്തിനു പുതിയ രോഗം!" ഉണിക്കാളി രോഗിയുടെ മുഖം സൂക്ഷിച്ചു. എവിടെയോ കണ്ട മുഖപരിചയം. അനന്തന്റെ സഭകൾക്കു വരാറുള്ള, തെക്കെങ്ങോ ഉള്ള ഒരു നേതാവല്ലേ?"

ഉണിക്കാളിയുടെ നിഴൽ പതിച്ച മിഴികൾ ചിമ്മിത്തുറന്നു നേത്രരോഗി പറഞ്ഞു:

"എന്റെ കണ്ണിന് സൂക്കേടൊന്നുംല്യ. പിന്നെ വല്യവൈദ്യര് പറയുമ്പഴ് എങ്ങനെ തട്ടിക്കളയും?"

"ചിലപ്പഴ് നാം കാണുന്നതും കേൾക്കുന്നതും ശരിയായിരിക്കില്യ —അദ്ധോണ്ടാ വിവരം ള്ളവരെ തേടണംന്ന് പറയ്ണത്!"

"ഉണിക്കാളിയമ്മ ആയിരിക്കും, ഇല്ലേ?"

"അതെ! കേൾവിക്കും കുറവൊന്നും ല്യ. എത്ര ദിവസം ഇങ്ങനെ കഴിയണാവൊ!"

"മൂപ്പെത്തേണ്ടിവരും!"

മുപ്പത്തിയേഴ്

"ഇത് നിങ്ങളുടെ മാത്രം ഒരു കുട്ടിക്കളിയാണെന്ന് അവർ വിചാരിച്ചതെന്തുകൊണ്ട്?" കുഞ്ഞിക്കണ്ണൻ ചോദിച്ചു. അയാളുടെ തൊണ്ടയിൽനിന്ന് ഉശിരുള്ള ഓരോ നായ്ക്കുട്ടികൾ കുതിച്ചു ചാടുമ്പോലായിരുന്നു.

പ്രവർത്തകന്മാർ മ്ലാനമുഖവുമായി ഇരുന്നു.

നിറയൂരിന്റെ മുമ്പിലെ വനത്തിൽ ഒരു കല്ലിന്റെ മറവിലിരുന്നു കണക്കുകൾ പരിശോധിക്കുകയാണ്. കുഞ്ഞിക്കണ്ണനാണ് പരിശോധകൻ. കുഞ്ഞിക്കണ്ണൻ തങ്ങളുടെ പ്രവർത്തനം വിലയിരുത്തുന്നതിൽ നിറയൂർക്കാർക്ക് പരാതിയൊന്നുമില്ല. അദ്ദേഹമാണല്ലോ തുടങ്ങിവച്ചത്.

"നിങ്ങൾ ഇതുവരെ എവിടെയായിരുന്നു?" ചോദ്യം ചോദിക്കാനുള്ള ചങ്കൂറ്റം മഹേശ്വരന് മാത്രമേ ഉണ്ടായിരുന്നുള്ളു. അമ്പാടിക്കാണെങ്കിൽ അനേകം അമ്പുകൾ തൊണ്ടയുടെ ആവനാഴിയിൽ തിക്കിത്തിരക്കി എത്തിനോക്കുന്നു. ഒരു ചോദ്യം എങ്ങനെ മെരുക്കിയെടുക്കണം എന്നറിഞ്ഞുകൂടാ. ഗ്രാമീണസദസുകളിൽ ഉരുളയ്ക്കുപ്പേരിപോലെ പക്വത വന്ന കാരണവന്മാരുടെ ചോദ്യങ്ങൾക്കു മറുപടി പറയും. ഇവിടെ സംഗതി വേറെ. അക്ഷരങ്ങളുടെ പുണ്യതീരങ്ങളെ ചവിട്ടിയാൽ അശുദ്ധമാകുമോ എന്ന പേടി. തനിക്കു പാണ്ഡിത്യം പോരെന്ന ഖേദം അന്നാദ്യമായി അമ്പാടിയെ അലട്ടി. എളേരിയിൽ പുനം കാവലിന്നിരിക്കുമ്പോൾ കുറെ പുസ്തകം വായിക്കണം എന്നുണ്ടായിരുന്നു. രാഘവൻ ഉമേഷ് പൈയുടെ കടയുടെ മുകളിൽ നിശാക്ലാസെടുക്കുമ്പോൾ അമ്പാടി പുനം കൃഷിയിൽ കാട്ടുപന്നികളോടു പോരാടുകയായിരുന്നു.

പിരിഞ്ഞുപോയ ഗ്രാമീണ സദസിനെപ്പറ്റി ആയിരുന്നു അവരുടെ വിലയിരുത്തൽ. യുദ്ധം വേണ്ട, ആരും യുദ്ധത്തിൽ ചേരരുത്! യുദ്ധം ശത്രുവിനെ വളർത്താനാണ്. നമ്മുടെ ശത്രു വെള്ളക്കാരായ ഭരണകർത്താക്കളാണ്. അവനെ യുദ്ധത്തിൽ ജയിക്കാൻ നാം അനുവദിക്കരുത്. സഹായിക്കരുത്.

പക്ഷേ, നിറയൂരിൽനിന്നു കുറെ ചെറുപ്പക്കാർ ഓടിപ്പോയി യുദ്ധത്തിൽ ചേർന്നു കഴിഞ്ഞു. ചിലർ തൊഴിൽ തേടി ബോംബെയ്ക്കെന്നും പറഞ്ഞു പോയി. തൊഴിൽ ഒന്നുമാത്രമേ ഉണ്ടായിരുന്നുള്ളു—യുദ്ധം ചെയ്യൽ.

യുദ്ധത്തിൽ ചേരുന്നവരെ കേസിൽനിന്നൊഴിവാക്കാമെന്ന് പട്ടേലന്മാർ പറഞ്ഞു. ചെറുപ്പക്കാരെ റിക്രൂട്ട് ചെയ്യാൻ നിയുക്തരായവർ നല്ല ചൂണ്ടകൾതന്നെ തെരഞ്ഞെടുത്തു. അമ്പാടി യുദ്ധസേവനത്തിനു പോകാത്തതെന്തുകൊണ്ടാണെന്ന് കാളീശ്വരം രാജാവ് കാര്യസ്ഥനെ വിട്ടന്വേഷിച്ചു. വാറണ്ടുണ്ട്. വാറണ്ട് മടക്കിയാലോ? അതിന് കുഞ്ഞമ്പാടി എവിടെ?

യുദ്ധത്തിൽ ചേർന്ന മലയൻകണ്ണന്റെ മരുമകൻ കണ്ണൻകുഞ്ഞിയെപ്പറ്റി ആയി ചർച്ച. കണ്ണനെ ഗ്രാമത്തിൽനിന്നു പുറത്താക്കണം! മലയൻ കണ്ണന്റെ കുടുംബത്തെ ബഹിഷ്കരിക്കണം! അവരുടെ ബന്ധത്തിൽപ്പെട്ട ആരും തെയ്യം കെട്ടരുത്. അച്ചന്മാരെ പറഞ്ഞു ചട്ടം കെട്ടണം!

മഹേശ്വരൻ ഈർഷ്യയോടെ ചോദിച്ചു:

"മലയൻ കണ്ണന്റെ വിശപ്പാറ്റാൻ നാം എന്തു ചെയ്തു? നെല്ലെടുപ്പിന്റന്ന് ഒരിടങ്ങഴി കൊടുത്തുകാണും!"

"എന്നാൽ ഞങ്ങളെല്ലാവരും പോയി യുദ്ധത്തിൽ ചേരട്ടെ!" നിറയൂരിലെ നാലു ചെറുപ്പക്കാർ പറഞ്ഞു.

"ശരി, നിങ്ങൾ പോവുക!" കുഞ്ഞിക്കണ്ണൻ പറഞ്ഞു.

"നമുക്കെന്തിനാണ് സ്വാതന്ത്ര്യം? തിന്നു സുഖിക്കാൻ മാർഗമുണ്ടെങ്കിൽ? സ്വാതന്ത്ര്യം ആർക്കുവേണ്ടിയെന്ന് നാം ആദ്യം തീരുമാനിക്കേണ്ടിയിരിക്കുന്നു."

"പണമുള്ളവർക്കു ജീവിക്കുവാനുള്ള സ്വാതന്ത്ര്യം. ദരിദ്രർക്ക് മരിക്കാനുള്ള സ്വാതന്ത്ര്യം! അങ്ങനെയല്ലേ?" രാഘവൻ ചെറുപ്പക്കാരെ നോക്കി ചോദിച്ചു.

ബാലപാഠങ്ങൾ പഠിച്ചു കഴിഞ്ഞിരുന്നവർ അടങ്ങി.

കുഞ്ഞിക്കണ്ണൻ പറഞ്ഞു:

"നാം അവർക്കു വേണ്ടത്ര സ്റ്റഡിക്ലാസുകൾ കൊടുത്തില്ല. അതാണു കുഴപ്പം. അവർക്കു നമ്മിൽ വിശ്വാസമുണ്ടാകണമെങ്കിൽ നിരന്തരമായ സമ്പർക്കം ആവശ്യമാണ്. ചൂട്ടേനിമലയും മേച്ചേരിമലയും അവരെ നമ്മിൽ നിന്നു വേർതിരിക്കുന്നു."

"നാം കരുതിയിരിക്കണം. ഇന്ത്യ യുദ്ധത്തിലാണ്. യുദ്ധത്തിനെതിരെ ചുവർ പരസ്യം എഴുതി ജയിലിൽ ചെന്നു സുഖിക്കാൻ ഞാനാളല്ല." മഹേശ്വരൻ പറഞ്ഞു.

മഹേശ്വരന് ഒരു കുടുംബമുണ്ട്!" രാഘവൻ കളിയാക്കി.

മഹേശ്വരൻ ചാടിയെണീറ്റു.

"ഒന്നു പറഞ്ഞു രണ്ടാമത്തേതിന് മഹേശ്വരന്റെ കുടുംബം! എല്ലാത്തിനും ഉത്തരവാദി മഹേശ്വരന്റെ കുടുംബം! നാണമില്ലേ നിങ്ങൾക്ക്? ഞാനൊരു വിവാഹം ചെയ്തത് അത്ര വലിയ പാതകമായിപ്പോയോ? നിങ്ങളെല്ലാവരും അവസരം വരുമ്പോൾ അതു ചെയ്യും! എനിക്കറിയാം!"

"നിങ്ങളെന്തിനുറക്കെ പറയുന്നു? തെറ്റു ചെയ്തു എന്നു ബോധ്യമുള്ളതുകൊണ്ടാണ് ഉച്ചത്തിൽ നിഷേധിക്കുന്നത്!"

മഹേശ്വരൻ ഇരുട്ടിലേക്കു മാറി അവിടെയിരുന്നു.

ഒരു മഴ ചാറാൻ തുടങ്ങി. ദീപക്കാഴ്ച അവസാനിപ്പിച്ചു മിന്നാമിനുങ്ങുകൾ ശയനാഗാരത്തിലേക്കു മടങ്ങി. അവർ അഞ്ചുപേർ മാത്രം മഴച്ചാറ്റലിൽനിന്നു രക്ഷപ്പെടാൻ പാറപ്പൊത്തിൽ അഭയം തേടി. ഒരു ചാറ്റൽ മഴയെ ഭയന്ന് ഓടിപ്പോകാനുള്ളവരല്ല.

എതിർത്താലും ഇല്ലെങ്കിലും യുദ്ധം നടക്കും. യുദ്ധത്തെക്കുറിച്ചു ഗ്രാമീണരെ ബോധവാന്മാരാക്കണം. അവർ കൊച്ചു നിറയൂർ ഗ്രാമ

ത്തിന്റെ മാത്രം ഉടമകളല്ല. ഈ ഭൂമിയിൽ സംഭവിക്കുന്ന എല്ലാത്തിനും അവരുടെ മേൽ ഒരടയാളം വീഴ്ത്താൻ കഴിയും. ഇതവരെ ബോധ്യപ്പെടുത്താനാരുണ്ട്?

"ഞാൻ!" അമ്പാടി പറഞ്ഞു— ഞാനവരിൽ ഒരാളാണല്ലോ!

"അതാണ് സത്യം! അതു മാത്രമാണ് സത്യം—" കുഞ്ഞിക്കണ്ണൻ ഹൃദയം തുറന്ന് കുഞ്ഞമ്പാടിയെ അനുമോദിച്ചു.

"ഓർമിക്കുക, നിങ്ങൾക്കു പകലുകൾ വിധിച്ചിട്ടില്ല." പുലർച്ചയ്ക്കു മുമ്പു പിരിയുമ്പോൾ കുഞ്ഞിക്കണ്ണൻ അവരെ ഓർമിപ്പിച്ചു. അടുത്ത നിമിഷം അയാൾ അപ്രത്യക്ഷനായി.

അമ്പാടി തീരുമാനിച്ചു—ഞാനെന്റെ ഗ്രാമത്തിൽ തന്നെ ഒളിവിൽ കഴിയും. നെല്ലെടുപ്പുകേസ് കഴിയുംവരെയെങ്കിലും അവരെ വിട്ടുപോകരുത്. ആദ്യം ഒളിക്കേണ്ടത് അമ്മയിൽനിന്നാണ്.

മഹേശ്വരൻ കീഴൂരിലേക്കു തിരിച്ചു. മഹേശ്വരനെ ഏറ്റവും അവസാനം അവർ അന്വേഷിക്കുക കീഴൂരായിരിക്കും. തീർത്തും സസ്യഭുക്കായ ഒരു ബ്രാഹ്മണൻ മുക്കുവഗ്രാമത്തിൽ ജലപാനമില്ലാതെ എത്ര നാൾ ജീവിച്ചിരിക്കും? മഹേശ്വരൻ ഓർത്തു ചിരിച്ചു. മിന്നാമിനുങ്ങു വെട്ടത്തിൽ പാറപ്പുറത്തിരുന്ന് *യുവകാഹള*ത്തിന്റെ റാപ്പറിന്റെ ഒരു തുണ്ടിൽ അയാൾ എഴുതി: "എല്ലാം മായയാണെന്നു വിചാരിക്കേണ്ട. ഞാൻ വരും!"

ഉണ്ണിമായ ഗർഭിണിയാണെന്നും ഏതാനും ദിവസങ്ങൾക്കകം അവൾ പ്രസവിക്കുമെന്നുമുള്ള ചിന്ത മഹേശ്വരൻ മനസിന്റെ ഏറ്റവും അടിയിലുള്ള അറയിൽ അടച്ചുപൂട്ടി. സ്വന്തം മനസിനെ നിയന്ത്രിക്കാൻ പഠിക്കാതെ ഒരു ഗ്രാമത്തിന്റെ ചുമതല ഏറ്റെടുക്കുന്നതെങ്ങനെ?

കീഴൂരിൽ കർഷകരില്ലെന്നു പറയാം. പക്ഷേ, മത്സ്യത്തൊഴിലാളികളുണ്ട്. അവരെ വിലയ്ക്കെടുത്ത അസ്സൈനാജിയുണ്ട്. കീഴൂരിന്റെ ചതുപ്പുകളിൽ കൃത്രിമ തുരുത്തുകൾ നിർമിച്ച് അവരുണ്ടാക്കിയ കൂരകളിൽ നിന്നു കുഞ്ഞുങ്ങൾ കരഞ്ഞുകൊണ്ടേയിരുന്നു.

ചീരുവിന്റെ മത്സ്യക്കുട്ടയിൽ കൂവയിലയിൽ പൊതിഞ്ഞ കുറിപ്പുണ്ടായിരുന്നു. ഉണ്ണിമായയ്ക്കുള്ളത്.

"ബ്രാഹ്മണഗൃഹത്തിൽ നീയെങ്ങനെ പോകും ചീരു?"

"ഞാൻ പോകുന്നില്ല. വേറൊരാളു പോകും!"

ചീരുവിനെ വിശ്വസിക്കണം. വിശ്വാസത്തിന്റെ പടവുകൾ കയറാതെ എങ്ങും എത്തുകയില്ല.

മഹേശ്വരൻ ചീരുവിനെ അനുഗമിച്ചു. നിറയൂരെ കച്ചവടം കഴിഞ്ഞു തിരിച്ചെത്താൻ വൈകിയ ചീരു ധൃതിയിൽ നടന്നു. ഇടവും വലവും ശ്രദ്ധിക്കാതങ്ങനെ നടക്കാൻ വയ്യ.

"ചീരു നടന്നോളൂ."

"വഴി?"

"അറിയാം." മുറ്റത്തെ അയക്കോലിൽ ചീരുവിന്റെ ജാക്കറ്റ്!"

"അദന്നെ! എന്റെ മഭ്വോൻ വേദം കൂടിയ കൃഷ്ണൻകുട്ട്യാന്ന് കാണുന്നവരെ കർതിക്കോളും. ഓനും ഇച്ഛേല്ക്ക മുടി മുറിച്ചിരിക്കണത്. ഓനും

ഇത്രോം നെറോം വലിപ്പോംണ്ട്. പട്ടാളത്തീപോയി മൂര്യെർച്ചി തിന്ന് വണ്ണം കൂടീറ്റ്ണ്ടാവും! ഓൻ നാട്ടില് എത്തീറ്റ്ണ്ട്ന്നാ ഞാമ്പറഞ്ഞത്!"

മഹേശ്വരൻ വളഞ്ഞ വഴികൾ തെരഞ്ഞെടുത്തു.

തുരുത്തിയിലെ നീലച്ചെളിനിറഞ്ഞ ചാലുകളിൽനിന്ന് അപരിചിതവും അസഹ്യവുമായ ദുർഗന്ധം ഉയർന്നു. തേരുകളിൽ പൊത്തിപ്പിടിച്ചു നിൽക്കുന്ന തെങ്ങുകൾ കുലച്ചിട്ടില്ല. ആശ്ലേഷിച്ചു നിൽക്കുന്ന കുടിലുകൾ. നാലോ അഞ്ചോ കൂരകളെ ചുറ്റിപ്പോകുന്ന ഒറ്റയടിപ്പാതകളിൽ ഉപ്പുവെള്ളം കിനിയുന്നു. എല്ലാ കുടിലുകളും ഒരുപോലെ. ദ്രവിച്ച തെങ്ങോലകൾകൊണ്ടു നാണം മറയ്ക്കാൻ വിഷമിക്കുന്നവ. കാക്കകളുടെ നിരന്തരമായ കരച്ചിൽ മഹേശ്വരന്റെ സ്വൈര്യം കെടുത്തി.

"അശ്രീകരം!" അറിയാതുതിർന്ന വാക്കിനെ ചൊല്ലി പരിഭ്രമത്തോടെ ചുറ്റും നോക്കി. ഈ വാക്ക് ഈ ഗ്രാമത്തിൽ ഉച്ചരിക്കേണ്ടതല്ല. കാക്കക്കരച്ചിൽ അനുഗ്രഹമായി.

ചിലേടത്ത് ചെറുചാലുകൾ ഓടിക്കൂടി വട്ടമിട്ടു തുറിച്ചുനോക്കുന്നു. പാലമില്ല. ഇറങ്ങിക്കടക്കണം. ഈ ചതുപ്പിന്റെ വൃത്തികേടും ദുർഗന്ധവും തന്നെ പിന്മടക്കുകയില്ല. ഇതാണ് ഏറ്റവും വലിയ പരീക്ഷ. മഹേശ്വരനെന്ന രുധിരമനയ്ക്കലെ യുവതിരുമേനി പത്തുദിവസം കീഴൂരെന്ന മുക്കുവച്ചാളകളുടെ അധോലോകത്തു ജീവിച്ചാൽ പരീക്ഷയിൽ ഒന്നാമനായി പാസാകും.

തന്റെ ഇച്ഛാശക്തിയിൽ മഹേശ്വരന് വിശ്വാസമുണ്ടായിരുന്നു.

കൂരകൾ ഉറക്കമായി. ഏതോ ഒരു കൂരയുടെ മുമ്പിലെ തെങ്ങിൽ കെട്ടിയ അയക്കോലിൽ പഴന്തുണികൾ കൊടിക്കൂറപോലെ പറക്കുന്നു. മഹേശ്വരൻ സൂക്ഷിച്ചുനോക്കി. ഇടമുള്ളേടത്തെല്ലാം അയക്കോലുകൾ വലിച്ചു കെട്ടിയിട്ടുണ്ട്. എല്ലാത്തിലും വൈകീട്ട് നനച്ചിട്ട തുണികൾ ചിറകടിക്കുന്നു. ഈ ഇരുട്ടിൽ ചീരുവിന്റെ നീലപൊട്ടുകളുള്ള ജാക്കറ്റ് ഞാനെങ്ങനെ തിരിച്ചറിയും? രാത്രി ഇരുട്ടിന്റെ ഒരൊറ്റ കറുപ്പുഛായ മാത്രം. നാട്ടുവെളിച്ചത്തിന്റെ നേർത്ത മന്ദഹാസം.

പലപ്പോഴും നടന്നേടത്തു തിരിച്ചെത്തി. ഇറങ്ങിക്കടന്ന ചാലുകൾ വഴിമുടക്കി. മഹേശ്വരൻ ഒരു തെങ്ങിന്റെ നിഴൽ ചാരിനിന്നു. ആരോ വരുന്നുണ്ട്. മോഷ്ടാവാകാം. കാമുകനാവാം. നിരാശയിലാണ്ട ഒരു ചെറുപ്പക്കാരനാവാം. കാമുകനെ തേടുന്ന ഒരു യുവതിയോ വീട്ടിൽനിന്നു പിണങ്ങിപ്പോകുന്ന ഒരു ഗൃഹനായികയോ ആവാം—

മഹേശ്വരൻ ശ്വാസമടക്കാതെ, കുറ്റിപോലെ നിന്നു.

ഒരു നേർത്ത കിതപ്പ് അടുത്തടുത്തു വന്നു.

"തിരു...മേനീ—"

"ചീരുവോ?"

"തന്നെ!" അയക്കോലഴിച്ച് ഓര് ആടിനെ കെട്ടി!

മഹേശ്വരൻ അതിദീർഘമായി നിശ്വസിച്ചു.

ചീരു കാണിച്ച വഴിയിലൂടെ മഹേശ്വരൻ അധോഭൂമിയുടെ രഹസ്യങ്ങളിലേക്ക് ഇഴഞ്ഞുപോയി.

രാത്രിമുഴുവൻ കടൽക്കാറ്റു വീശി. എത്തിയത് അർധരാത്രി കഴിഞ്ഞപ്പോഴാണെങ്കിലും രണ്ടു രാത്രികളുടെ നീളം ഉണർന്നിരുന്ന് അളന്നു തീർത്തു. കിരുകിരുക്കുന്ന ഓലക്കൂരകൾ, കീഴെ ഉണർന്നു കരയുന്ന കുട്ടികൾ, വിശപ്പിന്റെ ക്രോധങ്ങൾ, സ്നേഹശൂന്യതയുടെ അലർച്ചകൾ. അവസാനം പുലരുന്നതിനു തൊട്ടുമുമ്പ് എല്ലാം ശാന്തമായി. ഗാഢനിദ്രയുടെ കാരുണ്യത്തിൽ ജീവജാലങ്ങൾ അഭയം കണ്ടെത്തി. കാറ്റുപോലും മാളത്തിൽ ചുരുണ്ടുകൂടി.

അനേകം ആവശ്യങ്ങൾ മഹേശ്വരന്റെ ഓലക്കതകിനെ മുട്ടിവിളിച്ചു. ദിനചര്യകൾ നടത്തണം. വിശപ്പാറ്റണം. കുളിക്കണം. പത്രം വായിക്കണം. നാട്ടിലെ വിശേഷങ്ങൾ അറിയണം. യുദ്ധഗതി മനസിലാക്കണം. എല്ലാത്തിനും ഒരേയൊരു മാർഗം. ചീരു, വിശാലമായ ലോകത്തേക്കുള്ള തുരങ്കവാതിലാണ് ചീരു.

ചീരു തനിച്ചാണല്ലോ താമസം. ഓലക്കതകിനു പുറത്തു കേൾക്കാവുന്ന ശ്വാസം ചീരുവിന്റേതു തന്നെ.

"ചീരു?"

"ആത്തൊരു മൂലേല് ഒരു മൺചട്ടീം അടുപ്പുംണ്ട്."

"ചീരു."

"കൂശേല് നല്ല വെള്ളംണ്ട്."

"ചീരു..."

ചീരു ഉറക്കം നടിക്കുന്നു. അതിനപ്പുറം അവൾ എന്തു നൽകാനാണ്? ദിനസരി മുട്ടിയതിനാൽ മഹേശ്വരന്റെ ഉടലാകെ വിയർപ്പുചാലുകൾ ഒഴുകി.

അറപ്പോടെ ആശ്വാസത്തോടെ അയാൾ മൺചട്ടിയെ അഭയം പ്രാപിച്ചു. ശൗചത്തിനോ? മെല്ലെ മെല്ലെ അയാൾ ചെറ്റയിലൊരു പഴുതുണ്ടാക്കി, പുറത്തക്കിഴയാൻ പാകമാക്കി. തൊട്ടപ്പുറം മറ്റൊരു ചെറ്റ. ശുചീകരണം അകത്തുതന്നെ. മണൽ തല്ലിയുറപ്പിച്ച തറ കനിവോടെ വെള്ളമത്രയും ആവാഹിച്ചെടുത്തു.

ദാഹിക്കുന്നു. വെള്ളം കുടിക്കാൻ വയ്യ. അശുദ്ധമായ ജലം. ഒരു പാത്രം വെള്ളം കിട്ടാനെന്തു വഴി? പച്ചവെള്ളം! വെറും പച്ചവെള്ളം! ഭഗവതീ, ഭൂമിയുടെ മുലപ്പാലിന് എന്തു പ്രിയം! എന്തു വശീകണശക്തി!

"ചീരൂ..."

ചീരുവിന്റെ ശ്വാസം നിലച്ചിരിക്കുന്നു. അപ്പുറം ആരുമില്ലേ? ചീരു ഗ്രാമങ്ങളിൽ മീൻ വിൽക്കാൻ പോയിക്കഴിഞ്ഞുവോ? ഒരു പകൽ മുഴുവൻ ഈ ഇരുണ്ട കൂരയിൽ ദാഹിച്ചു കഴിയാനോ?

"തിരു...മേനീ!" ഒരു മന്ത്രം.

"വാതില് തുറക്കട്ടെ."

"ഓ!"

ചീരു നായ്ച്ചങ്ങലയിൽ താഴിട്ടു പൂട്ടിയ ഓലക്കുരുക്ക് അപ്പുറത്തു തുറന്നു.

"നീ എന്നെ ബന്ധോവസ്തിലാക്കി, ഇല്ലേ?"

"തിരുമേനി ചാടിപ്പോയാ എന്നെപ്പോലുള്ള പാവങ്ങൾക്ക് ആരാണുള്ളത്?"

മഹേശ്വരന്റെ മനസ്സ് ആർദ്രമായി. അയാളുടെ തൊണ്ടയിൽ നീർ നിറഞ്ഞു. മിഴി നനഞ്ഞു.

"കാലിച്ചായ, കടുപ്പച്ചായ! കാപ്പിപ്പൊടി ഇല്യ."

മീൻ മണക്കുന്ന ഒരു കോപ്പയിലാണ് അവൾ ചായ കൊണ്ടുവന്നിട്ടുണ്ടാകുക!

"വെളിച്ചെണ്ണക്കുപ്പി കഴുകി എടുത്തതാ!"

വെളിച്ചെണ്ണ കാറുന്ന കട്ടൻചായ കുടിച്ച് തൊണ്ട കാറി. തുപ്പാൻ വയ്യ. ദാഹം തീർന്നു. ചായയുടെ മാസ്മരശക്തിയിൽ വിസ്മയം തോന്നി.

പത്തുമിനിറ്റു കഴിഞ്ഞില്ല വയറ്റിനകത്തു വിശപ്പ് കാഹളമൂതാൻ തുടങ്ങി. മഹേശ്വരാ! നീ പല്ലുതേച്ചിട്ടോ കുളിച്ചിട്ടോ ഇല്ലല്ലോ! പക്ഷിമൃഗാദികൾ പല്ലു തേക്കുന്നില്ല...കുളിക്കുന്നില്ല...

ഒരു കടലാസുതുണ്ടിൽ ഉമിക്കരിയും പച്ചീർക്കിലിയും അകത്തേക്കു നീണ്ടുവന്നു.

കുറെക്കഴിഞ്ഞ് ഒരുതുണ്ട് ചോളമാവിന്റെ പുട്ട്. അമ്മയുടെ സ്നേഹം പോലെ അവിടവിടെ ചുരുങ്ങിയ തേങ്ങയുടെ ചുരുളുകൾ ചിതറിക്കിടക്കുന്നു. മഹേശ്വരൻ പ്രാതൽ കഴിച്ചു. ഇനിയെന്ത്?

ബാഹ്യലോകവുമായുള്ള ബന്ധം അറ്റുപോയി.

പകലുകളില്ലാത്ത രാവുകൾ മാത്രം. ഉറങ്ങുന്ന രാവുകളും ഉറങ്ങാത്ത രാവുകളും. ആദ്യമാദ്യം ഭക്ഷണം പകലുകളുടെ അളവുകോലായിരുന്നു. പിന്നെ അതും നിലച്ചു. ചീരു പുതിയകോട്ടയ്ക്ക് മരുമകളുടെ അടുത്തു വിരുന്നുപോയി. തിരിച്ചു വന്നില്ല. ഒരു നീണ്ട രാവ്, തുടർന്ന് അതിനെക്കാൾ നീണ്ട മറ്റൊരു രാവ്. ഇരുട്ടിന്റെ തുരങ്കത്തിലൂടെ അനന്തമായ യാത്ര...

അർധരാത്രി കയറിവന്ന ചീരുവിന്റെ ശബ്ദം ചിലമ്പിയിരുന്നു. ഉടുമുണ്ടിൽ പാതിയേ അരയിലുള്ളു. മീൻകുട്ട കാണാനുമില്ല. ചെമ്മരത്തിയെ കാണാൻ പോകുന്ന പോക്കിലും ഒരുകുട്ട മീനെടുത്തു. പുതിയ കോട്ടയിൽ വിൽക്കും. അതിൽ അനന്തന് പ്രിയപ്പെട്ട ഒരു തിരുത മീൻ ബാക്കി വയ്ക്കും. കുട്ട കുഞ്ഞീതിന്റെ കുട്ടയിൽ സൂക്ഷിച്ച്, പുഴയിൽ കുളിച്ച്, അലക്കിയ വസ്ത്രംധരിച്ച് തിരുതമീൻ ഭംഗിയായി പൊതിഞ്ഞുകെട്ടി ചാക്കുസഞ്ചിയിലിട്ടാണ് ചീരു മരുമകളെ കാണാൻ പോവുക. ചീരു ഒരിക്കലും മരുമകളുടെ അടുത്ത് അന്തിയുറങ്ങാറില്ല. അനന്തൻ വരുന്ന വീട്ടിൽ മറ്റൊരാൾക്ക് ഉറങ്ങാൻ ഇടമില്ലായിരുന്നു.

"എന്തേ ചീരു വൈകിയത്?"

"ഇന്നലെ രാത്രി കുഞ്ഞീതിന്റെ പീടികകോലാമ്മല് ഇരുന്നു കഴിച്ചുകൂട്ടി. ഒരൊറ്റാളെ അങ്ങട്ടും ഇങ്ങട്ടും വിട്ണില്യ പൊലീസ്. ഏടെ നോക്കിയാലും പൊലീസ്. ആട്ടിൻകൂട്ടിലും ആലേലും പൊലീസ്. വഴിയൊക്കെ ഓറ് അടച്ച് സീല് വച്ചിരിക്ക്ണു. എഴജന്തു ആണെങ്കില് നൂണ്ട് പോരാർന്നു.

ചെമ്മരത്തി പറഞ്ഞു:

"അമ്മായി പോകണ്ട! ഞാമ്പോന്നു, ആടെ പർക്കണത് അലോസരാണ്. പിന്നെ ചെമ്മരത്തീരെ വീട്ടില്..." ചീരു പെട്ടെന്ന് നിർത്തി.

"വീട്ടിലെന്താ?"

"ഇല്ല. ഒന്നുല്യ. തട്ടുമ്പൊറൊക്കെ വെടിപ്പാക്കീറ്റ്ണ്ട്. കരുവഞ്ചേര്യെ നല്ലൊക്കെ പത്തുചാക്ക് കൊണ്ടന്നിടാനാവും— അനന്തൻ ചെറ്യോരെ വക നെല്ല് ചേരിക്കല്ലില് കൊയ്തിറ്റ്ണ്ടാവും!"

മഹേശ്വരൻ വിസ്മയത്തോടെ ചീരുവിന്റെ വാക്ക് കേട്ടിരുന്നു. ഒരക്ഷരം മറുത്തു ചോദിച്ചാൽ, ഉറവയടഞ്ഞുപോകും. ചെമ്മരത്തിയുടെ വീട് ഒരു ഷെൽട്ടറാക്കാൻ അനന്തൻ അനുവദിച്ചുവെങ്കിൽ— ഉള്ളിലൂറുന്ന ആഹ്ലാദത്തോടെ മഹേശ്വരൻ പറഞ്ഞു:

"അനന്തേട്ടൻ ഒരു യഥാർഥ വിപ്ലവകാരിയാണ്. മുദ്രാവാക്യങ്ങൾ മുഴക്കാതെ കാര്യങ്ങൾ നടത്തുന്നവൻ!"

ചീരു പൊടുന്നനെ നിറുത്തി. അവൾ മഹേശ്വരന്റെ മുഖത്തു സൂക്ഷിച്ചു നോക്കി. മുട്ടവിളക്കിന്റെ മിന്നാമിനുങ്ങു വെട്ടത്തിൽ കുപ്പിച്ചില്ലുപോലെ രണ്ടു മിഴികളും മൂക്കിന്റെ തുമ്പും കാണാം.

"തിരുമേനി."

"രുധിരമന കുടിയാന്മാരെ ആരേം കണ്ടില്ലേ നീ?"

"ഇല്ല."

"അടിച്ചുതളിക്കാര്യെ കണ്ടോ?"

"ഇല്ല."

"ഞാൻ തന്ന ചിറ്റെവിടെ?"

"ഈടെയുണ്ട്." അവൾ റൗക്കയുടെ ഉള്ളിൽനിന്ന് നാലായി മടക്കിയ വിയർപ്പിൽ കുതിർന്ന ചിറ്റെടുത്തു.

"തന്നേക്ക്."

"ഇല്ല."

"ചീരു ജീവനോടെ ഇരിക്ക്ണണ്ടെങ്കില് ഇത് എത്തിച്ചോളാം. ഞാൻ നാളെ നിറയൂര് കച്ചോടത്തിനു പോണു!"

മുപ്പത്തിയെട്ട്

ചെമ്മരത്തി തനിച്ചായിരുന്നു. കാലൊച്ച കേട്ടു ഞൊറികൾ വാരിപ്പൊത്തിയ സാരിയുമായി അവൾ പുറത്തുവന്നു. ആറുവാരതുണി ഉടലിൽ വാരിച്ചുറ്റാൻ കുറെ നേരമായി അവൾ പാടുപെടുകയായിരുന്നു. അനന്തൻ മംഗലാപുരത്തു കേസു ജയിച്ചുവരുമ്പോൾ മേടിച്ചുകൊണ്ടുവന്നതാണ് സാരി. മഹിളാസമാജത്തിനും ബാലികാസമാജത്തിനും പോകുമ്പോൾ അവൾ സാരി ധരിച്ചാണു പോകേണ്ടതെന്ന് അനന്തൻ വിചാരിച്ചു. സാരി അവളുടെ ജാതിയെ മായ്ച്ചുകളയും എന്നതു മാത്രമല്ല കുലീനത തുളുമ്പുന്ന അവളുടെ മുഖത്തിനു ശോഭകൂടുകയും ചെയ്യും. പച്ചസാരി ചുറ്റി വേനലിൽ തളിർത്ത ഒരു ചില്ലപോലെ തിളങ്ങുന്ന ചെമ്മരത്തിയെ മതിമറന്നു നോക്കിനിന്നു അനന്തൻ.

അയാളുടെ വിരൽത്തുമ്പിൽ തൂങ്ങിനിന്ന ആൺകുട്ടി കൈവലിച്ചു സ്വതന്ത്രനായി.

സാരിയുടെ ഞൊറികൾ പൊക്കിപ്പിടിച്ചു ചെമ്മരത്തി മുറ്റത്തിറങ്ങി.

"ഭഗവതിക്ക് ആട ചാർത്തിയതുപോലുണ്ടല്ലോ?"

"ഞാൻ ഭഗവതിയാണ്!" കുട്ടിയെ നോക്കി അവൾ ചോദിച്ചു:

"ഇവനേതാ?"

"എന്റെ മകനാണെന്നു കൂട്ടിക്കോ!"

"തെറ്റൊന്നും ഇല്യ."

കുട്ടിയുടെ മുഖത്ത് ഒരുതരം രൂക്ഷഭാവം പടർന്നു കയറുന്നതു കണ്ട് ചെമ്മരത്തി രണ്ടടി മാറിനിന്നു.

"ഇവന്നു പനി! ഇവന്റെ കുടിലിൽ ആരുമില്ല. തള്ള ഉണ്ടായിരുന്നതു പണിക്കുപോയി. ഇതാ മരുന്ന്! വൈകുന്നേരം വരെ ഈ കുട്ടി ഇവിടെ ഇരുന്നോട്ടെ! കഞ്ഞി കൊടുക്കണം!"

"ഇതും കോൺഗ്രസിന്റെ പണിയാണോ?"

"ആണെന്നു വെച്ചോളൂ."

"ഓന്റെ തള്ള അറിഞ്ഞിറ്റാ?"

"കാലത്തു കൂടുതുറന്നു കോഴിയെ വിടുമ്പോലെ അങ്ങു തുറന്നു വിടും തള്ള. വൈകിട്ടു വന്നാൽ അടുപ്പിൽ തീകത്തിക്കലായി."

"ഇവനെ ഭാരതീ സദനത്തിലേക്കു കൊണ്ടുപോകാത്തതെന്താ?" ചെമ്മരത്തി ചോദിച്ചു.

ചെമ്മരത്തിയുടെ തർക്കബുദ്ധികണ്ട് അനന്തന് അതിശയവും നിരാശയും ഉണ്ടായി.

"ഈ ചെറുമ ചെക്കനെ ഈടെ കൊണ്ടുവന്നാക്കിയത് ആരാന്നു ചോദിച്ചാലോ?"

"ഞാനെന്നു പറഞ്ഞോളൂ."

ചെമ്മരത്തിയുടെ മുഖം തെളിഞ്ഞു.

"ച്ചെന്റെ കുടീല് പോണം!" ചെക്കൻ പറഞ്ഞു.

"പനി മാറണ്ടേ?"

"ച്ചെന്റെ കുടീല് പോണം!"

"വൈകുന്നേരം അമ്മ പണികഴിഞ്ഞു വരുമ്പം പൊക്കോ."

കുട്ടി വള്ളിത്തോപ്പു സ്കൂളിൽ പഠിക്കുകയാണ്. ക്ലാസിൽ തലചുറ്റി വീണു. എത്രയോ പിഞ്ചുകുഞ്ഞുങ്ങൾ തലചുറ്റി വീഴും. അമ്മമാർ വാരിയെടുത്തു കൊണ്ടുപോകും.

"കഞ്ഞി കുടിക്കാതെ പഠിച്ചിറ്റെന്താ!" അവർ പോകുന്ന പോക്കിൽ ആരോടെന്നില്ലാതെ പരാതി പറയും.

ഈ കുട്ടിയെ കൊണ്ടുപോകാനാരും വന്നില്ല. കോമൻനായർ സ്ഥലത്തില്ല. ഹെഡ്മാസ്റ്റർ കുഞ്ഞീഷ്ണൻനായർ മാനേജരായ അനന്തനോടു പറഞ്ഞു.

"ഞാനോ മറ്റൊരാൾടെ വീട്ടില് അന്തിയുറങ്ങണ്ട്. ഇവനെ എന്തു ചെയ്യും?"

"ഇവന്റെ തള്ളയാരാ?"

"കാരിച്ചി. ഏടെയോ തെണ്ട്ണു. നെല്ലിടിക്കാനോ നെലം തളിക്കാനോ പോയിറ്റ് അന്തിനേരത്തു വര്വോയിരിക്കും. വന്നിറ്റെന്താ കാര്യം. പനിമാറ്ണതെങ്ങനെ?"

"പനിക്കണ്ണ്ടോ?"

"ഇപ്പോ ഒന്നല്ലെങ്കിൽ മറ്റൊരു ദണ്ണംല്യാത്ത കുട്ട്യോള് സ്കൂളിലില്ല!"

"ഞാൻ കൊണ്ടുപോയാക്കാം!" അനന്തൻ പറഞ്ഞു. കുട്ടിയുടെ വീടു വയൽവക്കിലെ ഒരു മരച്ചോട്ടിൽ തലങ്ങും വിലങ്ങും താത്തിയിട്ട അഞ്ചെട്ടു കരിയോലകളായിരുന്നു. കൂര ദ്രവിച്ചു വീഴാറായി. അവിടെ ഒരു മനുഷ്യജീവിക്കെന്നല്ല, കന്നുകാലിക്കുപോലും ഈ മഴപിടിച്ച നേരത്തു കഴിഞ്ഞുകൂടാൻ വയ്യ.

"വാ." അങ്ങനെയാണു വന്നിരിക്കുന്നത്. ഉച്ചിരയുടെ അടുത്തേക്കല്ല, ചെമ്മരത്തിയുടെ അടുത്തേക്കാണ് അനന്തൻ കുട്ടിയെ കൊണ്ടുവന്നിരിക്കുന്നത്.

ചെമ്മരത്തി ചെക്കന്റെ കൈ നിർബ്ബന്ധപൂർവം പിടിച്ചു.

"ഞാംല്യ, ച്ചെന്റെ കുടീല് പോണം!" ഒരു പക്ഷിക്കുഞ്ഞിന്റേതുപോലെ ചുവന്ന കണ്ണുകൾ തുറന്നു കുട്ടി വാശിപിടിച്ചു.

"വാ, നെന്റെ തള്ളയിപ്പൊ വന്നിറ്റ്ണ്ടാവും!" ചെമ്മരത്തി കുട്ടിയുടെ കൈ പിടിച്ചു.

"പോയി നോക്കീറ്റ് വരാ."

അവൾ അകത്തുപോയി ഒരു പൊതിക്കെട്ടു സാരിയുടെ ഞൊറികൾക്കുള്ളിൽ മറച്ചുപിടിച്ചു.

"അതെന്താണ് ചെമ്മരത്തി?"

"ഇവനെ വിട്ടിറ്റ് വരാം. എന്നിറ്റ് പറയാ."

ഉണക്കവാഴയിലയിൽ പൊതിഞ്ഞത് എന്തോ പലഹാരമായിരിക്കണം.

"പനിപിടിച്ച ചെക്കന് എന്തിനാ പലഹാരം?"

ചെമ്മരത്തി മറുപടി പറയാതെ അതിവേഗം പടിയിറങ്ങി.

അനന്തന്റെ ഉള്ളിൽ പലതരം ചിന്തകൾ പറന്നുകൂടി അപസ്വരങ്ങൾ ഉളവാക്കാൻ തുടങ്ങി.

ഈ ഒഴിഞ്ഞ കൂടിനു മുമ്പിൽ നിന്നിട്ട് ഒരു പ്രയോജനവുമില്ല. അയാൾ സാവധാനം പടിയിറങ്ങി തന്റെ വീടിന്റെ വഴിക്കു തിരിഞ്ഞു.

കാരിച്ചി അലച്ചിലു കഴിഞ്ഞു വന്നെത്തിയിരുന്നു. അങ്ങാടിയിലാണ് ഇന്നവൾ ഇരതേടി പോയിരുന്നത്. നേരത്തെ തിരിച്ചെത്തിയിരുന്നു. കൈകൾ ശൂന്യം. മിഴികൾ ശൂന്യം.

"കാരിച്ചിയമ്മേ!"

അവർ അവളെ ഒരാട്ടാട്ടി.

"പോടീ അവിടുന്ന്! പണക്കാരെ പാട്ടിനു പിടിച്ച എനക്കും നെന്നെപ്പോലെ സാരി ചുറ്റി നടക്കായിനു. ഇച്ചെക്കനു രണ്ടുനേരം കഞ്ഞികൊടുക്കാൻ അരി കരിച്ചന്തേല് വാങ്ങായിനു."

ചെമ്മരത്തിയുടെ ശരീരം കുഴഞ്ഞുപോയി. മുഖത്തുനോക്കി അവളെ ഇന്നുവരെ ആരും ആട്ടിയിട്ടില്ല. കരുവഞ്ചേരി അനന്തൻ ചെറിയോറുടെ പെണ്ണിന്റെ നേരെ നോക്കാൻപോലും ആർക്കും ധൈര്യമില്ല.

"എടീ, പണക്കാർക്ക് പത്തു പെണ്ണുങ്ങളെ പുലർത്താം. ഞാൻ ഒരുത്ത്യെ പൊലത്താൻ കഴിയാഞ്ഞിറ്റാ എന്റെ പെരുവണ്ണാൻ തൂങ്ങി ചത്തത്!" അവർ അമർഷത്തോടെ പറഞ്ഞു. എന്റെ കുഞ്ഞിയെ തൊടണ്ട, നീയ്യ്! പെരുവണ്ണാൻ തെയ്യം കെട്ടാൻ പോമ്പം എനക്ക് വേറെ വഴി നോക്കാൻ ല്യാഞ്ഞിട്ടാണോ?"

ചെമ്മരത്തി അതിശീഘ്രം നടന്നകന്നു. അവൾ കീഴൂരെത്തിയപ്പോൾ മീനുണക്കുന്ന ചാപ്പയുടെ മുമ്പിലെ കിണറ്റുകരയിൽ പറഞ്ഞപടി ചീരു കാത്തുനിൽപ്പുണ്ടായിരുന്നു.

പൊതിക്കെട്ട് അമ്മായിയെ ഏൽപ്പിച്ച് ചെമ്മരത്തി പറഞ്ഞു.

"തിരുമേനിക്ക്!" അവൾ നാലുപുറവും നോക്കി. പുഴയിൽ പടർന്നു കിടക്കുന്ന എലിമുള്ളുകൾ നാലെണ്ണം പെറുക്കിയെടുത്തു.

കീഴൂരെ ഒരു മധ്യവയ്സ്ക സന്ധ്യാസമയത്തു ചെമ്മരത്തിയെ അവിടെ കണ്ടിട്ടു ചോദിച്ചു:

"ഈടെ വന്ന്റ്റ് അപ്പൊ തന്നെ പോക്വാണോ?"

"മോന്തിയായ എലിശ്ശല്യം പൊരയ്ക്കകത്ത് ഒരു സാധനം വെച്ചൂടാ. എലിമുള്ളു പെറുക്കാൻ വന്നതാ ഞാൻ!"

മധ്യവയ്സ്ക അസൂയ മുഴുത്ത മിഴികളോടെ കീഴൂരിൽനിന്നു പുറത്തുപോയി സുഖിച്ചു കഴിയുന്ന ചെമ്മരത്തിയെ നോക്കി.

ചെമ്മരത്തി അവരെ അവഗണിച്ചു. പുത്തൻ സാരിയുടെ ഞൊറികൾ നേരെയാക്കി ചിറകു വിരുത്തിയ ഒരു പഞ്ചവർണ്ണക്കിളിയെപ്പോലെ, വൃത്തികെട്ട, അഴുക്കുജലം കെട്ടിനിൽക്കുന്ന കീഴൂരിന്റെ ചതുപ്പുകളിൽനിന്നും അവൾ പറന്നകന്നു.

സ്വന്തം വീട്ടുപടിക്കലെത്തിയപ്പോൾ ചെമ്മരത്തി നിന്നു. സന്ധ്യ കൊഴുത്തു കുറുകി. അയൽപക്കങ്ങൾ ഉറക്കമായി. നൊടിയിടകൊണ്ട് അകത്തു കയറിയ അവൾ കണ്ടു ഉമ്മറം ശൂന്യം. അനന്തൻ ചെറിയോറ് അപ്പഴേ പോയി. കാരിച്ചിയിൽനിന്നു കേട്ട ശകാരത്തിന്റെ കയ്പ് അപ്പോഴും അവളുടെ വായിൽ തങ്ങിനിന്നു.

ഉമ്മറത്തിണ്ടിൽ തൂണുചാരി അവൾ അനങ്ങാതിരുന്നു. എന്തിനാണ് അനന്തൻ ചെറിയോർ തന്നെ കെട്ടിയിരിക്കുന്നത്. ഈ ചെമ്മരത്തി ഇവിടെ തിന്നുകുടിച്ചു കഴിഞ്ഞുകൂടുന്നു. അവളുടെ ആദ്യ ശിശു ആദ്യ മോഹംപോലെ മരിച്ചുപോയി. ഈ കൊച്ചുവീട്ടിൽ അനന്തൻ ചെറിയോർക്കുവേണ്ടി മാത്രമാണ് താൻ ജീവിച്ചിരിക്കുന്നതെന്ന് അവൾക്കറിയാം. എല്ലാവർക്കുമറിയാം. നാടാകെ യുദ്ധത്തിലെരിയുമ്പോൾ പ്രണയത്തിന്റെ രാമച്ചവിശറി വീശി സ്വയം ആറ്റിത്തണുപ്പിച്ച് അല്ലലറിയാതെ ചെമ്മരത്തി കഴിയുന്നു. ഉച്ചിര എന്ന കെട്ടിലമ്മയോളം സുന്ദരിയല്ല താനെന്നു ചെമ്മരത്തിക്കറിയാം. പൊന്നുപൂശിയ അലുക്കുകൾ അലങ്ക

രിക്കുന്ന ജടക്കയിൽ ഒരു പൊൻചെമ്പകമൊട്ടുപോലെ കൂമ്പിയിരിക്കുന്ന കെട്ടിലമ്മയെ അവൾ ഒരുദിവസം കണ്ടതാണ്. കടപ്പുറത്തു സ്ത്രീസമാജം കഴിഞ്ഞു മടങ്ങുമ്പോൾ, ഉച്ചിരമ്മയെ സംബന്ധം ചെയ്യുംമുമ്പേ അനന്തൻ ചെറിയോറുടെ പ്രേമം കൈപ്പറ്റാൻ കഴിഞ്ഞതു ഭാഗ്യമാണ്. അതിലെന്തോ ഒരു ഭാഗ്യക്കേടുമുണ്ട്. രണ്ടാമതൊരു ഗർഭം ധരിക്കാൻ ചെമ്മരത്തിക്ക് അതിയായ ആഗ്രഹം ഉണ്ട്. ചികിത്സ വേണ്ടിവരും. വലിയ രാമൻവൈദ്യരോടു വിവരം പറയണം. പക്ഷേ, വലിയ രാമൻവൈദ്യർ കീഴ്ജാതിയിൽപ്പെട്ട ചെമ്മരത്തിയെ ചികിത്സിക്കില്ല. നിറയൂരെ വൈദ്യരെ കാണണം. നിറയൂർ അവളുടെ ബാല്യത്തിന്റെ കളിക്കൊട്ടിലാണ്. നിറയൂർക്കു പോണം. തെയ്യം കാണണം. കമുകിൻ തോപ്പിലൂടെ പുഴക്കാറ്റേറ്റു നടക്കണം. അവളുടെ മുത്തശ്ശി നിറയൂരാണ് താമസിക്കുന്നത്. അവരുടെ സമുദായത്തിൽപ്പെട്ട മറ്റാരും മുത്തശ്ശിക്കു കൂട്ടില്ലായിരുന്നു. എന്നാലും എല്ലാവർക്കും മുത്തശ്ശിയെ പ്രിയമായിരുന്നു. കല്യാണ സദ്യകൾക്കു കറിയൊരുക്കാൻ അവർ മുത്തശ്ശിയെ തേടി വരാറുണ്ട്. മുത്തശ്ശിയുടെ കൈപ്പുണ്യത്താൽ വയൽവരമ്പുകളിലെ പലതരം ചപ്പുകൾ രുചികരമായ കറിയാവുന്നത് അവൾ അനുഭവിച്ചിട്ടുണ്ട്. ചപ്പും മീനും ചേർത്തു വയ്ക്കുന്ന കറി മുത്തശ്ശിയുടെ മാത്രം പാചകവിദ്യയായിരുന്നു. കഴിഞ്ഞ തെയ്യത്തിനു നിറയൂരിൽ ചെന്നപ്പോൾ ഉക്കാരൻഗുരുക്കൾ അവളോടു ചോദിച്ചു:

"ചെമ്മരത്തി കളിച്ചുവളർന്ന നാടിനെ തീരെ മറന്നുവല്ലോ?"

"ഗുരുക്കൾ പഠിപ്പിച്ച എഴുത്ത് ഞാൻ മറന്നിട്ടില്ല."

എന്നല്ല കണ്ണൂരെ മിഷൻസ്കൂളിൽ പോയി അവൾ കൂടുതലുയർന്ന ക്ലാസുകളിൽ പഠിക്കുകയും ജയിക്കുകയും ചെയ്തിരുന്നു.

ചെമ്മരത്തിയുടെ ഉമ്മറത്തു വിളക്കു കൊളുത്തിയിരുന്നില്ല. അനന്തൻ വരുമ്പോൾ കത്തിക്കാൻ തേച്ചുമിനുക്കിവച്ച ഓട്ടുവിളക്കിൽ അൽപ്പം എണ്ണയും ഒരു തടിച്ച തിരിയുമുണ്ട്. കാസർട്ടു വാങ്ങാൻ അവൾക്കു റേഷൻകാർഡില്ല. ചെമ്മരത്തിക്ക് ഒരു കാർഡ് വേണമോ എന്ന് അനന്തൻ ഇന്നുവരെ ചോദിച്ചിട്ടുമില്ല. ചെമ്മരത്തിക്ക് എന്തെങ്കിലും ഭൗതികാവശ്യങ്ങളുണ്ടോ എന്നതിനെക്കുറിച്ച് അനന്തൻ ഒരിക്കലും ചിന്തിച്ചിട്ടില്ലെന്ന് തോന്നുന്നു. അവൾ നിറഞ്ഞ ഇരുട്ടിനെ നോക്കി മൂകയായിരുന്നു. ഭാരമേറിയ ഒരു കല്ല് തന്റെ മാറിൽ ആരോ കയറ്റിവച്ചതുപോലെ.

ഒരു പടിഞ്ഞാറൻകാറ്റ് അവളുടെ സാരിയുടെ ഞൊറിവുകളെ കുഞ്ഞിക്കൈകൊണ്ടു മെല്ലെ മെല്ലെ ഇളക്കിക്കൊണ്ടിരുന്നു.

"ചെമ്മരത്തി!" അവൾ ഞെട്ടി.

"പേടിക്കേണ്ട! ഞാനാണ് അമ്പാടി. നിറയൂരെ അമ്പാടി."

അസാധാരണ സുഗന്ധവാഹിയായ ഒരിളം കാറ്റ് അവളുടെ ആത്മാവിനെ തഴുകി. അതു കടന്നുപോകുന്നില്ല. അവളുടെ ഉള്ളിൽ പ്രവേശിച്ചു നിറഞ്ഞു വരുന്നു.

കുഞ്ഞമ്പാടിയെന്നല്ല, നിറയൂരെ ചെറുപ്പക്കാരെല്ലാം ഒളിവിലാണെന്ന് അവൾ കേട്ടിരുന്നു.

ചെമ്മരത്തി ഒരക്ഷരം ഉരിയാടാതെ ചാരിയിട്ട ഉമ്മറവാതിൽ ചൂണ്ടിക്കാണിച്ചു.

“രണ്ടാമത്തെ വാതിൽ അടുക്കളയിലേക്ക്.”

അമ്പാടി ഭക്ഷണം കഴിച്ചിട്ടു പല നാളുകൾ കഴിഞ്ഞിരുന്നു. അമ്പാടിയും കൂട്ടരും ഇളംതെങ്ങുകളിൽനിന്നു പറിച്ചെടുക്കുന്ന കരിക്കുകൊണ്ടും മുളം കാടുകളിൽ പൊട്ടിമുളയ്ക്കുന്ന ആണ്ടാറുകൊണ്ടുമാണ് ജീവനെ നിലനിർത്തിവരുന്നത്.

അടുക്കളയിലൊരു ഉരുളിയിൽ ചക്കപ്പലഹാരം!

കുഞ്ഞമ്പാടി ആശ്ചര്യത്തോടെ ശബ്ദിച്ചു പോയി.

അമ്പാടി ഭക്ഷണം കഴിച്ചിട്ടു മൂന്നു ദിവസമായിരുന്നു. അവൻ അടുക്കളയിലെ കുടത്തിൽനിന്ന് അപ്പാടെ വെള്ളം കുടുകുടാ കുടിച്ചു. കുടം കാലി. പിന്നെ ഉരുളിയുടെ അടുത്തു ചെന്നിരുന്നു. ഉരുളിയുടെ ഉള്ളിൽ ചൂടു തങ്ങിനിന്നിരുന്നു. ഒരമ്മയുടെ മടിത്തടത്തിന്റെ ചൂട്. ദീർഘകാലത്തെ വിരഹത്തിനു ശേഷം വീർപ്പുമുട്ടുന്നൊരു കാമിനിയെപ്പോലെ ആഹാരം അമ്പാടിയോടു പിണങ്ങിനിന്നു.

ചെമ്മരത്തി, വാട്ടിയ വാഴയിലകൾ, വാതിലിന്റെ വിടവിൽക്കൂടി അമ്പാടിയുടെ മുമ്പിലേക്കിട്ടു. അമ്പാടി ചക്കപ്പലഹാരം വാഴയിലയിൽ വാരിപ്പൂട്ടി പൊതിഞ്ഞുകെട്ടി തോർത്തുമുണ്ടിൽ ഭാണ്ഡമാക്കി ചുമലിലിട്ടു പുറത്തുകടന്നു. ഒരു വജ്രസൂചിപോലെ ഇരുട്ടിൽ തറഞ്ഞുകയറി അപ്രത്യക്ഷനായി.

ചെമ്മരത്തി മൃദുവായി മന്ദഹസിച്ചു. ആ മന്ദഹാസം ആരാനും കണ്ടോ എന്നു ചുറ്റും നോക്കി. അവൾ പടിവാതിൽ അടച്ചുകെട്ടി തിരിച്ചെത്തി. ഉമ്മറത്തുനിന്ന് അകത്തുകയറി. ഏകാന്ത രാവുകളിൽ അവൾ ഉപയോഗിക്കുന്ന പലകക്കട്ടിലിൽ കമഴ്ന്നുവീണ് ഏങ്ങിയേങ്ങി കരഞ്ഞു. കമഴ്ത്തിയ കുടത്തിന്റെ കഴുത്തിൽ തിങ്ങിവിങ്ങി രക്ഷപ്പെടാൻ വിഷമിക്കുന്ന ജലത്തിന്റെ അസ്വാസ്ഥ്യം. കരച്ചിൽ അവളുടെ കരളിനെ അള്ളിപ്പിടിക്കാൻ പരിശ്രമിക്കുന്നു. കരൾ പറിച്ചെടുത്തുകൊണ്ടേ അതുപോകൂ എന്നവൾക്കു തോന്നി. ദുഃഖത്തിന്റെ അർധബോധാവസ്ഥയിൽ ചെമ്മരത്തി തളർന്നുകിടന്നു.

പിറ്റേന്നു പുലർന്ന് ഉറക്കമുണർന്ന് ചെമ്മരത്തി ഒരു പുതിയ ആളായിരുന്നു. അവൾ വലിയ മൺജാടിയിൽ കിണറ്റുവെള്ളം നിറച്ചുവച്ചു. രണ്ടോ അതിലധികമോ ദിവസം കേടുവരാതിരിക്കുന്ന ചക്കപ്പലഹാരം ഉണ്ടാക്കി മുളയിലയിൽ പൊതിഞ്ഞുകെട്ടിവച്ചു. അതിന്റെ പരിമളം പരക്കാതിരിക്കാൻ ഇറയത്തു നീറ്റടയ്ക്കാ ഭരണി തുറന്നുവച്ചു.

ഇടവഴിയിലൂടെയും വിളഞ്ഞുനിൽക്കുന്ന കണ്ടങ്ങളിലൂടെയും ബൂട്ടിട്ട പൊലീസുകാർ പാഞ്ഞു പൊയ്ക്കൊണ്ടിരുന്നു. ബൂട്ടിടാത്ത വേഷം ധരിക്കാത്ത പൊലീസുകാരും വഴികളിലും വയലുകളിലും അലഞ്ഞുനടന്നു. അവർ ഭിക്ഷക്കാരുടെ വേഷത്തിൽ നടന്നു. വഴിവാണിഭക്കാരുടെ വേഷംകെട്ടി. പാതിരി അച്ചന്മാരായി. അവൽക്കച്ചവടക്കാരായി.

തന്റെ പടിവാതിൽക്കൽക്കൂടി നടന്നുപോയവരെയെല്ലാം ചെമ്മരത്തി കണ്ടു. ചീരു അമ്മായി നിറയൂരുനിന്നോ മറ്റോ കൊണ്ടുവരാറുള്ള നാഴി -ഇരുനാഴി അരിയിൽനിന്നു പൊത്തിവച്ച മിച്ചമെടുത്ത് ചെമ്മരത്തി കഞ്ഞി വെച്ച് ആർക്കോ വേണ്ടി കാത്തിരുന്നു. ഉച്ചനേരത്തെ കഞ്ഞി അവൾ വൈകുന്നേരം കുടിച്ചു. വൈകുന്നേരം ഉരിയരി വച്ചു ചൂടാറാതെ അടുപ്പിൽവെച്ചു കാത്തിരിക്കും.

അനന്തൻ വന്ന ഒരു ദിവസം.

"ചെമ്മരത്തീ, നിനക്കെന്തോ ദണ്ണം വർണ ലക്ഷണമുണ്ട്."

ചെമ്മരത്തി ചിരിച്ചു.

അവളുടെ ചിരിയിൽ നിഴൽ വീശിയിരിക്കുന്നത് അനന്തൻ കണ്ടു.

അവളെ അണച്ചുപൂട്ടി അനന്തൻ ചോദിച്ചു:

"ചെമ്മരത്തീ നിനക്കും എന്നോടു സ്നേഹമില്ലേ?"

"ഒന്നിലധികം സ്നേഹത്തിനു മാർഗമുള്ളോർക്ക് അങ്ങനെ തോന്നും!"

അനന്തൻ അവളുടെ തുറന്ന പറച്ചിൽ കേട്ട് അന്തിച്ചിരുന്നു.

രാത്രി ഇരുണ്ടതും സാന്ദ്രവുമായിരുന്നു. മഴമേഘങ്ങൾ ആകാശച്ചെരുവിൽനിന്നു കുന്നുകൾപോലെ ഉയർന്ന് ഭൂമിക്കൊരു പെരുങ്കുടയായി വളർന്നു. ഉഷ്ണം അസഹ്യമായി.

"നമുക്ക് ഉമ്മറത്ത് വിരിച്ചു കിടക്കാം. കാറ്റും കിട്ടും!" അനന്തൻ പറഞ്ഞു.

"വേണ്ട! എഴജന്തുക്കളെങ്ങാൻ കയറി വന്നാലോ?"

അനന്തന് അതിശയമായി. മുമ്പെല്ലാം ഉമ്മറത്തു തറയിൽ മെത്ത വിരിച്ചു മുത്തണിഞ്ഞ ആകാശംനോക്കി കിടക്കാൻ ചെമ്മരത്തിക്കു കലശലായ മോഹമായിരുന്നു. രണ്ടു നത്തുകൾ പതിവായി മുറ്റത്തെ മാഞ്ചില്ലയിൽ വന്നിരുന്ന് മുഴങ്ങുന്ന സ്വരത്തിൽ പ്രണയസല്ലാപം നടത്തുന്നതുകേട്ട് അവൾ പൊട്ടിച്ചിരിക്കാറുണ്ടായിരുന്നു.

അനന്തൻ പറയും:

"ഈ നത്തുകളെ ഇവിടത്തന്നെ പാർപ്പിക്കണം. എന്നാൽ, നിന്റെ പൊട്ടിച്ചിരി എപ്പോഴും കേൾക്കാം."

അവളുടെ ചിരി കേട്ടിട്ടാവണം ചില നാളുകൾക്കു ശേഷം അവ പറന്നുപോയി. പിന്നീടു തിരിച്ചുവന്നില്ല.

ചെമ്മരത്തി എണീറ്റിരുന്ന് ഒരു പഴയ രാമച്ചവിശറി കൈയിലെടുത്തു. കാളീശ്വരത്തെ പൂരോത്സവത്തിന് നാലുവർഷങ്ങൾക്കു മുമ്പ് മേടിച്ചതായിരുന്നു അത്. അവളുടെ പ്രണയത്തിന്റെ പ്രായമുണ്ടായിരുന്നു ആ വിശറിക്ക്.

"വിശറി പൊടിപൊഴിക്കാൻ തുടങ്ങിയിട്ടുണ്ടല്ലോ ചെമ്മരത്തീ."

"മറ്റൊരുത്സവം വരട്ടെ! ചന്തയിൽനിന്നു പുതുതൊന്നു വാങ്ങിക്കാം!" അവൾ പുറത്തെ ഇരുട്ടിലേക്ക് നോക്കിപ്പറഞ്ഞു.

"മതി നിന്റെ കൈ വേദനിക്കും!"

"ഇല്ല. വേദനിക്കില്ല!"
"നിനക്ക് ഉറക്കംവര്ണില്യ?"
"ഓ! ഏതു നിമിഷം വിചാരിച്ചാലും എനിക്കുറങ്ങാൻ പറ്റും!"
"നീയൊരു കാട്ടുകിളിയാണ്!"
അവൾ ചിരിച്ചു.
മുമ്പിലെ ഇടവഴിയിലൂടെ നിഴലുകൾ നീങ്ങുമ്പോഴെല്ലാം അവൾ വ്യഗ്രതയോടെ ഉറ്റുനോക്കി.
"നീയെന്താണാലോചിക്കുന്നത്?"
"മനുഷ്യരുടെ ദുരിതത്തെക്കുറിച്ച്. നിറയൂർനിന്ന് ഒരു കുഞ്ഞീം എഴുത്തുപള്ളീല് വര്ണ്ല്യാത്രെ!"
"നിറയൂർക്കാർ അഹങ്കാരികളാണ്!"
"അല്ല. വഴികളിലൊക്കെ പൊലീസ് തമ്പടിച്ചിരിക്ക്യാത്രെ!"
"....."
"പള്ളിക്കൂടം പൊലീസ് ക്യാമ്പാക്കീത്രെ!"
അനന്തൻ പറഞ്ഞു.
"ചെമ്മരത്തീ നീ നല്ല കാര്യമെന്തെങ്കിലും പറ! ഈടെ വന്നാലും ഇതൊക്കെ മാത്രമേ കേൾക്കാനുള്ളു!"
അവൾ വിശറി നിരന്തരം വീശി. നനുത്ത കാറ്റേറ്റ് അനന്തൻ ഉറങ്ങി.
മുറ്റത്ത് നിഴലനങ്ങി.
അവൾ ഭയം കൂടാതെ തിണ്ണയിലിറങ്ങി.
"ആരാ?" ഒരു പൂവിതൾ പൊഴിയുന്ന സ്വരത്തിൽ അവൾ ചോദിച്ചു.
"ആരാ അകത്ത്?"
"വന്നു നോക്കണം!"
"ഓ..."
പൊലീസുകാരൻ അന്വേഷണം മറ്റു വഴികളിലൂടെയാക്കി.

മുപ്പത്തിയൊൻപത്

"**കൈ** അനക്കാൻ വയ്യ!" അനന്തൻ പറഞ്ഞു.
ഗാന്ധിജിയെ ജയിൽവിമുക്തനാക്കാൻ നിരാഹാരമനുഷ്ഠിക്കുന്ന അനന്തന്റെ അതിഥിമന്ദിരത്തിൽ ഒരു ഗ്ലാസ് ചായയ്ക്കു മുമ്പിൽ ഇരുട്ടത്തിരുന്ന് മഹേശ്വരൻ ആലോചിച്ചു:
"ഞാനിതു കുടിക്കണോ? അനന്തൻനായർ ചായ കഴിക്കാത്ത അവസ്ഥയിൽ ഞാനിത് കഴിക്കണോ?"
ദൈവം ഗാന്ധിജിയുടെ രൂപംകൈക്കൊണ്ട് തന്റെ മുമ്പിലിരിക്കുകയാണെന്ന് അനന്തൻ വിചാരിക്കുന്നു.
"പൂവിതൾ പോലുള്ള ഈ പുഞ്ചിരി അഴികൾക്കിടയിൽ വാടിപ്പോകുമോ?" ഭിത്തിയിലെ ദാരുശിൽപ്പത്തിൽ മിഴിയൂന്നി അനന്തൻ സ്വഗതമായും പാതി മഹേശ്വരനോടായും ചോദിച്ചു:

"ഇല്ല."

"ചായ കഴിക്കൂ."

മഹേശ്വരൻ ഒരു കവിൾ ചായ കുടിച്ചു. കസേരയിൽ പുറകോട്ടു ചാരിയിരുന്നു. ഒളിവിൽ താമസിച്ച സമാധാനത്തോടെ നിലത്ത് പാദങ്ങൾ വിശ്രമിപ്പിച്ച് പുറകോട്ടു ചാഞ്ഞ് ശരീരം അഴിച്ച് ഒന്നിരിക്കാൻപോലും മഹേശ്വരൻ മറന്നുപോയിരുന്നു. അണ്ടർഗ്രൗണ്ടിൽ എല്ലാവരും ചെയ്യുമ്പോൾ മുയലിനെപ്പോലെ ഒച്ചയില്ലാതെ നടക്കാനും ഓടാൻ തയാറായെന്നവണ്ണം ഇരിക്കാനും ചെവിക്കു ചെവി അറിയാതെ സംസാരിക്കാനും തുറന്ന വാതിൽ അതേപടി അടയ്ക്കാനും ഇരുട്ടിൽ പുകവലിക്കാതിരിക്കാനും ചായകുടിക്കാനുള്ള അദമ്യമായ ആഗ്രഹം നിഗ്രഹിക്കാനും മഹേശ്വരൻ അനുശീലിച്ചു കഴിഞ്ഞിരുന്നു. സസ്യ-സസ്യേതരഭക്ഷണങ്ങൾക്കിടയിലുള്ള അതിരുകൾ എന്നോ എവിടെയോ വച്ച് ഇളകിമാഞ്ഞുപോയി.

ഇപ്പോൾ അവിചാരിതമായി കിട്ടിയ, പഞ്ചാരയിട്ട, പാലുചേർത്ത, പരിമളമുള്ള ചായയെ ഒരപരിചിതവസ്തുവെ എന്നോണം മഹേശ്വരൻ നോക്കിയിരുന്നു. കുടിക്കാനുള്ള ആർത്തി തിരിച്ചുവന്നില്ല. ചായയുടെ ഉപരിതലത്തിൽ പാടകെട്ടുന്നതു നോക്കി മനം മടുപ്പോടെ മഹേശ്വരൻ പറഞ്ഞു:

"സംഭാരം കിട്ടിയാൽ കൊള്ളാം."

ഉച്ചിര കൊണ്ടുവന്ന കട്ടിയുള്ള സംഭാരം അയാളെ സ്വന്തം ഉമ്മറത്തെത്തിച്ചു...

ഉമ്മറവാതിലിനു മീതെ നിൽക്കുന്ന ഭാരതമാതാവിന്റെ മാറിലെ ഖദർമാലയിൽനിന്നു മിഴിയെടുത്ത് മഹേശ്വരൻ എണീറ്റു.

"രാഘവൻ എവിടെ?" അനന്തൻ ചോദിച്ചു.

"കണ്ടില്ല, ഇന്ന്."

"ഇന്നലെ കണ്ടോ?"

"ഇല്ല."

"എത്രയോ ആഴ്ചകളായി നിങ്ങൾ തമ്മിൽ കാണുന്നില്ലായിരിക്കും!" അനന്തൻ പറഞ്ഞു.

"അവന്റെ അച്ഛൻ ദെണ്ണമായി കിടപ്പാണെന്ന് അവനറിയാം."

"അറിയാം."

"മരിച്ചിട്ടില്ലെന്ന് അറീച്ചേക്കു."

"അതും അറിയാം."

പതിവുപോലെ ചിരിച്ചുകൊണ്ടല്ല അവർ പിരിഞ്ഞത്. അനന്തൻ നിരാഹാരം തുടർന്നു. ചായയുടെ മധുരം കയ്പായി മാറുന്നത് മഹേശ്വരൻ അറിഞ്ഞു.

നല്ല ഭക്ഷണത്തിനു വേണ്ടി മുമ്പൊരിക്കൽ ജയിലധികൃതരോടു പൊരുതി. മനുഷ്യന് ഏറ്റവും പ്രധാനം ഭക്ഷണമല്ലെന്ന് മഹേശ്വരന് തോന്നി. ഗ്രാമീണർ പട്ടിണികിടക്കുമ്പോഴും തനിക്കിങ്ങനെ തോന്നുന്നത്

തന്റെ വേരുകൾ പട്ടണിയുടെ വേനലറിയാതിരുന്നതുകൊണ്ടാണെന്ന റിയാം. പരസ്പരം കൂട്ടിമുട്ടുന്ന അനുഭവങ്ങളും അറിവുകളും ഇടനേര ത്തെല്ലാം മഹേശ്വരനെ പീഡിപ്പിച്ചു.

നിഴലിലെത്തിയപ്പോൾ നീരട്ടിമരം പറഞ്ഞു: "ഇന്ന് വാണിയൻകു ന്നുമ്മലെത്തണം!"

മഹേശ്വരൻ തലകുലുക്കി മുമ്പോട്ടു നടന്നു. മരത്തിൽനിന്നു പിരിഞ്ഞ നിഴൽ മറ്റൊരു മാർഗം തേടി.

ഈ അരുവിയുടെ കരയിൽ കുറെ മീതെയാണു മഠം. അതിനിടയ്ക്ക് മനയുമുണ്ട്. മനയ്ക്കൽ അനിയനെ പൊലീസിന് ചൂണ്ടിക്കൊടുക്കാൻ നിർബദ്ധനായേക്കാവുന്ന വല്യേട്ടനുണ്ട്.

കമുകിൻതോപ്പിന്റെ നിഴൽപറ്റി, ഇടവഴിയുടെ കയ്യാലക്കപ്പുറം ഇഴ ഞ്ഞുനീങ്ങി, മഹേശ്വരൻ കുളക്കടവിലെത്തി. എത്ര നാളായി കുളിച്ചിട്ട്! ശുദ്ധാശുദ്ധങ്ങളുടെ വൈതരണികൾ നീന്തി മഹേശ്വരൻ അക്കരെ കട ന്നിരുന്നു. എന്നാലും കുളം കണ്ടപ്പോൾ ഉള്ളിൽ കുളിരുണർന്നു. അല കൾ ഇളകി.

കുളിക്കണം.

പൊലീസോ പട്ടാളമോ മരണം തന്നെയോ വന്നോട്ടെ ഈ കുള ത്തിലൊന്നു മുങ്ങിക്കുളിക്കണം. ഉണ്ണിമായ തേച്ചിട്ടുപോയ ഇഞ്ച ഇവിടെ കാണും. അവളുടെ ഗന്ധംകൊണ്ട് അതു തിരിച്ചറിയാം. കുളിക്കണം. ഇഞ്ചതേച്ചു ശരീരമാകെ കട്ടിപിടിച്ചുപോയ അഴുക്കിളക്കണം. തോർത്തെ വിടെ?

വിളിപ്പാടകലെ മായയുടെ കിടപ്പറജാലകത്തിനു മുമ്പിൽ ചെന്ന് ഒന്ന് ശ്വസിച്ചാൽ മതി അവൾ ഓടിയണയും.

വേണ്ട! ഒളിവിൽ കഴിയുന്നവൻ ബന്ധുജനങ്ങളെ ദർശിക്കരുത്! ആരുടെ സഹായവും തേടരുത്! സഹായം വേണ്ടപ്പോൾ വേണ്ടിട ത്തെത്തും, നിങ്ങൾ അതു മാത്രമേ സ്വീകരിക്കാവൂ. മറ്റൊരു ദിക്കിൽനിന്ന് സ്വർഗവാതിൽ തുറന്ന് അകത്തേക്കു വിളിച്ചാലും പാർട്ടിപ്രവർത്തകൻ അതു കാണരുത്!

ഇരുട്ടിൽ പടവുകളില്ലാത്ത തെക്കേ തീരത്താണ് മഹേശ്വരൻ വന്നു പെട്ടത്. ജലം വളരെ താഴെയാണ്. മഴയില്ലാത്ത വേനൽ. വിരഹത്തിന്റെ കറുത്ത മുഖവുമായി നിൽക്കുന്ന കുളം. താഴെ, മീനുകൾ കിക്കിളിപ്പെ ടുത്തുന്ന കൊച്ചലകൾ ഇളകുന്നു. ഒരു നാഴികകൂടി ചെന്നാൽ നിലാവു ദിക്കും. അതിനു മുമ്പു കുളികഴിഞ്ഞ് ഇവിടം വിടണം. ഉണ്ണിമായയുടെ അറയിലെ വെളിച്ചമൊന്നു കാണണം. അവൾ ജനലടച്ചിരിക്കുമോ? വേനൽച്ചൂടും ഉൾച്ചൂടും കാരണം അവൾ ജനൽ തുറന്നിട്ടിരിക്കും. അത്താഴം കരുതി വച്ചിരിക്കും.

പൊടുന്നനെ മഹേശ്വരന്റെ ഉള്ളിൽ സ്വപ്നങ്ങൾ തകർന്നുടഞ്ഞു. ഒരുപിടി അരി അവൾക്കെത്തിക്കാൻ സഖാക്കളോടു പറഞ്ഞില്ലല്ലോ. സ്വന്തം കാര്യം പറയാനുള്ള ലജ്ജ. അതോ രുധിരമനയ്ക്കലെ ചെറിയ തിരുമേനി ആഴക്ക് അന്നത്തിന് ഇരക്കേണ്ടിവന്ന അവസ്ഥയോർത്തുള്ള ഖേദമോ?

വല്യേട്ടൻ തന്നെ പടിയടച്ചു പുറത്താക്കി പിണ്ഡം വെച്ചിരിക്കുകയാണ്. പിന്നെയല്ലെ ഉണ്ണിമായയുടെ കാര്യം! ദൂരെ മലഞ്ചെരിവിൽ രുധിരമനയുടെ പടിപ്പുരമാളികയിൽ അപ്പോഴും വിളക്കെരിഞ്ഞുകൊണ്ടിരുന്നു. പൊലീസ് ക്യാമ്പു ചെയ്തിരിക്കുന്നത് പടിപ്പുരമാളികയിലാണ്. കളപ്പുരയിൽ മത്സ്യമാംസങ്ങൾ വേവുന്ന രൂക്ഷഗന്ധം മൂവന്തിയുടെ ഇരുട്ടിൽ പടർന്നുകയറി.

കഥകളിശാലയിലാണ് പൊലീസ് സൂപ്രണ്ടു വന്നാൽ അദാലത്തു കൂടുന്നത്. കഥയിലെ രൗദ്രഭീമന്റെ പൊലീസ് വേഷം മഹേശ്വരൻ മനസിൽ കണ്ടു. ഇരുട്ടിന്റെ പടവുകളിൽ ഇഞ്ച കണ്ടില്ല. ഉണ്ണിമായയുമായി ബന്ധപ്പെട്ട ഒരു പരിമളവും അനുഭവവേദ്യമായില്ല. ഉണ്ണിമായയെ കുളം മറന്നതുപോലെ! അങ്ങനെ സംഭവിക്കുമോ? സൂര്യൻ കിഴക്കുദിക്കുന്നെങ്കിൽ ഉണ്ണിമായ അന്നേരം കുളത്തിൽപോയി കുളിച്ചുവരുമായിരുന്നു. ഉണ്ണിമായയെ ഓർക്കുമ്പോൾ പുലരിയുടെ പ്രകാശവും പരിശുദ്ധിയുമാണ് മനസിലെത്തുക.

“ആരാണത്?” മഹേശ്വരൻ ഞെട്ടി.

ഉണ്ണിമായ! രാത്രിയിലാണ് അവൾ കുളിക്കാനെത്തിയിരിക്കുന്നത്. ഇരുണ്ട കുളിക്കടവിലേക്കു പാളിനോക്കുന്ന ഒരു മണ്ണെണ്ണ വിളക്ക്. അപ്പുറം അതു പിടിച്ചിരിക്കുന്ന ഒരു കൈ. പുറകിൽ നീണ്ടുകിടക്കുന്ന ഒരു നിഴൽ. തുണക്കാരി ഒന്നിച്ചാണ് ഉണ്ണിമായ കുളിക്കാൻ വന്നിരിക്കുന്നത്. കുഞ്ഞിനെ ഉറക്കിക്കിടത്തി വാതിൽ അടച്ചു പൂട്ടിയിട്ട്!

ദൈവമേ, എന്റെ മകൻ!

“മഹേശ്വരാ, നിനക്കു നിന്റെ മകനെക്കുറിച്ചു ചിന്തിക്കാനുള്ള അവസരം ഇതല്ല.”

“ആരാന്നാ ചോദിക്കണത്! രാത്രീല് ആരാ കുളിക്കടവില്?”

മഹേശ്വരൻ മുങ്ങാംകുഴിയിട്ടു. ജലകന്യകയുടെ ഏഴുനിലമാളികയിലേക്കു കയറിപ്പോകാനുള്ള പടവുകളിതാ, എന്റെ മുമ്പിൽ—

“മറ്റാരുമല്ല, ഞാനാണ്!”

ഓളക്കൈകൾ തൊണ്ടയിലമരുന്നു.

ഉണ്ണിമായ കുളത്തിൽ മുങ്ങി. അരക്ഷണംകൊണ്ടു കരകയറി തോർത്താതെ ഓടിപ്പോകുന്നത് നീരിന്റെ അലിവിൽ ഇരുന്നുകൊണ്ട് മഹേശ്വരൻ കണ്ടു.

കഷ്ടം!

മായേ നീയെങ്ങനെ ഒളിക്കും? ഈ കുളക്കടവിൽ ഞാൻ ഭയത്തിന്റെ വിത്തുവിതച്ചു.

“ഇതു ഞാനാണ് മായേ, വന്നു കുളിച്ചിട്ടുപോകൂ. മറുതീരത്തുനിന്ന് ഞാൻ നിന്നെ ഒന്നു കണ്ടോട്ടെ. ഇന്നു വിലക്കപ്പെട്ട ജീവിതം നാളെ പത്തരമാറ്റുള്ളതായി തിരിച്ചുകിട്ടും. എനിക്കെന്നല്ല, എല്ലാവർക്കും—”

മഹേശ്വരന് കുളിരാൻ തുടങ്ങി. അയാൾ വേഗം കുളിച്ചുകയറി. ഉടുമുണ്ടു മടക്കി തലതോർത്തി. തുണി നനച്ചു പിഴിഞ്ഞു. ഈറനുടുത്തു

നടന്നുപോയി. ഒരു കടത്തുകടക്കുകയാണ്, താനെന്ന് അയാൾക്ക് തോന്നി. ഇരുകരകൾക്കുമിടയിൽ ഉറങ്ങിക്കിടക്കുന്ന കയം. ഒരു കര വിട്ടു. ഇനി തിരിഞ്ഞു നോക്കുന്നതു മറുകര പറ്റിയതിനു ശേഷം—അക്കരയ്ക്കു പോകാൻ തന്റെ പിന്നിൽ അണിനിരന്നിരിക്കുന്നവരുടെ മുഖങ്ങൾ മഹേശ്വരനെ ദൃഢചിത്തനാക്കി. അയാൾ ഭീരുവല്ല, ദുർബലനല്ല. പക്ഷേ, മൃദുവും ഉർവരവുമായ മണ്ണിൽ വീണുമുളച്ച ഒരു മൃദുല മനസ്കനായിരുന്നു അയാൾ. ഒരു പാറയിൽ വന്നു മുട്ടുമ്പോൾ വേരുകൾക്കു തളർച്ച നിൽക്കുന്നു. കാലക്കാറ്റിനെ ചെറുക്കാൻ ഈ വൃക്ഷത്തിനു കരുത്തുണ്ടാവുമോ? ഉണ്ടെന്നു സ്വയം വിശ്വസിപ്പിക്കാൻ മഹേശ്വരൻ ശ്രമിച്ചു.

ഗാന്ധിജിയായിരുന്നു മഹേശ്വരന്റെ ആരാധനാപാത്രം. ഗാന്ധിജിയെ പെറ്റ ഭാരതാംബയെ കണ്ടില്ലെന്ന് നടിക്കുന്നതെങ്ങനെ?

അമ്മയ്ക്കു തെറ്റു പറ്റുന്നില്ല. മുലയൂട്ടിയ കുഞ്ഞിനെ എവിടെവെച്ചും തിരിച്ചറിയാനൊക്കും. മകന്റെ മിഴികൾക്കു കാഴ്ച കുറവെങ്കിൽ, അമ്മ അറിയുന്നു.

മഹേശ്വരനെ മാത്രം അമ്മ തിരിച്ചറിയാതിരിക്കുമോ?

ഒഴുക്കിലൂടെ ഒരു കറുത്ത ചീന ഒഴുകിവരുന്നു.

മഹേശ്വരൻ അപരിചിതനെ കടവിൽ അക്ഷമയോടെ കാത്തുനിന്നു. കറുത്ത ഗോളങ്ങളെ മുറിച്ചുനീക്കി ചീന അടുത്തുവന്നു.

ആരായിരിക്കാം? തേങ്ങാപ്പാണ്ടിയുടെ പുറകെ ചീനയിൽ മൊഗ്രായിലേക്കു പോകുന്ന കുഞ്ഞിത് ആയിരിക്കാം. കാളീശ്വരത്തുവരുന്ന ഏതെങ്കിലും കച്ചവടക്കാരാകാം.

വരുന്നതു വരട്ടെ!

മഹേശ്വരൻ ഒന്നു ചുമച്ചു.

"ആരാണത്?" എപ്പോഴും എവിടെവച്ചും കേൾക്കപ്പെടുന്ന ചോദ്യം.

"ഞാൻ! ഒരു വഴിപോക്കൻ. പുതിയകോട്ടയിൽ മിഡ്വൈഫിനെ വിളിക്കാൻ പോണു."

"ഈ അർധരാത്രിക്കോ?"

"പ്രസവത്തിന് നിശ്ചിത സമയമില്ലല്ലോ."

"ചരക്കുണ്ട്. അതിന്മീതെ ഇരിക്കാൻ വിഷമമായിരിക്കും."

"ഇരിക്കണമെന്നില്ല."

തോണിക്കാരൻ മഹേശ്വരനെ സൂക്ഷിച്ചുനോക്കി. അയാളുടെ പെരുമാറ്റത്തെ ഭക്തിബഹുമാനങ്ങൾ നിയന്ത്രിച്ചു.

ചീന താഴോട്ടു പോയി. ഒരു തുരുത്തെത്തിയപ്പോൾ നിന്നു. അല്ല ഇവിടെയല്ല. ആദ്യം കാണുന്ന തുരുത്തിലിറങ്ങിയാൽ ലക്ഷ്യത്തിലെത്തുകയില്ല.

"ഈടെ എറങ്ങാറ്ണ്ട്!" ബഹുമാനം വിടാതെ ചീന തുഴയുന്നവൻ പറഞ്ഞു.

"ഞാനിവിടെ ഇറങ്ങുന്നില്ല."

ഇപ്പോൾ വീഴും എന്ന മട്ടിൽ കൂറ്റൻ വൃക്ഷങ്ങൾ പുഴക്കരയിൽ

പൊത്തിപ്പിടിച്ചുനിന്നു. അനേകം കാലക്കാറ്റുകളോടും തിരമാലകളോടും ചെറുത്തുനിന്ന പൊത്തോടിയ ജീർണ വൃക്ഷങ്ങൾ.

"ഈ മഴയ്ക്ക് ഇവയിൽ ചിലതു വീഴും!" മഹേശ്വരന്റെ നോട്ടം പിന്തുടർന്നു വഞ്ചിക്കാരൻ പറഞ്ഞു.

"തീർച്ച?"

"തീർച്ച!"

മഹേശ്വരൻ ആശ്വാസത്തിന്റെ ഒരു നിശ്വാസമയച്ചു.

നദിയിലൂടെ കൊച്ചു തേങ്ങാപ്പാണ്ടികളിൽ തുഴഞ്ഞുപോകുന്നവരേയും കടത്തുകാരേയും ഭയപ്പെടുത്തിക്കൊണ്ട് അവ ദീർഘകാലം ഈ ഭീഷണമായ നിൽപ്പ് തുടർന്നാലോ?

അപ്പോൾ അവർ അടുത്ത തുരുത്തിലെത്തി. വഞ്ചിക്കാരൻ ഒന്നും ചോദിച്ചില്ല.

ഏതാണ്ട് അർധരാത്രിയിൽ നറുനിലാവ് തുളുമ്പി പരക്കകയും ഇരുണ്ട മാളങ്ങളിലെല്ലാം നിറഞ്ഞൊഴുകുകയും ചെയ്തു.

മോചനമാണ് ലക്ഷ്യം—മഹേശ്വരൻ വിചാരിച്ചു. മോചനത്തിലേക്കുള്ള പാത ഒരിക്കലും എളുപ്പമാകുകയില്ല. ക്ഷമ ചിലപ്പോഴെല്ലാം അപകടകാരിയാണെന്നും മഹേശ്വരൻ ചിന്തിച്ചു. അറിവില്ലായ്മയിൽനിന്നു ജനിക്കുന്ന അകർമണ്യതയെ എങ്ങനെ ക്ഷമയെന്നു പറയാനൊക്കും?

ലോഹം പഴുത്തിരിക്കുമ്പോൾ കൂടംകൊണ്ടടിച്ചു രൂപപ്പെടുത്തുന്നവനാണ് ബുദ്ധിമാനായ മൂശാരി. കൂടം ഇപ്പോൾ സാധാരണക്കാരന്റെ കൃഷീവലന്റെ മഹാസമുച്ചയത്തിന്റെ കൈയിലിരിക്കുന്നു—

ഒരുകാലത്ത് മഹേശ്വരന് അധഃസ്ഥിതന്റെ കഴിവിൽ വിശ്വാസമില്ലായിരുന്നു. വേരുകൾക്കു ബലമില്ലാത്തവനെന്നു വിശ്വസിച്ചു. കുഞ്ഞിലേ മുരടിച്ചവനെ എത്ര ശുശ്രൂഷിച്ചാലും ഒരു പൂർണ മനുഷ്യനാക്കിയെടുക്കാൻ കഴിയില്ല. പക്ഷേ, ഉറങ്ങിക്കിടക്കുന്ന വിത്തുകൾ അനുകൂലമായ കാലാവസ്ഥയിൽ നൂറു മടങ്ങു ചൈതന്യത്തോടെ മുളച്ചുവളരുന്ന കാഴ്ച മഹേശ്വരനെ അത്ഭുതസ്തബ്ധനാക്കി. കുഞ്ഞമ്പാടിയുടെ നേതൃത്വത്തിൽ നിറയൂരിലെ കർഷകർ നെല്ലെടുപ്പുകാലത്തു പൊലീസിനെ തൃണവൽഗണിച്ചു. കഞ്ഞി കുടിക്കാൻ വകയുള്ളവൻ വെള്ളകീറും മുമ്പ് നെല്ലെടുത്ത് കഞ്ഞികുടിക്കാനില്ലാത്തവനു നൽകി. ആർജവമാണ് അവരുടെ കരുത്ത്. മഹേശ്വരനെ വശീകരിച്ചതും അതുതന്നെ. അവരുടെ മനസും വികാരവും ജ്വലിക്കാൻ തുടങ്ങിയിരിക്കുന്നു. ഒരു ബാഹ്യശക്തിക്കും അത് ഊതിക്കെടുത്താനാവില്ല...

ചീനയിൽ മണലിട്ട് അതിന്മീതെ അടുപ്പുകൂട്ടി കഞ്ഞിവെക്കാനൊരുങ്ങുന്ന ഒരു ഗ്രാമീണനുണ്ടായിരുന്നു. യുദ്ധം തുടങ്ങുംമുമ്പ് പട്ടിണി കൊണ്ടു നാടുവിട്ട ഒരു തെയ്യക്കാരൻ. മഹേശ്വരന് അയാളുടെ പേരോർക്കാൻ കഴിഞ്ഞില്ല.

"നിന്റെ പേരെന്താ?"

ആളിക്കത്തുന്ന അടുപ്പിലേക്കു നോക്കി അവൻ നിർവികാരസ്വരത്തിൽ പറഞ്ഞു:

"കണ്ണൻ."

"നീയിപ്പോ തെയ്യം കെട്ടാറില്ലേ?"

"ദേവി ഉറങ്ങ്വാണ്. ഒന്നും കാണ്ണ്ല്യ."

"എന്നു നിനക്കെങ്ങനെ അറിയാം?"

"അല്ലെങ്കില് മനുഷ്യരെല്ലാം ഇങ്ങനെ ശത്തു ജീവിക്കണോ, തമ്പ്രാനെ!"

"ദേവി ഉണരും!"

"ആവോ!"

"തുരുത്തിക്കാവില് ഇപ്പോ ആരാ പൂമാലയുടെ തെയ്യം കെട്ടണ്?"

"ആവോ!"

പൂർവസ്മരണയുടെ മിന്നാമിനുങ്ങുകൾ അവന്റെ മിഴികളിൽ തെളിയുമെന്ന് മഹേശ്വരൻ പ്രത്യാശിച്ചു. മിന്നാമിനുങ്ങുകളുടെ ചിറകുകൾ നനയുന്നു. മിന്നുന്നില്ല.

പതുക്കെപ്പതുക്കെ കഞ്ഞിക്കലം കരയാൻ തുടങ്ങി. ഒരു നാഴി പച്ചരിനുറുക്കു കലത്തിൽ കഴുകിയിട്ട് കണ്ണൻ പെരുവണ്ണാൻ പറഞ്ഞു:

"ശങ്കരൻനായനാറ് എന്നെ ഒഴിപ്പിച്ചതും ഞാൻ നാടുവിട്ടു. പിന്നെ തെയ്യം കെട്ടീറ്റ്ല്യ."

"എന്തിനെ നെന്നെ ഒഴിപ്പിച്ചത്?"

കണ്ണൻപെരുവണ്ണാൻ മറുപടി പറഞ്ഞില്ല.

കഞ്ഞി തിളച്ചുതൂവി അടുപ്പണഞ്ഞു. കണ്ണൻ അനങ്ങിയില്ല.

തോണിക്കാരൻ ചോദിച്ചു:

"ഇന്നത്താഴത്തിനു കഞ്ഞി വേവുമോ കണ്ണാ?"

കണ്ണൻ വീണ്ടു തീപൂട്ടി. തണുത്ത കാറ്റിൽ തീനാളം വിറച്ചു. പാതി പാകമായ കഞ്ഞി കിണ്ണത്തിലൊഴിച്ച് കണ്ണൻ പറഞ്ഞു:

"ഇത്ര വെന്താമതി. പച്ചരി അധികം വെന്താൽ വേഗം വിശന്നു പോകും."

കനലിൽ ഉണക്കമീനും മുളകും ചുട്ടെടുത്തു കഴിഞ്ഞപ്പോൾ വഞ്ചി കീഴൂരതിർത്തിയിലെ തുരുത്തിഗ്രാമത്തിൽ അണഞ്ഞു.

ഒഴുക്കിനു ശക്തി കുറയുകയും കാറ്റിനു കനം കൂടുകയും ചെയ്തിരുന്നു.

മഹേശ്വരൻ ഇറങ്ങി നടന്നു. ചീരുവിന്റെ കുടിലിൽനിന്നു നേരെ എതിർദിശയിലേക്ക്. പുതിയൊരു ഷെൽട്ടറിലേക്ക്. ഒരു അഞ്ചുമണിക്കൂർ നടത്തം. അന്തമില്ലാത്ത പൂഴിപ്പരപ്പിൽ വെള്ളിച്ചിറകുകൾ നീർത്തി അലസഗമനം നടത്തുന്ന നിലാവ്. കടൽക്കാറ്റിനു തണുപ്പേറിവന്നു.

പുലരുംമുമ്പ് എത്തുന്ന ദിക്കിൽ ഷെൽട്ടർ. തെക്കെ ദിക്കു കണ്ടുപിടിക്കാൻ നക്ഷത്രങ്ങളെ നോക്കി. കടൽക്കാറ്റിന്റെ സഹായം തേടി.

അകലെയേതോ കാവിൽ മേലേരി എരിഞ്ഞു. പുകയുടെ ഗന്ധം ആകാശത്തിലുയരുന്നത് മഹേശ്വരൻ അറിഞ്ഞു. ചെണ്ടമേളം മറ്റൊരു പുലരിയെ കൊട്ടി അറിയിച്ചു.

നാൽപ്പത്

മുൾക്കാടിന്റെ മറവിൽനിന്ന് ഒരാൾ ചുവന്ന വെയിലിലേക്കു കടന്നുവന്നു.

കുഞ്ഞിക്കണ്ണൻ പറഞ്ഞു:

"ഷെൽട്ടറിലെത്തിക്കണം, എന്നെ!"

"എവിടെ?"

"നിന്റെ തറവാട്ടിൽ!"

ഒരുനിമിഷം അമ്പാടി തന്റെ തലമുടി പിടിച്ചുവലിച്ചു.

തറവാട്ടിൽ! അവിടെ അമ്മയുണ്ട്. കാരണവരുണ്ട്. സഹോദരിയുണ്ട്. എന്നാലും എത്തിച്ചേപറ്റൂ. മുന്നിലിരുട്ടുള്ള രാത്രി! പുലരാൻനേരം നിലാവെത്തും. അതിനു മുമ്പുതന്നെ എത്തണം.

മഹേശ്വരനെ വിട്ട് കുഞ്ഞിക്കണ്ണൻ ഉൾവലിഞ്ഞു. അടിക്കാടുകളിൽ മിന്നാമിനുങ്ങുകൾ എത്തിനോക്കി.

മഹേശ്വരന്റെ വേഷം മുഷിഞ്ഞിരുന്നു. മൗനമുദ്രിതമായ മുഖത്തിന്റെ വെളിയടയ്ക്കുപിന്നിൽ അസ്വസ്ഥത ഉരുണ്ടുകൂടി. പോക്കുവെയിൽ ഒരു തിരമാലപോലെ പിൻവലിഞ്ഞു. വിളർത്ത തീരം. ആകാശതീരത്തു കക്കകൾ പോലെ നിറം മങ്ങിയ നക്ഷത്രങ്ങളടിഞ്ഞു. അവർ ചിറയുടെ അടുത്തെത്തി. ചിറ കടന്നുവന്ന ഒരു ശീതളക്കാറ്റ് അവരെ സ്വാഗതംചെയ്തു. ഇരുവരും ചിറവക്കത്തൂടെ ഇടത്തോട്ടു നടന്നു. പാത മുൾനിറഞ്ഞതെങ്കിലും ദൂരം കുറവ്. വളവില്ല.

ഉറങ്ങാനൊരുങ്ങുന്ന സന്ധ്യ ഒരു കോട്ടുവായിട്ടു. പിന്നെ കണ്ണടച്ചു. ചില്ലതോറും കാക്കവിളക്കുകൊളുത്തി മിന്നാമിനുങ്ങുകൾ വഴികാണിച്ചു. നല്ല തണുപ്പ്. പുൽമൈതാനത്തിന്റെ പരപ്പ്. ക്ണാരിപ്പുല്ല് തരിവളയിട്ട കൈ തലയ്ക്കുവച്ച് ഉറങ്ങിക്കഴിഞ്ഞു. ഇരുട്ടു പുതപ്പായി.

ഇപ്പോൾ കറുത്ത മങ്ങിയ നിഴലുകൾമാത്രം. മഷി നിറച്ച ഒരു തടാകം. ആകാശമുറ്റത്തു മലർവിതറുന്ന ചുരുക്കംചില നക്ഷത്രങ്ങൾ. അവ വഴികാണിച്ചു. അവ ചേതോഹരമായിരുന്നു. മഹേശ്വരൻ വിചാരിച്ചു— ഈ നക്ഷത്രങ്ങൾപോലും ഉണ്ടായിരുന്നില്ലെങ്കിൽ ഞാനീ യാത്ര ഉപേക്ഷിക്കും.

നിലാവിനെ സ്വപ്നംകണ്ട് ഇരുവരും ഇരുട്ടിലൂടെ യാത്ര തുടർന്നു. ഇടയ്ക്ക് ഒരു മുള്ളൻപന്നിയോ മലാനോ വഴിമുറിച്ചു മണ്ടിപ്പോയി. മലയോരത്തെ കാട്ടിലെങ്ങോ ഒരു നത്ത് മൂളി. അതിനു പ്രതികരണം ഉണ്ടായി.

ചരക്കല്ലിലുരയുന്ന കാലൊച്ച. അതു മറ്റാരോ പുറപ്പെടുവിക്കുന്ന ശബ്ദമെന്നു തോന്നി.

നടന്നിട്ടും നടന്നിട്ടും തീരാത്ത പുൽപ്പാറകൾ. പാരമ്പര്യത്തിലധിഷ്ഠിതമായ ജീവിതക്ലേശം പോലെ അവ ഉറച്ചുനിന്നു.

"ഇതവസാനിക്കില്ലേ?" മഹേശ്വരൻ മന്ത്രിച്ചു. പാറപ്പരപ്പ് ആകാശ വിസ്തൃതിയെ അതിക്രമിക്കുന്നു.

"വഴി തെറ്റുമോ?"

"ഇല്ല!" അമ്പാടി പറഞ്ഞു. "ഞാൻ ജനിച്ചുവളർന്ന നാടാണ്. ഞാൻ കുറ്റീം കല്ലും കളിച്ച, ഞാൻ പയറ്റിപ്പഠിച്ച, ഞാൻ കള്ളുകുടിച്ചു മലർന്നു കിടന്നുറങ്ങിയ പാറപ്പുറങ്ങളാണിത്! ഇതിലൂടെ ഞാൻ നിദ്രാടനം ചെയ്തിട്ടുണ്ട്!"

മുറ്റത്തെ മലരുകൾ തൂത്തുവാരി കാർമേഘങ്ങൾ മുന്നേറി. ഒന്നിനു പുറകെ പല കാർമേഘങ്ങൾ. പല രൂപങ്ങൾ. അവ കൈകോർക്കുന്നു. ഒന്നാവുന്നു. ആകാശത്തിന്റെ ധൂസരണത്തെ മാച്ചുകളയുന്നു. ഇരുട്ടിന് ആഴമേറുന്നു. ഒച്ചുകൾ പാതാളത്തിലേക്കിറങ്ങുന്നു. ഇച്ഛാശക്തിയുടെ പാദപതനങ്ങൾ അവരെ നയിക്കുന്നു.

പൊടുന്നനെ മലഞ്ചെരിവിൽ ഒരു പാതിരാകുറുക്കന്റെ ഓലിയിടൽ. തുടർന്ന് ഒരു സംഘാലാപം. ക്രമേണ അതും നിലച്ചു.

മഹേശ്വരൻ നടത്തം പതുക്കെയാക്കി. വഴികാണിച്ച അമ്പാടി ഒരു പരുക്കൻപാറ ചാരിനിന്നു. മരുഭൂമിയിൽ പച്ചതേടുന്ന ഒരുവനെപ്പോലെ അമ്പാടി ആകാശത്തൂടെ പലവുരു സഞ്ചരിച്ചു.

"നിറയൂരമ്മേ!" അമ്പാടി വിളിച്ചു.

മഹേശ്വരൻ അക്ഷമനായി. ഇതിനു മുമ്പൊരിക്കലും ഇത്രദൂരം നടന്നിട്ടില്ല. ഒരായുസ്സു മുഴുവനും നടന്നു തീർക്കാനൊക്കുമോ! മഹേശ്വരന് അരിശം വന്നുതുടങ്ങി.

എസ്കോർട്ടിൽ വിശ്വാസം കുറയാൻ പാടില്ല.

ചന്നംപിന്നം മഴ പെയ്യാൻ തുടങ്ങി. വേവലാതിപിടിച്ച മരച്ചില്ലകൾ വേനലിന്റെ ഒരു പരാതിപറച്ചിൽപോലെ. ഭൂമിയിൽ വീണ മഴത്തുള്ളികൾ ആവിയായി. ഭാഗ്യത്തിനു മഴ വന്നപോലെ പോയി. മഹേശ്വരൻ തുണിസഞ്ചിയിൽനിന്നു തോർത്തെടുത്തു തലയും ചുമലും തുടച്ചു. ആകെയുള്ള ഒരു ഷർട്ട്. ഇതുകൊണ്ട് എത്രനാൾ കഴിയേണ്ടി വരും എന്നറിയില്ല. ഷർട്ടൂരി ചുമലിൽ വിടർത്തിയിട്ടു.

ഒരു ചുമ നിശ്ശബ്ദതയെ ഭേദിച്ചു.

"സഖാവേ!"

"സഖാവേ!"

"ആരാണ് ചുമച്ചത്?"

"ഞാൻ!"

"മഴ?"

"തന്നെ!"

"ഇതാ എത്തിപ്പോയി."

ഇല്ല. ഉടനെ എത്തുകയില്ല. പാറപ്പുറങ്ങൾ ചക്രവാളം മുട്ടിനിൽക്കുന്നു.

വിരിഞ്ഞു കണ്ണു ചിമ്മിത്തുറക്കുന്ന താരശിശുക്കൾ. നക്ഷത്രങ്ങളെ നോക്കി അമ്പാടി പറഞ്ഞു:

"കിഴക്കോട്ടാണ് നാം പൊയ്ക്കൊണ്ടിരിക്കുന്നത്!"

"നീ ജനിച്ചുവളർന്ന സ്ഥലമായിരുന്നിട്ടും?"

"അതെ! ഒരിക്കൽ തെറ്റുപറ്റാത്തവരാരാ?"

ഒരു യാത്രയുടെ അകലം. ഒരു രാത്രിയുടെ ദൂരം! അതു വിഫലമായെന്നോ?

ഒരു വിശ്വാസത്തിന്റെ അകവെളിച്ചത്തിൽ അവർ യാത്ര തുടർന്നു. പുൽമേടവസാനിക്കുന്നു. മഴ കോരിച്ചൊരിയുന്നു. ഒരു പകപോക്കൽ പോലെ. ഒരു രോഷപ്രകടനം പോലെ. ഒരു താക്കീതു പോലെ. അശ്രദ്ധയുടെ പേരിലൊരു ശിക്ഷപോലെ.

അമ്പാടി ആഞ്ഞുനടന്നു. മഹേശ്വരൻ പിന്തുടർന്നു. അമ്പാടിയുടെ തുണിത്തുമ്പു കീറി. നനഞ്ഞ തുണി, മുളപൊട്ടുന്ന വിത്തിന്റെ ആവരണംപോലെ പിളർന്നു. അമ്പാടി അറിഞ്ഞില്ല. നടത്തത്തിനിടയിൽ ഒരു തുണ്ട് നിലംപതിച്ചു. അമ്പാടി യാന്ത്രികമായി അതെടുത്ത് ചുരുട്ടി കൈയിൽവച്ചു. പാതിമുണ്ട് അരയിൽചുറ്റി നടത്തം തുടർന്നു.

തറവാടിന്റെ തെക്കേ കുന്നിൻചെരിവിലെത്തിയപ്പോൾ നേരം പുലരാറായി. ഏട്ടി മുറ്റമടിക്കുന്ന ശബ്ദം ഒരു തേങ്ങൽപോലെ കേട്ടു. അമ്മയുണർന്നിട്ടില്ല. കാരണവരുണർന്നിട്ടില്ല. അമ്പാടി നിനച്ചു, നന്നായി.

ഉമ്മറത്ത് തൂക്കുവിളക്ക് എരിയുന്നു.

"സഖാവേ!"

"എത്തിയോ?"

"എത്തി!" ഒരു നിമിഷം ഈ മാവ് മറച്ചു നിൽക്കോ?

"നിൽക്കാം."

ഓരോ മറവിലും ഓരോ വെളിവിലും രഹസ്യം പതിയിരിക്കുന്ന കാലം. പുൽക്കൊടിപോലും രഹസ്യം സൂക്ഷിക്കുന്ന കാലം.

അമ്പാടി പടിഞ്ഞാറെ മുറ്റത്തൂടെ അടുക്കളവാതിൽക്കലെത്തി. അടുക്കളയിൽ കൊളുത്തിയ മണ്ണെണ്ണവിളക്കിന്റെ നാളം ചാരിയിട്ട കതകിലൂടെ പുറത്തുവീണു കിടക്കുന്നു.

അമ്പാടി കൈഞൊടിച്ചു.

മഹേശ്വരൻ വൃക്ഷങ്ങളുടെ നിഴൽപറ്റി ഒരു കരിയിലപോലെ തെന്നിനീങ്ങി.

അമ്പാടി മച്ചുമ്പുറത്തേക്കുള്ള കോണി ചൂണ്ടിക്കാണിച്ചു. ഏതു കോണിയും ഒച്ചയുണ്ടാക്കാതെ കയറാൻ മഹേശ്വരൻ ഇതിനകം പഠിച്ചുകഴിഞ്ഞിരുന്നു.

മച്ചുമ്പുറത്ത് പുഴുങ്ങി നിരത്തിയ നെല്ല് ഭാഗ്യത്തിന് ഉണക്കമായിരുന്നില്ല.

നെല്ലിൽ പെരുവിരലൂന്നി മഹേശ്വരൻ കിഴക്കറ്റത്തെ കിളിവാതിലിനടുത്തേക്കു നടന്നു. അവിടെ ആരും പതിവായി ഉപയോഗിക്കാത്ത ഒരു മെത്ത ചുരുട്ടിക്കെട്ടി വച്ചിരുന്നു. ഇരുട്ടു പെയ്യുന്ന മച്ചറയിൽ മെത്തച്ചുരുട്ടിനു മീതെ മഹേശ്വരനെ പിടിച്ചിരുത്തി അമ്പാടി വന്നപോലെ ഒച്ചയുണ്ടാക്കാതെ കോണിയിറങ്ങി മുറ്റത്തെത്തി ചുമച്ചു.

ഏട്ടി മുറ്റമടി നിർത്തി ചൂൽ നിലത്തിട്ട് ആശ്ചര്യത്തോടെ ചോദിച്ചു:

"കുഞ്ഞമ്പാടിയോ?"

"ങാ!"

"രാത്രി ഏടെ കിടന്നു?"

"ചിറ്റേടടത്ത്!"

അവർ കിണറ്റുകരയിൽപ്പോയി കൈയും മുഖവും കഴുകിവന്നു. തേച്ചു തിളക്കിയ വെള്ളോട്ടു കിണ്ടിയിൽ കുളിർനീരുമായി അനിയന്റെ മുമ്പിലെത്തി.

"പല്ലുതേച്ചിറ്റ് ബാ. കഞ്ഞി തരാം."

"ഏട്ടൻ എളേരീന്ന് അരി കൊടുത്തയച്ചോ?"

"കൊറച്ച്!"

"ഏട്ടി!"

അമ്പാടിയുടെ സ്വരം സഹോദരിയെ സ്തബ്ധയാക്കി. ഒരു വിപത്തിന്റെ ആരംഭം അവർ ശകുനം കണ്ടു.

"ഏട്ടീ മച്ചുമ്പുറത്ത് ഒരാളുണ്ട്!" ഒറ്റശ്വാസത്തിന് പറഞ്ഞു തീർത്ത് കുഞ്ഞമ്പാടി നിഷ്ക്രമിച്ചു.

അവർക്കറിയാം. ഇതിനു മുമ്പും മച്ചുമ്പുറത്ത് ആളുണ്ടായിരുന്നു. അമ്മയും കാരണവരുമറിയാതെ ഒരു കാമുകനെയെന്നോണം അവർ അയാളെ കാത്തുസൂക്ഷിച്ചു. വെള്ളവും ഉമിക്കരിയും പച്ചീർക്കിലും കൊടുത്തു. പ്രാതലും ഊണും കൊടുത്തു. ആരുടെ മുഖവും ചെറിയ കണ്ടിരുന്നില്ല. അവരുടെ ശബ്ദത്തിലൂടെ മാത്രം ചെറിയ തിരിച്ചറിഞ്ഞു. ഇത് നാലാമത്തെ ആളാണ്. സംസാരരീതികൊണ്ട് ഒന്നോ രണ്ടോ വാക്കുകളിലൂടെയുള്ള ആശയസംക്രമണം കൊണ്ട് അതിഥികൾ ഏതു തരക്കാരാണെന്നും ചെറിയ മനസിലാക്കിയിരുന്നു. ആദ്യം വന്നയാൾ വടക്കനായിരുന്നു. ചായയായിരുന്നു പ്രിയം. പാലില്ലെങ്കിലും ചായ കൊടുക്കാൻ ചെറിയ ശ്രദ്ധിച്ചു. രണ്ടാമത്തെ ആൾ ഒരു ക്ഷേത്രം ഊരാളനായിരുന്നു. ഭക്ഷണമില്ലെങ്കിലും കുളിക്കണം. ചെറിയ കുടത്തിൽ വെള്ളം നിറച്ച് മുകളിലെ ഓവറയിൽ എത്തിച്ചു. വെള്ളം വീണ മുറ്റത്തു വൈക്കോൽ നനച്ചിട്ട് ഒച്ചയൊതുക്കി. മൂന്നാമത്തെയാൾ ഒരു തീയ്യനായിരുന്നു. മീൻ കൂട്ടിയേ ഉണ്ണൂ. അല്ലെങ്കിൽ ചോറ് വെറുതെ തിരിച്ചു കൊണ്ടുപോരണം. പക്ഷേ, തനിക്ക് എന്താണാവശ്യമെന്ന് അയാൾ ഒരിക്കലും പുറത്തു പറഞ്ഞില്ല. കിഴക്കെ വയലോരത്ത് കുടിയാന്മാരുടെ കുടിലുകളിൽ ഉണക്കമീൻ വറുക്കുന്ന മണം ആസ്വദിച്ചുകൊണ്ട് ഒരു നാൾ രാത്രിയിൽ അയാൾ ഊണു കഴിക്കാനിരുന്നു. ചെറിയ കിഴക്കോട്ടുള്ള ജലകം പതുക്കെ അടച്ചു.

അടയ്ക്കണ്ട!

മണക്ക്ണു!

മണത്തോട്ടെ! ഞാൻ ഉണ്ടുകഴിഞ്ഞിട്ടടച്ചോളാം!

ചെറിയയ്ക്ക് മനസിലായി. തന്റെ അതിഥിയെ വേണ്ടുവണ്ണം ഊട്ടാൻ കഴിയാത്തതിൽ അവൾ ദുഃഖിച്ചു.

ഈ നാലാമൻ എത്തരക്കാരനായിരിക്കും? വടക്കുപുറത്തെ മുറ്റം അടിക്കുന്നതിനിടയിൽ ചെറിയ ഓർത്തു. ആരായാലെന്ത്! മുഖമില്ലാത്ത മനുഷ്യർ. അവർ മുത്തിനെക്കാൾ വിലപിടിച്ചവർ. അവരെ നിധിപോലെ കാത്തുസൂക്ഷിക്കണം. സമയമെടുത്താൽ അവർ നിഷ്ക്രമിക്കും. ഒരു പ്രഭാതത്തിൽ മച്ചുമ്പുറം നരിച്ചീറുകൾക്കു തിരിച്ചുകിട്ടും.

കിഴക്കെ മാഞ്ചില്ലയിൽ നിന്ന് ഒരു മണ്ണാത്തിക്കിളി പരാതി പറഞ്ഞു കൊണ്ട് പറന്നകന്നു.

ചെറിയ ഇടംകണ്ണിട്ടു നോക്കി. കിളിവാതിൽ ഒരൽപ്പം തുറന്നിരിക്കുന്നു.

അതിഥി ഉറങ്ങുകയല്ല. ഒരു രാവു മുഴുവനും നടന്നു തളർന്നിട്ടും ഉറങ്ങാത്ത അതിഥി സാധാരണക്കാരനല്ലെന്ന് അവർ തീരുമാനിച്ചു.

കിണറ്റിൽനിന്ന് വെള്ളം കോരിനിറച്ച കുടവുമായി അവർ കോണി കയറി. തെക്കേ അറയിൽ അപ്പോഴും കാരണവർ കൂർക്കം വലിക്കുന്നുണ്ട്.

കുടം ഓവറയുടെ തിണ്ടിന്മേൽവച്ച് ചെറിയ ഇരുട്ടിനോടു മന്ത്രിച്ചു:

"പല്ലുതേച്ചു കുളിക്കാം."

മഹേശ്വരന്റെ മനസ്സ് കൃതജ്ഞതയാൽ തുള്ളിത്തുളുമ്പി. കുളിച്ചിട്ട് ആറു ദിവസം കഴിഞ്ഞു. ആറു വേനൽപകലുകളിലും രാവുകളിലും തൊലിയിൽ അടിഞ്ഞുകൂടിയ അഴുക്ക് രാത്രിമഴയേറ്റതു കാരണം ഉതിർന്ന് ദുർഗന്ധംവമിക്കാൻ തുടങ്ങിയിരുന്നു. മഹേശ്വരൻ അനങ്ങിയില്ല. അനങ്ങിയാൽ തന്റെ ശരീരം പ്രസരിപ്പിക്കുന്ന ദുർഗന്ധത്താൽ പെൺകുട്ടി ഓടിപ്പോകുമെന്ന് അയാൾ ഭയന്നു.

"ഇത്തിരി ഉമിക്കരി?"

"അവിടെ ഉണ്ട്."

"ഈർക്കില?"

"ഉണ്ട്."

"ഭസ്മം?"

ചെറിയയ്ക്കു ചിരിവന്നു. രാപ്പകൽ പട്ടിണികിടന്നും കുളിയും ഉറക്കവും ഇല്ലാതെ അലഞ്ഞു നടക്കുന്ന ആൾക്കും ഭസ്മക്കുറി!

അവൾ ചടുപിടുന്നനെ കോണിയിറങ്ങി.

"എന്താ പെണ്ണേ?" അമ്മ മെത്തയിൽ കിടന്നുകൊണ്ട് വിളിച്ചു ചോദിച്ചു.

"തട്ടുമ്മല് മരപ്പട്ടി കടന്നോ?"

"ഉണ്ടായിനു, ഞാനോടിച്ചു."

അവർ എണീറ്റു.

ഒരു നുള്ള് ഭസ്മം വെറ്റിലയിൽ പൊതിഞ്ഞ് ചെറിയ അരയിൽ തിരുകിവച്ചു.

"നെല്ല് ഇളക്കിയിടണോ അമ്മേ?"

"പിന്നെ വേണ്ടേ?"

ചെറിയ തട്ടിൻപുറത്തേക്ക് കോണികയറി. നെല്ലു ചിക്കുന്നതിനിടയിൽ അവൾ ചോദിച്ചു:

"കഞ്ഞ്യോ ചായയോ?"

"എന്തും!"

പക്ഷേ, പല്ലുതേച്ച് കുളികഴിച്ചു കുറിതൊട്ട് മഹേശ്വരൻ കാത്തിരുന്നു. എത്ര നേരം! ഈറൻ അരയിൽ കിടന്നുണങ്ങി. എവിടെ കഞ്ഞി? എവിടെ ചായ? അടുക്കളയിൽനിന്ന് കഞ്ഞിയുടെ മണം ഉയർന്നിരുന്നു. ആലയിൽ പശുവിനെ കറക്കുന്ന ശബ്ദം ഒരു സംഗീതംപോലെ കേട്ടിരുന്നു. തികഞ്ഞ നിശ്ശബ്ദതയെ പരുഷമാക്കാൻ കാക്കകൾ നിലവിളിച്ചെത്തി. മഹേശ്വരൻ പ്രാതലിനുവേണ്ടി കാത്തിരുന്നു.

കിഴക്ക് വെയിലുദിച്ചുയർന്നു. കിളിവാതിലിലൂടെ ഒരു ചുട്ട പ്രഭാതത്തിന്റെ പുക പൊങ്ങി. തീരെ കുളിർമ്മയില്ലാത്ത ഒരു പുലർകാലം. മഹേശ്വരന്റെ ഉണർന്ന രോമകൂപങ്ങൾ ഉറവയെടുത്തു. തൊണ്ട വരളുന്നു. ചായ വേണ്ട കഞ്ഞിവേണ്ട. ഒരു കുടം വെള്ളം കുടിക്കണം. അയാൾ ഓവിനടുത്തേക്കു നടന്നു. കുടം പൊക്കിനോക്കി. ശൂന്യം.

ഓവറയുടെ നനഞ്ഞ തറയിൽ കാലിന് കുളിർമ്മയേൽക്കാനായി തെല്ലിടനിന്നു.

സൂര്യൻ കിളിവാതിൽ കവച്ചു കടന്നുപോയി.

പട്ടിണി ശീലിച്ചതാണ്. എന്നാലും ദേഹശുദ്ധി വരുത്തി ഒരു ചായ കിട്ടുമെന്ന പ്രതീക്ഷ ഒരോനിമിഷവും എണ്ണിക്കഴിയേണ്ടി വരിക. വേണ്ടായിരുന്നു. പല്ലു തേച്ചതും കുളിച്ചതും അബദ്ധമായി. ഈ മെത്തച്ചുരുൾ നീർത്തി വീണുറങ്ങിയാൽ മതിയായിരുന്നു.

മഹേശ്വരൻ തപ്പിത്തടഞ്ഞ് മെത്തയെ സമീപിച്ചു. പുഴുങ്ങിയ നെല്ലിന്റെ ഗന്ധം മുറ്റിയ മുറിയിൽ ദാഹം ഗതിമുട്ടി ഉഴറി.

അപ്പോൾ കോണിപ്പടി ഞരങ്ങി.

ചെറിയ മന്ത്രിച്ചു:

"അമ്മ കുളികഴിഞ്ഞ് പാലുമായി കൂലോത്തു പോകാൻ വൈകി. കാരണവര് ഇന്നു തേച്ചുകുളിക്കുന്ന ദിവസമാ. ഉമ്മറത്തു തന്നെ— കോണി ഉമ്മറത്തു കൂടെയാണ്. ഇപ്പോ കടച്ച്യെ കെട്ടാൻ പോയി."

ഇലക്കീറിൽ കൊഴുക്കട്ടയും കോപ്പയിൽ പരിമളം പരത്തുന്ന ചായയും. സ്വർഗം. അമൃതം. നിർവാണം. ഞാനിങ്ങനെ ദുർബലമനസ്കനായി പോയല്ലോ! ഒരു വാശിയോടെ മഹേശ്വരൻ പറഞ്ഞു:

"ചായ മാത്രം മതി!"

"കൊഴുക്കട്ട ഇപ്പഴ് ഉണ്ടാക്കിയതാണ്. ഇവ്ട്ത്തേക്കുവേണ്ടി! ഇല്ലെങ്കിൽ ഇതെല്ലാം ഞാനിവിടെനിന്ന് കഴിക്കേണ്ടി വരും! ഇവിടെ രാവിലെ പലഹാരം പതിവില്യാത്തതാണ്!"

മഹേശ്വരന്റെ മനസിന്റെ കെട്ടഴിഞ്ഞു. നിമിഷംകൊണ്ട് കൊഴുക്കട്ട

അപ്രത്യക്ഷമായി. വെന്ത തേങ്ങയുടെയും കറിവേപ്പിലയുടെയും പരിമളം കുറച്ചുനേരംകൂടി മച്ചകത്തു ചുറ്റിനടന്നു. ഇല ചുരുട്ടി കൈയിലൊതുക്കി ചെറിയ കോണിയിറങ്ങി. കോപ്പ മുണ്ടിൻ തുമ്പാൽ മറച്ചു.

മച്ചുമ്പുറം ഇരുട്ടിലാണ്ടു. മഹേശ്വരൻ ദീർഘമായി നിശ്വസിച്ചു: "ഇങ്ങനെ എത്രകാലം!"

അയാളുടെ കിളിവാതിലിനു മുമ്പിൽ നിറയൂർ വീർപ്പുമുട്ടി നിൽക്കുന്നു. ഗ്രാമത്തിന്റെ ശാലീനത അപ്രത്യക്ഷമായി. യുദ്ധത്തിനു മുമ്പത്തെ ശാന്തത കളിയാടി. ഗ്രാമീണർ ഉറക്കെ സംസാരിച്ചില്ല. പട്ടിണിയെപ്പറ്റി അവർക്കു പരാതി പറയാനില്ല. ചന്തയിൽപോക്ക് നന്നേ ചുരുങ്ങി. വീട്ടുമുറ്റങ്ങളിൽ ആവശ്യക്കാരില്ലാത്ത അടയ്ക്കാക്കൂനകളും നാളികേരക്കൂനകളും ധ്യാനിച്ചു കിടക്കുന്നു. കുട്ടികളെ ആരും പുതിയകോട്ടയിലെ പള്ളിക്കൂടത്തിൽ അയയ്ക്കുന്നില്ല. പള്ളിക്കൂടം പൊലീസ് ക്യാമ്പായി. മുറ്റത്ത് വലിയ പാത്രങ്ങളിൽ കോഴികൾ വെന്തു. അരി വെന്തു. കൊപ്പു ബട്ലറും കരുവഞ്ചേരി കാര്യസ്ഥനും ചാത്തുനായരും നിത്യസദ്യക്കു വേണ്ട ഒരുക്കങ്ങൾ ചെയ്തു...

കൊപ്പുബട്ലർ മുറ്റത്തു നിന്നു ചോദിച്ചു:

"ഇബ്ടെ ആരും ല്യെ?"

ചെറിയ വടക്കേ പറമ്പിൽ പശുവിനു പച്ചപ്പുല്ല് പറിക്കുകയായിരുന്നു. കാരണവർ നീരുവീങ്ങിയ കാലുകൾ നീട്ടിവച്ച് കുഴമ്പു പുരട്ടുന്നതിനിടയിൽ പറഞ്ഞു:

"കുഞ്ഞമ്പാടി പൊനം കാവലിനു പോയി."

"എനക്ക് അമ്പാടിയെ കാണണ്ട! കോഴി വേണം."

"കോഴിയോ? ഏട്ന്ന്? പൊരുന്നിവച്ച കോഴ്യെ അല്ലായിരുന്നോ നിങ്ങള് കഴിഞ്ഞ കുറി എടുത്തോണ്ട് പോയത്? ചെറിയ പതിനേഴ് മുട്ട വിരിയാൻ വെച്ചീനു. പതിനേഴും വിരിയാണ്ടെ ചത്തുപോയി!"

"അതാണ് കാർന്നോരെ ഞാൻ പറയ്ണത്. ഈ ചെറു ബാല്യക്കാരുടെ മോഹങ്ങളൊന്നും വിരിയാമ്പോണില്ല. വെള്ളക്കാരന്റെ തോക്കും ബാല്യക്കാരുടെ ചങ്കും ചേർന്നാൽ ഏതിനാ പരിക്ക്? അത് ഈയ്റ്റിങ്ങള് ആലോചിക്കാത്തതെന്താ?"

കൊപ്പുബട്ലറുടെ വാക്കുകൾ കാർന്നോരെ ചൊടിപ്പിച്ചു:

"വെള്ളക്കാരെ തൊരത്തണംന്ന് ഇപ്പ്യൊക്കെ പറയണത് നേരല്ലേ? ഓറ് കടലിനക്കരേന്ന് വന്നത് ചരക്കു മേടിക്കാനല്ലേ? മേടിച്ച് പോയൂടായിമ്പോ? എന്തിനേ കൈയ്യൂക്ക് കാണിച്ചൂട്ടത്?"

കൊപ്പുബട്ലറുടെ മിഴികൾ വിട്ടത്തിൽ കൂടുകൂട്ടാനുള്ള വേട്ടാളന്മാരെപ്പോലെ മച്ചിൽ തപ്പിത്തടഞ്ഞ് പറന്നു. അടുത്ത നിമിഷം അയാൾ കോണിപ്പടവിൽ കാൽ വച്ചു.

കാരണവർ എണ്ണക്കിണ്ണം താഴെയിട്ടു:

"മച്ചിമ്പുറത്ത് ആരെങ്കിലും കോഴീനെ അടവയ്ക്ക്വോ?"

കൊപ്പു അതു കേൾക്കാത്ത ഭാവത്തിൽ കോണിപ്പടിയിൽ കാൽവ

ച്ചു. ഒന്ന്, രണ്ട്, മൂന്ന് കാരണവർ കിഴക്കോട്ടും തെക്കോട്ടും നോക്കി. കാട്ടിറമ്പിലൂടെ ഒരു മനുഷ്യജീവിയും വരുന്നില്ല. കൊപ്പു നാലാമത്തെയും അഞ്ചാമത്തെയും പടവുകൾ കയറി.

തട്ടിൻപുറത്തു പതുങ്ങിയ കാലൊച്ച കടലാസിന്റെ മർമ്മരം.

കാരണവർ കൊപ്പുവിന്റെ പിറകെ പടവുകൾ കയറി—ഒന്ന്, രണ്ട്, നാല്, ആറ്. കാരണവർ കൊപ്പുവിന്റെമേൽ നെടുങ്ങനെ വീണു. കൊപ്പു കോണിപ്പടികളെ കുലുക്കി അസ്വസ്ഥമാക്കി. കൈവരിയിൽ കുരുങ്ങിപ്പോയ വലതുകാലിൽ ഉഴിഞ്ഞുകൊണ്ട് അയാൾ മുകളിലത്തെ പടവിലിരുന്നു.

"കാർന്നോരെ നടക്കാൻവയ്യാത്തോൻ കോണികയറാൻ വരണോ? മച്ചുമ്പുറത്ത് നിധീണ്ടോ? ഞാൻ കട്ടോണ്ട് പോവ്വോ? നമ്പ്യാർടെ പക്കല് ഇതിലും വല്യ നിധി കണ്ടോനാ ഞാൻ!"

പൊടുന്നനെ ഇടിവെട്ടി. കൊപ്പുബട്‌ലർ കണ്ണു ചിമ്മിത്തുറക്കും മുമ്പ് മച്ചിന്റെ തുലാൻ ഉരുണ്ടുരുണ്ട് താഴെവീഴുന്നതും എണീറ്റോടുന്നതും അയാൾ കണ്ടു. വിശ്വാസം വരാത്ത മിഴികൾ തുറിച്ചു.

കാരണവർ നേർത്ത പുഞ്ചിരിയോടെ പറഞ്ഞു:

"ഇപ്പഴിപ്പഴ് നെലത്തെറങ്ങീട്ടാ ഇടിവെട്ട്ണത്."

അന്നാദ്യമായി, തോട്ടിറമ്പിൽ തരിച്ചുനിന്ന ചെറിയ, തന്റെ നാലാമത്തെ അതിഥിയുടെ മുഖം കണ്ടെത്തി. അവൾ ജീവിതത്തിലിന്നുവരെ ദർശിച്ചിട്ടില്ലാത്ത സുന്ദരമായ പുരുഷമുഖം. അവളുടെ അകം കേണു:

"പോകണ്ട. ആരും കാണാത്തിടത്ത് ഞാനിവിടുത്തെ ഒളിച്ചു സൂക്ഷിക്കാം."

മഹേശ്വരൻ ഒരു കാറ്റുപോലെ അകന്നുപോയി.

നാൽപ്പത്തിയൊന്ന്

ആറടി പൊക്കമുള്ള, ഇരുണ്ട നിറമുള്ള, കണ്ണിനു മുനയുള്ള പൊക്കായി, മുറ്റത്തെ കവുങ്ങു ചാരി നിൽക്കുകയായിരുന്നു. പൊക്കായിയുടെ മുഖത്തു മ്ലാനത കുടിപാർത്തു. നിറയൂരിന്റെ ആകാശങ്ങളിൽ പെയ്യാത്ത മേഘങ്ങൾ മേഞ്ഞു. പുൽപ്പാറകളിൽ പുല്ലുതേടിയ കാലികൾ കാലിടറി പാറയിറങ്ങി വന്നു. അവയുടെ കരച്ചിൽ സന്ധ്യയെ ശബ്ദായമാനമാക്കി.

മാണിക്യം മുറ്റത്തിരുന്ന് ഓല മെടയുകയാണ്. ഒരു യന്ത്രംപോലെ. കൈവിരലുകൾ ഓലക്കണ്ണികൾക്കിടയിലൂടെ ഓടിനടന്നു. എണ്ണമയമില്ലാത്ത തലമുടി വാരിക്കെട്ടി നിറുകയിൽ വച്ചിരുന്നതിനാൽ കുനിഞ്ഞിരിക്കുന്ന മുഖം കാണാൻ വയ്യ.

രുധിരമന പത്തായപ്പുരയിൽ ഏതാനും മാസങ്ങൾ അടുക്കളക്കാരിയായിരുന്ന മാണിക്യത്തെ മഹേശ്വരനു തിരിച്ചറിയാൻ പ്രയാസമായി.

പൊക്കായി വാരം അളന്നിട്ടില്ല.

പാട്ടം കൊടുക്കാൻ കുഞ്ഞീതിന്റെ പക്കൽനിന്നു പലിശയ്ക്കു കടം മേടിച്ച കാശുണ്ട്. അതും മനയ്ക്കൽ കൊണ്ടുപോയി കൊടുത്തിട്ടില്ല.

നിറയൂർ തെയ്യത്തിനു പിടിയരി ശേഖരിക്കാനും വരി പിരിക്കാനും വന്ന ചെറുപ്പക്കാർ കാലിച്ചാക്കുമായി വീടുവീടാന്തരം ഇറങ്ങിനടക്കുന്നു. അവർക്കു പുറകെയാണ് മഹേശ്വരന്റെ വരവ്.

മാണിക്യം എണീറ്റു. രുധിരമനയ്ക്കലെ വല്യമ്പൂരിയുടെ അനിയനെ തിരിച്ചറിഞ്ഞു. ഒന്നോ രണ്ടോ പ്രാവശ്യം പത്തായപ്പുരയിൽ വന്ന് ആഹാരം കഴിച്ചിട്ടുണ്ട്.

അവൾ മുഖംകുനിച്ചു. എണീറ്റ് അപ്പുറത്തേക്കു പോയി.

പൊക്കായി പുരയുടെ ഉമ്മറത്തിരുന്ന കസേര പൊക്കി നടുമുറ്റത്തിട്ടു.

"വേണ്ട. ഞാനിവിടെ ഇരുന്നോളാം!" മഹേശ്വരൻ കരിമെഴുകിയ ഉമ്മറത്തിണ്ണയിലിരുന്നു.

"നികുതി കൊടുക്കരുതു പൊക്കായീ!"

"കൊടുക്കാനില്ല."

"നികുതി പിരിക്കുന്നവരെ ഈ ഗ്രാമത്തിൽ കടത്തരുത്!"

"അതു നടക്കുമെന്നു തോന്നുന്നില്യ. പുല്ലാറ ഇറങ്ങി നിറയൂരെത്താൻ വഴികളുണ്ട്. വഴികൾ പട്ടേലർക്കും ഉഗ്രാണിക്കും അതുപോലെ പിരിവെടുത്തു പോകാനുള്ളവർക്കും ഇറങ്ങിവരാനുള്ളതാണ്.

പണ്ടുപണ്ടു പട്ടേലറും ഉഗ്രാണിയും ഇല്ലാതിരുന്ന കാലത്ത്, ജന്മിയും കിങ്കരന്മാരും ഇത്ര കഠിനഹൃദയരല്ലാതിരുന്ന കാലത്ത് മൂന്നു വശവും വളഞ്ഞു നിൽക്കുന്ന പുൽപ്പാറകൾ നിറയൂരിനു സംരക്ഷണം നൽകിയിരുന്നു. നിറയൂർമലയുടെയും ചൂട്ടേനിപ്പാറയുടെയും ഇടയിലുള്ള നിറയൂർ സമതലത്തിലേക്ക് വഴികാണിച്ചിരുന്നത് നിറയൂർ നദി മാത്രമായിരുന്നു, അവരുടെ അഴലകറ്റാൻ കിളികൾ പാടിയിരുന്നു. അവർക്കു തണലേകാൻ വനങ്ങൾ തഴച്ചിരുന്നു.

ഇന്നു പൂകൊഴിഞ്ഞ ഈ വേനൽച്ചൂടിൽ തളർന്ന തോപ്പുകൾ രോഗബാധിതരെപ്പോലെ—

ഇവിടെയാണല്ലോ താൻ ഒളിവിൽ താമസിക്കാൻപോകുന്നത്! മഹേശ്വരന്റെ പക്കൽ ഒരു റിവോൾവറുണ്ടായിരുന്നു. ഉപയോഗിക്കാനറിയില്ല. വല്യേട്ടന്റെ വകയാണ്. ഇതുകൊണ്ട് അദ്ദേഹം ഒട്ടനവധി ജന്തുക്കളെ വെടിവച്ചു കൊന്നിട്ടുണ്ട്. രസത്തിന്. പിന്നീട് ഖദർ ധരിക്കാൻ തുടങ്ങി. റിവോൾവർ പെട്ടിയിലടച്ചുപൂട്ടി. പോരുമ്പോൾ അതെടുക്കാതിരുന്നതു ശരിയായില്ല.

ഇപ്പോൾ താനൊരു റിബൽ ആണ്. ഒരു വിപ്ലവകാരി. ഇനി പുറകോട്ടില്ല. ഗ്രാമീണർ അതനുവദിക്കയില്ല. അവർക്കെല്ലാം തങ്ങളിൽ വിശ്വാസമുണ്ട്. ഒരു രക്ഷാസന്നാഹവും കൂടാതെ നിറയൂരിൽ വരാം. അന്തിക്കും പകലും. കൈയിലെ ഈ സഞ്ചിയില്ലെങ്കിൽപോലും ആവശ്യങ്ങൾ നിറവേറും.

മഹേശ്വരൻ മുറ്റത്തെത്തി. കോലായിൽ കയറി. നേരെ അകത്തേക്കു കയറി.

ഒന്നും സംഭവിച്ചിട്ടില്ലാത്തമട്ടിൽ പൊക്കായി നിന്നനിൽപ്പിൽ നിന്നു. ആകാശം നോക്കി അയാൾ പറഞ്ഞു:

"തട്ടുമ്പുറത്ത് കട്ടിലുണ്ട്!"

ഇവിടെ ജാതിയുടെ മൺചിറകൾ കുതിർന്നുതിരുന്നു. പൊക്കായിയുടെ അടുക്കളയിലെ തീയാണു തന്റെ പ്രാണന് ഊർജം.

കുടിയാന്റെ കുടിലിന്റെ അകം എങ്ങനെയിരിക്കുന്നു എന്ന് മഹേശ്വരൻ അനന്യാദൃമായി കണ്ടു. കൊട്ടിലിനകത്തു ദൈവം. ചുമരിൽ ചാരിവച്ച ചിലമ്പുവാൾ, അരമണികൾ, ചങ്ങലവട്ടങ്ങൾ, ഉരുളികൾ, പശുപതിയുടെയും പശുക്കളുടെയും ശക്തിയുടെയും കൊച്ചു കൊച്ചു വിഗ്രഹങ്ങൾ. കൊട്ടിലിനകത്തു നൂറ്റാണ്ടുകളുടെ വിശ്വാസത്തിന്റെ ഗന്ധം തങ്ങിനിന്നു. ഭൂതകാലത്തിൽ ഉടക്കിക്കിടക്കുന്ന വിശ്വാസങ്ങളിൽനിന്ന് ഇവരെ മോചിപ്പിക്കേണ്ട ചുമതലയാണു താൻ ഏറ്റെടുത്തിരിക്കുന്നത്. തന്റെ കൂട്ടുകാർക്കു ചെയ്തുതീർക്കാനുള്ള ജോലിയുടെ രൂപം എന്തെന്ന് മഹേശ്വരനു പിടികിട്ടി.

മൂന്നാമത്തെ ദിവസം തന്റെ പാളത്തൊപ്പിയുടെ ഉള്ളിൽനിന്ന് അനേക മടക്കുകളുള്ള ഒരു ദിനപത്രം പൊക്കായി നീട്ടി. അയാൾ അന്നു ചന്തയ്ക്കു പോയിരുന്നു. അതൊരു പഴങ്കടലാസായിരുന്നു. എന്നാലും മഹേശ്വരൻ ജിജ്ഞാസയോടെ മിഴിയോടിച്ചു.

കോഴിക്കോട്ടൊരു പാലം.

കണ്ണൂരൊരു റയിൽവേസ്റ്റേഷൻ.

കണ്ണപുരത്തൊരു റെയിൽപ്പാളം.

ജനരോഷത്തിനിരയായ നാട്ടിൽ സി ഐ ഡികൾ മഴപ്പാറ്റ പൊടിയുമ്പോലെ നിറയുന്നു. അവരെവിടെയുമുണ്ട്. ചന്തയിലും തെയ്യാട്ടക്കളങ്ങളിലും തീവണ്ടിയാപ്പീസിലും വിവാഹവീടുകളിലും കെട്ടുകല്യാണപ്പന്തലിലും. വധൂവരന്മാരുടെ മണിയറകളിൽപ്പോലും അവർ പ്രത്യക്ഷപ്പെട്ടുകൂടായ്കയില്ല. പെണ്ണുങ്ങൾ അടുക്കളവാതിൽപോലും തുറക്കാൻ മടിച്ചു. രാവെന്നില്ല പകലെന്നില്ല. ഇവർ ഒടിയന്മാരാണ്. പുതിയ കാലത്തിന്റെ ഒടിയന്മാർ. ഒടിയന്മാരെ വിരട്ടാൻ ധൈര്യമുള്ള ചിലരെങ്കിലും ഉണ്ടായിരുന്നു. പണക്കാർ, ജന്മിമാർ. ഇവരെ വിരട്ടാനാരുമില്ല. സി ഐ ഡികളെ ഭയന്നു കുട്ടികൾ വിശന്നാലും കരയാതായി. ചാരന്മാർക്ക് കൂട്ടുനിൽക്കുന്ന ജന്മിയുടെ കിങ്കരന്മാർ പരിശോധനയ്ക്കെന്നു വന്നു വീടുകൊള്ളയടിക്കൽ പതിവാക്കി. പൊക്കായിയുടെ മച്ചുമ്പുറത്തിരുന്നു. മഹേശ്വരൻ നിറയൂരിന്റെ മാറിൽ അവിരാമം പതിക്കുന്ന അധികാരത്തിന്റെ കുളമ്പൊച്ച കേട്ടു. കായ്കറിക്കണ്ടങ്ങളെ ബൂട്ടിട്ട കാലുകൾ ചതച്ചരച്ചു.

എങ്ങും അവരുടെ ചോദ്യം—

"എവിടെ അവർ?"

നിങ്ങൾ അവരെ എവിടെ ഒളിപ്പിച്ചുവച്ചിരിക്കുന്നു?

ആരാണവർക്ക് അന്നം നൽകുന്നത്?

ആരാണ് ജീവശ്വാസം നൽകുന്നത്?

"ഞങ്ങളാരും കണ്ടില്ല. ഞങ്ങൾ പട്ടിണി കിടക്കുമ്പഴ് അവരെ തീറ്റിപ്പോറ്റുന്നതെങ്ങനെ?"

ജയിലിലെ പൂർവാനുഭവങ്ങൾ തന്റെ മൂലധനമാണെന്ന് മഹേശ്വരന് തോന്നി. അനുഭവം രത്നമാണ്. തേച്ചു മിനുക്കുംതോറും തിളക്കം കൂടുന്നു. അക്കാര്യത്തിൽ താൻ സമ്പന്നനാണ്.

രുധിരമനയ്ക്കലെ ജീവിതം സമ്മാനിച്ചത് അൽപ്പം മേദസ്സും അഴകുമുള്ളൊരു സുന്ദരശരീരം മാത്രമായിരുന്നു. ശരീരം അശുവായ ആത്മാവിനെ ഭംഗിയായി പൊതിഞ്ഞുസൂക്ഷിച്ചു. ഇപ്പോൾ ആ ശരീരത്തെ അവഗണിക്കാൻ മഹേശ്വരൻ പഠിച്ചു.

ഒരുനാൾ മാണിക്യം മുളയേണി കയറി മച്ചുമ്പുറത്തെത്തി. തേച്ചു മിനുക്കിയ ഓട്ടുതളികയിൽ ചക്കപ്പുഴുക്കും മീൻകറിയും.

അവൾ പാപചിന്തയോടെ പറഞ്ഞു:

"അരിയില്ല. ഏട്ന്ന് കിട്ടിയില്ല. വാണിയൻ ചമയൻ ഒരാഴ്ചയായി വന്നിട്ട്!"

ചീരുവിന്റെ കുടിലിൽ സദാ മീനിന്റെ നാറ്റമുണ്ടായിരുന്നു. കടപ്പുറത്തെ മണൽത്തിട്ടകളിൽ സൂര്യാതപം ഏറ്റു നിശ്വസിക്കുന്ന മത്സ്യങ്ങളുടെ ഗന്ധം. പക്ഷേ, മുമ്പിൽ കിണ്ണത്തിൽ, ആഹാരമായിട്ട്––

മഹേശ്വരൻ നിയന്ത്രണം പാലിച്ചു.

"സാരമില്ല. എനിക്കെന്തും ചേരും!"

കുഞ്ഞിക്കണ്ണൻ തന്റെ വിശ്വാസത്തിന്റെ വിലങ്ങുകളെ തകർക്കാൻ ഒരിക്കൽ ഒന്നിച്ചിരുന്നുണ്ണുമ്പോൾ ഇലയിൽ മാംസക്കറി വിളമ്പിച്ചു. നിറയൂരെ ഒരു വീട്ടിൽ. കോഴിക്കറിയുടെ രൂക്ഷഗന്ധം. കഴിച്ചില്ലെങ്കിലും അടുത്തിരുന്നുണ്ടു.

"ഇപ്പൊ അത്രമതി!" കുഞ്ഞിക്കണ്ണൻ പറഞ്ഞു.

"അടുത്ത കുറി ചാറ് കൂട്ടാം. പിന്നത്തെക്കുറി നടുക്കണ്ടാ!"

ഇതാ ആ ഘട്ടം ആസന്നമായിരിക്കുന്നു.

തലേന്ന് അത്താഴത്തിന് പയറുപുഴുക്കും നീണ്ട കഞ്ഞിയുമായിരുന്നു. അതവസാനത്തെ പിടിയരി ആയിരിക്കണം.

മഹേശ്വരൻ ചൂടുള്ള ചക്കപ്പുഴുക്കിൽ വിരലൂന്നിയപ്പോൾ മാണിക്യം ആശ്വാസത്തോടെ കോണിയിറങ്ങിപ്പോയി.

വിശപ്പിന്റെ ലജ്ജാഹീനത മഹേശ്വരനെ അസ്വസ്ഥനാക്കി. ശരീരം ശോഷിക്കുന്നുണ്ട്. അത് അതിന്റെ ആവശ്യങ്ങൾ ഉണർത്തിക്കുന്നുണ്ട്. ചെറുത്തുനിൽപ്പിന്റെ അവസാനത്തെ നിര മുറിയുന്നു. മഹേശ്വരൻ തളികയിലെ ചക്കപ്പുഴുക്കും മത്സ്യക്കറിയും മുഴുവനും അകത്താക്കി. വിശക്കുമ്പോൾ ഭക്ഷണങ്ങൾ തമ്മിൽ ജാതിവ്യത്യാസമില്ലെന്നറിഞ്ഞു. നടുക്കടലിൽപ്പെട്ട കപ്പൽ യാത്രക്കാർ തമ്മിൽത്തമ്മിൽ ആഹരിക്കാൻ പൊരുതിയ കഥകളെക്കുറിച്ചോർത്തു. വിശപ്പാണ് മനുഷ്യന്റെ ഒന്നാമത്തെ പ്രശ്നം. അതിന്റെ പരിഹാരമാണ് ആദ്യത്തെ യത്നം.

തട്ടിൻപുറത്തെ തുടർച്ചയായ ദിനങ്ങൾ തന്നെ അന്ധനും മൂകനും ബധിരനുമാക്കുമെന്ന് മഹേശ്വരന് തോന്നി.

വൈകുന്നേരം ചക്കരക്കാപ്പിയുമായി എത്തിയ മാണിക്യത്തോട് മഹേശ്വരൻ പറഞ്ഞു: "ഞാനിന്നു രാത്രി സ്ഥലം വിടും!"

അടുത്ത ഏതാനും മിനിറ്റുകൾക്കുള്ളിൽ പൊക്കായി കോണി കയറിവന്നു.

"പോകാമ്പാടില്ല!"

"അതെന്ത്?"

"പോകാറായാൽ ഓറ് വിവരം തരും. ഏടെ ചെല്ലണംന്നു പറയും!"

ആജ്ഞാശക്തി തിളങ്ങുന്ന മിഴികൾ കൂർപ്പിച്ചു പൊക്കായി പറഞ്ഞു:

"ഉണിക്കാളിയമ്മയുടെ നായ്രടെ പത്തായപ്പെരേലാ പൊലീസ് തമ്പടിച്ചിരിക്കുന്നത്! പുറത്തിറങ്ങിയാ ഓറെ പിടിയില് പെടുംത്രെ!"

"പട്ടേലർക്ക് രോഗം മാറിയോ?"

"മധുരത്തിന്റെ ദണ്ണല്ലെ? ഏറിയും കുറഞ്ഞും ഇരിക്കും!"

മറ്റൊരു വാക്കിനിട നൽകാതെ പൊക്കായി ഇറങ്ങിപ്പോയി.

മച്ചറയുടെ ചൂടു വർധിച്ചു. രാവുകൾ നെരിപ്പോടുകളായി ഗ്രാമം ശ്മശാനമൂകമായി. പണ്ട് വസൂരിരോഗം തീണ്ടിയ കാലത്തുപോലും നിറയൂരിനെ ഈ മ്ലാനത ബാധിച്ചിരുന്നില്ല.

ഒച്ചയടഞ്ഞ കുഞ്ഞുങ്ങൾ, കരയാൻ മറന്ന കിളികൾ, വിടരാതെ മായുന്ന മൊട്ടുകൾ, ഓരോ തളിരിനേയും വരട്ടുന്ന വെയിൽ. ഓളങ്ങൾ തളരുന്ന ഉപ്പുവെള്ളത്തിലൂടെ അഴിഞ്ഞുലഞ്ഞെത്തുന്ന ഒരു കാറ്റിനുവേണ്ടി മഹേശ്വരൻ മേൽക്കൂരയിൽനിന്ന് ഒരുപിടി മൂളിപ്പുല്ല് വലിച്ചുമാറ്റി. തേച്ചു മിനുക്കിയ ലോഹത്തകിടുപോലെ ഒളിവെട്ടുന്ന മൂർച്ച കൂടിയ ആകാശത്തുണ്ട്. മലനിരകളിൽ അഗ്നി പടരുന്നു.

വയൽവരമ്പുകളിലും നദീതീരത്തും ആൾപ്പെരുമാറ്റമില്ല. താഴ്വര ഒരു വലിയ തടങ്കലായി...

തടങ്കലിലെ ഏകാന്തമുറിയിലിരുന്ന് മഹേശ്വരൻ ആലോചിച്ചു: "കുഞ്ഞമ്പാടി എവിടെയുണ്ട്? രാഘവനെവിടെ? എവിടെനിന്ന് ഏതു രൂപത്തിൽ എപ്പോഴാണ് അറിവിന്റെ ശകലങ്ങൾ പകർന്നു കിട്ടുക? പുഴകടന്ന് ഒരു മുക്കുവത്തി മീൻകുട്ടയുമായി വരാം. മലനിരകളിൽ കാലിമേയ്ക്കാൻ പോയ കാലിയാൻ ചെക്കന്മാരിലൊരാൾ പാറയിറങ്ങി ഇടുക്കുവഴിയിലൂടെ ചേർന്നു കടന്നു വാഴക്കൂട്ടങ്ങളുടെ നിഴൽപറ്റി എത്താം.

ഓരോ കമ്പിയും മുറുക്കിക്കെട്ടിയ ജീവസംഗീതത്തിന്റെ മൃദുരാഗം കേൾക്കാൻ മഹേശ്വരൻ ആഗ്രഹിച്ചു. എവിടെ എന്റെ ഉണ്ണിമായ? എവിടെ എന്റെ മകൻ? നിറയൂരെ ഗ്രാമീണരുടെ വേദനകൾക്ക് എന്നാണവസാനം?

അജ്ഞതയിലും പടുവിശ്വാസങ്ങളിലും ആണ്ടുകിടന്നിരുന്ന കൃഷീവലന്മാരുടെ മോഹനിദ്രയിൽനിന്ന് അവരെ വിളിച്ചുണർത്തിയത് ഇതിനായിരുന്നോ? അവരുടെ വിയർപ്പുവീണു നനഞ്ഞ വയൽവരമ്പുകളിൽ തൂവിപ്പോയ ചോരക്കറ എങ്ങനെ കഴുകിക്കളയും? ഒരുതുള്ളി ചോരയും

വീഴ്ത്താതെ ഇവിടെ ഒരു വിപ്ലവം വരുത്തിക്കളയാമെന്നു വിശ്വസിച്ച മഹേശ്വരാ, നീയൊരു മണ്ടൻ. ചോര വളമാണ്. ഏറ്റവും പുഷ്ടികൂടിയ വളം! ഇത് അസുരചിന്തയാണ്.

മഹേശ്വരൻ ഒരു നടുക്കത്തോടെ ചുറ്റും നോക്കി. ഇല്ല. ഇതിനനുവദിച്ചു കൂടാ.

താഴെ ഏതോ ഒരു ഗ്രാമീണ ഭവനത്തിൽനിന്ന് ഒരു മനുഷ്യജീവിയുടെ വേദന ചീന്തിയെറിയുന്ന കരച്ചിൽ. ഇന്നലത്തെ നരനായാട്ടിൽ മരണപ്പെടാതെ രക്ഷപ്പെട്ട ഒരിരയുടെ ആത്മരോദനം. ഇന്നലെ സംഭവിച്ചതെന്തെന്നറിയാൻ മഹേശ്വരൻ പലപാടും ചിന്തിച്ചു. ഒരു മനുഷ്യനല്ലാതെ വിവരം തരുന്നതാര്?

ഈ തടവിൽനിന്നു പുറത്തു കടക്കണം. തന്റെ കൂട്ടുകാർക്കെന്തു സംഭവിച്ചു എന്നറിയണം.

പൊടുന്നനെ മഹേശ്വരന്റെ ചിന്തകൾ മുറിഞ്ഞുവീണു. ശൂന്യതയിലൊരു മിന്നൽപ്പിണർപോലെ. ദിങ്മുഖത്ത് ഒരു വെളുത്ത രേഖ. അത് അടുത്തടുത്തു വരുന്നു. വെളുത്ത വസ്ത്രം ധരിച്ച ഒരാൾ കാറ്റത്തു പാറി വരുമ്പോലെ തീർത്തും ലോലമായ ഒരു തൂവൽപോലെ.

കിട്ടേട്ടൻ!

മഹേശ്വരൻ പുൽപ്പുരയിൽനിന്നു പിടിവിട്ടു. അകത്തു വീണ്ടും ഇരുട്ട്. മുറ്റത്തെത്തിയ കിട്ടേട്ടൻ പറയുന്നു.

"പൊക്കായി, ഒരുപിടി അരി!"

പൊക്കായിയുടെ ചിലമ്പിച്ച ചിരി!

"അരി! അരിയുടെ ആയുസറ്റിരിക്കുന്നു."

"പൊക്കായീ എന്റെ കുഞ്ഞുങ്ങൾ ചത്തുപോകും!"

"ചാവില്ല കിട്ടേട്ടാ. അന്നം കിട്ടിയില്ലെങ്കിലും ആൾക്കാര് ചാവാറില്ല. മണ്ണു തിന്നിറ്റും ഓറ് ആയുസ്സ് നീട്ടിക്കൊണ്ടുപോവും! മനുഷ്യരെല്ലാം ചത്താ ഈ ഭൂമിയിലെ ദുരന്തങ്ങളെല്ലാം ആരനുഭവിക്കും?"

നിരാശകൊണ്ടാവണം കിട്ടേട്ടൻ നിശ്ശബ്ദൻ.

മഹേശ്വരൻ വെറുതെ തന്റെ കുപ്പായക്കീശയിൽ കൈയിട്ടു. അതിനു വലിയൊരു ദ്വാരം. കീശയല്ല, ഒരു മാള. ഒരു തുണ്ടുകടലാസ് മഹേശ്വരന്റെ വിരലുകൾക്കിടയിൽ. ഉണ്ണിമായ കൊടുത്തയച്ച ഒരു ചിറ്റ്. കുഞ്ഞിനു സുഖമില്ല. അവൾ സഹായം പ്രതീക്ഷിക്കുന്നുണ്ടാവാം. അല്ലെങ്കിൽ വെറുമൊരു സമാശ്വാസത്തിന് എഴുതി അയച്ചതാവാം.

ഉണ്ണിമായേ, ക്ഷമിക്കൂ ഞാൻ എന്റെ ദൗത്യം അവസാനിപ്പിച്ച് ഓടിയെത്തും. അതുവരെ നമ്മുടെ ഉണ്ണിയെ കാക്കുക. എന്നെ പുറകിൽനിന്നു വിളിക്കാതിരിക്കുക. ഞാൻ മുന്നോട്ടു തന്നെ പോകട്ടെ! നീ കാണുന്നില്ലേ എന്റെ പുറകിൽ, കുഞ്ഞമ്പാടിയുടെ പുറകിൽ, അണിനിരക്കുന്ന നിറയൂരെ ഗ്രാമീണരെ? അവരൊരിക്കൽ നമ്മുടെ പത്തായങ്ങൾ, നിലവറകൾ നിറച്ചുതന്നിരുന്നതോർമ്മയില്ലേ?

മഹേശ്വരൻ മൺചുമർ ചാരി ഭൂമിയുടെ തപിക്കുന്ന ഹൃദയമറിഞ്ഞു.

കിട്ടേട്ടൻ നടന്നകലുന്നതു മനസിൽ കണ്ടു. കൊടുംദാരിദ്ര്യത്തിൽ പുളയുന്ന കുട്ടികളുടെ കരുവാളിച്ച മുഖങ്ങൾ കണ്ടു. കരിഞ്ചന്തയിലേക്കൊഴുകുന്ന നെല്ലുചാക്കുകൾ കണ്ടു. ഈ പകലൊന്നവസാനിച്ചോട്ടെ. ഈ തടവറയിൽ കാത്തിരിക്കാൻ വയ്യ. എന്തെങ്കിലും ഒന്നു ചെയ്യണം. കിട്ടേട്ടന്റെ മക്കൾ പശികൊണ്ടു ചത്തുപോകുംമുമ്പ്, നിറയൂരെ കുട്ടികളുടെ തൊണ്ടയടഞ്ഞുപോവുംമുമ്പ്—

രാത്രി ഇരുണ്ടപ്പോൾ മഹേശ്വരൻ മുളയേണി ഇറങ്ങി ഒരു കൂളിക്കാറ്റുപോലെ വയലുകളുടെ വരണ്ട മാറിലൂടെ പാഞ്ഞുപോയി.

നാൽപ്പത്തിരണ്ട്

എന്തെങ്കിലും ചെയ്യേണ്ട കാലം അതിക്രമിച്ചു. കുഞ്ഞമ്പാടി വിചാരിച്ചു. നിശാപാഠശാലകളിലിരുന്നു പഠിച്ചും പുനത്തിൽ കുറ്റിയും മുള്ളും പൊരിച്ചും കാലം കഴിക്കുന്നതിൽ അർഥമില്ല. ചെറുപ്പക്കാരെ സംഘടിപ്പിക്കണം. സ്വാതന്ത്ര്യത്തിനുവേണ്ടി പോരാടണം. ആദ്യം പുനവാരത്തിന്റെ കാര്യത്തിനൊരു തീരുമാനമാകണം.

ജന്മിക്കെതിരെ ശ്വാസം കഴിക്കുന്നവനെ അറസ്റ്റുചെയ്തു ജയിലിലടയ്ക്കാനാണു സർക്കാരിന്റെ നീക്കം. നടക്കട്ടെ.

എളേരിമല ഇറങ്ങിവന്നപ്പോൾ നാട്ടിൽ ഈച്ച പെരുകിയിരിക്കുന്നു. വനത്തിലെ ഈറ്റക്കാടുകളിൽനിന്ന് കൂട്ടംകൂട്ടമായി ഇടനാട്ടിലിറങ്ങിയ ഈച്ചകൾ ഒരാരവത്തോടെ ഗ്രാമങ്ങളെ പൊതിയുന്നു. പഴുത്ത ചക്കയും മാങ്ങയും അവറ്റയ്ക്ക് ആഹാരമായി. ഈച്ച കടിച്ച് തൊലിക്ക് രോഗം വന്നവർ ചികിത്സയില്ലാതെ മുട്ടി. ചെറുപ്പക്കാരെയാണ് ഈച്ച കൂടുതൽ ആക്രമിച്ചത്. അതും കറുത്ത തൊലിയുള്ളവരെ. മൂർച്ചയുള്ള കൊമ്പുകൾ വളച്ച് വനത്തിന്റെ നിഴലുകളിൽനിന്ന് അവറ്റ ചോരയും നീരുമുള്ള യുവാക്കളെതേടി വേട്ടയ്ക്കിറങ്ങി. ഗ്രാമത്തിൽ ഈച്ചയുടെ ആരവം കാരണം മധുരസ്വരങ്ങളൊന്നും കേൾക്കാതായി. പുലർകാലത്ത് പൂവൻകോഴികൾ മാത്രം മുറതെറ്റാതെ കണ്ഠശുദ്ധിവരുത്തി കൂവി. അവ ഗ്രാമീണരെ ഉണർത്തി. പകലടുത്തു. എഴുന്നേൽക്കുക. ഈച്ചകളെ ഭയന്ന് പുതച്ചുമൂടി കിടന്നുറങ്ങുന്ന മണ്ടന്മാരെ ഉണരുവിൻ.

കുഞ്ഞമ്പാടിക്ക് നല്ല ചോരത്തുടിപ്പുള്ള ഇരുണ്ട നിറമായിരുന്നു. ഗ്രാമീണർ അവനെ അനുതാപത്തോടെ നോക്കി. ഒരുകാലത്ത് അസൂയ തിരിനീട്ടിയ മിഴികളിൽ സഹതാപത്തിന്റെ കരിന്തിരി.

"അധികം പുറത്തിറങ്ങണ്ട." കാരണവർ അമ്പാടിയെ ഉപദേശിച്ചു.

"പേടിച്ചു പുറത്തിറങ്ങാതൊക്കുമോ? മഹേശ്വരൻ എന്റെ കൂടെയുണ്ട്. കുഞ്ഞിക്കണ്ണനുണ്ട്. കോമൻനായരുണ്ട്. അനന്തേട്ടനുണ്ട്."

"അവരോട് ഈച്ചകൾക്കു പകയില്ല. അവരെല്ലാം വലിയവീട്ടിലെ

കുട്ടികളാണ്. അവരുടെ രക്തത്തെ ഈച്ചകൾക്കു ഭയമാണ്!" ചിരുകണ്ടൻ പറഞ്ഞു.

ഈച്ചകളെ ഭയന്നു മിണ്ടാതിരിക്കാനോ? തുടങ്ങിവച്ചത് എവിടെയെങ്കിലും അവസാനിപ്പിക്കേണ്ടേ? ഓട്ടൻതുള്ളൽ കാണാനും പാഠകം കേൾക്കാനും നാടകം കണ്ടു രസിക്കാനും ഈച്ചകളുടെ ആക്രമണം ഭയന്ന് ആളുകൾ എത്താതായി.

മാവിലാൻ രാമന്റെ മകൻ ശങ്കരു നല്ല പാട്ടുകാരനാണ്. കുഞ്ഞിക്കണ്ണൻ പുഞ്ചവയലുകളുടെ ഇറമ്പിലെ കാവൽമാടത്തിലിരുന്ന് എഴുതിയുണ്ടാക്കിയ പാട്ടുകൾ പാടി ജനത്തെ ആകർഷിക്കാൻ മിടുക്കൻ. ശങ്കരു കാളീശ്വരം ക്ഷേത്രത്തിന്റെ മുമ്പിലെ ആൽത്തറമേൽ നിന്നു പാടാൻ തുടങ്ങി. അൽപ്പം സമനില തെറ്റിയ മനസിന്റെ ഉടമ എന്ന നിലയിൽ ഗ്രാമീണർ അവഗണിച്ചിരുന്ന ശങ്കരു ആൽത്തറമേൽ നിന്നു പാടുന്നത് കേട്ടു. ആദ്യം ഗ്രാമീണർ ചിരിച്ചു. ക്രമേണ അവർ നടത്തം നിറുത്തി ആൽത്തറയ്ക്കു ചുറ്റും കൂടി. അവരുടെ ശിരസിൽ പച്ചമരുന്നു കെട്ടുകളും അടയ്ക്കാ ചാക്കുകളും നാളികേരവും മീനും താളിയും ചിരട്ടയും ചകിരിയും പുത്തൻ ചാലിയതുണിയും ചക്കിലാട്ടിയ എണ്ണയും എല്ലാമുണ്ടായിരുന്നു. അവർ കാളീശ്വരം ചന്തയിലേക്കു പോകുന്നവരായിരുന്നു. കരപ്പൻ ബാധിച്ച കുഞ്ഞുങ്ങളെ എടുത്തു നിൽക്കുന്ന അമ്മമാരും കള്ളു കുടിക്കാൻ പോകുന്ന കാരണവന്മാരും വ്രതംനോറ്റ തെയ്യക്കാരും ഉണ്ടായിരുന്നു.

ശങ്കരു അവരുടെ മുഖം നോക്കിയില്ല. ദൂരെ കിഴക്കൻ ചക്രവാളത്തിൽ കാർമേഘങ്ങളുടെ ഗർഭത്തിൽനിന്നു പുറത്തു കടക്കാൻ പിടയുന്ന പുലരിയെ നോക്കി ശങ്കരു പാടി.

ചെക്കനു ഭ്രാന്തു മുഴുത്തുപോയി എന്ന് അവർ ആദ്യം നിനച്ചു. ഇടയ്ക്ക് പാട്ട് നിറുത്തുമ്പോൾ അവൻ പാടിയതെന്തെന്ന് അവരോലോചിച്ചു.

ബയണറ്റും വടിയുമായി ആർത്തടുത്ത ഈച്ചകൾ ശങ്കരുവിനെ വളഞ്ഞു. ജനം ചിതറി. ഒന്നു തിരിഞ്ഞു നോക്കാൻ ഈച്ചകൾ അവരെ അനുവദിച്ചില്ല.

ശങ്കരുവിന്റെ തൊലിപൊട്ടി ചോര വാർന്നു.

അമ്പലത്തിൽ കുളിച്ചുതൊഴാനെത്തിയ ഉണിക്കാളിയമ്മ ആലിൻ ചോട്ടിലെ ചോരപ്രവാഹം കണ്ട് കുപിതയായി. അവന്റെ പാട്ടുകേൾക്കാനാണ് അവർ പ്രദക്ഷിണം വഴിവിട്ട് അങ്ങോട്ടു വന്നത്.

നിലത്തെ കറുക പുൽത്തകിടി ചോരപറ്റി കറുത്തിരിക്കുന്നു. ശങ്കരുവിനെ അവറ്റ ചുമന്നുകൊണ്ടുപോയി. അല്ല, നിലത്തൂടെ വലിച്ചിഴച്ചുകൊണ്ടുപോകുന്നു. വഴിനീളെ ചെത്തിപ്പൂക്കൾ വീണുകിടന്നു. ശങ്കരുവിന്റെ ദൃഢഗാത്രം പൂവും രക്തചന്ദനവും കൊണ്ടു പൊതിയപ്പെട്ടിരിക്കുന്നു.

ഉണിക്കാളിയമ്മ ഒരടി മുമ്പോട്ടു വച്ചു. രണ്ടടി മുമ്പോട്ടു വച്ചു. മൂന്നാമത്തെ അടി ഭൂമിയിൽനിന്ന് എടുക്കുംമുമ്പ് അവർ ഒന്നാലോചിച്ചു.

പിന്നെ സ്വന്തം മാനാഭിമാനങ്ങളുടെ പടുത വലിച്ചെറിഞ്ഞു. നോക്കിനിൽക്കുന്ന ദാസിയുടെ തുറന്ന വായ് അടപ്പിച്ച് അവർ കുതിച്ചു. കംസൻ പട്ടേലറുടെ, തന്റെ ഭർത്താവിന്റെ ഭരണപീഠം കുടികൊള്ളുന്ന നിറയൂർ മലയോരത്തെ പത്തായപ്പുരയിലേക്ക്.

പ്രിയതമയുടെ വരവ് പട്ടേലർ മുൻകൂട്ടി അറിഞ്ഞു. അയാളുടെ ഹൃദയം കിടുകിടുത്തു. ഇടിക്കുന്ന നെഞ്ചകത്ത് പറ്റിനിൽക്കാൻ ശ്രമിച്ച പൂമ്പാറ്റ പറന്നുപോയി.

"ചാത്തൂ, കാളി വര്ണ്ണ്ട്!"

ചാത്തു സവിധത്തിലുണ്ടായിരുന്നില്ല.

പട്ടേലർ മഞ്ചത്തിൽനിന്ന് തപ്പിപ്പിടഞ്ഞെണീറ്റു.

ഈറൻ ചുറ്റിയ ഉണിക്കാളിയമ്മയുടെ വിഗ്രഹം സാക്ഷാൽ ദേവിയുടേതെന്ന് പട്ടേലർക്ക് തോന്നി. അയാൾ അറിയാതെ കൈകൂപ്പി.

"നാണമില്ലേ നിങ്ങൾക്ക്?" ഉണിക്കാളി അട്ടഹസിച്ചു. അവരുടെ ചുണ്ടുകൾ പിടഞ്ഞു. രോഷം എറ്റിയ പുരികചാപമുയർത്തി അവർ രണ്ടാമത്തെ ചോദ്യം തൊടുത്തുവിട്ടു.

"ഒരു ബാല്യക്കാരനെ പിടിക്കാൻ ആയിരം ഈച്ചകളെ വിട്ട നിങ്ങളൊരു ഭീരുവല്ലേ? എന്നോടു പറഞ്ഞു കൂടായിരുന്നോ ശങ്കരുവിനെ വിളിച്ചോണ്ടു വരാൻ?"

കംസൻപട്ടേലർ എന്തോ പറയാനാഞ്ഞു. പിന്നെ വായടച്ചു മൗനം പാലിച്ചു.

ഉണിക്കാളിയമ്മ ഒരു കൊടുങ്കാറ്റുപോലെ അകത്തു പ്രവേശിച്ചു. അടുക്കളയിൽ പാകം നടത്തിക്കൊണ്ടിരുന്ന പതിനാറുകാരിയോട് അവർ ചോദിച്ചു:

"നീയേതാ?"

"ബട്ളോറുടെ മോള്!"

"പ്ഫ! നിന്റെ തന്തയോടു പറ, വന്ന് അരിവെക്കാൻ."

"അച്ഛന് എർച്ചി വയ്ക്കാനറിഞ്ഞൂടാ."

"കൊപ്പുവിനെപ്പോലെ വയ്ക്കാനറിയ്യാന്ന് പറഞ്ഞിറ്റല്ലയോ ഓനിവിടെ വന്നത്."

"കോഴീന കൊല്ലുമ്പഴ് അച്ഛന്റെ കൈ വെറയ്ക്കും. കോഴിച്ചോര കണ്ടാല് മനംമറിക്കും!"

"എന്നിറ്റോ?"

"അയിനാ എന്നെക്കൊണ്ട്ന്നിരിക്കണെ. പിന്നെ മസാല അരയ്ക്കാനും കിണ്ണം കഴുകാനും ആണുങ്ങൾക്ക് വയ്ക്കാ?"

പെണ്ണിന്റെ തന്റേടം ഉണിക്കാളിയമ്മയുടെ അരിശം വർധിപ്പിച്ചു.

"ഒരാൾക്കെന്തിനാ പത്തിടങ്ങഴി ചോറും കറിയും?"

"ഒരാളല്ലമ്മേ ദാ, നോക്കൂ." അവൾ അടുക്കളയുടെ കിളിവാതിലി

ലൂടെ കുന്നിന്റെ തെക്കേ ചരിവിലേക്കു ചൂണ്ടി. അവിടെ അടച്ചുകെട്ടിയ ഒരു തൊഴുത്ത്. പുറമെ ഒരു പന്തൽ. പന്തലിൽ നിന്ന് ഇരമ്പൽ കേട്ടു. തൊഴുത്തിൽനിന്ന് കരച്ചിൽ കേട്ടു.

ഉണിക്കാളിയമ്മ തിളച്ചുമറിഞ്ഞു. പുറം തണുപ്പിച്ച് അവർ പെണ്ണിനോട് കരുണയോടെ പറഞ്ഞു:

"നീ പൊക്കോ. നിന്റെ കുടിലേക്ക്!"

പെണ്ണ് പൊട്ടിക്കരഞ്ഞു.

"എന്താണെടീ?"

"പെരേല് അമ്മ വാതം പിടിച്ചിറ്റ് കെടക്കാണ്. പത്തു കൊല്ലായി. കുഞ്ഞിങ്ങള് പള്ള പയിച്ചിറ്റ് വൈരം കൊടുക്കാണ്! ആടെ നിന്ന എനക്ക് ഭ്രാന്തു പിടിക്കും. അച്ഛൻ കുടിലിക്ക് വരാറില്യ!"

"നെനക്ക് എത്ര ഒടപ്രന്നോർണ്ട്?"

"കൊറെ!"

ഉണിക്കാളിയമ്മ തന്റെ മാറിടത്തിൽ പതിഞ്ഞുകിടന്ന മാലയിൽനിന്ന് താക്കോലുരിയെടുത്തു. അവർ പത്തായപ്പുരയിലെ തന്റെ കിടപ്പുമുറിയുടെ നേർക്കു നടന്നു. തുണി മാറ്റി നേരെ കലവറയിലേക്കു പോയി.

പത്തു പണവും പത്തുനാഴി അരിയും പെണ്ണിനു കൊടുത്തിട്ട് അവർ പറഞ്ഞു:

"അരി കുതിർത്തി ഇടിച്ചിറ്റ് കൊണ്ടുവരാ? എട്ടുനാഴി മതി. രണ്ടു നാഴി നീയ്യ് കഞ്ഞിവച്ചു കുടിച്ചോ. കഞ്ഞി കുറച്ചു കുടിച്ചാമതി. പണം കൊടുത്ത് പയറ് മേടിച്ചോ."

പെണ്ണിന്റെ അകവും പുറവും വിറച്ചു. ക്രമേണ അവൾ ശാന്തയാവുകയും കെട്ടിൽനിന്ന് മാഞ്ഞുപോവുകയും ചെയ്തു.

ഉണിക്കാളിയമ്മ കിടപ്പറയിൽ പോയി മെത്തയുടെ വിരിമാറ്റി. അവർ മലർന്നു കിടന്നു കിതപ്പാറ്റി. പക്ഷേ, തിരയടങ്ങുന്നില്ല. എന്താണിതിനു പ്രതിവിധി? കഞ്ഞി കുടിച്ചിട്ട് ശാന്തമായിരുന്ന് ചിന്തിക്കാമെന്ന് അവർക്ക് തോന്നി.

അമ്പലത്തിൽനിന്നു പുറകെയെത്തിയ ദാസിയോട് അവർ ആജ്ഞാപിച്ചു:

"അടുക്കളയിൽ ചെന്ന് കഞ്ഞി വിളമ്പ്!"

ദാസി സങ്കോചത്തോടെ നിന്നു. അവൾ നിറയൂരെ തീയത്തി ആയിരുന്നു. ഉണിക്കാളിയമ്മയുടെ അടുക്കളയിൽ ഇതുവരെ കടന്നിട്ടില്ല.

"എന്താടീ?"

"അടിയൻ—"

"ചെന്ന് കഞ്ഞി പാർന്നു കൊണ്ടുവാ!"

ഉണിക്കാളിയമ്മ കഞ്ഞികുടിച്ചു വിയർത്തു.

അഴിക്കൂടിനു മുമ്പിൽ ചെന്നുനിന്ന് അവർ കാതോർത്തു. നിറയൂർ തടത്തിൽനിന്ന് നിശ്ശബ്ദതയുടെ നെടുവീർപ്പല്ലാതെ മറ്റൊന്നും കേൾക്കുന്നില്ല. അടുക്കടുക്കായി അന്തമില്ലാത്തൊരു തട്ടുപന്തൽപോലെ തഴച്ചു

വളർന്ന തെങ്ങിൻതോപ്പുകൾ അനേകം രഹസ്യങ്ങൾ ഒളിച്ചുവെക്കുന്നു. നിഴലിൽ പതിഞ്ഞുകിടപ്പുള്ള ഒറ്റയടിപ്പാതകളിലൂടെ ചെറുപ്പക്കാർ തങ്ങളുടെ ആവേശം ഒളിച്ചുവച്ചു. ചുണ്ടിൽ സ്വാതന്ത്ര്യത്തിന്റെ മന്ത്രവുമായി നടക്കുന്നത് അവർ കണ്ടു. അവരുടെ മിഴികളിൽനിന്ന് നിറയൂരിന്റെ വേദനകളെ, മോഹങ്ങളെ, അമർഷങ്ങളെ, രോഷങ്ങളെ മറയ്ക്കാൻ ഒന്നിനും സാധ്യമല്ല. ഉക്കാരൻഗുരുക്കൾ പറഞ്ഞിരുന്നു.

"ഉണിക്കാളിയമ്മേ, നിറയൂരെ ആൺകുട്ടികൾ നാടിന്റെ അഭിമാനമാണ്. അവരുടെ രക്തത്തിൽ കലർപ്പില്ല. ഇച്ഛാശക്തിയിൽ കമ്പുകളില്ല. സ്വാതന്ത്ര്യത്തിന്റെ കൊടിമരങ്ങളാണ്. അവർ ഈ തോപ്പുകളിൽ നട്ടുനനച്ചു വളർത്തീട്ടുള്ള ഓരോ കവുങ്ങും! ഓരോ തെങ്ങും!"

പരുന്തുകൾ ഉച്ചകഴിഞ്ഞ അന്തരീക്ഷത്തിൽ വട്ടമിട്ടു പറക്കുകയും കോഴിക്കുഞ്ഞുങ്ങളെ കൂടു തുറന്നുവിട്ട വീട്ടമ്മമാർ ഉദ്വേഗത്തോടെ ഇമവെട്ടാത്ത മിഴികളോടെ വിപത്തിന്റെ ചിറകടികൾക്കു കാതോർക്കുകയും ചെയ്യുന്ന നേരത്ത് ഉണിക്കാളിയമ്മ പത്തായപ്പുരമാളിക വിട്ടിറങ്ങി. പടിപ്പുര കടന്ന്, അരയാക്കടവിന്റെ ഉന്നത തീരത്ത് ഒരു വൻവൃക്ഷം ചാരി പുഴയിലേക്ക് നോക്കിനിന്നു. ദാസി ഒരു നിഴൽപോലെ അവരെ പിന്തുടർന്നു. ദാസിക്കു പുറമെ വടിയേന്തിയ നാലു കിങ്കരന്മാർ ചെന്നു.

ഉണിക്കാളിയമ്മ ആരേയും കണ്ടില്ല. ഗ്രാമത്തലങ്ങളിൽനിന്ന് എന്തോ ഒരു ആരവം ഉയരുന്നെന്ന് അവർക്കു തോന്നി. ഒന്നിലാരംഭിച്ച് ആയിരങ്ങളിലാവർത്തിക്കപ്പെടുന്ന ഒരു തേരൊലി. യുഗസംക്രമണത്തിന്റെ അതീതകാല പടഹധ്വനി. കലികാലം അവസാനിച്ചുവോ? അവർ തന്നോടു തന്നെ ചോദിച്ചു.

പുഴക്കരയിൽ കായ്ച്ചുനിന്ന ഒരു നീരട്ടി മരത്തിന്റെ ചില്ലകളിൽ ചേക്കേറിയിരുന്ന കിളികൾ നൊടിനേരംകൊണ്ടു പറന്നുയർന്നു.

"ക്വിറ്റ് ഇന്ത്യ" ഒരു യുവകണ്ഠം ഉദ്ഘോഷിച്ചു.

ആയിരങ്ങൾ ഏറ്റുപറഞ്ഞു.

"വെള്ളക്കാർ ഇന്ത്യ വിടുക!" കാലപ്പകർച്ചയുടെ തേരൊലികേട്ടു തളർന്നു മയങ്ങിക്കിടന്ന നിറയൂർ ഗ്രാമം ഞെട്ടിയുണർന്നു. അമ്മമാർ മുലയൂട്ടുന്ന കുഞ്ഞുങ്ങളെ കൈയിലേന്തി വയൽക്കരകളിൽ വന്നെത്തി നോക്കി. മുലപ്പാലു തികയാതെ കരയുന്ന കുഞ്ഞുങ്ങൾ അമ്മമാരുടെ മുല കടിച്ചുപറിച്ചു. കുഞ്ഞുങ്ങൾ അമ്മയുടെ മാറിൽ മുഖമമർത്തി മുരണ്ടു.

ദിക്കുകളുടെ കണ്ഠങ്ങൾ പിളർന്നുവന്ന ആരവത്തിൽ അമ്മമാർ കുഞ്ഞിങ്ങളെ മറന്ന് ചക്രവാളത്തിലേക്ക് എത്തിനോക്കി.

"ക്വിറ്റ് ഇന്ത്യാ!"

എന്താണ് ആ കേൾക്കുന്നത്? ശബ്ദമുയർത്താതെ അവർ പരസ്പരം ആരാഞ്ഞു. കലിയുഗത്തിന്റെ പകർച്ചയിൽ ഇന്നുവരെ കാണാതിരുന്നതും കേൾക്കാതിരുന്നതും അനുഭവിക്കാതിരുന്നതും പതഞ്ഞുനുരഞ്ഞ്, മിന്നിത്തകർത്ത്, ചുഴലിയായി, മിന്നലായി, മഴയായി, കൊടു

ങ്കാറ്റായി മുമ്പിലൂടെ കടന്നുപോകുന്നു. നിറയൂർതടം അതിരില്ലാത്ത ആത്മപ്രകമ്പനത്തോടെ മാറ്റങ്ങൾക്കു ചെവിയോർത്തു കാത്തുകിടക്കുന്നു.

ആ സമയത്ത് ഒരു മെലിഞ്ഞു നീണ്ട രൂപം കാടിറങ്ങി. പുഴയോരത്തെ കുറ്റിക്കാടുകൾ വകഞ്ഞ് മൂവന്തിയുടെ മേച്ചിൽപ്പുറത്തൂടെ മേടിറങ്ങി വരുന്നത് ഉക്കാരൻഗുരുക്കൾ ദർശിച്ചു. ആദ്യം അയാൾ വിചാരിച്ചു—

"ഉണിക്കാളിയെന്താ ഇന്നേരത്ത്?" ആ വരുന്നത് ഉണിക്കാളിയമ്മ അല്ലെന്നും കുറേക്കൂടി കൃശമായൊരു സ്ത്രീരൂപമാണെന്നും ഉക്കാരൻഗുരുക്കൾ അറിഞ്ഞു.

കൂജയിലെ വെള്ളം ഇടംകൈയിൽനിന്ന് വലംകൈയിലേക്കും തിരിച്ചു വീണ്ടും ഇടം കൈയിലേക്കും മാറ്റി ഗുരുക്കൾ ഇരുട്ടിലൂടെ സൂക്ഷിച്ചുനോക്കി. ചുവന്ന പോക്കുവെയിലിന്റെ അലകൾ പാറിവീണ തലമുടി അഴിഞ്ഞുകിടക്കുന്നു. അതൊരു കെട്ടുപിണഞ്ഞ നീണ്ട ജടയാണെന്നു കണ്ട് ഗുരുക്കൾ രൂപത്തിന്റെ അടിമുടി കണ്ണുഴിഞ്ഞു. എഴുട്ടിലിരുത്തി പുഴയിൽ പൂഴ്ത്തിയ കുഞ്ഞിവിരലുകൾ ഗുരുക്കളുടെ മനസിനെ നുള്ളി നോവിച്ചു.

"താലേ..."

"ഞാന്തന്നെ!"

"നോവിക്കല്ലേ."

"ഞാൻ ഗുരുക്കളെ നോവിക്കുമോ? ഒന്നു വന്നിറ്റ് അനുഗ്രഹം വാങ്ങാന്ന് നെനച്ച്!"

"എന്റെ അനുഗ്രഹത്തിനു ബലമില്ലാതായി താലക്കുഞ്ഞീ!"

"ഗുരുക്കളെ ഇത് നെലോളിക്കാനുള്ള നേരല്ല! നെറയൂരെ ചെറുവാല്യക്കാര് നെനച്ചാ നേടാത്ത കാര്യംണ്ടായിറ്റ്ണ്ടോ?"

"നീയ്യെവിടായിനു?"

"പഴശ്ശായിക്കുണ്ടത്തീ!"

"നീയ്യുറങ്ങിപ്പോയോ?"

"ഇല്ല. എനക്കുറങ്ങണമെങ്കില് നെറയൂരെ ആങ്ങളമാരുടെ മാനം തിരിച്ചു കിട്ടണം!"

"നെന്റെ കൂടെ?"

"എത്രയോ ആത്മാവുകൾ! ഉണിച്ചെന്ത്രോൻ, മാക്കം, മാണിക്യം, മീനാക്ഷി, വെളുത്തമ്പു, വെള്ളുങ്ങ...നിറയൂരീന്നു ഗതികിട്ടാത്തവരെല്ലാം! പഴശ്ശായിക്കുണ്ടം തിളച്ചു മറിയ്ണു ഗുരുക്കളെ! ശ്വാസംമുട്ടീറ്റ് നിന്നൂടാ. കാറ്റിന്റെ കരച്ചിൽ കേട്ട് ഇരുന്നൂടാ. ഞാമ്പറഞ്ഞു ഞാൻ പോയിറ്റ് വരാ!"

ഗുരുക്കൾ ഇരുട്ടിനെ നോക്കി മന്ദഹസിച്ചു. ഒരു മിന്നൽപ്പിണർ അയാളുടെ നെഞ്ചിൽ ഉദിച്ചു. നിറയൂരിന്റെ ഇരുണ്ട നെഞ്ചകത്തെ പ്രകാശിപ്പിച്ചു.

"താലക്കുഞ്ഞീ, നീ പൊക്കോ! എല്ലാം നേരെയാകും!"

ഒരു തണുത്ത കാറ്റ് ഗുരുക്കൾക്കെതിരായി വീശി. മേൽ കഴുകി കരകയറി വീണ്ടും വിയർത്തിരുന്ന തനുവിലൂടെ കാറ്റ് വിരലോടിച്ചു. ഉക്കാരൻ ഗുരുക്കൾ കൂജ താഴെവച്ചു.

നാൽപ്പത്തിമൂന്ന്

വെളിച്ചം യാഥാർഥ്യത്തിന്റെ വിരൂപമായ മുഖം വെളിപ്പെടുത്തുന്നു. കൊച്ച് അഴിക്കൂടിനിടയിലൂടെ മഹേശ്വരൻ നോക്കി. ദൂരെ ഇല്ലം. മുറ്റമടിക്കുന്ന ഒരു പേക്കോലം. അപ്പുറം—മഹേശ്വരന്റെ ഉള്ളിൽ എന്തോ കൊളുത്തി വലിക്കുന്നു. പട്ടേലറുടെ താവളം. പൊലീസ് ക്യാമ്പായി മാറിയ അതിഥി മന്ദിരം. രാത്രിയിലെ വിരുന്നവസാനിച്ച് പാത്രങ്ങൾ കഴുകി കമഴ്ത്തി, എച്ചിൽ ചോറു തുണിയിൽക്കെട്ടി കടന്നു പോകുന്ന ഒരു പേക്കോലം. അവൾ ഗ്രാമത്തിനു നേർക്കു നീങ്ങി മായുന്നു. പുഴയിൽ കുളികഴിഞ്ഞെത്തുന്ന പൊലീസുകാരെ തൈത്തെങ്ങുകൾക്കിടയിലൂടെ മഹേശ്വരൻ കണ്ടു.

"അങ്ങുന്നേ!" പുറകിലെ കരച്ചിൽ മഹേശ്വരനിൽ സ്ഥലകാലബോധം ഉണർത്തി. കൊടിയ നിരാശ മൂർത്തീകരിച്ച രണ്ടു മുഖങ്ങൾ പരസ്പരം നോക്കി. ഭൃത്യന്റെ മുഖം താണു. മഹേശ്വരൻ മന്ത്രിച്ചു:

"സാരമില്ല! ഇനിയും സമയമുണ്ടല്ലോ!"

ഭൃത്യൻ കുടിലിന്റെ പുറകിലെ വാതിൽ മഹേശ്വരനായി തുറന്നിട്ടു. അയാളുടെ മുഖത്തെ യാചനാഭാവം മഹേശ്വരന്റെ ഉള്ളിൽ തറച്ചുകയറി. സ്വന്തം ജീവനെ പണയം വച്ച് ഉപേക്ഷിക്കപ്പെട്ട ഒരു കുടിലിൽ മഹേശ്വരനെ കാത്തുസൂക്ഷിച്ച ഭൃത്യൻ ഉണ്ണിമായയെ കണ്ടു തിരിച്ചുവന്നുണർത്തിച്ചു:

"വീടിനു ചുറ്റും കാവൽ നായ്ക്കളാണ്. അമ്മ കുഞ്ഞിനെ എടുത്തു ജനലിനടുത്തു നിന്നീനു, കുഞ്ഞിന്റെ കരച്ചിൽ മാത്രം കേട്ടു..."

മഹേശ്വരൻ സ്വന്തം മനസിനെ ശാസിച്ചമർത്തി— മഹേശ്വരാ, നിന്റെ കുഞ്ഞിനു മാത്രമല്ല കരച്ചിലുള്ളു. നിന്റെ ഭാര്യക്കു മാത്രമല്ല വേദനയുള്ളു.

മഹേശ്വരൻ ഇടവഴിയിറങ്ങി നടന്നു. കൈതമുനകൾ ഇരുപുറവും നിന്ന് കൈകോർക്കുന്ന കയ്യാലയിലൂടെ ഒരു കാട്ടുജന്തുവിനെപ്പോലെ മഹേശ്വരൻ പതിഞ്ഞോടി.

ശൂന്യമായ മേലേക്കടവിൽ നീരിന്റെ കാളിമ കുറഞ്ഞിട്ടില്ല.

"മഹേശ്വരേട്ടാ!"

മഹേശ്വരൻ ഞെട്ടി. ഇരുട്ടിന്റെ വിളികൾക്ക് കാതോർത്തുകൂടാ!

"നിൽക്കൂ ഒന്നു പറയാനുണ്ട്!"

മഹേശ്വരൻ കുതികാലിൽ നിന്നു. ഇടത്തു നീലജലം. വലത്ത് ഒറ്റ

യടിപ്പാത. മുമ്പിൽ പൊന്തകൾ. മരവിച്ചു നിൽക്കുന്ന രഹസ്യസങ്കേതങ്ങൾ.

"ഇന്ന് യോഗമുണ്ട്!"

"എവിടെ?"

"അക്കരെ!"

"നിരോധനമുണ്ടാകും! എന്നാലും യോഗം നടക്കണം!"

മഹേശ്വരന് മനസിലായി.

"രണ്ടു കാര്യങ്ങളാണ് പറയാനുള്ളത്! ഒന്ന് ഇന്ത്യ വിടുക. രണ്ട് കൃഷിക്കാർ സംഘടിക്കുക!"

"രണ്ടും ഒന്നിച്ചോ?"

"കർഷകരില്ലാത്ത ഇന്ത്യയുണ്ടോ?" രാഘവന്റെ തിളങ്ങുന്ന മിഴികളിൽ ഇരുട്ടു തുളച്ചുകയറി.

"ഏട്ടൻ പ്രസംഗിക്കണം!"

"പിടി കൊടുക്കണോ?"

"അതു പിന്നത്തെ കാര്യം! ഏട്ടനുണ്ടെന്നറിഞ്ഞാൽ അവർ മലവെള്ളംപോലെ ഒഴുകിയെത്തും."

"ഞാനെത്തും!"

രാഘവൻ ഒരു കരിയിലയുടെ ലാഘവത്തോടെ പറന്നുപോയി. മഹേശ്വരന് നിരാശതോന്നി.

എത്ര നാളുകളായി ഒരു സുഹൃത്തിനെ കണ്ടിട്ട്! എളേരിമലമ്പുറങ്ങളിൽ കുഞ്ഞമ്പാടി എന്തു ചെയ്യുന്നു? മലഞ്ചെരുവികളിൽ, പുനങ്ങളിൽ, കുഞ്ഞമ്പാടി ധൈര്യത്തിന്റെയും വിശ്വാസത്തിന്റെയും ചിറകുകൾ കെട്ടുന്നതിൽ മുഴുകിയിരിക്കുന്നു. ഏതാനും നിമിഷങ്ങൾക്കുമുമ്പ് ഉണ്ണിമായയിലും കുഞ്ഞിലും കുരുങ്ങിക്കിടന്ന അന്തഃകരണം താൽക്കാലികാശ്വാസത്തിന്റെ, വ്യാമോഹത്തിന്റെ, നിരാശയുടെ തുരുത്ത് വിട്ട് ഇതാ മഹാ പ്രയാണത്തിൽ ലയിക്കുന്നു. ഞാനൊരു തുള്ളി മാത്രമാണ്. എന്നാലും ഞാനടങ്ങുന്നതല്ലേ ലക്ഷ്യത്തിലേക്കുള്ള ഈ ഒഴുക്ക്. അതിനെ ത്വരിതപ്പെടുത്താൻ, ഇതാ ഈ മഹേശ്വരന്റെ മനസ്സ് മുമ്പോട്ടു കുതിക്കുന്നു.

ഇല്ല. മഹേശ്വരൻ തിരിഞ്ഞു നോക്കുകയില്ല. ഒരുനാൾ തിരിച്ച് തന്റെ കൊച്ചു തുരുത്തിലേക്കു വന്നേക്കാം. ഇപ്പോൾ അതിനെപ്പറ്റി ചിന്തിച്ചുകൂടാ. ഒരു തുരുത്തിൽ അടിഞ്ഞവസാനിക്കാനുള്ളതല്ല, മഹേശ്വരന്റെ ജീവിതം. കർമ്മ സരണിയിലൂടെയുള്ള പ്രയാണം ഇതാ ഞാൻ തുടരുന്നു—

മഴക്കാറുമൂടിയ ഒരു തിങ്കൾക്കലപോലെ ഉണ്ണിമായയുടെയും മടിയിലിരിക്കുന്ന ശുക്രനക്ഷത്രത്തിന്റെയും രൂപം മഹേശ്വരന്റെ മനോമണ്ഡലത്തിൽ തൽക്കാലത്തേക്കു മറഞ്ഞുനിന്നു.

അക്കരെ കടക്കണം. ഗണപതിയുടെ അപ്പന്റെ പീടികമാളികയിൽ അടയ്ക്കാ വല്ലങ്ങൾക്കിടയിൽ മറഞ്ഞു നിൽക്കണം. അടയാളം കിട്ടു

മ്പോൾ രാവണേശ്വരം മൈതാനത്തെ ഉയർത്തിക്കെട്ടിയ ആൽത്തറയിൽ സ്ഥാനംപിടിക്കണം.

നദി കറുപ്പായൊഴുകി. നദി സ്മരണകളുടെ കയമായി. അക്കരെ കടക്കാനുള്ള മാർഗമായി. കടത്തുപുരയിൽ ചോറ്റുപൊതികൾ വല്ലത്തി ലൊതുക്കി അടുക്കുന്ന കുഞ്ഞിപ്പു വിളിച്ചു.

"വലിയോറെ—"

മഹേശ്വരൻ ഞെട്ടി. കുഞ്ഞിപ്പുവിന്റെ സാന്നിധ്യം അയാൾ മറന്നു പോയിരുന്നു. കുഞ്ഞിപ്പുവിന്റെ സഹായം കൂടാതെ ഒരു വൈതരണിയും കടക്കാൻ കഴിയുകയില്ലെന്ന സത്യം മഹേശ്വരന്റെ മുമ്പിൽ വണക്കമാർന്ന് ഒരു പുഞ്ചിരിയായി വിടർന്നു.

ഓളക്കൈകൾ നിരുദ്ധകണ്ഠരായി കഴുക്കോലിനെ ചുറഞ്ഞു പിടിച്ചു.

ചിരപരിചയത്തിന്റെ കണ്ണീർ മുത്തുകൾ ഒഴുക്കിൽ ഇടറിവീഴുന്നു. മഹേശ്വരൻ ഒരു ദീർഘനിശ്വാസത്തോടെ കലുഷമായ മാനത്തു മിഴി യൂന്നി. ജലരാശിയുടെ വിശാലതയിൽ രണ്ടു ഗതികിട്ടാപ്രാണികളെ പ്പോലെ തുഴഞ്ഞു പോകുന്നുഎന്നു തോന്നിച്ച കടത്തുകളുണ്ടായിരുന്നു. ഇന്നു മനസു മന്ത്രിക്കുന്നു: ഇതാ, കരയടുത്തു. ലക്ഷ്യമടുത്തു.

തോണി തീർത്തും ഓരം ചേരുംമുമ്പ് മഹേശ്വരൻ ചാടിയിറങ്ങി. ചെളി തുള്ളിത്തെറിച്ച് ഉടുമുണ്ട് മലിനമായി. അപ്പോൾ കിഴക്ക് നേരിയ വെളിച്ചം മുഖം കാണിച്ചു.

പുഴക്കരയിലെ ഒരു മുളങ്കൂട്ടത്തിന്റെ മറവിൽ എത്തിയപ്പോൾ കുഞ്ഞിപ്പു തോണി കരയ്ക്കു വലിച്ചു കൂട്ടി. പുറകെ നടന്നുവന്നു.

"കുടിയില് കേറീറ്റ് പോകാ—"

"എന്തിനാ കുഞ്ഞിപ്പു വിരുന്നുണ്ണാറായില്ലല്ലോ!"

"എന്നാലും കേറീറ്റ് പോകാ." കുഞ്ഞിപ്പുവിന്റെ നോട്ടം തന്റെ മലി നവസ്ത്രങ്ങളിലാണ്. ഒളിവു ജീവിതത്തിനു പറ്റിയ നിറംകെട്ട വസ്ത്ര ങ്ങൾ പഴന്തുണി കെട്ടിൽനിന്നു തിരഞ്ഞെടുത്ത് ഉണ്ണിമായയെ നിരാശ പ്പെടുത്തിയ ഒരു സായന്തനത്തെയും തുടർന്നുള്ള ഇരുൾ തിങ്ങിയ വഴി കളിലൂടെ നടന്ന നാളുകളേയും ഓർത്തു.

കുഞ്ഞിപ്പു പെരുവഴി അടച്ചുനിന്നു.

മഹേശ്വരൻ കുഞ്ഞിപ്പുവിന്റെ വീട്ടിലേക്കു നടന്നു. നാലു പുറവും ഓലകൾമെടഞ്ഞു ഞാത്തിയിട്ട ഒറ്റമുറി. ഒരു മൂലയ്ക്ക് അടുപ്പ്. ഒരു മൂലയ്ക്ക് കുത്തിനിർത്തിയ പായ്.

കുഞ്ഞിപ്പു കുടിലിന്റെ ഓലച്ചെറ്റ ചാരി.

മുറിക്കയ്കത്ത് വിടർന്ന കൊങ്കിണിപ്പൂക്കളുടെ ഗൃഹാതുരത്വം ഉണർത്തുന്ന ഗന്ധം മുറ്റിനിന്നു.

കുഞ്ഞിപ്പു പായ്ചുരുൾ പൊക്കിയെടുത്തു. കുഞ്ഞമ്പാടിയുടെ പുഞ്ചിരി വിടരുന്ന മുഖം. ഭൂമികന്യകയുടെ മാറിൽ വിടർന്നു വരുന്ന മെയ്മാസത്തിലെ ചുമന്ന ഇടിവെട്ടിപ്പൂവുപോലെ അരുണാഭയിൽ കുളിച്ചു

നിൽക്കുന്ന മുഖം. കിഴക്കെ കണ്ണോട്ടയിലൂടെ വരുന്ന വെളിച്ചം കോരിക്കുടിക്കുന്ന മിഴികൾ.

കുഞ്ഞിപ്പു തറയിൽ വിരിച്ച പായയിൽ അവർ മുഖത്തോടുമുഖം നോക്കിയിരുന്നു. അവർ ഒരക്ഷരം ഉരിയാടിയില്ല. അജയ്യമായ സൗഹൃദത്തിന്റെ പൊൻനൂലുകൾ പിണച്ചുചേർത്ത കൈവിരലുകളിൽ നോക്കിക്കൊണ്ട് കുഞ്ഞമ്പാടി അടക്കിയ ആഹ്ലാദത്തോടെ പറഞ്ഞു:

"ഇന്ന് നമ്മുടെ കരുത്ത് അവർ, പൊലീസ് നായ്ക്കൾ അറിയും!"

മഹേശ്വരൻ ഒരു മന്ദഹാസത്തോടെ കേട്ടു.

"നമ്മുടെ ചെറുവാല്യക്കാരുടെ ചോരനനഞ്ഞ വയലുകളും തോട്ടങ്ങളും ചോർന്നുപോയി. നമ്മുടെ പെണ്ണുങ്ങളുടെ മാനം കവർന്ന അവറ്റ ഇന്നനുഭവിക്കും. നമ്മുടെ കുഞ്ഞിങ്ങളുടെ കൈയിലെ അന്നം തട്ടിപ്പറിച്ച ജന്തുക്കളോട് ഇന്ന് നമ്മുടെ കരുത്തു പ്രഖ്യാപിക്കും!"

"കുഞ്ഞമ്പാടീ, ഉറപ്പാണോ?"

"ഉറപ്പ്!"

"ഗ്രാമീണരിൽ ഒരു വിഭാഗം ഇന്നും ഭയപ്പെട്ട് കഴിയുന്നില്ലേ?"

"തറവാട്ടിൽ തന്തയ്ക്കു പിറന്നവരാരും ഭയപ്പെടുന്നില്ല. ജന്മീരെ ചോറ്റുപട്ടികൾക്കാണ് ഭയം! സന്ദർഭം വന്നാൽ അവരും ചേരും നമ്മുടെ കൂടെ! ഗൗരീശങ്കരത്തെ നായനാർ ഇന്ന് മദിരാശിക്ക് വണ്ടികയറി. പേടിത്തൂറി!"

"അയാടെ കവിത അച്ചടിപ്പിക്കാനാവും!"

"ഓന്റെ ഒടുക്കത്തിലെ കവിത! പത്തായപ്പുര പൊലീസിന്നു വിട്ടുകൊടുത്തിറ്റാ ഓൻ വണ്ടി കയറിതത്രേ!"

കുഞ്ഞിപ്പു രണ്ടു വലിയ കള്ളു കോപ്പകളിൽ ആവി പറക്കുന്ന ചക്കരചായയും ഇലച്ചീന്തിൽ തണുത്തു വെറങ്ങലിച്ച ചക്കപ്പലഹാരവും കൊണ്ടുവന്നു വച്ചു. പിന്നെ ഒരിലക്കീറിൽ കോഴിമുട്ട പുഴുങ്ങിയതും.

"ഇവിടന്ന് കോഴിമുട്ട തിന്നേണ്ട! അത് കുഞ്ഞമ്പാടിക്കാ!"

ചക്കപ്പലഹാരത്തിൽനിന്ന് ഹൃദ്യമായ ഒരു പരിമളം പരന്നു. ഇളം കള്ളിന്റെ ഒരു മധുരദഗന്ധം.

"അത് ചെമ്മരത്തീരെ വകയാ! ഒരു ചെക്കൻ ഇന്നലെ കടോത്തു വന്ന് തന്നിട്ടുപോയി!"

അക്കരെ കടത്തുപുരയിൽ കണ്ട ചോറ്റുപൊതികളിൽ രണ്ടെണ്ണം കുഞ്ഞമ്പാടിക്കും മഹേശ്വരനും സമ്മാനിച്ചിട്ട് കുഞ്ഞിപ്പു ഉരിയാടി.

"നേരം വെള്ക്ക്ണു! പോകാറായി! ഗണപതീരെ പീട്യപൂട്ടിക്കെടക്കാ. ഓലപ്പറത്തിന്നു മേലെ! പിന്നാമ്പുറത്തെ ഒരു കയറ് കെടക്ക്ണ്ണ്ട്. മോളില് ഒരു കിളിക്കൂട്ണ്ട്."

ഒരാൾക്കുമാത്രം അകത്തിഴഞ്ഞു കടക്കാവുന്ന ഒരു കിളിക്കൂട്ടിലൂടെ മഹേശ്വരൻ ഇതിനുമുമ്പും നൂണുപോയിട്ടുണ്ട്. ഒളിജീവിതത്തിന്റെ ആദ്യനാളുകളിൽ അതൊരു രക്ഷാമാർഗമായി ഉപയോഗപ്പെടുത്തുന്ന വിദ്യ ഗണപതി തന്നെ കാണിച്ചുകൊടുത്തു. കയറിൽ ഞാണു കയറി ആദ്യം

ഒരഭ്യാസിയുടെ ചാതുരിയോടെ പാദങ്ങൾ രണ്ടും കിളിവാതിൽ ചവിട്ടിത്തുറന്ന് അകത്തേക്കു കടത്തി, പിന്നെ നൂണിറങ്ങി ഒരു ചുമലൊതുക്കി കോണികളിലൂടെ ഉരസിയിറങ്ങി, താഴെ തറ തൊടാറാവുമ്പോൾ കയറിലെ പിടിവിടുക...

മഹേശ്വരൻ കുഞ്ഞമ്പാടിയെ നോക്കി. കുഞ്ഞമ്പാടിയുടെ ചുമലുകളുടെ വീതി പഴയപടി ഇരിക്കുന്നു. അന്നം കണ്ടും കാണാതെയും കഴിഞ്ഞ നാളുകളുടെ മുദ്ര ശോഷിച്ചുപോയ ഉടലിൽ കാണാം.

"പേടിക്കേണ്ട ഏട്ടാ!" കുഞ്ഞമ്പാടി ഒരുനിമിഷനേരം തന്റെ ഉടൽ പിരിച്ചു നേർപ്പിച്ചു കാണിച്ചു.

"ഉക്കാരൻഗുരുക്കളാ എന്നെ അടിയും തടയും പഠിപ്പിച്ചത്. ഗുരുക്കളെ ഈ അമ്പാടി മാനം കെട്ത്തീറ്റ്ല്യ!"

കുഞ്ഞമ്പാടി നൊടിനേരംകൊണ്ട് പിരിച്ച ചൂരൽപോലെ ദൃഢഗാത്രനായി, ദീർഘകായനായി.

"ശരി! പോകാം!"

കുഞ്ഞിപ്പു ഒന്നും സംഭവിച്ചിട്ടില്ലാത്തമട്ടിൽ മുമ്പേ നടന്നു. പുഴയോരമിറങ്ങി.

സമാന്തരമായ രണ്ട് ഒറ്റയടിപ്പാതകളിലൂടെ, പൊന്തകൾ മറഞ്ഞും, ശങ്കയിൽ നിന്നും അവർ ഇടത്തെ ചൂട്ടേനിപ്പാറ കയറാൻ തുടങ്ങി. കള്ളു ചെത്താൻ പോകുന്ന യുവാക്കളുടെ താളത്തിനൊത്ത നടത്തം അവരെ പൊതുവഴിയുടെ സാന്നിധ്യം അറിയിച്ചു.

"ചെത്തികാരിറങ്ങ്യാ കുഴപ്പമാണ്!" മഹേശ്വരൻ പറഞ്ഞു.

"ഇറങ്ങ്യാലും ഇറങ്ങീല്ലെങ്കിലും ഓറ് നമ്മെ കാണും! ഓറുടെ ശ്വാസത്തിലൊക്കെ നമ്മളുണ്ട്. ഇന്നാട്ട്ല് നമ്മളെല്ലാം ഒളിവിലാ കഴിയ്ണതെന്ന് നമ്മള് ധൈര്യായിട്ട്രിക്ക്യല്ലെ? ഗ്രാമീണര്ടെ മനസിന്നാത്താ സത്യത്തില് നമ്മള് കഴിഞ്ഞുകൂട്ണത്!"

മൂന്ന് ഒറ്റയടിപ്പാതകൾ സന്ധിക്കുന്നേടത്ത് അവർ നിന്നു. കൊങ്കിണിക്കാട്ടിൽ കുഞ്ഞിക്കിളികൾ തത്തിക്കളിക്കുന്നത് മഹേശ്വരൻ ഒരു നിമിഷം ആനന്ദത്തോടെ നോക്കിനിന്നു. ചിറകു നഷ്ടപ്പെട്ട തന്റെ ഒരു സ്വപ്നത്തിന് കവിതയുടെ പൊന്നിൻ ചിറകു വിരിയുന്നത് അയാളറിഞ്ഞു.

തറയിൽനിന്ന് ആവി പറക്കുന്ന ഒരിലപ്പൊതി പൊക്കിയെടുത്തു കുഞ്ഞമ്പാടി പറഞ്ഞു:

"ചക്കപ്പലാരം തണുത്തതായിരുന്നു. ഇതാ ഇതിന്നു ചൂടുണ്ട്. തിന്നോളൂ."

കനലിൽ വെന്ത ഇലച്ചുരുൾ നീർത്തി കുഞ്ഞമ്പാടി മഹേശ്വരന്റെ നേർക്ക് നീട്ടി. ഗ്രാമീണന്റെ അകക്കാമ്പുപോലെ മൃദുവായ, സ്നിഗ്ധമായ, നേന്ത്രപ്പഴത്തിന്റെ ദശയിൽ വിരലൂന്നിയപ്പോൾ മഹേശ്വരന്റെ മിഴികൾ നിറഞ്ഞു.

"ഇപ്പോൾ എന്റെ ശങ്ക തീർന്നു. അവരെല്ലാം നമ്മുടെകൂടെത്തന്നെ!" മഹേശ്വരൻ മന്ത്രിച്ചു.

"പഴത്തൊലി താഴെ വഴിയിൽ ഇടരുത്! ഇലയിൽ പൊതിഞ്ഞു കൈയിൽ വയ്ക്കാം!"

പഴം പങ്കിട്ടുതിന്നു. ഇലച്ചുരുൾ മുൾക്കാട്ടിലെറിഞ്ഞു. അവർ പ്രയാണം തുടർന്നു...

ഒരു വരപ്രസാദംപോലെ ലഭിച്ച പ്രാതൽ അവർക്ക് ഊർജമേകി.

“വൈകുന്നേരം തുലാക്കോളുണ്ടാകുമോ?” മഹേശ്വരൻ ആകാശത്തോടു ചോദിച്ചു.

“ഇല്ല. ഇന്നു നമുക്കുവേണ്ടി മഴക്കാറുകൾ വഴിമാറും. ഇന്നു നമുക്കു വേണ്ടി ദിക്കുകൾ കാവൽനിൽക്കും!”

“കുഞ്ഞമ്പാടീ, ഒരു കണക്കിന് നമ്മൾ ഭാഗ്യവാന്മാരാണ്, ഇല്ലേ?”

“അതെ!”

“ഗ്രാമീണർ അവരുടെ കരൾ പറിച്ച് ദുഃഖത്തിന്റെ തീയിൽ ചുട്ടെടുത്ത് നമ്മെ ഊട്ടാൻ തയ്യാറാണ്!”

“അതെ! മഹേശ്വരേട്ടാ, അവരെത്ര തീ തിന്നു. എത്ര പേരുടെ എല്ലൊടിഞ്ഞു. എത്രപേർ മരണം കാത്തു കിടക്കുന്നു. അവരുടെ ദുഃഖത്തിന്റെ എണ്ണവീണു കത്തിപ്പടരുന്ന മേലേരികൾ തണുപ്പിക്കാൻ നമുക്കു ത്രാണിയുണ്ടാവുമോ? അതാണെന്റെ പേടി. കാളീശ്വരംചന്തയിൽ ഗണപതിയുടെ അച്ഛന്റെ ചോരവീണു നനഞ്ഞ വഴി എന്നാണുണങ്ങുക?”

“ഹെന്ത്?”

“അവർ ഗണപതിയുടെ അച്ഛനെ വലിച്ചിഴച്ചു കൊണ്ടുപോയി. തല്ലി എല്ലൊടിച്ചു. നിറയൂരെ വൈദ്യരുടെ വീട്ടിൽക്കിടന്ന് അദ്ദേഹം...”

“കുഞ്ഞമ്പാടീ!”

“അവർ അദ്ദേഹത്തെ തല്ലിക്കൊന്നു!”

“ഗണപതിയുടെ അച്ഛനെ?”

“തന്നെ! നമുക്ക് സഭകൂടാൻ പീടികമാളിക തന്നതിന്ന്!”

“ഗണപതി എവിടെ?”

“ജെയിലിൽ!”

“അവന്റെ അമ്മയോ?”

“അറിഞ്ഞൂടാ!”

അവരറിയാതെ അവരുടെ പ്രയാണത്തിനു വേഗംകൂടി. ഊർജം കൂടി. മറ്റൊരു കാറ്റുപോലെ കിഴക്കൻകാറ്റിനെതിരെ അവർ പാഞ്ഞു പോയി.

നാൽപ്പത്തിനാല്

സാഗരസംഗമത്തിനു കുതിക്കുന്ന മഹാനദിപോലെ അവർ ആർത്തിരമ്പി വന്നു. വീർപ്പടക്കിനിന്ന് ദിക്കുകൾ ഉറ്റുനോക്കി. ആയിരങ്ങളുടെ മോഹങ്ങൾ, ഉൽക്കണ്ഠകൾ ഒന്നായി. അവരുടെ മഹായൂഥത്തിനു മുമ്പിൽ ഉയർത്തിക്കെട്ടിയ ആൽമരത്തറമേൽ മഹേശ്വരൻ നിന്നു. ഈ മഹാശക്തിക്കു മുമ്പിൽ രുധിരമനയ്ക്കലെ മഹേശ്വരൻ ഒരു ക്ഷുദ്ര പ്രാണിയാണ്.അവരുടെ ഹൃദയത്തുടിപ്പുകൾക്കു മുമ്പിൽ നമിച്ചുനിൽക്കു

ന്നൊരു മിടിപ്പു മാത്രമാണ്. ഒരുനിമിഷംകൊണ്ടീ പ്രാണന്റെ തുടിപ്പു നിൽക്കാം, എന്നാൽ ഈ ശക്തിയുടെ മുന്നേറ്റത്തെ, സമരോത്സുകതയെ തടഞ്ഞുനിർത്താൻ ലോകത്തെ മറ്റൊരു ശക്തിക്കും ആവില്ല.

മഹേശ്വരൻ രോമാഞ്ചംകൊണ്ടു. ആർത്തികൊണ്ടും യാത്രകൊണ്ടും നന്നെ ശോഷിച്ചുപോയ അയാളുടെ ദുർബലമേനി വിറച്ചു. അയാളുടെ മനം ശാസിച്ചു. ഭീരു, നീയെന്റെ കത്തുന്ന മനസിന്റെ കാവൽ ക്കാരനാകാൻ കൊള്ളില്ല, എന്നോ! ഈ ഉൽകൃഷ്ടനിമിഷം ഒന്നു കഴിഞ്ഞോട്ടെ! ഈ എളിയവന്റെ ചുമലിൽ അർപ്പിക്കപ്പെട്ടിരിക്കുന്ന മഹാദൗത്യം ഒന്നു നിറവേറ്റിക്കൊള്ളട്ടെ. അതുവരെ നിന്റെ ക്ഷുത്തും ക്ഷീണവും നിനക്കു താങ്ങായി നിലകൊള്ളട്ടെ!

പനയോലകൊണ്ടു കെട്ടിയുണ്ടാക്കിയ കാഹളത്തിലൂടെ കുഞ്ഞമ്പാടി ജനത്തോട് ആജ്ഞാപിച്ചു: "സഹോദരന്മാരേ സമാധാനം ദീക്ഷിക്കുക."

ഇതാ നിങ്ങളുടെ മുമ്പിൽ ഒരു ത്രിവർണപതാക. ഇതിന്റെ സന്ദേശം സമാധാനത്തിന്റേതും ത്യാഗത്തിന്റേതുമാണ്. നിങ്ങളുടെ മനങ്ങളിലെ അശാന്തി ഇതിനെ തീണ്ടരുത്!

കിഴക്കൻകാറ്റിൽ ആടിയുലയുന്ന പതാക അവരുടെ ഹൃദയത്തുടിപ്പ് ആവാഹിച്ചു. അസ്തമിക്കാൻ പോകുന്നൊരു സൂര്യന്റെ കന്മഷം പൂണ്ട മുഖം തെങ്ങിൻതലപ്പുകൾക്കുമീതെ എത്തിനോക്കി.

അവർ ഉദ്ഘോഷിച്ചു:

"മാതൃഭൂമി നീണാൾ വാഴട്ടെ...

നമ്മുടെ ഇന്ത്യ നമുക്ക്...

വെള്ളക്കാരൻ ഇന്ത്യ വിടുക..."

ജനക്കൂട്ടത്തിൽനിന്നു നൂണ്ടുനുഴഞ്ഞ് അന്നിമിഷം പ്രത്യക്ഷപ്പെട്ട കുഞ്ഞിക്കണ്ണൻ പറഞ്ഞു:

"പ്രസംഗം തുടങ്ങുംമുമ്പ് ഒരു കൃത്യം കൂടി!"

"എന്താണത്?" മഹേശ്വരൻ മന്ത്രിച്ചു. അയാളുടെ മന്ത്രണം മനുഷ്യമഹാസമുദ്രത്തിലെ തിരമാലകൾ ഒപ്പിയെടുത്തു. അടങ്ങിയ കടലിൽ തിരകൾ വീണ്ടും ചുരുൾനീർത്താൻ തുടങ്ങിയപ്പോൾ കുഞ്ഞിക്കണ്ണൻ മഹേശ്വരന്റെ ചെകിട്ടിൽ മന്ത്രിച്ചു:

"നമുക്കു കൃഷിക്കാരന്റെ കൊടി ഉയർത്തണം!"

നെഞ്ചിൽ ചുരുട്ടിപ്പിടിച്ചിരുന്ന ഒരു രക്തപതാക ചുരുൾനീർത്തി മറ്റൊരു കൊടിമരത്തിൽ ബന്ധിച്ച് അവർ ദേശീയപതാകയ്ക്കൊപ്പം ഉയർത്തി.

അപ്പോൾ ഒരായിരം ചുവന്ന കിളികൾ ആകാശത്തിൽ ചിറകു വിരുത്തി ഉയർന്നു.

"കൃഷിഭൂമി കർഷകന്! കുഞ്ഞമ്പാടി തൊണ്ടപൊട്ടുമാറ് ഉദ്ഘോഷിച്ചു.

"ജന്മിത്തം നശിക്കട്ടെ!"

"യുദ്ധക്കൊതിയരെ ഒറ്റപ്പെടുത്തുക!

സന്ധ്യയുടെ മാനം ചുവപ്പിൽ വെട്ടിത്തിളങ്ങി. കോളുകൊണ്ട സമുദ്രം ആർത്തിരമ്പി.

"കൃഷിഭൂമി കർഷകന്. കാലിയെ തെളിക്കാൻ മാത്രം ഒച്ചയുയർത്തി ശീലിച്ച കൃഷിക്കാർ നവമായി ലഭിച്ച ഉത്തേജനത്തിന്റെ പൊരുളറിഞ്ഞ് ആർത്തുവിളിച്ചു. മനവും തനുവും മറന്നു ദിക്കുകളെ കിടിലം കൊള്ളിച്ചു.

"ഇനി തുടങ്ങാം, മഹേശ്വരാ!"

മഹേശ്വരൻ തൊണ്ടയനക്കി. കൊടിമരത്തിന്റെ കീഴെ വന്നു നിന്നു. പ്രളയത്തിനുപരി ഒരു വൈക്കോൽത്തുരുമ്പിൽ തങ്ങിനിൽക്കുന്ന ഒരു ഉറുമ്പാണ് താനെന്ന് ഒരുനിമിഷം മഹേശ്വരനു തോന്നി. അടുത്ത നിമിഷം അയാളുടെ ഉള്ളിലെ ആത്മാഭിമാനം സടകുടഞ്ഞെണീറ്റു. മിന്നൽപ്പിണരിന്റെ ആവേശത്തോടെ അയാൾ ആക്രോശിച്ചു—

"സഹോദരന്മാരേ..."

അലമാലകളടങ്ങിയ വാരിധി വീർപ്പടക്കിനിന്നു. കിഴക്കൻകാറ്റു മെല്ലെ മെല്ലെ വീശാൻ തുടങ്ങി. മലയോരങ്ങളിൽനിന്നും കൃഷിഭൂമികളിൽനിന്നും കാതങ്ങൾ താണ്ടിയെത്തിയ കൃഷിക്കാർ സായന്തനവായുവിൽ ആശ്വാസംകൊണ്ടു. അവരുടെ ദേഹങ്ങളിൽ വാർന്നുവരണ്ട വിയർപ്പിന്റെ ഉപ്പ് പുതിയ ഉണർവു നൽകി. വഴിമധ്യേ കഴിച്ച പൊതിച്ചോറ് ഒരു ആയാസകരമായ മൂവന്തിയെ നേരിടാനുള്ള കരുത്തുനൽകിയിരുന്നു അവർക്ക്. അവരുടെ തൊണ്ടകൾ ദാഹിച്ചുവരണ്ടിരുന്നു. ഞേങ്ങോലുപിടിച്ചു തഴമ്പിച്ച കൈകളിൽ കൊടികൾ തുമ്പികളെപ്പോലെ ചിറകടിച്ചു.

മഹേശ്വരൻ ചിന്തിച്ചു.

"ഞാൻ തുമ്പികളെക്കൊണ്ടു കല്ലെടുപ്പിക്കയാണോ?"

"അല്ല. ഇവരുടെ ആത്മാണുവിൽ അജയ്യമായ കരുത്ത് ഉറങ്ങിക്കിടക്കുന്നു."

വാക്കിന്റെ ശക്തി മഹേശ്വരനറിയാം. വാക്ക് അഗ്നിയാണ്. വാക്ക് ആത്മചൈതന്യമാണ്. വാക്ക് അജയ്യശക്തിയാളുന്ന വരമാണ്. ഞാനതിനെ അതിസൂക്ഷ്മതയോടെ, പവിത്രത കളയാതെ കൈകാര്യം ചെയ്യേണ്ടിയിരിക്കുന്നു.

....മഹാജനങ്ങളെ പ്രിയപ്പെട്ട സഹോദരന്മാരെ...ഈ ഭാരതഭൂമിയുടെ മാനം കാക്കാൻ നാം പ്രതിജ്ഞയെടുത്തിരിക്കയാണ്. വിദേശികളാൽ മാനഭംഗം ചെയ്യപ്പെടുന്ന അമ്മയെ അകർമ്മണ്യരായി നോക്കിനിൽക്കാൻ നമുക്കെങ്ങനെ കഴിയും? നമ്മുടെ ഭാരതാംബയ്ക്കു കോടിക്കണക്കിനു പുത്രരുണ്ടെന്നു പറഞ്ഞതുകൊണ്ടായോ? ഒന്നുകിൽ അമ്മയുടെ അഭിമാനം, അല്ലെങ്കിൽ മരണം! മരണം വരിക്കുക എളുപ്പമാണ്. അഭിമാനം കാക്കാനുള്ള പോരാട്ടത്തിനു ത്യാഗോജ്ജ്വലമായ മനക്കരുത്തു വേണം!

അമ്മയുടെ മാനം കവരാൻ, വെള്ളക്കാരനു കൂട്ടുനിന്ന ജന്മിത്ത

ത്തിന്റെ നീചമായ പെരുമാറ്റത്തെ നാം നേരിടേണ്ടിയിരിക്കുന്നു. ഒരുവേള വെള്ളക്കാരനേക്കാൾ നീചനും പാപിയുമാണ് ജന്മി. അവൻ യുദ്ധത്തെ സഹായിച്ചു പണം കുന്നുകൂട്ടുന്നു. കർഷകന്റെ നട്ടെല്ലൊടിച്ച് ഊറ്റം കൊള്ളുന്നു. പെണ്ണുങ്ങളെ അടിമകളാക്കിവയ്ക്കുന്നു. നമ്മുടെ അഭിമാനം പണയത്തിലാണ്.

വെള്ളക്കാർ...

ഇന്ത്യ വിടുക!—ഇടിമുഴക്കം.

ജന്മിത്തം—

—തുലയട്ടെ!

കഴുകന്മാരെപ്പോലെ നാലുഭാഗത്തുനിന്നും പറന്നെത്തിയ പൊലീസുകാരെ നോക്കി മഹേശ്വരൻ ഉദ്ഘോഷിച്ചു:

"—നാം മരിച്ചിട്ടില്ല!"

"കർഷകനു മരണമില്ല!"

"ശവംതീനികളെ ഒറ്റപ്പെടുത്തുക!"

സമുദ്രത്തിൽ ഞെട്ടിയുണർന്ന ചുഴികളിൽ കാക്കിക്കുപ്പായങ്ങൾ മുങ്ങിത്താണു.

അഹിംസയാണ് നമ്മുടെ ആദർശം! മഹേശ്വരന്റെ പ്രലപനം ഉഗ്രമായ പോർക്കളത്തിൽ കൊഴിഞ്ഞുവീണ പാറ്റച്ചിറകുകളായി.

"കുഞ്ഞമ്പാടീ, നീ കാണുന്നില്ലേ?"

പ്രളയത്തീയിന്റെ ഉഗ്രതയാണ് മുമ്പിലെന്നു കുഞ്ഞമ്പാടി കാണുന്നുണ്ടായിരുന്നു...ജലരാശിക്കു തീപ്പിടിച്ചിരിക്കുന്നു.

"കൊല്ലവനെ! ആൽത്തറയിലേക്കു കേറിവന്ന ദീർഘകായനും കരുത്തനുമായ പൊലീസുദ്യോഗസ്ഥനെ നോക്കി ജനം ആക്രോശിച്ചു. അയാൾ കാമാന്ധനായി കൊടിമരത്തെ വസ്ത്രാക്ഷേപം ചെയ്യാൻ ചീറിയടുക്കുകയായിരുന്നു.

"അവനാണ് നമ്മുടെ പെങ്ങന്മാരുടെ മാനംകെടുത്താൻ ആജ്ഞ നൽകിയത്.

"അവനാണ് നമ്മുടെ കുടിലുകൾ ചുട്ടുകരിച്ചത്."

"അവനാണ് നമ്മുടെ കുടിവെള്ളത്തിൽ തീട്ടം കലക്കിയത്!"

"അവനാണ് കാഞ്ഞന്റെ പെങ്ങളെ ഗർഭം ചവുട്ടി..."

അവൻ ജന്മിയുടെ അമേധ്യം തിന്നുന്ന പന്നിയാണ്.

അവൻ, പൊക്കൻ ഹെഡ്കോൺസ്റ്റബിൾ നിറയൂരിന്റെ മാനം കവർന്ന, നിറയൂരിൽ മുളച്ചുവളർന്ന അസുരവിത്ത്, അവൻ ചാകണം—

അരുതേ! മഹേശ്വരൻ കെഞ്ചി—കൊലയരുതേ! സഹോദരന്മാരേ, കൊലയ്ക്കുപകരം കൊലയെന്നു മഹാത്മജി ഒരിക്കലും പറഞ്ഞില്ല... കൊല പാപമാണ്. ഭാരതാംബ അതിനു മാപ്പുതരില്ല...

മഹേശ്വരന്റെ വാക്കുകൾ വെളിക്കു വന്നതേയില്ല. ഉഗ്രമായൊരു ചുഴലിയിൽപ്പെട്ട് അയാളുടെ അന്തഃകരണം നുറുങ്ങുകളായ്. ശിഥിലമനസ്കനായി നിസ്സഹായനായി. മഹാപ്രവാഹത്തിൽപ്പെട്ടൊരു അണുജീവിയായി

താൻ, ഈ ജനത്തിന്റെ നേതാവെന്ന് അഭിമാനിച്ചിരുന്ന താൻ, ഇല്ലാതെയാവുന്നത് ഉൽക്കടമായ ദുഃഖത്തോടെ മഹേശ്വരൻ അറിഞ്ഞു. അഗ്നിയുടെ ആദ്യത്തെ തീത്തരി കൈവിട്ടുപോയിരിക്കുന്നു. പ്രളയാഗ്നിയെ ശമിപ്പിക്കാൻ ആർക്കും കഴിവില്ല.

കാലം—

കാലവിപര്യയത്തിനു മുമ്പിൽ മഹേശ്വരൻ അസ്തപ്രജ്ഞനായി നോക്കിനിന്നു.

ഒരിക്കൽ താൻ മഹാത്മാവിനെപ്പോലും മനസാ കുറ്റപ്പെടുത്തിയിരുന്നല്ലോ.

സമരം ആർത്തിരമ്പി മുന്നേറുമ്പോഴൊക്കെ അദ്ദേഹം അതിനു മുമ്പിൽ അണകെട്ടി. തീയാളും എന്നു തോന്നിയപ്പോൾ സമാധാനത്തിന്റെ ജലം തളിച്ചു...

ഇവിടെ എന്താണ് സംഭവിക്കാൻ പോകുന്നത്? പ്രതിഷേധപ്രകടനം നിയമപാലകന്റെ കൊലയിൽ അവസാനിക്കുകയാണെങ്കിൽ...

ഗ്രാമങ്ങൾ കത്തിച്ചാമ്പലാവുന്നത് മഹേശ്വരന്റെ ഉൾക്കണ്ണ് ദർശിച്ചു.

പെൺമണികൾ വസ്ത്രാക്ഷേപം ചെയ്യപ്പെടുന്നത് അയാൾ ഉൾക്കിടിലത്തോടെ കണ്ടു, എല്ലാ പെൺകുട്ടികൾക്കും ഉണ്ണിമായയുടെ മുഖം. എല്ലാ ഉണ്ണികൾക്കും ഒരേ മുഖച്ഛായ!

ഭഗവാനേ!...ആത്മാവിന്റെ ആക്രോശം കേട്ട് മഹേശ്വരൻ നടുങ്ങി. ദൈവത്തെ തള്ളിപ്പറഞ്ഞിരുന്ന മഹേശ്വരൻ മനുഷ്യനാണ് ദൈവം എന്നു വിശ്വസിക്കുകയും വിശ്വസിപ്പിക്കുകയും ചെയ്തിരുന്ന മഹേശ്വരൻ മഹാകാലത്തിന്റെ പ്രയാണത്തിലൂടെ ഒഴുകിയെത്തിയ വൈക്കോൽത്തുരുമ്പിൽ മുറുകെപ്പിടിച്ചുകൊണ്ട് മഹേശ്വരൻ കേണു—

“ദേവീ, എന്റെ സഹോദരന്മാരെ അവിവേകത്തിൽനിന്നു പിന്തിരിപ്പിക്കുക!”

ഒരു കൈകൊണ്ടു മഹേശ്വരനെ താങ്ങി കുഞ്ഞമ്പാടി പറഞ്ഞു:

“ദേവി ആരെയും രക്ഷിക്കുകയില്ല. പൊക്കൻ ഹെഡ്ഡിനെ രക്ഷിക്കാൻ ആരു വിചാരിച്ചാലും സാധിക്കുകയില്ല. ആപത്ത് അയാൾ വിലയ്ക്കുവാങ്ങി. അതിനു ജീവൻ വിലകൊടുക്കേണ്ടിവരും എന്നോർത്തിരിക്കില്ല. വിലകൊടുക്കാതെ എല്ലാം സ്വന്തമായി ശീലിച്ചവനല്ലൊ, അയാൾ. നിങ്ങളുടെ ദേവി ഇപ്പോൾ വില ആവശ്യപ്പെടുകയാണ്.

ദിക്കുകൾ പാഷാണം വർഷിക്കാൻ തുടങ്ങി.

“മഹേശ്വരേട്ടാ, മാറിനിൽക്കൂ.”

“ഇല്ല. ഞാൻ മാറിയാൽ അന്നിമിഷം അവർ ഇയാളെ കൊല്ലും!”

“കൊല്ലും!”

“മഹേശ്വരേട്ടാ...”

ഒരു ഗ്രാമീണൻ ആൽത്തറമേൽ ഒരഭ്യാസിയുടെ പാടവത്തോടെ ചാടിവീണു മഹേശ്വരനെ ഉറുപ്പടം പിടിച്ചു താഴോട്ടു പൊക്കിയെടുത്തുകൊണ്ടുപോയി.

ചുമലിലെ നനവ് ചോരയോ വിയർപ്പോ?

മഹേശ്വരൻ കണ്ണടച്ചു കാതോർത്തു. കാതിൽ കൊടുങ്കാറ്റിരമ്പി.

ചൂളംകുത്തി കല്ലുകൾ വാണങ്ങൾപോലെ പറന്നുപോകുന്നു.

ഇരുട്ടിന്റെ തുകിലുകൾ ബോധത്തിനുമീതെ പർദ നീർത്തുന്നു.

പൊക്കന്റെ ബീഭത്സമായ മുഖത്ത് ചോരപ്പൂക്കൾ പറ്റിനിൽക്കുന്നു.

കൊടിക്കാലുകൾ നിരന്തരം വാളുകളായി അയാളുടെ ശിരസിൽ പതിക്കുന്നു.

ചുണ്ടിലേക്കു വാർന്നുവീഴുന്ന ചോര കുടിച്ചു പൊക്കൻ അലറുന്നു:

"ഇന്നിവറ്റയെ ഞാനൊരു പാഠം പഠിപ്പിക്കും. ഓന് സ്വാതന്ത്ര്യം! കൊടുത്തുകളയാം. ഓന്റെ ഒടുക്കത്തെ സ്വാതന്ത്ര്യം!"

പൊക്കൻ ചെത്തിപ്പൂക്കളാൽ അഭിഷിക്തനാവുന്നു.

മഹേശ്വരൻ ബോധാബോധങ്ങളുടെ തീരങ്ങളിൽ മാറിമാറി മുട്ടിയുലഞ്ഞു. അയാൾ കണ്ണിറുക്കി പൂട്ടി. ചുമലിലാരംഭിച്ച നനവ് നെഞ്ചിലേക്കു പടരുന്നു....ഇരുട്ട്...മഞ്ഞവെളിച്ചം, ചുവന്ന വെളിച്ചം, വീണ്ടും ഇരുട്ട്. ചക്രം തിരിഞ്ഞുകൊണ്ടേയിരുന്നു.

"ഇവിടെയിരിക്കാം."

— അതെ ഇവിടെ.

"ഈ പീടിക വഴിവിട്ടാണ്."

"മുറിവ്."

ഉടുമുണ്ട് വലിച്ചുകീറുന്ന ശബ്ദം.

"സാരമില്ല. ചെറിയൊരു മുറിവാണ്."

"അകത്തെ ഉണക്കാനാവാത്ത മുറിവ് നിങ്ങൾ കാണുന്നില്ല, സഹോദരരേ!"

ചുമലിൽ ചുറ്റിവരിഞ്ഞ തുണിത്തുണ്ടിന്റെ തുമ്പ് കഴുത്തിലൂടെ ഇടം ചുമലിൽ ഉറപ്പിച്ച് അവർ പറഞ്ഞു:

"ഓടാം! ഇനി ഇവിടെ നിന്നൂടാ...അവരുടെ ശബ്ദം മലനിരകളിലെ കർഷകരുടേതായിരുന്നു. മഹേശ്വരന് അവരുടെ പേരറിഞ്ഞുകൂടാ. കുഞ്ഞമ്പാടി എവിടെ? കുഞ്ഞിക്കണ്ണനെവിടെ? ഈ വിജനമായ പീടികത്തിണ്ണയിൽ കിടന്നുകൊണ്ട് മഹേശ്വരാ, നീയെങ്ങനെ ഏറ്റടുത്ത ദൗത്യം പര്യവസാനിപ്പിക്കും? വാസ്തവത്തിൽ യുദ്ധം കഴിഞ്ഞിട്ടില്ല. തുടക്കം കുറിച്ചിട്ടേയുള്ളു. നാളെ ചക്രവാളങ്ങൾ ഗ്രാമങ്ങളുടെ ചടുലത്തീയിനാൽ വാടിക്കരിയും. പുക മൂടിയ ദിങ്മുഖങ്ങൾ ഗ്രാമീണരെ അസ്ത്രപ്രജ്ഞരാക്കും. ദിക്കുകളിൽനിന്ന് പെണ്ണുങ്ങളുടെ ആർത്തനാദങ്ങളും കുഞ്ഞുങ്ങളുടെ പേടിപൂണ്ട കരച്ചിലും ഉയരുന്നു. മഹേശ്വരൻ ആകെയൊരു കർണമാകുന്നു. ചെവിയിൽ വിരലൂന്നാൻ കൈയുയർത്തി വലതുചുമലിൽ ഇടിമിന്നുന്നു.

മഹേശ്വരൻ പ്രജ്ഞയറ്റ് തറയിലെ മണ്ണിലമർന്നു.

നാൽപ്പത്തിയഞ്ച്

ഇരുട്ടിന്റെ ലായങ്ങളിൽ ഭയത്തിന്റെ കുളമ്പൊച്ച. രാവിന്റെ ഒടുങ്ങാത്ത അസ്വസ്ഥത.

കുഞ്ഞമ്പാടി തന്റെ ചുമലിലേറ്റിയ ഭാരത്തെ ഓർത്തു. പൊലീസിന്റെ അടിയേറ്റു വീണ ഒരു സഹോദരന്റെ ശരീരം. അതിനു ജീവനുണ്ട്. ഉടലിന്റെ ചൂടു മാറീട്ടില്ല. വിയർത്തൊഴുകുന്ന തന്റെ ശരീരത്തിന്റെ ഒരു ഭാഗമായി അതു മാറിയിരിക്കുന്നു. ആരാണിത്? എളേരിപുനത്തിലെ ഒരു കൃഷിക്കാരനോ? കീഴൂരെയോ നിറയൂരെയോ ഒരു കൃഷിക്കാരനോ? പ്രസംഗം കേൾക്കാനെത്തിയ ഒരു കാളീശ്വരത്തുകാരനോ?

ഓട്ടത്തിനിടയിൽ ആദ്യം കാലിൽ തടഞ്ഞ ഒരു മനുഷ്യശരീരം വിറയ്ക്കുന്ന കൈകളാൽ തന്റെ കണങ്കാലുകളെ ചുറ്റിപ്പിടിച്ച മരണവെപ്രാളം. ചുമലിലെടുത്ത് ഓടുകയല്ലാതെ ഗതിയില്ലായിരുന്നു. അയാളുടെ ശരീരത്തിൽനിന്നു വാർന്നൊഴുകുന്ന ചുടുചോര ആദ്യം അമ്പാടിയെ വല്ലാത്തൊരു അസ്വസ്ഥതയിലേക്കു തള്ളി. ക്രമേണ ചോരപ്പശ ആറുകയും അവന്റെയും തന്റെയും ശരീരങ്ങൾ ജന്തുസഹജമായൊരു അടുപ്പത്താൽ ബന്ധിതമാവുകയും ചെയ്തു. കുഞ്ഞമ്പാടിയുടെ കഴുത്തിലൂടെ ചുറ്റിപ്പിടിച്ചിരുന്ന കൈ തന്നെ വല്ലാതെ ശ്വാസംമുട്ടിക്കുന്നു. അമ്പാടി കൈ മെല്ലെ അയച്ചു. കൂട്ടുകാരന്റെ ശ്വാസഗതി മുറിഞ്ഞുവീഴുന്നു.

അസ്തമയത്തോടടുക്കുന്ന ഒരു ചന്ദ്രക്കല വൻവൃക്ഷങ്ങളുടെ നിറുകയിൽ പ്രത്യക്ഷപ്പെട്ടു. താഴ്വരകളിൽനിന്ന് എത്തിനോക്കുന്ന വൃക്ഷങ്ങൾ. കാട്ടിൽ അസ്വസ്ഥതയോടെ കരയുന്ന കിളികൾ. മുടന്തിവീഴുന്ന കാട്ടാറിന്റെ തേങ്ങൽ.

പൊടുന്നനെ ചുമലിൽനിന്ന് ആർത്തിപെരുത്ത ഒരു ശബ്ദം. അതീവദുർബലം.

കുഞ്ഞമ്പാടിയിൽ ബോധമുണർന്നു. മുറിവേറ്റ മനുഷ്യന് ഒരു തുള്ളി വെള്ളം!

കുഞ്ഞമ്പാടി ചോലയുടെ വക്കത്തു നിന്നു. ചുമലിലെ ഭാരം കൂടുകയാണ്. നിറയൂരേക്ക് ഒഴുകിപ്പോവുന്ന കാട്ടാറ്. ഇപ്പോൾ ഇവളുടെ ഹൃദയത്തിൽ ഉപ്പിന്റെ കന്മഷമില്ല. പൊടുന്നനെ കുഞ്ഞമ്പാടിയുടെ ഉള്ളിൽ ഒരഗ്നിയായി ദാഹം പടർന്നുകയറി. ചുമലിൽ ചുറ്റിപ്പിടിച്ചിരുന്ന കൈ അനങ്ങുന്നു.

മുട്ടുകുനിച്ച് കൂട്ടുകാരനെ പാറപ്പുറത്തു താങ്ങിയിരുത്തി കുഞ്ഞമ്പാടി പിടിവിടാതെ പറഞ്ഞു:

"ഞാൻ വെള്ളമെടുത്തു തരാം."

കഴുത്തിലെ പിടി കൂടുതൽ മുറുകി.

അമ്പാടി കൈകളെ പതുക്കെ അടർത്തിമാറ്റി. കൂട്ടുകാരൻ പാറപ്പരപ്പിലേക്കു ചാഞ്ഞു.

കൂവയില പറിച്ചെടുത്തു. വെള്ളത്തിനു നല്ല തണുപ്പ്. പകലിന്റെ ചൂടു മറന്ന ജലം. കാട്ടുചോലയുടെ കരളിന്റെ തണുപ്പ്. കുഞ്ഞമ്പാടിയുടെ ഉടൽ കോരിത്തരിച്ചു.

മടക്കിക്കോട്ടിയ ഇലക്കുമ്പിളിലെ വെള്ളം കൂട്ടുകാരന്റെ മുഖത്ത് ഇറ്റിച്ചു.

നേർത്ത ഇരുട്ടിൽ ചുണ്ടുകളെ തപ്പിപ്പിടിച്ചു. വിരൽത്തുമ്പു കടത്തി വാ പിളർന്നു. ജീവിതത്തിന്റെ ആർത്തി മുഴുക്കെ തുടിച്ചുനിന്ന ശബ്ദത്തോടെ ഒരു കവിൾ വെള്ളം ഇറങ്ങിപ്പോയി. രണ്ടാമത്തെ കവിൾ കടവായിലൂടെ പുറത്തേക്കൊഴുകി. കുഞ്ഞമ്പാടി ഇരുട്ടിലേക്കു തുറിച്ചു നോക്കി. കുമ്പിൾ അവന്റെ കൈയിൽനിന്ന് ഉരസിയിറങ്ങി താഴെപ്പതിച്ചു.

ഒരു തണുത്ത കാറ്റ് കാടിന്റെ നെഞ്ചത്തലച്ചു പാഞ്ഞെത്തി. മരച്ചില്ലകൾ തലകുടഞ്ഞു. മങ്ങിയ വെളിച്ചത്തിൽ കാണപ്പെട്ട വിളർത്ത മുഖം. മുടിക്കാരൻ ചോയിയുടെ മകൻ കറുത്തമ്പു. അതികഠിനമായ തളർച്ചയോടെ കുഞ്ഞമ്പാടി മൃതശരീരത്തിനു മുമ്പിലിരുന്നു. തന്റെ ചുമലിൽ കിടന്ന് ജീവൻ വെടിഞ്ഞ കൂട്ടുകാരന്റെ മുഖം പല രൂപങ്ങളിൽ ഉള്ളിൽ മിന്നിമറഞ്ഞു. അക്കുഅമ്മയുടെ പൊന്മകൻ. ഏകമകൻ. ഏകമകൾ. അക്കു അമ്മയുടെ സമ്പൂർണജീവൻ. ചുടുകഞ്ഞി പകർന്ന കുഴിക്കിണ്ണവുമായി മകരമാസരാവുകളിൽ പുനം കൃഷിക്കാവലിനിരിക്കുന്ന മാടങ്ങളിലേക്കു തപ്പിത്തടഞ്ഞ് എത്താറുണ്ടായിരുന്ന അക്കുഅമ്മ.

"മോനെ നിയ്യ് കമ്പിളി എട്ത്തിറ്റില്ല്യെ?"

"ഉണ്ടല്ലോ അമ്മേ!"

"നീയും കുഞ്ഞമ്പാടീം കഞ്ഞി കുടിച്ചിറ്റ് വേറെ കാര്യം!"

"ഞാൻ ചോറ് തിന്നിറ്റാ വന്നത് അക്കമ്മെ!"

"അതുബേറെ! കഞ്ഞീം ചോറും ഒന്നല്ല. നീയ്യ് വെച്ചുണ്ടാക്ക്യ ചോറൊ, ഈ പൊടിയരിക്കഞ്ഞ്യൊ നല്ലതെന്നു കുടിച്ചുനോക്കീറ്റ് പറ!"

പന്തലിനും ചോടെ അടുപ്പിന്റെ ഓരത്തിരുന്നു തീകായുകയും ചൂടു കഞ്ഞി കുടിക്കുകയും ചെയ്യുമ്പോൾ അക്കുഅമ്മയുടെ മിഴികൾ സ്നേഹവാത്സല്യങ്ങൾ ജ്വലിക്കുന്ന രണ്ടു നക്ഷത്രങ്ങളായി, കൂട്ടുകാരായ ചെറുപ്പക്കാരെ അനുഗ്രഹിച്ചിരുന്നു.

"അക്കമ്മെ, നിങ്ങളുടെ കണ്ണുപോയി. ജീവിതം പോയി."

കറുത്തമ്പുവിന്റെ ദൃഢമായ അഴകുള്ള ശരീരം ജീവൻ വെടിഞ്ഞ ഒരു സ്വപ്നമായി മുമ്പിൽ കിടക്കുന്നു.

കുഞ്ഞമ്പാടി സ്വന്തം ശിരസിൽ ഇരുകൈകളാലും ആഞ്ഞിടിച്ചു. ദുഃഖത്തിന്റെ ചിറ തകർന്നു. പതുക്കെപ്പതുക്കെ നേരം പുലരാൻ കാത്തിരുന്നു.

പകൽവെളിച്ചത്തിനൊപ്പം ഭയത്തിന്റെ കാളസർപ്പങ്ങൾ ഒരു ജന്തുവാസനപോലെ അവനെത്തേടിയെത്തി.

ഓർത്തപ്പോൾ കിടിലംകൊണ്ടു.

കറുത്തമ്പു, എനിക്കു പോകണം. ഒളിക്കണം. ഞാനാരെയും

കൊന്നില്ല. പക്ഷേ, അനേകം പേർ മരിച്ചിരിക്കണം. ആരും ആരെയും കൊല്ലണമെന്നുദ്ദേശിക്കാതെ എങ്ങനെയാണ് മനുഷ്യൻ മരിച്ചുവീണത്! പൊക്കൻ ഹേഡിനെ കൊല്ലാൻപോലും ആരും മുൻകൂട്ടി തീരുമാനിച്ചതല്ലല്ലോ!

"പൊക്കൻ ഹേഡ് മരിച്ചോ? ഇല്ലേ?"

"ഇല്ല, മരിച്ചിട്ടുണ്ടാവില്ല."

"ഉവ്വ്; മരിച്ചിരിക്കും. ആയിരമായിരം കല്ലുകളിൽ ഒന്ന് അയാളുടെ എകർന്ന നെറ്റിയുടെ തുലാം തകർത്തിരിക്കും."

കറുത്തമ്പു, നിന്നെ മറവുചെയ്യാതെ ഞാൻ പോകുന്നു. അക്കു അമ്മയുടെ മടിയിലാണ് നീ ശാന്തനായി കിടക്കുന്നതെന്ന് സമാധാനിക്കുന്നു. ഈ ഭൂമി അക്കുഅമ്മയാണ്. ഈ ഭൂമി എല്ലാവരുടെയും അമ്മയാണ്. അമ്മയുടെ കണ്ണീര് തോരില്ല. എന്നാലും കാലം കണ്ണീരിന്റെ സ്ഥാനത്ത് പുഞ്ചിരി വിടർത്തും എന്നുതന്നെ ഞാൻ വിചാരിക്കുന്നു. ഒരു വേനലിന് ഒരു മഴ. ഒരു വരൾച്ചയ്ക്ക് ഒരു തെഴുപ്പ്.

ഒരിക്കൽക്കൂടി തിരിഞ്ഞുനോക്കി കുഞ്ഞമ്പാടി മലഞ്ചെരുവുകളിലേക്ക് ഊളിയിട്ടു. പുനംകൃഷിക്കണ്ടങ്ങൾ മഞ്ഞിൽ മരവിച്ചു കിടക്കുന്നു. മടിച്ചു മടിച്ചു ചില കൂരകളിൽനിന്നു പുക ഉയരുന്നു. കുടിലുകളുടെ നിശ്വാസങ്ങൾ പടർന്നുകയറി കോർത്തുപിടിച്ചു കദനത്തിന്റെ ഒരു കുടയായി താഴ്വരയെ പകൽവെളിച്ചത്തിൽനിന്നു തൽക്കാലത്തേക്ക് ആശ്വസിപ്പിക്കുന്നു.

കുഞ്ഞമ്പാടി, തന്റെ തോട്ടത്തിൽ, ആൾപ്പെരുമാറ്റമില്ലാത്ത ഒരിടത്തെത്തി. അയാൾ വിജനസ്ഥലിയിൽ ഒറ്റപ്പെട്ട ഒരു കൊച്ചു പ്രാണിയായി. പക്ഷേ, അഴലിന്റെ ആടകൾ എടുത്തണിഞ്ഞു മൂടിപ്പുതച്ചു കിടക്കാനിതല്ല, അവസരം—

ഗ്രാമങ്ങൾ പ്രാണവേദനയാൽ പുളയുന്ന ചിത്രം അവന്റെ മനോമുകുരത്തിൽ തെളിഞ്ഞു. നിറയൂരിന്റെ വയൽവരമ്പുകളിലൂടെ പേനായ്ക്കളെപ്പോലെ പാഞ്ഞുപോകുന്ന കാക്കിക്കുപ്പായക്കാർ പ്രതികാരത്തിന്റെ ചിന്നംവിളി ഉയർത്തുന്നത് അമ്പാടി കേൾക്കുന്നു. കീഴൂരിന്റെ ചതുപ്പുകളിൽ അനാഥശവങ്ങളായി വീഴുന്ന ഗ്രാമീണന്റെ ചിത്രം അവൻ കാണുന്നു. കാളീശ്വരം അങ്ങാടിയിലൂടെ ഇരമ്പിപ്പായുന്ന ഇടിവണ്ടികളിൽ യുവാക്കളുടെ അസ്ഥികൾ കരിമ്പുപോലെ നുറുങ്ങുന്നു. ഭൂമി പിളർന്ന് ഒരായിരം അമ്മമ്മാർ, പെങ്ങന്മാർ കരയുന്ന ശബ്ദം പുറത്തു വരുന്നു. ദുഃഖത്തിന്റെ, ഭയത്തിന്റെ ലാവാപ്രവാഹത്തിൽ കുന്നും താഴ്വരയും മുടുന്നു. മനുഷ്യനും മൃഗവും അസ്ത്രപ്രാണരാകുന്നു. പ്രതിരോധത്തിന്റെ ചിറകൾ തകരുന്ന ശബ്ദം കേട്ടു കുഞ്ഞമ്പാടിയുടെ അകത്തളം ഞെട്ടി.

പറിച്ചെടുത്ത മരക്കിഴങ്ങിന്റെ തുണ്ടിൽ തുറിച്ചുനോക്കി, കുഞ്ഞമ്പാടി മലഞ്ചെരിവിൽ പാറയുടെ നിഴലിൽ ഇരുന്നു. പാറക്കെട്ടിനു ചൂടുപിടിച്ചു തുടങ്ങിയിരുന്നു.

കുഞ്ഞമ്പാടി പട്ടിണിയാൽ തളർന്നിരുന്നു. നീണ്ട നഖംകൊണ്ടു മരക്കിഴങ്ങിന്റെ തൊലിപ്പുറത്തെ മണ്ണ് ചുരണ്ടിക്കളഞ്ഞപ്പോൾ അകത്തെ അസ്ഥി തെളിയുന്നു.

ഒരു ഞെട്ടലോടെ പാതി തൊലികളഞ്ഞ കിഴങ്ങ് ചോലയുടെ ഒഴുക്കിലേക്കു വലിച്ചെറിഞ്ഞു. കുഞ്ഞമ്പാടി മലർന്നുകിടന്ന് ആലോചിച്ചു:

"ഈ കിടപ്പിന് അർഥമില്ല, ഭയവിഹ്വലരായ ഗ്രാമീണരെ ശാന്തരാക്കണം. അവരെ കണ്ടങ്ങളിലേക്കും തോട്ടങ്ങളിലേക്കും തിരിച്ചു കൊണ്ടുവരണം, വനഭൂമികളിൽ കാട്ടുജന്തുക്കൾ പതിയിരിക്കുന്നു. ദീർഘകാലത്തെ നിതാന്തമായ അധ്വാനത്തിന്റെ ഫലം പാഴായിക്കൂടാ.

ഒരുപറ്റം ബൂട്ടുകൾ മലമുളകിലൂടെ കുളമ്പടിച്ചു പോകുന്നത് കുഞ്ഞമ്പാടി കേട്ടു. പക്ഷേ, തനിക്കെവിടെ പോകാനുണ്ട്? പൊലീസിനു പിടികൊടുത്താൽ കുഞ്ഞാട്ടന്റെകൂടെ ജയിലിൽ ചെന്നു കിടക്കാം. പക്ഷേ, അടിയും ഇടിയും ഏറ്റ് എല്ലൊടിഞ്ഞു ചതഞ്ഞരഞ്ഞ അവയവങ്ങളുമായി പരാശ്രയത്തോടെ ജയിലറയിൽ കിടക്കാൻ ഈ കുഞ്ഞമ്പാടിക്ക് ആഗ്രഹമില്ല. മരണമാണു ഭേദം. ഇല്ല. മരണം ഭീരുത്വമാണ്. ജീവിതമാണ് അഭിമാനം. അഭിമാനത്തിനു ക്ഷതമേൽക്കാതെ ഇനിയുള്ള കാലം ജീവിക്കാനൊക്കുമോ?

കുഞ്ഞമ്പാടി പതുങ്ങിപ്പതുങ്ങി, ആൾപ്പാർപ്പില്ലാതായ തന്റെ പഴയ കടയിലേക്ക് ഇഴഞ്ഞുകയറി. വിശാലമായ തോപ്പിൽ മരച്ചില്ലകളും തന്റെ പഴയ വള്ളികളും തലയാട്ടി കുശലം ചോദിക്കുന്നു. അവ പരിഭവത്തോടെ മുഖംതിരിക്കുന്നു.

കുഞ്ഞമ്പാടിയുടെ ഭാര്യ വീട്ടിലുണ്ടായിരുന്നില്ല. അമ്മയുടെ നിർബന്ധപ്രകാരം കല്യാണം കഴിച്ചുകൊണ്ടുവന്ന കുഞ്ഞിമാക്കം നാലുമാസമാണ് തന്റെ ദാമ്പത്യത്തിൽ പങ്കാളിയായത്. തുലാത്തിൽ വിത്തുവാളുമ്പോൾ കുഞ്ഞിമാക്കം ഇവിടെവന്നു. പത്താമത്തെ വയസിലാണ് കുഞ്ഞിമാക്കത്തിനു പുടവകൊടുത്തത്. ഏഴുകൊല്ലം അവൾ തന്റെ അമ്മയുടെ കൂടെ നിറയൂരിൽ താമസിച്ചു. അവൾ തിരണ്ടപ്പോൾ അമ്മ പറഞ്ഞു:

"മോനെ, മാക്കം പുനത്തിലേക്കു പോന്നോട്ടെ!"

"എന്തിനാ!"

"ആടെ, കുടീല് അടിക്കാനും തളിക്കാനും കളം മെഴുകാനും കഞ്ഞിവെക്കാനും ആളുവേണ്ടേ?"

"അതിന് കൂലികൊടുത്താ ആളെക്കിട്ടും!"

"എടാ മോനേ, എന്നെ പടിപ്പിച്ചിറ്റ് നെനക്ക് പൂതി തീർന്നില്ലേ?"

"ഞാനമ്മയെ എന്തോന്നാ പഠിപ്പിക്കുന്നത്?"

"മങ്ങലം വേണ്ടാന്നിച്ച്റ്റ് നടക്കുമ്പം പൊറുതികെടുത്തി പൊടവ കൊടുപ്പിച്ചിറ്റല്ലെ, അനക്കെന്നോട് പെണക്കം?"

"എന്റെ ശപഥം ഞാൻ നിറവേറ്റും."

"എടാ, രാജ്യത്തിന് സ്വാതന്ത്ര്യം കിട്ടീറ്റ് മംഗലം കയിക്കാന്ന്വച്ചാ നാട്ടില് ആള് ശേഷിക്ക്വൊ? എന്നിറ്റ് എത്രാള്ണ്ട് അന്നെപ്പോലെ മങ്ങലം കയിക്കാണ്ട നടക്ക്ണ്?"

ഒരു തുലാമാസസന്ധ്യയിൽ, കാറ്റും കോളും ഒന്നടങ്ങിയ നേരത്ത്, പെയ്യാനൊരുക്കം കൂട്ടുന്ന കാർമേഘങ്ങളുടെ കുടചൂടി, പേടിച്ചരണ്ട കുഞ്ഞിമാക്കം അമ്മയുടെ നിഴൽപറ്റി പുനത്തിലെ കുടിലിൽ വന്നുകയറി. ഒരു അപരാധിനിയുടെ മട്ടിൽ അവൾ തലകുനിച്ചു നിന്നു. അന്നു രാത്രി അവൾ അമ്മയുടെ അകിട്ടിൽ പറ്റിക്കൂടി. പിറ്റേന്നു മഞ്ഞുവീഴുന്ന പുലർകാലത്ത് തോർത്തുമുണ്ട് തലയിൽ ചുറ്റിക്കെട്ടി അവൾ മുറ്റമടിക്കുന്നതു കണ്ടാണ് കുഞ്ഞമ്പാടി കണ്ണു തുറന്നത്.

ചൂലുപിടിച്ചു ധൃതിയിൽ അപ്പുറത്തേക്കു നടന്നു മറയുമ്പോൾ കുഞ്ഞമ്പാടി വിളിച്ചു:

"പെണ്ണേ!"

അവൾ ഞെട്ടി, ചൂൽ കൈയിൽനിന്നു താഴെവീണു.

"ചരലിൽ ചൂലിട്ട് നിയ്യെന്റെ ഒറക്കം കെടുത്തിലേ?"

"മുറ്റം ചളിമെഴുകിയാൽ ചരലൊച്ച ഇല്ലാണ്ടാവും!"

അവൾ പതുക്കെപ്പറഞ്ഞു.

"ഒരു പച്ചീർക്കില എടുത്തുതാ!"

ഒരു പുഞ്ചിരിയോടെ ഉമ്മറത്തെത്തിയ അമ്മ പറഞ്ഞു:

"എനക്കു പോണം. കഞ്ഞി കുടിച്ചിറ്റ് ചോയിയെ വിളിച്ചോണ്ടു വാ."

"അമ്മയ്ക്കെന്താ ധൃതി?"

"നെറയൂരെ കാര്യം നെനക്കറിഞ്ഞൂടെ? ആരാ ഒരുനേരത്തെ കഞ്ഞിക്ക് ഏതുനേരത്താ കേറിവര്ണതെന്ന് ആർക്കറിയാ? രുധിരമനയ്ക്കലെ തിരുമേനി...അവർ ശബ്ദം നന്നെ താഴ്ത്തി.

"പിന്നേംണ്ട് ചെലർ. പട്ടിണി കെടന്ന് പെടയുമ്പഴ് ആരാ കേറി വര്വാന്നറിഞ്ഞൂടാ. എന്നാ മോനെ ഇതിനൊരവസാനം?"

ശാന്തമായിരുന്ന ഗ്രാമീണജീവിതത്തെ അസ്വസ്ഥതയുടെ, നീരാളിപിടികൂടിയിട്ട് മാസങ്ങളെത്ര! വർഷങ്ങളെത്ര! ഒരു രാത്രിയെങ്കിലും നിശ്ചിന്തയായി കിടന്നുറങ്ങാൻ കൊതിക്കുന്ന അമ്മയുടെ കൺതടങ്ങളിലെ കറുപ്പ് അവൻ കണ്ടു.

അവർ കുറേക്കൂടി അടുത്തു ചേർന്നുനിന്നു.

"എടാ പെങ്കുട്ടികൾക്ക് മനഃസമാധാനത്തോടെ കെടന്നുറങ്ങാൻ പാങ്ങില്ലാണ്ടായി. കുഞ്ഞിമാക്കം ഇനി ഈടെ നിക്കട്ടെ!"

ഒരു പൂവിടരുന്ന ലാഘവത്തോടെ പുനത്തിൽ ജീവിതം വിടർന്നു വരുന്നതും തന്നെ നോക്കി പുഞ്ചിരി തൂകുന്നതും കുഞ്ഞമ്പാടി കണ്ടു.

പുനത്തിൽനിന്നു കുടിലിലേക്കുള്ള ദൂരം കുറഞ്ഞു.

അന്നു രാത്രി, യുവാവായ കുഞ്ഞമ്പാടി ഉറക്കം വരാതെ ഉമ്മറത്തെ പത്തായപ്പുറത്തു തിരിഞ്ഞും മറിഞ്ഞും കിടന്നു.

ഉമ്മറത്തെ ചുമരിൽ ചന്ദ്രികയിൽ പുഞ്ചിരിക്കുന്ന ഗാന്ധിജിയുടെ പടം നോക്കി അവൻ പറഞ്ഞു:

"മഹാത്മാവെ, എന്റെ പ്രതിജ്ഞ ഞാൻ മറന്നിറ്റ്ല്യ. വെള്ളക്കാരൻ ഇവിടന്നു കപ്പൽകയറിയാലെ ഞാനെന്റെ ദാമ്പത്യം തുടങ്ങുകയുള്ളൂ."

"അപ്പോൾ കുഞ്ഞിമാക്കമോ?" അകത്തിരുന്ന് ആരോ ചോദിക്കുന്നു.

"കുഞ്ഞിമാക്കം...കുഞ്ഞിമാക്കം..."

ഒരാഴ്ചത്തെ പുനംകാവലിന്റെ മഞ്ഞുനിറഞ്ഞ രാവുകൾ ഒരു പനിയുടെ രൂപംകൈക്കൊള്ളുന്നത് കുഞ്ഞമ്പാടി അറിഞ്ഞു. തൊണ്ടവരളുന്നു. കിണ്ടിയിലെ വെള്ളത്തിന് സഹിച്ചുകൂടാത്ത തണുപ്പ്. പെരുവിരലിൽനിന്നാരംഭിച്ച ഒരു വിറയലിൽ പുഞ്ചിരിതൂകുന്ന മഹാത്മാവിന്റെ മുഖവും കുഞ്ഞിമാക്കത്തിന്റെ പേടിച്ചരണ്ട രൂപവും ചിന്നിച്ചിതറി.

ഒരേസമയത്ത് ഇടത്തോട്ടും വലത്തോട്ടും കറങ്ങുന്ന ഒരു കൂറ്റൻ കടകോലിന്റെ തുമ്പത്ത് താൻ ഞാന്നുകിടക്കുകയാണെന്ന് കുഞ്ഞമ്പാടിക്കു തോന്നി. ഇതാ എന്റെ പിടുത്തം വിടുന്നു. അഗാധമായ അന്ധകൂപത്തിലേക്ക്.

ഹം...മ്മേ!

മെല്ലെമെല്ലെ നെറ്റിയിൽ തടവുന്ന പൂവിതളുകളുടെ സ്നിഗ്ധത. തണുപ്പിന്റെ തീരങ്ങളെ ചുംബിക്കുന്ന ഇളംചൂടുള്ള തിരകൾ.

"എന്താ പേടിച്ചു നെലോളിച്ചത്? പനിക്ക്ണല്ലോ ഭഗവതീ!"

ഇളംചൂടുള്ള കുരുമുളകുകാപ്പി മെല്ലെമെല്ലെ ഒരാശ്വാസമായി ചുണ്ടുകൾക്കിടയിലൂടെ നനഞ്ഞു പടർന്നു. തൊണ്ടവരൾച്ച വഴിമാറുന്നു.

"അ...മ്മേ!"

"അമ്മയല്ല!" ദുഃഖനിർഭരമായ ഒരു സ്വരം.

"............"

"ഞാനാണ് കുഞ്ഞിമാക്കം!"

"നീയെന്തിനാ പോന്നത്?"

ഒരു വിക്കിക്കരച്ചിൽ അകന്നുപോകുന്ന കാലടികൾ...

എത്ര ദിവസം കിടന്നു എന്നറിഞ്ഞുകൂടാ. ചോയിയും വെളുത്തമ്പുവും മാറിമാറി വന്നു നോക്കിയിരിക്കണം. പുനത്തിൽ ഒരുനാൾ പന്നിയിറങ്ങിയ കഥ കുഞ്ഞിമാക്കം പറഞ്ഞു.

പനിയിറങ്ങിയ ശരീരത്തെ ആവി പിടിപ്പിച്ച് അലക്കിയ തുണി കൊണ്ടുടുപ്പിച്ച് കുഞ്ഞിമാക്കം നിവർന്നുനിന്നപ്പോൾ കുഞ്ഞമ്പാടി കണ്ണു തുറന്നു.

"അവിടെ നിൽക്ക്!"

ചൂടുവെള്ളവും തുണിയും താഴെവച്ച് അവൾ കട്ടിലിനടുത്തു വന്നു നിന്നു.

"കുഞ്ഞിമാക്കം!"

"ഓ!"

"ഞാനൊരു കടുപ്പക്കാരനെന്നു നിരീച്ചോ നീ?"

"ഇ...ല്യ" അവളുടെ മെലിഞ്ഞ വിരലുകൾ അവന്റെ നെഞ്ചിലൂടെ ഉഴറി നടന്നു.

"എന്റെ പൊന്നേ. ഞാനൊറ്റയ്ക്കു വിചാരിച്ചാ നമ്മുടെ നാട്ടിന് സ്വാതന്ത്ര്യം കിട്ടൂല!"

അവൾ മൗനം പാലിച്ചു.

"നോക്കൂ, ഗാന്ധീരെ കൂടെ എപ്പോഴും കസ്തൂർബായിയും ഉണ്ടായിരുന്നു!"

കൂടുകിട്ടിയ ഒരു കിളിയുടെ ചാരിതാർഥ്യത്തോടെ അവൾ അവന്റെ മാറിടത്തിൽ പറ്റിച്ചേർന്നു.

കുഞ്ഞമ്പാടിയുടെ നടത്തത്തിനു വേഗതകൂടി.

പടി അടച്ചുകെട്ടിയിരിക്കുന്നതു കണ്ട് അവൻ അമ്പരന്നു. കയറിന്റെ കെട്ടഴിച്ച് അമ്പാടി ഒരു കുതിപ്പിനു മുറ്റത്തെത്തി.

ഉമ്മറത്തിണ്ടിൽ നിറഞ്ഞു ശാന്തമായ തണ്ണീർക്കിണ്ടിയുടെ മുഖം. അടഞ്ഞുകിടക്കുന്ന പൂമുഖവാതിൽ.

കുഞ്ഞമ്പാടി തരിച്ചുനിന്നു.

"മോനെ..."

പടികയറിവരുന്ന മുടിക്കാരൻ ചോയി! കരുവാളിച്ച മുഖം.

കുഞ്ഞമ്പാടിയുടെ മനസിൽ ഇടിവെട്ടി.

"പെണ്ണുങ്ങളെയെല്ലാം ഓരോ ദിക്കിലേക്ക് പറഞ്ഞയച്ചു. പൊലീസിന്റെ നായാട്ടായിരുന്നു ഇന്നു മുഴ്വോനും!"

അത് കുഞ്ഞമ്പാടി കേട്ടില്ല.

കടപുഴകുന്ന ഒരു വൃക്ഷംപോലെ കുഞ്ഞമ്പാടി ചാഞ്ഞു ചാഞ്ഞ് ഭിത്തിയുടെ ഓരത്ത് തങ്ങിനിന്നു.

"മോനേ!"

– കാർന്നോരേ, കറുത്തമ്പൂ...

നാൽപ്പത്തിയാറ്

മുമ്പിൽ ഇലക്കൂട്ടം തലകുനിച്ചു നിൽക്കുന്നു. കുഞ്ഞമ്പാടി ഇരുട്ടിലേക്കു തുറിച്ചുനോക്കി. രാഘവൻ ഒരു പാറയുടെ പൊത്തിൽ പതിഞ്ഞു കിടപ്പുണ്ട്.

"രാഘവാ, സർപ്പങ്ങൾ!"

രാഘവൻ പതിയെ ചിരിച്ചു!

"അവ പൊലീസുകാരെക്കാളും ജന്മികിങ്കന്മാരെക്കാളും വിഷമുള്ള വയല്ലല്ലൊ!" രാഘവന്റെ സ്വരത്തിൽ പരിഹാസത്തിന്റെ ചുവ.

അയാൾ ആലോചിക്കയായിരുന്നു, "ഈ വിപ്ലവം അവസാനം ഒരു കോമഡി ആയി മാറ്റാനുള്ള ശ്രമത്തെപ്പറ്റി!"

ഗാന്ധിജിയാണ് പറയുന്നത്. "നിങ്ങൾ അവരെ, വെള്ളക്കാരെ യുദ്ധ

ത്തിൽ സഹായിക്കുക. ആദ്യം അവർ ജയിക്കട്ടെ! സമ്മാനം നിങ്ങൾക്കുള്ളതാണ്. സ്വാതന്ത്ര്യത്തിന്റെ മധുരപലഹാരം. അതു വിതരണം ചെയ്യാൻ അവർ മാഹായുദ്ധത്തിൽ വിജയശ്രീലാളിതരായി തിരിച്ചെത്തട്ടെ!"

രാഘവനു വിശ്വസിക്കാൻ കഴിഞ്ഞില്ല. മഹാത്മാവ് അതു പറയുകയില്ല. പറയിച്ചതാണ്. അദ്ദേഹത്തിന്റെ പുറകിൽ അസുരന്മാരുടെ ഒരു നിരയുണ്ട്. യുദ്ധാവശ്യങ്ങൾ കരിഞ്ചന്തയിൽ നിറവേറ്റപ്പെടണം. ചെറുപ്പക്കാരെ കുരുതികൊടുക്കാൻ കിട്ടണം.

പുത്തൻ മുതലാളിമാർക്ക് യുദ്ധം ഉത്സവമാണ്. അവർ ആർഭാടത്തിന്റെ അമിട്ടുപൊട്ടിച്ചു നിർധനരും നിരാലംബരുമായ ഗ്രാമീണരുടെ നയനങ്ങളിൽ വിസ്മയം നിറയ്ക്കുന്നു. അരിയില്ലെങ്കിലെന്ത്, കാസർട്ട് ഇല്ലെങ്കിലെന്ത്?

"എനിക്കു വിശ്വസിക്കാൻ കഴിയുന്നില്ല!" രാഘവൻ മന്ത്രിക്കുന്നു.

തന്റെ കുടിലിന്റെ ഉമ്മറത്ത് ഇരുട്ടിനെ നോക്കി പുഞ്ചിരിക്കുന്ന മഹാത്മാവിന്റെ നിഷ്കളങ്കമായ ചിരി ഒരു സത്യമാണെന്ന് അമ്പാടിക്കറിയാം. ആ ചിരി മാഞ്ഞുപോകുമെന്ന് അവൻ ഭയപ്പെട്ടു. ഗ്രാമീണരുടെ അദമ്യമായ കർമ്മശേഷിയെ അദ്ദേഹം ഭയപ്പെടുന്നു. മെല്ലെമെല്ലെ പുറകിൽ നടന്നുവരുന്നവരെ ഇരുകൈകളും നീട്ടിവിടർത്തി അവരുടെ പുരോയാനത്തെ തടഞ്ഞുകൊണ്ടാണ് അദ്ദേഹം നടക്കുന്നത്. ഇതൊരു നൂൽപ്പാലമാണ്. സ്വർണനൂലാണെങ്കിലും ഏതു നിമിഷവും പൊട്ടും. നിങ്ങൾ കൂട്ടത്തോടെ കയറിവന്ന് ഈ പാലത്തിന്റെ സുരക്ഷ നഷ്ടപ്പെടുത്താതിരിക്കുക.

"മഹാത്മാവ് എന്തുകൊണ്ടാണ് ജനത്തെ ഭയപ്പെടുന്നത്?" കുഞ്ഞമ്പാടി ചോദിച്ചു.

"ജനം ചപലമനസാണ്. അപക്വമാണ് ജനങ്ങളുടെ വിവേകം."

"പക്ഷേ, രാഘവാ ഒരു തീയിൽ പലകുറി തണുത്ത വെള്ളം തളിച്ചാൽ അവസാനം ഒരു തീത്തരിയും അവശേഷിക്കാതാവും. നാമെല്ലാം കരിക്കട്ടകളാകും!" അവന്റെ സ്വരത്തിൽ അപൂർവമായ നിരാശ നിറഞ്ഞിരിക്കുന്നത് രാഘവനെ അസ്വസ്ഥനാക്കി. അയാൾ ശിലാതളിമത്തിന്റെ രഹസ്യസങ്കേതത്തിൽനിന്ന് കാട്ടിലേക്കിറങ്ങി വന്നു.

ദീർഘനേരം അവർ നിശ്ശബ്ദരായിരുന്നു.

അപകടകരമായ ഒരു സ്ഥലമാണ് ഇതെന്നറിയാം. പൊലീസുകാരും മോഷണക്കാരും തെമ്മാടികളും നിരന്തരം കൊള്ളചെയ്യുന്ന, ബലാത്സംഗം ചെയ്യുന്ന, നിറയൂരിന്റെ ഞെരക്കങ്ങളും നിലവിളികളും അവർക്കിവിടെയിരുന്നു കേൾക്കാം. എളേരിത്തട്ടിലെ കൃഷിഭൂമി ഉപേക്ഷിച്ചുപോന്ന വയക്കോടൻ ചന്തു അവരുടെ കൂട്ടത്തിലുണ്ട്. തളർന്നവശനായി പുൽപ്പരപ്പിൽ പതിഞ്ഞു കിടപ്പാണ് മലമുകളിൽ.

ഒരു മുയലിനെപ്പോലെ ചന്തു മലയിറങ്ങി വന്നു. കാട്ടിലെ വിഷജന്തുക്കളെ അവർ ഭയപ്പെടാതായിരുന്നു. ഞെക്കുവിളക്ക് അവർ

ഉപേക്ഷിച്ചു. പൊറുതിമുട്ടിയപ്പോൾ ചന്തു തന്റെ ബീഡി കത്തിക്കാനൊരു ശ്രമം നടത്തി. രാഘവൻ താക്കീതു ചെയ്തു:

"മൂന്നാളേം ഒന്നിച്ചു കൊലയ്ക്കുകൊടുക്കണോ?"

അപ്പോൾ മരിക്കാൻ ചന്തുവിനാഗ്രഹമില്ല. അവന്റെ ഭാര്യയും കുഞ്ഞും നിറയൂരുണ്ട്. ഭാര്യയുടെ പ്രസവം കഴിഞ്ഞിട്ട് ഇരുപത്തെട്ടു തികഞ്ഞില്ല. അവന്റെ വൃദ്ധമാതാപിതാക്കൾ നിറയൂരുണ്ട്. അടുത്ത വിള യിറക്കാനുള്ള വിത്ത് അറയിലുണ്ട്. ജീവൻ പോയാലും അച്ഛൻ വിത്തെ ടുത്ത് ഉണ്ണുകയില്ല.

അച്ഛനോട് എളേരിത്തട്ടിലേക്കു പോകാൻ പറഞ്ഞു. കൂട്ടാക്കിയില്ല "ഞാനിവിടെ കിടന്നു ചത്തോളാം!"

എളേരിയിലെ മലമണ്ണിൽ അച്ഛന്റെ വൃദ്ധവേരുകൾ പച്ചപിടിക്കുക യില്ല.

ഗ്രാമത്തിൽ മിന്നാമിനുങ്ങുപോലും പറക്കില്ല. കണ്ണീർപ്പാടുപുരണ്ട ഒരു ചന്ദ്രക്കല നിറയൂർപുഴയുടെ നെഞ്ചിൽ മുങ്ങിത്താഴുന്നത് ഉയർന്ന പാറയുടെ ശിഖരത്തിലിരുന്ന് അവർ കണ്ടു. വൻവൃക്ഷങ്ങളുടെ കീഴെ അവർ ശിലപോലെ ഇരുന്നു.

പൊടുന്നനെ അവരുടെ മുമ്പിൽ ഒരു പ്രകാശഗോളം ആകാശത്തേ ക്കുയരുന്നു. ഗ്രാമീണർ അലമുറകൊള്ളുന്നു. അവർ ചാടിയെണീറ്റു .

ദുഷ്ടന്മാർ ഒരു കുടിൽകൂടി കത്തിക്കുകയാണ്.

ചന്തു രണ്ടാമതൊന്നു ചിന്തിക്കാതെ പാറകൾ ചാടി മുൾക്കാടുകൾ മറികടന്ന് പുഴക്കരയിലേക്കു കുതിച്ചു.

രാഘവനും കുഞ്ഞമ്പാടിയും പുറകെ കുതിച്ചു. പുഴയിലെ കൊഴുത്ത വെള്ളം അവരെ തടഞ്ഞുനിർത്തി. ഇവിടെ കടത്തില്ല. അക്ക രയിക്കരെ ബന്ധിക്കുന്ന ഒന്നുമില്ല. ഈ ഇരുണ്ട ആകാശമല്ലാതെ. ആകാ ശത്തിന്റെ കവിൾ കലങ്ങിയിരിക്കുന്നു. നീരൊഴുക്ക് ഭയാക്രാന്തമായി ചടുലശ്വാസം വലിച്ചുകൊണ്ടുനിന്നു. അലകൾ തീരത്തെ പൊത്തിപ്പി ടിച്ച് ചിണുങ്ങുന്നു.

വയക്കോടൻ ചന്തു ജലരാശിയിലേക്ക് എടുത്തുചാടി. ചാടാനോ ങ്ങിയ കുഞ്ഞമ്പാടിയെ രാഘവൻ തടുത്തു.

"മുങ്ങിച്ചത്താൽ പുണ്യം കിട്ടുമോ? ഇപ്പോൾ നീ ജീവിക്കുന്നത് നിന്റെ സ്വന്തം ഇച്ഛയ്ക്കൊത്ത് അല്ലെന്നറിയില്ലേ? നിനക്ക് ചിലരോടു സമാധാനം പറയേണ്ടതുണ്ട്."

അവർ വീർപ്പടക്കി നോക്കിനിന്നു.

എളേരിത്തട്ടിന്റെ പാറപ്പിളർപ്പുകളിലൂടെ കുതിച്ചൊഴുകുന്ന മല ഞ്ചോലകളെ വയക്കോടൻ ചന്തു വെല്ലുവിളിക്കുന്നത് കുഞ്ഞമ്പാടി കണ്ടിട്ടുണ്ട്.

ഈ ശക്തികുറഞ്ഞ ഒഴുക്ക് ചന്തുവിന് ഒന്നുമല്ല. പക്ഷേ, അവരെല്ലാം ഭക്ഷണം കണ്ടിട്ട് രണ്ടു പകലുകളും ഒരു രാവും കഴിഞ്ഞിരുന്നു. ഒരു കിഴി അവിലും ഒരു കൊട്ടത്തേങ്ങയും ചോലവെള്ളവുമായിരുന്നു ഒരാ

ഴ്ചയായി അവരുടെ ഭക്ഷണം. അതു കഴിഞ്ഞിട്ട് രണ്ടു ദിവസം. സ്വതവേ നിറച്ചുണ്ണുന്നവനാണ് ചന്തു. അഞ്ചുപൊതി നെല്ല് ഒന്നിച്ചു ചുമക്കുന്ന വൻ. ചന്തുവിന്റെ ശരീരദാർഢ്യം ശിഥിലമായിരുന്നു.

കുഞ്ഞമ്പാടി പറഞ്ഞു:

"ഞാനൊന്നിറങ്ങി നോക്കട്ടെ."

"വേണ്ട. അതാ അവൻ കരയ്ക്കു കയറി."

അക്കരെ ഒരു കരയിലപോലെ ചന്തു പാറിപ്പോകുന്നു. കത്തുന്ന കുടിലും ചുറ്റും നിലവിളിച്ചു മാറത്തലയ്ക്കുന്ന ഗ്രാമീണർ. പൊടുന്നനെ ആൾക്കൂട്ടം പുഴയോരം ലക്ഷ്യമാക്കി കുതിക്കുന്നു. ഒരു കടലിരമ്പുന്നു.

രാഘവൻ കണ്ണു ചിമ്മിത്തുറന്നു.

"അതെന്താണ്!" രാഘവൻ നേരിയ ഭയത്തോടെ ചോദിച്ചു.

"അമ്പാടീ!"

ആർത്തിരമ്പിവരുന്ന ഒരു മഴക്കാറ്.

"ഒരു കന്നൽക്കൂടിന് തീപ്പറ്റി!" കുഞ്ഞമ്പാടി കൈകൊട്ടിച്ചിരിച്ചു. പൊലീസുകാരാണ് ഓടുന്നത്! കടന്നലിളകിയാൽ എന്തുചെയ്യണമെന്ന് ഗ്രാമീണർക്കറിയാം. അവർ മനയ്ക്കലെ കുളത്തിൽ മുങ്ങാംകുഴിയിട്ട് രക്ഷനേടും!

പൊലീസുകാരുടെ ശാപവചനങ്ങൾ അവർ ഇക്കരെ കാട്ടിലിരുന്നു കേട്ടു.

"രാഘവാ, നീന്താനറിയുന്നവരുണ്ടാകും!" ക്ഷുദ്രകീടങ്ങളുടെ അവിചാരിതമായ ആക്രമണത്താൽ ഭയചകിതരായ കാക്കിക്കുപ്പായക്കാർ പരക്കം പായുന്നതു കണ്ട് കുഞ്ഞമ്പാടി ഉറക്കെ ചിരിച്ചു.

"എന്താണ് ഇത്ര വലിയ രസം?"

ഒരു വലിയ വടം കുഞ്ഞമ്പാടിയുടെ ചുമലിൽ കുടുങ്ങി.

"എവിടെ നിന്റെ കൂട്ടുകാരൻ?"

കുഞ്ഞമ്പാടി ചൂണ്ടിക്കാണിച്ചു.

"അതാ?"

നദീജലത്തിൽ ഉയരുകയും ഉടനടി താഴുകയും ചെയ്യുന്ന ശിരസുകൾ.

"അതെന്താ രാത്രി ഒരു കുളി?"

"ഗ്രാമീണർ ബലിയിടാൻ കുളിക്കുകയാണ്."

കുഞ്ഞമ്പാടി പറഞ്ഞു.

പൊലീസുകാരൻ കുഞ്ഞമ്പാടിയെ തെറികൊണ്ട് അഭിഷേകം ചെയ്തു.

നനഞ്ഞുകുതിർന്ന കാക്കിവേഷവുമായി മലകയറി വന്ന കൂട്ടുകാരെ കണ്ട് പൊലീസുകാർ ക്രുദ്ധരായി.

"നിങ്ങൾ അർധരാത്രിക്ക് കുളിക്കാൻ പോയോ?"

അവർ കടന്നൽക്കൂട്ടത്തിന്റെ ആക്രമണവൃത്താന്തം അറിയിച്ചു.

"കടന്നലാവില്ല. നിറയൂരെ മന്ത്രവാദിയുടെ വേലയായിരിക്കും!"

"മണ്ടന്മാരെ, നിങ്ങൾ ഒളിച്ചോടിയല്ലോ!"

അപ്പോൾ ചിലർ ഉക്കാരൻഗുരുക്കളെക്കുറിച്ചു സംസാരിക്കാൻ തുടങ്ങി.

അത് ഉക്കാരൻഗുരുക്കളുടെ വേല ആയിരിക്കും എന്നു പൊലീസുകാർ തീരുമാനിച്ചു.

"എവിടെയാണ് ഗുരുക്കളുടെ കളരി?"

"അരയാക്കടവിനുമീതെ വടക്കേ കുന്നിന്റെ മടിയിൽ!" കുഞ്ഞമ്പാടി പറഞ്ഞു.

"ഗുരുക്കളോട് കളിക്കേണ്ട!"

"അവനാണ് ആൾമാറാട്ടക്കാരൻ. അവനാണ് നിങ്ങളുടെ ഗുരു!"

കുഞ്ഞമ്പാടിയുടെ കൈ ഉയർന്നു. പൊലീസുകാരന്റെ മോന്തയിൽ ഇടിവെട്ടി.

അവർ കൂട്ടത്തോടെ കുഞ്ഞമ്പാടിയുടെമേൽ ചാടിവീണു. വടം കൊണ്ടു വരിഞ്ഞു കെട്ടി.

കല്ലും മുള്ളും നിറഞ്ഞ കാന്താരത്തിൽ വഴിതെളിച്ച് അവർ മുമ്പിൽനടന്നു. ഒരു ജഡവസ്തുവെ എന്നോണം അവർ കുഞ്ഞമ്പാടിയെ തറയിലൂടെ, മുള്ളുകളിലൂടെ, കരിയിലകളിലൂടെ വലിച്ചുകൊണ്ടു മലകയറി.

കുഞ്ഞമ്പാടി പല്ലു കോർത്തു കടിച്ചുപിടിച്ചു. അവൻ ഒരു ശബ്ദവും ഉരിയാടിയില്ല. അവൻ ഗുരുക്കളെ ധ്യാനിച്ചു. സഞ്ചരിക്കുകയായിരുന്ന മുൾപ്പാതകളെ ഓർത്തു. മൃഗസമാനരായ പൊലീസുകാരുടെ ദുഷ്ടതയാൽ പിടഞ്ഞുകൊണ്ടിരിക്കുന്ന നൂറുകണക്കിനു ഗ്രമീണരെ ഓർത്തു.

സ്വയം സംസാരിച്ചുകൊണ്ട് അവൻ ശരീരപീഡകളെ ചെറുത്തു.

ഇല്ല, എന്റെ ഗ്രാമം മരിക്കുകയില്ല! നിറയൂർ നദി ഒഴുകി അവസാനിക്കുംവരെ എന്റെ ഗ്രാമം മരിക്കുകയില്ല. കീഴൂരിലെ ചതുപ്പുകളിൽ മീൻപിടിച്ചു കഴിഞ്ഞുകൂടുന്ന പാവപ്പെട്ടവരും മരിക്കില്ല."

ചതുപ്പിന്റെ സുഷിരങ്ങളിൽ ജീവന്റെ കുമിളകൾ നുരയുന്നു. പ്രാണശക്തി ഊറ്റിയെടുത്തു തെങ്ങോലകൾ വളരുന്നു.

കുഞ്ഞമ്പാടി തിരിഞ്ഞുനോക്കി. തെങ്ങോലപ്പച്ചയുടെ മഹാസമുദ്രത്തിൽ കാറ്റു നിത്യനൂതനമായ തിരമാലകളിളക്കുന്നു. തെങ്ങോലകളുടെ കരുണാമയമായ സംഗീതത്തിനുവേണ്ടി അവന്റെ കാതുകൾ ഉഴറി.

കുഞ്ഞമ്പാടി നിന്നു.

പുറകിൽനിന്നു ലാടം തറച്ച ബൂട്ട് അവന്റെ മേൽ ദ്രുതതാളം മുഴക്കി. അതു മരണത്തിന്റെ താളമാണോ? മരണത്തെ തനിക്കു ഭയമില്ലെന്ന് അമ്പാടി സ്വയം വിശ്വസിപ്പിക്കാൻ ശ്രമിച്ചു. എന്നാലും മരണം മരണമാണ്. എല്ലാത്തിന്റെയും അവസാനമാണ്. തുടങ്ങിവെച്ച കൃത്യം നിർവഹിക്കുന്നതിനു മുമ്പ് മരിക്കുന്നതെങ്ങനെ? മരിച്ചാലും മരിക്കുന്നതെങ്ങനെ?

പൊടുന്നനെ അവന്റെ മനസ്സ് എളേരിയുടെ പാറയിടുക്കുകൾ കയറിമറിഞ്ഞ് കാട്ടിക്കല്ലിന്റെ ശിലാതളിമത്തിലെത്തി. തൂമ്പാ ചോലയിൽ

കഴുകിവച്ചു രണ്ടാൺകുട്ടികൾ പാറപ്പുറത്തിരുന്നു സ്വപ്നങ്ങൾ നെയ്യുന്നു.

"പൂനം കൊയ്താല് പുത്തരിക്ക് അമ്മയെ നിറയൂർന്ന് ഈടെക്ക് കൂട്ടിക്കൊണ്ടുവരണം."

"അടുത്ത വെളയ്ക്ക് രണ്ടേറ് എരുതുകളെ വാങ്ങണം!"

"കോങ്ക്റസ്സിന്റെ ജാഥയിൽ പങ്കെടുക്കുന്നോർക്കു പുന്നെല്ലവിലു കൊഴച്ചു കൊടുക്കണം."

"എത്ര പറ അവിലു വേണ്ടിവരും കുഞ്ഞാ?"

"സ്വാതന്ത്ര്യം കിട്ട്ണ ദിവസം മഹേശ്വരേട്ടന്റെ വീട്ടിലെ വലിയ വട്ടത്തിൽ പായസം വെച്ചു കൊടുക്കണം."

"എത്ര എടങ്ങഴി അരി വേണ്ടിവരും? നമുക്കൊന്നു കണക്കുകൂട്ടി നോക്വ."

"വേണ്ട, കുഞ്ഞാ! സന്ദർഭം അടുക്കുമ്പം അതിനെപ്പറ്റി പറയ്യ. ആകാശത്തൂടെ പറക്ക്ണ പറവയെ ആദ്യം പിടിക്കട്ടെ!"

സ്വാതന്ത്ര്യം ആകാശത്തൂടെ പറക്ക്ണ കിളിയല്ല. ഭൂമിയുടെ ഗർഭത്തിൽ വേരൂന്നി വളരുന്നൊരു മഹാവൃക്ഷത്തിന്റെ പൂക്കളാണ്. പൂവിരിയാൻ തുടങ്ങിയിരിക്ക്ണു. കായുണ്ടാവാനാണു നമ്മളു കാത്തിരിക്ക്ണത്!" ഏട്ടൻ ഇരുട്ടിനെ നോക്കിച്ചിരിക്കുന്നു.

കാട്ടാറിന്റെ കല്ലലകൾ കൈകൊട്ടുന്നു.

"മഹേശ്വരൻ പറയുമ്പോലെ എളുപ്പമല്ല കുഞ്ഞാ!"

"എന്ത്?"

"സ്വാതന്ത്ര്യത്തിന്റെ കനി തിന്നൽ! മരം കായ്ക്കുമ്പോൾ അവകാശികൾ എത്തും! അതിൽ ആരെല്ലാം ഉണ്ടാവുമോ എന്തോ?"

കുഞ്ഞമ്പാടി നീരസത്തോടെ ഏട്ടന്റെ കൈത്തണ്ടയിൽ പിടിക്കുന്നു.

"ഇപ്പൊ ഞാനീടെ ഉണ്ടോ ഇല്ലയോ? ഞാൻ തൊട്ണത് ഏട്ടൻ അറിയണ്ണ്ടൊ?"

"ഉണ്ട്. എന്നാലും സ്വത്ത് ഓരിവെക്കുമ്പോൾ രണ്ടും രണ്ടാവില്ലേ? ഞാൻ കല്യാണം കഴിക്കില്ല, കുഞ്ഞാ."

"എന്തുകൊണ്ട്?"

"നമുക്കു രണ്ടാവണ്ട!"

"അതും ഇതും തമ്മിലെന്താ ബന്ധം?"

"ബന്ധമുണ്ട്...."

ഇവിടെ കുഞ്ഞമ്പാടിയുടെ ചിന്തകൾ കുഴഞ്ഞുമറിയുന്നു. ഇപ്പോൾ മുമ്പിലുള്ളതു നടന്നവസാനിക്കാറായ മുള്ളും മുരടും നിറഞ്ഞ കാട്ടുവഴിയാണ്. രാവ് ഉണർന്നു ചെവിയോർക്കുന്നു. രാപ്പുള്ളുകൾ ചിറകടിച്ചു പൊന്തയിൽനിന്നു പൊന്തയിലേക്കു പറക്കുന്നു. തുലാവർഷത്തിന്റെ മഴക്കാറുകൾ വിട്ടുപോയെന്നു കരുതിയ ആകാശത്തിൽ വീണ്ടും അവ ഇരുണ്ടുകൂടുന്നു.

വെളിച്ചം ഇറ്റുവീഴാത്ത കാട്ടുവഴിയിലൂടെ കുഞ്ഞമ്പാടിയെ, അവർ കൊണ്ടുപോകുന്നു.

നാൽപ്പത്തിയേഴ്

പാരാവാരത്തിന്റെ നടുവിൽ, ചെറുതോണിയിൽ ഏകനായി—

കോമൻനായർ, അദൃശ്യമായ ഏതോ ഒരു പഴുതിലൂടെ അകത്തേക്കിരച്ചുകയറുന്ന ദുഃഖത്തിന്റെ ഉപ്പുജലം കോരിക്കളയാനാഗ്രഹിച്ചു. ഉപകരണമൊന്നുമില്ല. ഒരു ചിപ്പിത്തണ്ടുപോലെ തന്റെ കവിത.

കവിത ദുഃഖമാണ്. അനേകം ഭൗതികചിന്തകളിൽ ആമഗ്നനായ തനിക്കെങ്ങനെ കവിതകൊണ്ടൊരു കൂടാരം തീർത്തു രക്ഷപ്പെടാൻ കഴിയും?

കോമൻനായർ വിചാരിച്ചു.

"എന്റെ കവിത ദേശസ്നേഹത്തിന്റെ തെളിനീരാണ്. അത് ഭൗതികസുഖത്തിന്റെ ഉപ്പുനീരുമായി കൂടിക്കുഴയാതെ നോക്കാൻ എനിക്കു പറ്റുന്നില്ലല്ലോ!"

എടപ്പത്തിൽ തറവാട്ടിൽനിന്ന് ഇറങ്ങിപ്പോന്ന് തന്റെ കുടിലിൽ താമസമാക്കിയിരിക്കുന്ന രുക്മിണി പറയുന്നു:

"അരിയില്ല!"

"പഞ്ചസാരയില്ല!"

"കുഞ്ഞിനു മരുന്നു വേണം!"

"എങ്ങനെയാണ് വഴി കണ്ടെത്തുക?" ഒരിക്കൽ അനന്തൻ ഏതു സഹായത്തിനും തയ്യാറായിരുന്നു. ഇപ്പോൾ അദ്ദേഹത്തിന്റെ കീശ എപ്പോഴും കാലിയാണ്. ഇടയ്ക്കിടെ കുഞ്ഞീഷ്ണൻമാസ്റ്ററുടെ അടുത്തേക്കു പോകുന്നതു കാണാം.

ഇപ്പോൾ കുഞ്ഞീഷ്ണൻമാസ്റ്റർ ഗ്രാമം വിട്ടുപോയി.

അയാൾ കോമൻനായരോടു പറഞ്ഞു:

"മാഷേ, ഞാൻ ഉള്ള ജീവനുംകൊണ്ടു പോവുകയാണ്!"

"എങ്ങോട്ട്?"

"നാട്ടിലേക്ക്."

"അപ്പോൾ പള്ളിക്കൂടമോ?"

"ഈടെ പൊലീസ് താവളമടിക്കാമ്പോണ്!"

കോമൻനായരുടെ തരളമനസ്സ് വിറച്ചു.

പരിശുദ്ധമായ സരസ്വതീക്ഷേത്രത്തിൽ പൊലീസിന്റെ കളങ്കിതമായ ബൂട്ട് പതിയുന്ന ശബ്ദം അയാൾ അകത്തളത്തിൽ മുഴങ്ങിക്കേട്ടു.

പൊടുന്നനെ ഒരു ചുമ അയാളെ പിടികൂടി. ചുമ നിൽക്കുന്നില്ലെന്നു കണ്ട് കുഞ്ഞീഷ്ണൻനായർ പറഞ്ഞു:

"ഒരു കോപ്പ ചൂടുവെള്ളം കുടിച്ചാമതി, മാറും!"

കോമൻനായർ നെഞ്ചിൽ കൈയമർത്തി. ചങ്കിൽ എന്തോ കുരുങ്ങിക്കിടക്കുന്നു, ഇറക്കാനും തുപ്പാനും വയ്യ.

തന്റെ ക്ലാസ്സുമുറിയിലെ പതിഞ്ഞ ഡെസ്കിൽനിന്നു സ്വർണം

തൂക്കുന്ന തുലാസ്സും പിത്തളകെട്ടിയ എഴുത്തുപെട്ടിയും മുറുക്കാൻചെല്ലവും പഴയ രണ്ടു നോട്ടുപുസ്തകങ്ങളും ഭാഗവതവും എടുത്ത് സഞ്ചിയിലിട്ടു കുഞ്ഞീഷ്ണൻനായർ യാത്രചൊല്ലി.

"നായാട്ടും പൂരവും കഴിഞ്ഞും ഞനീടത്തന്നെ തിരിച്ചെത്തും!"

ചങ്കിൽ കൈയുയർത്തി കോമൻനായർ നോക്കിയിരുന്നു.

വള്ളിത്തോപ്പ് വിദ്യാലയത്തിന്റെ മണിമുഴങ്ങുന്ന സുന്ദരനിമിഷങ്ങൾ അദ്ദേഹത്തിന്റെ ഉള്ളിൽ നിറഞ്ഞുനിന്നു.

ധർമാക്ഷരങ്ങൾ മിനുക്കാൻ നിയുക്തരായ ഒരുപറ്റം കുട്ടികൾ. ഒരിക്കലും ഉപയോഗിക്കപ്പെടാതെ മേശപ്പുറത്തു കിടന്ന കണ്ണിച്ചൂരലിന്റെ കഷണം. അനന്തന്റെ ഗംഭീരമായ ശബ്ദം. എടപ്പത്തിലെ കാരണവർ അക്ഷരങ്ങളുടെ വർണവ്യത്യാസത്തിന്റെ പേരിൽ ഇംഗ്ലീഷ് പഠിപ്പിക്കുന്ന അനന്തനെ തന്നിൽനിന്നു വേറിടുക്കാൻ ശ്രമിച്ചിരുന്നത് കോമൻനായരോർത്തു. മറിച്ചാണു സംഭവിച്ചത്. അനന്തൻ സംസ്കൃതം പഠിപ്പിക്കുന്നതിനും അതീവതാൽപ്പര്യം കാണിച്ചു. *യുവകാഹള*വുമായി കോമൻനായർ കണ്ണൂരിലെ അച്ചുകൂടത്തിലേക്കു പോകുന്ന നാളുകളിൽ, തലേന്നു രാത്രികഴിച്ച കറുപ്പിന്റെ ആലസ്യത്തിൽ തലപൂഴ്ത്തി താൻ വരാന്തയിലെ ബെഞ്ചിൽ കിടക്കും വേളയിൽ—അനന്തനായിരുന്നു കുട്ടികളുടെ കൂടെ. അനന്തന്റെ കാവ്യപാരായണത്തിനു മാധുര്യം കുറവായിരുന്നെങ്കിലും ആ ശബ്ദത്തിന്റെ ഗംഭീരമായ മുഴക്കം കുട്ടികളെ പിടിച്ചിരുത്തിയിരുന്നു. അർഥവിവരണം അവർക്കാവശ്യമായിരുന്നില്ല. അവർ തുടക്കക്കാരായിരുന്നു.

ഇപ്പോൾ *യുവകാഹള*ത്തിന്റെ കൈയെഴുത്തുപ്രതി ചർച്ചചെയ്യാൻ പറ്റുന്നില്ല. ജീവിക്കാനാഗ്രഹിക്കുന്ന അച്ചുകൂടങ്ങളൊന്നും *യുവകാഹള*ത്തെ പടികയറ്റുന്നില്ല. മിനിഞ്ഞാന്ന് കോഴിക്കോട്ടും കണ്ണൂരും പോയി നിരാശയോടെ തിരിച്ചുപോരേണ്ടിവന്നു.

കോഴിക്കോട്ടെ മാന്യനായ പത്രാധിപർസാർ പറഞ്ഞു:

"*യുവകാഹള*മോ? ഒന്നാന്തരം! ഒരിക്കലല്ല. പലതവണ വായിച്ചിട്ടുണ്ട്. കയ്യെഴുത്തുമാസിക ആയിരുന്നപ്പോഴും പിന്നീടും!"

കോമൻനായർ പത്രാധിപർമാന്യന്റെ മുമ്പിൽ പാതി തുറന്ന ചുണ്ടുകളോടെ കാത്തിരുന്നു. ഇതാ ഇപ്പോൾ കിട്ടും. അനുകൂലമായ ഒരു മറുപടി. രാത്രി രഹസ്യമായിട്ടെങ്കിലും ഇവർ അച്ചടിച്ചു തരാതിരിക്കില്ല! സ്വാതന്ത്ര്യത്തിന്റെ ആദ്യസന്ദേശം ചിറകുവിടർത്തി പറന്നത് ഇവിടെ നിന്നാണല്ലോ?

പത്രാധിപർ ദുഃഖത്തോടെ തലകുലുക്കി.

"എന്റെ കാലുകൾ കെട്ടപ്പെട്ടിരിക്കുന്നു. എന്റെ കൈകൾ പണയം വെക്കപ്പെട്ടിരിക്കുന്നു. കോമൻനായർമാഷേ നിങ്ങൾക്കറിയാമല്ലോ."

"ഒരച്ചുകൂടമെങ്കിലും നിലനിൽക്കേണ്ടത് കാലഘട്ടത്തിന്റെ ആവശ്യമല്ലേ?..."

"അതെ!"

പഞ്ചസാരയും പാലും ചേർത്ത പരിമളമുള്ള ചായ വന്നു. കോമൻനായർ ക്ഷമയോടെ കാത്തിരുന്നു.

ഒരിറക്കു ചായ കുടിച്ചിട്ട് പത്രാധിപർ പറഞ്ഞു:

"പിന്നീട് കാലം ശാന്തമാവുമ്പോൾ—ഇപ്പോൾ സർക്കാരിന്റെ നോട്ടം അച്ചുകൂടങ്ങളുടെ മേലാണ്."

ഭാര്യയുടെ വളകൾ പണയംവെച്ച് അനന്തൻതന്നെ ഏൽപ്പിച്ചിരുന്ന പണം പോക്കറ്റിലുണ്ട്.

"അഡ്വാൻസ് കൊടുക്കേണ്ടിവരും മാഷേ—" അനന്തൻ പറയുകയുണ്ടായി.

"അച്ചടിക്കൂലി മുൻകൂർ കൊണ്ടുവന്നിട്ടുണ്ട്!"

പത്രാധിപരുടെ മുഖം മങ്ങി.

"നിങ്ങൾക്കെന്ന മനസിലാക്കാൻ കഴിയും."

"ഉവ്വ്!"

അടുത്ത ക്ഷണം അയാൾ എണീറ്റ് പ്രൂഫ് മുറിയിലേക്കു പോയി.

കോമൻനായർ കീശയിൽ കൈയിട്ടു. പണത്തിന്റെ വിലയില്ലായ്മയെക്കുറിച്ച് അന്നിമിഷം അയാൾ ഉറച്ചു ചിന്തിച്ചു. പണമില്ലാത്തതുകൊണ്ട് തനിക്ക് നേടാൻ കഴിയാതെപോയ അനേകമനേകം മനോഹരമുഹൂർത്തങ്ങളെക്കുറിച്ച് കോമൻനായർ ചിന്തിച്ചു. പിണങ്ങിപ്പോയ നാടകസെറ്റുകാർ, പിണങ്ങിപ്പോയ പെങ്ങൾ, പിണങ്ങിപ്പോയ തറവാടിത്തം, തെറ്റിത്തിരിഞ്ഞ എടപ്പത്തിൽതറവാട്....

ഇതാ ആർക്കും വേണ്ടാത്ത മുപ്പത്തേഴുറുപ്പിക തന്റെ കീശയിൽ– ആർക്കും വേണ്ടാതെയല്ല.

ഒരിക്കൽക്കൂടി അയാൾ കണ്ണൂരേക്ക് വണ്ടികയറി. അച്ചുകൂടത്തിന്റെ കേടുപാടുകൾ തീർത്തിട്ടുണ്ടെങ്കിലോ?

''മാഷെ കാണുന്നില്ലല്ലോ—'' വർക്കി പറഞ്ഞു. അയാൾ പറഞ്ഞവസാനിക്കുംമുമ്പ് ഇടിവണ്ടികൾ റോഡിലൂടെ ഇരച്ചുപാഞ്ഞു.

"വർക്കി..."

"കാലം നന്നല്ല. മാഷ് ഈ വേഗത്തിൽ ഇപ്പോൾ ഇവിടെ വരേണ്ടായിരുന്നു."

കോമൻനായർ സ്തബ്ധനായി.

നവയൗവനകാലത്ത് കോമൻനായർ ചീനപ്പട്ടിന്റെ ജുബ്ബയും കസവുകരയൻ കാവേരിപ്പട്ടുവേഷ്ടിയുമാണ് ധരിച്ചിരുന്നത്. ഓട്ടുകിണ്ണത്തിൽ കനൽ നിറച്ച് മേശപ്പുറത്ത് വിരിച്ച ഉടുപ്പുകളെ തേച്ചെടുക്കാൻ അയാൾ വളരെ വിഷമിച്ചിരുന്നു.

പട്ടുതുണി ധരിച്ച സുന്ദരനായ കോമൻനായർ നാട്ടിലെ പെൺമണികളുടെ കണ്ണിനുത്സവമായിരുന്നു.

അനന്തൻ ഖദറുടുത്ത്, ഖദർതുണിക്കെട്ട് കാളീശ്വരം ചന്തയിൽ

നടന്ന് വിൽപ്പന തുടങ്ങിയപ്പോൾ വേദനയോടെയെങ്കിലും നവമായി കിട്ടിയ ആവേശത്തോടെ കോമൻനായർ ഖദർവേഷത്തിൽ പ്രവേശിച്ചു. അതിന്റെ പരുപരുപ്പ് തന്റെ ജീവിതയാഥാർഥ്യമെന്നറിഞ്ഞു. അതിന്റെ വെണ്മ ദേശസ്നേഹത്തിന്റേതാണെന്നറിഞ്ഞു.

റോഡിന്റെ നേരെ എതിർവശത്തുള്ള പൊലീസ് മൈതാനിയിലേക്ക് ഇടിവണ്ടികൾ ഇരച്ചെത്തി. അവയിൽനിന്ന് ആകാശം ഭേദിക്കുന്ന ഇടിമുഴക്കങ്ങൾ ഉയർന്നു. മുദ്രാവാക്യങ്ങൾ-സ്വാതന്ത്ര്യത്തിന്റെ ജയഭേരികൾ.

ഇടയ്ക്ക് പൊട്ടിച്ചിതറുന്ന കഠിനയാതനയുടെ കുപ്പിച്ചില്ലുകൾ കോമൻനായരുടെ ഹൃദയത്തിൽക്കൊണ്ടു.

കണ്ണിൽക്കണ്ടവരെയെല്ലാം അവർ പെറുക്കിയെടുത്തുകൊണ്ടുപോകുന്നു.

ഒരു വലിയ ലോട്ടയുമായി വർക്കിയുടെ കടയിലേക്കുവന്ന പൊലീസുകാരൻ കോമൻനായരെ ചൂഴ്ന്നുനോക്കി.

"ഇവനേതാ?"

"അങ്ങ് വടക്കുള്ള ഒരു മാഷാ!" വർക്കിയുടെ വിനയത്തോടെ പറഞ്ഞു.

"നാടകം കളിക്കും! പാട്ടും പാടും! കുട്ട്യോളെ സംസ്കൃതം പഠിപ്പിക്കും."

കോമൻനായർ അഭിമാനത്തോടെ കേട്ടിരുന്നു.

നല്ലവനായ വർക്കി. ലവലേശം അസൂയയില്ല.

പൊലീസുകാരൻ ലോട്ട നിറയെ ചായ വർക്കിയുടെ പക്കൽ സ്റ്റേഷനിലേക്കയച്ചു. അയാളുടെ മുഖം ചുവന്നുവരുന്നത്, കറുത്തുവരുന്നത്, രുഷ്ടമാവുന്നത് കോമൻനായർകണ്ടു. കോമൻനായർ പോകാനെണീറ്റു.

"ഏടയ്ക്കാ എഴുന്നള്ളിപ്പ്?"

കോമൻനായർ ഞെട്ടി.

"ചോദിച്ചത് കേട്ടില്ലേ?"

"പുതിയകോട്ടയ്ക്ക്!"

"നെന്റെ നാട്ടുകാരെയാ വണ്ടീല് കെട്ടിയെടുത്തു കൊണ്ടന്നിറ്റുള്ളത്!"

"എന്തിന്?" കോമൻനായർ അതിശയിച്ചു. അയാൾ വീടുവിട്ടിട്ട് രണ്ടു ദിവസം കഴിഞ്ഞിരുന്നു.

പത്രമാപ്പീസിലെത്തിയ രഹസ്യവാർത്തകൾ എഡിറ്റ് ചെയ്യാൻ കോഴിക്കോട്ടെ പത്രാധിപർ കാണിച്ച വ്യഗ്രത കോമൻനായർ ഓർത്തു.

റോഡിലൂടെ കടന്നുപോകുന്ന ഗ്രാമീണരുടെ മുഖം മ്ലാനം. പതിവില്ലാത്തവിധം സർവത്ര പൊലീസ്വണ്ടികൾ.

വർക്കി പറഞ്ഞതോർത്തു:

"എറങ്ങി നടക്കേണ്ട സമയമല്ല മാഷേ!"

പൊലീസുകാരന്റെ വലംകൈയിൽ തൂങ്ങി കോമൻനായർ പൊലീസ്സ്റ്റേഷനിലെത്തി. അയാളുടെ ഖദർകുപ്പായത്തിന്റെ കോളർ പിഞ്ഞിപ്പോയി. ഹൃദയതന്ത്രികൾ പൊട്ടിപ്പോകുമ്പോലെ നൂലുകൾ പിന്നുന്ന ശബ്ദം കേട്ട് അയാൾ നടുങ്ങി.

ആറടി പൊക്കവും കഷണ്ടിത്തലയും കുറ്റിച്ചൂലുപോലെ ചെവിയിൽ രോമങ്ങളുള്ള ഒരു പൊലീസ്മേധാവിയുടെ മുമ്പിൽ ആത്മാഭിമാനം വ്രണപ്പെട്ട് കോമൻനായർ നിന്നു. ഹൃദയത്തിൽ മുള്ളു കയറുന്നു.

താൻ കാണുന്നതു വിശ്വസിക്കാൻ കഴിയുന്നില്ല.

"ഇവനേത്?"

"കവിതയുണ്ടാക്കുന്നവനാത്രെ! നാടകക്കാരനാത്രെ! സ്കൂള് മാഷാത്രെ!"

"ഇവനെത്തന്നെ നമുക്കു കിട്ടണ്ടത്!"

കോമൻനായരുടെ ദുർബലശരീരം വിയർത്തു. പക്ഷേ, മനസിൽ വൈദ്യുതി കത്തിനിന്നു.

"കുപ്പായമൂര്!"

കോമൻനായരുടെ മുഖം ലജ്ജകൊണ്ടും രോഷത്താലും ചുവന്നു.

"കണ്ട്ല്യെ നെറം. ചോർന്നത്. ഇവൻ കമ്യൂണിഷ്ടാ!"

"എടാ നീയല്ലെ ഇന്നലെ തിലകമൈതാനത്ത് പ്രസംഗിച്ചത്?"

ചുമലിൽ ഒന്നാമത്തെ ഇടി പൊട്ടി.

"അല്ല, ഞാൻ പ്രസംഗിക്കാറില്ല."

"നീയല്ലേടാ പാട്ടെഴുതി പാടാൻ കൊടുത്തത്?"

മൗനം ഭൂഷണം.

"പറയില്ല, അല്ലെ?"

വർക്കി ഓടിയടുക്കുന്നു. ഒഴിഞ്ഞ ലോട്ട.

"അങ്ങത്തേ, ആള് പെഴച്ചു—ശങ്കരൻനായരുടെ ചങ്ങായ്യാ! കുഞ്ഞിരാമൻനായറ്ടെ പള്ളിക്കൂടത്തിലെ മാഷാ!"

പൊലീസുകാരൻ കോമൻനായരെ വാതിൽക്കലേക്ക് പിടിച്ചുതള്ളി.

"ചേട്ട! നേരങ്ങു പറഞ്ഞൂടായിനൊ?"

കോമൻനായരുടെ മിഴികളിൽ ഇരുട്ടു കയറി. ഇരുട്ട് തിങ്ങിത്തിങ്ങി അകം നിറച്ചു...

....

"വർക്കി, ഞാൻ ജന്മംകൊണ്ടേ ഭാഗ്യഹീനനാണ്!"

വർക്കി ചായക്കോപ്പ ചുണ്ടിൽ ചേർത്തുകൊടുത്തു.

"വർക്കീ, പാപി ചെല്ലുന്നോടം പാതാളം!"

"ഇത് കുടിക്കിൻ!"

ചൂടുചായ ഒരു സമാശ്വാസവചനംപോലെ കോമൻനായരെ ശാന്തനാക്കി.

"ഇതു കൂടി അനുഭവിക്കണംന്നുണ്ടായിരുന്നു!"

“മാഷേ, നിരീച്ചിറ്റ് മനസു പുണ്ണാക്കണ്ട! ഇക്കാലത്ത് പൊലീസിന്റെ ഇടികൊള്ളാത്തോനാരാ ഉള്ളത്?”

തന്റെ കോളർ വലിച്ചുതാഴ്ത്തി വർക്കി കാണിച്ചു കൊടുത്തു:

“ഇദ് കണ്ടാ? പഞ്ചസാര കുറഞ്ഞ ചായ കൊടുത്തിറ്റ് കിട്ടിയ സമ്മാനം കഴിഞ്ഞാഴ്ച. കരിഞ്ചന്തേലും കൂടി പഞ്ചാര കിട്ടാണ്ടായ വർക്കി എന്താ ചെയ്യ്വ?”

കോമൻനായർ എണീറ്റിരുന്നു.

“എനിക്ക് പോണം, അടുത്ത വണ്ടിക്ക്!

വർക്കി കുപ്പായം എടുത്തുകൊടുത്തു. കോമൻനായർ പോക്കറ്റ് തപ്പി.

“നോക്കീട്ടെന്താ! അപ്പണി പൊലീസുകാര് ചെയ്തിട്ട്ണ്ട്!”

“വണ്ടിക്കൂലീം പോയല്ലൊ, വർക്കീ.”

വർക്കി മുണ്ടിന്റെ കോന്തല അഴിച്ചു വണ്ടിക്കൂലിക്കുള്ള കാശുകൊടുത്തു.

അങ്ങനെയാണ് കോമൻനായർ നാട്ടിൽ തിരിച്ചെത്തിയത്.

ഭാഗ്യത്തിന് പൊലീസുകാർ അക്കരെ നിറയൂരായിരുന്നു. ഒരൊറ്റ പൊലീസുകാരനെ നേരിടാൻ തനിക്കു കരുത്തില്ലെന്ന് കോമൻനായർക്കു തോന്നി.

കംസൻ പട്ടേലറുടെ പത്തായപ്പുരയിൽനിന്ന് പുക ഉയരുന്നത് ഇക്കരെകുന്നിലെ സ്കൂൾ വരാന്തയിലിരുന്ന് കോമൻനായർ കണ്ടു. മനോഹരമായ പച്ചത്തഴപ്പുകളുടെ മുഖം മങ്ങുന്നു. നരച്ച ആകാശത്തിൽ മ്ലാനത മുറ്റിനിൽക്കുന്നു.

പാർപ്പിടത്തിൽ പോയി തിരിച്ചുവന്ന കുഞ്ഞീഷ്ണൻ മാസ്ററർ കയ്യാലയിൽ നിന്നു വിളിച്ചുപറയുന്നു.

“മാഷെ, പൊലീസ് ഇക്കരെയും ക്യാമ്പടിക്കാമ്പോണ്. നാളെയോ മറ്റന്നാളോ. മാഷ് ഇനി സ്കൂളിലെ കിടപ്പ് മതിയാക്കാ നല്ലത്!”

രുക്മിണി വീണ്ടും എടപ്പത്തിലേക്കു താമസം മാറ്റിയിരുന്നു. പൊലീസ് പേനായ്ക്കളെപ്പോലെ ചീറ്റിനടക്കുംകാലത്ത് ഒരു ചെറുകുടിലിൽ കിടന്ന് തന്റെ പരമ്പരയ്ക്കു കേടുപറ്റരുതെന്ന് എടപ്പത്തിലെ കാരണവർ പറഞ്ഞു.

“അടച്ചുകെടക്കാനൊരു നല്ല പെരയുണ്ടാകുമ്പം ഓള് സംബന്ധക്കാരന്റെ കൂടെ പോരും!” കാരണവർ പറഞ്ഞു.

രുക്മിണിയുടെ മിഴികൾ നിറഞ്ഞൊഴുകുകയായിരുന്നു. കുടിൽ അടച്ചുപൂട്ടി താക്കോൽ ഭർത്താവിന്റെ കൈയിൽ കൊടുക്കുമ്പോൾ രുക്മിണിയുടെ വിരലുകൾ വിറച്ചു. നീലകണ്ഠൻ തിരിഞ്ഞുനോക്കി തിരിഞ്ഞുനോക്കി വലിയമ്മാവന്റെ പുറകെ നടന്നു.

“നീലകണ്ഠാ, എന്റെ പൊന്നുമോനേ, നിനക്കും എന്നെ വേണ്ട?–രുക്മിണി നീയും?”

കോമൻനായരുടെ കരച്ചിൽ അവൾ കേട്ടില്ല. തോടിറങ്ങി കൈതക്കാടിനപ്പുറം മറയുംമുമ്പ് രുക്മിണി ഒന്നു നിന്നു. തിരിഞ്ഞുനോക്കി.

അവളുടെ മുഖം ഒരു മങ്ങിയ പുഷ്പംപോലെയായി. ആ വലിയ മിഴികളുടെ നീലിമ കാണാൻ കഴിയാത്തവിധം അവർ ദൂരെ ആയിക്കഴിഞ്ഞു.

കോമൻനായർ ക്ലാസ്സ്മുറിയിൽ കടന്ന് തന്റെ മേശവലിപ്പ് തുറന്നു, കവിതകൾ നിറച്ചുവച്ച ചെപ്പുകൾ, നോട്ടുപുസ്തകങ്ങൾ. എല്ലാംകൂടി ഒരു പട്ടുനൂലിൽ കെട്ടി ഭദ്രമായി അടച്ചുവച്ചു.

മുറിയുടെ മൂലയ്ക്കുനിന്ന മരപ്പെട്ടിയിൽ ചിതൽ അരിച്ചു കയറുന്നു. മണ്ണിന്റെ ചോരപറ്റിയ നനവുള്ള ചിതൽപ്പുറ്റ്! ഒരു കമ്പെടുത്ത് ചിതൽപ്പടർപ്പ് വടിച്ചുകളഞ്ഞു. പെട്ടി അനക്കാൻ വയ്യ. നാലാൾ വേണം! പെട്ടിയുടെ അടിക്ക് ചിതൽ പറ്റീട്ടില്ല ഭാഗ്യം!

ചിതലിന്റെ വേരുകൾ പുറംചുവരിലൂടെയാണിറങ്ങുന്നത്.

ഭിത്തിക്കും പെട്ടിക്കുമിടയിലെ മാറാല തൂത്ത് കടലാസുതുണ്ടുകൾ പെറുക്കി മാറ്റി. മണ്ണെണ്ണവിളക്കെടുത്ത് കോമൻനായർ എണ്ണ തറയിൽ പകർന്നു. പിടച്ചു മരിക്കുന്ന ചിതലുകളെ കാണാൻ വയ്യ. മുഖം തിരിച്ചു.

കാലിയായ റാന്തൽവിളക്കുനോക്കി കോമൻനായർ പുഞ്ചിരിച്ചു.

"എനിക്കിനി എന്തിനാണു വിളക്ക്? ഞാനിനി കവിത എഴുതുകയില്ല. കാവ്യപാരായണം നടത്തില്ല. അക്ഷരങ്ങളുടെ മുഖത്തു നോക്കുകയില്ല.

അയാൾ നാടകസാമാനങ്ങളുടെ ഭാണ്ഡം നീക്കിവച്ചു.

പഴകിത്തുടങ്ങിയ തിരശ്ശീലകൾ. ജന്മിമാർക്ക് ഇപ്പോൾ നാടകത്തോടു ഭ്രമമില്ല. ഒരു കാലത്തു ഭ്രമമമായിരുന്നു. ഏറ്റവും മുന്തിയ ശീല രുധിരമനയ്ക്കലെ ആവണം. അതല്ല ഗൗരീശങ്കരത്തെ ആവണം. അതല്ല കരുവഞ്ചേരിയിലെ ആവണം.

നിറംകെട്ട സെറ്റുകളെ നോക്കി കോമൻനായർ നെടുവീർപ്പിട്ടു. വായിൽ കയ്പുനീരൂറുന്നു.

രാഘവൻ സഹായത്തിനുണ്ടായിരുന്നപ്പോൾ പിഞ്ഞിയ ഭാഗങ്ങൾ തുന്നിച്ചേർക്കുമായിരുന്നു. മാസത്തിലൊരിക്കൽ വെയിലു കാണിക്കുമായിരുന്നു. വാലൻപുഴുക്കളെ അകറ്റാൻ കൂറമിഠായി തിരുകിവെക്കാറുണ്ടായിരുന്നു.

കോമൻനായർ തിരശ്ശീലകളിൽ ഏറ്റവും പഴക്കമേറിയത് തെരഞ്ഞെടുത്തു. കാളിന്ദിയുടെ തീരത്ത് കാലിമേയ്ക്കുന്ന കണ്ണന്റെ ചിത്രമുള്ളത്. കണ്ണന്റെ ചെഞ്ചോരിവായുടെ അഴക്, നീലത്താമരമിഴികളുടെ വശ്യത, മഞ്ഞപ്പട്ടുതുകലിന്റെ മാർദ്ദവം...

എന്റെ കണ്ണൻ! ഒന്നാമത്തെ അരങ്ങിൽ രാധയായിരുന്ന യുവകോമളൻ, കോമൻനായർ, തിരശ്ശീലയുടെ മടക്കുകളിൽ മുഖം പൂഴ്ത്തി. പഴമയുടെ ഗന്ധം. മനസിന്റെ അടരുകൾ ഒരു ചെന്താമരപ്പൂപോലെ വിടരുന്നു.

ഞാൻ രാധയായിരുന്നു. ഞാൻ ദമയന്തിയായിരുന്നു. ഞാൻ പീഡനം അനുഭവിക്കുന്ന കർഷകസ്ത്രീ ആയിരുന്നപ്പോഴും രാധയായിരുന്നല്ലോ, ദമയന്തിയായിരുന്നല്ലോ.

"പക്ഷേ, രുക്മിണീ, നിന്റെകൂടെ ഞാൻ പുരുഷനായിരുന്നല്ലോ."

"ഇടിക്കുന്ന പൊലീസിന്റെ മുമ്പിൽ ഞാൻ പുരുഷനായിരുന്നല്ലോ."

കോമൻനായർ തിങ്ങിവന്ന ഗദ്ഗദം അടിച്ചമർത്തി കണ്ണീര് കുടഞ്ഞുകളഞ്ഞു.

ചെല്ലത്തിൽ ഭദ്രമായി സൂക്ഷിച്ചുവച്ച കൊച്ചുപൊതിയെടുത്തഴിച്ചു. നാല് ഉരുണ്ട കറുപ്പുമണികൾ പെറുക്കിയെടുത്തു. കൂജയിലെ തണുത്ത ജലം ഒരു കോപ്പയിൽ പകർന്ന് കോമൻനായർ ഗുളിക അലിയിക്കാൻ തുടങ്ങി. വിരലിന്റെ ഘർഷണത്തിൽ കോപ്പയിലെ വെള്ളത്തിന്റെ തണുപ്പകന്നു. ജീവിതരതിയുടെ തീക്ഷ്ണതയിൽ ഗുളിക അരഞ്ഞു വെള്ളത്തിൽ വിലയംപ്രാപിച്ചു.

വരാന്തയിലെ ബഞ്ചിൽ തിരശ്ശീല ചുരുൾ നീർത്തി മടക്കിയിട്ടു.

ഉണ്ണിക്കണ്ണന്റെ നെഞ്ചിൽ തലചായ്ച്ച് കോമൻനായർ ആകാശത്തിന്റെ മുഖത്തുനോക്കി. താഴ്വരയിൽ തീപിടിച്ച കുടിലുകളുടെ നെടുവീർപ്പ് ആകാശത്തിന്റെ മുഖം മായ്ക്കുന്നു. ഇരുണ്ട ചക്രവാളത്തിൽ മരിച്ചുവീണ പകലിന്റെ ചോര, കക്കി, കറുത്തു കിടക്കുന്നു.

ഒരു കുഞ്ഞ് ഏതോ വീട്ടിന്റെ അറയിലിരുന്ന് തേങ്ങിത്തേങ്ങി കരയുന്നു.

കോമൻനായർ കണ്ണടച്ച് കോപ്പയിലെ ദ്രാവകം ഒരു ശ്വാസത്തിന് വലിച്ചുകുടിച്ചു. മധുരമുള്ള ഒരു മയക്കം. ഒഴുകിയണയുന്ന അലകൾ, ചുഴികൾ, ദുഃഖത്തിന്റെ അക്കരയ്ക്കുള്ള യാത്ര...കരപറ്റുന്ന ദുഃഖത്തിന്റെ കയങ്ങൾ വഴിമാറുന്നു. പ്രകാശം...പൊട്ടിച്ചിതറുന്ന പ്രകാശം...പ്രകാശപൂർണിമയിലെ അന്ധത.

നാൽപ്പത്തിയെട്ട്

കാളിന്ദി പിന്നെയും കറുക്കുന്നു. കറുത്തുകൊഴുത്ത് ഇന്ദ്രിയങ്ങളിൽ ശിലാദ്രവമായി നിറയുന്നു. ഉൾത്താപം സഹിക്കാതെ അനന്തൻ തറയിലിരുന്നു.

ബഞ്ചിനടുത്ത് കോമൻനായരുടെ തലയ്ക്കൽ ഒഴിഞ്ഞ, പാടകെട്ടിയ കോപ്പ. കോപ്പയ്ക്കു ചുറ്റും ഉറുമ്പുകൾ അരിച്ചുനടക്കുന്നു. അവ ഒന്നുപോലും കോപ്പയുടെ ശൂന്യതയിലേക്ക് എത്തിനോക്കുന്നില്ല.

നിസ്സഹായതയുടെ മൂർത്തിയായി, വലംകൈ നിറുകയിൽ ചേർത്ത് അനന്തൻ തുറിച്ചുനോക്കി.

കാളിന്ദി കരയുന്നു. വേണുവിലെ നാദം മരിച്ചുപോയി. കടമ്പു വൃക്ഷങ്ങളെ താലോലിച്ചിരുന്ന പുലർവെയിലിന്റെ നിറം കെട്ടുപോയി. ദൈവമേ! ഞാനെന്താണ് ഇക്കാണുന്നത്! ഇത് ഞാനെങ്ങനെ സഹിക്കും!

പ്രിയതോഴന്റെ കൺമണികളെ മൂടിയ പോളകൾ വെയിലിൽ വാടിയ താമരദളംപോലിരുന്നു.

സുഹൃത്തേ, അങ്ങ് ഉറങ്ങുകയല്ലേ? ഉണരൂ. ഇതാ ഞാൻ വന്നിരിക്കുന്നു. *യുവകാഹളം* അച്ചടിപ്പിക്കാൻ ഞാനൊരു രഹസ്യമാർഗം കണ്ടെത്തിയിരിക്കുന്നു. ഇനി കണ്ണൂർക്കും കോഴിക്കോട്ടും നടന്നു നിങ്ങൾ വലയേണ്ടതില്ല. സംഘക്കാരുടെ വക ഒരു കല്ലച്ച് നമുക്ക് കിട്ടിയിട്ടുണ്ട്. അവരത് ഉപേക്ഷിച്ചു കടന്നുകളഞ്ഞതാണ്. അവരെ പിന്തുടർന്ന പൊലീസും അതു കണ്ടില്ല. എന്റെ ഒഴിഞ്ഞ നെല്ലറയിൽ ഞാനതു സൂക്ഷിച്ചിരിക്കുന്നു. എണീറ്റ് ഒരു കട്ടൻചായ ഉണ്ടാക്കൂ. അതു കഴിച്ചിട്ട് നമുക്കു പോകാം.

സ്കൂൾവരാന്തയിലേക്കു കടന്ന വെയിൽനാളങ്ങൾ കോമൻനായരുടെ ഉടലിൽ പൊൻകതിരുകൾ ചാർത്തി.

അസാധാരണമായ ഒരു ശാന്തിയിൽ കൂട്ടുകാരൻ മുങ്ങിപ്പോയിരിക്കുന്നു. വെളുത്ത കവിളുകളിലെ നീലിച്ച വൃത്തങ്ങൾ, കൺതടങ്ങളിലെ കാളിമയെ വലയം ചെയ്യുന്നു. സ്നേഹമൂറുന്ന മിഴികൾ ഏതു കയത്തിലാണ്ടുപോയി.

അനന്തൻ എണീറ്റു. വിറയ്ക്കുന്ന കൈകൊണ്ടു തന്റെ ഖദർഷാൾ ഊരിയെടുത്തു കൂട്ടുകാരനെ പുതപ്പിച്ചു.

ക്രമേണ ഗ്രാമസീമകൾ മുറിഞ്ഞു. അനേകം നീർച്ചാലുകൾ വള്ളിത്തോപ്പിലേക്ക് ഒഴുകിക്കൂടി, നിറയൂരെയും കീഴൂരെയും ഗ്രാമീണർ. പൊലീസിനെ ഭയന്നു പൊന്തകളിലും മുൾക്കാടുകളിലും പള്ളിപ്പറമ്പിലും അമ്പലക്കാവുകളിലും പതുങ്ങിക്കഴിഞ്ഞിരുന്നവർ.

അതൊരു സാധാരണ ആത്മഹത്യയാണെന്നു വിശ്വസിക്കാൻ അവർക്കു കഴിയുമായിരുന്നില്ല. കോമൻനായർ ജീവചൈതന്യത്തിന്റെ നിറവിളക്കായിരുന്നു.

വയലിൽ ഞാറുനടന്ന പെണ്ണുങ്ങളുടെയും വഞ്ചി തുഴയുന്നവരുടെയും ചക്കാലയ്ക്കലെ വാണിയന്റെയും കുഞ്ഞിനെ താരാട്ടുന്ന അമ്മമാരുടെയും കാമുകനെ പാർത്തിരിക്കുന്ന പെൺകിടാവിന്റെയും ഉള്ളിൽ കോമൻനായരുടെ സ്നേഹസംഗീതത്തിന്റെ ഉറവകളുണ്ടായിരുന്നു. അവരുടെയെല്ലാം ഉള്ളിൽ സ്നേഹത്തിന്റെ മൂർത്തിയായി, ആവേശത്തിന്റെ പ്രതിരൂപമായി, കാരുണ്യത്തിന്റെ സന്ദേശമായി കോമൻനായർ വർത്തിച്ചിരുന്നു. കോമൻനായരെ ഓർക്കാതെ അവർക്ക് അക്ഷരങ്ങളുടെ മുഖത്തുനോക്കാൻ കഴിയുമായിരുന്നില്ല. കോമൻനായരായിരുന്നു, പൊടിപുരളാത്ത വെള്ളപ്പുടവയുടെ, ഖദറിന്റെ നാട്യമില്ലാത്ത ആവേശം അവർക്കു പകർന്നുകൊടുത്തിരുന്നത്.

വള്ളിത്തോപ്പിൽ ചിതറിവീണ ജ്വലിക്കുന്ന പകലിനെ മറന്ന് അവർ നോക്കിനിന്നു. മരണത്തിന്റെ കൊടുംചതിയെക്കുറിച്ച് അവർ വ്യാകുല ചിത്തരായി.

അലക്കിയ മുണ്ടും വേഷ്ടിയും ചുറ്റി കഴുത്തിൽ രുദ്രാക്ഷം കെട്ടിയ മാലയും കാതിൽ ചുവന്ന കല്ലുപതിച്ച കടുക്കനുമണിഞ്ഞ്, കീഴ്കാര്യ സ്ഥന്മാരാൽ പരിസേവിതനായി എടപ്പത്തിൽ ചാത്തുനായർ ജനമധ്യ ത്തിൽ അവതരിച്ചു.

“എന്തു പൂരം കാണാനാ നിങ്ങളൊക്കെ മണ്ടി വന്നിറ്റ്ള്ളത്?”

പാവപ്പെട്ട ഗ്രാമീണരെ നോക്കി അയാൾ ഈർഷ്യയോടെ ചോദിച്ചു.

അവർ തലകുനിച്ചു. കുറുമുണ്ടിന്റെ കോന്തല ഉയർത്തി കണ്ണുതു ടച്ചു. കോമൻനായരും ശിഷ്യന്മാരുംകൂടി പടുത്തുയർത്തിയ പള്ളിക്കൂട ത്തിന്റെ പടിക്കല്ലുകളിറങ്ങി മന്ദം മന്ദം നടന്നുപോയി.

മണം പിടിച്ചു കംസൻ പട്ടേലറുടെ പത്തായപ്പുര ക്യാമ്പിൽനിന്നു പാഞ്ഞെത്തിയ പൊലീസുകാർ കൈയിൽ കൊള്ളുന്നവരെ പിടിച്ച പിടി യാലെ കൊണ്ടുപോയി. അപരിചിതരായ ആ മനുഷ്യർക്കു നൽകാൻ അവരുടെ ലിസ്റ്റിൽ പേരുകളും അവർ ‘ചെയ്ത’ കുറ്റകൃത്യങ്ങളുടെ പട്ടി കയുമുണ്ടായിരുന്നു.

കണ്ണൻകുഞ്ഞിയും ചായപ്പീടികക്കാരൻ വെള്ളുങ്ങയും കള്ളുഷാ പ്പുകാരൻ താരുവും ചീന തുഴയുന്ന കുഞ്ഞിപ്പുവും അധികാരത്തിന്റെ നഖങ്ങളിൽ അകപ്പെട്ടു.

ജീവിച്ചിരുന്ന കാലത്തു ചെയ്യാൻ കഴിയാതിരുന്ന ഒരു സഹായം കൂടൊഴിഞ്ഞുപോയ കോമൻനായരുടെ പേരിൽ എടപ്പത്തിലെ ചാത്തു നായർ ചെയ്തു. ആയുധംകൊണ്ടു കീറിക്കാതെ, മുറിക്കാതെ തന്റെ മരുമകളുടെ നിറഞ്ഞുവഴിയുന്ന മിഴികൾക്കു മുമ്പിൽ കോമൻനായര രുടെ ശരീരത്തെ കിടത്തി.

“വിധിച്ചതേ കിട്ടൂ!” അയാൾ പറഞ്ഞു.

പൂമാല മേടിക്കാൻ മംഗലാപുരത്തേക്ക് ആൾ പോയി. ശങ്കരൻനായ രുടെ വക പട്ടും പുടവയും എത്തി.

പുതിയ ഖദർവസ്ത്രം ധരിച്ച്, പൂചൂടി പട്ടു പുതച്ച് എടപ്പത്തിലെ പൂമുഖത്തു കിടന്ന തന്റെ ആങ്ങളയെ കൊണ്ടുപോകാൻ ആർത്തലച്ച പെങ്ങളും മരുമക്കളുമെത്തി.

ചാരുപടിയിൽ, ദന്തംകെട്ടിയ വെള്ളിച്ചെല്ലത്തിൽനിന്നു മുറുക്കാനെ ടുത്തു വായിൽ തിരുകുന്നതിനിടയിൽ ചാത്തുനായർ കൽപ്പിച്ചു:

“ചിതയൊരുങ്ങി, എടുക്കാം.”

“എന്റെ കുഞ്ഞാങ്ങളയ്ക്കു കെടക്കാൻ തറവാട്ടില് ഭൂമീണ്ട്. എടപ്പ ത്തിൽ വേണ്ട.” പെങ്ങൾ നെഞ്ചത്തലച്ചു.

മരുമക്കൾ മഞ്ചം ചുമക്കാനുള്ള എല്ലാ അവകാശത്തോടും ദൃഢ നിശ്ചയത്തോടുകൂടി മുമ്പോട്ടു കുതിച്ചു.

“അമ്മാവനെ ഞങ്ങൾ കൊണ്ടുപോകും! അത്തിക്കോട്ടെ ഭഗവതി യാണെ, ഈ രയരക്കുറുപ്പ് കൊണ്ടുപോകും!”

വിളർത്ത നിസ്സംഗതയിൽ അമർന്നുകിടന്ന അമ്മാവനെ അവർ ഉറ്റു നോക്കി. പതിനഞ്ചാം വയസിൽ ഗുരുവായൂരിൽ ചോറൂണിനു പോയ മരുമകൻ മാത്രമാണ് കോമൻനായരെ ജീവനോടെ കണ്ടിരുന്നത്.

തങ്ങളുടെ ഉള്ളിൽ കോമൻനായരുടെ നിത്യചൈതന്യം തുളുമ്പുന്ന മുഖവുമായി ഗ്രാമീണർ പതുക്കെപ്പതുക്കെ തലവലിച്ചു. കോമൻനായരുടെ സ്നേഹം നിറഞ്ഞ ഉടൽ ചിതയിലൊടുങ്ങുന്നതു കാണാൻ അവർക്കു കരുത്തില്ലായിരുന്നു.

ഉമ്മറത്തെ മൂലയിൽ ഒരു കസേരയിൽ സ്തംഭിച്ചിരുന്ന അനന്തനെ നോക്കി ചാത്തുനായർ പറഞ്ഞു:

"എടുക്കാം ഇല്ലേ?"

മുണ്ടു മടക്കിക്കുത്തി മരുമക്കളും, പുഷ്പചക്രങ്ങളും പട്ടുവസ്ത്രങ്ങളുമായി ചാത്തുനായരുടെ ബന്ധുക്കളും ഇടവും വലവും പോരിനു നിരന്നു.

അനന്തൻ കണ്ണിറുക്കിയടച്ചു.

കണ്ണീരുതൂവുന്ന നിലവിളികൾ. കുത്തിയേറുനടത്തുന്ന ആക്രോശങ്ങൾ, വെല്ലുവിളികൾ —

ആരുടെയൊക്കെയൊ ചുമലുകളിൽ മാറിമാറി തെന്നി ഉയർന്ന് ഒരു ഉൾക്കനത്തോടെ താഴെപ്പതിച്ച ശവശരീരം കണ്ടു നടുങ്ങിത്തെറിച്ച അനന്തൻ എണീറ്റോടി.

പുറകിൽ അട്ടഹാസങ്ങൾ, മുറിവിളികൾ, നെഞ്ചത്തലച്ച കരച്ചിൽ തേങ്ങിക്കരച്ചിൽ, രാമനാമം....

അനന്തന്റെ കാലുകൾ നിലത്തുറയ്ക്കാതെ പറന്നു, പടിഞ്ഞാറു ചായുന്ന വെയിലിന്റെ കാഠിന്യം കുറഞ്ഞിരുന്നില്ല.

ചുട്ടുപഴുത്ത പൂഴിപ്പാതയിൽ അനന്തൻ അർധബോധത്തിന്റെ കാരുണ്യം അനുഭവിച്ചു. അയാൾ നടക്കുകയായിരുന്നില്ല. ഓടുകയായിരുന്നില്ല. കൂലംകുത്തി ഒഴുകുകയായിരുന്നു.

തെങ്ങോലപ്പുറങ്ങളിൽ കാക്കകൾ കാറിക്കരഞ്ഞു.

ബൂട്ടിട്ട കാലുകളുടെ നെട്ടോട്ടങ്ങൾ കണ്ടുംകേട്ടും ശീലിച്ച ഗ്രാമീണർ തലയുയർത്തി നോക്കിയില്ല.

സമുദ്രതീരത്തേക്കുള്ള പാത വിജനമായിരുന്നു.

ചെമ്മരത്തിയുടെ കുടിലിൽ ചെന്ന് അനന്തൻ വീണു.

ഉൾമുറിയിലെ പായയിലിരുന്ന് ഒരു ജമ്പറിനു കുടുക്കുകൾ തയ്ക്കുകയായിരുന്ന ചെമ്മരത്തി ചാടി എണീറ്റു.

"ഒടയോ...ഭേറേ!"

അവൾ മൺകലത്തിലെ തണുത്ത വെള്ളം പകർന്നുകൊണ്ടുവന്നു. രാമച്ചത്തിന്റെ തണുവുറ്റ വെള്ളം ചുണ്ടിൽ ചേർത്ത് അവൾ നിശ്ശബ്ദം കാത്തു.

വരണ്ടുപോയ ഉറവയുടെ ഗളനാളം നിറയുന്നത് അവൾ അറിഞ്ഞു...ചെമ്മരത്തിയുടെ മടിയിൽ മുഖംപൂഴ്ത്തി അനന്തൻ ഒരു കുഞ്ഞിനെപ്പോലെ കരഞ്ഞു. അയാൾ സ്ഥലകാലങ്ങൾ മറന്നു. മറവി

ഒരനുഗ്രഹമായി. മറവി ആശ്വാസമായി. മറവി കഠിനാനുഭവങ്ങളുടെ വേരുകൾ പറിയുന്ന സുഖാനുഭൂതിയായി.

"ഒടയോരേറേ—" ചെമ്മരത്തി പൂ വിടരുന്നതുപോലെ മന്ത്രിച്ചു.

"എന്താണ്?"

അപ്പോൾ അനന്തൻ ശാന്തനായി അവളുടെ മടിയിൽ കമഴ്ന്നു കിടക്കുകയായിരുന്നു. കണ്ണീരിന്റെ നനവ് പുടവ കുതിർത്ത് തുടയെ സ്പർശിച്ചു.

വേലിപ്പുറത്തുകൂടെ കടൽക്കരയ്ക്കു നടന്നുപോകുന്നവരുടെ പതിഞ്ഞ കാലൊച്ച കേൾക്കാം. കുറേ നാളായി ഉറച്ചു നടക്കാനും ഉറക്കെ സംസാരിക്കാനും തുറന്നു ചിരിക്കാനും ഗ്രാമീണർ മറന്നുപോയിരുന്നു. രാവു മെല്ലെമെല്ലെ തണുത്ത കൈയുകൾ വിടർത്തി അനന്തനെ തലോടി.

"ഞാൻ വിളക്ക് കത്തിച്ചിറ്റ്ല്യ."

"ഇനി എന്തിനാ ചെമ്മരത്തീ വിളക്ക്!" അനന്തൻ നനവാർന്ന സ്വരത്തിൽ ആദ്യമായി സംസാരിച്ചു.

"എല്ലാം തീർന്നു. മനുഷ്യത്വം നശിച്ചു. എല്ലാം മൃഗങ്ങൾ! ഈ ഭൂമിയിൽ മനുഷ്യരില്ലാതായി."

കഠിനമായ എന്തോ സംഭവിച്ചിട്ടുണ്ടെന്ന് ചെമ്മരത്തിക്കു മനസിലായി. നേരിയ ഒരു മടുപ്പോടെ അവൾ ചോദിച്ചു:

"കെട്ട്ലമ്മയ്ക്ക് എന്തെങ്കിലും ദണ്ണം?"

"ഉച്ചിര സുഖമായിരിക്കുന്നു."

"പ്രസവമടുത്തില്ലേ?"

"അടുത്തു."

"നല്ല നാളായാ മത്യായിനു. അവൾ തന്നത്താൻ മന്ത്രിച്ചു. അപ്പോഴും അനന്തന്റെ ദുഃഖകാരണം പിടികിട്ടിയില്ല. ഇത്ര ഖിന്നനായി അവൾ അനന്തനെ കണ്ടിട്ടില്ല. മനസിനു പോറലേൽക്കുമ്പോഴെല്ലാം ഒടയോർ തന്നെത്തേടി വരുന്നു.

ആകാംക്ഷ അടക്കി അവൾ ചോദിച്ചു:

"ചായയുണ്ടാക്കട്ടെ? അമ്മായി കണ്ണൂരെ കന്യാസ്ത്രീകളുടെ അടുത്ത്ന്ന് നല്ല എലച്ചായ കൊണ്ട്വന്നിറ്റ്ണ്ട്!"

"വേണ്ടാ!" അനന്തൻ ചെമ്മരത്തിയെ വാരിയടുപ്പിച്ചു. അവൾ ഓടിപ്പോകുമെന്ന ഭയത്താൽ കൈത്തണ്ടിൽ മുറുകെപ്പിടിച്ചു. കുപ്പിവള ഉടയുന്ന ശബ്ദം കേട്ടു ചെമ്മരത്തി ചിന്തിച്ചു:

"ഭഗവതി, ഇന്നെന്തുണ്ടായി?"

പതുക്കെപ്പതുക്കെ വിരലുകൾ അയഞ്ഞു. വളപ്പൊട്ടുകൾ ഉതിർന്നു പായിൽ വീണു.

വിരൽത്തുമ്പിൽ തുളച്ചുനിന്ന ചോരത്തുള്ളിയിൽ നോക്കി അനന്തൻ പറഞ്ഞു:

"എന്റെ ചോരയ്ക്ക് ഇപ്പോഴും ചോപ്പാണല്ലോ!"

നാൽപ്പത്തിയൊൻപത്

പൂമുഖഭിത്തി ദാരുശിൽപ്പത്തിൽ മിഴിയൂന്നി അനന്തൻ തന്റെ പ്രിയപ്പെട്ട ചാരുകസേരയിൽ ഇരിക്കുകയായിരുന്നു. കസേരയ്ക്കു കട്ടിയുള്ള ഒരു ഖദർതുണി ഇട്ടിരുന്നു. ഓറഞ്ചും പച്ചയും ഇടകലർന്ന് ഇടയ്ക്കു തിളങ്ങുന്ന വയലറ്റുപൂക്കൾ നെയ്തുചേർത്ത ഒരു തുണി! കിട്ടേട്ടൻ ഖദർതുണിയുടെ മാറാപ്പു ചുമന്നു മുറ്റത്തെത്തിയപ്പോൾ തടുക്കാനാവാത്ത ആത്മനിന്ദയോടെ അനന്തൻ മുറ്റത്തേക്കോടിയിറങ്ങി. ചുമട് ഏറ്റുവാങ്ങി.

ഒരു വലിയ മാറാപ്പ്.

ചാരുപടിമേൽ ഇറക്കിവച്ച ഭാണ്ഡത്തിന്റെ കെട്ടഴിച്ചത് അനന്തനാണ്.

അയാൾ കിട്ടേട്ടന്റെ മുഖത്തു നോക്കി.

വളരെ പരവശനാണ് കിട്ടേട്ടൻ. അന്നപാനാദികൾ കണ്ടിട്ടു നാളുകളായെന്നു തോന്നുന്നു.

വിയർപ്പിൽ ആറാടിയ ശോഷിച്ച മുഖത്തു തണ്ണീർകിണ്ടിയിലെ കുളിർജലം തളിച്ച്, കൈകാലുകൾ കഴുകി, മുരുടയിലെ തുളസിയില എടുത്തു മാറ്റി കിട്ടേട്ടൻ പച്ചവെള്ളം ചുണ്ടോടു ചേർത്തു. വരണ്ട ഗളനാളത്തിലൂടെ ഒഴുകിപ്പോവുന്ന വെള്ളത്തിന്റെ ഗദ്ഗദം അനന്തന് അസഹ്യമായി.

അയാൾ അകവാതിലിനു നേർക്കു നോക്കി— "ഉച്ചിരേ!"

ഒരു ദാസിയാണ് വാതിൽക്കൽ എത്തിനോക്കിയത്.

"കിട്ടേട്ടനു കുടിക്കാൻ എന്തെങ്കിലും."

ദാസി വാതിൽക്കൽ നിന്നു പരുങ്ങി.

"പാലില്ലെങ്കിൽ ചായ വേണ്ട. കഞ്ഞി മതി."

അനന്തൻ നീട്ടിയ തോർത്തുമുണ്ടു വാങ്ങി മുഖം തുടച്ച് ആശ്വാസത്തിന്റെ വീർപ്പയച്ച് കിട്ടേട്ടൻ ചാരുപടിയിലെ തൂണിൽ ചാരിയിരുന്നു.

വിശ്രമത്തിന്റെ മാറിൽ അഭയം തേടി. അയാൾ പതുക്കെ കണ്ണടച്ചു.

അനന്തൻ തുണിക്കെട്ടു പരിശോധിച്ചു.

തടിച്ച രണ്ടു ഖദർസാരികൾ. വയലറ്റും പച്ചയും കരയുള്ള സാരികൾ. ഉച്ചിരയ്ക്ക് ഇന്നത്തെ അവസ്ഥയിൽ അവളുടെ ഗർഭം മുറ്റിയ വയറിനു മീതെ ഇവ ചുറ്റി എണീറ്റു നടക്കാൻ പറ്റുകയില്ല.

പിന്നെയുള്ളതു നാലു ഷാളുകൾ. ചർക്കയുടെ പടം അച്ചടിച്ച സഞ്ചികൾ, ഖദർമുണ്ടുകൾ. ഖദർമുണ്ട് എടുക്കാം. പക്ഷേ, പൈസയില്ല. കിട്ടേട്ടന് ഇപ്പോൾ ഇതിന്റെ വില കിട്ടീട്ടു വേണ്ടിവരും തന്റെ ആശ്രമജീവികളെ അന്നമൂട്ടാൻ. "ആ കുട്ടികൾക്കു വളർച്ചയില്ലാത്തതെന്താണ്?" അനന്തൻ തന്നത്താൻ ചോദിച്ചു. ചോദ്യം ഉള്ളിൽനിന്നു പുറത്തേക്കു ചാടിയത് അനന്തനറിഞ്ഞില്ല. അയാൾക്ക് തന്റെ ചിന്തയ്ക്കു ശബ്ദത്തിന്റെ ചിറകുവച്ചത് അദ്ഭുതമായി തോന്നി. ഈയിടെ പലപ്പോഴും അതു സംഭ

വിക്കുന്നു. രാഷ്ട്രീയ യോഗങ്ങൾ നടന്നുകൊണ്ടിരിക്കുമ്പോൾ, പഞ്ചായത്തുസഭ കൂടുമ്പോൾ—അങ്ങനെ ആളുകൾ കൂടിയിരിക്കുന്ന വേളകളിൽ തന്നോടനുവാദം ചോദിക്കാതെ, തന്നെ അസ്വസ്ഥമാക്കുന്ന ചിന്തകളും ശങ്കകളും വ്യാമോഹങ്ങളും മൗനത്തിന്റെ കതകുകൾ വലിച്ചു തുറന്നു പുറത്തേക്കു ചാടുന്നു.

അല്ലെങ്കിൽ ഇന്നലെ നടന്ന മഹാസംഭവത്തെക്കുറിച്ചു പത്രലേഖകർ ആരാഞ്ഞപ്പോൾ താനെന്തിന് അങ്ങനെ പറഞ്ഞു?

ദേശീയപതാകയ്ക്കൊപ്പം അവർ, കൃഷിക്കാർ എന്തിന് അവകാശക്കൊടി ഉയർത്തി? ശങ്കരൻനായനാരുടെ സുഹൃത്തായ കോൺഗ്രസുകാരൻ ചോദിച്ചു:

"അതവരുടെ ജന്മാവകാശമാണ്. കൃഷിഭൂമി കർഷകനുതന്നെ."

"അപ്പോൾ നിങ്ങൾ?"

"ഞാൻ കർഷകന്റെ ഭാഗത്ത്! കോൺഗ്രസ് തുടക്കം മുതൽക്കേ അങ്ങനെ തീരുമാനിച്ചിരുന്നില്ല? ഹരിപുരം കോൺഗ്രസിനുപോകാൻ, ബർദോളിക്കുപോകാൻ നിറയൂരെയു കീഴൂരെയും പെണ്ണുങ്ങൾ ശേഖരിച്ചിരുന്ന പിടിയരി മേടിച്ചുകൊണ്ടുവന്നു ചന്തയിൽ ലേലത്തിനു വിറ്റ് വണ്ടിക്കൂലിക്കു കാശുണ്ടാക്കി വളണ്ടിയർമാരെ അയച്ചിരുന്നത് നമ്മളല്ലായിരുന്നോ? നമ്മുടെ കാരണവന്മാർ നെൽപ്പത്തായങ്ങൾ തുറന്ന് ഒരു പിടി നെല്ലു തന്നോ നമ്മൾക്ക്?"

"അപ്പോൾ അനന്താ നീയും?

"ഞാനവരുടെ ഹൃദയത്തിന്റെ ചൂടറിയുന്നു."

"നീ നിന്റെ കടമ മറക്കുന്നു!" ശങ്കരൻനായർ പറഞ്ഞു.

ഗൗരിയേട്ടിയുടെ ഭർത്താവിനോടു തട്ടിക്കേറേണ്ടായിരുന്നു.

വീട്ടിൽ ശേഷിച്ചിരുന്ന പാലൊഴിച്ച ചായ അവർക്കു കൊടുത്തു. ഇതാ അവർ പടിയിറങ്ങിപ്പോയതേയുള്ളൂ. അവർ പോയിരിക്കുന്നത് പൊലീസ് ക്യാമ്പിലേക്കാണ്.

കാരണവരുടെ പത്തായപ്പുര പോലീസ് ക്യാമ്പാണ്. ഉണിക്കാളി അമ്മായിയുടെ ഉതിരംമറിയുന്ന മുഖം അനന്തനെ ഒരു നിമിഷം പീഡിപ്പിച്ചു.

"അനന്താ നെന്നപ്പോലുള്ള ചെറുവാല്യക്കാര് മീശേം തടവി ഇരിക്കുമ്പഴ് ഈ നരനായാട്ട് ഈടെ നടക്കുന്നതെങ്ങനെ?" ഉണിക്കാളിഅമ്മായി ഉച്ചിരയുടെ ഗർഭം കാണാൻ വന്നതായിരുന്നു. തിരിച്ചുപോകുമ്പോൾ അവർ പറഞ്ഞു:

"മംഗലാപുരത്തുന്നു ദറസറെ വിളിക്കുന്നതാ നല്ലത്!"

പിന്നീടാണ് കിട്ടേട്ടൻ വന്നത്.

കിട്ടേട്ടനു വേണ്ടി ചാരുകസേരയുടെ തുണി മാറ്റാൻ അനന്തൻ തീരുമാനിച്ചു. ഉപയോഗിച്ചു പഴകിത്തഴഞ്ഞു മൃദുലമായിക്കഴിഞ്ഞ കസേരത്തുണിയോടാണ് അനന്തന്റെ പ്രിയം. പുതിയ തുണിയുടെ പരുപരുപ്പിനെ മെരുക്കാൻ കുറേനാൾ ഉപയോഗിക്കണം.

കിട്ടേട്ടന്റെ വികാരം മുറിപ്പെടുത്താൻ അനന്തൻ ആഗ്രഹിച്ചില്ല. പഴകിയതുണി മാറ്റി അപ്പോൾത്തന്നെ കസേരത്തുണി പുതുക്കി. കാസർട്ടു മേടിക്കാൻ വച്ചിരുന്ന പത്തുറുപ്പിക എടുത്തു കൊടുത്തു. പടിയിറങ്ങുമ്പോൾ കിട്ടേട്ടൻ ചോദിച്ചു.

"ഉച്ചിരയ്ക്കു ദണ്ണമൊന്നും ഇല്ലല്ലോ?"

"ഇല്ല."

"ഞാൻ കുറച്ചു ധന്വന്തരം ഗുളിക കൊടുത്തയയ്ക്കാം."

"കിട്ടേട്ടനു ഗർഭചികിത്സ വശമാണോ?"

"എന്റെ മരുമകളു പെണ്ണിനുവേണ്ടി കുറേ ഗുളിക അരപ്പിക്കുന്നുണ്ട്, നിറയൂരെ വൈദ്യര്."

കഞ്ഞി കുടിച്ചു പാരവശ്യം കളഞ്ഞ് പടിയിറങ്ങിപ്പോകുന്ന കിട്ടേട്ടനെക്കുറിച്ച് അനന്തൻ അത്ഭുതത്തോടെ ഓർത്തു. പട്ടിണി കിടക്കാനും എത്രയെങ്കിലും നടക്കാനും അദ്ദേഹത്തിനുള്ള കഴിവ് അപാരമാണ്.

ഇന്നലത്തെ കർഷകയോഗത്തിൽ സംബന്ധിക്കാൻ പത്തുനാഴിക ദൂരം നടന്നുപോയി. പുലരാൻകാലത്താണ് തിരിച്ചെത്തിയത്. അനന്തൻ അസ്വസ്ഥനായി പടിപ്പുരയിൽ നിന്നു നേരം വെളുപ്പിക്കുകയായിരുന്നു. പൊക്കൻ ഹേഡ് മരിച്ച വിവരം കിട്ടേട്ടനാണ് ആദ്യം കൊണ്ടുവന്നത്.

"ഗാന്ധിജി ഇതറിഞ്ഞാൽ ഹൃദയംപൊട്ടി മരിക്കും!"

"പൊലീസ് മരിച്ചതോ?"

"നാളെ ഈ ഗ്രാമങ്ങൾ കത്തിച്ചാമ്പലാവും. മേലരി പടർന്നു കുന്നുകൾക്കു തീപിടിക്കും!"

ഒരു നടുക്കത്തോടെ അനന്തൻ ഉമ്മറത്തേക്കു തിരിച്ചുപോന്നു.

കസേരയിലിട്ട പുതിയ ഖദർതുണിയുടെ വർണപ്പൊലിമ അശ്ലീലമാണെന്ന് അനന്തനു തോന്നി.

എങ്ങനെയാണ് ഇക്കണക്കിനു ദറസറെ വരുത്തുക? അളിയന്റെ പുതിയ കാറയക്കാം. പക്ഷേ, ശങ്കരൻനായനാറുടെ സഹായം തേടുന്നത് ഉചിതമല്ലെന്ന് അനന്തനു തോന്നി.

തീവണ്ടിക്കു കൊണ്ടുവന്നിട്ട് സ്റ്റേഷനിലേക്കു പല്ലക്കയക്കാം.

പുതിയൊരു വെളിച്ചം വീണുകിട്ടുന്നു.

ഉമേഷ്പൈ കാളീശ്വരത്തുനിന്നു പുതിയകോട്ടയ്ക്ക് ഓടിക്കുന്ന പുത്തൻബസ്സ് റെയിൽവേസ്റ്റേഷനിലേക്കു തിരിച്ചുവിടാൻ പറയാം.

യാത്രക്കാർക്കു കൂടുതൽ നേരം വളഞ്ഞ വഴികളിലൂടെ വണ്ടിയിലിരുന്നു സഞ്ചരിച്ച് ആന്ദിക്കുകയുമാവാം.

തീവണ്ടികൾ പൊലീസ് കൈയടക്കിയിരിക്കും. എന്നാലും വഴിയുണ്ടാക്കാം. പൊലീസാപ്പീസർ അനന്തന്റെ പരിചയക്കാരനാണല്ലോ!

അനന്തൻ കണക്കുകൾ കൂട്ടിക്കിഴിച്ചു. കുഞ്ഞീഷ്ണൻമാസ്റ്ററുടെ പക്കൽ ഒരു മാല പണയംവെക്കാനുറച്ചു.

അയാൾ അന്തഃപുരത്തിലേക്കു നടന്നു. ഉച്ചിര ഇടുപ്പിൽ ഒരു കൈ

ചേർത്ത് മറുകൈ വാതിൽക്കട്ടിളയിൽ ഊന്നി പറമ്പിലേക്കു നോക്കി നിൽപ്പാണ്.

"ഉച്ചിരേ!"

അനന്തന്റെ ശബ്ദം കേട്ട് അവർ ഞെട്ടിത്തിരിഞ്ഞു നോക്കി.

അവളുടെ മുഖം വെയിലേറ്റ മന്ദാരപ്പൂപോലിരിക്കുന്നു.

"നിയ്യ് കഞ്ഞി കുടിച്ചോ?"

"ഉവ്വ്!"

"കിട്ടേട്ടൻ ധന്വന്തരംഗുളിക കൊടുത്തയയ്ക്കാമെന്നു പറഞ്ഞിറ്റ്ണ്ട്!"

അവളുടെ ചുണ്ടുകളിൽ മന്ദഹാസം മയങ്ങിവീണു.

നേരിയ ഭയത്തോടെ അനന്തൻ അവളുടെ പാതി നഗ്നമായ വയറ്റത്തു നോക്കി. വെളുത്തു സ്നിഗ്ധമായ, വലിഞ്ഞുമുറുകി നിൽക്കുന്ന ചർമ്മത്തിന്റെ കാന്തികണ്ട് അനന്തന് ആനന്ദം തോന്നിയില്ല. ആ പെരുവയറിന്റെ ആകാരം അയാളെ അസ്വസ്ഥനാക്കി. ഇത്ര വലിയൊരു ഭാരം ചുമക്കാൻ ഉച്ചിരേ, നിന്റെ ദുർബലമേനിക്കു കഴിയുന്നതെങ്ങനെ? നീ നിന്റെ ശരീരഭാരത്തിന് അടിപ്പെട്ടുപോകുന്നതു കാണാൻ എനിക്കു വയ്യ. ഉരുണ്ടുകൂടിയ വയർ ഒരു ദറസറ കാത്തുനിൽക്കാതെ ഏതു നിമിഷവും പൊട്ടിത്തെറിച്ചേക്കുമെന്ന ഭയം അനന്തനെ ഗ്രസിച്ചു.

മിഴികൾ ഉച്ചിരയുടെ മെലിഞ്ഞ കഴുത്തിൽ അഭയം പ്രാപിച്ചു. താലിനൂലിനുപുറമെ ഒരു വണ്ണം കൂടിയ തുടൽമാല അവളുടെ കഴുത്തിലുള്ളതു കണ്ട് ആശ്വസിച്ചു. കുഞ്ഞീഷ്ൻമാസ്റ്റർ ഇരുനൂറു റുപ്പികയെങ്കിലും തരാതിരിക്കില്ല. ദറസർ എല്ലാം ശുഭപര്യവസായിയാകും.

മാല വാങ്ങി പടിയിറങ്ങുമ്പോൾ അനന്തൻ തീർത്തും നിശ്ചിന്തനായിരുന്നു. ചില സന്ദർഭങ്ങളിൽ ഒഴുക്കിനുമീതെ പൊങ്ങിക്കിടക്കുന്ന ഒരു മച്ചിത്തേങ്ങയാവാൻ അയാൾക്കു കഴിയും. അത്തരം അവസ്ഥ അയാളെ പിരിമുറുക്കത്തിൽനിന്നു രക്ഷിച്ചുപോന്നു.

ശൂന്യമായ വയൽവരമ്പിലൂടെ, കാറ്റ് തേങ്ങുന്ന തോപ്പുകളിലൂടെ അനന്തൻ വള്ളിത്തോപ്പ് സ്കൂളിലേക്കു നടന്നു.

വഴിവക്കിൽ കരുവഞ്ചേരി പടിപ്പുരവാതിൽക്കൽ ഒരുനിമിഷം നിന്നു. വലിയകാരണവരുടെ മരുന്നുശാലയിൽ തിരക്കു കണ്ടില്ല. എട്ടു കെട്ടു മാളികയുടെ വാതായനങ്ങൾ കാഴ്ച നഷ്ടമായ മിഴികൾപോലിരുന്നു.

അവർ വള്ളിത്തോപ്പും സ്കൂളും കൈയടക്കിയിരിക്കുന്നത് അനന്തൻ കണ്ടു. തന്റെ പാഠശാലയിൽ പൊലീസ് മേയുന്നത് കോമൻനായർ സഹിക്കുമോ? കോമൻനായരുടെ ആത്മാവ് പള്ളിക്കൂടത്തെ വിട്ടുപോകും. തോപ്പിൽ കാറ്റുപിടിക്കാത്ത കോണുകളിൽ വലിയ അടുപ്പുകളിൽ ഗ്രാമീണരുടെ അരുമയായ കോഴികൾ തിളച്ചുമറിയുന്നു. വലിയ വട്ടങ്ങളിൽ അരി വേവുന്നു. ഉത്സവം ആഘോഷിക്കുന്ന കാക്കിപ്പട. അനാഥപ്രേതങ്ങൾക്കു ചുറ്റും കാക്കിപ്പടപോലെ.

അനന്തൻ പടിവാതിൽക്കൽ ശങ്കിച്ചു. കറുത്ത പട്ടുശീല മാറ്റി

ഖദർതുണി തയ്ച്ചു ചേർത്ത അനന്തന്റെ പ്രിയപ്പെട്ട കട പൊടുന്നനെ അവരുടെ ശ്രദ്ധയിൽപ്പെട്ടു.

പരിചയക്കാരനായ പൊലീസ് കമ്മീഷണർ സ്കൂളിനകത്തു നിന്നിറങ്ങി വന്നു. വല്ലാതെ വീർത്തു തടിച്ച കവിളുകളുടെ ഓരത്തു പതിഞ്ഞുകിടന്ന മിഴികളിൽ സൗഹൃദത്തിന്റെ തിളക്കം. തന്റെ സൗഹൃദം അമേധ്യത്തിൽ വീണുപോയെന്ന് അനന്തനു തോന്നി.

"എന്താ നിന്നുകളഞ്ഞത്? വരൂ, കയറി ഇരിക്കൂ. നിങ്ങളെപ്പോലുള്ളവരുടെ സഹകരണമില്ലാതെ ഞങ്ങൾ പ്രതികളെ പിടികൂടുന്നതെങ്ങനെ?"

അനന്തൻ അനക്കമറ്റു നിന്നു.

നാട്ടുകാരുടെ ഒരഹങ്കാരം നോക്കണം. വിവരംകെട്ടവർ. ആരോടാണ് കളിക്കുന്നതെന്നറിയില്ല.

അനന്തൻ മൗനം പൂണ്ടു.

"ഇതോടുകൂടി ഇവറ്റങ്ങടെ പൂതി തീരും!"

അനന്തൻ നടുങ്ങി, ഭ്രാന്തുപിടിച്ച, ചങ്ങല പൊട്ടിച്ച നായ്ക്കളുടെ ഓലി കേട്ടിട്ടെന്നവണ്ണം.

കമ്മീഷണർ രാരപ്പൻനായർ ഒന്നാംപടിയിറങ്ങി. രണ്ടാം പടിയിറങ്ങി. ഒരു കൊടുംവിഷമുള്ള കരിമൂർഖന്റെ പടംപോലെ അയാളുടെ കൈപ്പത്തി നീണ്ടുവരുന്നു.

"വരൂ. ഇരുന്നിട്ട് ഒരു ചായ കുടിക്കിൻ. അനന്തനെ അങ്ങനെ വിടാൻ ഞാൻ ഭാവമില്ല."

അയാളുടെ ചിരി കർണ്ണകഠോരമായി.

കൊത്താനായുന്ന ഒരു പടത്തെ എന്നോണം അനന്തൻ രോമങ്ങൾ ചുരുണ്ടുകിടക്കുന്ന കൈപ്പത്തിയെ ഭയത്തോടെ , അറപ്പോടെ, വെറുപ്പോടെ നോക്കി. ഒരടി പുറകോട്ടിറങ്ങി.

"ഹ!ഹ!ഹ! അനന്തൻ ഇത്ര ദുർബലമനസ്കനോ! കാക്കി കണ്ടാൽ പേടിക്കണ കുട്ടിയോ?"

മേലെ പടവിനപ്പുറം കൊപ്പുബട്ലർ. ഒരു കൂറ്റൻ വാഴക്കുലയുമായി വേലി കടന്നുവരുന്നു. കുലയുടെ അറുക്കപ്പെട്ട കഴുത്തിൽനിന്ന് കൃഷിക്കാരന്റെ ചോരനീരിറ്റുവീഴുന്നു.

അനന്തൻ പിന്തിരിഞ്ഞു പടിയിറങ്ങി. ഇറങ്ങിയോടി. വിയർത്തുകുളിച്ച ദേഹം അയാൾക്ക് ഒരു ഭാരമായി. ചിറകു ധരിച്ച് ഈ ശപിക്കപ്പെട്ട ഭൂമിയിൽ നിന്ന് പറന്നുപോകാൻ അയാൾ ആഗ്രഹിച്ചു.

താഴെ ഓടിയടുക്കുന്ന ബൂട്ടിന്റെ ഒച്ച കേട്ടപ്പോൾ അനന്തൻ നിന്നു. തിരിഞ്ഞുനോക്കി.

"എന്താ വേണ്ടത്?" മുമ്പിൽ നിൽക്കുന്ന പൊലീസുകാരനോട് അനന്തൻ നീരസത്തോടെ ചോദിച്ചു.

"അങ്ങത്ത പറഞ്ഞു, തിരിച്ചുചെല്ലാൻ."

"എന്താ കാര്യം?"

"സാക്ഷി പറയണം. നിറയൂർന്ന് വന്ന രണ്ടാളെ തിരിച്ചറിയണം!"

അനന്തന്റെ ഉള്ളിൽ എന്തോ പിടഞ്ഞുണർന്നു. മർദ്ദനമേറ്റു മരിക്കാൻപോകുന്ന ഒരു നിറയൂർക്കാരനെ കാണാനുള്ള കരുത്തില്ലെങ്കിൽ, ഈ നരനായാട്ടിന് ഒരറുതിവരുത്താൻ തനിക്കു കഴിയുമോ? പരീക്ഷിച്ചു നോക്കാം. അനന്തൻ കുട പൂട്ടി ഭദ്രമായി ചുറ്റിക്കെട്ടി ഒരു വടിപോലെ ചുമലിൽ ഞാത്തിയിട്ടു. ചോര തെറിച്ചുവീണ കൊങ്കണിക്കാടിനിടയിലൂടെ ഇടവഴി ഇഴഞ്ഞു.

കമ്മീഷണർ സുഹൃത്ത് തന്റെ കുപ്പിക്കണ്ണുകളിൽ ഒളിച്ചുവച്ചിരിക്കുന്ന വിഷത്തുള്ളികളിൽനിന്ന് അനന്തൻ മിഴി തിരിച്ചു,

"ഇവിടന്ന് അങ്ങനെ ഞങ്ങളെ പുറന്തള്ളുമോ?"

സ്വാതന്ത്ര്യത്തിന്റെ വേദമോതിക്കൊടുക്കാറുള്ള തന്റെ പ്രിയപ്പെട്ട ക്ലാസുമുറിയിൽ അനന്തൻ കാലൂന്നി.

അപ്പോൾ അതൊരു ക്ലാസ്മുറി ആയിരുന്നില്ല.

ഒരു കാശാപ്പുശാല!

തലങ്ങും വിലങ്ങും വലിച്ചിട്ട ബഞ്ചുകൾ ഒടിഞ്ഞ അസ്ഥികൾപോലെ കിടന്നു. ജാലകങ്ങളില്ലാതെ ഭിത്തിയോടു ചേർന്നു നിൽക്കുന്ന ആറുപേരെ ചൂണ്ടിക്കാണിച്ചിട്ട്, കമ്മീഷ്ണർ രാരപ്പൻനായർ പറഞ്ഞു:

"എന്റെ സേവനത്തിന്റെ ഗുണംകൊണ്ടാ എനിക്കു കമ്മീഷണറായി ഉദ്യോഗംക്കയറ്റം കിട്ടിയത്!?"

രാരപ്പൻനായരുടെ സേവനത്തിന്റെ ഒരു ഭീകരചിത്രം മനസിൽ തെളിയുന്നു.

"ചങ്ങാതി!" രാരപ്പൻനായർ അനന്തന്റെ മുമ്പിൽ നിന്നു.

"ഞാൻ ചങ്ങാതിയല്ല, നിങ്ങളുടെ! നിങ്ങൾ ബ്രിട്ടീഷ് സർക്കാരിന്റെ ഒരു വിധേയനിയമപാലകൻ. ഞാൻ ഒരു പ്രജ. കീടം."

"അങ്ങനെ പരിഭവിക്കരുത് മിസ്റ്റർ അനന്തൻനായർ! താങ്കളെപ്പോലുള്ള മാന്യന്മാരെ നമ്മുടെ സർക്കാർ എന്നും ആദരിച്ചിരുന്നു!"

"അത്തരം ആദരവ് എനിക്കു വേണ്ട. എന്തിനാണ് എന്നെ വിളിപ്പിച്ചത്?"

കണ്ണുയർത്തി മുന്നിലെ ചുമരോരം ചേർന്നു നിൽക്കുന്നവരെ നോക്കാൻ അനന്തൻ ഭയന്നു. തിരിച്ചറിവിന്റെ ഭീകരമായ നിമിഷത്തിൽ താൻ ആത്മനിന്ദയുടെ പടുകുഴിയിൽ പതിക്കുമെന്ന് അനന്തനറിഞ്ഞു. നിറയൂരിലെ കൃഷിക്കാരുടെ മുമ്പിൽ, ഭരണകൂടത്തിന്റെ ലാളനയേറ്റു നിൽക്കാൻ അയാൾ ആഗ്രഹിച്ചില്ല.

രാരപ്പൻനായർ നീക്കിയിട്ട കസേര, കോമൻനായർ ഇരിക്കാറുണ്ടായിരുന്ന കസേര. അനന്തൻ തിരിഞ്ഞുനോക്കിയില്ല. അതിൽ അദ്ദേഹത്തിന്റെ മുറിപ്പെട്ട ആത്മാവിന്റെ ചോര പുരണ്ടിരിക്കുന്നു. നിറയൂരിലെ

കർഷകന്റെ ചോര തെറിച്ചുവീണിരിക്കുന്നു. ഭരണാധിപന്റെ പരിഹാസത്തിൽ തുപ്പൽ പതിച്ചിരിക്കുന്നു.

നിൽക്കുന്നവരിൽ ഒന്നാമനെ ഒരു പൊലീസുകാരൻ ജനലിലൂടെ വരുന്ന വെളിച്ചത്തേക്കു നീക്കി നിർത്തി. അനന്തന്റെ ആത്മാവിൽ ഇടിവെട്ടി.

മൗനത്തിന്റെ ഇരുമ്പുമറയ്ക്കിരുപുറവും നിന്ന് രണ്ടു മുഖങ്ങൾ പരസ്പരം നോക്കി. വിയർപ്പും അഴുക്കും പുരണ്ട, മൂന്നു നാലു ദിവസത്തെ താടിരോമങ്ങൾ നീണ്ട്, കവിളുകൾ ഒട്ടി പൈതൃകത്തിന്റെ വേരുകളിൽ വിഷം പടർത്തിയ ആ നിമിഷം

അറിവിന്റെ ഒരപൂർവ മന്ദസ്മേരം അനന്തനിൽ നിന്നു നിറയൂരെ വൈദ്യരുടെ നേർക്കു പ്രസരിച്ചു.

"ഇയാളെ നിങ്ങളറിയുമോ?" ഇടതുവശത്തുനിന്ന് രാരപ്പൻനായരുടെ അധികാരസ്വരം.

"അറിയും! ജനിച്ചനാൾ മുതൽ അറിയും!"

"പറയില്ല! അങ്ങനെ മലിനമാക്കേണ്ട പേരല്ല, അത്!"

"പേരറിയുന്നതെന്തു കുഴപ്പമുണ്ടാക്കാനാണ്?"

"നിങ്ങൾ അദ്ദേഹത്തെയും എന്നെയും തൂക്കിക്കൊല്ലുമായിരിക്കും!"

"ഇവൻ രാജ്യദ്രോഹിയാണ്!"

"എങ്ങനെ?"

"ഇന്നലത്തെ പ്രതിഷേധയോഗത്തിൽ നോട്ടീസെഴുതാൻ ഇവനും കൂട്ടുനിന്നിട്ടുണ്ട്!"

"അദ്ദേഹത്തിനു നിങ്ങളേക്കാൾ പ്രായമുണ്ടല്ലോ? ഇവൻ എന്ന വാക്കു പ്രയോഗിക്കാതിരിക്കുക."

രാരപ്പൻനായർ കുലുങ്ങിച്ചിരിച്ചു. പൊങ്ങച്ചത്തിന്റെ കുമ്പവയർ കുലുങ്ങി.

"അപ്പോൾ മിസ്റ്റർ അനന്തൻ, ഇദ്ദേഹത്തെ തിരിച്ചറിഞ്ഞു എന്നു താങ്കൾ ഒപ്പിട്ടു തരികയില്ല, അല്ലേ?"

"എന്റെ അറിവ് ഇത്തരം കാര്യങ്ങൾക്ക് ഉപയോഗിക്കാനുള്ളതല്ല." തുടർന്ന് ഒരു പൊലീസുകാരൻ ഈറയോടെ വൈദ്യരെ ഭിത്തിയിലേക്കു വലിച്ചെറിഞ്ഞു. അനന്തന്റെ ഇടനെഞ്ചു പൊട്ടി.

"നിർത്തുക!"

"എന്താ മിസ്റ്റർ അനന്തൻ! ഞങ്ങൾ ഞങ്ങളുടെ ചുമതല നിർവഹിക്കുകയാണ്!"

"ഇതെന്റെ വിദ്യാലയമാണ്. ഇതൊരു പൊലീസ് ക്യാമ്പാക്കാൻ ആരാണു നിങ്ങൾക്കധികാരം തന്നത്?"

"നിങ്ങളുടെ കാരണവർ തന്നെ!"

അനന്തൻ ഒരു കീടത്തോളം ചെറുതായി. പൈതൃകത്തിന്റെ വേരുകളിൽ വിഷം പടരുക മാത്രമല്ല, അവ അഴുകിയും കഴിഞ്ഞു എന്ന് അനന്തനു മനസിലായി.

അമ്പത്

ഒരു കുളികാറ്റ് ചൂട്ടേനിപ്പാറയുടെ ചെരിവിലുയർന്ന് ഗ്രാമീണരെ കിടിലംകൊള്ളിച്ചുകൊണ്ട് ചൂഴ്ന്നു പറക്കുമ്പോൾ, ഉണ്ണിമായ മുറ്റത്തിറങ്ങി നിന്നു. മാറിൽ കിടന്ന കുഞ്ഞ് പതുങ്ങിയ ഒച്ചയോടെ കരഞ്ഞു. കുഞ്ഞിനു കരയാൻ വയ്യായിരുന്നു. ഒരു രാവും പിന്നീടൊരു പകലും അതു വേദനകൊണ്ടു പുളഞ്ഞു കരഞ്ഞു.

നിസ്സഹായയായ ഉണ്ണിമായ അവനെ മടിയിൽ വച്ചു. ആദ്യം അവൾ താരാട്ടുപാടി. താരാട്ടും കുഞ്ഞിന്റെ ആക്രന്ദനവും ഒന്നായി. പിന്നെ താരാട്ടിന്റെ ഉറവകൾ വറ്റി. കരച്ചിലിന്റെ ശബ്ദംമാറി. മകരക്കാറ്റിന്റെ കൊടും വരൾച്ചയിൽ അമ്മയുടെയും മകന്റെയും ജീവസ്ഫുരണങ്ങൾ മരവിച്ചുപോയി.

ഉണ്ണാങ്ങ എന്ന മനയ്ക്കലെ അടിച്ചുതളിക്കാരി ഉൾഭയത്തോടെ മുല്ലപ്പടർപ്പിന്റെ മറപറ്റി ഉമ്മറത്തു വന്നുനിന്നു. കിളിക്കൂടിലൂടെ അകത്തേക്കുറ്റുനോക്കി.

ഉണ്ണിമായ വടക്കെ വളപ്പിൽനിന്നു വിളിച്ചുപറഞ്ഞു:

"ഉണ്ണാങ്ങേ ദാ, ഞാനിവിടെ!"

ഇരുട്ടിന്റെ നിറമുള്ള മുണ്ടുടുത്ത ഉണ്ണാങ്ങയെ തിരിച്ചുകാണാൻ പ്രയാസം. പക്ഷേ, ഉണ്ണാങ്ങയല്ലാതെ അന്നേരത്ത് അവിടെ വരില്ലെന്നറിയാം. കാലിലെ ബൂട്ടഴിച്ചു കയറിവരുന്ന പൊലീസുകാരും ഉണ്ടാവും. എന്നാലും അവരുടെ നടത്തം ഭൂമിയറിയും. ഉണ്ണിമായയ്ക്കു മുന്നറിവു നൽകും.

ഉണ്ണിമായയ്ക്ക് അവരെ, കാക്കിക്കുപ്പായം ധരിച്ചും ഊരിവച്ചും വരുന്ന പൊലീസുകാരെ, ഭയമില്ലാതായിരിക്കുന്നു. ആദ്യം ഈതിബാധപോലെ അവരെ അവൾ വെറുത്തിരുന്നു. ഭയന്നിരുന്നു.

വൈകുന്നേരം വയലിനെ പിളരുന്ന ചെത്തുവഴിയിലൂടെ ക്രോധത്തിന്റെ ഇടിമുഴക്കവുമായി കടന്നുപോയ ഗ്രാമീണരുടെ ഭീതിയില്ലായ്മ അവൾക്ക് ആശ്വാസം പകർന്നു. മഹേശ്വരന്റെ വീട്ടിനു നേർക്കെത്തിയപ്പോൾ അവർ മുദ്രാവാക്യങ്ങൾക്കു മൃദുത്വം വരുത്തുകയും അവരുടെ സ്വരം പൂർവസ്മൃതികളുടെ മന്ദമാരുതനായി അവളെ തഴുകുകയും ചെയ്തു.

"എനിക്കെന്താണു ഭയപ്പെടാനുള്ളത്?"

മർദ്ദനമേറ്റു സർവതും തട്ടിപ്പറിക്കപ്പെട്ട ഈ ഗ്രാമീണസ്ത്രീകളിൽനിന്നു വ്യത്യസ്തമായി ഇപ്പോൾ എനിക്കെന്താണുള്ളത്? അവരുടെ ആവേശത്തിന്റെ ഊർജം ഉണ്ണിമായയുടെ ഞരമ്പുകളിൽ കെട്ടിക്കിടന്ന നിരുന്മേഷത്തിന്റെ മാലിന്യങ്ങളെ തൂത്തുമാറ്റി.

സന്ധ്യയുടെ ചുവന്ന വെയിലിൽ കുളിച്ച്, ദിക്കുകളിൽ ഇടിമിന്നൽ വീശി അവർ കടന്നുപൊയ്ക്കഴിഞ്ഞപ്പോൾ ഉണ്ണിമായയുടെ ഗൃഹാങ്കണം പൊടുന്നനെ ഇരുട്ടിലാണ്ടു. മുളങ്കൂട്ടം തേങ്ങിക്കരയുന്ന ശബ്ദം അവൾ

കേട്ടു. വടക്കെ വളപ്പിലെ കൂറ്റൻ പ്ലാവിന്റെ പതംപറച്ചിൽ കുറേശ്ശെ തെളിഞ്ഞു വന്നു. കരച്ചിലവസാനിക്കുന്നില്ല, ജീവിതവും അവസാനിക്കുന്നില്ല.

"ഈ ഉണ്ണിയെ ഊട്ടി വളർത്തേണ്ടതുണ്ട്. ഉണ്ണാങ്ങേ ഇങ്ങോട്ടു വരൂ." ഉണ്ണാങ്ങ ഇരുട്ടിലൂടെ അരിച്ചെത്തി.

"അമ്മേ..."

"ഉണ്ണാങ്ങേ!"

"ഒരുപിടി പൊടിയരി കൊണ്ടുവന്നിറ്റ്ണ്ട്."

"നന്നായി. കഞ്ഞിയായിരുന്നെങ്കില് കൂടുതൽ നന്നായിരുന്നു. ഇവൻ താഴെ ഇരിക്കുന്നില്ല."

"ഇന്നലെ രാത്രി മുഴ്വോനും ഉണ്ണി വൈരം കൊടുത്തതെന്തിനാ?"

"കുരു. അവന്റെ നെഞ്ചത്ത് ഒരു വലിയ ചോരക്കുരു ഉരുണ്ടു കൂടീറ്റ്ണ്ട്!"

"അമ്മ ഈടെ?"

"ഞാൻ പ്ലാവുചാരി നിലത്തിരിക്കുകയാണ്."

"പാമ്പുണ്ടാകും!"

"എന്നെ പാമ്പ് തീണ്ടൂല."

"കുഞ്ഞിയെ വിഷപ്രാണികൾ കടിക്കും."

"ഇല്ല ഉണ്ണാങ്ങേ! അകത്ത് അടച്ചിരുന്നാൽ പൊലീസ് വന്നു ചവിട്ടിത്തുറക്കും. നാലു ചുമരുള്ള അറയ്ക്കകത്ത് എനിക്കു ഭയമാണ്."

"കുഞ്ഞിക്ക് കഞ്ഞി കൊടുക്കേണ്ടെ?"

"ഉണ്ണാങ്ങ പശുത്തൊഴുത്തിന്റെ മറവിൽ അടുപ്പുകത്തിച്ചോ. ഞാനീടെ ഇരിക്ക്യ"

അന്നും തലേന്നും രാത്രിയും ഭക്ഷണം കഴിച്ചില്ലെന്ന് ഉണ്ണിമായ ഓർത്തു. കുഞ്ഞിയുടെ ചിന്തയിൽ വിശപ്പുണർന്നു പടം വിടർത്തി. ഒരു നിമിഷത്തേക്കു മാത്രം. പിന്നെ പടം ചാഞ്ഞുവീണു. വിശപ്പില്ല, ദുഃഖത്തിന്റെ വിത്തുകളാണ് പൊട്ടിമുളയ്ക്കുന്നതെന്ന് അവളറിഞ്ഞു.

"അങ്ങെവിടെയാണ്! ഈ കുഞ്ഞും ഞാനും ജീവിച്ചിരിപ്പുണ്ടോ എന്ന് അങ്ങ് ഓർക്കാതിരിക്കുന്നതെന്ത്?"

പരുത്ത തൊലി അടർന്നു നിൽക്കുന്ന മരത്തിൽ ശിരസു തല്ലി അവൾ സ്ഥലകാലം മറന്നു കരഞ്ഞു. കരഞ്ഞില്ലെങ്കിൽ മരിച്ചുപോകും. ഉണ്ണി അനാഥനാവും. അച്ഛന്റെ മുഖം കാണാതെ ഒന്നര വർഷം വളർന്ന ഉണ്ണി. ഇരുണ്ട രാവുകളിൽ തുറന്നിട്ട ജാലകത്തിന്റെ അഴികൾക്കിടയിലൂടെ പൊന്നോമനപ്പുത്രന്റെ കൈയോ വളർന്നത് കാലോ വളർന്നത് എന്നു തടവിനോക്കാറുള്ള അവന്റെ പിതാവ്.

"ഞെക്കുവിളക്കു കത്തിച്ച് അവന്റെ മുഖമൊന്നു കണ്ടൂടെ?"

"കാണാൻ പാടില്ല. കണ്ടാൽ എനിക്കു തിരിച്ചുപോകാൻ കരുത്തുണ്ടാവില്ല. ദൂരെനിന്ന് പൊലീസ് പാഞ്ഞെത്തുകയും ചെയ്യും. ഗ്രാമങ്ങളിലും എന്റെ കടമ നിറവേറ്റാൻ പറ്റാതാകും..."

"മായേ—"

"ഓ!"

"ഞാനവനെ ഒന്നുമ്മവയ്ക്കട്ടെ!"

അഴികളുടെ ഇടയിൽക്കൂടി അപൂർണമായൊരു ചുംബനം. ഒരു സ്പർശനം മാത്രം.

കൈത്തണ്ടിൽ മൃദുവായി തലോടി പ്രിയതമൻ പറയുന്നു:

"നിന്റെ കൈ മെലിഞ്ഞുപോയല്ലോ! എല്ല് തടയ്ണു."

"ഉം"

"എല്ലാണ്. സത്യം! എന്നാലും—"

"പോകു. ആപത്തു വിളിച്ചുവരുത്തേണ്ട!"

കണ്ണിണകളെ ചുംബിക്കുന്ന വിരലുകൾ.

"നീ കരയുകയാണോ?"

"അല്ല!"

"കരയരുത്! ഗ്രാമത്തിലെ പെണ്ണുങ്ങളെക്കണ്ടു പഠിക്കാറായി!"

"ഞാനെങ്ങനെ ഒരു ഗ്രാമീണയാവും? ഒരുനേരം ഉണ്ണാതിരുന്നാൽ, ഒരു രാവ് ഉറക്കം തെറ്റിയാൽ ഞാൻ തളർന്നുപോവുമായിരുന്നു. ഇപ്പോൾ ശീലിച്ചുവരികയാണ്!"

"ചിലപ്പോൾ സ്ത്രീകൾ ജാഥയായി പുതിയകോട്ടയ്ക്കു പോവുന്നതു നീ കണ്ടിട്ടില്ലേ?"

"പലപ്പോഴും. ഇവിടെ അടച്ചിരിക്കുന്നതിലും ഭേദം അതാണെന്ന് എനിക്കു തോന്നും. അവരെപ്പോലെ എനിക്കു മനക്കരുത്തുണ്ടായിരുന്നെങ്കിൽ, ഞാനും..."

ജനലഴികളിൽനിന്നു പറിഞ്ഞുപോവുന്ന കൈകൾ. ഒരു കാറ്റുപോലെ അദ്ദേഹം പാഞ്ഞുപോയി. നിശാചരിയായ ഒരു ജന്തുവിന്റേതുപോലെ പതിഞ്ഞ കാലൊച്ച, മഞ്ഞു വീണു നനഞ്ഞ കരയിലെ മെത്തയെ തൊട്ടു തൊട്ടില്ല എന്ന മട്ടിൽ—

ഇരുണ്ട പൊന്തകളുടെയും കുണ്ടനിടവഴികളുടെയും അദൃശ്യതയിൽ പാർത്തിരിക്കുന്ന വേട്ടക്കാർ—

പ്ലാവിന്റെ ഉയർന്ന ശിഖരത്തിൽ ഒരു പെരുത്ത കൂമൻ വന്നു താണു. മരച്ചില്ലകൾ ഉലഞ്ഞു, ഉണർന്നു. ഭീതിദമായി സ്വരത്തിൽ അത് ഇരുണ്ടു രാവിനോടു സംവദിക്കാൻ തുടങ്ങി—

കനച്ച വായുവിൽ കത്തുന്ന വിറകിന്റെ ഗന്ധം ഉയർന്നു. പതിയെ കത്തുന്നു. അടുപ്പിൽനിന്നു കുതറി ഉയർന്ന ഒരു ചെറുതീനാളത്തിൽ ഉണ്ണാങ്ങയുടെ വലതുകവിൾ തെളിയുന്നു—മുണ്ടിന്റെ തുമ്പുയർത്തി അവൾ കണ്ണു തുടയ്ക്കുന്നു.

ഉണ്ണാങ്ങേ, നീ കരയുന്നതെന്തിന്?

ക്ഷാമകാലത്തു പട്ടാളത്തിൽ ചേരാൻ ഓടിപ്പോയ അവളുടെ മകൻ വെളുത്തമ്പുവിനെക്കുറിച്ച് ഒരു വിവരവുമില്ല.

"ഈടെ ആയിര്ന്നെങ്കില് ഓനെ പൊലീസുകാര് തല്ലിക്കൊല്ലുമാ

യിരുന്നു," ഒരു ദിവസം ചക്കരയുമായി, നിറയൂരുനിന്നു വന്ന പെണ്ണു പറഞ്ഞു.

കുഞ്ഞമ്പാടി പറഞ്ഞു: "ഓൻ പോകര്ത്തായിരുന്നു. ഓൻ പേടിത്തൂറിയാ എന്ന്! ഈടെയുള്ള ഓടയോറ് പറഞ്ഞു, തള്ളയുടെ ഒരേയൊരു ഓമനപ്പുത്രൻ പട്ടാളത്തിലെങ്കി പട്ടാളത്തില് നാടുവിട്ടു പോകട്ടെ എന്ന്."

മഹേശ്വരൻ പട്ടാളത്തിൽ ചേരുന്നതിൽനിന്നു ചെറുപ്പക്കാരെ വിലക്കിയിരുന്നതാണല്ലോ— ഉണ്ണിമായ മന്ദഹസിച്ചു.

വിപ്ലവമന്ത്രം ഉരുവിടുന്ന മനസിന്റെ അടരുകൾക്കിടയിൽ എങ്ങോ തങ്ങിനിൽക്കുന്ന മനുഷ്യസ്നേഹത്തിന്റെ, കാരുണ്യത്തിന്റെ ഒരു മധുകണം, വ്യക്തിസ്നേഹത്തിന്റെ ഒരു അമൃതകണം—അതവൾക്കു കാണാൻ കഴിയുന്നു. താമരത്താരിന്റെ ദളങ്ങളുടെ രഹസ്യത്തിൽ സൂക്ഷിക്കപ്പെട്ട ഒരു തുള്ളി മധുരം—

അതിനുവേണ്ടിയാണ് ഉണ്ണിമായ കാത്തിരിക്കുന്നത്—ഒരുനാൾ പോരാട്ടത്തിന്റെ കറുത്ത നാളുകളുടെ മുഖത്തുനിന്നു വേർപാടിന്റെ പർദ്ദ മാഞ്ഞുപോകുമെന്നും. രാവിനുശേഷം ഒരു പ്രഭാതം ഉണ്ടാകുമെന്നും കരുതി, അവർ ദുഃഖങ്ങൾ മറക്കുന്നു. ഏകാന്തതയെ കൈപ്പിടിയിലൊതുക്കുന്നു...

മയങ്ങിക്കിടന്ന കുഞ്ഞ് പൊടുന്നനെ ഞെട്ടി ഉണർന്നു കരയാൻ തുടങ്ങി. ഭാരിച്ച ചിറകു വിടർത്തി കൂമൻ പറന്നകലുന്നു. കരിയിലകൾ ഞരങ്ങുന്നു.

"അമ്മേ!"

"ഉണ്ണാങ്ങേ!"

"കഞ്ഞി ആയിറ്റ്ണ്ട്. അകത്തു ചെന്നിരുന്നു കുടിക്കാ. ഇന്നിനി അയിറ്റങ്ങൾടെ നായാട്ട്ണ്ടാവുംന്ന് തോന്ന്ണ്ല്യ.

ഉണ്ണിമായ എണീറ്റു. ഉണ്ണിയെ കിടത്തണം! ഏതു വശം പറ്റിച്ചേർന്നാലാണ് അവന് ആശ്വാസം കിട്ടുക? നെഞ്ചിന്റെ ഇടതുഭാഗം ചേർന്നാണ് അത് ഊനിച്ചു വന്നതെങ്കിലും നോക്കുംതോറും വട്ടംവച്ച് ഒരു ഇളനീർചിരട്ടപോലെ അതു വളർന്നുവന്നിരിക്കുന്നു.

"ഭഗവതീ, ഞാനെങ്ങോട്ടു പോകും!"

പുറത്തിറങ്ങാതെ ഡാക്ടറെ കാണുന്നതെങ്ങനെ? ഉണ്ണീടെ അച്ഛന് ഒരു വിവരം നൽകുന്നതെങ്ങനെ?

"ശ്മശാനത്തിലാണ് ഓറ് ഇപ്പൊ കൂടിയാലോശന നടത്ത്ണ്." ഉണ്ണാങ്ങ പറഞ്ഞു.

"ചുടലയിലോ?"

"തന്നെ! പൊലീസ് കുന്ന്മ്പുറത്തും പുഴക്കരയിലുമാ തെരയ്ണ്. നിറയൂര് എറങ്ങിവന്നാ ചട്ടീം കലോം പൊക്കി നോക്കീറ്റാ തെരച്ചിൽ. പൊട്ടാത്ത ഒരു കലോം ബാക്കീല്യ... എന്റെ വെളുത്തമ്പു..."

"ഉണ്ണാങ്ങേ കരയേണ്ട!"

അന്നിമിഷം വിരഹത്തിന്റെ രണ്ടു ചാലുകൾ കൂടിച്ചേരുകയും, ദുഃഖ

ത്തിന്റെ പ്രവാഹത്തിൽ രാത്രിയുടെ ഇരുണ്ട യാമങ്ങൾ ഇടറിവീഴുകയും ചെയ്തു.

മുമ്പിലിരുന്ന തളികയിലെ കഞ്ഞി തണുത്തു. പഴയരിയുടെ അപൂർവ ഗന്ധം.

കുഞ്ഞിനെ ഉണർത്താതെ കഞ്ഞി കൊടുക്കുന്നതെങ്ങനെ? ഉണ്ണി മായയുടെ വരണ്ടുപോയ മുലകളോടു പ്രതിഷേധിച്ച് അവൻ മറുപുറം തിരിഞ്ഞാണു കിടപ്പ്. അവൻ ഉറങ്ങുകയല്ല. വേദനകൾക്കിടയിലുള്ള ഒരർധബോധത്തിന്റെ ചുഴിയിൽ താണുകിടക്കുകയാണ്—

ഉണ്ണാങ്ങ തുണി നനച്ച് ഉണ്ണിയുടെ പാദങ്ങൾ തടവി.

അവൻ മയക്കത്തിൽ കണ്ണു തുറന്നു.

ഒരു കരണ്ടി കഞ്ഞി അവന്റെ അകത്തെത്തിയിരുന്നെങ്കിൽ—

ഉണ്ണാങ്ങ മുറ്റത്തുനിന്ന് ഒരു പഴുക്കപ്ലാവില പെറുക്കിയെടുത്തു.

"ഇപ്പൊ ഇതേ ഉള്ളൂ."

കോടിയ പ്ലാവിലകൊണ്ട് ഉണ്ണിയുടെ ചുണ്ടിൽ കഞ്ഞി ഇറ്റിച്ചു. മയക്കത്തിനിടയിൽ അവൻ നൊട്ടിനുണഞ്ഞു.

അവൻ വിയർത്തു തളർന്ന് മലർന്നു കിടന്നു. നെഞ്ചിനെ മറച്ച നേർത്ത തുണിക്കടിയിൽ നിമിഷംതോറും തുടുത്തുരുണ്ടുകൂടുന്ന കുരു അവളെ ചഞ്ചലമസ്കയാക്കി—

കഞ്ഞിക്കോപ്പ താഴെവച്ച് ഉണ്ണിമായ പറഞ്ഞു:

"മതി! ഉണ്ണാങ്ങ കഴിച്ചോളൂ."

"ഒരുപിടി അരി ബച്ചിറ്റ്..."

"ഉണ്ണാങ്ങ എനിക്കൊരുകോപ്പ വിഷം കലക്കിത്തരൂ."

"അങ്ങനെയാണെങ്കില് ആ ഉണ്ണാങ്ങ എത്ര മറി ചാവണം!"

"എനിക്ക് സഹിക്കാൻ പറ്റ്ണ്ല്യ."

ഉണ്ണാങ്ങ വിളക്കിനു പുറം തിരിഞ്ഞിരുന്നു.

"ഉണ്ണാങ്ങെ, ഇന്നലെ എന്റച്ഛൻ വിളിച്ചുകൊണ്ടുപോവാൻ വന്നിരുന്നു.

"ഉം."

"ഞാനെങ്ങനെ പോവും? പാഞ്ഞുനടക്കുന്നതിനിടയിൽ ഈ ഉണ്ണിയെ ഒരു നോക്കു കാണാൻ അദ്ദേഹം ഈ ജനലഴിക്കൽ വന്നാലോ?"

"പോകാമായിർന്നു! ഇപ്പൊ ഉണ്ണിക്കു ദണ്ണം വന്ന്ല്യെ. ആരോടു പറയും?"

"നാളെ നമുക്ക് ലളിതാബായി അമ്മയുടെ അടുത്തു പോകാം. അവര്ടെ ആങ്ങള ദറസറാണല്ലോ."

"പൊലീസ് കണ്ടാലോ?"

"ചുടലയിൽക്കൂടെ പോകാം."

അതൊരു നല്ല ചിന്തയാണെന്ന് ഉണ്ണാങ്ങയ്ക്കു തോന്നി. അടുത്ത നിമിഷം എന്തോ ആലോചിച്ചിട്ട് ഉണ്ണാങ്ങ പറഞ്ഞു:

"പോയാല് ആപത്താ."

ഇടവഴിയിലൂടെ കുരച്ചുകൊണ്ടു പാഞ്ഞുപോകുന്ന ശബ്ദം കരച്ചിലായി മാറുന്നു. ഉണ്ണിമായ മന്ത്രിച്ചു.

"അവൻ പിന്നേം വരണ്ണ്ട്! ഉണ്ണാങ്ങ തട്ടുമ്പുറത്തേക്കു കേറിക്കോ! എനിക്ക് ഒരു പിടിയരി കൊണ്ടന്നതിന് ഓറ് നെന്നെ തല്ലിച്ചതയ്ക്കും. എന്റെ മുമ്പിലിട്ട്!"

"കൊന്നോട്ടെ!"

"വെളുത്തമ്പു വരുമ്പോ നിനക്ക് കാണണ്ടെ?"

ഉണ്ണാങ്ങ ചാടിയെണീറ്റു. പൂച്ചയെപ്പോലെ പതുങ്ങിപ്പതുങ്ങി കോണിപ്പടവുകൾ കയറി. അവസാനത്തെ പടിയിൽ കുനിഞ്ഞുനിന്നു പറഞ്ഞു:

"തൊറക്കണ്ടാ വാതില്!"

"ചവുട്ടിപ്പൊളിച്ചാലോ?"

"വെട്ടുകത്തി അടുത്തില്ലേ?"

"ഉണ്ട്."

"എന്റെയ്യിലുംണ്ട്! പുല്ലരിയുന്ന അരിവാൾ മുണ്ടിന്റെ മടക്കിൽ തൊട്ടു കാണിച്ച് അവൾ കോണിയുടെ നേരെ മുകളിൽ കാലുമടക്കി ഇരുന്നു.

വിഷം പുരട്ടിയ ഒരു കൂരമ്പുപോലെ ഞെക്കുവിളക്കിന്റെ ആരം ഇരുണ്ട പൊന്തകളെ തുളച്ചുകയറുന്നത് ഉണ്ണിമായ ഭിത്തിയിലെ സൂത്രദ്വാരത്തിലൂടെ കണ്ടു.

മിഴികൾ സൂത്രത്തിൽ ചേർത്തു അവൾ ചുണ്ടുകൾ കടിച്ചുപൊട്ടിച്ചു.

ഒരാൾ മുറ്റത്തു വന്നുനിന്നു. ആഗതൻ ഒരു തീപ്പെട്ടിക്കമ്പുരച്ചു. കറുത്ത തേരട്ടകൾക്കിടയിൽ വലിയൊരു മംഗലാപുരം ചുരുട്ട്.

കുങ്കൻ എസ് ഐ!

അയാൾ കാക്കിവേഷം ഊരിവച്ച് ഒരു ഇല്ലിക്കുന്നൻമുണ്ടും കറുത്ത കളങ്ങളുള്ള ഷർട്ടും ധരിച്ചിരുന്നു. അയാളെ ആ രൂപത്തിൽ കണ്ട് ഉണ്ണിമായ നടുങ്ങി. ചെന്നായ വന്നാൽ ചെന്നായയെ എന്ന മട്ടിൽ. ഇത് വേഷം മാറി വന്ന ചെന്നായ്. ഇല്ലിക്കുന്നൻമുണ്ടിനു വെളുപ്പിക്കാനാവാത്ത കറുത്തനിറം. വലിയ കൊമ്പൻമീശ ചുരുട്ടിന്റെ തീവെളിച്ചത്തിൽ പഴുപ്പിച്ച കൊടിൽപോലിരുന്നു.

"അകത്താളില്ലെ? എന്താ വിളക്കു വയ്ക്കാത്തത്! അശ്രീകരം!"

ഉണ്ണിമായ ഭിത്തിയിൽനിന്ന് ഒരടി പുറകോട്ടു മാറി. അകത്തെ കൊഴുത്ത ഇരുട്ട് അവളെ പൊതിഞ്ഞു. കരിന്തിരി കത്തിയമർന്നുണ്ടായ ഗന്ധം വായുവിൽ മുറ്റി.

"അന്തീംമോന്തിക്ക് വാതിലടച്ചു വിളക്കു കത്തിക്കാതിരുന്നാ ഐശ്വര്യംണ്ടാവ്ണ്തെങ്ങനെ?"

കുങ്കൻ എസ്സൈയുടെ പായ്യാരം കേട്ട് ഉണ്ണിമായയ്ക്കു കലികയറി.

"ഒരു വിവരം അറിയിക്കാനുണ്ടായിരുന്നു."

അവളുടെ ഉള്ളം തുള്ളി.

"മഹേശ്വരൻതിരുമേനീടെ വിവരം ഒന്നും അറിയണ്ടേ?"

ഉണ്ണിമായ ശ്വാസംപിടിച്ചു നിന്നു.

"കേസില്ലാണ്ടാക്കാം. രുധിരമനയ്ക്കലെ ഉണ്ണിനമ്പൂരി കൊലപാതകക്കുറ്റത്തിനു ശിക്ഷിക്കപ്പെടാൻ പരമേശ്വരൻതിരുമേനി അനുവദിക്കുമോ?"

ഉണ്ണിമായയുടെ മനസ്സ് ചഞ്ചലമായി. ചോരയുടെ ബന്ധം പരമ്പരകളിലൂടെ വന്നു ശക്തിയാർജ്ജിച്ചതാണ്. തന്നെയും കുഞ്ഞിനെയും പടിയടച്ചു പുറത്താക്കിയെങ്കിലും ഇല്ലത്തുനിന്നുള്ള വാരമളവ് നിർത്തിയെങ്കിലും, ക്ഷുരകനെയും വെളുത്തേടനെയും വൈദ്യരെയും അടിച്ചുതളിക്കാരിയെയും വിലക്കിയെങ്കിലും അനുജൻ കൊലപാതകക്കുറ്റത്തിനു ശിക്ഷിക്കപ്പെടാൻ പരമേശ്വരേട്ടൻ അനുവദിക്കുമൊ?

"എന്താണൊന്നും മിണ്ടാത്തത്? മഹേശ്വരൻ തിരുമേനി രക്ഷപ്പെടും. ആ കുഞ്ഞമ്പാടി മതി ഒരു കേസിന്റെ വിധി കേൾക്കാൻ"

ഉണ്ണിമായ ഞെട്ടി.

"വേണ്ട! അങ്ങനെ വേണ്ടാ! അവർ ഇരുവരും കൊലചെയ്തിറ്റ്ല്യ. ഒരാളെ തൂക്കിലേറ്റി മറ്റൊരാൾ രക്ഷപ്പെടേണ്ട!

"പെൺബുദ്ധി അപാരംതന്നെ!" അയാൾ പറഞ്ഞു.

"നെന്നെ ഞാനൊരു പാഠം പഠിപ്പിക്ക്ന്ന്ണ്ട്!" വാതിൽ തുറക്കുന്നോ ഇല്ലയോ? സർച്ചുവാറണ്ടുണ്ട്!

"ഈ നടുപാതിരായ്ക്കോ?"

"അത് പൊലീസ് തീരുമാനിക്കും! ചവുട്ടിപ്പൊളിക്ക്ണൊ?" കുഞ്ഞമ്പാടിന്റെ പെണ്ണിന് കിട്ടിയത് നീയും അനുഭവിക്കും! ഉണ്ണിമായയുടെ മെയ് തളർന്നു. മനം തളരാൻ കൂട്ടാക്കിയില്ല. പെട്ടന്നു പുറകിലെ ഇടവഴിക്ക് ജീവൻവച്ചു. ഇരുട്ടിന്റെ കാലൊച്ചകൾ. അനേകം പാദപതനങ്ങൾ. നഗ്നപാദങ്ങളുടെയും ബൂട്ടിട്ട കാലുകളുടെയും.

"ഞാനിപ്പം വരാം..." അയാൾ പടിവാതിൽക്കലേക്കു നടന്നു.

കോണിയിറങ്ങി കിതച്ചെത്തിയ ഉണ്ണാങ്ങ പറഞ്ഞു:

"അമ്മേ പോകാം. കുഞ്ഞിയെ എട്ത്ത്റ്റ് പോകാം.

ഇരുണ്ട രാവിന്റെ ആഴങ്ങളിലേക്ക് അവർ കുപ്പുകുത്തി: പോയ രാത്രിയുടെ ഉറക്കം വീണ്ടുകിട്ടിയ കുഞ്ഞ് അമ്മയുടെ മാറിടത്തിന്റെ ചൂടിൽ മുഖമമർത്തി.

ഉണ്ണിമായ രണ്ടാം മുണ്ടു മടക്കി കുഞ്ഞിനെ പുതപ്പിച്ചു. പോരാഞ്ഞു മുടിയഴിച്ചു വിടർത്തി അവനെ മൂടി.

കുളവക്കത്തെ പടർപ്പുകളിലിരുന്നു രാപ്പുള്ളു കരഞ്ഞു. കാലിൽ തറഞ്ഞു കയറിയ മുള്ളുകളുടെ മൂർച്ച അവർ അറിഞ്ഞില്ല. ദൂരെ മലയോരങ്ങളിൽ പൊട്ടിച്ചൂട്ടുകളുയരുന്നതു നോക്കി ഉണ്ണാങ്ങ പറഞ്ഞു:

"പേടിക്കണ്ട!" പേടിച്ചാ ഒരടി മുമ്പോട്ടു വയ്ക്കാമ്പറ്റൂല."

കാണാത്ത വഴികളിലൂടെ രാവിനെ അളന്നുതീർക്കുമ്പോൾ ഉണ്ണിമായ ചോദിച്ചു:

"നമ്മളെങ്ങോട്ടാണ്?"

"അവറ്റേള് എത്താത്ത ഏതു നരകത്തിലേക്കെങ്കിലും"

"അങ്ങനെ ഒരു നരകം ഉണ്ടോ ഉണ്ണ്യാങ്ങേ?"

"ഇതാ എത്തി!"

അടർന്നുപൊളിഞ്ഞു വീണു കിടക്കുന്ന കയ്യാല അവസാനിക്കുന്നു.

പുടവയിൽ പറ്റിപ്പിടിച്ച ക്ണാരിപ്പുല്ല് കണങ്കാലുകളെ നുള്ളി നോവിക്കുന്നു.

ഒരു കൂറ്റൻപനയുടെ ശിഖരത്തിൽ അടർന്നുവീണുകിടക്കുന്ന ചന്ദ്രക്കല.

"ഉണ്ണ്യാങ്ങേ നാമെവിടെയാണ്?"

"ഇതാ ഇവിടെ!"

അതൊരു പള്ളിപ്പറമ്പായിരുന്നു. മീസാൻകല്ലുകൾ തുറിച്ചുനോക്കുന്ന ഭൂമിയുടെ മുഖത്ത് ജടപിടിച്ച കരിനൊച്ചിക്കാടുകൾ.

"ഇതാ എത്തിപ്പോയി! ഈടെ ഒരു തണ്ണീർപ്പുര ഉണ്ട്. ഇപ്പൊ ആരുംല്യ. ഈടെ ആയിനു കുഞ്ഞമ്പാടീരെ.."

അമ്പത്തിയൊന്ന്

ഇരുമ്പുതകിടിൽ തീർത്ത ആകാശം. പകൽ പഴുത്തു തിളച്ചു മറിയുന്നു.

വരണ്ട ചുണ്ടിൽ വന്നിരുന്നു. നനവു തേടിയ ഒരീച്ച നിരാശയോടെ പറന്നുപോകുന്നു. അവ തടങ്കലിനകത്ത് പ്രതിഷേധശബ്ദം ഉയർത്തി പറന്നുനടക്കുന്നു.

മണ്ടനീച്ചകൾ അകത്തേക്കു പറന്നുവന്നുകൊണ്ടേയിരുന്നു.

തടവറയുടെ പരിമിതിയിൽ അവയുടെ ക്ഷുദ്രശരീരങ്ങൾ ഭിത്തിയിൽ മുട്ടിയുരുമ്മി പറക്കുകയും വീണ്ടും നിഷ്ക്രമിക്കുകയും ചെയ്യുന്നു.

മഹേശ്വരൻ തന്റെ കൂട്ടുകാരനോടു ചോദിച്ചു:

"നിങ്ങളെന്തിനാണ് സഹോദരനെ കുത്തിക്കൊന്നത്?"

"ഓനെ ഒരിക്കൽ കൊന്നാ മതിയൊ?" കറുത്തു ശോഷിച്ച് ഒരു ഉണക്കച്ചുള്ളിപോലിരുന്ന കാഞ്ഞനെന്ന മലയന്റെ മുഖത്ത് മഹേശ്വരൻ കനിവോടെ ഉറ്റുനോക്കി. കാഞ്ഞന്റെ ശബ്ദത്തിൽ കലർന്ന പകയുടെ മൂർച്ച മഹേശ്വരനെ ഞെട്ടിച്ചു.

"കരിഞ്ചന്തേൽ മേടിച്ചുകൊണ്ടന്ന അരികൊണ്ട് ഓനും പിള്ളാരും മുമ്പിലിർന്ന് ചോറു തിന്നു. എന്റെ കുഞ്ഞിങ്ങള് തൊള്ള തൊറന്ന് വൈരം കൊടുക്കു. കേട്ടപ്പം എനക്കൊരു കലിവന്നു. ഏറ്റുകുത്തി എറേല്ണ്ടായിനു. എടുത്തു ഞാൻ, കൊടുത്തു രണ്ടെണ്ണം!"

മഹേശ്വരൻ ഹിംസയുടെ മറ്റൊരു രൂപം കണ്ട് അന്തിച്ചുനിന്നു.

"അതിനിപ്പം എനക്കെന്താ! കുഞ്ഞിങ്ങള് പഷ്ണികെടന്നു ചാവ്ണത് കാണുന്നതിനു നുമ്പെ ഞാനങ്ങു ചാവും. വിധി കാത്തിരിക്ക്യാ ഞാൻ!"

മഹേശ്വരൻ ചിന്താക്രാന്തനായി. മരണത്തെ അത്ര ലഘുവായി കാണാൻ കഴിയുന്നില്ല. കുഞ്ഞമ്പാടിക്കു വരുന്ന വിധി മരണശിക്ഷയായിരിക്കും. അങ്ങനെയാണ് വിചാരണ പോകുന്നത്. കാക്കിക്കുപ്പായക്കാരെ വകവരുത്താൻ ജനത്തെ സംഘടിപ്പിച്ചവൻ. കരുതിക്കൂട്ടി കൊല — ഒരു കൊലയല്ല, അനേകം പേരുടെ കൊല ആസൂത്രണം ചെയ്തവൻ.

കുഞ്ഞമ്പാടി അങ്ങനെ ചെയ്യുകയില്ലന്ന് മഹേശ്വരനറിയാം. നിറയൂരിലെ ഓരോ മനുഷ്യനും അറിയാം. അതുകൊണ്ടു ഫലമില്ല. നിയമത്തിനു മുമ്പിൽ മനുഷ്യനില്ല. നിയമം മാത്രം. മനുഷ്യൻ ചതുരംഗപ്പലകയിലെ കരുക്കൾ. മിടുക്കനായ വക്കീലിനു തരംപോലെ കളിക്കാം. മനുഷ്യനെ കൊലയ്ക്കു കൊടുത്തു രാജാവിനെ രക്ഷിക്കാം, നിയമത്തെ രക്ഷിക്കാം.

മഹേശ്വരൻ കനത്ത കമ്പിയഴികളിൽ പിടിച്ചു പുറത്തേക്കു നോക്കി നിന്നു. കണ്ടംസെല്ലിന്റെ കൂർത്ത ഇരുമ്പഴികൾ ആകാശത്തെ മുറിപ്പെടുത്തുന്നു. പകലിന്റെ ചോര വീണു തിളങ്ങുന്നു.

ഇടത്തുഭാഗത്തു ചുമരോരം ചേർന്നു കിടന്നു ശ്വാസംവലിക്കുന്ന അസ്ഥികൂടത്തെ നോക്കി. കേളോർമ്മനാശാരിയുടെ ഒരു ശിഥിലസ്മൃതി മാത്രം. കയ്യാലപ്പുറത്തുകെട്ടിയ ഓലഷെഡ്ഡിലിരുന്നു പ്ലാത്തടിയിൽ പൂക്കൾ രചിക്കാറുണ്ടായിരുന്ന ചുറുചുറുക്കുള്ള കേളോർമ്മനെ ഓർക്കുന്നു.

അനായാസം വിരിഞ്ഞുവരുന്ന താമരപ്പൂവിതളുകൾ.

അമ്മ പറയുന്നു:

"കേളോർമ്മാ, മഹേശ്വരന്റെ വേളിക്ക് അറയിൽ പൂട്ടാനുള്ള കട്ടിലാണിത്!"

"അയിനെന്താ, തമ്പ്രാന്റെ മക്കടെ മക്കടെ വേളിക്കും കട്ടില്ണ്ടാക്കീറ്റെ ഞാൻ ചാവുള്ളു!"

വീതുളിയുടെ മൂർച്ചനോക്കി വിരൽ മുറിഞ്ഞ ഉണിച്ചെന്ത്രോൻ കൈ ഉയർത്തിപ്പിടിച്ചു. ഒരു കൊടിമരംപോലെ. ഒരു ചുവന്ന പട്ടുകൊടിപോലെ വിരൽത്തുമ്പിൽ ചുറഞ്ഞു താഴോട്ടിറങ്ങിയ ചോരച്ചാൽ കണ്ട് മഹേശ്വരന് ബോധക്കേടുണ്ടായി, അമ്മയുടെ വിരലിൽ തൂങ്ങി അകത്തേക്കു പോയത് ഓർമയുണ്ട്.

കാലത്തിന്റെ പടവുകൾ എത്രയെണ്ണം ചവിട്ടിക്കയറി!

കാവൽക്കാരൻ അഴികൾക്കിടയിലൂടെ അകത്തേക്കു തള്ളിയ പുഴുത്ത പച്ചരിക്കഞ്ഞിയിൽ ശവങ്ങൾ നീന്തുന്നു.

കൊലയാളിയായ കാഞ്ഞൻ കഞ്ഞി വിരൽത്തുമ്പുകൊണ്ടു ശുദ്ധമാക്കി, കേളോർമ്മന്റെ മുമ്പിലിരിക്കുന്നു.

"കേളോർമ്മാ കഞ്ഞി വന്നു."

"വന്നോട്ടെ!"

"നാളെ, ഓറ് ശോദ്യം ശെയ്യുമ്പം നീർന്നുനിന്നു മറുപടി പറയേണ്ടേ?"

"അതിനു മുമ്പ് ഞാഞ്ചാവും!"

"അങ്ങനെ ചാവാൻ ഓറ് വിടൂലാ!"

"ഏട്ന്നാ കിട്ടാ മോനെ, നാഴിയരി!"

"എന്തിനാ?"

"ഓറ്, ചെറുവാല്യക്കാറ് ഇനീം ഒളിച്ചുപാർക്കാൻ തുരുത്തിയില് വരും, ഓറ്ക്ക് ഒരിറ്റ് കഞ്ഞിവെള്ളം കൊടുത്തിറ്റ്വേണം എനിക്കു ചാവാൻ!"

"ഓറ് ഇനി വരൂല, കേളോർമ്മനച്ചാ."

"അതെന്താ?" കേളോർമ്മൻ തകർന്നുവീണ ഒരു കൂടാരംപോലെ കിടന്നു.

കീറക്കുപ്പായത്തിനുള്ളിൽ നെഞ്ചു പിടയുന്നു.

"ഓറെല്ലാം അകത്തായി!" കാഞ്ഞൻ തുടർന്നു:

"അന്നേ ഞാൻ നിരീച്ചതാ, ഈ ചെറുവാല്യക്കാറ് ആരോടാ കളിക്ക്യണതെന്ന്! പയറ്റ് പടിച്ചിറ്റെന്താ, നെറിയുള്ളോനോടാണൊ പയറ്റ്ണത്?"

മഹേശ്വരന്റെ ഉള്ളിൽ മുറിവുകളുണർന്നു. പച്ചരിക്കഞ്ഞി കഴിക്കാൻ വയ്യ. ഉപ്പുസത്യഗ്രഹത്തിനു ബാധിക്കപ്പെട്ട മഹേശ്വരൻ രുധിരമന വല്യമ്പൂരിയുടെ ഓമനപ്പുത്രനായിരുന്നു. കാരാഗൃഹം ഒരു അതിഥിമന്ദിരമായിരുന്നു. പത്രം പുസ്തകം, സിഗരറ്റ്, പാൽ, ചായ, ബിസ്കറ്റുകൾ—എവിടെനിന്നു വന്നു എന്നറിഞ്ഞുകൂടാ. പിന്നീടൊരു നാൾ പത്രം അപ്രത്യക്ഷമായി. പകരം വൈകുന്നേരത്തെ ചായയ്ക്കു മധുരപലഹാരം കിട്ടി. ശരീരം കൊഴുത്തു. വിരുന്നുപാർപ്പവസാനിച്ചു, നാട്ടിൽ തീവണ്ടിയിറങ്ങിയപ്പോൾ ഉണ്ണിമായയുടെ മുഖത്തു വിടർന്ന പുച്ഛത്തിന്റെ പുളിപ്പ് ഇന്നും മറന്നിട്ടില്ല.

ഖിന്നനായ മഹേശ്വരൻ മന്ത്രിച്ചു:

"മായേ, പൊറുക്കുക! നീയൊരു വിഡ്ഢിത്തം കാണിച്ചു. അതുതിരുത്താനാവില്ലല്ലോ!"

കണ്ടംസെല്ലിന്റെ ഇരുമ്പുവേലിക്കത്തേക്കു തോക്കു ധരിച്ച പൊലീസിനാൽ അനുഗതനായി ഭക്ഷണം വിളമ്പുന്നവൻ കടന്നുപോകുന്നത് മഹേശ്വരന്റെ ദൃഷ്ടിയിൽപ്പെട്ടു.

കുഞ്ഞമ്പാടിയെ ഒന്നു കാണാൻ കഴിഞ്ഞെങ്കിൽ—

മഹേശ്വരൻ കുഞ്ഞമ്പാടിയുടെ കണ്ഠത്തിൽനിന്നു തെറിക്കുന്ന മുദ്രാവാക്യത്തിനു ചെകിടോർത്തു. ഇല്ല, ഒന്നും കേൾക്കുന്നില്ല. മഹേശ്വരന് അമ്പരപ്പുണ്ടായി. കുഞ്ഞമ്പാടിയുടെ മനോവീര്യം കെട്ടുവോ? അയാൾ ദൃഷ്ടി പറിക്കാതെ ഇരുമ്പഴികളിൽ മുറുക്കെപ്പിടിച്ചു.

കണ്ടംസെല്ലിന്റെ മുകളിൽ, വെട്ടിത്തിളങ്ങുന്ന ആകാശത്തിൽ നിലവിളിച്ചു കറങ്ങുന്ന ഒരു പരുന്ത്. പരുന്ത് താഴോട്ടിറങ്ങുന്നില്ല. അൽപ്പം താണു പിന്നേയുയർന്നു വീണ്ടും താണുയർന്നു നിർത്താതെ കരയുന്ന പരുന്തിന്റെ ചിറകുകൾ അനങ്ങുന്നില്ലെന്നു തോന്നി.

അനിശ്ചിതാവസ്ഥയുടെ നിമിഷം.

പൊടുന്നനെ, കണ്ടംസെല്ലിനെ മറയ്ക്കുന്ന മയിലാഞ്ചിനിരകൾക്കപ്പുറം ഒരാർത്തനാദം. ഒരു യുവതിയുടെ തേങ്ങിക്കരച്ചിൽ, മയിലാഞ്ചിമതിൽ പിളർന്നു വേച്ചുവേച്ച് നടന്നിറങ്ങുന്ന ഒരു വൃദ്ധയുടെ ദുർബലകരങ്ങളിൽ ഞാന്നു കിടക്കുന്ന ഒരു പെൺകുട്ടി. അവളുടെ ഗർഭഭാരം ഭൂമിയുടെ നെഞ്ചിനു നേർക്ക് ഒരു താക്കീതുപോലെ ഉരുണ്ടുകൂടിയിരിക്കുന്നു. മുമ്പും പിമ്പും ആയുധപാണികളായ കിങ്കരന്മാർ—മിണ്ടരുത്! ഇതു ജയിലാണ്! കാക്കിക്കുപ്പായത്തിന്റെ ഉരത്തസ്വരം.

അതോടെ കദനത്തിന്റെ ചിറ തകരുന്നു.

വൃദ്ധയുടെ കൈത്തണ്ടുകളുപേക്ഷിച്ചു പെൺകുട്ടി ഭൂമിയുടെ മാറിൽ തളർന്നുവീഴുന്നു.

കാവൽക്കാർ അവളെ പൊക്കിയെടുത്തു നൊടിയിടയിൽ പടിവാതിലിനടുത്തേക്കു നീളുന്ന പാതയിൽ അപ്രത്യക്ഷമാകുന്നു.

കുഞ്ഞമ്പാടി വിവാഹംചെയ്തത് മഹേശ്വരൻ അറിഞ്ഞിരുന്നില്ല. ഒളിവുജീവിതകാലത്തെ ഒരു മധുരമായ തെറ്റിനെക്കുറിച്ചോർത്ത് മഹേശ്വരൻ ശൂന്യതയിലേക്കുറ്റുനോക്കി. മധുരം ചോർന്ന് അവശേഷിക്കുന്ന ചവർപ്പ്! നിറയൂരെ ആ പെൺകുട്ടി—അവൾക്കു പിറക്കുന്ന കുഞ്ഞിന് കുഞ്ഞമ്പാടിയുടെ ഉശിരുണ്ടാകുമൊ?

പതുക്കെപ്പതുക്കെ മഹേശ്വരന്റെ ഉള്ളുറവകൾ ഉണരുകയും കണ്ണുകൾ നനയുകയും ചെയ്തു.

കേളോർമ്മന്റെ നെഞ്ചിലെ ഉലപോലെ സായന്തനം കിതച്ചുകൊണ്ടിരുന്നു. പടിഞ്ഞാറെ ചക്രവാളത്തിൽ നീർന്നുകിടക്കുന്ന പകലിന്റെ വാടിയ മുഖം അഴികൾക്കു മുമ്പിൽ മാഞ്ഞു.

വരാന്തയിലൂടെ തന്റെ കമ്പിളിക്കെട്ടുമായി രാത്രികാവൽക്കാരനെത്തി. മഹേശ്വരന്റെ മിഴികളുമായി നോട്ടമിടഞ്ഞപ്പോൾ അയാൾ തന്റെ ചുണ്ടിലെരിഞ്ഞിരുന്ന ബീഡിക്ക് അവസാനമായൊരു നീണ്ട ചുംബനം നൽകി കുറ്റി എറിഞ്ഞുകളഞ്ഞു.

"ഇന്ന് ഓന്റെ പെണ്ണും തള്ളേം വന്നീനു." കാവൽക്കാരൻ പറഞ്ഞു.

"കണ്ടു."

"ഇരുമ്പുകണ്ടംപോലെത്തെ ഒരു ചെറുപ്പക്കാരൻ."

"....."

"ഒരു കോഴീനെ കൊല്ലാൻ ഓന് പാങ്ങില്ലെന്നു മൊകറ് കണ്ടാലറിയാം...!"

"....."

"ഒരുത്തനെ ഒരിക്ക പിടിച്ചാ നാട്ടാരെ മുഴുവനും പടിപ്പിക്ക്യാന്നാ ഓറ് വിജാരിക്കണ്!"

"മിണ്ടാതിരിക്ക്!" മഹേശ്വരൻ അലറി.

കാവൽക്കാരൻ പരിഭ്രമിച്ചു. അയാൾ ശങ്കയോടെ മഹേശ്വരന്റെ മുഖത്ത് ഉറ്റുനോക്കി. ധൃതിയിൽ കോണിച്ചോട്ടിലേക്കു നടന്നു. കമ്പിളി

ക്കെട്ടിന്റെ പൊതിയഴിച്ചു. ഒരു തോർത്തിൽ ചുറ്റിക്കെട്ടിയ വാഴയിലപ്പൊതിയുമായി അയാൾ മഹേശ്വരന്റെ മുമ്പിൽ ഓച്ഛാനിച്ചു നിന്നു.

"ഒന്നും കയിക്കാഞ്ഞിറ്റാ മനസിന് കലക്കം!" വാട്ടിയ ഇലയുടെയും മെഴുക്കുപുരട്ടിയുടെയും ഹൃദ്യമായ പരിമളം ചോറ്റുപൊതിയിൽനിന്നു പ്രസരിക്കുന്നുണ്ടായിരുന്നു.

"വേണ്ട. ഞാനുണ്ണുന്നില്ല. ജെയിലിലിരുന്നു സ്പെഷ്യലൂണു കഴിക്കണ ഞാനെന്തൊരു ശപ്പനാണ്!" മഹേശ്വരൻ ക്ഷോഭത്തോടെ പറഞ്ഞു:

"വിശക്കുമ്പൊ ഞാൻ പുഴുത്ത പച്ചരിച്ചോറുണ്ടോളം."

കാവൽക്കാരന്റെ നീട്ടിയ കൈകളിലിരുന്നു പൊതിച്ചോറ് കരഞ്ഞു.

മഹേശ്വരൻ മുഖം തിരിച്ചു കേളോർമ്മന്റെ അടുത്തേക്കു നടന്നു.

കാഞ്ഞൻ പറഞ്ഞു:

"അയാള് നുമ്പെ പോയി!"

കഠിനമായ വ്യഥയോടെ മഹേശ്വരൻ ശവശരീരത്തിനു മുമ്പിലിരുന്നു.

മലർന്നുകിടക്കുന്ന കേളോർമ്മന്റെ പളുങ്കുമിഴികൾ അപ്പോഴും ഒരന്വേഷണത്തിൽ തറഞ്ഞുനിന്നു.

"ഉണിച്ചെന്ത്രോനേ!" എന്ന ഒരു നിലവിളി ജയിലറയിൽനിന്നു ദിക്കുകളുടെ നേർക്കു പറന്നകന്നു നിഷ്ക്രമിക്കുന്നു.

അവശേഷിക്കുന്നത് ശൂന്യത. മരണത്തിന്റെ സ്വാതന്ത്ര്യം. ദുഃഖവിമുക്തമായ ഒരസ്ഥികൂടവും അതിനെ ആവരണം ചെയ്യാൻ വെമ്പുന്ന കറുത്ത പിഞ്ഞിയ ഒരു ചർമ്മവും. ഇവിടെ കേളോർമ്മനില്ല. കേളോർമ്മൻ ജന്മിഗൃഹങ്ങളുടെ ദാരുശിൽപ്പങ്ങളിൽ വിലയംപ്രാപിച്ചിരിക്കുന്നു. കേളോർമ്മന്റെ വിരൽത്തുമ്പിൽ വിരിഞ്ഞ താമരപ്പൂക്കളിലെ തേൻ എന്നെങ്കിലും വറ്റിപ്പോകുമോ?

ശിരസിൽ കൈകൾ കോർത്തുപിടിച്ച് മഹേശ്വരൻ ഭിത്തി ചാരി ഇരുന്നു. അയാളുടെ മനോമുകരത്തിൽ, ഗൗരീശങ്കരംമാളിക ഉലഞ്ഞാടി. ഉണിച്ചെന്ത്രോന്റെ അസ്ഥികളിൽ പടുത്ത, ചോരയിലുറച്ച മാളികയിൽ നെടുകെയൊരു വിള്ളൽ വീഴുന്നു.

മാളികയുടെ മട്ടുപ്പാവിലിരുന്നു, ശങ്കരൻനായനാർ 'കവിത'യെഴുതുന്നു. വേശ്യയുടെ മുഖച്ഛായ ഉള്ള കവിതകൾ. ഒന്നിനെങ്കിലും ഗൗരിയേടത്തിയുടെ കുലീനമായ മുഖച്ഛായ ഇല്ല.

"മഹേശ്വരാ, എന്റെ ഗൗരി ഒരു കവിതാവിരോധി ആയിപ്പോയതെന്തുകൊണ്ടെന്നാ ഞാനതിശയിക്ക്ണ്–"

"മായേ നീയെന്തിനാണ് ഞാൻ, മഹേശ്വരൻ, എഴുതിയ കവിത വായിച്ചു കരഞ്ഞത്?"

മഹേശ്വരൻ പഴയകാലത്തു പതിവായി ചൊല്ലാറുണ്ടായിരുന്നു ഒരു സ്തോത്രം ചൊല്ലാനാഗ്രഹിച്ചു. വരികൾ മുടന്തിവീഴുന്നു.

ഇരുമ്പഴികൾക്കിടയിലൂടെ ഉറുമ്പുകളുടെ ഒരു ഘോഷയാത്ര. കേളോർമ്മൻ ഉപേക്ഷിച്ചുപോയ ജഡശരീരം തേടി ആർത്തുല്ലസിച്ചു വരുന്നു. കോടികോടി ഉറുമ്പുകൾ. അതൊരസ്ഥികൂടം മാത്രമാണെന്നും ഒരു നേരത്തെ ആഹാരത്തിനു തികയുകയില്ലെന്നും അവറ്റ അറിയുന്നില്ല.

അമ്പത്തിരണ്ട്

ചവിട്ടിഞ്ഞെരിക്കപ്പെട്ട അപൂർണഗർഭത്തിലെ ശിശു പുഴക്കരയിലെ പൂഴിപ്പരപ്പിൽ കിടന്നു ദുർബലസ്വരത്തിൽ കരഞ്ഞു. ഒരു ചീവിടിന്റെ കരച്ചിൽ പോലെ, ചിറകുമുളയ്ക്കാത്ത പക്ഷിക്കുഞ്ഞിന്റെ കരച്ചിൽപോലെ, വേട്ടയാടപ്പെടുന്ന ഒരു മൃഗത്തിന്റെ കരച്ചിൽപോലെ, ജീവിതക്ലേശത്തിന്റെ ഭീതിയിൽ ഒച്ചയടച്ച ഒരു കരച്ചിൽ.

നിറയൂരിന്റെ മടിത്തട്ടിൽ വലിച്ചെറിയപ്പെട്ട, അകാലപ്രസവത്തിലെ ശിശുവെ നോക്കി ഉക്കാരൻഗുരുക്കൾ തരിച്ചുനിന്നു.

മണലിൽ അലിഞ്ഞുചേർന്നു കട്ടപിടിച്ച ചോരയുടെ ഗന്ധം, ഒരിക്കൽ വിശുദ്ധമായിരുന്ന നിറയൂർക്കാറ്റിനെ അപമാനിച്ചു.

ഉക്കാരൻഗുരുക്കൾ ഒന്നേ നോക്കിയുള്ളു. അദ്ദേഹം ആകാശത്തേക്കു കൈയുയർത്തി.

"ഭഗവാനേ! അങ്ങുണർന്നുവരുന്നത് ഇക്കാഴ്ച കാണാനോ? ഞാൻ വിദ്യയോതിക്കൊടുത്ത യുവാക്കൾ പൊരുതുന്ന ധർമ്മസമരത്തിൽ എന്തേ ഇത്രയധികം ചോര ചിന്താൻ? ശത്രുവെ തിരിച്ചറിയാനല്ലാതെ ചെറുക്കാൻ ഞാൻ അവരെ അഭ്യസിപ്പിച്ചില്ല...നേരാണ്, എന്റെ വിദ്യാദാനം അപൂർണമായിരുന്നു. ഞാനെന്നെത്തന്നെ ചതിക്കുകയായിരുന്നോ?

അല്ല...അല്ല...

കുഞ്ഞിമാക്കം മരിച്ചതിന്റെ കാരണം എനിക്കറിയാൻ വയ്യ... കുഞ്ഞിത്തൊണ്ടിൽ പൂഴിയുമായി, പട്ടുകോണകവും മീതെ പാവുമുണ്ടും ഉടുത്ത് എന്റെ മുമ്പിൽ കുഞ്ഞിമാക്കം വന്നിരുന്നത് ഇന്നലെയായിരുന്നു. അവളുടെ വിടർന്ന, മിന്നുന്ന മിഴികളിൽ അന്തമറ്റ ചോദ്യങ്ങളുണ്ടായിരുന്നു. അവളുടെ തുടുത്ത ചുണ്ടുകളിൽ ഉത്തരം കിട്ടാത്ത ചോദ്യങ്ങൾ പാതി വിടർന്നിരുന്നു.

ഒരിക്കൽ കരഞ്ഞുകൊണ്ടു വന്ന അവൾ പറഞ്ഞു:

"ഗുരുക്കളെ, ഞാനെഴുതിയതെല്ലാം കുഞ്ഞമ്പാടി മായ്ച്ചു കളഞ്ഞു."

"അവനങ്ങനെ ചെയ്യുന്നവനല്ലല്ലോ!"

"അമ്പാടിയേട്ടനല്ല മായിച്ചത്. ഏട്ടനോടു ദേഷ്യം തോന്നിയ ഏതോ ചെക്കന്മാരാണ്."

"അവരെ ഞാൻ ശിക്ഷിക്കുന്നുണ്ട്! വിവരംകെട്ട കുട്ടികൾ! നിയ്യ് കരയണ്ട കുഞ്ഞീ."

പൂവിതൾപോലെ മൃദുലമായ കവിളിൽ അടർന്നുവീണ കണ്ണീർ കണങ്ങൾ രണ്ടാംമുണ്ടിന്റെ അറ്റംകൊണ്ടു തുടച്ചുകൊടുത്തു.

"കരയേണ്ട! പൊരേൽ പോ!"

പിന്നെയവളെക്കണ്ടത് നിലവിളക്കിന്റെ മുമ്പിൽ. ഇണമുണ്ടുടുത്ത്, കൈയിൽ വെള്ളിക്കാപ്പും കഴുത്തിൽ പൊൻപത്താക്കും ധരിച്ച്, ആരോ ശിരസിലൂടെ ഇട്ടുകൊടുത്ത പട്ടുമായി ഒരു പൊൻസിന്ദൂരച്ചെപ്പുപോലെ ഇരുന്ന പെൺകുട്ടി.

കുഞ്ഞമ്പാടി പരുക്കൻ ഖദർമുണ്ടും സത്യഗ്രഹികൾ ധരിച്ചിരുന്ന കൈയുള്ള ഖദർബനിയനും ഖദർതൊപ്പിയും അണിഞ്ഞിരുന്നു. ആരോ കൗതുകത്തോടെ കെട്ടിയേൽപ്പിച്ച ഒരു കളിപ്പാട്ടത്തെ എന്നോണം കുഞ്ഞമ്പാടിയെന്ന യുവാവ് പത്തുവയസുകാരിയെ കുനിഞ്ഞുനോക്കി. പിന്നെയവൻ എളേരിത്തട്ടിലേക്കൊരു പോക്കുപോയി. കറവപ്പശുവിനെ മേയ്ക്കുന്ന അമ്മായിയുടെ പുറകെ കടച്ചിയുടെ കയർപിടിച്ചു വയൽവരമ്പിലൂടെ തുള്ളിച്ചാടിനടക്കാറുള്ള അരുമയായ പെൺകുട്ടി ചോദിക്കുന്നു:

"ഗുരുക്കളെ, അമ്പാടിയേട്ടൻ വരാത്തതെന്താ?"

എല്ലാ അറിവിനും ഇരിപ്പിടമാണ് ഗുരുക്കൾ എന്നു കുഞ്ഞിമാക്കം ധരിച്ചിരിക്കണം.

നെറ്റിയിൽ കൈ ചേർത്തു ഗുരുക്കൾ ആൽത്തറയിൽ ഇരുന്നു, മീനവെയിലിനെ ഭയത്തോടെ നോക്കുന്ന വൃക്ഷലതാദികൾ ചൂട്ടേനിപ്പാറയുടെ മുകളിലേക്ക് എത്തി.

മ്ലാനവദനനായ സൂര്യൻ ഗുരുക്കളുടെ മുഖത്തു നോക്കി.

"എന്ത്? എന്താണിങ്ങനെ?"

നിറയൂർത്തടത്തിലെ കുടിലുകളുടെ ഹൃദയം പുകഞ്ഞുയരുന്ന ധൂമപാളികളിലൂടെ മെല്ലെമെല്ലെ വെയിൽ കടന്നുവന്നു. ഉറങ്ങാത്ത രാവുകളുടെ ആലസ്യമാണ്ട മിഴികളുമായി ഗ്രാമീണർ നടന്നുവന്നു.

ആൽത്തറയിൽ തല കുമ്പിട്ടിരിക്കുന്ന ഗുരുക്കളെ നോക്കി അവർ അന്തിച്ചുനിന്നു.

"എന്താ? എന്താണ് പെഴച്ചത്?"

ഗുരുക്കളുടെ ശബ്ദം പുറത്തുവന്നില്ല.

അദ്ദേഹം ചുകന്ന് ഇരുണ്ടുപോയ പൂഴിപ്പരപ്പിലേക്കു വിരൽ ചൂണ്ടി. പൊക്കായിയും വെള്ളുങ്ങയും താരുവും ചിരുകണ്ടനച്ചനും ആശങ്കയോടെ, ഓരോ കാലും ഭൂമിയിൽനിന്നു പറിച്ചെടുത്തു മുന്നോട്ടു വച്ചു. ചുറുചുറുക്കോടെ നടക്കാൻ നിറയൂരിലെ നിവാസികൾ തൽക്കാലം മറന്നു പോയിരുന്നു.

വിലക്കപ്പെട്ട അനേകം നാളുകൾക്കുശേഷം അവർ വഴിക്കുവഴി പുഴയോരത്തു തടിച്ചുകൂടി. അപ്പോഴും ജീവൻ വെടിഞ്ഞിട്ടില്ലാത്ത ചോരക്കുഞ്ഞിന്റെ പൊക്കിൾക്കൊടി ആരോ ഒരു കറിക്കത്തികൊണ്ടു വേർപെടുത്തി.

കുഞ്ഞ് പിടഞ്ഞു കരഞ്ഞു. കുഞ്ഞിമാക്കം ജഡമായി, ഘനീഭവിച്ച ദുഃഖമായി, അവരുടെ മുമ്പിൽ വെറുംമണ്ണിൽ നീണ്ടുനിവർന്നു കിടന്നു. ഭൂമിയുടെ മാറിൽ ആശ്വാസം തേടിയവളെപ്പോലെ പറയപ്പെടാത്ത ഒരു വാക്ക് അവളുടെ ചുണ്ടിൽ വിലങ്ങിയിരുന്നു.

ഉണിക്കാളിയമ്മ കുന്നിറങ്ങിവന്നു. ജനം, പിളർന്നു വഴിയുണ്ടാക്കി. ഇലയടർന്നുവീണാൽ കേൾക്കാവുന്ന നിശ്ശബ്ദതയിൽ നദിയുടെ കരച്ചിൽ മാത്രം.

ചീരുവിന്റെ കൈയിൽനിന്നു കുഞ്ഞിനെ കോരിയെടുത്ത് ഉണിക്കാളിയമ്മ ഗർജ്ജിച്ചു:

"പെറ്റ പെണ്ണുങ്ങളാരുമില്ലേ കൂട്ടത്തിൽ?"

പൊക്കായിയുടെ മകൾ, കൂസലെന്യേ മുടി മാടിക്കെട്ടി മുമ്പോട്ടു വന്നു. അവൾ കുഞ്ഞിനെ ഏറ്റുവാങ്ങി.

ഉണിക്കാളിയമ്മ നിർദേശിച്ചു:

"വെളിച്ചെണ്ണതേച്ചു ചൂടുവെള്ളത്തിൽ കുളിപ്പിക്കണം!"

"ഓ."

കുഞ്ഞിമാക്കത്തെ അവർ കണ്ണീർപ്പുഴയിൽ കുളിപ്പിച്ചു. സ്മരണകൾകൊണ്ട് അണിയിച്ചൊരുക്കി. കുഞ്ഞിമാക്കത്തിന്റെ അടയ്ക്കാൻ കൂട്ടാക്കാത്ത മിഴികൾ ആകാശത്തിലെ മങ്ങിയ നക്ഷത്രങ്ങളിലൂടെ സഞ്ചരിച്ചു. വിളറിയ മുഖങ്ങൾ താഴ്ത്തി താരങ്ങൾ നിഷ്ക്രമിച്ചു.

അവർ അവളെ നിറയൂർപുഴയുടെ തീരത്തു തൈത്തെങ്ങുകളുടെ ഇടയിൽ സംസ്കരിച്ചു.

"കുഞ്ഞമ്പാടിയെ അവർ...?" ഉണിക്കാളിയമ്മ ചോദിച്ചു.

"അവരതുതന്നെ ചെയ്യും! ഒരാളുടെ ജീവൻകൊണ്ട് ഒരു നാടിനെ മുഴുവനും നിശ്ശബ്ദമാക്കാമെന്ന് അവർ വിചാരിക്കുന്നു!"

"പെണ്ണു നേരത്തെ പോയതു നന്നായി!"

"ഇതൊരു ശരിയായ യാത്രയാണോ ഉണിക്കാളി? പൊലീസുകാരുടെ ചവിട്ടേറ്റു പ്രസവിക്കുന്നത്....പിശാചുക്കൾ ശവംതീനികൾ!"

"അരുത്! അങ്ങു ശാപവാക്കുരച്ചു ഞാൻ കേട്ടിട്ടില്ല. നല്ല കാശു കൊടുത്താൽ ഒരു നല്ല വക്കീൽ കുഞ്ഞമ്പാടിക്കുവേണ്ടി കേസുവാദിക്കയില്ലേ?"

"നല്ല കാശൊ! ഈ നാട്ടിലെ പണം മുഴുവനും കിട്ടിയാൽ അവർ കുഞ്ഞമ്പാടിയെ വിടുമോ? അവനു സമമാകുമോ പണം? പിന്നെ വക്കീലെന്തിന്? എന്നാലും നമ്മളൊരാളെ നിശ്ചയിക്കും. ആശ്വാസത്തിന്!"

ദിക്കുകളെ നടുക്കുന്ന ഒരു അലർച്ച കേട്ട് ഉക്കാരൻഗുരുക്കൾ തിരിഞ്ഞു നോക്കി. ഗ്രാമം മുഴുവനും മറ്റൊരു നദിയായൊഴുകുന്നു. ഒരു മഹാപ്രവാഹം പോലെ. നിറയൂർപുഴയ്ക്കൊരു സമാന്തരമായി ആണും പെണ്ണും കുഞ്ഞുകുട്ടികളും വൃദ്ധരുമടങ്ങുന്നു ഒരു ജാഥ. അവരുടെ മുഖങ്ങളിൽ കാളിമപരത്തിയ രോഷവും ദുഃഖവും ഉക്കാരൻഗുരുക്കളിലേക്കു പകർന്നു. അയാൾ കാലുകൾ നീട്ടിവച്ച് അവർക്കൊപ്പം എത്തി.

നിറയൂരിന്റെ പടിഞ്ഞാറ്റം മുതൽ കിഴക്കറ്റംവരെ ചെന്ന് അവർ മൗനം പൂണ്ടു. പിരിഞ്ഞു. അവരുടെ ശബ്ദം ഏറ്റെടുത്ത നദി പുതിയൊരു വേലിയേറ്റത്തിനു തയ്യാറെടുത്തു.

ഉക്കാരൻഗുരുക്കൾ ഉണിക്കാളിയമ്മയുടെ ഒപ്പം, കംസൻ പട്ടേലറുടെ പത്തായപ്പുരയിലേക്കു നടന്നു. എന്തിനാണവിടെ പോകുന്നത് എന്ന് ഗുരുക്കൾ ചിന്തിച്ചിരുന്നില്ല.

പടിക്കലെത്തിയപ്പോൾ ഉണിക്കാളിയമ്മ പറഞ്ഞു:

“ഇരുന്നിറ്റ് പോകാം.”

“ഇരിക്കാറായില്ല.”

“കഞ്ഞി കുടിച്ചിറ്റ് പോകാം.”

“കഞ്ഞി വേണ്ട. ഒരുഗ്ലാസ് വെള്ളം തരു.”

നിറയൂരിൽനിന്ന് അന്ന് അടുക്കളവേലക്കാരികളാരും എത്തിയിരുന്നില്ല. പാതി മെതിച്ച നെല്ലും, തല്ലിക്കൊഴിക്കാത്ത വൈക്കോലും പരന്നുകിടന്ന കളം അനാഥമായിരുന്നു.

തൊഴുത്തുകളിൽ നിരന്നുനിന്ന കാലികൾ അമറി. അവയുടെ ദീനരോദനം താഴ്വരയിൽ മാറ്റൊലികൊണ്ടു.

ഉണിക്കാളിയമ്മ അടുക്കളയിൽ പോയി, മൺകൂജയിലെ തണുത്ത വെള്ളം ഒരു ഓട്ടുകിണ്ടിയിൽ പകർന്നു. രാമച്ചത്തിന്റെ ഗന്ധമുള്ള വെള്ളം ഒരു വെള്ളിഗ്ലാസ്സിൽ പകർന്ന് അവർ നീട്ടി.

ഉക്കാരൻഗുരുക്കൾ തലയാട്ടി.

“ആ തണ്ണീർക്കിണ്ടി തരൂ.”

ഉക്കാരൻഗുരുക്കൾ കിണ്ടിയുടെ മുരലിലൂടെ വെള്ളം കുടിച്ചു. അനർഗളമായൊരു സ്നേഹധാര. ദാഹം തീർന്നപ്പോൾ അദ്ദേഹം പറഞ്ഞു:

“ഞാനിറങ്ങട്ടെ!”

ഉണിക്കാളിയമ്മ ഞെട്ടി.

ഒരിക്കലും യാത്ര പറഞ്ഞിട്ടില്ലാത്ത ഗുരുക്കൾ!

അവർ അസ്വസ്ഥതയോടെ നോക്കി.

ഗുരുക്കൾ തിരിഞ്ഞുനോക്കിയില്ല. കാലുകൾ നീട്ടിവച്ചു, കൈ വീശി... പടികൾ ഇറങ്ങുന്നു. അദ്ദേഹത്തിന്റെ തുടുത്ത മുഖം വിളർത്തുപോയി. കൈവീശലിനു പഴയ ആത്മവിശ്വാസം നഷ്ടപ്പെട്ടിരിക്കുന്നു. നടത്തത്തിന് ഓജസ്സില്ല. ഉണിക്കാളിയമ്മ നീർനിറയുന്ന മിഴികളോടെ നോക്കിനിന്നു. മിഴികൾ, നിറഞ്ഞ ജലാശയങ്ങളാവുന്നു. കാഴ്ചകൾ തലകുത്തി പ്രതിബിംബിക്കുന്നു. ജീവിതം മുഴുവനും പ്രപഞ്ചം മുഴുവനും തലകീഴാവുന്നു.

"ഏതാണ് ശരി രൂപം?".

"ഏതാണ് പ്രതിരൂപം?"

നിശ്ചലയായി ഉമ്മറത്തൂണു ചാരി നിൽക്കുന്ന ഭാര്യയോട് കംസൻ പട്ടേലറെന്ന കുഞ്ഞിരാമൻനായർ പറയുന്നു:

"കാളീ, നമുക്ക് കരുവഞ്ചേരിക്കു പോകാം. ഇവിടെ നിറയൂരിൽ ഇനിയും തങ്ങുന്നത് അപകടമാണ്!"

ഉണിക്കാളിയമ്മ പൊട്ടിപ്പൊട്ടി ചിരിച്ചു. കണ്ണീർമണികൾ നീർത്തുള്ളികളായി തെറിച്ചു വീണു.

പിളർന്ന വായ് അടയ്ക്കാതെ പട്ടേലർ ചോദിക്കുന്നു:

"നിനക്കെന്താണ്?"

"പറയണോ ഞാൻ?"

അവളുടെ സ്വരമാറ്റം കണ്ട് പട്ടേലർ നടുങ്ങി. ഒരടി പിന്നോക്കം വച്ചു.

പൊലീസും പരിവാരങ്ങളും ഒറ്റുകാരും ശിങ്കിടികളും ഒഴിഞ്ഞ പത്തായപ്പുരയിൽനിന്ന് അസഹ്യമായ ദുർഗന്ധം ഉയരുന്നത് ഉണിക്കാളിയമ്മ അറിഞ്ഞു.

"അയ്യെ! എന്റെ സ്വർഗമായിരുന്നു, നിറയൂരെ ഈ വീട് ഇവറ്റകൾ നശിപ്പിച്ചു."

"അയ്യോ! കാളീ, നിണക്ക് കരുവഞ്ചേരിയിലെ എട്ടുകെട്ടും മാളികയുമില്ലെ? ഇവിടെയെന്താണുള്ളത്? നടുനീക്കാൻ ഇടമുണ്ടോ? പല്ലക്കൊരുങ്ങട്ടെ!"

"വേണ്ട!"

ഉണിക്കാളി പടിയിറങ്ങി നടന്നു. ഉക്കാരൻഗുരുക്കളുടെ കളരിയുടെ നേർക്കാണ് ആശ്വാസത്തിന്റെ നിഴൽ തേടി അവർ നടന്നത്. നേരം ഉച്ച തിരിയുന്നു. വെയിലിന്റെ ചൂട് തീയാവുന്നു. തീനാളങ്ങൾ തെങ്ങോലകളെ വാട്ടുന്നു. ഓലകൾക്കിടയിലൂടെ തളർന്നുവീഴുന്ന കാറ്റാടികളിൽ ഉണിക്കാളിയുടെ മനസുലയുന്നു.

കളരിവാതിൽ അടച്ചിട്ടിരിക്കുന്നു,

അവർ പതുക്കെ പുഴയോരത്തേക്കു നടന്നു. വെയിലാറുകയും മൂവന്തി ചുവന്ന ചുരുൾ നീർത്തി പുടവ മാറ്റാനൊരുങ്ങുകയും ചെയ്യുന്ന വേളയിൽ ഉണിക്കാളിയമ്മ പുഴക്കടവിലേക്കു നടന്നു.

ഒരു കുടന്ന വെള്ളമെടുത്ത് അവർ രുചിച്ചുനോക്കി. ഒരിക്കൽക്കൂടി നിറയൂർക്കാരുടെ കണ്ണീരുപ്പുകലർന്ന നദീജലം.

വെള്ളംവേലി ഉയർന്നുയർന്ന് ഉണിക്കാളിയമ്മയുടെ പുടവത്തുമ്പു നനച്ചു.

താഴെ, മുൾക്കാടുകൾക്കു സമീപം ഒരു കൂറ്റൻ മലവാഴയില വെട്ടി വെള്ളത്തിലിട്ട് ഉക്കാരൻഗുരുക്കൾ ഒരുനിമിഷം ശങ്കിച്ചുനിന്നു. ഓളങ്ങൾ വാഴയിലയെ താങ്ങി അദ്ദേഹത്തിന്റെ പാദങ്ങളിൽ ചേർത്തു പ്രണമിച്ചു.

ഉക്കാരൻഗുരുക്കൾ കൈകൂപ്പി. മന്ത്രം ജപിച്ചു. ഓളക്കൈകൾ

നീട്ടിയ വാഴയിലയിൽ നീണ്ടുനിവർന്നു കിടന്നു. ഗുരുക്കളുടെ മിഴികളിൽ പുതിയൊരു പുലർകാലസൂര്യൻ ജ്വലിച്ചുനിന്നു. കണ്ണീർ വറ്റിയ തടങ്ങളിൽ പുതിയ ഉറവകളുണർന്നു. അവ വളർന്നു വലുതായി നദിയോടു ചേർന്നു...

ഉണിക്കാളിയമ്മ ഒരു മഴക്കാറ്റുപോലെ കടവിലെത്തി.

"അങ്ങെവിടെപ്പോണു?"

ഉക്കാരൻഗുരുക്കൾ മിഴികൾ ചെരിച്ചു മന്ദഹസിച്ചു.

"അങ്ങ് കുഞ്ഞമ്പാടിയെ ചെന്നു കാണുമൊ?"

"തീർച്ചയായും!"

"ഓന്റെ കുഞ്ഞി ജീവിച്ചിരിപ്പുണ്ടെന്നു പറയണം!"

"പറയും!"

പറയാനേറെയുണ്ട്. കാലംപോയി, പാഴായിപ്പോയ അവസരങ്ങളുടെ ദുർഗതിയോർത്ത് ഉണിക്കാളിയമ്മ വിജനതയുടെ തീരത്തു നിന്നു തേങ്ങിക്കരഞ്ഞു. നിറയൂർപുഴയുടെ ഓളങ്ങൾ മന്ത്രിച്ചു: "കരയരുത്! കരയരുത്!"

കാറ്റിലുലയുന്ന തെങ്ങോലകൾ പിറുപിറുത്തു:

"പൊറുക്കു, ഉണിക്കാളീ! കാലം മാറിവരും."

പക്ഷേ...പക്ഷേ...ഉണിക്കാളിയമ്മ കരഞ്ഞു...ഒഴുകിപ്പോയ ജലം തിരിച്ചൊഴുകുമൊ? ആ കാട്ടുവാഴയിലയും ഗുരുക്കളും തിരിച്ചുവരുമോ?

പൊക്കായിയുടെ കുടിലിൽ കുഞ്ഞമ്പാടിയുടെ കുഞ്ഞ് ആർത്തു കരയുന്ന ശബ്ദം കേട്ടു.

അമ്പത്തിമൂന്ന്

അത് സംശയത്തിന്റെ ആനുകൂല്യമായിരുന്നില്ല. പണത്തിന്റെ, തറവാട്ടുമഹിമയുടെ, തികവായിരുന്നു. ജയിലിൽനിന്നു പുറത്തുവന്ന രാഘവൻ നിറയൂരിന്റെ വഴിത്താരകളിലെ പഴയ പുളകങ്ങളെ ഓർമിച്ചു.

മഴക്കാലത്തിന്റെ രോമാഞ്ചം കരിഞ്ഞുപോയ നിറയൂർ പാറപ്പുറങ്ങളിൽ അപ്പോഴും കാലിയാൻചെക്കന്മാർ അരിച്ചുനടന്നു. അവരുടെ മടിക്കുത്തുകളിലും കൗപീനങ്ങളിലും ഒളിച്ചുകടത്താറുള്ള സന്ദേശങ്ങളിലെ ഗൗരവം രാഘവനെക്കണ്ടപ്പോൾ അവരുടെ മുഖങ്ങളിൽ തിരിച്ചുവന്നു.

മഹേശ്വരൻ രചിച്ച പടപ്പാട്ടുകളുടെ ഈരടികൾ ഉച്ചത്തിൽ പാടി അവർ രാഘവനെ എതിരേറ്റു.

അവരുടെ ചുമലുകളിൽ തട്ടിയും ശിരസിൽ തലോടിയും രാഘവൻ നിറയൂർത്തടത്തിലിറങ്ങി. തെങ്ങിൻതോപ്പിന്റെ തണലിൽ ചുരണ്ടുകൂടി മീനവെയിലിൽനിന്നു മോചനം തേടുന്ന ഗ്രാമം— തന്റെ പ്രിയപ്പെട്ട ഗ്രാമം—

നിറയൂർ മുണ്ട്യയുടെ ചാരത്തൂടെ രാഘവൻ പുഴക്കരയിലേക്കു കടന്നു. പുഴവെള്ളത്തിനു വല്ലാത്ത ഓർ. ഉപ്പുകാറ്റിനെ ചെറുക്കുന്ന കായ്കറിത്തോട്ടങ്ങളിൽ മൺകുടങ്ങൾ കമഴ്ന്നുകിടന്നു ഭൂമിയെ മുകർന്നു.

പൊക്കായിയുടെ കുടിലാണ് ഒന്നാമത്തെ ലക്ഷ്യം. കുഞ്ഞമ്പാടിയുടെ പിഞ്ചോമനയുടെ കരച്ചിൽ പടിക്കൽനിന്ന് എതിരേറ്റു. തിരുമാല മുറ്റത്തു നിൽപ്പുണ്ട്. ഇറയത്തിരുന്നു പൊക്കായിയുടെ മകൾ രണ്ടു കുഞ്ഞുങ്ങളെ ഒന്നിച്ച് ഊട്ടുന്ന മനോഹരദൃശ്യം രാഘവനിൽ അത്ഭുതമുളവാക്കി.

പൊക്കായിയുടെ സ്വന്തം മകൻ, ഒന്നരവയസുകാരൻ കുടിമതിയാക്കി അപരിചിതന്റെ മുഖത്ത് മിഴിയൂന്നി വിരൽ കടിച്ചു. അവന്റെ വയർ ഒട്ടിക്കിടന്നു.

രാഘവന് ഇരിക്കാൻ പലക നീക്കിയിട്ട് പൊക്കായി പറഞ്ഞു:

"കുടി നിർത്തിയവനാർന്നു. ഇക്കുഞ്ഞനെ കണ്ടപ്പോ ഓനു പിന്നേം കുടിക്കണം!"

പൊക്കായിയുടെ മകൾ അപ്പുറം തിരിഞ്ഞിരുന്നു.

തിരുമാലയുടെ മുഖം കരുവാളിച്ചുപോയി. മർദ്ദനമേറ്റ് ഒരു വശം കോടിപ്പോയിരുന്നു അവളുടെ മുഖം. വലത്തെ കവിളിന്റെ നീലനിറത്തിൽ അനേകം ദുഃഖാനുഭവങ്ങൾ മറഞ്ഞുകിടപ്പുണ്ട്.

രാഘവൻ ചിരിക്കാൻ ശ്രമിച്ചു. ആരുടെ മുഖത്തുമില്ല, ചിരി.

അവർ ജയിലിലെ വിവരങ്ങൾ അറിയാനാഗ്രഹിച്ചു. രാഘവൻ അവരുടെ മുമ്പിൽ ഒരു കുറ്റവാളിയുടെ ഭാവത്തിൽ നിന്നു.

പൊക്കായി ചോദിച്ചു:

"വിധിയെ ആർക്കു തടുക്കാൻ കഴിയും?"

"മനസുണ്ടെങ്കിൽ മനുഷ്യനു കഴിയും!" രാഘവൻ പറഞ്ഞു. പക്ഷേ, വേണ്ടപ്പോൾ വേണ്ടതുചെയ്യാൻ കഴിഞ്ഞെന്നുവരില്ല. അപ്പോൾ വിധിയെന്നു പറഞ്ഞു കീഴടങ്ങേണ്ടിവരുന്നു.

"പണിയെടത്ത്റ്റും പട്ടിണികിടക്കുന്നോന്റെ ദുരിതം എന്നെങ്കിലും തീരുമാ ചെറിയോറെ..."

"തീരും! അതിനല്ലെ നമ്മളെല്ലാം ജീവിച്ചിരിക്കുന്നത്."

"വെള്ളക്കാര് അടുത്ത് പോകുമ്പോലെ!"

"കെട്ട വേരുമ്മല ഒരു വൃക്ഷത്തിനു പിടിച്ചുനിക്കാമ്പറ്റ്വൊ! പൊക്കായീ, ഞാൻ കുഞ്ഞമ്പാടീന്റെ കുഞ്ഞിനെ ഒന്ന് എടുക്കട്ടെ!"

ആദ്യത്തെ ശിശുസ്പർശം രാഘവനെ പുളകംകൊള്ളിച്ചു. തുണിച്ചുരുളിൽ കിടന്ന് അതു വെളിച്ചം വരുന്ന ഭാഗത്തേക്കു നോക്കി. ആകാശനീലിമയും നക്ഷത്രവെളിച്ചവുമുള്ള രണ്ടു വലിയ കണ്ണുകൾ. കുഞ്ഞമ്പാടിയിൽനിന്ന് ദൃഢനിശ്ചയം കൊത്തിവച്ച ചുണ്ടുകളും ഉയർന്ന മൂക്കും അവനു ലഭിച്ചിരിക്കുന്നു. രാഘവൻ തൃപ്തനായി.

"ഇവനെ ഒരു മിടുക്കനായി വളർത്താൻ കഴിയുമോ തിരുമാലെ, നിനക്ക്?"

തിരുമാലയുടെ പരിചരണത്തിലാണവൻ.

മുലയൂട്ടാനാണ് പൊക്കായിയുടെ കുടിലിലേക്കു കൊണ്ടുവരുന്നത്. തിരുമാലയുടെ മാറിടത്തിന്റെ ചൂടിലമർന്ന് അവർ ഉറക്കമാരംഭിച്ചു. തിരുമാല കുഞ്ഞുമായി അവളുടെ വീട്ടിലേക്കു തിരിച്ചു. അവൾ ചിരുതേയിയമ്മയുടെ വീട്ടിലാണ് അഭയം തേടിയിരുന്നത്. നിറയൂർ മുഴുവനും അവളുടേതായിരുന്നു. പക്ഷേ, മഹേശ്വരൻ നിർദേശിച്ചു:

"ചിരുതേയിയമ്മയെ മറക്കരുത്!"

ദുഃഖം നിറഞ്ഞൊഴുകുന്ന നിറയൂർക്കാറ്റിലൂടെ രാഘവൻ കടവത്തേക്കു നടന്നു. ഓരോ കുടിലും കുഞ്ഞമ്പാടിയെ അന്വേഷിച്ചു. ഓരോ പുൽക്കൊടിയും അവനെ കാത്തിരിക്കുന്നു.

രാഘവൻ പറഞ്ഞു:

"ഇല്ല, കൂട്ടുകാരെ, കുഞ്ഞമ്പാടി തിരിച്ചുവരില്ല. നിങ്ങൾക്കെല്ലാം വേണ്ടി അവൻ പോയിരിക്കുന്നു."

കുഞ്ഞമ്പാടിയുടെ അമ്മയെയും ഉടപ്പിറന്നവളെയും കാണാൻ രാഘവനു കരുത്തില്ലായിരുന്നു. അടുത്തൊരു ദിവസം അവർ അവനെ കാണാൻ പോകും. അന്നുമതി. വലിയൊരു മുറിവ് ഒരിക്കൽ തുറന്നാൽ മതി.

രാഘവൻ അതിവേഗം കുന്നുകയറി.

പൊലീസുകാർ തല്ലി നശിപ്പിച്ച വെള്ളുങ്ങയുടെ കള്ളുഷാപ്പിനു മുമ്പിൽ പട്ടിണി കിടന്നവശനായ ഒരു തെണ്ടിനായ് ചുരണ്ടുകൂടിക്കിടന്നു. ഇവിടുന്നങ്ങോട്ടു വെയിലാണ്. വെയിൽ മാത്രം. തണലേകുന്ന ഒരു മരംപോലുമില്ല.

കാളീശ്വരം അങ്ങാടിയിലൂടെ നടക്കാൻ രാഘവനു ലജ്ജ തോന്നി. ശിക്ഷയില്ലാതെ ജയിലിൽനിന്നു പുറത്തു കടക്കാനിടവന്നത് മായ്ച്ചാലും തേച്ചാലും തീരാത്തൊരു നാണക്കേടാണെന്നു മനസ്സ് രാഘവനെ ഓർമിപ്പിച്ചുകൊണ്ടിരുന്നു.

"അമ്മയെ കാണണ്ടെ?"

"വേണ്ട."

"അച്ഛനെക്കാണണ്ടെ?"

"വേണം!"

കരുവഞ്ചേരിയുടെ മാളികമുകളിൽ വല്യച്ഛന്റെ ചികിത്സയിൽ കഴിയുമ്പോഴും സർവനിഷ്ഠൂരകൃത്യങ്ങൾക്കും സംരക്ഷണം നൽകിയ അച്ഛനെ കാണണ്ടെ?

"കാണണം!"

ഒരിക്കൽക്കൂടി കടപ്പാടിന്റെ കഥ കേൾക്കാം.

കരുവഞ്ചേരി കാരണവരുടെ മകനാകകൊണ്ട്, അവർ നിന്നെ വിട്ടു. എടാ പൊലീസിനെ കൊന്ന കേസിൽ അകപ്പെട്ടവനെ ഇക്കാലത്ത് ആരെങ്കിലും വിടുമോ?

പാരമ്പര്യത്തിന്റെ ചെളിത്തുള്ളികൾ തന്റെ ആത്മാവിനെ കളങ്കപ്പെടുത്തുന്നുവെന്ന് രാഘവൻ നിനച്ചു.

വേരറുത്ത് എനിക്ക് എന്നേക്കും രക്ഷപ്പെടണം!

കരുവഞ്ചേരി വൈദ്യശാലയുടെ മുറ്റത്ത് ഒരുകൂട്ടം ജനം. രാഘവന് അതിശയം തോന്നി. വല്യമ്മാവൻ ചികിത്സ ഏതാണ്ടൊഴിവാക്കിയ മട്ടായിരുന്നല്ലൊ....

മഞ്ചത്തിൽ ബോധരഹിതനായി കിടക്കുന്ന അച്ഛനെ രാഘവൻ ഇമവെട്ടാതെ നോക്കിനിന്നു. ഉരലുപോലെ വണ്ണംവച്ച കാലുകൾ നീട്ടി ഒരു ബെഞ്ചിൽ വിശ്രമിപ്പിച്ചിരിക്കയാണ്.

ചീർത്ത ഓരോ രോമകൂപത്തിലും പുഴുക്കൾ നുളയുന്നു.

ഇളനീർത്തൊണ്ടുപോലെ വിളർത്ത കവിളിൽ പറന്നണയുന്ന ഈച്ചയാട്ടിക്കൊണ്ടു പരിചാരകൻ.

മുറ്റത്തു കൂടിനിൽക്കുന്ന ഗ്രാമീണർ. അവരുടെ കരളിന്റെ കനിവ് രാഘവനിലേക്ക് ഊർന്നിറങ്ങി.

ഇതെന്റെ പിതാവാണ്. ഈ ഗ്രാമീണരെ എന്നും ദ്രോഹിച്ചുകൊണ്ടിരുന്ന പിതാവ്. എന്നിട്ടും ദുഃഖിതരായി അവർ മുറ്റത്തു വന്നു നിൽക്കുന്നു.

അവരിൽ പലരെയും രാഘവൻ തിരിച്ചറിയുന്നു. കുടിൽ കരിഞ്ഞുപോയവർ, അറ കൊള്ളചെയ്യപ്പെട്ടവർ, പെണ്ണിന്റെ മാനം കവർച്ചചെയ്യപ്പെട്ടവർ. ഭൂമിയെപ്പോലെ സർവതും മറക്കാൻ കഴിവുള്ളവർ. ദൈവമേ, ഇവരിൽനിന്ന് എനിക്കെന്തെല്ലാം പഠിക്കാനുണ്ട്!

അറിയാതെ വീണുപോയ വാക്കാണ്.

ദൈവം! ഒരു കാലത്തു താൻ ദൈവത്തെ തള്ളിപ്പറഞ്ഞു. ഗ്രാമീണരെ പറഞ്ഞു പഠിപ്പിക്കാൻ ശ്രമിച്ചു, ദൈവമെന്ന ഒന്നില്ല. നിങ്ങൾ തൊഴുന്നതും വെറും കല്ലിനെയാണ്—ഇപ്പോൾ എന്റെ വായിൽനിന്നു ഞാനറിയാതെ വീണുപോയ വാക്ക്—ഇത് എന്റെ വേരുകളിലൂടെ പടർന്നുകയറിയതാണ്. ഈ കിടക്കുന്ന അച്ഛനിലൂടെ, ഈ മുറ്റത്തു കരിഞ്ഞ മുഖങ്ങളും ഇരുണ്ട മനസുമായി നിൽക്കുന്ന നിസ്സഹായരായ മനുഷ്യരിലൂടെ—

താനും ഒരു നിസഹായകനാണ്—

കുഞ്ഞമ്പാടി അഭിമുഖീകരിക്കുന്ന ശൂന്യതയ്ക്കുമുമ്പിൽ തനിക്കെന്തു ചെയ്യാൻ കഴിയും? അവന്റെ മിഴികളിൽ നിറഞ്ഞുനിൽക്കുന്ന ആവേശത്തിന്റെ വെളിച്ചം എല്ലാ ശൂന്യതയെയും മറിക്കടക്കാൻ കരുത്തു നൽകുന്നു.

"ഇവിടെ നിന്നാൽ ഞാൻ ശ്വാസംമുട്ടി മരിച്ചുപോകും!"

അമ്മ, ഈ അറകളിലെങ്ങോ ഉണ്ടോ?

"അറിഞ്ഞുകൂട."

"അമ്മ എവിടെയുണ്ടെന്ന് ആരോടൊന്നു ചോദിക്കേണ്ടു?"

രാഘവൻ ഇറങ്ങി നടന്നു. വല്യച്ഛനോടു യാത്രപറയേണ്ടതായിരുന്നു. വല്യച്ഛൻ രോഗികളുടെ മധ്യത്തിലാണ്. നടുനിലക്കാരനായി, തീണ്ടലുള്ള രോഗികൾക്കും മേൽജാതിക്കാരനായ വല്യച്ഛനും ഇടയിൽ നിൽക്കാറുള്ള നിറയൂരെ വൈദ്യർപോയി. ഇപ്പോൾ വല്യച്ഛൻ രോഗികളുടെ അടുത്തു

ചെന്നു. രോഗത്തിന്റെ ജാതിമതഭേദമില്ലായ്മയെ അംഗീകരിക്കുന്നു. അതു തന്റെ നേട്ടമാണെന്ന്, അനന്തേട്ടന്റെയും കിട്ടേട്ടന്റെ യും മഹേശ്വരേട്ട ന്റെയും നേട്ടമാണെന്ന് രാഘവനു തോന്നി.

മഹേശ്വരേട്ടന്റെ രക്ഷയ്ക്ക് ആരും എത്തീട്ടില്ല. എത്തിയാലും അദ്ദേഹം സ്വീകരിക്കുകയില്ല. കുഞ്ഞമ്പാടി കൊലപാതകിയെങ്കിൽ താനും കൊലപാതകിതന്നെ എന്നാണദ്ദേഹത്തിന്റെ മതം. രക്ഷയുടെ നാണക്കേട് ഇത്ര ഭാരമുള്ളതാണെന്നറിഞ്ഞില്ല. തേച്ചാലും കുളിച്ചാലും പോകാത്ത ചെളി മുഖത്തു പറ്റിയിരിക്കുന്നു.

രാഘവൻ പടിയിറങ്ങിപ്പോയി. തീവണ്ടിയാപ്പീസിൽ ചെന്നിരുന്നു.

ആരും അയാളെ സമീപിച്ചില്ല.

വടക്കുനിന്നു വരുന്ന വണ്ടിയാണു തനിക്കുവേണ്ടത്.

തെക്കുനിന്നും വരുന്ന വണ്ടിയെത്തി.

വലംകാൽ നഷ്ടപ്പെട്ട ഒരു ദീർഘകായൻ രാഘവന്റെ മുമ്പിലൂടെ ക്രച്ചുകളിൽ നീങ്ങിപ്പോയി. അയാളുടെ ഇടതൂർന്നു വളർന്ന താടിരോമ ങ്ങൾക്കിടയിൽ തിളങ്ങുന്ന കണ്ണുകൾ കണ്ണിൽപ്പെടുന്ന ഓരോ വസ്തു വെയും ആർത്തിയോടെ മുകരുന്നു.

ഒരു മിന്നൽപ്പിണർ രാഘവന്റെ ഉള്ളിലൂടെ തുളച്ചുകയറുന്നു.

രാഘവൻ ചാടിയെണീറ്റു.

ക്രച്ചുകാലിൽ നടന്നുനീങ്ങുന്ന ചെറുപ്പക്കാരനെ സമീപിച്ചു.

ആലിംഗനത്തിന്റെ പരസ്പരപൂരണത്തിൽ ക്രച്ചുകൾ നിലംപതിച്ചു.

“ഒരു ജടുക്ക വിളിക്കാം—” രാഘവൻ പറഞ്ഞു.

നേർവഴികളെല്ലാം ദുർഘടമാണ്. വളഞ്ഞവഴിക്കു പോകാൻ വണ്ടി കൂടാതെ വയ്യ.

പിത്തള അലുക്കുകൾ സ്വർണവെയിലിന്റെ മുഖത്തു നോക്കി ചിരി ക്കുന്നു.

രാഘവൻ ചെറുപ്പക്കാരനെ വണ്ടിയിൽ കയറ്റി ഇരുത്തി. കറുത്ത വലിയ പെട്ടിയും കയറ്റി.

“ഞാൻ വരേണ്ടല്ലോ? വണ്ടിയും വണ്ടിക്കാരനും ശങ്കരൻ നായ നാറുടെ വകയാണ്. കൂലി ഞാൻ കൊടുത്തോളാം.”

വണ്ടി നീങ്ങുമ്പോൾ നനവൂറുന്ന മിഴികളോടെ ചെറുപ്പക്കാരൻ ആരായുന്നു.

“ചങ്ങാതീ, മഹേശ്വരേട്ടൻ ക്ഷമിക്കില്ലേ?”

“നൂറു തവണ ക്ഷമിക്കും! ഇരതേടി പോകുന്നത് ഒരിക്കലും ഒരു പാപമല്ലല്ലൊ! യുദ്ധം ഒരവസ്ഥയായിരുന്നു. നീ അതിൽ പങ്കെടുത്തതു കൊണ്ടോ ഞാൻ പങ്കെടുക്കാതിരുന്നതുകൊണ്ടോ ഫലത്തിൽ വ്യത്യാ സമൊന്നുമില്ല.”

ആ ചെറുപ്പക്കാരൻ കാളീശ്വരം അങ്ങാടിയിൽ ചെന്നിറങ്ങിയാലോ? അപ്പുറം ചിന്തിക്കാൻ രാഘവനു കരുത്തില്ല. കാലില്ലാതെ തിരിച്ചുവന്ന

ഓമനപ്പുത്രനെ, ആങ്ങളയെ, ഭർത്താവിനെ കെട്ടിപ്പിടിച്ചു കരയുന്ന നിഷ്കളങ്കരും സ്നേഹമൂർത്തികളുമായ മനുഷ്യർ.

ആർക്കുവേണ്ടിയായിരുന്നു ഈ യുദ്ധം?

യുദ്ധം തീരുന്നു. അടുത്തതു സമ്മാനദാനമാണ്. സ്വാതന്ത്ര്യം എന്ന സമ്മാനം. അത് അവരുടെ ഔദാര്യമെന്ന് അംഗീകരിക്കാൻ അത്ര മണ്ടന്മാരോ നമ്മൾ?

തനിക്കു കയറാനുള്ള വണ്ടി അടുത്തൊന്നും വരില്ലെന്നും ദൂരെ പറന്നുപോയാലും മറന്നുപോയാലും മനസ്സമാധാനം കിട്ടുകയില്ലെന്നും രാഘവനു ബോധ്യമായി.

യുദ്ധത്തിന്റെ മുറിവുകൾ കാണാൻ.

മർദ്ദനത്തിന്റെ മുറവിളികൾ കേൾക്കാൻ.

"വേണ്ട. ഒരു ദിവസം എനിക്കു വിശ്രമിക്കണം. എന്റെ വള്ളിത്തോപ്പുവിദ്യാലയത്തിൽ. *യുവകാഹള*ത്തിനു മൂർച്ചകൂട്ടിയ സ്ഥലത്ത്, സൗഹൃദത്തിന്റെ തേൻ നുകർന്ന ദിക്കിൽ. യൗവനത്തിന്റെ ആവേശത്തിന് എണ്ണ പകർന്ന ചുറ്റുപാടിൽ."

രാഘവൻ റെയിൽവെസ്റ്റേഷനിൽനിന്നു പുറത്തു കടന്നു.

വള്ളൂർവയൽ മുറിച്ചുകടന്നു.

പഞ്ഞിത്തിരികൾ അടുക്കിവച്ച കുടിലിനു മുമ്പിലൂടെ, കിട്ടേട്ടന്റെ വളർത്തുമക്കളുടെ ചൊൽവിളി കേട്ടുകൊണ്ടു നടന്നു. കിട്ടേട്ടന്റെ ചർക്കയുടെ പിന്നിൽ ആരുമില്ല.

വഴിക്കുവച്ച് അമ്മയുടെ ദാസി തിരിച്ചറിയുന്നു:

"ചെറി.....യോ....േ...റേ—"

"നീ ജീവിച്ചിരിപ്പുണ്ടോ?"

"അമ്മയുള്ളേടത്തോളം ഞാനും ഉണ്ടാവും!"

"അമ്മയെവിടെ?"

"അനന്തൻചെറിയോറുടെ പൊരേൽ."

അമ്പത്തിനാല്

സ്വാതന്ത്ര്യദിനം! ഇതാ അടുത്തെത്തി!

അനന്തൻ, മഴക്കാലത്തെ വെയിൽപോലെ മന്ദഹസിച്ചു.

അനന്തൻ വള്ളിത്തോപ്പ് സരസ്വതീക്ഷേത്രത്തിന്റെ വരാന്തയിലെ ബഞ്ചിലിരുന്ന് അന്തരിച്ച ആത്മസുഹൃത്തിന്റെ സാമീപ്യം അനുഭവിക്കുകയായിരുന്നു.

പ്രിയതോഴാ, അങ്ങെഴുതിയ സ്വാതന്ത്ര്യത്തിന്റെ ഗീതങ്ങൾ ഞാനുരുവിടട്ടെ. താങ്കൾ എന്റെ മടിയിൽ തലചായ്ച്ചു വിശ്രമിക്കുകയാണെന്ന തോന്നൽ.

എല്ലാ ഗാന്ധിജയന്തിനാളുകളിലും വെള്ളതേച്ചു തോരണങ്ങൾ ചാർത്താറുണ്ടായിരുന്ന ഭിത്തികളുടെ പേക്കോലം കണ്ട് അനന്തന്റെ ഉള്ളിലെ മുറിവുകളിൽ ചോര തിളച്ചു.

നിറയൂരെയും കീഴൂരെയും ഗ്രാമീണരുടെ ഞരമ്പുകൾ പൊട്ടി ചീറ്റിയ ചോരത്തുള്ളികളുടെ കലകൾ ഭിത്തിയിൽ തെളിഞ്ഞുകിടന്നു. മുറ്റത്തു പൊട്ടിപ്പോയ ഒരു ലാത്തിയുടെ കഷണം.

വലിയ കൽത്തൊട്ടിയിൽ ചുണ്ണാമ്പു നീറ്റുന്ന കോരൻകുഞ്ഞി പറഞ്ഞു:

“മശണയാണു കൂടുതൽ. കുറുപ്പത്ത്യാര് കൊണ്ട്ന്ന ഇത്തിൾ നേരാംവണ്ണം ചുട്ടതല്ല.”

“ആരാണ് കോരൻകുഞ്ഞീ ഇത്തിൾ ചുടാനുള്ളത്? കുറുപ്പത്ത്യാർടെ ചെറുബാല്യക്കാരനെ അവർ ഇടിച്ചു കൊന്നില്ലെ? കുറുപ്പത്ത്യാര് ഇതെങ്കിലും ചെയ്യുന്നത് പുണ്യം!”

പാപപുണ്യകർമ്മങ്ങളുടെ നിറഭേദങ്ങൾ മാറിവരുന്നതു കണ്ട് അനന്തൻ അസ്വസ്ഥനായി.

നൂറു നീറ്റിക്കഴിഞ്ഞു. തടുക്കുകൊണ്ടടച്ചുവച്ച് കോരൻകുഞ്ഞി പറഞ്ഞു:

“നാളെ പൊലരുമ്പൊ വന്നിറ്റ് വെള്ള വലിയിക്ക്യാ.”

“ഓ!”

ഏകനായപ്പോൾ അനന്തൻ ക്ലാസുമുറിയിലൂടെ ചുറ്റിനടന്നു. ചോരയിൽ കുതിർന്ന കൈപ്പാടുകൾ.

ഇത് ആരുടെ കൈപ്പാടാണ്?

അമ്പാടിക്കുഞ്ഞിയുടെ?

കുഞ്ഞിക്കണ്ണന്റെ?

നിറയൂർ വൈദ്യരുടെ?

മർദ്ദനമേറ്റു...തൂക്കുമരത്തിൽ കിടന്നു മരിക്കാതെ മരിച്ചുജീവിക്കുന്ന, മരണമടഞ്ഞ ഗ്രാമീണരുടെ, സുഹൃത്തുക്കളുടെ മുഖങ്ങൾ അനന്തന്റെ ഉൾക്കണ്ണിലൂടെ, കടന്നുപോയി. ആശ്ചര്യംതന്നെ! അവരാരും മരിച്ചിട്ടില്ല! അവർക്കെങ്ങനെ മരിക്കാൻ കഴിയും! തങ്ങളുടെ കർമ്മപഥത്തിൽ കാലൂന്നിയവർ, ലക്ഷ്യംനേടാൻ ശപഥം ചെയ്തിരുന്നവർ—

സ്കൂൾ ഹാളിൽ നിന്നപ്പോൾ അനന്തനു ശ്വാസംമുട്ടി. ജനലഴികളിലൂടെ കടന്നുവന്ന കാറ്റിൽ കോമൻനായരുടെ കവിതയുടെ മുഴക്കവും മർദ്ദനമേറ്റു പിടയുന്ന ഗ്രാമീണരുടെ കരച്ചിലും ചുടുന്ന മുദ്രാവാക്യങ്ങളുടെ ധ്വനിയും കൂടിക്കുഴഞ്ഞ് ഉണ്ടാവുന്ന ഭീകരമായ ശബ്ദധോരണിയിൽ, പറക്കാൻ കഴിയാത്തൊരു പൂമ്പാറ്റയെപ്പോലെ തന്റെ ആദർശങ്ങൾ, ആവേശങ്ങൾ ഭിത്തിയിൽ പറ്റിപ്പിടിച്ചു നിൽക്കാൻ ശ്രമിക്കുന്നതും പരാജയപ്പെട്ട് ഉരസി വീഴുന്നതും അറിഞ്ഞ് അനന്തൻ നടുങ്ങി.

പതിവുപോലെ സ്കൂൾ അടച്ചുപൂട്ടിയില്ല. വാതിലുകൾ കാറ്റിൽ ചിറകടിച്ചു.

അനന്തൻ ഉൽക്കണ്ഠയോടെ ഇറങ്ങി നടന്നു.

മുക്കുട്ടവഴിയിലെത്തിയപ്പോൾ, കസവുടുത്ത്, കടുക്കനിട്ട്, കുറിവരച്ച്, മുറുക്കിത്തുപ്പിക്കൊണ്ട് എതിരെവരുന്ന കുരുവഞ്ചേരിയിലെ പഴയ കാര്യസ്ഥനായ ചാത്തുനായർ എതിരെ വരുന്നു. കൂടെ കച്ചവടക്കാരൻ കുഞ്ഞീത്. കുഞ്ഞീതിന്റെ അരയിലെ പച്ച വെൽവെറ്റു ബെൽട്ടിന്റെ ബക്കിളുകൾ സ്വർണ്ണംകൊണ്ടാണ്. അത് ഉച്ചിരയുടെ പണ്ടങ്ങൾ ഉരുക്കി പണിതതാവണം—അനന്തന്റെ മുഖം വിളറി. ഉച്ചിരയുടെ പണ്ടങ്ങളെല്ലാം കുഞ്ഞീതിനു വിറ്റാണ് അനന്തൻ നികുതിയടച്ചത്. സമരാവേശത്തിനിടയിൽ നികുതി അടച്ചിരുന്നില്ല. പണമില്ലായിരുന്നു. നെല്ലു വരുന്ന വഴിയും ചോർന്നുപോകുന്നവഴിയും അനന്തൻ അറിഞ്ഞിരുന്നില്ല. കമ്മറ്റിയോഗങ്ങളിൽ പങ്കെടുക്കുന്നവർക്കും സത്യാഗ്രഹത്തിനൊരുങ്ങാൻ വരുന്നവർക്കും കിട്ടേട്ടന്റെ കുട്ടിൾക്കും വച്ചുവിളമ്പി തളർന്ന ഉച്ചിര ഒരു പരാതിപോലും പറഞ്ഞില്ല. അവളുടെ കവിളുകളിലെ രക്തം വാർന്നുപോയതു കണ്ടിട്ടും കാരണം അന്വേഷിച്ചില്ല. അവൾ ഗർഭിണിയായപ്പോൾ ഒരുനാൾ അനന്തൻ പറഞ്ഞു:

"ഇനി ഞാൻ അതിഥികളെ ഊട്ടാൻ നിന്നോടു പറയില്ല."

"പറഞ്ഞിട്ടും കാര്യമില്ല!"

"അതെന്താ?"

"ഒരുമണി അരി കിട്ടാൻ ല്യ!"

"അറയിൽ?"

"എലി!"

മുമ്പിൽ, ചത്ത മീൻകണ്ണുപോലെ ചോളവറ്റു വിളമ്പിയ തളിക.

"നമ്മൾ ഇന്നലെവരെ അന്നമുണ്ടു. നാട്ടിലു ചോളച്ചോറു തിന്നിറ്റ് ആളോള് അതിസാരംപിടിച്ചു കെടക്കാണ്!"

"നീയെങ്ങനെ, ഉച്ചിരെ ചോളച്ചോറ് വയ്ക്കാൻ പഠിച്ചു?"

"തെളച്ച വെള്ളത്തിലിട്ടു തീയെരിച്ചാ വേവാത്ത സാധനംണ്ടോ?"

"ഉണ്ട്!" അനന്തൻ പറഞ്ഞു.

ചോളച്ചോറിന്റെ പരുപരുപ്പിൽ അയാൾ ജീവിതയാഥാർത്ഥ്യങ്ങൾ കണ്ടു.

കുളിപ്പുരയിലെ കുഴമ്പുഭരണി കാലിയായി.

ചായയ്ക്കു പഞ്ചസാരയില്ല.

പിന്നെ പാലും പോയി.

മധുരമില്ലാത്ത കട്ടൻചായ കഷായംപോലെ കുടിച്ചിറക്കി അനന്തൻ തന്റെ സ്വപ്നങ്ങളുടെ പടവിറങ്ങിവന്നു. അതയാൾക്ക് അസഹനീയമായിരുന്നില്ല. അസഹ്യമായ മറ്റൊന്നുണ്ടായിരുന്നു

സ്വപ്നങ്ങളുടെ മരണം!

"എന്താണാലോചന? മീറ്റിംഗ് ഉണ്ട്!" കുഞ്ഞീതു പറഞ്ഞു.

"എവിടെ"

"ശങ്കരൻനായനാറുടെ ബംഗ്ലാവിൽ."

"ശങ്കരൻനായനാറുടെ ഗൗരീശങ്കരത്തോ?"

അതൊരു പുതുമയായിരുന്നു.

വെള്ളക്കാരന്റെ ഉറ്റമിത്രമായിരുന്ന ശങ്കരൻനായനാറുടെ വീട്ടിൽ സ്വാതന്ത്ര്യദിനത്തിന്റെ ആഘോഷപരിപാടികൾ നിശ്ചയിക്കാനോ?

അനന്തൻ ഗൗരീശങ്കരത്തിൽ പോയിട്ട് അനേകം ദിനങ്ങളായിരുന്നു.

നിറയൂരെ കർഷകർ മർദ്ദനമേറ്റു ചോര തുപ്പുന്ന ദിനങ്ങളിൽ, കറുത്ത രാവുകൾ വേദനയേറ്റു പിടയുന്നവരുടെ രോദനത്താൽ കഠിന തരമായ വേളകളിൽ, ഗൗരീശങ്കരത്തെ ശരറാന്തലുകൾ ചൊരിയുന്ന പ്രഭയിൽ കയറളംകുന്ന് അലങ്കാരങ്ങളണിഞ്ഞു നിന്നിരുന്നു, ഒരു തീച്ചാമുണ്ടിയെപ്പോലെ. അസംതൃപ്തനായൊരു ദുർദേവതപോലെ.

വെള്ളക്കാരായ ആപ്പീസർമാർ വിരുന്നുണ്ടു താമസിച്ചിരുന്നത് ഗൗരീശങ്കരത്തെ അതിഥിമന്ദിരത്തിലായിരുന്നു. പിന്നെയതു കറുത്ത സായിപ്പന്മാർക്ക് സ്വാഗതമരുളി.

വഴിതടഞ്ഞു നിൽക്കുന്ന കുഞ്ഞീതിനോട് അനന്തൻ ചോദിച്ചു:

"അവിടെ എനിക്കെന്തു കാര്യം?"

ഹ! ഹ! ഹ! ഇടവഴികളിൽ കുഞ്ഞീതിന്റെ അട്ടഹാസച്ചിരി മുഴങ്ങി.

ഭവ്യത കൈവിടാതെ ചാത്തുനായർ പറഞ്ഞു:

"ഇവിടുന്നു വേണം അധ്യക്ഷനാവാൻ!"

"എന്തിന്റെ?"

"ആഘോഷക്കമ്മറ്റിയുടെ."

"എന്താഘോഷം?"

"സ്വാതന്ത്ര്യം കിട്ടീറ്റ് നമ്മളല്ലാതെ ആരാ അനന്തൻനായരെ, ആഘോഷിക്കാൻ?"

സ്വാതന്ത്ര്യത്തിന്റെ ദല്ലാളന്മാരുടെ മുഖത്തു നോക്കി അനന്തൻ നിയന്ത്രണം പാലിച്ചു.

ശബ്ദം കുറച്ച് അനന്തൻ വിചാരിച്ചു.

"ആഘോഷിക്കാറായില്ല! ആർക്കാണ് എന്താണ് കിട്ടിയത് എന്നു ഞാനൊന്നു വിലയിരുത്തട്ടെ!"

ഞാനൊന്നു വീട്ടിൽ പോയിട്ടു വരാം എന്നാണു പറഞ്ഞത്.

അവർ വഴി പിരിഞ്ഞു. കരുവഞ്ചേരിക്കു തിരിയുന്ന മുക്കിലെത്തിയപ്പോൾ ഓടിവരുന്ന ദാസി. ഉണ്ണിക്കാളി അമ്മായിയുടെ ദാസി.

"ദറസരെ കൊണ്ടുരണംന്ന്! അമ്മയ്ക്ക് പേറ്റുനോവ്"

"ഉച്ചിരയ്ക്ക്?"

"തന്നെ."

കേട്ടപാതി, അനന്തൻ റെയിൽവെസ്റ്റേഷനിലേക്കു തിരിച്ചു. ചെത്തു വഴികളിൽ വെയിൽ ചിതറിക്കിടന്നു. നനഞ്ഞ മണ്ണിനെ ചുംബിക്കുന്ന വെയിൽ. വെയിൽകായുന്ന ഇലച്ചാർത്തുകളിൽ പറന്നു നടക്കുന്ന തുമ്പികൾ. അനന്തന്റെ മനസ്സ് തുമ്പികളെ കണ്ടില്ല. പരുക്കൻ ഭൂമിയിൽ മിഴി താഴ്ത്തി അയാൾ അതിവേഗം നടന്നു.

മുമ്പോട്ടുവച്ച കാൽ ഞെട്ടി.

തോട്ടിനു മീതെയുണ്ടായിരുന്ന കലുങ്ക് അടിതെറ്റി താഴെ വീണു കിടക്കുന്നു. ഒരു പിളർന്ന വായ്. ഒരു വലിയ വായ്. താഴെ കുതിച്ചൊഴുകുന്ന തോട്. തോട് അടിച്ചുടയ്ക്കാൻ ശ്രമിക്കുന്നെങ്കിലും വെള്ളത്തിനടിയിൽ അമർന്നുപോയ പാലം ഇരുമ്പുപാലത്തെ ഇടിവണ്ടികൾ ഇളക്കിമറിച്ചിരുന്നു. കൂസലില്ലാത്ത ഒഴുക്ക് അതിനെ അവഗണിച്ചു.

"ഇനി എന്തു ചെയ്യും?"

"ഏതുവഴിക്കു ദറസറെ കൊണ്ടുവരും?"

അനന്തൻ തിരിച്ചു നടന്നു. അയാളുടെ ചിന്തകൾ ശിഥിലമായി. ഉച്ചിരയുടെ പെരുവയർ മുമ്പിൽ എഴുന്നുനിൽക്കുന്നു.

"ഉച്ചിരെ ഒരു സാധാരണ ഗർഭത്തിന്റെ ഭാരം മതിയായിരുന്നല്ലോ നിനക്ക്? നിന്റെ വയറ്റിൽ ഒന്നിലധികം കുഞ്ഞുങ്ങളുണ്ടാവുമോ? ഉണ്ടാകാനിടയുണ്ടെന്നാണല്ലോ ഈയിടെ വയറ്റാട്ടി പറഞ്ഞത്? അവർ ജനിക്കട്ടെ! സ്വത്തില്ലെങ്കിലും അവരെ നമുക്ക് വളർത്താം. ഞാൻ കുട്ടികൾക്കു ട്യൂഷനെടുത്തെങ്കിലും അവരെ പോറ്റും. നീ വിഷമിക്കേണ്ട. നമ്മുടെ സുന്ദരന്മാരായ കുട്ടികൾ നമുക്ക് ആശ്വാസം നിൽകും. അവരായിരിക്കും നമ്മുടെ സമ്പത്ത്. പൂർവികർ കൊന്നും കവർന്നും ഉണ്ടായ സ്വത്ത് നമുക്ക് വേണ്ട."

നടന്നു...നടന്നു...നടന്ന്, വഴി ദേവീക്ഷേത്രത്തിലെ തിങ്ങിവളർന്നു കാടുകെട്ടിയ കോട്ടയുടെ മുഖത്തു ചെന്നു മുട്ടിയപ്പോൾ അനന്തന്റെ കാലുകൾ നിന്നു.

അയാൾ തിരിച്ചുനടന്നു. സ്വന്തം വീട്ടിലേക്കുള്ള വഴി മറന്നുപോകുന്നു. ഭഗവാനേ, എനിക്കെന്തു പറ്റി?

അനന്തന്റെ ഹൃദയമിടിപ്പ് വർധിച്ചു. വിയർപ്പുനീർച്ചാലുകൾ ഒഴുകി വസ്ത്രങ്ങൾ നനഞ്ഞു. സൂര്യൻ ഇടവഴിയുടെ മൂർദ്ധാവിൽ കയറി നിൽക്കുന്നു.

എതിരെ ഓടിവന്ന രാഘവൻ ചോദിച്ചു:

"അനന്തേട്ടോ, നിങ്ങളെന്തു ചെയ്യുകയാണിവിടെ?"

"ഞാൻ വരുന്നു. രാഘവാ എനിക്കു വഴി തെറ്റുന്നു."

"സ്വന്തം വീട്ടിലേക്കോ?"

രാഘവൻ അനന്തന്റെ മുഖത്തു തുറിച്ചുനോക്കി.

പതുക്കെപ്പതുക്കെ രാഘവന്റെ നോട്ടം അലിഞ്ഞു.

"ഉച്ചിരേട്ടി പ്രസവിച്ചു."

അനന്തൻ രാഘവനെ കെട്ടിപ്പിടിച്ചു.

"ഓപ്പറേഷൻ കൂടാതെ അവൾ പ്രസവിച്ചോ രാഘവാ?"

"ഓപ്പറേഷൻ വേണമെന്ന് ആരാ പറഞ്ഞത്?"

"ദറസറെകൊണ്ടുവരണമെന്ന്....ഉണിക്കാളി പറഞ്ഞുവിട്ടിരുന്നു... അമ്മതന്നെ, ദസറ്...നമുക്കു വീട്ടിലേക്കു പോകാം."

രാഘവൻ മുമ്പിലും, അനന്തൻ പുറകിലുമായി അവർ നടത്തം തുടർന്നു.

ദൂരെ പടിവാതിൽ പ്രത്യക്ഷപ്പെട്ടപ്പോൾ രാഘവൻ പറഞ്ഞു:

"അനന്തന്തേട്ടാ, മനക്കരുത്തില്ലാതെ നമുക്ക് മുമ്പോട്ടുപോകാനാവില്ല!"

അനന്തന്റെ സ്വപ്നത്തിൽ ഒരു പുഞ്ചിരിക്കുന്ന മുഖം വിടർന്നു. ഒരു പൂവുപോലെ. പൊടുന്നനെ അതുരണ്ടായി...അനേകങ്ങളായി. അന്തമില്ലാത്ത ഒരു പൂന്തോട്ടം. സൂര്യമുഖത്തു മിഴിയുറപ്പിച്ച അനേകം വിടർന്ന പൂക്കൾ—സ്വപ്നങ്ങൾ വിരിഞ്ഞുനിൽക്കുന്ന ഒരുദ്യാനം...

"അനന്തേട്ടാ..."

"ഉച്ചിരേട്ടീ..."

അനന്തന്റെ കാലുകൾ തീക്കനലിൽ ചവിട്ടിയതുപോലെ തുള്ളി.

"ഉച്ചിരേട്ടി പ്രസവിച്ചത്—"

"പ്രസവിച്ചത്?"

"കുഞ്ഞുങ്ങളെ അല്ല. ഒരു കട്ടി. വയറ്റിൽ കട്ടി ആയിരുന്നു. ഒരു വലിയ കട്ടി!"

മൗനത്തിന്റെ തിരശീല ഞൊറി വിടർന്നു താഴുന്നു.

മലർന്നുകിടന്ന പടിവാതിൽ കയറി അവർ മുറ്റത്തെത്തി. കിട്ടേട്ടൻ ചാരുപടിയിൽ ഇരിക്കുന്നുണ്ടായിരുന്നു. മൗനമുദ്രിതമായ ഒരു നോട്ടം അനന്തത്തിൽ അർപ്പിച്ച് കിട്ടേട്ടൻ അതേ ഇരിപ്പു തുടർന്നു.

പൂമുഖത്തു കാറ്റു വീശി. ചുവരിലെ ഭിത്തിയിൽ കലണ്ടറിന്റെ താളുകൾ ചിറകടിച്ചു. മുഖത്താളിലിരുന്നു നൂൽ നൂൽക്കുന്ന മഹാത്മജി അവരെ നോക്കി കനിവോടെ പുഞ്ചരിച്ചു. ആ പുഞ്ചിരിക്കു പുറകെ ദുഃഖം ഘനീഭവിച്ചിരിക്കുന്നത് അനന്തൻ കണ്ടു. അയാൾ അക്ഷമയോടെ ചാരിയിട്ട അകവാതിലിനു നേരെ നോക്കി.

പിന്നെപ്പിന്നെ പൂമുഖവാതിൽ ഒച്ചയോടെ തുറക്കപ്പെട്ടു.

ഉണിക്കാളിഅമ്മായി പ്രവേശിച്ചു. പതിവിനു വിപരീതമായി അവർ ഒരു കറുത്ത പുളിയീർക്കിലക്കരയൻമുണ്ടും ചുമലിൽ ഒരു തോർത്തുമുണ്ടും ധരിച്ചിരുന്നു. ആജ്ഞാഭാവം സ്ഫുരിക്കുന്ന ചുണ്ടുകളിൽ മുറുക്കിന്റെ ചുവപ്പുണ്ടായിരുന്നില്ല. ദൃഢസ്വരത്തിൽ അവർ പറഞ്ഞു:

"അനന്താ ഉച്ചിരയെച്ചെന്നു കണ്ടോളു."

"എനിക്ക് ഈറ്റില്ലത്തിൽ കടക്കാമോ?"

"പിന്നെ അവൾ നിന്നെക്കാണാൻ പൂമുഖത്തേക്കു വരണോ?"

അവരുടെ ആജ്ഞാശക്തി അനന്തന് ഉന്മേഷം പകർന്നു.

അമ്മായി ഇടനാഴിയിലൂടെ വഴികാണിച്ചു. അവരുടെ ഭാരിച്ച ചുരുൾമുടിക്കെട്ടിൽ ഒരു തുളസിക്കതിർ മിന്നുന്നു.

"അനന്താ നെനച്ചതൊന്നും കിട്ടൂല."

"എപ്പോഴും അങ്ങനെയായാൽ മനുഷ്യനെങ്ങനെ കഴിഞ്ഞുകൂടും?"

"പുതിയ നിനവുകൾ ഉണ്ടായിക്കൊണ്ടേയിരിക്കും."

ഈറ്റില്ലത്തിന്റെ വാതിൽക്കൽ തിരിഞ്ഞുനിന്ന് ഉണിക്കാളിഅമ്മായി ഓർമിപ്പിച്ചു:

"അധികം സംസാരിക്കരുത്!"

അമ്മായി തളത്തിലേക്കു കടന്നുപോയി.

മുറിയിൽ സാമ്പ്രാണിയുടെ മണം മുറ്റിനിന്നു. തുറന്നിട്ട കിളിവാതിലിലൂടെ മഴയൊഴിഞ്ഞ ആകാശത്തിന്റെ ഒരു തുണ്ട്. അവിടേക്കു വെണ്മയാർന്ന വന്ധ്യമേഘങ്ങൾ ഇഴഞ്ഞെത്തുന്നു.

ഉച്ചിര വിളറിയ ഒരു നിലാത്തുണ്ടുപോലെ മെത്തയിൽ തളർന്നു കിടന്നു. മലർന്നുകിടക്കുകയായിരുന്ന അവൾ ഒരു ചെരിഞ്ഞ നോട്ടം കൊണ്ട് അനന്തനെ സ്വാഗതം ചെയ്തു. കടമിഴികളിലുത്ഭവിച്ച ഒരു കണ്ണീർച്ചാല് കവിളിലൂടെ, ചുമലിലൂടെ മെത്തയിൽ വീണു.

മെത്തയുടെ സമീപം ഒരു പീഠത്തിലിരുന്ന് അനന്തൻ ചോദിച്ചു:

"ഉച്ചിരേ, ഞാൻ നിന്നെയൊന്നു തൊടട്ടെ!"

"തൊട്ടാലെന്താ? അനന്താ നെന്റെ അന്ധവിശ്വാസങ്ങള് ഇനീം പോയിറ്റ്ല്യെ. പെറ്റപെണ്ണു കുളിച്ചിറ്റല്ലെ കെടക്ക്ണ്!—" ചുണ്ണാമ്പ് തേച്ച വെറ്റിലച്ചുരുൾ വായിൽ തിരുകി, ഉണിക്കാളിഅമ്മായി തലമുടിക്കെട്ടഴിച്ചിട്ടു. ഉണങ്ങാത്ത തലമുടിയുടെ ഗന്ധം മുറിക്കുള്ളിൽ നിറഞ്ഞു. കാച്ചിയ എണ്ണയുടെ നനവാർന്ന ഗന്ധം.

ജനലിന്റെ അടഞ്ഞുകിടന്ന രണ്ടാമത്തെ പാളിയും തുറന്നിട്ട് ഉണിക്കാളിഅമ്മായി വിശ്രമിക്കാൻ പോയി.

അനന്തൻ ഭാര്യയുടെ ലലാടത്തിൽ വിരലോടിച്ചു. സ്പർശനത്തിൽ മനസ്സ് ശാന്തമായി.

അകത്തേക്കു പറന്നുവന്ന ഒരു വണ്ടിന്റെ മൂളൽ നിശ്ശബ്ദതയെ ഭഞ്ജിച്ചു.

വണ്ട് അതിന്റെ പ്രയാണത്തിന്റെ വല നെയ്ത് അവരെ പരസ്പരം ചേർത്തു തഴുകി.

ജനലിനു പുറത്തെ മരച്ചില്ലയിൽ കാറ്റ് ഒരു കൂരിയാറ്റക്കൂടിനെ തൊട്ടിലാട്ടി. അതിനകം ശൂന്യമായിരുന്നു.

ഉച്ചിരയുടെ നേർത്ത ശ്വാസഗതി അനന്തനെ ഉണർത്തി. അംഗുലികളിൽ അവശേഷിച്ച സ്പർശം കവിളിൽ ചേർത്ത് അനന്തൻ മുറിക്കു പുറത്തു കടന്നു.

അമ്പത്തിയഞ്ച്

ഗൗരീശങ്കരംമാളികയിൽ, മൂന്നാംനിലയിൽ, തന്റെ കിടപ്പറയിൽ ഗൗരി ഏകാന്തത്തടവ് ഏറ്റുവാങ്ങി.

വാതിലുകളും വാതായനങ്ങളും അടഞ്ഞുകിടന്നു. അകത്തെ കുറ്റികളിട്ട് അവൾ ഏകാന്തതയെ ഭദ്രമാക്കി.

പുറത്തു മഴപെയ്യുകയാണ്. സന്ധ്യക്കു തുടങ്ങിയ സംഗീതം, പിന്നീടൊരു നേർത്ത തേങ്ങലായി, ആർത്തനാദമായി, മുറവിളിയായുയർന്ന

പ്പോൾ ഗൗരി പട്ടുമെത്തയിൽ എണീറ്റിരുന്നു. കിളിവാതിൽ തുറന്നിട്ടു. പകൽ നേരങ്ങളിൽ ജനൽപടിയിൽ പറന്നുവന്നു തൂവൽ മിനുക്കാറുള്ള മഞ്ഞക്കിളികളുടെ നേർത്ത ചൂര് അവിടെ തിങ്ങിനിന്നു.

അങ്ങു ദൂരെ ദൂരെ കീഴൂരിന്റെ ചതുപ്പുകളിൽ ചിറകു ചായ്ച്ചുറങ്ങുന്ന കുടിലുകൾ. അവ നാട്ടുവെളിച്ചത്തിൽ കട്ടകെട്ടിയ ഇരുട്ടായി. മിന്നാമിനുങ്ങുകൾപോലെയിരുന്ന മുട്ടവിളക്കുകൾ അവ ഒന്നൊന്നായി അണഞ്ഞുപോയി. ഗൗരിയുടെ ഏകാന്തത വർധിച്ചു.

അവളുടെ അകത്തും പുറത്തും ഇരുട്ടു നിറഞ്ഞു.

ദാസി ശരറാന്തലുകളും മെത്തവിളക്കുകളും കൊളുത്താൻ വന്നിരുന്നു.

"വേണ്ട. ഞാൻ കത്തിച്ചോളാം. നീ പൊക്കൊ!"

ദാസിക്ക് ഗൗരിയെ അറിയാമായിരുന്നു. അവൾ ആശ്വാസത്തോടെ കോണിയിറങ്ങി. നടത്തത്തിനിടയിൽ ദാസിയുടെ അരയിലെ തുടരുകളുടെ കടുപ്പൻ ശബ്ദിച്ചു.

ഗൗരിയുടെ സമ്മാനമായിരുന്നു അരഞ്ഞാൺ. പക്ഷേ, ദാസി അതു ധരിക്കാറില്ല. ഇന്ന് അവൾ തന്റെ തുടരണിഞ്ഞിട്ടുണ്ട് അവൽമാലയും കാതിലെ ചുവന്ന കല്ലുള്ള ലോലാക്കും ധരിച്ചിട്ടുണ്ട്. ഗൗരീശങ്കരത്തിലെ ദാസിപ്പെണ്ണുങ്ങൾ കുപ്പായമിട്ടു മുടി ചീകിക്കെട്ടി അഴകുള്ളവരായിരിക്കണമെന്നത് ശങ്കരൻനായനാർക്കു നിഷ്കർഷയുണ്ട്. അവരെല്ലാം അയാൾക്കു കണ്ണിനിമ്പം നൽകുന്ന പൂവുകളായിരുന്നു. പക്ഷേ, അയാളെ അവർക്കു തരിമ്പും ഭയമില്ലായിരുന്നു.

ദാസി ചാരിയിട്ടുപോയ കതക് ഗൗരി അടച്ചു തഴുതിട്ടു.

മഴ നേർത്ത് ആകാശത്തിൽനിന്നു ഞാത്തിയിട്ട തോരണങ്ങളായി. തോരണങ്ങളിൽ കാറ്റ് ഊഞ്ഞാലാടി.

മഴയുടെ പരാഗം മുഖത്തു പതിച്ചപ്പോൾ ഗൗരിക്ക് ഉന്മേഷം കൈവന്നു.

അവളുടെ കളിച്ചങ്ങാതിയായ മഴ. കരുവഞ്ചേരിയുടെ അന്തഃപുരത്തിന്റെ മട്ടുപ്പാവിൽ അവൾക്കു കൂട്ടായിരുന്ന മഴ.

കരുവഞ്ചേരിയിൽ പോയിട്ട് എത്രയോ വർഷങ്ങളായി. വലിയമ്മാവനെ കാണണം. ചെറിയമ്മാവനെയും കാണണം. നാളെ നല്ലൊരു ദിവസമാണ്. എന്റെ സ്വാതന്ത്ര്യത്തിന്റെ ദിനം!

അനന്തൻ വലിയ തിരക്കിലായിരിക്കും. നാളെ കേമമായ ഘോഷയാത്രയുണ്ടാകും. ആനയും ചെണ്ടമേളവും ഉണ്ടാകും. മടിയൻകൂലോത്ത് ഒറ്റക്കോലമുണ്ടെന്നു ദാസി പറഞ്ഞു. അനന്തന്റെ വക വഴിപാടു തെയ്യമാണ്.

താഴെ ആഘോഷത്തിന്റെ അരങ്ങൊരുങ്ങുന്നു. ഭർത്താവ് അതിഥിബംഗ്ലാവിൽത്തന്നെ ആയിരുന്നു. ഉച്ചയൂണിനുപോലും വന്നുചേർന്നില്ല.

"ആരാണതിഥികൾ?"

ദാസി പറഞ്ഞു:

“പൊലീസ് അങ്ങത്തന്മാർ. മീശപിരിച്ചു ചുരുട്ടുവലിച്ചു ലാത്തികൾ കക്ഷത്തുവച്ചു ബൂട്ടിട്ടു ചടപടാന്നു വന്നവർ.”

“ഉടുമ്പന്തലയിലെ ഹാജിയാര്”

“കാളീശ്വരത്തെ പുത്തൻപണക്കാരൻ കുഞ്ഞീത്.”

“അന്ന് കരുവഞ്ചേരീല് ഫോട്ടംപിടിക്കാൻ വന്ന ആ ചേട്ടനും അയാടെ കറുത്ത പെട്ടിയുമായി വന്നിറ്റ്ണ്ട്—”ദാസി ഉത്സാഹത്തോടെ പറഞ്ഞു.

“അമ്മ ഒന്നു താഴത്തിറങ്ങി വന്നാ എത്ര ഫോട്ടോം വേണമെങ്കില്ലും എടുത്തിറ്റ് തരാന്ന് അയാൾ പറഞ്ഞീനു.”

“എനിക്കു ഫോട്ടോ എടുക്കേണ്ട!”

ദാസി മൂക്കത്തു വിരൽവച്ചു. ഈ സൗന്ദര്യധാമത്തിന്റെയല്ലാതെ മറ്റാരുടെ ഫോട്ടോ എടുത്താലാണ് അന്തോണിച്ചേട്ടന് തൃപ്തിയാവുക!

അവളെ തൃപ്തിപ്പെടുത്താൻ ഗൗരി പറഞ്ഞു:

നെന്റെ പടം എടുക്കാൻ ഞാൻ ഏർപ്പാടുചെയ്യാം.

അവളുടെ കണ്ണുകൾ കൃതജ്ഞതയാൽ വിടരുന്നത് ഗൗരി കണ്ടു.

അതിഥിമന്ദിരത്തിന്റെ അടുക്കളയിൽ ഇറച്ചിക്കറികൾ വേവുന്നമണ മുയരുന്നു. പ്രത്യേകം കെട്ടിയുണ്ടാക്കിയ ഷെഡ്ഡിൽ ഹോമകുണ്ഡങ്ങ ളെരിയുന്നു.

സ്വാതന്ത്ര്യദിനത്തിന്റെ ആഘോഷങ്ങൾക്ക് ഇവിടെയെന്തു ന്യായം?

ഒരിക്കൽ—

ഒരിക്കൽ മാത്രം ഒരു സഭയിൽ പങ്കുചേരാൻ ഗൗരി അനന്തന്റെ കൂടെ ജടുക്കയിൽ പോയിരുന്നു.

വെള്ളമണൽ നിരത്തിയ കീഴൂരെ എഴുത്തുപള്ളിക്കൂടത്തിന്റെ ഓല മേഞ്ഞ ഷെഡ്ഡിൽ വേദിയൊരുക്കിയിരുന്നു. അതൊരു സ്ത്രീസമാജമാ യിരുന്നു. എണ്ണതേച്ചു കുളിച്ചു തിളങ്ങുന്ന മുഖവും മിനുത്തുകറുത്ത മുടിക്കെട്ടും സിന്ദൂരപ്പൊട്ടണിഞ്ഞ ലാലാടവും കൊഴുത്തുരുണ്ട മാറിട ത്തിൽ അലസമായിട്ട രണ്ടാംമുണ്ടും ഇന്നലെ കണ്ടതുപോലെ. പതി വിനു വിപരീതമായി അവർ പല വർണങ്ങളിലുള്ള കോട്ടൺതുണിയിൽ തീർത്ത ജാക്കറ്റു ധരിച്ചിരുന്നു. ജാക്കറ്റിന്റെ ബന്ധം പൊട്ടിച്ചു പുറത്തു ചാടാൻ വെമ്പുന്ന മുലകൾക്കു മീതെ മുത്തുമാലകളും കരിമണിമാല കളും ധരിച്ചിരുന്നു.

സമാജം അവർക്കു കല്യാണമായിരുന്നു.

ജടുക്കയിറങ്ങിച്ചെന്ന ഗൗരിയെ ഒരു കളിപ്പാട്ടത്തെ എന്നോണം കൗതുകംപൂണ്ട കണ്ണുകൾ തഴുകി. കോമൻനായർ എഴുതി തയ്യാറാ ക്കിയ നാടകം അരങ്ങേറിയിരുന്നു. ഓരോ വാക്കും തിരശ്ശീലയുടെ പുറ കിൽ നിന്നു പറഞ്ഞുകൊടുത്തിരുന്നത് അനന്തനാണ്.

അവസാനം ഭാരതഭൂമിയുടെ സ്വാതന്ത്ര്യത്തിനുവേണ്ടി പോരാടിയ ലക്ഷ്മീഭായി മരിച്ചുവീഴുമ്പോൾ അനന്തൻ യഥാർഥത്തിൽ കരയുകയാ യിരുന്നു.

ഇരുണ്ടനിറത്തിൽ, മുത്തുപോലുള്ള പല്ലും ചാടുമീൻമിഴികളും കറുത്തുനീണ്ട വാർകൂന്തലുമുള്ള ലക്ഷ്മീഭായി ചെമ്മരത്തി ആയിരുന്നു.

ഗൗരിയുടെ മിഴികളിൽ നനവൂറി. അപൂർവമായൊരു വെളിച്ചം നനവിനെ ഒപ്പിയെടുത്തു.

ചെമ്മരത്തി ഭാഗ്യവതിയാണ്—കരുവഞ്ചേരിയിലെ ചെറിയോറെ പ്രേമിച്ച അരയത്തിയുടെ ചാട്ടത്തിന് ഇടുങ്ങിയ അതിരുണ്ട്. തടസമുണ്ട്.

എന്നാലും ഭാഗ്യവതിതന്നെ.

ഗൗരി വിചാരിച്ചു, ഞാൻ ഭീരുവാണ്. ഒരു മനുഷ്യസ്ത്രീപോലുമല്ല. അഴികൾക്കുള്ളിലെ ഒരു കിളി. എനിക്കെന്നാണ് സ്വാതന്ത്ര്യം കിട്ടുക?...

ആരോ കോണികേറി വരുന്നുണ്ട്.

വാതിലിൽ കനത്ത കൊട്ട്.

ശങ്കരൻനായനാർ. തന്റെ ഭർത്താവ്!

"ഗൗരി...തുറക്കു വാതിൽ, നീയെന്താണിവിടെ അടച്ചുപൂട്ടി ഇരിക്കുന്നത്?"

ഗൗരി എണീറ്റു കതകു തുറന്നു.

"എല്ലാവരും താഴെ എത്തീറ്റ്ണ്ട്— നെന്റെ പാട്ടു കേൾക്കണം എന്നാണ് അവർ പറയുന്നത്! ഇന്നു രാത്രി മുഴുവനും സദിരാണ്. മംഗലാപുരത്തുനിന്നു വന്ന പാട്ടുകാരികൾ താഴെ നിന്നെ കാത്തിരിക്കുന്നു."

"ഞാൻ താഴോട്ടു വരുന്നില്ല!"

"ങഹേ! വരുന്നില്ലേ?"

"ഇല്ല!"

"പിന്നെ നീയെന്തു ചെയ്യാമ്പോണു?"

"ഇവിടെ കിടന്നുറങ്ങും!"

"എന്നും ഉറങ്ങാറില്ലേ? ഇന്നു സ്വാതന്ത്ര്യത്തിന്റെ രാവായിട്ട്—"

"ഇതിൽ നിങ്ങൾക്കെന്താണു കാര്യം? ഇവിടെയെന്തിനാണ് സ്വാതന്ത്ര്യം ആഘോഷിക്കുന്നത്?"

"കളിവർത്തമാനം കള! ഞാനല്ലാതെ ഇവിടെ സ്വാതന്ത്ര്യം ആഘോഷിക്കാൻ കഴിവുള്ളവരാരുണ്ട്!"

ഗൗരി പൊട്ടിച്ചിരിച്ചു. അവളുടെ പൊട്ടിച്ചിരി ഉയർന്ന മച്ചറയിൽ മുഴങ്ങി. തുറന്ന കതകിലൂടെ കടന്നുവന്ന വെളിച്ചത്തിൽ നായനാർ തന്റെ പ്രിയതമയുടെ പുതുമുഖം കണ്ടു.

അതിനകത്ത് അവളുടെ പൊട്ടിച്ചിരി ഒരിക്കലും ഉയർന്നിരുന്നില്ല.

ചിരിച്ചു ചിരിച്ചു മാറിൽ കൈയമർത്തി അവൾ ജനലിനടുത്തേക്കു മുഖം തിരിച്ചു. പുറത്തേക്കു നോക്കി നിൽക്കുന്ന പ്രിയതമയുടെ പൃഷ്ഠം ചേർന്നുനിന്നു ഗൗരിശങ്കരത്തെ ശങ്കരൻനായനാർ ഉദ്വേഗത്തോടെ ചോദിച്ചു:

"എന്താണ് ഗൗരീ നീയങ്ങനെ പറഞ്ഞത്? എന്തിന്റെ കുറവാണ്. എനിക്കുള്ളത്?"

"ഒരു കുറവുമില്ല! സ്വാതന്ത്ര്യത്തിന്റെ പതാക കൈകൊണ്ടു തൊട്ടിട്ടുണ്ടോ ഇതുവരെ? ഒരു ജാഥയിലോ പ്രകടനത്തിലോ പങ്കെടുത്തിട്ടുണ്ടോ? നാട്ടുകാർ തല്ലുകൊണ്ട് ചോരതുപ്പി ചാവുമ്പഴ്, തല്ലിയവനു നാം വിരുന്നൊരുക്കിക്കൊടുത്തില്ലേ? എത്രയെത്ര കോഴികളെയും ആടുകളെയുമാണ് കൊപ്പുബട്ലർ നിറയൂരുന്നും കീഴൂരുന്നും പിടിച്ചുകൊണ്ടു വന്നത്! "

"ഞാനും തല്ലുകൊണ്ടു ചാവണമെന്നായിരുന്നൊ നിന്റെ ആഗ്രഹം? ഒന്നാം ക്ലാസ്സിലായാലും തടവറയിൽ കിടന്നാൽ എനിക്ക് ഉറക്കം വരില്ലെന്നു നിനക്കറിഞ്ഞൂടെ ഗൗരീ? അല്ലെങ്കിൽ ഒരു സത്യഗ്രഹി ചമഞ്ഞു നാലു ദിവസം ഞാനും ജയിലിൽ കിടക്കുമായിരുന്നില്ലേ..."

ഗൗരി ചെവിയിൽ വിരൽ തിരുകി. അവളുടെ ചിരി കത്തിയമർന്നു.

ജനലഴികളിൽ മുഖമമർത്തി അവൾ തേങ്ങിക്കരഞ്ഞു.

നായനാർ കൊമ്പിച്ചു കോണിയിറങ്ങിപ്പോയി.

താഴെ തളങ്ങളിൽ സദിര് തകർക്കുന്നേരം, വിരുന്നു പൊടിപൊടിക്കുമ്പോൾ ഗൗരി ശാന്തയായി. അവൾ ഒരു തീരുമാനത്തിലെത്തി—

"എന്തുകൊണ്ടാണിവർ അനന്തനെ ക്ഷണിക്കാതിരുന്നത്?"

"അനന്തനെ കണ്ടിട്ടു മാസങ്ങളായി. ഇന്നു നേരം പുരലട്ടെ—"

ഉറക്കമില്ലാത്ത ഗൗരീശങ്കരം മാളികയുടെ അകത്തും പുറത്തും ശങ്കരൻനായനാർ ഓടിനടക്കുന്നു. ലായങ്ങളിൽ നിറഞ്ഞുവഴിയുന്ന വണ്ടികൾ തോട്ടത്തിൽ ചേക്കേറുന്നു. കുടിച്ചു മത്താടിയ മനുഷ്യരുടെ അട്ടഹാസങ്ങൾ മനുഷ്യർക്കു ചേരാത്തവിധമായിരുന്നു. അടച്ചുപൂട്ടിയ മുറിക്കകത്തേക്ക് ഇരച്ചുകയറിയ മുഴക്കങ്ങളെ നേരിടാൻ ഗൗരി കിളിവാതിലടച്ചു.

മഴ കോരിച്ചൊരിയുന്ന അർധരാവിൽ അവൾക്കു വിയർക്കാൻ തുടങ്ങി.

പൊടുന്നനെ പടക്കകൂമ്പുകൾക്കു തീപറ്റി. ദിഗന്തങ്ങൾ നടുങ്ങുന്ന ശബ്ദം. കതിനകളുടെ ഉൾക്കരുത്തിൽ ഗൗരീശങ്കരംമാളിക ഇടിഞ്ഞു പൊളിഞ്ഞു വീഴണമെന്ന് അവൾ ആഗ്രഹിച്ചു. അതത്ര എളുപ്പം വീഴുന്നതല്ല. ഉണിച്ചെന്ത്രോന്റെ ചോരപ്പശയിലുറപ്പിച്ച അസ്തിവാരത്തെ തകർക്കാൻ ഗ്രാമീണരുടെ കൈകൾകൊണ്ട് ഉണ്ടാക്കപ്പെട്ട പടക്കങ്ങൾക്കു ത്രാണിയുണ്ടാവില്ലെന്ന് ഗൗരി ഭയപ്പെട്ടു.

ശബ്ദങ്ങളുടെ തിരയടങ്ങി.

തോട്ടത്തിൽ തമ്പടിച്ചിരുന്ന വണ്ടികളിൽ ചിലത് അനങ്ങി. നനഞ്ഞ ഭൂമിയിൽ വടുക്കളുണ്ടാക്കി അവ ഇരുട്ടിലൂടെ അഹങ്കരിച്ചു പാഞ്ഞുപോയി...

വീണ്ടും കോണിപ്പടികൾ ഞരങ്ങുന്നു.

"ഗൗരീ, വാതിൽ തുറക്കൂ..."

പുലരും മുമ്പ് കുളിച്ചൊരുങ്ങി അനന്തന്റെ പുത്തൻവീട്ടിലേക്കു പോകാൻ ഒരുങ്ങണം. ഗൗരി ഉറക്കച്ചടവുള്ള മുഖം തുടച്ചു.

"ഗൗരി വാതിൽ തുറക്കൂ."

"ആരാണ്?"

"എന്റെ ഭാര്യക്ക് എന്റെ ശബ്ദം മനസിലാവുകയില്ലെ?"

ഗൗരിയുടെ പുരികം ചുളിഞ്ഞു. അവൾ സാക്ഷയൂരി.

"ഒരാളല്ല, രണ്ടു പേർ."

"ഇദ്ദേഹം നിന്നെ കാണാതെ പോവില്ലെന്നു ശഠിക്കുന്നു."

ഉലഞ്ഞ ഖദർവസ്ത്രങ്ങളും ഉരയാത്ത തൊപ്പിയുമായി മുമ്പിൽ നിൽക്കുന്ന തടിയനെ അവൾക്കു മനസിലായില്ല.

പരിചയഭാവത്തിൽ അയാൾ ഗൗരിയെ കടാക്ഷിച്ചു.

ചുളിഞ്ഞ പുരികം നിവർന്നില്ല.

"എന്നെ മനസിലായില്ലെന്നോ?" തെല്ലു നീരസത്തോടെ അയാൾ ചോദിച്ചു. മുഖത്തെ ചിരി അപ്പോഴും അടർന്നുപോയിരുന്നില്ല.

അവളുടെ അനുവാദംകൂടാതെ അയാൾ സോഫയിൽ അമർന്നു.

ഒരു വളിച്ച ചിരിയോടെ ശങ്കരൻനായനാർ പറഞ്ഞു:

"ഇതിനകത്ത് ഗൗരി അതിഥികളെ സ്വീകരിച്ചിരുത്താറില്ല."

ഖദർതൊപ്പിയൂരി മടിയിൽ വച്ചു തടിയൻ പറഞ്ഞു:

"അതിനു ഞാൻ അന്യനാണോ? ഉടുമ്പന്തല ഹാജിയുടെ പാർട്ട്ണറല്ലെ?—യുദ്ധംകൊണ്ടു കൊഴുത്ത കാളീശ്വരത്തെ കച്ചവടമുതലാളിയെ ഗൗരി തിരിച്ചറിഞ്ഞു. ഒരു ഖദർമുണ്ടു വിൽക്കാൻ ചെന്ന അനന്തനെ ആട്ടിയോടിച്ച മനുഷ്യൻ. കിട്ടേട്ടന്റെ കുട്ടികളെ കാലിമേയ്ക്കാൻ വിടാൻ ആജ്ഞാപിച്ച കച്ചവടക്കാരൻ. അനന്തന്റെ വാക്കുകൾ അപ്പോഴും അവളുടെ ഉള്ളിൽ മുഴങ്ങി.

"ഗൗരി, നീ ഖദറുടുക്കണമെന്നു ഞാൻ നിർബന്ധിക്കില്ല. ഈ പവിത്രവസ്ത്രം ഒരുനാൾ ഏതെല്ലാം നീചന്മാരുടെ പാപത്തിന്റെ പുണ്ണുകൾ മറയ്ക്കാനുപയോഗിക്കപ്പെടില്ലെന്ന് ആരു കണ്ടു?"

തന്റെ അറ മലിനമാകുന്നുവെന്ന് അവൾക്കു തോന്നി.

"ഗൗരി, നിന്റെ പാട്ടു കേട്ടേ പോകൂ എന്നാണിദ്ദേഹം പറയുന്നത്!"

അയാൾ മദിച്ച മിഴികൾകൊണ്ട് തന്റെ ഉടുതുണി കീറുകയാണെന്ന് ഗൗരി അറിഞ്ഞു.

അവളുടെ ശരീരം പുകഞ്ഞു. മനസിരുണ്ടു.

ഒരു തീക്കാറ്റുപോലെ അവൾ കോണിയിറങ്ങിപ്പോയി.

അമ്പത്തിയാറ്

അർധരാത്രി.

കോരിച്ചൊരുയുന്ന മഴ.

സ്വാതന്ത്ര്യത്തിന്റെ പൈതൽ കരയുന്നു.

അനന്തൻ അസ്വസ്ഥനായി. പിറന്നുവീണ കുഞ്ഞിന്റെ കരച്ചിൽ തീക്ഷ്ണമാവുന്നു. വേണ്ടതിലധികം നീണ്ടുപോകുന്നു.

കോരിച്ചൊരിയുന്ന മഴയത്ത് അനന്തൻ സ്കൂൾവരാന്തയിറങ്ങി.

മുറ്റത്ത് കിണർ. കോമൻനായരും രാഘവനും താനും കൂടി കുഴിച്ച കിണർ. കിട്ടേട്ടൻ ആഴങ്ങളിലെ മണ്ണ് വലിച്ചുകേറ്റാൻ സഹായിച്ചു. മഹേശ്വരൻ ഒരു ഹരിജനക്കുട്ടിയെക്കൊണ്ട് ആദ്യത്തെ പാള വെള്ളം വലിച്ചു കയറ്റിച്ചു. അതു കുട്ടകത്തിൽ നിറഞ്ഞു. നിറയൂരെ കുട്ടികൾ കൊണ്ടു വന്ന ചക്കര ചേർത്തു പാനകം കലക്കി,

മധുരമുള്ള വെള്ളം.

കോരിത്തരിപ്പിക്കുന്ന ഓർമകൾ!

ഓർമകൾ അയവിറക്കി അനന്തൻ പെരുമഴയത്തു നിന്നു.

കാറ്റു വീശിയപ്പോൾ കുളിര് അസഹ്യമായി. പുതിയ കുത്തുപാള കിണറ്റിലിട്ട് അനന്തൻ ഭൂമിയുടെ മാറിന്റെ ചൂടുപകർന്ന കിണറ്റുവെള്ളം ദേഹത്തു കോരിയൊഴിച്ചു. മഴവെള്ളവും കിണറ്റുവെള്ളവും ഒന്നായി.

വരാന്തയിലെ ഇരുട്ടിൽ നിന്ന രാഘവൻ ചോദിച്ചു:

"അനന്തേട്ടാ, കിണറ്റിലെ വെള്ളം മുഴ്വോനും കോരിയൊഴിച്ചു തീർക്കുകയാണോ?"

"രാഘവാ, ഈ കിണറ് വറ്റുകയില്ല. ഇതിനകത്തെ ഉറവ വറ്റുകയില്ല—"

"മണ്ണു കെളയ്ക്കുന്തോറും ഒറവയുടെ മുഴക്കം കേട്ടീനു! ഇരുട്ടിലിരുന്നു പൊക്കായി ഓർമിച്ചു.

"ഇന്നാട്ടിലില്ല ഇത്ര നല്ല കെണറ്. പിന്നെ നെറയൂരെ കരപ്പാത്തെ ഞാൻ ഇത്തരം കെണറ് കണ്ടിറ്റുള്ളു. എത്ര കെണറാ ഇന്റെ കയ്യോണ്ടു കുഴിച്ചത്!" പൊക്കായി നെടുവീർപ്പിട്ടു.

അനന്തൻ കുളിച്ചു തോർത്തി. ക്ലാസുമുറിയിലെ മേശയ്ക്കകത്ത് കാലേക്കൂട്ടി കരുതിവച്ചിരുന്ന അലക്കിയ ഖദർവസ്ത്രങ്ങൾ ധരിച്ചു.

ഇന്നാണ് എന്റെ മോക്ഷം! കാത്തിരുന്നു കിട്ടിയ അമൂല്യമായ വരം!

ഭഗവാനേ, കോമൻനായർ ഇന്നു ജീവിച്ചിരിപ്പുണ്ടായിരുന്നെങ്കിൽ!

മറ്റുള്ളവർക്കു ചൂടും വെളിച്ചവും പകർന്ന് ഒരു മെഴുകുതിരിപോലെ കത്തിയമർന്ന തന്റെ തോഴനെക്കുറിച്ച് അനന്തൻ ഖേദിച്ചു.

നാളെ പുലരുമ്പോൾ ഒരു സദിര് കേൾക്കേണ്ടതായിരുന്നു. ഒരു നാടകത്തിന് അരങ്ങൊരുങ്ങേണ്ടതായിരുന്നു. കോമൻനായരുടെ ഹാർമ്മോണിയത്തിന്റെ നേർത്ത സ്വരങ്ങൾ നിറഞ്ഞ് ഈ സ്കൂൾ ഹാളിനകത്തെ കരച്ചിലും നെടുവീർപ്പുകളും തൂത്തുമാറ്റപ്പെടേണ്ടതായിരുന്നു...

അനന്തന്റെ മിഴികൾ നിറഞ്ഞുവഴിഞ്ഞു.

കണ്ണുകൾ തുടച്ച് അനന്തൻ വാച്ചു നോക്കി. വാച്ചിന്റെ നാഡിമിടിപ്പ് ഇരുട്ടിൽ ഉച്ചത്തിലായി.

ഗ്യാസ്‌ലൈറ്റ് കത്തിച്ചുകൊണ്ടിരുന്ന രാഘവനോട് അനന്തൻ ചോദിച്ചു:

"നീ ഇനിയും കുളിച്ചില്ലേ?"

രാഘവൻ കുളി കഴിച്ചു തോർത്തി ഓടിവന്നു. ഷർട്ടിടാൻ നേരമില്ല. മുഹൂർത്തം തെറ്റും.

ദൈവസന്നിധിയിൽ എന്നപോലെ അവർ കൊടിമരത്തിനു മുമ്പിൽ വണങ്ങിനിന്നു. അനന്തൻ, രാഘവൻ, കിട്ടേട്ടന്റെ മക്കൾ. കുളികഴിഞ്ഞു വസ്ത്രം മാറി, മുടി ചീകി കുറി തൊട്ട് ഉത്സാഹം തുടിക്കുന്ന മിഴികളുമായി ഗ്യാസ്‌ലൈറ്റിൽ നിൽക്കുന്ന കുട്ടികളെക്കണ്ട് അനന്തൻ നെടുവീർപ്പിട്ടു.

"പൊക്കായികാർന്നോരെ, നിങ്ങളും വരൂ."

കൊടിമരം നാട്ടുന്ന പണി കഴിഞ്ഞ് നിറയൂരെ പൊക്കായി അക്കരയ്ക്കു പോകാൻ പുലരുന്നതു കാത്തിരിപ്പായിരുന്നു.

"കൊളക്കോഴിക്കെന്തു ചങ്ക്റാന്തി!" പൊക്കായി ഇരുട്ടിലിരുന്നു ചിരിച്ചു. കുപ്പിച്ചില്ലുകൾ അനന്തന്റെ ചങ്കിൽ തറച്ചു.

"വരൂ കാർന്നോരേ."

പൊക്കായി വരാന്തയിൽ തൂണിനരികെ നിന്നു.

അവർ കൊടിമരം തൊട്ടു വന്ദിച്ചു. അനന്തന്റെ കൈകൾ ഭക്തിപൂർവം പതാക ഉയർത്തി. ഇരുണ്ടു നനഞ്ഞ രാവിന്റെ മേലാപ്പിലേക്കു പതാക ഉയർന്നുയർന്നു പോയി. ഹൃദയമിടിപ്പുപോലെ അതിന്റെ മർമ്മരം കേൾക്കാറായി.

കീഴെ കത്തിച്ചുവച്ച നിലവിളക്കിന്റെ സൗമ്യദീപ്തിയിൽ വെള്ളതേച്ച കൊടിമരം പല്ലിളിച്ചു.

നനഞ്ഞ കൊടിക്കയർ മരത്തിൽ ചുറ്റിക്കെട്ടി നിവർന്നുനിന്ന അനന്തൻ സല്യൂട്ട് ചെയ്തു പിൻവാങ്ങി.

"ഇപ്പൊ മഴ പെയ്യും. നമുക്കു വേണ്ടീറ്റാ കുറച്ചുനേരം മാറി നിന്നതെന്നും തോന്നുണു. കൊടി നനയും!"

അനന്തന്റെ ദുഃഖസ്വരം കേട്ടു പൊക്കായി പറഞ്ഞു:

"മഴേം വെയ്‌ലും ഭൂമീല്ള്ളതല്ലേ? നമ്മള് സഹിക്കണതൊക്കെ നമ്മടെ കൊടീം സഹിക്കും!"

വയലിനക്കരെ കരിന്തളം മലമുടിയിൽ വെടിക്കെട്ടു പൊട്ടിച്ചിതറി. വർണ്ണപ്പകിട്ടുള്ള അമിട്ടുകൾ ആകാശങ്ങളിൽ പട്ടുകുടകൾ നീർത്തി. വെടിവെട്ടത്തിൽ ഗൗരീശങ്കരം ബംഗ്ലാവ് മിന്നിത്തിളങ്ങി.

രാഘവൻ തന്റെ ഓലപ്പടക്കങ്ങൾക്കു തീകൊളുത്തി. നിറയൂരെ ഗ്രാമീണർ സമ്മാനിച്ച ഓലപ്പടക്കങ്ങൾക്ക് അവരുടെ അടുപ്പുകല്ലിന്റെ ചൂടുണ്ടായിരുന്നു.

അവസാനത്തെ പടക്കവും പൊട്ടിക്കഴിഞ്ഞപ്പോൾ മഴ കോരിച്ചൊരിയാൻ തുടങ്ങി.

ഇറവെള്ളക്കാലുകളിടറുന്നതുനോക്കി വരാന്തയിലെ ബഞ്ചിലിരുന്ന് അനന്തൻ പരിതപിച്ചു.

"നമ്മുടെ ഘോഷയാത്രയ്ക്ക് ആനയും നെറ്റിപ്പട്ടവും ഉണ്ടാവില്ലല്ലോ രാഘവാ?"

"അനന്തേട്ടനോർക്കുന്നില്ലേ, അന്ന് ഗാന്ധിജിയുടെ പടം എഴുന്നള്ളിച്ചത്?"

"എന്തു ചെയ്യും നമ്മൾ?"

"നമുക്കെന്തിനാ ആന? നമ്മുടെ കുട്ടികളില്ലേ? നിറയൂരെ കൃഷിക്കാരില്ലേ? ആളെക്കാൾ വലിയ ആനയുണ്ടോ?" പൊക്കായി ചോദിച്ചു.

കരുവഞ്ചേരിയിലെ ആനകളെ ശങ്കരൻനായനാർ വിലകൊടുത്തു മേടിച്ചു കഴിഞ്ഞിരിക്കുന്നു. അവ എളേരിത്തട്ടിലെ പുനത്തിൽ തടി വലിക്കുവാൻ നിയോഗിക്കപ്പെട്ടിരുന്നു.

വെളിച്ചം പരക്കുംമുമ്പേ ഗ്രാമീണരെത്തി. ആബാലവൃദ്ധം. പ്രതീക്ഷകൾ തിരികൊളുത്തിയ മിഴികൾ. ഒരുത്സവത്തിൽ പങ്കാളികളാവാൻ എത്തിയവർ. കാത്തുകാത്തിരുന്ന ഒരുത്സവം. വിശക്കുന്ന വയറുകൾക്കു മീതെ അവർ മുണ്ടു മുറുക്കി ഉടുത്തു. ചിന്തിയ ചോരയുടെ ഗന്ധം അവർ മറക്കാൻ ശ്രമിച്ചു. ചോരപ്പാടുകളെ കണ്ണീരുകൊണ്ടു കഴുകിക്കളഞ്ഞു. അകത്ത്, പുത്തൻ കൈതോലപ്പായ് വിരിച്ചു ചെറുപ്പക്കാർ അവൽ കുഴയ്ക്കുകയായിരുന്നു. ഓരോപിടി മധുരം. നാളികേരം ചിരകാൻ തങ്ങളുടെ കുടിലുകളിൽനിന്നു ചിരവയുമായി എത്തിയ നിറയൂരെ പെണ്ണുങ്ങളുടെ ഇടയിൽ തിരുമാലയും വെള്ളച്ചിയമ്മയും ഉണ്ടായിരുന്നു. പക്ഷേ, ആരും ശബ്ദിച്ചില്ല.

യൗവനത്തിൽ മരണപ്പെട്ട ഒരുത്തന്റെ ചാകടിയന്തിരത്തിനു പഷ്ണിക്കഞ്ഞി ഒരുക്കുന്ന പ്രതീതി.

"ഇതിങ്ങനെ ആയിരുന്നില്ല. ആവേണ്ടത്!" അനന്തൻ പിറുപിറുത്തു. ഞാനെന്തെല്ലാം സ്വപ്നങ്ങൾ കണ്ടു! നാടടക്കി സദ്യ. വള്ളിത്തോപ്പു നിറയെ വർണത്തോരണങ്ങൾ! പട്ടുകുടയും വെഞ്ചാമരവും നെറ്റിപ്പട്ടവും ചൂടിയ ആനകൾ! ഖദർവസ്ത്രം ധരിച്ച ഗ്രാമീണർ—"

"കണ്ണൻകുഞ്ഞീ, പട്ടാളക്ക്യാമ്പിലെ രസങ്ങൾ പറയൂ.

"ചിരുതേയിയമ്മയുടെ കോഴിപ്പൂവന്റെ കഥ പറയൂ, വെള്ളച്ചിയമ്മേ ഞങ്ങളൊന്നു ചിരിക്കട്ടെ—"

തേങ്ങ ചിരകുന്ന ശബ്ദം മാത്രം.

മുറ്റത്തെ അടുപ്പിൽ വലിയ വട്ടളത്തിൽ പരിപ്പു പായസം തയാറാവുന്നു.

അനന്തൻ വരാന്തയിലിറങ്ങി മുറ്റത്തു നിന്നു.

"എന്തേ മഹേശ്വരൻ എത്താത്തത്?"

ശിക്ഷയിൽ ഇളവുകിട്ടിയ മഹേശ്വരനെ പിന്നീട് ഒരു തവണ മാത്രമാണ് അനന്തൻ കണ്ടിട്ടുള്ളത്. സ്വാതന്ത്ര്യത്തിന്റെ പേരിൽ ജീവപര്യന്തം തടവിൽനിന്നു മോചിതനായ മഹേശ്വരൻ നേരെ വീട്ടിലേക്കു പോയി. അയാൾ വല്ലാതെ വിളറിയിരുന്നു. കണ്ണുകളിലെ കനൽ മാത്രം അണഞ്ഞിരുന്നില്ല. കനലിന്റെ തുടിപ്പ് മഹേശ്വരനിൽ അവശേഷിക്കുന്നതു കണ്ട് അനന്തൻ ആശ്വസിച്ചു.

കർമ്മരഥ്യയിൽ വഴിപിരിഞ്ഞു പോയ മഹേശ്വരനിൽ വന്ന മാറ്റം അനന്തനെ അസൂയാലുവാക്കി.

വഴിപിരിഞ്ഞ താൻ, യാത്ര തുടർന്നില്ല. അവിടെത്തന്നെ നിന്നു

പോയി. പിന്നീട് ഇതാ, ഇപ്പോൾ, ഈ പുണ്യദിനത്തിൽ, ഈ കൊടിമരംവരെ നടന്നെത്തി. *യുവകാഹള*ത്തിന്റെ പടഹധ്വനി മലഞ്ചെരിവിൽ ഇപ്പോഴും മുഴങ്ങുന്നു.

അനന്തൻ തന്റെ കൈപ്പത്തികൾ ചേർത്ത് ഉറ്റുനോക്കി.

രണ്ടു വിളർത്ത കൈകൾ, തഴമ്പോ കലയോ വീഴാത്ത കൈകൾ...

അവർ ഘോഷയാത്രയ്ക്കൊരുങ്ങി.

മാറിൽ ദേശീയപതാകയുടെ പ്രസാദം ചാർത്തിയ വെള്ളഖദർവസ്ത്രം ധരിച്ച കുഞ്ഞുങ്ങൾ മുമ്പിൽ. പുറകെ വെള്ളയല്ലെങ്കിലും പിഞ്ഞിയതല്ലെങ്കിലും അലക്കിപ്പിഴിഞ്ഞു ചുളിവുവീണ വസ്ത്രം ധരിച്ച നിറയൂരെ കുട്ടികൾ, പിന്നെ കൊടിയേന്തിയ യുവാക്കൾ.

മുമ്പിലെ മുതിർന്ന ഒരു കുട്ടി ഗാന്ധിജിയുടെ പടം ഒരു തിടമ്പുപോലെ എഴുന്നള്ളിച്ചു.

മടിയൻകൂലോത്തു ഘോഷയാത്ര എത്തുമ്പോൾ മഹേശ്വരൻ, ജനക്കൂട്ടത്തിനു മുമ്പിലുണ്ട്, നിൽക്കുന്നു. ശോഷിച്ചു വിളർത്ത ദീർഘശരീരം ശുഭ്രവസ്ത്രത്താൽ മറച്ചു ഗൗരവഭാവത്തിൽ നിലകൊണ്ട മഹേശ്വരൻ അനന്തനെ നോക്കി ചെറു മന്ദസ്മേരം തൂവി.

രോഗംകൊണ്ടു ശോഷിച്ച തന്റെ ഉണ്ണിയെ മാറോടു ചേർത്ത് ഉണ്ണിമായയുമുണ്ട്. തിരിച്ചറിയാൻ കഴിയാത്തവിധം അവൾ മാറിപ്പോയി. ക്ലേശങ്ങളുടെ കലവീണ കവിളുകളെ പൊൻവെയിൽ തുടച്ചു മിനുക്കുന്നു. ഉണ്ണിമായയുടെ വലിയ കണ്ണുകൾ അനന്തനെ നോക്കി പുഞ്ചിരിച്ചു.

ആൽത്തറ പൂകിയപ്പോൾ അനന്തൻ ശഠിച്ചു:

"മഹേശ്വരൻ പ്രസംഗിക്കണം!"

മഹേശ്വരൻ പുതുതായ എണ്ണ പകർന്ന ഒരു പന്തംപോലെ ജ്വലിച്ചു. നിറയൂരിന്റെ മക്കളുടെ മുഖത്തു പ്രത്യാശയുടെ പ്രകാശം പരന്നു.

"പ്രിയപ്പെട്ട നാട്ടുകാരെ, അമ്പാടിക്കുഞ്ഞിനെ അവർ തൂക്കിലിട്ടു. പക്ഷേ, അവൻ മരിച്ചിട്ടില്ല. അവൻ നിങ്ങളിൽ ഓരോരുത്തരിലും ജീവിക്കുന്നു. അവന്റെ കുഞ്ഞിന്റെ ശബ്ദം നിങ്ങൾ കേൾക്കുന്നില്ലേ?"

ആളൊഴിഞ്ഞ സ്കൂൾവരാന്തയിൽ ചിതറിവീണ കുരുത്തോലകൾക്കും തോരണങ്ങൾക്കും ഇടയിൽ അനന്തന്റെ കൂടെ ബഞ്ചിലിരുന്ന് രാഘവൻ ചൂണ്ടിക്കാണിച്ചു.

"അതാ നോക്കൂ, കയറളംകുന്നിൻ ചെരിവിലേക്കു നോക്കൂ."

ശിരസ്സിൽ കാഴ്ചക്കെട്ടുകളും ചുമലിൽ ക്ലേശഭരവുമായി കുന്നുകയറി അരിച്ചുനീങ്ങുന്ന കുടിയാന്മാർ.

"അനന്തേട്ടാ ഇതിനവസാനമില്ലേ? ആർക്കാണിവിടെ സ്വാതന്ത്ര്യം കിട്ടിയിരിക്കുന്നത്? എന്തിനുള്ള സ്വാതന്ത്ര്യം?"

അനന്തൻ വിസ്മയഭരിതനായി. പിന്നെ ഉൾഭയത്തോടെ എണീറ്റു നിന്നു.

"രാഘവാ, നാം പടിവാതിൽ തുറന്നിട്ടേ ഉള്ളൂ. കാടും പടലും വെട്ടിനീക്കി, മാറാല തൂത്തു വെടിപ്പാക്കി പാർപ്പിടം ശരിയാക്കൽ ഇനിയും കുറേ നാൾ പിടിക്കും!"

"പഴയ ജീർണിച്ച വീടുതന്നെ വേണോ നമുക്ക്? ഒരു പുതിയ വീടു നിർമിച്ചുകൂടെ?"

"പുതിയ വീട്?"

"അതെ, പുതിയ വീട്."

"കരുവഞ്ചേരി പൊളിച്ചുകളയണമെന്നാണോ?"

"വേണ്ടിവന്നാൽ! മരുന്നുശാലയുടെ കിടപ്പുമുറിയിൽ കിടന്ന് അച്ഛൻ ഇന്നോ നാളെയോ മരിക്കും—"

"കാരണവർ പോയാലുടൻ വീടു പൊളിക്കാനൊ?"

"അനന്തേട്ടനെന്തിനാണു പുതിയ വീട്ടിൽ താമസമാക്കിയത്?"

നമുക്കു പിന്നീട് സംസാരിക്കാം. ഇന്നലെ രാത്രി ഉറങ്ങിയില്ല. നമുക്കു കരുവഞ്ചേരി പടിപ്പുരമാളികയിൽ ചെന്ന് ഉറങ്ങാം.

"ഞാനില്ല! ഞാൻ നിറയൂർക്കു പോണു. മഹേശ്വരേട്ടൻ എന്നെ കാത്തിരിപ്പുണ്ട്!"

അനന്തൻ ഞെട്ടി. നനഞ്ഞു കുതിർന്നു ചായം കലങ്ങിയ പതാകയെ നോക്കി അനന്തൻ നെടുവീർപ്പിട്ടു. മഴ നീളുന്നു. ആകാശം മുഖം കറുപ്പിച്ചുതന്നെ നിലകൊള്ളുന്നു.

അനന്തൻ ഇടവഴിയിലേക്കിറങ്ങി.

മഴ കഴുകിയെടുത്ത ചരൽക്കല്ലുകൾ പല്ലിറുമ്മുന്നു.

അനന്തൻ മുഖം കുനിച്ച് അതിവേഗം നടന്നു. നനഞ്ഞ തൂവലുകൾ തോർത്തി കൊങ്ങിണിപ്പൂക്കാടുകളിൽ തെന്നിമായുന്ന കിളികളുടെ ചിറകൊച്ച. അനന്തന്റെ അന്തരംഗം നിശ്ശബ്ദതയിൽ ആണ്ടുകിടന്നു. ആഴങ്ങളിൽഅസ്വസ്ഥത ഘനീഭവിച്ചു. ഏകാന്തതയുടെ ഭാരത്തിലമർന്ന് അയാളുടെ കാലുകളുടെ വേഗം കുറഞ്ഞു.

നിറയെ തഴച്ചുനിൽക്കുന്ന വേലിച്ചെടികൾക്കു പുറകിൽ തണുപ്പിന്റെ ആശ്വാസത്തിൽ ചെമ്മരത്തി കാത്തിരുന്നു.

അവൾക്കറിയാമായിരുന്നു—

ഇന്ന് അനന്തൻചെറിയോർ വരും!

എരിവുള്ള മീൻകറിയും കൈതച്ചക്കയുടെ പുളിശ്ശേരിയും, കൈക്കുത്തരിച്ചോറും ഒരുക്കി അവൾ കാത്തിരിക്കുകയായിരുന്നു.

മച്ചിന്മുകളിൽ കുഞ്ഞമ്പാടിയും മുഖമറിയാൻ പാടില്ലാത്ത നിറയൂരെ പല ചെറുവാല്യക്കാരും അഭയം തേടിയിരുന്ന രാവുകളിൽ ശങ്കാവിഷം കലർന്ന സ്വരത്തിൽ അനന്തൻ ചോദിക്കുമായിരുന്നു:

"ചെമ്മരത്തീ, നീ മറ്റാരെയെങ്കിലും സ്നേഹിക്കുന്നുണ്ടോ? അഥവാ വേണ്ടെന്നു പറയാൻ എനക്കെന്തധികാരം? ഞാൻ നെനക്കു പൊടവ തന്നിറ്റ്ല്യല്ലൊ!"

"ചെമ്മരത്തിക്കു വേറെ ചിറ്റമുണ്ടെന്നുതന്നെ വച്ചോ! എന്തെങ്കിലും ഒരു കുറവ് വർത്തിറ്റ്ണ്ടോ ഞാൻ?"

ഇവിടെ അനന്തന്റെ അഹന്തയുടെ പടം ചുരുങ്ങുന്നു.

കോലായത്തിണ്ണയിൽ മുററത്തേക്കു കാലിട്ടിരിക്കുന്ന ചെമ്മരത്തി എണീറ്റു. അവളുടെ കണ്ണുകളുടെ ആഴങ്ങളിൽ നഷ്ടപ്പെട്ട ചിരി.

"എന്തോ?"

അവൾ തലയാട്ടി.

"ഞാനിന്നു വരരുതായിരുന്നൊ?"

"വരണം! തോന്നുമ്പഴെല്ലാം വരണം!"

അവൾ നാക്കില മുറിക്കാൻ തൊടിയിലേക്കു പോയി.

ഉള്ളിൽ വിശപ്പുണ്ട്. ഉണ്ണാൻ മനസില്ല. അനന്തൻ ഇലയിൽ നോക്കിയിരുന്നു. ചെമ്മരത്തി ചുക്കുവെള്ളം എടുക്കാൻ അകത്തേക്കു പോയ തക്കത്തിൽ കൈകുടഞ്ഞെണീറ്റു.

"ആയ്യ്യായി, എന്താ ഈ കാട്ടിയത്?"

"വെശപ്പില്ല ചെമ്മരത്തീ."

"ഉണ്ട്. എനക്കറിയാം. എന്റെ കറിയെല്ലാം വെടക്ക് ആയിറ്റാ!"

"അല്ല, ചെമ്മരത്തീ."

"എന്നാ പൊരേല് പോയി ചോറ് കയിച്ചോണം!"

അനന്തൻ അരിശത്തോടെ തിരിഞ്ഞു:

"നിയ്യ് കൽപ്പിക്കേണ്ട! എനക്ക് വേണ്ടതെന്തെന്ന് എനിക്കറിയാം."

ചെമ്മരത്തി ഉണ്ടില്ല. പാത്രങ്ങൾ വാരിക്കൂട്ടി അടുക്കളയിലിട്ടു. വാതിൽ വലിച്ചടിച്ച് അവൾ അറയിൽപോയി...

അനന്തന്റെ സ്പർശമേറ്റ നിമിഷം അവൾ പൊട്ടിക്കരഞ്ഞു.

"എന്താണ് നിനക്ക്? ഞാൻ അത്രയ്ക്കു വല്ലതും പറഞ്ഞോ?"

"പറയാതെ എനക്കറിയാം. ചെമ്മരത്തി എപ്പഴും ചെമ്മരത്തി തന്നെ!"

"കീഴൂരെ അയിത്തക്കാരത്തി. വേണ്ടാത്തപ്പം ചവുട്ടിത്തേക്കാനുള്ളോൾ—"

അവൾ വീണ്ടും കരഞ്ഞു. മറ്റൊരു സ്വരത്തിൽ.

"ചെമ്മരത്തി, ഒരു കുഞ്ഞിനെ ജീവനോടെ കാണാതെ എനക്കു മരിക്കേണ്ടിവരും!"

ജനലഴികളിൽ നെറ്റിയിടിച്ച് അനന്തൻ പല്ലുകോർത്തു കടിച്ചു.

വിറകൊള്ളുന്ന വിരലുകൾ അനന്തന്റെ ചുമലിൽ ചേർത്ത് ചെമ്മരത്തി ചൊല്ലി:

"—ചെറിയോറേ—"

"...."

"എന്റെ വയറ്റില് ഉള്ള കുഞ്ഞി ചെറിയോറെ സമാധാനിപ്പിക്ക്യോ"

അവൾ അനന്തന്റെ ചുമലിൽ മുഖം ചേർത്തു പിറുപിറുത്തു:

"ഇല്ലെങ്കില്..."

അനന്തൻ ഞെട്ടിത്തിരിഞ്ഞു നിന്നു.

"നേരൊ ചെമ്മരത്തി? ഇക്കുറി—"

"ഞാൻ പെറും. സമയം തെകയട്ടെ, എനക്ക് ഒരു കുഞ്ഞീണ്ടാവു!

ഓനെ ഞാൻ പോറ്റും! മുലകൊടുത്ത്, വാഴയ്ക്കാപ്പൊടിക്കൊടുത്ത്, ചോറും മീനും കൊടുത്ത്—ഓനെ ഞാൻ പൊന്നുപോലെ പോറ്റും! ചെറിയോറ് ഈടെ വന്നു കണ്ടോളണം! ഓനെ ഞാൻ കൈവിടൂല. ഓനെ അന്യന്റെ അടിമപ്പണിക്ക് പറഞ്ഞയ്ക്കൂലാ—"

ചെമ്മരത്തിയുടെ മനസിന്റെ ആഴങ്ങളിൽ കുടികൊള്ളുന്ന വേദന അന്നാദ്യമായി അനന്തനറിഞ്ഞു.

"ഓൻ എന്റെ കുഞ്ഞാണൊ?"

"തന്നെ!" അവൾ പിടിവിട്ടു മാറിനിന്നു.

"എന്തായാലും ഓൻ എന്റെ മോനാണ്! ചെറിയോറെ പോതിപ്പിക്കാൻ ഞാനാളല്ല!"

അനന്തന്റെ മുഖം മ്ലാനമായി. തന്റെ അസ്വസ്ഥതകളെ കുടഞ്ഞുകളയാനുള്ള, താൻ ജീവിച്ചിരിക്കുന്നു എന്നു മാറ്റുരച്ചുനോക്കാനുള്ള ഒരുപകരണം മാത്രമായിരുന്നു ചെമ്മരത്തി, ഇതുവരെ. ഇന്നവൾ മാറിയിരിക്കുന്നു. തന്റെ പ്രാണൻ അവളുടെ ഉള്ളിലിരിക്കുന്നു.

പടിഞ്ഞാറൻവെയിലിന്റെ പഴുത്തുവിളഞ്ഞ ഒരു കതിർക്കറ്റ അറയിൽ നെടുകെ വീണുകിടന്നു. കൈനീട്ടി വെയിൽക്കതിരുകളെ തൊട്ടുനോക്കി അനന്തൻ പറഞ്ഞു:

"എല്ലാം പതിരായിപ്പോവില്ല—"

ചെമ്മരത്തി അനങ്ങിയില്ല.

"ചെമ്മരത്തീ, കാരണോരുടെ പൊല കഴിഞ്ഞേ ഇനി ഞാൻ വരൂ."

ഒരു നടുക്കത്തോടെ ചെമ്മരത്തി ചോദിച്ചു:

"വലിയോർ? കരുവഞ്ചേരിയിലെ വലിയോർ?"

"ഇന്നോ നാളയോ—"

അനന്തൻ പൊടുന്നനെ എണീറ്റിരുന്നു.

"എനക്കു പോകണം! വല്യമ്മാവൻ പറഞ്ഞിരുന്നു, അനന്താ ഇന്നു രാത്രി തറവാട്ടില് കെടക്കണം!"

അനന്തൻ അയക്കോലിലെ കുപ്പായം വലിച്ചെടുത്തു ധരിച്ചു. അതിന്റെ പോക്കറ്റിലെ വാച്ച് അപ്പോഴും സമയത്തിന്റെ ചോർച്ചയെ ബോധ്യപ്പെടുത്തിക്കൊണ്ടിരുന്നു.

ഇരുട്ട് ഇറങ്ങിവരുന്ന മുറ്റത്തുനിന്ന് അനന്തൻ പറഞ്ഞു:

"ചെമ്മരത്തീ, കൂട്ടിന് ആരെയെങ്കിലും വിളിക്കണോ?"

"ചീരുഅമ്മായി ആശുപത്രീ വന്നു. ലളിതാബായിഅമ്മടെ ആങ്ങളയാ ചികിത്സിച്ചത്! പൊലീസിന്റെ അടിയേറ്റ് ഒരു കൈയൊടിഞ്ഞു. അതു നേരെയാവുംവരെ അമ്മായി ഈടെ ഉണ്ടാവും.

"ഞാനറിഞ്ഞില്ല! പിന്ന്യാർക്കെങ്കിലും..."

"എല്ലാർക്കും! നിറയൂരെ ഓരാളും പൊലീസിന്റെ അടിയേൽക്കാത്തവരില്ല."

.....

"കുഞ്ഞമ്പാടീന ഈ മച്ചുമ്മല് ഞാൻ പൊന്നുപോലെ സൂക്ഷിച്ചു."

"എന്നിറ്റ്—"

അവൾ പൊട്ടിക്കരഞ്ഞു.

ഒരു നിമിഷം തിരിഞ്ഞുനോക്കി, പുറകോട്ടു വെച്ച കാൽ പിൻവലിച്ച് അനന്തൻ ധൃതിയിൽ പടിയിറങ്ങിപ്പോയി. ചെമ്മരത്തിയുടെ കരച്ചിൽ കീഴൂരിന്റെ തെങ്ങോലത്തലപ്പുകൾ ഏറ്റുവാങ്ങി. നീണ്ടു നീണ്ട ഒരു കരച്ചിലായി സന്ധ്യ അനന്തനെ പൊതിഞ്ഞു.

അമ്പത്തിയേഴ്

ശവത്തുണി നീക്കി, ഭർത്താവിന്റെ ജീർണമുഖം നോക്കി, ഉണിക്കാളിയമ്മ തെല്ലിട നിന്നു. കാലത്തിന്റെ കുളമ്പുകൾ കരച്ചിലിന്റെ ഉറവകളിൽ മണ്ണു ചൊരിഞ്ഞിരുന്നു. ഒന്നു ദീർഘമായി നിശ്വസിക്കാൻപോലും കഴിഞ്ഞില്ല. ദിക്കുകൾ വീർപ്പടക്കി നിൽക്കുന്നു.

വരണ്ട ചുണ്ടു നനച്ച് അവർ വെള്ളപ്പുതപ്പിന്റെ ചുളിവു നീർത്തി. രാഘവന്റെ അച്ഛന്റെ മുഖം എന്നേക്കും കൺമറഞ്ഞു.

ഒരുവട്ടം അവരുടെ മിഴികൾ ചുറ്റും പറന്നു. എട്ടുകെട്ടിന്റെ പൂമുഖത്ത്, അന്തഃപുരത്തിന്റെ കവാടത്തിൽ, ഉരപ്പുരയുടെ മുറ്റത്ത്, മരുന്നുശാലയുടെ ചായ്പ്പിൽ, നടുമുറ്റത്ത്, പടിപ്പുരമാളികയിൽ.

എത്രയെത്ര കണ്ണുകൾ! എത്രയെത്ര പറയപ്പെടാത്ത വാക്കുകൾ! പടിക്കൽ നെഞ്ഞിലറഞ്ഞു കരയുന്ന പണിയാളരില്ല.

ദിക്കുകളുടെ കോട്ട ഭേദിച്ച്, അഗോചരമായ പഴുതുകളിലൂടെ മഞ്ഞു വന്നടിയുന്നു. ശൂന്യത നിറയുന്നു. ആകെയൊരു മഞ്ഞുമറയാൽ ആച്ഛാദിതമാകുന്നു.

പിന്നീട് ഉണിക്കാളിയമ്മ ഒരിക്കൽക്കൂടി മൃതദേഹത്തെ നോക്കി. മഞ്ഞുപോലെ വെളുത്ത ശവത്തുണി ചലിക്കുന്നു! അവർ ഒരു നടുക്കത്തോടെ ഉമ്മറത്തെ ചവിട്ടുപടിയിറങ്ങി.

പടിപ്പുരമാളികയിൽ കാത്തുനിൽക്കുകയായിരുന്ന ശങ്കരൻനായനാർ കോണിയിറങ്ങി നടുമുറ്റത്തു വന്നു.

"അമ്മായി ഇറങ്ങിപ്പോകുന്നതെന്ത്? എട്ടുകെട്ടിലല്ലെങ്കിൽ ഈ പത്തായപ്പുരയിൽ പാർത്തുകൂടെ?"

അവർ നിഷേധാർഥത്തിൽ തലയാട്ടി.

പത്തായപ്പുരമാളിക കഴുകിത്തുടച്ച് മെഴുകിമിനുക്കി, പ്രൗഢയായൊരു വിധവയ്ക്കു താമസിക്കാൻപാകത്തിന് സകല സുഖസൗകര്യങ്ങളും ഒരുക്കി, രണ്ടു ദാസിമാരെ നിയമിച്ച് ശങ്കരൻനായനാർ കാത്തുനിൽക്കുകയായിരുന്നു. ഉണിക്കാളിയമ്മായി പടിയിറങ്ങിപ്പോവുന്നത് കരുവഞ്ചേരിയുടെ ആഢ്യത്വത്തിനു ചേർന്നതല്ലെന്നു പരിഷ്കാരിയായ നായനാർ നിനച്ചു.

ചുണ്ടിന്റെ വലത്തെ കോണിലെ അരിമ്പാറ തടവി, അരിപ്പല്ലുകൾ തെല്ലു വെളിക്കു കാണിച്ച് ഉണിക്കാളിയമ്മ പറഞ്ഞു:

"എനിക്കു പോണം!"

അവരുടെ ശബ്ദത്തിന്റെ മുഴക്കം കേട്ട് നായനാർ നടുങ്ങി. അവരെ പിന്തുടർന്ന് അന്തഃപുരം വിട്ടിറങ്ങുന്ന ഗൗരിയെ അയാൾ ഭീതിയോടെ നോക്കി.

നടുമുറ്റത്തു നിന്ന ഉണിക്കാളിയമ്മ തന്റെ മണിയറയുടെ കനത്ത അഴികൾക്കുനേരെ മിഴിയയച്ചു. കഴുക്കോലുകളുടെ ചേർപ്പിൽ കുറുകി നടന്ന അമ്പലപ്രാവുകൾ ആകാശത്തേക്കു ചിറകുവിരുത്തി പറന്നു പോയി. അടുത്തതും അതിനടുത്തതുമായ അഴിക്കൂടുകൾ അടഞ്ഞുകിടന്നു. അവിടെ ഉച്ചിര താമസിച്ചിരുന്നു. ദേവയാനി കതകടച്ചു കാതോർത്തിരുന്നു.

"ഈ മാളികയിൽ ഇനി പെണ്ണുങ്ങൾ വാഴുകയില്ലെ?"

"ഇല്ല."

അവരുടെ മിഴികൾ നനഞ്ഞു. ആരും വരാതിരിക്കയാണു ഭേദം. തടവുചാടാനുള്ള ശക്തി മറ്റൊരുത്തിക്ക് ഉണ്ടാവണമെന്നില്ല.

പടിയിറങ്ങി, അമാലന്മാർ പല്ലക്കും വാ നിറയെ അലമുറയുമായി കാത്തുനിന്നു. നെഞ്ചിൽ മുഷ്ടി ചുരുട്ടി ഇടിച്ച് അവർ നിലവിളിച്ചു.

ഉണിക്കാളിയമ്മ വിലക്കി.

"എനക്ക് പല്ലക്കു വേണ്ട!"

കൊടിയ കദനത്തോടെ അമാലന്മാർ അലമുറയിട്ടു.

ഉണിക്കാളിയമ്മ മടിയിൽനിന്നു പൊൻനാണ്യങ്ങൾ വാരി അവർക്കു നേരെ എറിഞ്ഞു.

വലിയ അടിവെച്ച് അവർ ചെത്തുവഴിയിലിറങ്ങി.

"അമ്മായീ, ഞാനും വര്ണു!" ഗൗരി പുറകിൽ കേണു.

"വാലായ്മ കഴിഞ്ഞിറ്റ് പോരെ."

"ഞാനിപ്പഴ്തന്നെ വര്ണു!"

മരിച്ച പാടങ്ങളുടെ കവിളിൽ മഞ്ഞിന്റെ കണ്ണീർക്കണങ്ങൾ അടർന്നുവീണു.

വരമ്പുകൾ അവരെ പിന്തുടർന്നു.

നടന്നുനടന്ന് പ്രഭാതവും ഉച്ചയും അളന്നു തീർത്തു.

വെയിൽ ചായാൻ തുടങ്ങി. അവർ കുഞ്ഞിപ്പുവിന്റെ കടവിലെത്തി. മർദ്ദനമേറ്റു മരിച്ച കുഞ്ഞിപ്പുവിന്റെ കടത്തുതോണി ഒരനാഥശവംപോലെ പുഴക്കരയിലെ നീർമരുതുകളുടെ ചില്ലകളിലടിഞ്ഞു കിടന്നു.

പുരാതനമായ പൂഴിത്തട്ടിൽനിന്നു നിറയൂർപ്പുഴയെ നോക്കി ഉണിക്കാളിയമ്മ പറഞ്ഞു:

"എനക്ക് അക്കരെ കടക്കണം!"

"അമ്മായീ, വേലിയേറ്റമാണ്!"

"നമുക്ക് കുഞ്ഞിപ്പുവിന്റെ തോണി നീന്തിപ്പിടിക്കാം!"

"നിലയില്ലാത്ത ഒഴുക്കാണ്, അമ്മായീ!"

നദിയുടെ നടുക്ക് തുരുത്തിനെ മുട്ടിയുരുമ്മി നിൽക്കുന്നു. മറ്റൊരു ചെറുവഞ്ചി തുരുത്തിൽ പഴകിപ്പൊളിഞ്ഞ കുടിൽ. ചിരുതേയിയമ്മയുടെ കോഴിപ്പൂവൻ തുരുത്തിലെ പുൽക്കൂട്ടത്തിൽ ഇണയുടെ പുറകെ ഓടിമറയുന്നു.

പുൽപ്പുരയിൽനിന്ന് നെടുവീർപ്പുയരുന്നു.

വീണ്ടും ചക്കരക്കാപ്പിയുടെ മണം!

അവിടവിടെ കറുപ്പു പടർന്നുകയറിയ മൺത്തിട്ടയിൽ ദുഃഖം കനത്തുകിടന്നു.

പുൽപ്പുരയുടെ മുറ്റത്തുനിന്ന് ഒരശരീരി:

"ആരാണത്?"

"ഞാനാണ്? ഉണിക്കാളി!"

അവരുടെ കനത്തു ദൃഢമായ ശബ്ദം മുളങ്കൂട്ടങ്ങളിൽ മാറ്റൊലിക്കൊണ്ടു.

തുരുത്തിന്റെ തിണ്ടിറങ്ങി, കൊച്ചുചീനയിൽ തുഴഞ്ഞു കരപറ്റിയ മഹേശ്വരനെക്കണ്ട് ഉണിക്കാളി പറഞ്ഞു:

"ഞങ്ങൾക്ക് അക്കരെ വരണം!"

"ഇത്ര പെട്ടെന്നോ?" മഹേശ്വരൻ ശബ്ദം താഴ്ത്തി ചോദിച്ചു.

"ഉം!"

"അവസാനമായി ഒന്നു കാണണോ, ഞാൻ?"

"വേണ്ട! കരുവഞ്ചേരിയിലെ എല്ലാം കഴിഞ്ഞു!"

"അങ്ങനെ അവസാനിക്കുകയില്ല! അപ്പുറത്തു ശങ്കരൻനായാനാറുണ്ടല്ലോ!"

അതൊരു സമാശ്വാസവചനമല്ലെന്ന് ഉണിക്കാളിയമ്മ അറിഞ്ഞു. ഒരു പരാജിതന്റെ കയ്പുനീർ നനഞ്ഞ വാക്കുകളോ? അവർ ഉൾഭയത്തോടെ പറഞ്ഞു.

"മഹേശ്വരാ, കടപുഴകിയതു വീണടിയാൻ അധികം താമസമുണ്ടാവില്ല!"

മഹേശ്വരൻ മറുപടി പറഞ്ഞില്ല.

കടത്തുചീന നന്നെ ചെറുതായിരുന്നു. മൂന്നാൾക്കു കഷ്ടിച്ചു നിൽക്കാം.

മഹേശ്വരൻ ഗൗരിയോടു പറഞ്ഞു.

"സൂക്ഷിച്ചു വക്കിൽ പിടിച്ചോളു"

നിത്യപരിചയത്തിന്റെ ലാഘവത്തോടെ മഹേശ്വരൻ ഓളങ്ങൾ മുറിച്ചുമാറ്റി. അലകളുടെ ഗളനാളത്തിൽ ഗദ്ഗദം ഉയർന്നു. മറ്റൊരു ശബ്ദവുമില്ല.

അസ്തമയത്തിന്റെ ചുവപ്പുരാശി പടർന്നുകയറുന്ന വെള്ളംവേലിയിൽ കൊതുമ്പിലെ ഉറുമ്പുകൾപോലെ അവർ ആടിയുലഞ്ഞു.

ആറ്റുവഞ്ചികൾ ഇമതല്ലി മിഴിച്ചുനോക്കി.

ഉപ്പുജലത്തിന്റെ ഗന്ധം ഉൾക്കൊണ്ട് ഉണിക്കാളിയമ്മ പറഞ്ഞു:

"നരജന്മം പോലെയാണ് ഈ നിറയൂർപുഴ! ഇവൾക്കു മരണമില്ല, മഹേശ്വരാ!"

തന്റെ ഉള്ളിൽ ഉണർന്നുവരുന്ന ചിന്തകളടക്കി മഹേശ്വരൻ പറഞ്ഞു:

"എന്നും ഉപ്പുനീരു കുടിക്കാൻ ആർക്കാണിഷ്ടം!"

അനേകം രഹസ്യങ്ങളും ദുഃഖകഥകളും ഒതുക്കിവച്ചു മന്ദഗാമിനിയായിക്കഴിയുന്ന നദിയുടെ ഇരുണ്ട ഉൾത്തടങ്ങളിൽ കണ്ണുനട്ട് മഹേശ്വരൻ കഴുക്കോലൂന്നി. തുഴ വഞ്ചിയിൽ വിശ്രമിച്ചു. അടിത്തട്ടിന്റെ സ്പർശനം അറിഞ്ഞ കഴുക്കോൽ ചാഞ്ഞു. വഞ്ചി കരയ്ക്കണഞ്ഞു. നനഞ്ഞ പൂഴിയിൽ ചാടിയിറങ്ങി, നനയാത്ത തിട്ടയിലേക്ക് വഞ്ചി വലിച്ചുകയറ്റി മഹേശ്വരൻ പറഞ്ഞു:

"ഗൗരീ കരുതി ഇറങ്ങിക്കോളൂ." അയാൾ ഉണിക്കാളിയമ്മയോടു ചോദിച്ചു:

"തന്നെ പോവുമോ? ഞാൻ കൂടെ വരണോ?"

"വേണ്ട! നിറയൂര് നിറച്ചും ആൾക്കാരുള്ളപ്പോ ഉണിക്കാളിക്കെന്തിനു തുണ?"

മഹേശ്വരൻ തുരുത്തിലേക്കു തുഴഞ്ഞുപോയി.

നനഞ്ഞ പൂഴിയിൽ കാലൂന്നിയപ്പോൾ ഉണിക്കാളിയമ്മ കോരിത്തരിച്ചു. ചുവന്നുതുടങ്ങിയ നദീജലത്തിലേക്കു നോക്കി അവർ പറഞ്ഞു:

"നമുക്കു കുളിച്ചുകയറാം."

നിറയൂരിന്റെ മാറിൽ ആണ്ടുമുങ്ങിയപ്പോൾ അവരുടെയും നദിയുടെയും കണ്ണീരുപ്പുകൾ ഒന്നായി.

മുണ്ടു പിഴിഞ്ഞുടുത്ത്, ചുണ്ടിൽ ചേർന്ന ഉപ്പ് നുണഞ്ഞ്, രണ്ടാം മുണ്ടു മടക്കി തലതോർത്തി, ഉടലുണക്കി, അവർ നേരെ കിഴക്കോട്ടു നടന്നു.

നാളെ തിരിച്ചുനടക്കാൻവേണ്ടി, മുമ്പിൽ തിരക്കുപിടിച്ചു നടന്നു നീളുന്ന നിഴലുകളെ നോക്കി അവർ പുഞ്ചിരിച്ചു.

ആൽത്തറയ്ക്കുള്ള വഴിത്തുമ്പിലെത്തി; അവർ നിന്നു.

ഇടിഞ്ഞുപൊളിഞ്ഞു കിടക്കുന്നു, കളരിപ്പുര. ആരോ തല്ലിച്ചതച്ച മട്ടിൽ. നിറയൂർക്കരയിൽ തല്ലിക്കൊഴിക്കാത്ത ഒരു പുരയുമില്ലെന്ന് അവരോർത്തു,

ഞാഞ്ഞുൾപുറ്റുകളെ എന്ന മട്ടിലാണ് പൊലീസ് കുടിലുകളെ ഞെരിച്ചമർത്തിയത്. ഓരോ പ്രഭാതത്തിലും താഴ്വരയിൽ പുൽക്കൂണുകൾ മുട്ടുകുത്തി നിവർന്നുനിൽക്കും, വീണ്ടും താഡനമേൽക്കാൻ. നിലം പരിശാവാൻ.

"കളരി കെട്ടീറ്റ്ല്യ. പൊര പൊതച്ചിട്ട്ല്യ!" ഗൗരി പറഞ്ഞു.

"കെട്ടേണ്ട ആൾ പോയല്ലോ ഗൗരീ!"

ഗൗരി, കാർമൂടിയ കവിളിൽ മിഴിയൂന്നി അമ്മായിയോടു മന്ത്രിച്ചു:

"ഉക്കാരൻഗുരുക്കൾ തിരിച്ചുവരും!"

"ആവൊ!" അവർ മന്ദഹസിക്കാൻ ശ്രമിച്ചു.

അവർ മുഖം തിരിച്ചു പുഴയിലെ ഓളങ്ങളിൽ ലയിച്ചു.

അന്നു കാട്ടുവാഴയിലയിൽ അടർന്നുവീണിരിക്കാവുന്ന ഗോപിക്കുറി നദിയുടെ ഓളങ്ങളിൽ ചാഞ്ചാടുന്നത് അവർ കണ്ടു. ഒരു തേങ്ങൽ അന്തരാളത്തിലുയർന്നു.

വീട്ടിലേക്കു കയറിപ്പോകുന്ന വഴിയുടെ മുഖത്തു നോക്കി അവർ നിന്നു.

"അമ്മായി നടന്നു തളർന്നോ?"

"കുറച്ച് ഇരുന്നിറ്റ് പോകാം!"

"ഇരുട്ടാവില്ലെ?"

"ഈ ഇരുട്ടിനെ പേടിക്കാനില്ല."

അവിടവിടെ നക്ഷത്രങ്ങൾ വിരിയുന്ന ആകാശത്തിലേക്കു വിരൽ ചൂണ്ടി അവർ പറഞ്ഞു:

"നോക്കു, അതവരാണ്! കുഞ്ഞമ്പാടിയും കുഞ്ഞിപ്പും. ചന്തുവും കൂട്ടരും...അവർക്കിവിടംവിട്ടു പോവാൻ കഴിയില്ല, ഗൗരീ."

"അവർ എന്തിനു വേണ്ടിറ്റാണ് മരിച്ചത്?"

"ഈ പുഴക്കരയിൽ വീണ്ടും വീണ്ടും കൂടുകൂട്ടുന്ന മനുഷ്യർക്കു വേണ്ടി! ഈ വയലുകളിൽ തളരാതെ വിത്തിടുന്നവർക്കുവേണ്ടി—എത്രയെത്ര വെള്ളംവേലികൾ കണ്ട കരയാണിത്! എത്രയെത്ര മലവെള്ളപ്പാച്ചിലുകൾ ഇളക്കിമറിച്ച തീരമാണിത്!

ദിക്കുകളുടെ നെടുവീർപ്പും മെല്ലെ മെല്ലെ പതക്കംപറയുന്ന തെങ്ങോലകളുടെ കരച്ചിലും അവരെ വ്യാകുലചിത്തരാക്കി.

പുൽപ്പുരകളുടെ കൂരകളിൽനിന്നു ദുഃഖത്തിന്റെ ധൂമമുയരുന്നു. പുകയുന്ന കൂരകളെ നോക്കി ഉണിക്കാളിയമ്മ ചോദിച്ചു.

"ഇതിനകത്തു കഞ്ഞിയും കറിയുംവയ്ക്കുന്ന പെണ്ണുങ്ങളെ ഗൗരിക്കറിയാമോ?"

"ഇല്ല! ഞാൻ കാളീശ്വരം അങ്ങാടിയിൽ പോകാറില്ലല്ലോ! പുതിയ കോട്ടയിലെ ജാഥകൾ കാണാറില്ലല്ലോ!"

"ദാ മലയിറങ്ങിവരുന്ന കാട്ടുവഴികളിലൂടെയാണ് അവർ രുധിരമനയ്ക്കലെയും കാളീശ്വരത്തെയും നിലവറകളിൽനിന്നു നെൽച്ചാക്കുകൾ ചുമന്നുകൊണ്ടുവന്നത്!"

"എന്നിട്ടോ?"

"ഒരാഴ്ചത്തേക്ക്, ഒരുമാസത്തേക്ക് അന്നം കാണാതെ കരയുന്ന കുഞ്ഞുങ്ങൾക്ക് കഞ്ഞിവെച്ചുകൊടുത്തു!"

"എന്നിട്ടോ?"

"പൊലീസും പട്ടാളവും അവരെ തല്ലിച്ചതച്ചു. അറുത്തുമുറിച്ചാലും അവർ പറയുമായിരുന്നില്ല. അവരുടെ ആണുങ്ങൾ എവിടെ ഒളിച്ചിരിക്കുന്നു, എന്ന്!"

പുഴയോരത്തെ കരഭാഗങ്ങളിൽ കിണറ്റുവെള്ളം കോരാനെത്തിയ പെണ്ണ് അവരെക്കടന്നുപോയി.

ഉദ്വേഗത്തോടെ ഗൗരി ചോദിച്ചു:

"ഇവരോ?"

"അതെ ഇവർതന്നെ!"

അരപ്പട്ടിണിയും കീറത്തുണിയും കരയുന്ന കുഞ്ഞുങ്ങളുമായി നടന്നകലുന്ന കോലങ്ങൾ. അവർ ഉണിക്കാളിയമ്മയെ നോക്കി നിലാവുപോലെ പുഞ്ചിരിച്ചു. മഴക്കാറിന്റെ കാളിമ കുറഞ്ഞു.

കത്തിച്ച കമ്പിറാന്തലുമായി, ഭൂമിയോളം പ്രായംചെന്ന ചിരുകണ്ടനച്ചൻ അവരുടെ മുമ്പിൽ പ്രത്യക്ഷപ്പെട്ടു.

"മഞ്ഞുപെയ്യാൻ തുടങ്ങി ഇനി പൊരേൽ പോകാം!—" റാന്തൽ പൊക്കിപ്പിടിച്ച് അയാൾ ഗൗരിയുടെ മുഖത്തു സൂക്ഷിച്ചുനോക്കി.

"താലേ, എന്റെ താലപ്പെണ്ണേ!"

ഉണിക്കാളിയമ്മ മന്ത്രിച്ചു.

"ചിരുകണ്ടനച്ചാ ഇത് ഗൗരിയാണ്! കരുവഞ്ചേരിയിലെ ഗൗരി!" നേരിയൊരു നടുക്കത്തോടെ ചിരുകണ്ടൻ റാന്തൽ താഴ്ത്തി. നിഴലുകൾ മലഞ്ചെരിവിലേക്കു പാഞ്ഞുപോയി.

പത്തായപ്പുരയുടെ അടച്ചിട്ട പടിവാതിൽക്കൽ റാന്തൽ നിന്നു. വയൽച്ചളി പുരണ്ട നഗ്നപാദങ്ങളിൽ പ്രണമിച്ചു കിടക്കുന്ന ഇത്തിരി വെട്ടത്തിൽ ഉണിക്കാളിയമ്മ പടിവാതിൽ തുറന്നു.

കനത്ത ഉമ്മറവാതിലിന്റെ താഴ് തുറന്ന് അയാൾ പറഞ്ഞു.

"ഈ റാന്തല് ഈടെ നിന്നോട്ടെ! നാളെ ഞാനെത്തീറ്റെ, നേരം വെളുക്കു."

"ചിരുകണ്ടനച്ചന് ഇന്നു പുരയ്ക്കു പോണോ?"

"പോണം! താലപ്പെണ്ണെങ്ങാൻ വന്നറ്റ്ണ്ടെങ്കിലോ? സംഘക്കാർക്ക് ഒരുതുള്ളി കഞ്ഞി വേണങ്കിലോ!"

ഉണിക്കാളിയമ്മ സ്തബ്ധയായി നിന്നു. അവരുടെ കവിളിലടിഞ്ഞിരുന്ന കാറുകൾ കലങ്ങി.

www.ingramcontent.com/pod-product-compliance
Lightning Source LLC
LaVergne TN
LVHW100432051026
849518LV00004B/1461
9788126207077